தமிழுக்கு முதல் ஞானபீடம்

அகிலன்

அகிலன் 27.06.1922ல் பிறந்து மாணவப் பருவத்தில் 1938-லிருந்தே எழுதத் துவங்கினார். தமது “பெண்” நாவலுக்கு கலைமகள் பரிசும், “நெஞ்சினலைகள்” நாவலுக்குத் தமிழ்நாடு அரசின் தமிழ் வளர்ச்சித்துறைப் பரிசும், “கயல்விழி” நாவல் “எரிமலை” சிறுகதைத் தொகுப்பு, “கண்ணான கண்ணன்” சிறுவர் நூல் ஆகியவற்றிற்குத் தமிழ்நாடு அரசின் பரிசும், “வேங்கையின் மைந்தன்” நாவலுக்குச் சாகித்திய அகாதமி பரிசும், “எங்கே போகிறோம்?” நாவலுக்கு ராஜா சர் அண்ணாமலை இலக்கியப் பரிசும், “சித்திரப் பாவை” நாவலுக்குப் பாரதீய ஞான பீடப் பரிசும் பெற்றவர் அகிலன்.

சோவியத் நாடு நேரு நினைவுப் பரிசும் பெற்றவர். அந்நாட்டு அரசின் அழைப்பில் மும்முறை சோவியத் நாடு சென்று வந்தவர்.

புத்தகங்களாக வெளிவந்துள்ள இவரது படைப்புகள்-46.

இவர் 18 நாவல்கள், 16 சிறுகதை தொகுப்புகள், ஆறு கட்டுரை தொகுப்புகள், இரு சிறுவர் நூல்கள், ஒரு நாடகம், மூன்று மொழி பெயர்ப்பு நூல்கள் படைத்துள்ளார்.

இவரது பல படைப்புகள் உலக மொழிகளான ஆங்கிலம், ஜெர்மன், செக், ருஷிய, போலிஷ், ப்ரெஞ்சு, சீன மொழிகளிலும், இந்திய மொழிகள் பெரும்பாலானவற்றிலும் மொழி பெயர்க்கப்பெற்று, இதழ்களிலும் நூலுருவங்களிலும் வெளிவந்துள்ளன.

இவரது நாவல்களான “பாவை விளக்கு”, “வாழ்வு எங்கே?” (குலமகள் ராதை), “கயல்விழி” (மதுரையை மீட்ட சுந்தரபாண்டியன்) ஆகியவை தமிழ்த் திரைப்படங்களாகவும் “வேங்கையின் மைந்தன்”, “நெஞ்சினலைகள்”, “வெற்றித் திருநகர்”, “எங்கே போகிறோம்?” ஆகியவை மேடை நாடகங்களாகவும் நடிக்கப்பெற்றன.

இவரது சித்திரப் பாவை, வானமா பூமியா, நெஞ்சின் அலைகள் ஆகியவை தொலைக்காட்சித் தொடர்களாகவும் பல நாவல்கள், சிறுகதைகள் வானொலி நாடகங்களாகவும் மக்கள் மனதில் உலா வந்துள்ளன.

இவரது படைப்புக்களில் ஆய்வு செய்து பலர் தமிழிலும் ஆங்கிலத்திலும் முனைவர் பட்டம் பெற்றுள்ளனர்; மேலும் சிலர் ஆய்வு செய்தும் வருகின்றனர்.

1974-ல் மதுரைப் பல்கலைக்கழகம் இவரது படைப்புக்களை ஆராய நான்கு நாள் கருத்தரங்கம் நடத்தியது.

அகில இந்திய வானொலியில் சொற்பொழிவுத்துறை அமைப்பாளராக உழைத்து ஓய்வு பெற்றவர். 1988 சனவரி 31-ல் அமரர் ஆனார் அகிலன்.

அகிலனின் படைப்புகள்

சரித்திர நாவல்கள்

வேங்கையின் மைந்தன்
கயல்விழி
வெற்றித் திருநகர்

சமூக நாவல்கள்

சித்திரப்பாவை
நெஞ்சினலைகள்
எங்கேபோகிறோம்
பெண்
பாவை விளக்கு
பொன்மலர்
பால்மரக்காட்டினிலே
துணைவி
புதுவெள்ளம்
வாழ்வு எங்கே
வானமா பூமியா
இன்ப நினைவு
கொம்புத்தேன் – கொள்ளைக்காரன்
அவளுக்கு
தாகம் (மூலம் : ஆஸ்கார் ஒயில்டு)
சினேகிதி

சிறுகதைகள்

அகிலன் சிறுகதைகள் – (இரு தொகுதிகள் அகிலனின் அனைத்துச் சிறுகதைகள் 200 முழுமையும்)
நிலவினிலே – தமிழ்நாடு அரசு பரிசு
ஆண் பெண்
பசியும் ருசியும்
சத்திய ஆவேசம்
நிலவினிலே – தமிழ்நாடு அரசு பரிசு

நாடகம்

வாழ்வில் இன்பம்

அகிலனின் படைப்புகள் - தொடர்ச்சி

சிறுவர் நூல்

தங்க நகரம்
கண்ணான கண்ணன்
நல்ல பையன்

கட்டுரைகள்

வெற்றியின் ரகசியங்கள்
நாடு நாம் தலைவர்கள்
எழுத்தும் வாழ்க்கையும்
கதைக்கலை
புதிய விழிப்பு
நான்கண்ட ரஷ்யா
சோவியத் நாட்டில்
மலேசியா சிங்கப்பூரில்

திரைக்கதை - வசனம்

காசுமரம்

ஒலித்தகடு

அகிலன் உரை (நாடும் நமது பணியும்)

அகிலனின் சித்திரப்பாவை பிறமொழிகளில்

சித்திரப்பாவை

(பாரதீய ஞானபீடப் பரிசு பெற்ற சமூக நாவல்)

அகிலன்

தாகம்

பு. எண்: 34, ப. எண்: 35, சாரங்கபாணித் தெரு

(காமராஜர் நினைவில்லம் அருகே, திருமலைப்பிள்ளை சாலை குறுக்கே)

தி.நகர், சென்னை – 600017

Web : tamilputhakalayam.in

Tamilputhakalayam@gmail.com

சித்திரப்பாவை

(பாரதீய ஞானபீடப் பரிசு பெற்ற சமூக நாவல்)

முதற்பதிப்பு	: மார்ச், 1968
பதினெட்டாம் பதிப்பு	: பிப்ரவரி, 2006
பத்தொன்பதாம் பதிப்பு	: டிசம்பர், 2008
இருபதாம் பதிப்பு	: பிப்ரவரி, 2009
இருபத்தொன்றாம் பதிப்பு	: நவம்பர், 2010
இருபத்திரண்டாம் பதிப்பு	: ஆகஸ்ட், 2011
இருபத்திமூன்றாம் பதிப்பு	: நவம்பர், 2011
இருபத்தி ஆறாம் பதிப்பு	: ஆகஸ்ட், 2017
இருபத்தி ஏழாம் பதிப்பு	: ஆகஸ்ட், 2018
இருபத்தி எட்டாம் பதிப்பு	: **அக்டோபர்** 2019

விலை : ரூ. ***400.00***

CHITHIRAP PAAVAI

(Bharathiya Jnanpith Award Winning Tamil Social Novel)

by AKILON

544 Pages (536 + VIII)

28th EDITION : October - 2019

DHAGAM

New No.34, Sarangapani Street,
(Off. Thirumalai Pillai Road, Near Kamarajar Memorial House)
T.Nagar, Chennai - 600 017.
☎ : 28340495, 28344528
E-mail : tamilputhakalayam@gmail.com
Website : tamilputhakalayam.in

Price : Rs. 400.00

- இந்நாவல் தொலைக்காட்சி, வானொலிகளில் தொடர் நாடக வடிவம் கண்டது.
- இந்நாவல் ஆங்கிலத்திலும், இந்திய தேசிய மொழிகள் அனைத்திலும் வெளிவந்துள்ளது.

Printed at : ***Balaji Offset Printers Chennai - 106***

CITATION

Bharatiya Jnanpith hereby presents its Literary Award for 1975 to Shri P.V. Akilandam, popularly known as Akilon, for his Tamil novel Chitthirappaavai (Painted Image) adjudged, under the rules of the Award, the best creative literary work published in Indian languages between 1959-68.

Impelled by inner compulsion and inspiration, Akilon chose the literary career in order to achieve self fulfillment through the communication of his ideals and the stirrings evoked in him by the contemporary social milieu. As a novelist, his has been a house hold name among Tamilians here and abroad, attracting at the same time universities and academic circles to study and evaluate his work.

The underdog in our disturbed society, the continuous flux that is our middle class, the industrial magnate, the idealistic youth who is frequently an artist, and the unscrupulous climber on the social ladder-all these have been depicted by Shri Akilon with an ethical fervour and a symmetry of artistic design which are indeed captivating and compulsive. Chitthirappaavai deals with one of the perennial problems of man; the conflict between Good and Evil, Beauty and Utility or Art, and money, in a manner that has moved millions.

May Shri Akilon live long and continue to give us the fruits of his imaginative contemplation of the world for years and years!

(sd) V.K. GOKAK
Chairman, Selection Board

(sd) SHANTHI PRASAD JAIN
President, Bharatiya Jnanpith

New Delhi, 17th September 1977

முன்னுரை

திரு. சோ. சிவபாதசுந்தரம்

தமிழ் இலக்கிய வரலாற்றிலே இன்று நடைபெற்றுக் கொண்டிருப்ப து "நாவல் காலம்" என்று சொல்லவேண்டும். காவிய காலம், பக்தி இலக்கிய காலம், புராண காலம் என்ற வகையில் இலக்கிய வளர்ச்சியை ஆராய்ந்து கொண்டு வந்தால், பத்தொன்பதாம் நூற்றாண்டின் பிற்பகுதியில் தோன்றிய மறுமலர்ச்சி இலக்கியப் படைப்பில் அதி தீவிரமாக வளர்ந்து வந்த சிறுகதை காலம் ஓரளவு ஓய்வுபெற, இப்போது நாவல் என்ற இலக்கிய வகைதான் சிறப்பிடத்தைப் பிடித்துக் கொண்டிருக்கிறது எனலாம்.

கடந்த இருபத்தைந்து முப்பது ஆண்டு காலமாக செழித்து வளர்ந்து வரும் வார, மாத சஞ்சிகைகள் தமிழிலே சிறுகதைகளும் நாவல்களும் உற்பத்தியாகவும் செல்வாக்கடையவும் செய்து வரும் பணியை எவரும் மறுக்க முடியாது. அதே சமயத்தில் கோடிக் கணக்கான வாசகர் கூட்டமும் பெருகிவிட்டது. பெருக்கடைந்த வாசகர்களின் தேவையைப் பூர்த்தி செய்ய சஞ்சிகைகள் அதிகரித்தன. அதிகரித்த சஞ்சிகைகளின் வளர்ச்சிக்கு எழுத்தாளர்கள் தேவைப்படுகின்றனர். எனவே இந்த இருமுனைப் பரிவர்த்தனைக்கும் சொல்பொருளாகிய எழுத்துக்குத் தேவை அதிகப்படவே, புதிய இலக்கிய வடிவங்களுக்கும் நல்ல காலம் பிறந்தது. அவ்வப்போது படித்து ரசித்து முடிக்கச் சிறுகதைகள் தோன்றி வளர்ந்தன. கதாசிரியர் சிலர் பேரும் புகழும் ஈட்டினர். இடையிடையே ஒரு சிலர் தொடர்கதைகளாக நாவல்கள் எழுதினர். சிறு கதைகள் அருகிக் கதைத் துணுக்குகளாகி வரும் காட்சியை நாம் இப்போது காண்கிறோம். அதே சமயத்தில் வாசகர்களின் உறவைத் தொடர்பறாமல் நிலைக்கச் செய்யும் நோக்கத்தோடு பல தொடர்கதைகளைத் தேடி வாங்கி, பிரசுரிக்க வேண்டிய தேவையை அனுசரித்த சஞ்சிகைகள் தம்மையறியாமலே தமிழ் இலக்கியத்தின் சரித்திரத்தில் ஒரு புது விழிப்பு என்று சொல்லத் தகுந்த படைப்பிலக்கிய வேகத்துக்கு உரமூட்டி, நாவல் இலக்கிய வளர்ச்சிக்கு ஏதுவாயிருக்கின்றன.

இந்தப் புது விழிப்பிலே, புதிய இலக்கியப் படைப்பின் வேகத்திலே தோன்றிய நாவலாசிரியர் பலர் பத்திரிகைகளிலே

தொடர்கதைகளாக வெளியிட்டு, பின்னர் நூல்வடிவெய்திய நாவல்கள் நூற்றுக்கணக்கிலுள்ளன. இவற்றில் இலக்கியப் பெருமை எய்தி, தமிழ் இலக்கியத்தை அலங்கரிக்கும் நூல்களும் எத்தனையோவுள. நாவலாசிரியர்கள் பண்டைய தமிழ் இலக்கிய கர்த்தாக்களின் பெயர்களைப் போல, சாதாரண வாசகர் களிடத்திலும், இலக்கிய நயம் தெரிவிக்கும் விமர்சகரிடத்தும், ரசிகரிடத்தும், நிரந்தரச் செல்வாக்கும் அபிமானமும் பெற்றி ருப்பதே நமது தமிழ் இலக்கியம் இப்புதுத்துறையில் நன்கு வேரூன்றி விட்டது என்பதற்கும் அத்துறையில் விருத்தர்களைக் கொடுத்திருக்கிறதென்பதற்கும் சான்றாகும்.

பத்திரிகைகளிலே சிறுகதைகள் எழுதத் தொடங்கிப் பின்னர் தொடர்கதைகளாக நாவல்கள் எழுதி வாசகர்களிடத்தில் அளவிறந்த மதிப்பும் பெற்ற ஆசிரியர், அகிலன், இன்றைய தமிழ் நாவலாசிரியர்களில் முதல் வரிசை ஆசிரியர் என்ற புகழையும் பெற்றவர். "பாவை விளக்கு" என்ற அற்புத சிருஷ்டியின் மூலம் தணிகாசலம் என்ற இலட்சிய எழுத்தாளனை உருவாக்கிய அகிலன், இப்போது அதே எழுதுகோலைத் தூரிகையாக மாற்றி, வண்ணக் குழம்பு சேர்த்து, ஆனந்தி என்ற சித்திரப்பாவையைத் தீட்ட அண்ணாமலை என்ற இலட்சிய ஓவியனைப் படைத்திருக்கிறார்.

வேங்கையின் மைந்தன், கயல்விழி, வெற்றித் திருநகர் முதலிய சரித்திர நாவல்களையெழுதிய அகிலன், தமது சமூக நாவல்களில் ஒரு தனிப்பண்பை வளர்த்திருப்பதை நாம் அறிவோம். அந்த வகையில் "சித்திரப்பாவை" என்ற இந்த நவீனத்தில் அகிலன் தமது உள்ளரங்கத்தை, சமுதாயத்தில் தாம் கொண்டிருக்கும் மதிப் பீட்டை, கலைக்கும் 'கலையைப் போற்றுகிறோம்' என்று சொல்லிக் கொள்ளும் சமூகப் பெரியார்களின் கொள்கைக்குமுள்ள முரண்பாட்டை, உள்ளார்த்தத்துக்கும் வெளிவேஷத்துக்குமுள்ள போராட்டங்களை, சமூக சம்பிரதாயம் என்ற அடக்கத்தில் மூடி மறைக்காமல் பிரத்தியட்சமாக எடுத்துக் காட்டுகின்றார். முந்திய பல நாவல்களைவிட, "சித்திரப் பாவை" பல விதத்திலும் ஒரு புரட்சி என்று சொல்லத் தோன்றுகிறது. பாத்திரங்களின் வளர்ச்சி, போலி வேஷமற்ற திறந்த மனப்பான்மையைக் காட்டக் கூடியதான குணசித்திர அமைப்பு, இயல்பு வழக்கைக் காண்பிக்கும் சம்பவங் களாயிருந்தும் கலையுணர்வுக்கு ஏற்றதாயமைக்கப்பட்டிருக்கும்

உத்தி இவையெல்லாம் இந்த நாவலின் இலக்கியத்தரத்தை சிறக்க வைக்கின்றன.

எந்த ஒரு கலைப்படைப்பிலும் முக்கியமாக இலக்கியத்திலே "நுதலிய பொருள்" இன்றியமையாத ஓர் இடத்தைப் பெற வேண்டுமென்பது யாவராலும் ஒப்புக்கொள்ளப்பட்டதொன்று. கலைக்காகவே கலை என்றும், பொருளற்ற புதிய சொற்றொடராகிய யதார்த்த இலக்கியமென்றும் புத்தம் புதிய கொள்கைகள் இப்போது பேசப்படுகின்றன. ஆனால் எந்த ஒரு படைப்பும் பயனற்ற வெறும் கூடாயிருக்க முடியாது. கலைஞன் எவனும் தன் கலையை தெருவிலே கொட்ட மாட்டான். பயனுடைய பொருளாகவே, பிறருக்கு உதவும் நோக்கத்துடனேயே தன் கலைப் பொருளைப் படைப்பான். மேற்கேயிருந்து வந்த சில மதங்களில் ஒரோவிடத்தும் வேறுபாடுகள் காணப்பட்டு, பொருளற்ற காட்சியும் சம்பவமும் மாத்திரம் நாவலாகப் பரிணமித்த காரணத்தால் நம் இலக்கிய நோக்கும் அத்தகையதாயிருக்க வேண்டுமென்று நினைப்பது ஒப்புக்கொள்ளத்தக்கதல்ல. நமது தமிழ் இலக்கியம் பரம்பரை பரம்பரையாக ஒரு மரபு வழி வந்தது. அதன் இலக்கிய மதம் திடீரென்று வேற்றுருவும் வேற்றுக் கொள்கையும் பெற்றுவிடாது. "நுதலிய பொருள்" நம் இலக்கியத்துக்கு இன்றியமையாத கரு. ஆகவேதான் அகிலனின் எழுத்திலும் அந்த இலக்கியப் பண்பு அடிக்கடி தலைகாட்டி நிற்பதைக் காணலாம். வாசகர்கள் வெறுமனே படித்துவிட்டுப் பொழுதுபோக்கென்று மாத்திரம் வாளாவிருக்காது, சிந்திக்க வேண்டுமென்பது அகிலனின் கொள்கை. எனவேதான். நமது இன்றைய சமுதாயத்திலுள்ள குறைபாடுகளையும், அவஸ்தைகளையும், கதாபாத்திரங்களின் தன்மை, நடத்தை, அவதிகள் மூலம் காண்பிக்கும் ஆசிரியர் வெளிப்படையாகவும் வாய்விட்டுச் சொல்லத் தயங்கவில்லை.

கதிரேசன் அண்ணாமலையிடம் கூறுவதுபோல் இவ்வாறு கூறுகிறார்:-

"இதோ பாருங்கள், மாறிக்கொண்டு வரும் புதிய தலைமுறையின் உளுத்துப்போன சின்னம் சுந்தரி. அவள் மீது குற்றமில்லை. அவளுடைய பிறப்பு, வளர்ப்பு, அவள் பெற்ற கல்வி,

‘காசே கடவுள்’ என்று மண்டியிடும் அவளைச் சுற்றியுள்ள சமூகம், இவ்வளவுமே அவளுடைய முடிவுக்குக் காரணங்கள். என் குடும்பத்திலேயே நான் இப்போது, இந்தக் கொடுமைகளைப் பார்த்து வருகிறேன். வாழ்க்கையின் உண்மைப் பொருளைக் குடும்பத்தில் பெரியவர்களே தேட விரும்பாதபோது, பிள்ளை களுக்கு அது எங்கிருந்து கிடைக்கும்? ஐம்புலன்களையும் அழுக்குப் படியாமல் அழகாக வைத்துக் கொள்ளத் தெரிந்து விட்டால், எவ்வளவோ இன்பகரமாக இருக்கும் இந்த வாழ்க்கை. கண்களால் யாரை எப்படிப் பார்க்க வேண்டுமென்றோ, வாயால் எதைப் பேசவேண்டும் எதைப் பேசக்கூடாதென்றோ, காதுகளால் எதை எப்படிக் கேட்க வேண்டுமென்றோ, உடம்பை எப்படிப் பழக்கப்படுத்திப் பயன்படுத்த வேண்டுமென்றோ, மனதை எப்படி மனிதத் தன்மை கொண்டதாகப் பயன்படுத்திக் கொள்ள வேண்டு மென்றோ, இப்போதெல்லாம் யாருமே கற்றுக் கொள்வதில்லை. இதுதான் மனிதப் பிறவிக்கு வேண்டிய அடிப்படைக் கல்வி. இது பிள்ளைகளுக்கு வீட்டிலும் கிடைப்பதில்லை; பள்ளிகளிலும் கிடைப்பதில்லை; சமூக வாழ்விலும் கிடைப்பதில்லை. வீட்டுக்கு ஒரு தலைவர், தெருவுக்கு ஒரு தலைவர், ஊருக்கு ஒரு தலைவர் என்று இருந்த காலத்தில் அவர்கள் காகிதத்தில் கையெழுத்துப் போடத் தெரியாதவர்களாக இருந்தாலும் அனுபவத்தில் இந்த அடிப்படைக் கல்வியைக் கற்று, அதன்படி நடக்க முயன்றார்கள். ஒழுக்கத்துக்கு முழுக்குப் போட்டுவிட்டு, நாம் இப்போது தீவிரமாகக் காசு பணத்தில் முன்னேறி வருகிறோம். இந்த அஸ்திவாரமில்லாத புற வளர்ச்சியின் அபாய அறிவிப்புத்தான் சுந்தரி.”

சுந்தரி என்ற கதாபாத்திரப் படைப்பின் மூலமும் அப்பாத் திரத்தையே தூக்கி நிறுத்தி அபாய அறிவிப்புக் காட்டுவதன் மூலமும், ஆசிரியர் தம் கொள்கையை கதிரேசனின் வாயிலாக வெளிப்படுத்துகின்றார். இக்கால சமுதாயத்தில் காணப்படும் வெளி வேஷங்களைப் பற்றியும், கலையை விலை பேசும் காட்சியையும், பணத்தில் அதிமோகங் கொண்டு மனச்சாட்சியை விற்றிடும் தன்மையையும் நாவலாசிரியர் தமது பாத்திரங்கள் வர்யிலாகச் சுட்டிக் காட்டுகின்றார். தமிழ் இலக்கியத்துக்கும் தமிழ் மரபுக்கும் பொருந்திய பண்பு இவ்விலக்கியப்பண்பு. ஆயிரம் ஆயிரம்

ஆண்டுகளாக வழி வந்த இலக்கிய மரபியல் காலத்துக்குக் காலம் சில புதுவடிவங்களும் புதுக்கொள்கைகளும் தாமாக வந்துசேர்ந்து கொண்டாலும், ஆணிவேரின் பரம்பரை அழிந்து போக முடியாது. இந்த முக்கியமான உண்மையை உள்ளத்தில் வைத்துக் கொண்டுதான், நமது தமிழ் இலக்கியத் திறனாய்வு செய்வோர் முற்பட வேண்டும். அபர்கிராம்பியும், லூயிசும், ரிச்சட்சும், எலியட்டும் ஓரளவுதான் உதவுவார்கள். தமிழ் இலக்கியத்துக்கு ஒரு தனிக் கோத்திரமுண்டு. அது தமிழ்க் கோத்திரம். ஆங்கிலக் கோத்திரமும், ருஷ்யக் கோத்திரமும், புத்தம் புதிய அமெரிக்கக் கோத்திரமும் ஒப்புமைக்கு உதவ முடியாது. இவ்வுண்மையைப் பற்றிச் சிந்திக்காமலே நம்மில் சிலர் இலக்கியத் திறனாய்வுக்கு முழுக்க முழுக்க வேற்றுத் தேச அளவைகளையும் சிருஷ்டி களையும் ஒப்புமைக் கருவிகளாக உபயோகிக்க முற்படுகிறோம். நாவலும் சிறுகதையும் பிறநாட்டு இலக்கிய வடிவங்கள் என்பதை ஒப்புக்கொள்ளத்தான் வேண்டும். ஆனால், அவ்வுருவங்களை வைத்துத் தமிழிலே இலக்கியம் படைத்தால் பிறநாட்டு உள்ளடக்கத்தையும் அமைதியையும் எதிர்பார்க்க வேண்டுமா, அல்லது அவை அவசியமா? தமிழர் வாழ்க்கை முறையிலும், நடையுடை பாவனையிலும் மேல்நாட்டு மேல் பூச்சிருந்தாலும், தமிழன் சிந்தனையிலும், மரபு வழி வந்த கொள்கையிலும் ஒரு தனி இழை ஓடிக்கொண்டேயிருக்கும். அந்தப் பாரம்பரிய இழை இலக்கியத்திலும் காணப்படும். ஆகையால், தமிழ் இலக்கியப் படைப்புக்களை ஆராயும் போது அளவுகோலையும் அதற்கு ஏற்றாற்போல் உபயோகப்படுத்திக் கொள்ள வேண்டும்.தமிழர் சமுதாயத்தையும் அதன் கட்டுக்கோப்பையும் படம் பிடித்துக் குறை நிறை அளவிடும்போது, அன்னிய மண்ணில் உதித்து வளர்ந்த வேற்றுச் சமுதாயப் பண்பாட்டினளவுகோலை உபயோகிப்பதும் உதவாது. இம்மாதிரியான ஒவ்வாத அளவைகளையும், வேற்று நாகரிக இலக்கியங்களையும் தமிழ் இலக்கியத் திறனாய்வுக்கு உபயோகப் படுத்துவது தவறு. அவை ஒப்புமைக்கு உதவலாம்; ஆனால், தமிழ் இலக்கியத்துக்கு இலக்கணமாகா.

இந்த அடிப்படையில் பார்க்கும்போது தமிழ் நாவல்கள் எவ்வளவு தூரம் வளர்ந்துள்ளன, எத்தகைய இலக்கியத் தரத்தை அடைந்துள்ளன என்று மதிப்பிடலாம். கடந்த முப்பது ஆண்டுக்

காலத்தில் வளர்ந்துள்ள நாவல் இலக்கியத்தைப் பார்த்தால், சமூக நாவல்களாயினும் சரி, சரித்திர நாவல்களாயினும் சரி, இலக்கிய மதிப்பீட்டில் அவை தமிழ் இலக்கிய சரித்திரத்தில் "நாவல் காலம்" என்று வரையறுக்கத்தக்க இலக்கியப் புரட்சியை ஏற்படுத்தியுள்ளன என்பது கண்கூடு. அன்றியும், உலக இலக்கிய வளர்ச்சியுடன் ஒப்பிட்டுப் பார்க்கும்போதும், தமிழ் நாவல் இலக்கியம் மற்றைய நாட்டு இலக்கியத்தை விட எவ்வாற்றானும் குறைந்தோ பின் தங்கியோ நிற்கவில்லையென்று தைரியமாகக் கூறலாம்.

அகிலனுடைய "சித்திரப்பாவை" தமிழ் நாவல் இலக்கியத்தின் முது வளர்ச்சிக்கு ஓர் எடுத்துக்காட்டு. கதைக்குக் கதை, அறிவியலுக்கு அறிவியல், கற்பனைக்கும் நடைக்கும் ஒரு காவியம், கலையின் உண்மை நிலைக்கு ஓர் அறைகூவல், தமிழ்ப் பண்பாட்டுக்கு ஓர் உதாரணம், அதே சமயத்தில் சமூகத்தில் தன்னாரவாரம் வளர்த்துவிட்ட ஊரோடு ஒட்டி வாழ வேண்டுமென்ற சம்பிரதாயத்துக்காக உபயோகத்திலிருக்கும் போலி வாழ்க்கையை இது போலிதான் என்று எடுத்துக்காட்ட ஓர் அசல் அபாய அறிவிப்பு இத்தனை சிறப்பும் கொண்டது இந்த உரை நடைக் காவியம். அகிலனுக்கு என் வாழ்த்துக்கள்.

காந்தி நகர்
சென்னை-20

சோ. சிவபாதசுந்தரம்

முகவுரை

'பொருளில்லார்க்கு இவ்வுலகத்தில் வாழ்வில்லை' என்று கூறியுள்ள திருவள்ளுவரே, 'திறனறிந்து தீதின்றி வந்த பொருளே அறமும் இன்பமும் தரும்' என்பதையும் நமக்கு நினைவூட்டி யிருக்கிறார். ஆனால், அறத்தையோ இன்பத் தையோ பொருட் படுத்தாமல், பொருள் வேட்டையாகிய மாயமான் வேட்டையில் பலர் மிகத் தீவிரமாக இப்போது ஈடுபடத் தொடங்கி யிருக்கிறார்கள்.

சென்னை நகரத்தில் பல ஆண்டுகளாக வாழ்ந்து வரும் நான், இந்த மாயமான் வேட்டையில் இந்த நகரமே தமிழ் நாட்டின் பிற பகுதிகளுக்கும் வழி காட்டி வருகிறதென்று நம்புகிறேன். நேர்மைத் திறனோ சமுதாய உணர்ச்சியோ சிறிதும் இல்லாத போலிகள் நாட்டு மக்களுக்குத் தீமை செய்தே பொருள் குவிப்பதற்கும், ஆற்றலும் நல்லெண்ணமும் கொண்ட நேர்மையாளர்கள் நல்ல தொழில் செய்து பாதுகாப்போடு வாழ முடியாமல் தவிப்பதற்கும் இன்றைய சமுதாயப் போக்கு தாராளமாக இடமளித்து வருகிறது. 'மக்களே போல்வர் கயவர்' என்று நமக்கு இரண்டாயிரம் ஆண்டுகளுக்கு முன்பே, 'போல்வர்' என்று போலிகளைப் பற்றி எச்சரிக்கை விடுத்துள்ளார் வள்ளுவர். ஆனாலும் இந்தப் போலிகளை நம்மால் அவ்வளவு எளிதாக இனம் கண்டு கொள்ள முடிவதில்லை.

அவர்களுடைய செயல்களால் நம் வாழ்க்கையின் பல துறைகளிலும் மிக வேகமாக ஊடுருவிக் கொண்டு வரும் போலித்தனம் எனக்கு மிகுந்த வேதனையைத் தருகிறது. போலிகளைக் கொண்ட ஓர் உளுத்துப் போன சமுதாயத் தையே உருவாக்கவல்ல மாற்றம் இப்போது மறைமுகமாக நாட்டில் நடைபெற்று வருவதை என்னால் காண முடிகிறது. 'எப்படியாவது குறுக்கு வழிகளில் பொருளையும், அப்பொருள் கொடுக்கும் வலிமையையும் தேடிக் கொள்ள வேண்டும்' என்று வெறி பிடித்து அலைகிறார்கள் மனிதர்கள்.

இந்த வெறியர்களின் சின்னஞ்சிறு பிரதிநிதிதான் மாணிக்கம்; இவனைப் போன்றவரிடம் பலியாகும் பெரும்பாலான

அப்பாவிகளின் கூட்டத்தைச் சேர்ந்தவர்களே அண்ணாமலை, ஆனந்தி முதலியவர்கள்.

கதையின் முடிவில் நான் மாணிக்கத்துக்குச் சரியான தண்டனையளிக்கவில்லை என்று வாசகர்கள் சிலர் குறைப்பட்டுக் கொண்டு எனக்கு எழுதியிருந்தார்கள். வாசகர்கள் எதை தண்டனை என்று கருதுகிறார்களோ அதை இன்னும் சமுதாயமே அவர்களுக்கு அளிக்க முன் வரவில்லை. ஆனால் அதைவிடப் பெரிய தண்டனை வள்ளுவர் எதைத் தண்டனையென்று கருதுகிறாரோ அந்தத் தண்டனை அவனுக்குக் கதையில் கிடைத்திருக்கிறது. கூர்ந்து நோக்குவோருக்கு இது விளங்காமல் போகாது.

வேறு சிலர் மாணிக்கத்தை இன்னும் மனிதன் என்றே நம்பியுள்ளார்கள் போலும்! இல்லாவிட்டால் அவர்கள் ஆனந்தியின் செயலுக்காக அவ்வளவு கண்டனக் கடிதங்களை எனக்கு எழுதியிருக்க மாட்டார்கள். காலங்காலமாக மக்களிடையே நிலவிவரும் ஓர் ஆழ்ந்த நம்பிக்கைக்கு எதிராக என் கருத்து மாறிவிட்டதாகக் குறைபட்டுக் கொண்டு அவர்கள் எழுதியிருந்தார்கள். இந்த நாவலில் நான் வெளிப்படுத்தியுள்ள கருத்துக்காக அளவுக்கதிகமாக என்னைப் போற்றியிருப்பவர்களும் உண்டு; தூற்றியிருப்பவர்களும் உண்டு. பாராட்டையும் பழிப்பையும் ஒன்றென ஏற்றுக்கொள்ளும் நான், எனக்கு உண்மையெனத் தோன்றியதையே எழுதியுள்ளேன். இன்றைய வாழ்க்கையின் அகப்புற நிலைகளை ஆராய்ந்து, எதிர் காலத்துக்கான மனப்போக்கை உருவாக்கும் கடமை எனக்கிருப்பதாக நான் நம்புகிறவன். வாசகர்கள் எதை விரும்புகிறார்கள் என்பதை விட எதை விரும்ப வேண்டும் என நான் நினைக்கிறேனோ அதைக் கொடுத்துள்ளேன். இன்றைய இலக்கியம் நாளைய வழி காட்டியாக அமையக் கூடியது. இந்த நாவலில் ஆனந்தி பற்றிய என் கருத்தை எல்லோரும் ஒப்புக்கொள்ள வேண்டுமென்பதில்லை. சிந்தித்துப் பார்த்தால் போதும். நாளைக்கு இந்தச் சமூகத்தில் மாணிக்கங்கள் போன்ற போலிகள் அண்ணாமலைகளுக்கும் ஆனந்திகளுக்கும் துரோகம் செய்து வாழ முடியாத சூழ்நிலை ஏற்பட இது சிறிதளவாவது தூண்டுதலாக இருக்க வேண்டுமென்பது என்னுடைய நோக்கம்.

முப்பது ஆண்டுகளாக எழுத்தையே என்னுடைய வாழ்வின் முதல் நோக்கமாகக் கொண்டுள்ளவன் நான். இருந்தும் தமிழ் நாட்டு வாசகர்கள் பலர் புத்தகம் வாங்கிப் படிக்கும் பழக்கத்தை இன்னும் சரிவர ஏற்படுத்திக் கொள்ளாததாலும், நம்முடைய பல்கலைக் கழகங்களும் கல்லூரிகளும் இன்றைய தமிழ் இலக்கிய ஆர்வத்தை இளம் தலைமுறையினரிடம் ஊட்ட எந்த அளவுக்கு முன்வர வேண்டுமோ அந்த அளவுக்கு முன்வராததாலும், பத்திரிகைகளே எனக்கும் வாசகர்களுக்கும் முதல் தொடர்பை ஏற்படுத்தித் தருகின்றன. அந்த முறையில் இந்த நாவலை முதன் முதலில் வெளியிட்ட 'ஆனந்த விகடன்' ஆசிரியர் திரு. எஸ்.எஸ். வாசன் அவர்களுக்கும் நான் நன்றி கூறக் கடமைப்பட்டவன். வாசகர்களின் கடிதங்கள், தமிழ் நாட்டில் எத்தனையோ இடர்ப்பாடு களுக்கிடையிலும் இலக்கியச் சுவை வளர்ந்து வருவதைப் புலப்படுத்தின.

ஓவியக் கலைஞன் அண்ணாமலையைக் கதைத்தலைவனாகக் கொண்டதால், அந்தக் கலை பற்றி எனக்குத் தேவையான விவரங்களைத் தெரிந்துகொள்ள நான் முக்கியமான சில ஓவியர்களைச் சந்தித்தேன். ஓவியக் கல்லூரி, ஓவியர்கள் வாழும் பகுதி இங்கெல்லாம் சென்றேன். இந்தத் துறையில் நான் விளக்கம்பெற ஓவிய நண்பர்கள் பெரிதும் உதவியிருக்கிறார்கள்.

இவர்கள் அனைவருக்கும் நன்றி கூறுவதோடு, இந்த நூலுக்கு முன்னுரை எழுதியுள்ள திரு. சோ. சிவபாத சுந்தரம் அவர்களுக்கும், அழகிய பதிப்பாக இதைத் தமிழ்ப் பெரு மக்களிடையே வழங்கும் 'தாகம்' பதிப்பகத்தாருக்கும் என் நன்றியைத் தெரிவித்துக் கொள்ளுகிறேன்.

13. கஸ்ட்டியன் பீச் தெரு — அன்புள்ள

சென்னை - 4. — **அகிலன்**

**('ஆனந்த விகடன்' 19.3.1967 இதழில்
ஆசிரியர் அகிலன் எழுதிய குறிப்பு)**

நாவலைத் தொடங்குவதற்கு முன்பாக, வாசகப் பெருமக்களிடம் ஒரு சில வார்த்தைகள் பேச விரும்புகிறேன். 'ஆனந்த விகடன்' நெடுநாளைய பத்திரிகை; நானும் இருபத்தைந்து ஆண்டுகளாக எழுதி வருபவன். இந்த நாவல் நான் விகடனில் எழுதும் முதல் நாவலாகும்.

பத்திரிகைகள் வாயிலாக நாவல் எழுதுவதையும் நான் மிக உயர்ந்த இலக்கியப் பணி என்றே கருதுபவன். இல்லாவிட்டால் இதுவரையில் ஒரு நாவல்கூட நான் எழுதியிருப்பேனா என்பது சந்தேகம். பத்திரிகைகள் வாயிலாக நாவல் எழுதுவதாலேயே இலக்கியத்தின் பத்தினித்தன்மை குறைந்து விட்டதாகக் கதைப்பவர்களுக்கு, பத்திரிகைகளில் தொடர் கதைகளாக வந்துள்ள என் நாவல்களே இன்றும் பதிலளித்துக் கொண்டிருக்கின்றன.

ஒரே ஓர் எடுத்துக்காட்டு : இருபது ஆண்டுகளுக்கு முன்பே பத்திரிகையில் எழுதிய என்னுடைய முதல் கன்னி முயற்சிதான் "பெண்" எனும் நாவல். இத்தனை ஆண்டுகளாகத் தமிழ் நாட்டிலும் அது பல பதிப்புக்களைக் கண்டு இன்னும் படிக்கப் பெற்று வருகிறது. இப்போது வங்காளி, மலையாளம், இந்தி, கன்னடம் முதலிய பிற மொழிகளிலும் வெளிவந்து அந்தந்த மொழி இலக்கியப் பெரியோர்களின் வரவேற்பையும் பெற்றிருக்கிறது. ஆகவே, பத்திரிகை, புத்தகம் இரண்டிலுமே தரமானவையும் வரக்கூடும், சுமாரானவையும் வரக்கூடும்.

பத்திரிக்கையில் கதை வருவதால் லட்சக் கணக்கான வாசகர்கள் எளிதில் படிப்பதற்கு ஒரு வாய்ப்பு ஏற்படுகிறது. ஆனால் அதற்காகப் பலவகையான வாசகர்களின் ருசிக்காகவும் நான் வளைந்து கொடுத்து எழுதத் தெரியாதவன். வாரந்தோறும் எழுதினாலும், கதை காலத்தை வென்றும் நிலைக்க வேண்டும், மொழி எல்லையைக் கடந்தும் விரிய வேண்டும், இலக்கியச் சாதனையாக விளங்கவும் வேண்டும் என்ற பேராசை எனக்கு உண்டு.

எந்த அளவுக்கு என் ஆசை சாதனையாகிறது என்பது வேறு விஷயம். என்னிடமுள்ளதில் சிறந்ததை நான் கொடுக்க முயல்வேன்,

அவ்வளவுதான். அதற்காக நான் எழுதும் இந்தக் கதையைக் குற்றங் குறைகளற்ற முழுமையான படைப்பு என்று கூறும் துணிவு எனக்கில்லை. ஏனென்றால், வெறும் திறமையாலும், பயிற்சியாலும், அனுபவத்தாலும் நிறைவேற்றி விடக்கூடிய சாதனையல்ல இது. ஓரளவு தன்னை மறந்த நிலையிலும் எழுத்தாளன் கிறங்கும் சமயத்தில் அவன் இதயத்திலிருந்து பொங்கும் உணர்ச்சிகள் க்லை வடிவான எழுத்துக்களாக வெளிப்படுகின்றன. என் அனுபவம் இதுதான்.

இந்த முன்னுரையை நான் எழுதுவதன் முக்கியமான நோக்கம் ஒன்றிருக்கிறது. தயவு செய்து இந்தக் கதையைப் படிக்கத் தொடங்குவோர், சற்று நிதானமாக இருந்து படிக்கும்படி வேண்டிக் கொள்கிறேன். ரயிலுக்கோ வேலைக்கோ புறப்படும் அவசரத்திலோ, திரைப்படங்கள் அல்லது நாடகங்களில் எதிர்பார்க்கும் பரபரப்பான காட்சி ஓட்டங்களை எதிர்பார்த்தோ, தயவு செய்து இதைப் படிக்க வேண்டாம். இயந்திர வேகமும் பதற்றமும் நிறைந்த இக்காலத்திலும், வேகத்தை விட ஆழத்தைக் காண முயலும் வாசகர்கள் பெருகி வருவது தமிழ் இலக்கிய வளர்ச்சிக்கும் பெருந்துணை செய்யும்.

இந்நாவலைப் பற்றி நான் ஏதும் தனியே கூறவில்லை. கதையே தன்னைப்பற்றிக் கதை கூறிக் கொள்ளட்டும். முழுவதும் படித்து முடித்த பின்பு நீங்களே இதன் நிறைகளையும் குறைகளையும் கூறுவீர்கள்.

அன்புள்ள

அகிலன்

சித்திரப் பாவை

முதல் பாகம்

1. படிக்காத முட்டாள்

அன்றைக்கு மாலைப் பத்திரிகையில் அந்தச் செய்தி வெளியாகி இருந்தது. மறு நாள் பொழுது விடிந்தால் தேர்வின் முடிவு தெரிந்து விடுமாம்.

பத்திரிகையும், சாப்பாட்டுப் பாத்திரமுமாகச் சிதம்பர மேஸ்திரி முதலில் 'ட்வுன் பஸ்'ஸிலிருந்து இறங்கினார். மாணிக்கமும் அவரைப் பின்பற்றினான். எழும்பூரிலிருந்து மயிலாப்பூர் தெப்பக் குளத்துக்கு வரும் பஸ் அது. அவர்களுடைய வீடு மயிலாப்பூரில்தான் இருந்தது.

கீழே இறங்கிக் குளக்கரையில் நின்று கொண்டு மாணிக்கத்திடம் காசு கொடுத்து, "இந்தா, போய் வேறே ஒரு பத்திரிகை வாங்கிட்டுவா; அதிலேயும் வந்திருக்கான்னு பார்ப்போம்" என்று அனுப்பினார். மாணிக்கம் தனக்குள் சிரித்துக்கொண்டே, பக்கத்திலிருந்த பெட்டிக் கடையிலிருந்து வேறொரு பத்திரிகை வாங்கிவந்து நீட்டினான். சிதம்பரம் தமது கண்ணாடிக் கண்களால் துழாவிப் பார்த்து, அதன் மூலையிலிருந்த இரண்டு வரிகளைத் திருப்தியோடு படித்து முடித்தார். மறுபடியும் அவர் சந்தேகம் தீரவில்லை.

"அப்படின்னா கட்டாயம் காலையில் வந்திடுமா?"

"வந்துவிடும்."

"அண்ணாமலையோட நம்பர் உனக்குத் தெரியுமா?"

"வீட்டிலே எழுதி வச்சிருக்கேன்" என்றான் மாணிக்கம்.

சிதம்பர மேஸ்திரி அந்த எண்ணைக் கூறிவிட்டுச் சிரித்தார். அது அவருக்கு எப்போதோ மனப்பாடமாகி விட்டது.

"அவன் இப்பவாவது பாஸ் பண்ணிடுவானா?"

"பாஸ் பண்ணிடுவான்; கஷ்டப்பட்டுப் படிச்சிருக்கான்" என்று உடனடியாகப் பதிலளித்தான் மாணிக்கம். வேறுவிதமாகச் சொன்னால் அவருக்கு வரும் ஆத்திரத்தில் அவன் தன்னைப் பிடித்துத் தெப்பக் குளத்துக்குள் தள்ளி

விடுவாரோ என்ற பயம் அவனுக்கு.

"அவன் தேறிட்டா நாளைக்கு ராத்திரி உனக்கும், உங்கம்மாவுக்கும் நம்ம வீட்டிலே சாப்பாடு; விருந்து!"

சிதம்பர மேஸ்திரி பரப்பரப்போடு தம் வீட்டை நோக்கி நடந்தார். அந்த அறுபது வயது இளைஞரோடு ஒன்றாக நடப்பது, இருபத்து மூன்று வயது மாணிக்கத்துக்கு எளிதாக இல்லை. அவரோ மாணிக்கம் உடன் வருவதைத் திடீரென்று மறந்து விட்டவர் போல விரைந்து கொண்டிருந்தார்.

வயசு அறுபதாகியும் இன்னும் மேஸ்திரிக்கு உடல்கட்டு விடவில்லை. உழைத்து உரம் ஏறி வைரம் பாய்ந்த கட்டை. கண்களில் வெள்ளெழுத்துக் கண்ணாடியும் தலையில் பஞ்சு போல் ஒட்டிக்கொண்டிருந்த நரைத்த கிராப்பும்தான் அவர் வயதைக் காட்டிக் கொண்டிருந்தன. சற்று நீண்ட முகம்; நல்ல உயரம்; மாநிறம்; காலர் வைக்காத அரைக்கச் சட்டையும், தோளில் துண்டும், இடுப்பில் வேஷ்டியும், கால்களில் முரட்டுச் செருப்புக்களுமாக அவர் தோற்றமளித்தார்.

மாணிக்கமும் வாட்ட சாட்டமாகத்தான் இருந்தான். ஆனால், உயரத்தில் அவர் தோளுக்குக்கூட வரவில்லை. சதுரமான முகம்; விசாலமான நெற்றி; கூர்மையான பார்வை, இலந்தைப் பழத்தின் நிறத்தில் சட்டையும், நீண்ட கால்சராயும், பூட்ஸ்களுமாகக் காணப்பட்டான். அவனுடைய கைப்பையிலும் ஒரு சாப்பாட்டுப் பாத்திரம் இருந்தது.

சிதம்பர மேஸ்திரியின் வீட்டு மாடியில்தான் அவன் குடியிருந்தான். அவருடைய உதவியால்தான் அவன் 'எல்.சி.இ.' என்னும் கட்டடம் கட்டும் வேலைக்குப் படித்தான். அவரே தம்முடைய முதலாளியிடம் அவனுக்கொரு வேலையும் வாங்கிக் கொடுத்துவிட்டார். அவர்கள் வேலை பார்த்த இடம் மிகப் பெரிய 'இன்ஜினியரிங் காண்ட்ராக்டர் கம்பெனி'யாகும். எப்போதும் எங்காவது வேலை நடந்து கொண்டே இருக்கும். அவர் அங்கே

மேஸ்திரி! மாணிக்கம் அவருக்கு மேலே சூபர்வைசர். என்றாலும் வேலைக்களத்துக்கு வெளியிலும், வீட்டிலும் மாணிக்கம் அவரிடம் அடங்கி ஒடுங்கித்தான் நடந்து கொள்வான்.

தெப்பக் குளத்தைக் கடந்து கபாலீச்வரர் கோவிலையும் தாண்டி அவர்கள் கிழக்கே வந்து ஒரு சிறிய தெருவுக்குள் நுழைந்தார்கள். தெற்குப் பார்த்த வீடு ஒன்றின் வெளி 'கேட்'டைத் திறந்துகொண்டு உள்ளே புகுந்தார்கள். சின்னஞ்சிறு சிமெண்டுப் பாதை; இருபுறமும் பூச்செடிகள். வீட்டுக் கதவுகள் திறந்திருந்தன. கதவோரம் உட்புறமிருந்த படிகளின் வழியே மாணிக்கம் மாடிக்குச் சென்றான். வீட்டுக் கூடத்துக்குள் நடந்தபடியே "அண்ணாமலை இருக் கிறானா?" என்று கேட்டுக் கொண்டு மேல் சட்டையைக் கழற்றி மாட்டினார் சிதம்பரம்.

வீட்டில் மின் விளக்குகள் எரிந்து கொண்டிருந்தன. சமையற்கட்டிலிருந்து வெளியில் வந்த மீனாட்சியம்மாள் "வருகிற நேரம்தான், வந்து விடுவான்" என்று பதிலளித்தாள். ஐம்பது வயதுக்குச் சற்றுக் குறைவாக இருக்கும் அந்த அம்மாளுக்கு. மஞ்சள் குங்குமம் துலங்கும் பொலிவான முகத்தோடு ஒல்லியாக இருந்தாள். சந்தனத்தின் நிறம்; சமையற்கட்டின் வியர்வைத் துளிகள்கூட முகத்தின் பொலிவை எடுத்துக் காட்டுவது போலிருந்தன. இளமைக் காலத்தில் சித்திரத்தில் எழுதிப் பார்க்க வேண்டிய அழகோடு விளங்கியிருக்க வேண்டும்.

வீட்டில் குழாய் இருந்தது. என்றாலும் வழக்கம்போல் சிதம்பரம் கொல்லைப் புறத்துக்குச் சென்று கேணியில் தண்ணீர் இறைத்துக் கை, கால், முகம் கழுவிக்கொண்டார். முகத்தைத் துண்டால் துடைத்துக் கொண்டே திரும்பிய வரின் கண்களில் மீனாட்சி, நடராஜர் படத்துக்குக் கீழே குத்துவிளக்கேற்றி வைத்திருப்பது தெரிந்தது. சுவாமி கும்பிடும் பழக்கம் அவரிடமில்லை. தமக்கும் சேர்த்து மீனாட்சியம்மாள் கும்பிட்டால் போதுமென்ற எண்ணம்

அவருக்கு. அன்று ஏனோ கும்பிட வேண்டுமென்று தோன்றியது. விளக்கருகில் இருந்த விபூதிக் கிண்ணத்தி லிருந்து, ஒரு பிடி எடுத்து நெற்றியில் பூசிக்கொண்டு கும்பிட்டார். மனம் நடராஜரிடமோ குத்துவிளக்கிடமோ பதியவில்லை; தோட்டத்துப் பூவெல்லாம் அங்கே படத்திலும் விளக்கிலும் மணந்து கொண்டிருந்தது. அந்த மணமும் அவர் நாசிக்குள் புகவில்லை; மலர்களின் நிறமும் கண்களில் படவில்லை.

“போனமுறை ஆனாப்போலே அண்ணாமலை தவறிடப் படாது; கட்டாயம் அவன் பாஸ் பண்ணிடணும்!” என்று வேண்டிக் கொண்டதோடு அவர் பூசை முடிந்தது.

“சாப்பிட வர்ரீங்களா?” என்று அழைத்தாள் மீனாட்சி யம்மாள்.

“அண்ணாமலை வந்தவுடன் கூப்பிடு; நான் மாடியிலி ருக்கேன்” என்று சொல்லிவிட்டு, பத்திரிகையில் வந்திருக்கும் செய்தியையும் அவளிடம் கூறினார். பிறகு மாடிப்படி ஏறியபடியே மாணிக்கத்துக்குக் குரல் கொடுத்தார்.

மாணிக்கத்துக்கு அன்று அவர் தன்னை விடமாட்டார் என்பது தெரியும். சட்டென்று தன்னுடைய நாற்காலியை அவருக்கு இழுத்து விட்டு, அருகிலிருந்த தகரப் பெட்டியின் மேல் உட்கார்ந்து கொண்டான். மாடியிலிருந்த மற்றோர் அறை, சமையல் அறை. அதற்குள் அவன் தாயார் கைவேலையாக இருந்தாள். அறைகள் இரண்டானாலும் மற்ற எல்லா வசதிகளும் அவர்களுக்கு மாடியிலேயே இருந்தன. மேஸ்திரியார் கட்டிய சொந்த வீடல்லவா?

“அடுத்தாப்போல அண்ணாமலையை இன்ஜினீயருக்குப் படிக்க வைக்கலாம்னு பார்க்கிறேன்” என்று ஆரம்பித்தார் சிதம்பரம். “இடம் கிடைக்கிறது கஷ்டந்தான்; நம்ப முதலாளியோட சிபாரிசிலே எப்படியாவது கிடைச்சிடும்.”

“சரிதான்” என்றான் மாணிக்கம். தன்னைவிட அவர் மகனை அதிகமாகப் படிக்க வைக்கப் போகிறார் என்பதைக்

கேட்க அவனுக்கு என்னவோ போலிருந்தது. அதை அவன் வெளியில் காட்டிக் கொள்ளவில்லை.

"நான்தான் படிக்காத முட்டாளாகயிருந்திட்டேன். நீங்கள்ளாம் அப்படியிருக்கக்கூடாது. உங்க காலம் படிச்ச முட்டாள்களோட காலம்!"

மாணிக்கம் குபீரென்று சிரித்துவிட்டான்.

"என்ன சிரிக்கிறே? படிச்சவுங்கள்ளாம் நம்ப முதலாளியாகிவிடமுடியுமா?" என்று கேட்டார் மேஸ்திரி. "அவர்கிட்ட, படிப்பும் இருக்கு; தொழிலும் இருக்கு; உலக அனுபவமும் இருக்கு. அதனாலேதான் அவர் தொட்டதெல்லாம் பொன்னாகுது. மட்டப் பலகையைக் கையிலே பிடிக்கத் தெரியாமே பட்டம் வாங்கிட்டு வந்தாப் பத்தாது. நீயும் அண்ணாமலையும் சேர்ந்து அவரைப்போல முன்னுக்கு வரணும். பட்டணத்திலே சொந்த வீடு, காரு, மேல் பூச்சு இதெல்லாம் இல்லேன்னா உங்களை ஒரு பயல் கால் காசுக்கு மதிக்கமாட்டான்."

மாணிக்கம் அப்போது அவரைக் கால் காசுக்கல்ல, கால் லட்சத்துக்கு மதித்தான்.

பல ஆண்டுகளுக்கு முன்பு செட்டி நாட்டிலிருந்து துண்டை உதறித் தோளில் போட்டுக் கொண்டு கையில் கரணையோடும், மட்டப்பலகையோடும் எழும்பூர் ரயிலடியில் வந்து இறங்கியவர் அவர். செட்டி நாட்டில் அரண்மனைகளைப் போன்ற கட்டடங்களைக் கட்டும் காலம் மாறி, கட்டிய கட்டடங்களை இடித்து விற்கும் காலம் தொடங்கி விட்டது. சென்னைக்கு வந்தவர் பல வேளைகள் பட்டினி கிடந்திருக்கிறார். பலநாள் தெருமுனைகளில் கொத்தனார்களோடு காத்திருந்து வேலையில்லாமல் வெதும்பியிருக்கிறார். செங்கல் காளவாய்களில் கல் அறுப்பதிலும் போட்டி. கொத்து வேலை கிடைக்காத போது பாதிக் கூலிக்குச் சிற்றாளாக மாறிக் கல் சுமக்கவும் அவர் தயங்கியதில்லை. அப்படித் தயங்கியவர்கள் இன்னும்

குடிசைகளில் வாழ்ந்தபோது, சிதம்பரம் மட்டிலும் மயிலாப்பூரில் சொந்த வீடு கட்டிக் கொண்டார். தஞ்சாவூர்ப் பக்கம் ஓர் ஏக்கர் நன்செய் நிலமும் வாங்கிவிட்டார்.

"மாணிக்கம்! வேலை என்னைத் தேடி வரலை. நான் அதைத் தேடி அலைஞ்சேன். வேலை செய்யறப்பவும் ஒரு காசு கூலிக்கு ஒன்பது காசு வேலை செஞ்சேன். கழுப்புணித்தனம் பண்ணிட்டு, சித்தாள் குட்டிகளோட சிரிச்சுப் பேசிக்கிட்டு, உடம்பை அலட்டிக்காமல் நான் கூலி வாங்க நினைச்சிருந்தேன்னா, இப்போ நான் இந்த மாடியிலேருந்து உன்னோட பேச முடியாது. காப்பிக்கடை, கள்ளச்சாராயம், சினிமாக் கொட்டகை இதெல்லாம் எனக்குப் பிடிக்காது. முதலாளி என்னைக் கண்டு பிடிச்சுட்டார். இந்தப் படிக்காத முட்டாள் இப்போது உங்களைப் படிக்க வச்சிட்டேன்!"

"அப்படிச் சொல்லாதிங்கப்பா!" என்றான் மாணிக்கம். அவன் அவரை அப்பா என்றுதான் அழைப்பான். "நீங்க படிக்காத அறிவாளி; படிக்காத புத்திசாலி. உங்களைப் போல நாங்க வந்தால் போதும்."

அவருக்கு அது பெருமையாக இருந்தது.

"என்னைப் போல நீங்கள் வந்தால் பத்தாது. நம்ப முதலாளியைப் போல வரணும்!"

"சரிப்பா!"

மீனாட்சியம்மாளின் குரல் கீழே இருந்து கேட்டது.

"அண்ணாமலை வந்திட்டான். சாப்பிட வர்ரீங்களா?"

அவசரமாகக் கீழே இறங்கி வந்தார் சிதம்பரம்.

2. படிக்கத் தெரியாத பிள்ளை

அண்ணாமலை தன் அறையில் உட்கார்ந்து அவன் அப்பா வாங்கி வந்திருந்த பத்திரிகைகளைப் புரட்டிக் கொண்டிருந்தான். தேர்வின் முடிவைப் பற்றிய நினைவே அவனுக்கு அப்போதுதான் வந்தது. 'இண்டர்மீடியட்' வகுப்பில் இரண்டு ஆண்டுகள் முடிந்தவுடன், சென்ற

வருடமே பரீட்சை எழுதியிருந்தான். தமிழிலும் ஆங்கிலத்திலும் முதல்தர மாணவனாகத் தேறியவனுக்குக் கணக்கு மட்டிலும் கைகொடுக்க வில்லை. கணக்கைக் கற்றுக் கொண்டால்தானே பொறி இயல் கல்லூரிக்குள் நுழைய முடியும்?

கணக்கில் அவன் வல்லவனாக வேண்டுமென்பது அவன் அப்பாவின் பிடிவாதத்தால் செய்யப்பட்ட ஏற்பாடு. மேஸ்திரி படிக்காதவராக இருந்தாலும் பல விஷயங்களை அவர் பலரிடம் கேட்டுத் தெரிந்து வைத்திருந்தார்.

"எங்கே போயிருந்தே?" என்றார் மேஸ்திரி.

"நூல் நிலையத்துக்குப் போய்விட்டு அப்படியே கடற்கரையில் உட்கார்ந்திருந்தேன்."

"சரி, வா, சாப்பிடலாம்."

அண்ணாமலையின் தோற்றத்தில் மீனாட்சியம்மாளின் சாயல் தெரிந்தது. நெடுநாள் கழித்து அவர்களுக்குப் பிறந்த ஒரே பிள்ளை அவன். வயதுக்கேற்ற வளர்ச்சி! சுருட்டை மயிர்க் கிராப்பு; அடர்த்தியான புருவங்கள்; நீண்ட மூக்கு; கனவு காண்பது போன்ற கண்கள். முழுக்கைச் சட்டையும், வேஷ்டியும் அவனுடைய உயரத்தைச் சற்று மிகைப் படுத்திக் காட்டின.

சாப்பாடு நடந்தது; சாப்பிட்டுக் கொண்டே, மாணிக்கத்திடம் பேசிய அதே விஷயங்களை மேஸ்திரி தம்முடைய மகனிடமும் பேசினார். அவருடைய அளவுக்கதிகமான பரபரப்பு அண்ணாமலையிடம் ஏதோ ஒரு வகைச் சஞ்சலத்தை எழுப்பத் தொடங்கியது. சாப்பாடு முடிந்தவுடன் அண்ணாமலையைப் பின்பற்றி அவனுடைய அறைக்கு வந்தார் சிதம்பரம். அவனுடைய கட்டிலில் உட்கார்ந்து கொண்டு, அப்போதே அவன் பெரிய இன்ஜினியராகவும், காண்ட்ராக்டராகவும் ஆகிவிட்டது போல் அவனுக்கு உபதேசங்கள் செய்ய முற்பட்டார்.

"இதோ பார், இப்பவே மாணிக்கம் எனக்கு மேலாளா ஆயிட்டான்; நீ வந்து எனக்கும், இவனுக்கும் மேலாளா வந்திடணும்!"

பாசத்தின் கோளாறா, ஆசையின் கோளாறா, படிப்பில்லாத கோளாறா என்று அண்ணாமலைக்கு விளங்கவில்லை. ஆனால், அவன் தன் தந்தையிடம் மதிப்பும் மரியாதையும் வைத்திருந்தான். பத்து வருடங்கள் கழித்து அவர் பேச வேண்டிய பேச்சுக்களை அப்போதே பேசியது தான் அவனுக்குச் சங்கடமாக இருந்தது. பத்து மணி நேரம் கழித்தாவது, தேர்வின் முடிவு வந்த பிறகாவது, பேசக் கூடாதா?

அவர் அவனை விடுவதாக இல்லை.

"நம்ப செட்டி நாட்டுப் பக்கமெல்லாம் இப்பக் குட்டிச் சுவர்களும் குப்பை மேடுகளும் அதிகமாயிட்டுப் போகுது! அதுக்குப் பதிலா இந்தப் பட்டணத்தோட குப்பை மேடுகளும், குட்டிச் சுவர்களும் பங்களாக்களா மாறிக்கிட்டு வருது. நான் இந்த ஊருக்கு வந்தப்ப ஆள் மேலே ஆள் சவாரி செய்யற ரிக்ஷாவும், டிராம் வண்டியும் தான் தெருவெல்லாம் ஓடிச்சு. இப்ப என்னடான்னா, காலாலே நடந்து போறவனுக்குத் தெருவிலேயும் இடமில்லை; பிளாட் பாரத்திலேயும் இடமில்லை; ஒரு ரோட்டைத் தாண்ட ணுன்னா ஒன்பது காரு வந்து மேலே மோதிடும் போலேருக்கு. ஊருலே பணம் கொழுத்தவன் அதிகமாயிட்டான்னா அதனாலே நம்ம தொழிலுக்குத்தான் யோகம் அடிக்கும். வர்ர வேலையை ஒத்துக்க முடியாமல் இப்பவே எங்க முதலாளி திணறிப் போறார்!"

அவரிடம் அகப்பட்டுக்கொண்டு அண்ணாமலை பரிதாபமாக விழித்தான். அவருடைய உற்சாகமோ கரை கடந்து பொங்கிக்கொண்டிருந்தது. "இதோ பார்! உன்னோட காலத்திலே சித்தாள் வேலைக்கும் கொத்து வேலைக்கும் ஆள் அகப்பட மாட்டான். பயல்கள் படிக்க ஆரம்பிச்சிட்ட

தனாலே அவன்களாலே முதுகு வளைஞ்சு வேலை செய்ய முடியாது; செய்யவும் மாட்டான். படிக்காத பயல்களே ஏமாத்த ஆரம்பிச்சிட்டபோது, படிச்சவன் ஏமாத்தறதுக்குக் கேட்கவா வேணும்! பேசாமல் மிஷின்களை வாங்கிப் போட்டுக்க! அது சோமபல் முறிக்காது; காலத்தை ஓட்டிப்பிட்டுக் காசு கேக்காது; பஞ்சப்பாட்டு பாடாது!"

"சரியப்பா!" என்று சொல்லி அவரிடமிருந்து தப்பப் பார்த்தான் அண்ணாமலை. மேலும் சிறிது நேரம் அவனிடம் பேசிவிட்டு, "சரி, உனக்குத் தூக்கம் வருது போலிருக்கு, நீ படுத்துத் தூங்கு. எனக்கு இன்னிக்குத் தூக்கம் வராது!" என்று சொல்லிக்கொண்டே எழுந்தார் மேஸ்திரி. எழுந்தவர் உடனே புறப்பட்டிருந்தால் அவனுக்கும் தூக்கம் வந்திருக்கும்.

ஆனால், அவனையும் தூங்கவிட விரும்பாதவர் போல, கடைசியாக ஒன்றைச் சொல்லிவிட்டுத்தான் அவர் நகர்ந்தார்.

"ஆமா! மிஷினை மறந்திடாதே! காலம் மாறிப் போச்சு. இனிமேல் கையாலே வேலை செய்யற பிழைப்பு இருக்கே, அது ரொம்ப கேவலமான பிழைப்பு! இரும்பை முடுக்கிவிடத் தெரிஞ்சுக்க."

அவனை முடுக்கிவிட்டு இவர் படுக்கக் கிளம்பிவிட்டார். அண்ணாமலை சட்டென்று தன் வலக் கரத்தைத் திருப்பி உற்றுப் பார்த்தான். அது இரும்புக் கரமல்ல; இரும்பை முடுக்கிவிடக்கூடிய கரமுமல்ல. மெல்லிய நீண்ட விரல்களுள்ள மிருதுவான கரம். குற்றம் அவனுடையதல்ல; படைத்தவனுடையதாக இருக்கலாம். அவனையறியாமல் அந்தக் கரம் தளிர்போல் நடுங்கியது. அவனுடைய கண்களில் இரு சொட்டு நீர் மணிகள் திரண்டன. கையால் வேலை செய்யும் தொழில் கேவலமான தொழிலாமே!

கண்களில் திரண்ட நீர்மணிகளூடே திடீரென்று சில காட்சிகள் அவன் கரத்திலிருந்து தோன்றின. அதிலிருந்து குபீரென்று தாமரை மலர்கள் பூத்துச் சொரிந்தன. மயில்கள் தோகை விரித்தாடின. மான்கள் மருண்டு விழித்தன; புள்ளிக்

குயில் கீதமிசைத்தது. இவையெல்லாம் மறைந்தவுடன், இவை யாவுமே ஒன்று சேர்ந்து பெண்ணுருப் பெற்றதுபோல் ஒரு நளினமான பெண் அதிலிருந்து தோன்றினாள். எங்கோ கூட்டத்தில் எப்போதோ கண்களில் தென்பட்டு மின்னலைப்போல் மறைந்தவளோ, அல்லது கண்களில் படாதவளோ அவள். சட்டென்று அவனுடைய கண்ணீர் மணிகள் அவன் கரத்தில் விழுந்து தெறித்தவுடன் அந்தச் சித்திரப் பாவையும் மாயமாய் மறைந்துவிட்டாள்.

விளக்கை அணைத்துவிட்டுப் படுத்தான் அண்ணாமலை. சென்ற ஆண்டு கல்லூரித் தேர்வில் தோல்வியுற்றதே அவனுக்குச் சிறிதும் பிடிக்கவில்லை. கணக்கைத் தவிர வேறு எந்தப் பாடம் வேண்டுமானாலும் எடுத்துக்கொள்வதாக அவன் அப்பாவிடம் முன்பே சொல்லிப் பார்த்தான். அவர் கேட்கவில்லை. அந்தக் கணக்குத்தான் அவனிடம் கண்ணாமூச்சி காட்டிவிட்டது. மீண்டும் அதோடு போராடிப் பார்த்திருக்கிறான். வெற்றி பெறுவது அவனா, கணக்கா என்பது காலையில் தெரிந்துவிடும்.

காலையில் ஐந்து மணிக்கெல்லாம் கொல்லைப்புறத்து மாமரத்தின் குயில்கள் அவனைத் துயில் எழுப்பிவிட்டன. பட்டணத்தில் குயில்கள் கூவுவதும், சிட்டுக் குருவிகள் பாடுவதும், தென்றல் வீசுவதும், மலர்கள் மணம் சொரிவதும் அங்குள்ள பலருக்கே தெரியாத விஷயங்கள். அந்த நகரத்தின் வானத்தில்கூட நிலவும் மீன்களும் பூக்கத்தான் செய்கின்றன! அண்ணாமலை எப்படியோ இவற்றையெல்லாம் தெரிந்து வைத்துக் கொண்டிருந்தான்.

மாமரத்துக் குயில்கள் கூவுவதை குறிப்பிட்ட மாதங்களில் குறிப்பிட்ட நேரங்களில்தான் அவனால் கேட்க முடிந்தது. அப்படியே பவள மல்லிகையின் மணத்தையும் அப்போதுதான் நுகர முடிந்தது. பலமுறை முயன்றும் ஒரே முறைதான் அவன் அந்தக் குயில்களைத் திருட்டுத்தனமாக மறைந்திருந்து கண்டிருக்கிறான். அப்போது அவனுக் கேற்பட்ட பரவச உணர்ச்சி மறக்க முடியாதது.

"அண்ணாமலை!" என்று அவனைக் கூவி எழுப்பிக் கொண்டே அவனுடைய அறையின் விளக்கைப் போட்டார் சிதம்பரம். கண்கூசும் ஒளியால் திடுக்கிட்டு எழுந்து நின்றான் அண்ணாமலை. ஒரு ரூபாயை அவனிடம் நீட்டி "போய், வந்திருக்கிற எல்லாப் பத்திரிகையும் ஒவ்வொண்ணு வாங்கிட்டு வா!" என்று கூறினார். இரவெல்லாம் அவர் உறங்கவில்லை என்பது அவர் கண்களிலிருந்து தெரிந்தது.

வாரிச்சுருட்டிக் கொண்டு காசும் கையுமாகத் தெருவுக்கு வந்தான் அண்ணாமலை. சென்னை நகரத்தின் பரபரப்பு அந்த வேளையிலேயே தெருவில் ஆரம்பமாகிவிட்டது. தொலை வில் வேலைக்குப் போகிறவர்கள், பால் கறப்பதற்காக மாடுகளை ஓட்டிச் செல்பவர்கள், பல் விளக்காமல் காபி குடிக்க ஓட்டலை நாடுபவர்கள் - இப்படிப் பட்டவர்களால் நகரத்தில் இயந்திர வேகம் அப்போதே முடுக்கிவிடப்பட்டு விட்டது. அவர்களோடு தேர்வில் முடிவைக் காண அண்ணாமலையைப் போன்ற மாணவர்களும் அன்று சேர்ந்து கொண்டார்கள்.

பலாப்பழத்தில் ஈ மொய்ப்பதைப் போல் பத்திரிகைக் கடையில் மாணவர்களின் கூட்டம். அண்ணாமலையும் எப்படியோ அப்போதைக்கு வந்திருந்த நான்கு பத்திரிகை களையும் வாங்கிக் கொண்டு வெளியே வந்தான். நெஞ்சில் பதற்றத்தோடு குளத்தங்கரையருகில் நின்ற விளக்குக் கம்பத்தடிக்கு வந்து நின்றான். ஏற்கனவே அங்கும் சிறு கூட்டம் நின்றதென்றாலும், சற்று ஒதுங்கி பத்திரிகையை விரித்தான். கூர்ந்து நோக்கிக் கொண்டே வந்தான். அவனுடைய எண்ணுக்கு முதல் எண் வந்திருந்தது. அதற்கு அடுத்த எண்ணும் வந்திருந்தது - அவனுடைய எண்?

அவனுடைய எண்?

இரண்டாவது பத்திரிகையிலும் அப்படித்தான் இருந்தது. மற்ற இரண்டு பத்திரிகைகளையும் அவன் பிரிக்கவே இல்லை. அவற்றை அப்படியே மடக்கிக் கையில்

வைத்துக் கொண்டு குளத்தின் கைப்பிடிச்சுவர் அருகே வந்தான். விழுந்துவிடாமல் இருப்பதற்காகவே பற்றிக் கொள்பவன் போல் சுவரைப் பற்றிக் கொண்டான். அவனுடைய விழிகள் வெறித்துக் குளத்துக்கப்பாலிருந்த கோவில் கோபுரத்தையும், குளத்தின் மைய மண்டபத்தையும் பார்த்துக் கொண்டிருந்தன. நிலை குத்திப்போன அந்தப் பார்வையில் தெப்பக் குளத்தில் பறங்கிக் கீற்றுப் போல் கூனல் பிறை நிலா மிதப்பது தெரிந்தது. பொழுது புலரும் வேளை பார்த்துக் கீழ்வானத்தில் ஏறி வரும், அமாவாசைக்கு முன்பு தோன்றும் நிலவு போலும்.

அவனுக்கு இப்போது அந்தத் தெப்பக்குளம், மைய மண்டபம், கோயில் கோபுரம், கூனல் பிறை எல்லாமாகச் சேர்ந்து எரிச்சலைத்தான் கொடுத்தன. பல சமயங்களில் அந்த வேளையில் அங்கு வந்து மெய் சிலிர்த்திருக்கின்றான். சில மரங்களும் நந்தவனமும் கோயில் அருகில் இருந்திருந்தால் எவ்வளவு அற்புதமாக இருக்கும் என்று கற்பனை செய்திருக்கிறான். ஆனால் இன்று அவனுக்கு ஒரே ஆத்திரம், எரிச்சல், கோபம்.

அவனுக்கு இனம் புரியாத பருவத்தில் அந்தக் கோவிலில் சில புதுமைகள் நடந்தன. அவற்றால் ஈர்க்கப்பட்ட போதுதான் அவன் மனமே இப்படி மாறி விட்டதென்று கூறலாம். கணக்குப் போடத் தெரியாத பிள்ளையாக அவனை மாற்றியது எது? அந்தக் கோவில்தானா? அல்லது அந்தக் குளத்தில் விடுவதற்காகத் தெப்பம் செய்ய வந்தார்களே, அந்தச் சிற்பிகள் கூட்டமா?

கபாலீச்வரர் மீதும், கற்பகாம்பிகை மீதும் கூட அவனுக்குக் கோபம் வந்தது. அவர்களுக்குத் தானே கோவில்? அந்தக் கோவிலின் கோபுரங்கள், கோபுரங்களின் சிற்பங்கள், சிற்பங்களின் மீது வண்ணங்கள், தெப்பமும் அதன் சிற்ப வேலைப்பாடுகளும் அலங்காரங்களும் அவர்களுக்காகத் தானே.

வானத்தின் இருள் சிறிது சிறிதாகத் தெப்பக் குளத்துக்குள் உதிர்ந்து கரைவதுபோல் பொழுது புலர்ந்து கொண்டு வந்தது. பறங்கிக் கீற்று நிலா பித்தளைத் தகடாக மாறிவிட்டது. அண்ணாமலை திரும்பித் தெருவைப் பார்த்தான். வெறி கொண்ட வேகத்தில் சிதம்பர மேஸ்திரி அவனை நோக்கி விரைந்து வந்து கொண்டிருந்தார்.

3. அறியாப் பருவத்திலே

சிதம்பர மேஸ்திரி அண்ணாமலையை நோக்கி வந்து கொண்டிருந்த வேகம் அவர் சுயநினைவை இழந்து விட்டார் என்பதைச் சொல்லியது. அண்ணாமலை திரும்பி வருவதில் தாமதம் ஏற்பட்டவுடனேயே அவருக்குச் சந்தேகம் தட்டியது. வழியில் சென்ற ஒரு மாணவனிடம் பத்திரிகை வாங்கிப் பார்த்தவுடன். அவருடைய சந்தேகம் உறுதிப்பட்டது. இம்முறையும் அவன் தேறவில்லை.

மேஸ்திரியின் இரும்புக் கரம் அண்ணாமலையின் தோளைப் பற்றியது. அது வெறும் இரும்பாக இல்லை; அனல் பட்ட இரும்பாக அவனைச் சுட்டது. ஒன்றுமே பேசாமல் அவனைத் தம் வீட்டுக்கு அழைத்துக் கொண்டு சென்றார்; அவனுடைய அறைக்குள் தள்ளினார்.

பிறகு திடீரென்று வெறி பிடித்து விட்டதுபோல் தமக்குத் தாமே தலை தலையாக அடித்துக் கொண்டார். "போயிடுச்சு! எல்லாமே போயிடுச்சு!" என்று கத்திக் கொண்டே தலையிலும் முகத்திலுமாக அறைந்து கொண்டார். மீனாட்சியம்மாளால் அவரைத் தடுக்க முடியவில்லை. மாடியிலிருந்து சத்தம் கேட்டு ஓடி வந்த மாணிக்கம், அவருடைய கரங்களை இறுகப் பற்றிக் கொண்டு, "அப்பா! அப்பா!" என்று கெஞ்சினான்.

அவனுக்குக் காரணம் விளங்கிவிட்டது.

"இது உங்களுக்கே நல்லாயிருக்காப்பா?"

"நீ அவன்கிட்டே கேட்க வேண்டிய கேள்வி இது!"

என்று மாணிக்கத்தின் மீது பாய்ந்தார் சிதம்பரம். "இந்தப் பட்டணத்துக்கு நான் வந்தப்ப, ஒருவேளை சோறு கிடைக்காமல் தெருத் தெருவா அலைஞ்சிருக்கேன்; கந்தலைக் கசக்கினாக் கிழிஞ்சு போகும்னு மாற்றுத் துணி இல்லாமல் திண்டாடியிருக்கேன். பிளாட்பாரத்திலே சினிமாப் பேப்பரைக் கிழிச்சுப் போட்டுப் படுத்திருக்கேன்..."

மேஸ்திரிக்கு ஏனோ அவர் வாழ்க்கையில் பெற்ற பயங்கரமான அனுபவங்கள் இப்போது நினைவுக்கு வந்து விட்டன. வாழ்க்கையிலிருந்து அவர் வறுமைப் பேயை விரட்டி விட்டார் என்றாலும், அது அவர் மனத்தின் ஒரு மூலையில் இன்னும் பதுங்கிக் கொண்டுதான் இருந்தது. தம்முடைய மகன் அந்தப் பேயிடமிருந்து தப்பிட வேண்டுமே எனற ஆத்திரம்தான் அவருக்கு.

சோறு, துணி, கூரை! - மேஸ்திரி குறிப்பிட்ட இந்த மூன்றையும் அண்ணாமலை இப்போது நினைத்துப் பார்த்தான். அவனுடைய அப்பாவுக்காக அவன் மனம் உருகியது. ஆனால், அவனால் அவர் துயரைப் போக்க ஏதும் செய்ய முடிய்வில்லை.

மாணிக்கம் சிறிது சிறிதாக அவரை அமைதியுறச் செய்தான். அவருடைய வசவுகளையெல்லாம் பொறுமை யோடு கேட்டுக் கொண்டு, அவர் மனத்தை அன்றைய வேலையில் திருப்பினான். அவர்கள் கட்டிக் கொண்டிருந்த கட்டடத்துக்கு அன்று நிலை வைப்பதாக ஏற்பாடாகி யிருந்தது. முதலாளியே நேரில் வரக்கூடும் என்பதையும் அவருக்கு நினைவூட்டினான்.

"சரி, போக வேண்டியதுதான்" என்றார் மேஸ்திரி. "இன்னிக்கு நான் உன்னை விருந்துக்குக் கூப்பிட்டேனில் லையா? அதுக்குப் பதிலாக நானே பச்சைத் தண்ணியைப் பல்லிலே ஊத்தப் போறதில்லே! பட்டினி கிடந்து எனக்குப் பழக்கம்."

சட்டையை மாற்றிக் கொள்வதற்காகச் சிதம்பரம்

உள்ளே போனார். மாணிக்கம் மெல்ல அண்ணாமலையின் அருகில் நெருங்கி வந்தான். தேர்வில் அவன் வெற்றி பெற்றிருந்தால் ஒரு வேளை மாணிக்கத்துக்கு மகிழ்ச்சி ஏற்படாமல் இருந்திருக்கலாம். ஆனால், இப்போது மாணிக்கம், உண்மையாக வருந்தினான்.

"இந்தப் படம் வரைகிற பைத்தியக்காரத்தனத்தை விட்டுத் தொலைச்சுடு. அதே கையாலே கணக்கைப் போடக் கத்துக்க. எப்படியும் நான் அப்பாவைச் சமாதானப்படுத்தி அடுத்த வருஷம் நீ படிக்கிறதுக்கு ஏற்பாடு செய்கிறேன்."

அதற்குள் சிதம்பரம் வந்துவிடவே மாணிக்கம் அவசரம் அவசரமாக மாடிக்குச் சென்று சாப்பாட்டுப் பாத்திரத்தோடு திரும்பினான். மீனாட்சியம்மாள் கொண்டு வந்து வைத்த தூக்குப் பாத்திரத்தைச் சிதம்பரம் திரும்பிக்கூடப் பார்க்கவில்லை. அவருக்காக மாணிக்கம் அதை எடுக்கப் போனான். அவனைத் தடுத்து, தம்மோடு அழைத்துக் கொண்டு போனார் மேஸ்திரி.

நேரம் சென்றது. மீனாட்சியம்மாள் பலமுறை அண்ணா மலையைச் சாப்பிடுவதற்கு அழைத்துப் பார்த்தாள்; அவனும் மறுத்துவிட்டான். கண்ணீர் விடுவதைத் தவிர அந்த அம்மாளுக்கு வேறு ஒன்றுமே தோன்றவில்லை. சற்று நேரத்துக்கெல்லாம் அண்ணாமலை குளித்து முழுகிவிட்டு, மாற்றுடை உடுத்திக் கொண்டு வெளியில் கிளம்பினான். அவனுடைய கரத்தில் ஒரு நோட்டுப் புத்தகம் இருந்தது.

"சாப்பிட்டுட்டுப் போ!" என்றாள் மீனாட்சியம்மாள்.

"அப்பா சாப்பிடும்போது சாப்பிடுகிறேன்."

கிளம்பினான் அண்ணாமலை. நெடுந்தூரம் போகவில்லை. அவனுடைய கால்கள் அவனை கபாலிக் கோவிலருகில் கொண்டு வந்தன. கோவிலை ஒட்டியிருந்த சின்னஞ் சிறு பூக்கடைகளை வேடிக்கை பார்ப்பதில் எப்போதுமே அவனுக்கோர் ஆனந்தம். இன்று ஆனந்த மில்லை. ஆறுதல் கிடைத்தது. நறுமணமும் வண்ண

விசித்திரமும் கொண்ட மலர்களால் விதம் விதமான மாலைகள் கட்டித் தொங்கவிட்டிருந்தார்கள். பூப் பந்துகள், செண்டுகள், உதிரிப் பூக்கள் வாழைஇலைகளின்மேல் காணப்பட்டன. அந்த மணத்தோடு சந்தனம், சவ்வாது, புனுகு, கற்பூரம், ஊதுவத்தி முதலியவற்றின் மணமும் சேர்ந்து கொண்டது.

சோறு, துணி, கூரை, என்ற அவன் அப்பாவின் பேச்சை இப்போது நினைத்துக் கொண்டான். அந்தக் கடைகளில் அப்படி ஏதும் கிடைப்பதாக இல்லை. சோற்றுக்கும் துணிக்கும் மாறுபட்ட பொருட்களை வாங்கும் மனிதர்கள் கூட அங்கு இருக்கிறார்கள் என்பது தெரிந்தது. கிராமங்களில் கோவிலுக்குப் பக்கத்தில் நந்தவனத்தை அவன் பார்த்திருந்தான். பட்டணத்துக் கோவில்களுக்கு நந்தவனப் பஞ்சம் வந்த போதிலும், பூக்கடைகளுக்கு நல்ல வேளையாக இன்னும் பஞ்சம் வந்துவிடவில்லை.

கோவில் திறந்திருந்தது. உள்ளே போய்ப் பிரகாரத்து மண்டபத் தூணில் சாய்ந்து கொண்டு உட்கார்ந்தான். கூட்டமில்லாத நேரம் அது. தனிமை கிடைத்தது. பல ஆண்டுகளுக்கு முன்பு அங்கு நடந்த சில நிகழ்ச்சிகள் அவனுடைய நினைவுக்கு வந்தன. அறியாப் பருவத்து வேடிக்கை நினைவுகள்...

கோவிலின் புனருத்தாரண வேலைகள் நடந்து கொண்டிருந்தன. ஒருபுறம் மிதக்கும் கோவிலை நிகர்த்த மரத்தெப்பம் உருவாகிக் கொண்டிருந்தது. மறுபுறம் கோவில் வாகனங்களுக்குத் தங்கமும் வெள்ளியுமாக முலாம் பூசுவதும், மணிகள் பதியவைப்பதுமாக இருந்தார்கள். கோபுரத்துச் சிற்பங்கள் பலவகை நிறங்கள் பெற்றுப் பளிச்சிடத் தொடங்கின. தஞ்சாவூர், மதுரை முதலிய ஊர்களிலிருந்தெல்லாம், கை வண்ணம் காட்டிக் கலைத் தொழில் புரியும் பலர் மயிலாப்பூருக்கு வந்து கூடியிருந்தார்கள். அண்ணாமலை எப்படியோ அவர்களோடு ஒன்றாக இருந்து ஒட்டிக் கொண்டான்.

பெருவிரலில் நகத்தளவே உள்ள சிற்றுளிகளைச் சுழற்றிச் சுழற்றி மரத்தில் சிற்ப வேலைப்பாடுகளைச் செய்தனர் சிலர். தெப்பத்துக்காக நடன நங்கையரின் சிற்பங்களை அவர்கள் செதுக்கியபோது, அவர்களுடைய கை விரல்கள் நடனமாடுவது போலவும், சிற்றுளிகள் கீதமிசைப்பது போலவும் தோன்றியது அண்ணாமலைக்கு.

தஞ்சாவூர் ராஜாக்களான முச்சு வேலைக்காரர்களின் தோற்றமே அவனுக்கு விசித்திரமாக இருந்தது. பெரிய பெரிய கொண்டைகளோடு காட்சியளித்த அவர்கள், நான்கு புறங்களிலும் வெள்ளைத் துணிகள் போட்டுக் கூடாரம் போல் அமைத்துக் கொண்டு, அதற்குள் வேலை செய்தார்கள். யாரையும் அவர்கள் உள்ளே விடுவதில்லை. எப்படியோ அண்ணாமலை அவர்களுடைய அன்பைப் பெற்று அவர்களில் ஒருவனாகிவிட்டான். பளிங்கு போல் இருந்த காகிதங்களுக்கிடையிலிருந்து தங்க ரேக்குகளையும் வெள்ளி ரேக்குகளையும் அவர்கள் பஞ்சினால் ஒற்றி எடுத்து, மெழுகு பூசப்பட்ட வாகனங்களின் மீது பூசுவார்கள். மரத்தால் செய்யப் பெற்ற அன்னப் பறவை மந்திர ஜாலத்தால் பொன்னுருப் பெற்றதுபோல் திடீரென்று மாறிவிடும். பல நிற வண்ணக் கற்களைப் பதித்து அதற்கு ஆபரணங்கள் சூட்டுவார்கள்.

இப்படி எத்தனை எத்தனையோ கலைத்தொழில்கள் அந்தக் கோவிலைச் சுற்றி உருவாகி மலர்ந்து கொண்டிருந்தன. கல்லால் வடிக்கப் பெற்ற சிற்பங்கள் அதிகமாக இல்லாத கோவில்தான் அது. என்றாலும் மரத்திலும் சுதையிலும், தங்கத் தகட்டிலும், வெள்ளித் தகட்டிலும் எப்படியெல்லாம் அற்புதங்கள் நிகழ்த்துகிறார்கள்! அண்ணாமலையின் கரம் அந்த அறியாப் பருவத்திலேயே பரபரப்படைந்தது. அவர்களுக்கு எடுபிடி ஆளாக இருப்பதில் அவன் எல்லையற்ற பூரிப்படைந்தான்.

வேலைகள் முடிந்தன. அவர்கள் ஊருக்குப் புறப்படும் நாள் வந்தபோது தஞ்சாவூர் கொண்டைக்கார ராஜா ஒருவர்

அவனைத் தூக்கி வைத்துக் கொண்டு தட்டிக் கொடுத்தார். கண்ணாடியில் ஒட்டிய வெண்ணெய் திருடும் கண்ணனின் சரிகைப் படம் ஒன்றை அவனுக்குப் பரிசாக அளித்தார். அவர் அவனுக்காகச் செய்த படமே அது.

"தம்பி, உனக்கு இந்தத் தொழில் நல்லா வரும், ஆனால் நீ இதைச் செய்யக் கூடாது!"

"ஏன்?" என்று கேட்பது போல் புரியாமல் விழித்தான் அண்ணாமலை.

"இனிமேல் இந்த வேலை செய்தால் பிழைக்க முடியாது. இது எங்களுக்குப் பரம்பரைத் தொழில். சக்கரவர்த்திகளும், ராஜாக்களும் வளர்த்த தொழில். இப்போ காலம் மாறிப்போச்சு! வசதி படைச்சவங்க கூடச் சோற்றாலே அடிச்ச சுவர்களா மாறிக்கிட்டு வர்றாங்க! என்னோட மகன் இப்போ போட்டோ பிடிக்கக் கத்துக்கிட்டிருக்கான். ஒரு பித்தானை அழுத்தினால் போதும், அது படம் பிடிச்சிடும். வேண்டாம் தம்பி. நீ இதிலே ஆசை வைச்சுக் கெட்டுப் போயிடாதே!"

அந்த வயதில் அண்ணாமலைக்கு ஏதும் புரியவில்லை. வெண்ணெய் திருடிய கண்ணனின் வெள்ளிப் படத்தின் அழகு ஒன்றுதான் அவனுக்குப் புரிந்தது.

இப்போது இந்த வயதில் அதைப் புரிந்துகொள்ள முயன்றான் அண்ணாமலை. மண்டபத்துத் தூணுக்கு அவன் இப்போது வரவேண்டிய நிலை ஏன் ஏற்பட்டது? கல்லூரிக்குள் அவன் நுழைந்த பிறகே அவனுக்குள் உறங்கிக் கொண்டிருந்த அந்தக் கலை உணர்ச்சி பீறிட்டுக் கொண்டு வெளியே வரத் துடித்தது. கணக்குப் பாடத்தில் அவன் தீவிரமாகத்தான் கவனம் செலுத்த முயன்றான். ஆனால் அதைவிடத் தீவிரமாக அதற்கெதிரான ஒரு போராட்டமும் ஏனோ அவனுள் தொடங்கிவிட்டது.

"வேண்டாம் தம்பி! நீ இதிலே ஆசை வச்சுக் கெட்டுப் போயி டாதே!" என்று மீண்டும் அந்தக் கொண்டைக்காரர் வந்து கூறுவது போலிருந்தது அவனுக்கு.

"நானா ஆசை வைக்கிறேன்? அதுதான் தன்னோட ஆசைக்காக என்னை ஆட்டிப் படைக்குது!" என்று தனக்குத் தானே பேசிக் கொண்டான்.

நேரம் சென்றது. பசி எடுத்தது. ஓய்ந்திருக்கப் பிடிக்கவில்லை. பின்புறம் தெப்பக் குளத்து வாயில் வழியாக வெளியில் வந்தான். பிற்பகல் வளர்ந்து கொண்டு வந்தது. கையில் காசு இருந்தாலும் சாப்பிடத் தோன்றவில்லை. நடந்து சென்று, குளத்தங்கரையில் நின்று கொண்டிருந்த பஸ் ஒன்றில் ஏறினான். அது அடையாறுக்குப் புறப்பட்டது.

4. தர்மமிகு சென்னையில்

அடையாற்றுப் பாலத்தைக் கடந்து பஸ் சென்றபோது பாலத்தின் கிழக்கே திரும்பிப் பார்த்தான் அண்ணாமலை. ஆற்று நீர் எப்படிப்பட்டதாக இருந்தாலும், அதன் இரு கரைகளிலும் மண்டிக் கிடந்த பசுமையை அவன் அந்தப் பக்கம் செல்லும்போதெல்லாம் காணத் தவறுவதில்லை. தொலைவில் புதர்களிடையே முளைத்தெழுந்தது போல் ஒரு மாளிகை காட்சியளித்தது. நல்ல இடமாகத்தான் தேர்ந்தெடுத்துக் கட்டியிருக்கிறார்கள் என்று அவன் நினைத்துக் கொண்டான்.

அடையாறு வந்துவிட்டது. பஸ்ஸிலிருந்து இறங்கிக் குழாயில் முகம் அலம்பிக்கொண்டு தண்ணீர் குடித்தான். பசிக் களைப்பு சிறிதளவு குறைவது போலிருந்தது. சுற்று முற்றும் பார்த்தான். புதிய வீடுகள் பல அங்கே தோன்றத் தொடங்கி யிருந்தன. அவன் அப்பா அவனைக் கட்டடம் கட்டும் தொழிலில் ஈடுபடுத்த விரும்பியதன் காரணம் அவனுக்குப் புலப்பட்டுவிட்டது. மரங்களும் தோப்புத் துறவுகளும் சோலைகளுமாக இருந்த இடங்கள், செங்கல்லும் சிமெண்டும் இரும்புமாக மாறிக்கொண்டு வந்தன.

எப்போதாவது மாணிக்கத்துடனோ வேறு நண்பர் களுடனோ அவன் அடையாற்றிலுள்ள எலியட்ஸ்

கடற்கரைக்குச் செல்வது வழக்கம். அங்கு போவதற்காகவே கிழக்கே சென்ற தெருவில் கிளம்பினான். அந்தத் தெருமுனையில் அவன் கண்ட காட்சி ஒன்று அவனை ஒருகணம் அங்கே தயங்க வைத்தது. ஒரு பிச்சைக்காரி அங்கே காம்பவுண்டுச் சுவர் அருகே மரநிழலில் உட்கார்ந்திருந்தாள். 'தர்மமிகு சென்னை'யில் அவனால் ஒரு நாளாவது பிச்சைக்காரர்களைக் காணமுடியாமல் இருந்ததில்லை. ஆனால், மற்றவர்களிடமிருந்து இவள் மாறுபட்டிருந்தது தான் அவன் கவனத்தை ஈர்த்தது.

கட்டுக் குலையாத உடலில் கந்தலை உடுத்திக் கொண்டு, நாட்டுப்புறத்துப் பெண் பிள்ளை ஒருத்தி அலட்சியமாக உட்கார்ந்து, தன் குழந்தைக்குப் பால் கொடுத்துக் கொண்டிருந்தாள். கறுப்பு நிறம்தான். ஆனாலும் சிற்பிகள் செதுக்கி வைத்த கற்சிலைபோல் இருந்தாள் அவள். பட்டணத்தில் இப்படிப்பட்ட தோற்றமுள்ள பெண்ணை அவன் கண்டதில்லை. அருகில் துணிமுடிச்சொன்றும் தகரக் குவளை ஒன்றும் இருந்தன. அவளுக்காக அவன் மனம் இரங்கியது. கிராமப்புறத்திலிருந்து கெட்டுப்போய் பட்டினத்துக்கு வந்தவளோ, கெடுவதற்காக வந்தவளோ தெரியவில்லை. புசித்திருந்த அண்ணாமலையின் வேதனை நிறைந்த விழிகளைக் கண்டு விட்டு, "சாமி!" என்று ஒற்றைக் கையை நீட்டினாள். அவன் பர்ஸை எடுத்து கையில் கிடைத்த நாலணாவை அவளிடம் கொடுத்து விட்டுத் திரும்பிக்கூடப் பாராமல் வேகமாக நடந்தான் அவன். வியப்போடு அவன் சென்ற திசையைத் திரும்பிப் பார்த்தாள் அவள். பட்டணத்தில் இப்படி ஒரு பைத்தியக்காரனை அவள் இதற்குமுன் கண்டதில்லை. இரண்டு பைசா கொடுப்பதற்குக் கால் மணி நேரம் யோசிப்பது போல், கண்களால் விபசாரம் செய்தவர்களையே அவள் கண்டிருக்கிறாள்.

எலியட்ஸ் கடற்கரை அப்போது ஊருக்கு ஒதுக்குப் புறமாக இருந்தது. வளைவுபோல் கட்டப்பட்ட ஒரு சிறுமண்டபமும், சில கூரைக் குடிசைகளும் அங்கு

தென்பட்டன. கடலில் குளிப்பவர்கள் உடை மாற்றிக் கொள்வதற்காகச் சிலர் கூரைக் குடிசைகளைக் கட்டியிருந்ததாகச் சொல்லிக் கொண்டார்கள். வேறு வகை இரகசியக் களியாட்டங்களுக்கும் சில ஓட்டல் அறைகளைப் போல் அவை பயன்படுத்தப்பட்டன என்பது அண்ணா மலைக்குத் தெரியாது. கூட்டமில்லாத நேரங்களில் கார்களில் வந்து போவோரின் சொந்த விஷயம் அது.

மணி நான்குதான் ஆகியிருந்தது. ஐந்து மணிக்கு மேல்தான் யாராவது சிலர் பொழுது போக்குவதற்காக வருவார்கள். ஆகவே அண்ணாமலை, மண்டபத்தில் இடம் பிடித்துக்கொண்டு, நோட்டைப் பிரித்து வைத்துக் கொண்டான். பென்சிலால் சித்திரம் வரையத் தொடங்கி விட்டான்; அப்படிச் செய்ததால் அவனுக்குப் பசிக் களைப்பும் பறந்து விட்டது. பரீட்சையின் தோல்வியும் அப்பாவின் சீற்றமும் மறந்துவிட்டன.

எதிரே கடல் அலைகள் நீலப் பச்சையிலிருந்து கருநீலமாக மாறிக் கொண்டிருந்தன. சூரியன் மேகங்களால் தழுவப்பட்டிருந்ததால் வெயில் சுள்ளென்று உறைக்கவில்லை. கடற்கரைக் காற்று அண்ணாமலையின் உதட்டில் உப்புமுலாம் பூசிச் சென்றது. மனிதர்கள் வரத் தலைப்பட்டார்கள். ஆனால் அண்ணாமலையின் அருகில் யாரும் நெருங்காததால் அவன் கவனம் கலையவில்லை.

தொலைவில் வந்து கொண்டிருந்த இருவர் மட்டிலும் அவனையே கவனித்துக் கொண்டு வந்தனர். காரணம் கடற்கரைக்கு வருபவர்கள் காற்று வாங்கவோ, பேசிப்பொழுது போக்கவோ தாம் வருவார்கள். பத்திரிகைகளைப் புரட்டுபவர்களும் உண்டு. ஆனால், யாரும் அங்கு வந்து எழுதுவதில்லை.

வந்தவர்களில் ஒருவர் வயதான பெரியவர்; மற்றொருத்தி இளம் பெண். அடிக்கடி அங்கே வந்துசெல்பவர்கள். அந்தப் பெண்ணோடு பேசிக்கொண்டு நடந்தவர், சட்டென்று

தம்முடைய பேச்சை நிறுத்திவிட்டு அந்த மண்டபத்தை உற்றுப் பார்த்தார். பெண்ணும் நோக்கினாள்.

'அடையாறு ஜிப்பா' என்று சொல்வார்களே அப்படி முழங்கால் தழுவும் நீண்ட வெள்ளை ஜிப்பா போட்டுக் கொண்டு இருந்தார் பெரியவர். வங்காளிகள் போர்த்திக் கொள்வது போன்ற மஞ்சள் நிறச் சால்வையொன்று அவர் மார்பின் குறுக்கே பாய்ந்து தோளின் பின்புறம் தொங்கியது. வேஷ்டிக் கட்டு மட்டும் தமிழ் நாட்டுப் போக்கிலிருந்தது. நல்ல உயரமும் சதைப் பிடிப்புமாகக் காணப்பட்ட அவர் முன் தலையில் சிறிது வழுக்கை விழுந்திருந்தது. பரந்த முகத்தில் சோடா பாட்டிலின் அடிப்பாகத்தாலானது போன்ற முரட்டுக் கண்ணாடி மாட்டிக் கொண்டிருந்தார்.

அவரோடு வந்த பெண்ணை அப்படியென்றும் ஆளை மயக்கிவிடக் கூடிய அழகியென்று சொல்ல முடியாது. எதிர்ப்படுவோரின் கண்களை இழுத்துப் பிடித்து நிறுத்தும் கவர்ச்சித் தன்மை ஏதும் அவளிடமில்லை. வயதில் அண்ணாமலையை விட ஒன்று அல்லது இரண்டு குறைந்திருக்கக்கூடும். அவளுடைய விழிகளில் ஏதோ மோகன சக்தி ஒளி விடுவதுபோல் தோன்றியது. நடையிலும் அசைவிலும் இயற்கையான ஓர் ஒயில் தென்பட்டது. உச்சியிலிருந்து உள்ளங்கால் வரையிலும் உள்ளும் புறமும் ஒருவகை நளினத்தை வழிந்தோட விட்டுக் கொண்டு அவள் அலட்சியமாக நடந்து வந்தாள். மற்றபடி கூந்தலுக்கும் குறைவில்லை. இடுப்புக்குக் கீழே துள்ளியது சடைப் பின்னல்; நீண்ட வட்டத்தில் முகம்; நீண்ட புருவங்கள்; செந்தளிர் போன்ற உதடுகள்; ஒல்லியாகத்தான் இருந்தாள்.

"ஏதோ படம் வரைந்து கொண்டிருக்கிறான் போலிருக் கிறது!" என்றார் பெரியவர் அவளுக்கு மட்டும் கேட்கும் குரலில்.

"ஆமப்பா! வரையும்போது நீங்கள் எப்படி முழுகி விடுவீர்களோ அப்படித்தான் அவனும் இருக்கிறான்."

நெருங்கிச் சென்றார்கள். அவன் எதிர்புறம் திரும்பி யிருந்ததால், அவர்கள் அருகில் வந்ததைக் கவனிக்கவில்லை. அவள் தலையிலிருந்து முல்லை மணம் மெல்ல அவனுடைய நாசியில் நுழைந்ததால் அவன் தலையைத் தூக்கினான். அவனது முதல் பார்வையில் அவளுடைய விழிகள் தெரிந்தன. அடுத்த பார்வையில் பெரியவரின் முகம் தெரிந்தது. அதற்கு முன்பு அந்தப் பெண்ணையும் அவரையும் எங்கோ பார்த்த பிரமை ஏற்பட்டது. ஒரு வேளை அதே கடற்கரையில் தொலைவிலிருந்து பார்த்திருக்கலாம்.

"மன்னிக்க வேணும்; உங்கள் வேலையில் குறுக்கிட்டு விட்டோம்" என்றார் பெரியவர்.

"அப்படியொன்றுமில்லை. பொழுது போக்குக்காக ஏதோ கிறுக்கிக் கொண்டிருந்தேன்."

"எங்கே, அதை நாங்கள் பார்க்கலாமா?"

அருகில் ஒரு பெண்பிள்ளை நிற்கும்போது அவரிடம் அதைக் கொடுப்பதற்கு அவனுக்குக் கூச்சமாக இருந்தது. அவருடைய விருப்பத்தை மறுக்கவும் முடியவில்லை. வரையத் தெரியாதவன் வரைந்த படமாயிற்றே என்ற தயக்கமும் தலை நீட்டியது.

"ஏதோ, எழுதிக் கிழித்துப் போடலாமென்று, பெயருக்குக் கிறுக்கி வைத்தேன்..." என்று இழுத்தபடியே வெட்கத்தோடு நோட்டை அவரிடம் தள்ளி வைத்தான்.

படத்தை உற்றுப் பார்த்தார் பெரியவர். பிறகு மெல்ல மண்டபத்தில் காலை மடித்துப் போட்டுக்கொண்டு உட்கார்ந்தார். பெண்ணையும் அமரச் சொல்லி சைகை செய்தார். ஒரு நிமிடம் அதைக் கூர்ந்து நோக்கிவிட்டு, அவளிடம் அதை நீட்டினார். அவளுடைய விழிச் சுடர்களிலிருந்து மின்னலென ஒளிபொங்குவதைக் கவனித்தான் அண்ணாமலை. அவனுக்கு மெய் சிலிர்த்தது. 'இது நல்ல படந்தான் போலும்!'

"வழியில் உட்கார்ந்திருந்த பிச்சைக்காரியைப் பார்த்தீர்களா?" என்று கேட்டார் பெரியவர்.

“நீங்களும் பார்த்தீர்களா?”

“ஆமாம்; எங்கள் வீட்டுக்கு எதிரில்தான் இருந்தாள்” என்று சொல்லிவிட்டு, “முகம் அங்க அவயமெல்லாம் சரிதான்; ஆனால் இவ்வளவு மோசமாக எலும்புக்கூடாக அவள் இல்லையே; தளதளவென்று இருக்கிறாளே!” என்றார்.

அண்ணாமலை பதிலளிக்கத் தயங்கினான்.

“சொல்லுங்கள்!”

“ஏனோ, அவள் சீக்கிரம் இப்படி ஆகிவிடுவாள் என்று தோன்றியது; பட்டணம் அவளைப் பட்டினி போட்டுப் பாழாக்கிவிடும்.”

சட்டென்று அந்தப் பெரியவரும் பெண்ணும் ஒருவரை யொருவர் பார்த்துக் கொண்டார்கள்.

அவனுடைய படத்தில்...

எலும்பும் தோலுமாய்ப் போன அந்தப் பிச்சைக்காரி துயரம் கவிந்த முகத்தோடு குழந்தைக்குப் பாலூட்ட முயன்று கொண்டிருந்தாள். வற்றிப் போன மார்பகம் கொடுத்த ஏமாற்றத்தால் குழந்தை கால்களை உதறிக் கொண்டு கதறியது. அதன் வாயருகே தாயின் கண்ணீர்த்துளி சிதறுவதுபோல் அவன் கற்பனை செய்திருந்தான். பின்புறம் சற்றுத் தள்ளி உயரம் உயரமான கட்டடங்கள் எழும்புவது போல் கோடுகள் காணப்பட்டன. மற்றொருபுறம் கட்டடங்களின் முன்னே கூனிக் குறுகி நிற்பதுபோல் கோவில் கோபுரமொன்று தெரிந்தது. ‘தர்மமிகு சென்னையில்’ என்று ஒரு தலைப்பையும் படத்துக்குக் கீழே எழுதியிருந்தான்.

சிரித்தபடியே, “இந்தப் படத்தின் பொருள் என்ன வென்று சொல்ல முடியுமா?” என்று கேட்டார்.

சொல்லத் துணிவில்லாமல் தவித்தான்; குழம்பினான்; தர்மசங்கடம் என்பதுபோல் தலையைச் சொறிந்து கொண்டான். அவர், அவனை உற்சாகப்படுத்திச் சொல்ல வைத்தார்.

"நம்மிடையே வளர்ந்து வரும் பொருளாசைக்கு அடையாளமாக அந்த நாலடுக்கு மாடிகள்; குறைந்து வரும் தர்ம உணர்ச்சியின் முன்பாக இந்தக் கோபுரம். நம்முடைய வாழ்க்கையின் நடைமுறை தர்மத்துக்குச் சாட்சியாக இருப்பவள் இந்தப் பிச்சைக்காரி!"

வியப்போடு அவனை உற்றுப் பார்த்தாள் அந்தப் பெண். 'பையன் சிறு பிள்ளையாக இருந்தாலும் சிந்தித்து எழுதக் கற்றுக் கொண்டிருக்கிறானே' என்று நினைத்தார் பெரியவர். அவருடைய மதிப்பீட்டின்படி படத்தில் குறைகள் காணப்பட்டாலும், கற்பனையாற்றலும், கை வண்ணமும் அதில் ஒளிந்து கொண்டிருப்பதைக் கண்டுபிடித்து விட்டார்.

"அந்தப் பிச்சைக்காரியின் தோற்றமும், கலை உணர்ச்சி கொண்டவர்களைக் கவரக் கூடிய தோற்றம்தான்; ஆனால் விகார உணர்ச்சி கொண்டவர்களை வெறியர்களாக்கி விடக் கூடியது. பட்டணம் அவளுக்குப் பாதுகாப்பான இடமில்லைதான்" என்றார் பெரியவர்.

இதைக் கேட்டு நாணத்துடன் ஒதுங்கிக் கொண்ட அந்தப் பெண், பிறகு அண்ணாமலையைப் பார்த்து, "அவளுக்கு ரயில் செலவுக்குப் பணம் கொடுத்து, இப்போதுதான் அவளை கிராமத்துக்குத் திரும்பச்சொல்லி விட்டு வந்திருக்கிறோம்; அவளும் இன்றைக்கே திரும்புவதாகச் சத்தியம் செய்து கொடுத்துவிட்டுப் போனாள்."

சட்டென்று உணர்ச்சி வசப்பட்டவனாய் அந்தப் பெரியவரைக் கையெடுத்துக் கும்பிட்டான் அண்ணாமலை. "சென்னையிலும் தர்மத்துக்கு இன்னும் இடமிருக்கிறது!"

இந்தச் சமயத்தில் தொலைவிலிருந்து, "அண்ணாமலை! நீ இங்கேயா இருக்கே?" என்ற குரல் கேட்டது. மூவருமே ஒன்றாகத் திரும்பிப் பார்த்தார்கள்.

5. நண்பன் வந்தான்

கடற்கரையில் அண்ணாமலையைக் கண்டுவிட்ட ஆனந்தத்தில் மாணிக்கம்தான் அப்படி அவனை உற்சாகமாகக் கூவி அழைத்துக் கொண்டு வந்தான். அவனுடைய உற்சாகம் சிறிது அதிகமாய்ப் போய்விட்டதற்குக் காரணம், அண்ணாமலையின் அருகில் ஓர் இளம்பெண் இருந்ததுதான். பெரியவர் ஒருவர் அங்கிருந்தாலும் மாணிக்கத்தின் கண்களுக்கு அந்தப் பெண்தான் முதலில் புலப்பட்டாள். அடுத்தபடியாகத்தான் அண்ணாமலை அங்கிருந்ததே அவனுக்குத் தெரிய வந்தது.

"இவன் என்னுடைய நண்பன் மாணிக்கம்" என்று அவனை அவர்களுக்கு அறிமுகப்படுத்தினான் அண்ணாமலை.

"நீங்கள் உங்கள் பெயரையே இன்னும் சொல்லவில்லையே!" என்று பெரியவர் கேட்டவுடன்தான், அவன் தன் பெயரையும் சொல்லி வைத்தான். பெரியவர் தம்முடைய பெயர் கதிரேசன் என்றும் தமது மகளின் பெயர் ஆனந்தி என்றும் தெரிவித்தார்.

மாணிக்கத்துக்குப் பொறுக்கவில்லை. "எங்கேயெல்லாம் போய் உன்னைத் தேடி அலைவது?" என்று அண்ணாமலையிடம் ஆரம்பித்து விட்டான். "நீ கோபித்துக்கொண்டு, குளத்திலோ கடலிலோ விழுந்து விடப் போகிறாய் என்று பயம் அப்பாவுக்கு! உன்னை வீட்டை விட்டு வெளியே போக விட்டதற்காக அம்மாவிடம் சண்டை போடத் தொடங்கி விட்டார் அப்பா. நான் எப்படியும் உன்னைப் பார்த்து இழுத்து வருவதாகச் சொல்லிவிட்டு வந்தேன்."

அந்தப் பெண் ஆனந்தி அனுதாபத்தோடு அண்ணாமலையை ஏறிட்டு நோக்கினாள். 'குளத்திலோ கடலிலோ விழவேண்டிய நிலை ஏன் வந்தது?' என்று கேட்டன அவள் விழிகள். அண்ணாமலை மாணிக்கத்தின் சொற்களால் வேதனைப்பட்டு, வெட்கத்தாலும் ரோஷத்தாலும்

தலைகுனிந்து கொண்டான். பெரியவர் கதிரேசனுக்கும் ஏனோ அவனைப் பற்றி மேலும் சில விவரங்கள் தெரிந்துகொள்ள வேண்டுமென்ற ஆவல் எழுந்தது. "வாருங்கள் மணலில் உட்கார்ந்து பேசுவோம்" என்று ஆனந்தியோடு சென்று மணலில் அமர்ந்தார்.

அண்ணாமலை கூச்சத்தோடு சற்று ஒதுங்கி உட்கார்ந்தான். அவனுடைய பார்வைக்கு ஆனந்தி அளவுக்கு மீறிய கட்டுப் பெட்டியாகவும் தோன்றவில்லை. நவநாகரிகப் பயித்தியமாகவும் தோன்றவில்லை. அவளிடம் எதிலும் ஒரு நிதானம்; ஒரு மென்மை; ஒரு நளினம். அவள் தான் உடுத்திக்கொண்டிருந்த வாயில் புடவையின் முனையைக் காற்றில் பறக்கவிடாதபடி, போர்த்துக் கொள்வதுபோல் இழுத்துவிட்டுக் கொண்டிருந்தாள். அதில் ஒரு கம்பீரம் இருந்தது.

மாணிக்கம் உற்சாக மிகுதியோடு செய்திகளைக் கூறினான்; அண்ணாமலையின் அப்பாவுக்கு அன்று வேலை செய்ய முடியாததால், பாதி நேரத்தோடு மாணிக்கத்தையும் அழைத்துக்கொண்டு வீட்டுக்குத் திரும்பிவிட்டாராம். நிலை வைக்கும் விழா முற்பகலில் முடிந்துவிட்டதாம். வீட்டில் அண்ணாமலையைக் காணாமல் அவர் பதறிப் போய் விட்டாராம். கணக்குப் பரீட்சையில் தோல்வியடைந்த அதிர்ச்சியில் அவன் ஏதாவது பயித்தியக்காரத்தனம் செய்து விட்டால் என்ன செய்வது என்ற கவலை அவரைப் பற்றிக் கொண்டதாம்.

பேச்சோடு பேச்சாக மாணிக்கம் தன் படிப்பு, உத்தியோகம் முதலியவற்றையும் பேசித் தீர்த்தான். அண்ணாமலை இரண்டு முறை கோட்டை விட்ட ஏமாளி என்பதையும், தனக்கு அந்த வாய்ப்பிருந்தால் தான் பி. இ. படித்து என்ஜினியராக வந்திருக்க முடியும் என்பதையும் கூறிக் கொண்டான். பெண் ஒருத்தி அருகில் இருக்கும் அருமையை அதிகமாக உணரக்கூடிய வயது மாணிக்கத்துக்கு. அண்ணாமலையை விட வயதில் மூத்தவனல்லவா? பெரியவர்

கதிரேசன் மாணிக்கத்தின் பேச்சிலிருந்தும் அவனுடைய நடை, உடை பாவனைகளிலிருந்தும் அவன் அண்ணாமலையை விட கெட்டிக்காரன் என்று தீர்மானித்துக் கொண்டார். எப்படியாவது அவன் பட்டணத்தில் முண்டியடித்துக் கொண்டு முன்னுக்கு வந்து விடுவான் என்ற எண்ணம் அவருக்கு எழுந்தது. அந்த எண்ணத்தைச் சில நிமிஷங்களிலேயே மாணிக்கம் ஏற்படுத்தி விட்டான்.

திரும்பத் திரும்ப அண்ணாமலையின் தோல்வியை மாணிக்கம் குத்திக் காட்டியது அண்ணாமலைக்கு என்னவோ போலிருந்தது. சற்று நேரத்துக்கு முன்புதான் தன் சித்திரத்திலும், அவர்களது சந்திப்பிலும் அவன் தன் துயரத்தை மறந்திருந்தான். இப்போதோ அவர்களைச் சந்திக்காமலோ, மாணிக்கம் அங்கு வராமலோ இருந்திருக்கக் கூடாதா என்று அவன் தவித்தான்.

அவனுக்கு நிலை கொள்ளவில்லை. "அப்பா நம் இருவரையும் தேடப் போகிறார்! நாம் புறப்படுவோமா!" என்றான் மாணிக்கத்திடம். மாணிக்கம் தான் வந்த வேலையையே மறந்துவிட்டான்.

ஆனந்தி, அண்ணாமலையின் புண்பட்ட உணர்ச்சியை எவ்வாறோ புரிந்து கொண்டு விட்டாள். "உங்களுடைய அழகான சித்திரத்தைப் பார்த்துவிட்டு நீங்கள் சித்திரக் கல்லூரியில் படிப்பவர் என்று நினைத்தேன்" என்றாள் அண்ணாமலையிடம். அந்தச் சொற்களும் அவளுடைய குரலின் குழைவும் பார்வையின் கனிவும் அண்ணாமலையின் தவிப்பை நொடிப் பொழுதில் பறக்கச் செய்து விட்டன. அவனுடைய விழிகளில் நன்றி பொங்கியது.

"கஷ்டப்பட்டுப் படித்தும் கணக்கில் தேறவில்லையென்றால் அது ஒன்றும் வெட்கப்பட வேண்டிய விஷயமில்லை" என்றாள் ஆனந்தி. "அப்பாவுந்தான் அந்தக் காலத்தில் விஞ்ஞானத்தில் தோற்று விட்டார்களாம்; ஆனால்,

இவர்களுடைய சித்திரங்கள் இன்று உலகத்தின் பல நாட்டு காட்சி சாலைகளிலும் இருக்கின்றன. ஓவியக் கல்லூரியில் பணியாற்றி விட்டு, இப்போதுதான் ஓய்வு பெற்றிருக் கிறார்கள்."

"ஓ! அந்தக் கதிரேசன் நீங்கள்தானா!" என்று வியப்போடு கேட்டுவிட்டு, அவன் மனம் பறிகொடுத்த அவருடைய சித்திரங்கள் சிலவற்றைப் பற்றி அவரிடம் பேசினான் அண்ணாமலை. பெரியவருக்கு உண்மையிலேயே இது பெருமையாக இருந்தது. மாணிக்கத்துக்கு இப்போது பெரியவருடைய மதிப்பீட்டில் தராசு முனை தன் பக்கத்திலிருந்து அண்ணாமலையின் பக்கம் சாய்வதாகத் தோன்றியது.

பெரியவர் சற்று யோசித்துவிட்டு, "நீங்கள் சித்திரக் கல்லூரியில் சேர்ந்து படிக்க விரும்புகிறீர்களா?" என்று அண்ணாமலையிடம் கேட்டார். ஆனந்தம் தாங்கவில்லை, அண்ணாமலைக்கு.

"ஐயையோ, பொம்மை காலேஜிலா!" என்று குறுக்கிட்டான் மாணிக்கம். "இதைக் கேட்டாலே அப்பா இவன் உயிரை எடுத்து விடுவார்!"

"எனக்கு உயிரே இப்போதுதான் வந்தது" என்று பூரிப்போடு கூறினான் அண்ணாமலை.

கதிரேசன், அண்ணாமலையின் நோட்டை வாங்கி அதில் அவருடைய முகவரியை எழுதிவிட்டு, "உங்கள் அப்பா சம்மதித்தால் என்னை வந்து பாருங்கள். ஏற்பாடு செய்கிறேன்!" என்றார். அதோடு அவரால் மாணிக்கத்தின் தவிப்பையும் கண்டு கொள்ள முடிந்தது. அவனிடமும் ஆறுதலாகச் சில சொற்கள் கூறிவிட்டு, "நீங்கள் இந்தப் பக்கம் வரும்போது என்னை வந்து பார்க்கலாம்! வழியில்தான் வீடும் இருக்கிறது" என்று சொல்லி வைத்தார்.

புறப்படுவதற்காக எழுந்த அண்ணாமலை பெரியவருக்கு வாயால் நன்றி கூறி கைக்கூப்பிவிட்டு, ஆனந்திக்குக்

கண்களால் நன்றி கூறித் தலையைக் குனிந்து கொண்டான். பெண்களிடம் எப்போதுமே அவனுக்கொரு கூச்சம்! ஆனாலும், ஆனந்தியே அன்று தனக்கு ஆனந்தத்தை அளித்தவள் என்ற குதூகலம் அவன் உள்ளத்தில் நிரம்பியிருந்தது. தோல்வி மனப்பான்மை, கழிவிரக்கம், கவலை முதலிய உணர்ச்சிகள் அவள் கண்பார்வையிலேயே சுட்டெரிக்கப்பட்டு விட்டன. அவனுக்கு விவரமாக அவற்றைப் புரிந்து கொள்ள முடியவில்லையானாலும் அவன் உள்ளம் களிப்புக் கடலாக அலை மோதியது.

மாணிக்கம் இருவரிடமும் விடைபெற்றுக் கொண்டான். அவனுடைய மனமும் அப்படித்தான் பரவசப்பட்டிருந்தது. குறிப்பாக ஆனந்தியைக் கூர்ந்து நோக்கிச் சிரித்துவிட்டுத் திரும்பினான் அவன்.

திரும்பும் வழியில்தான் கதிரேசனின் வீடு இருந்தது. அந்தக் கிராமப்புறத்துப் பிச்சைக்காரி முன்பு உட்கார்ந் திருந்தாளே, அதற்கு நேர் எதிர்வீடு. வீட்டின் வெளிப்புற வாயிலைத் துருப்பிடித்த இரும்பு கேட் மூடிக் கொண்டிருந்தது. காம்பவுண்டுச் சுவர் ஏதுமில்லை. கேட்டுக்காக மட்டிலும் காரை பூசிய செங்கல் தூண்கள் இரண்டு எழுப்பப்பட்டிருந்தன. இருபுறமும் மூங்கிற் பட்டைத் தட்டிகளில் கொடிகள் படர்ந்து, மலரும் இலையுமாகவே சுவர் போல் மறைத்துக் கொண்டிருந்தன. உள்ளே இடம் மட்டிலும் விசாலமான இடம்; செடிகொடிகள் மரங்களடர்ந்து மண்டிக் கிடந்தன. மத்தியில் இடிந்து விழப்போகும் நிலையில் இருப்பது போன்ற ஒரு சிறிய மொட்டை மாடிவீடு தென்பட்டது. மாடியில் கூரை வேய்ந்த கூடம், அதன் கைப்பிடிச் சுவரின் இடுக்கில் முளைத்துத் தலை நீட்டிக் கொண்டிருந்த அரசங்கன்றை வேடிக்கை பார்த்து நின்றான் அண்ணாமலை.

“வீடு அவருடைய சொந்த வீடுதான்” என்றான் மாணிக்கம் கேட்டுத் தூணில் பதித்திருந்த கல்லில் அவருடைய பெயரைப் படித்தபடியே. “அடடா, பத்து

கிரௌண்டுக்குக் குறையாது போலிருக்கிறது! அவ்வளவும் பொன்? அவ்வளவும் பொன்!"

வீட்டையும் தோட்டத்தையும் பார்த்து வியந்து கொண்டிருந்த அண்ணாமலைக்கு, மாணிக்கம் எங்கே பொன்னைக் கண்டான் என்பது புரியவில்லை.

இந்த மண்தான் இப்போது பொன்! அந்தக் காலத்திலே இதை ஐந்நூறு, ஆயிரத்துக்கு வளைச்சுப் பிடிச்சு வாங்கிப் போட்டிருப்பார். இப்போதோ இது பொன்னுக்குச் சமானம்; இன்னும் ஐந்து வருஷம் போனால் இதுவே வைரம்!"

அண்ணாமலை இதைக் கேட்டு தனக்குள் நகைத்துக் கொண்டான். மாணிக்கம் அப்பாவோடு பழகிப் பழகி மண்ணைப் பொன்னாக்குவது ஒன்றையே லட்சியமாகக் கொண்டு விட்டான் போலும்!

அந்த இடத்தை விட்டு நகரவே அண்ணாமலைக்கு மனம் வரவில்லை. அதற்குள்ளிருந்து இனம் புரியாத அமைதி ஒன்றுபொங்கி வந்து அவனைச் சூழ்ந்து கொள்வது போலிருந்தது. நெடிதுயர்ந்த தென்னைகள், கமுகுகள், பன்னீர் மரங்கள், வேம்புகள் முதலிய மரங்களும், பல வகை பூச்செடிகளும் கொண்ட சோலையாகவே அது காட்சியளித்தது. செயற்கை தன்மையுள்ள கத்தரிப்பு வேலைகள் செடிகளில் காணப்படவில்லை. மலர்களைக் கூட அங்கு யாரும் கொய்வதில்லை போலும்! முல்லையின் மணம் மெல்லத் தவழ்ந்து வரத் தொடங்கியதும், சட்டென்று ஆனந்தியை நினைத்துக் கொண்டான் அண்ணாமலை. அவள் அருகில் வந்ததை அவனிடம் தூது சொல்லியது முல்லைதானே!

பலமுறை அந்தப் பக்கம் வந்தும் அதைத் திரும்பிப் பார்க்காததற்காகத் தன்னை நொந்துகொண்டு, "தஞ்சை மாவட்டத்திலோ, கேரளத்திலோ இருப்பதுபோல் தோன்றுகிறதல்லவா?" என்றான் அண்ணாமலை. விடுமுறை நாட்களில் ஊர் சுற்றிப் பழகியவன் அவன்.

"இந்த இடத்தில் பெரிய ஓட்டலே கட்டி விடலாம், மரங்களை மட்டும் வெட்டிவிட்டால் போதும்" என்றான் மாணிக்கம்.

அண்ணாமலைக்கு அவனையும் மீறி எரிச்சல் வந்து விட்டது; "வா வீட்டுக்குப் போவோம்!" என்று அவனை அழைத்துக் கொண்டு நடந்தான்.

6. இயற்கையின் குழந்தை

பிள்ளைகள் பிறக்கா விட்டாலோ, இன்னும் பிறக்கவில்லையே என்ற கவலை. ஒரே கவலை. பிறந்து விட்டாலோ அவர்களைச் சுற்றி ஆயிரமாயிரம் ஆசைகள்; ஆயிரமாயிரம் கவலைகள். ஆசையின் மறுபாதிதான் கவலை என்று அப்பட்டமாகத் தெரிந்தாலும் மனிதர்களால் ஆசைப்படாமலோ கவலைப்படாமலோ இருக்க முடிகிறதா என்ன?

ஆசையின் தோல்வியால் ஏற்பட்ட கவலையோடு சிதம்பர மேஸ்திரி வழிமேல் விழி வைத்து அண்ணா மலைக்காகக் காத்திருந்தார். தொலைவில் அவனை மாணிக்கத்தோடு ஒன்றாகக் கண்டவுடன்தான் அவருக்கு உயிர் திரும்பியது. அது சும்மா திரும்பவில்லை; பயத்தோடு திரும்பியது. ஆம், அவர் அண்ணாமலையிடமே பயப்படும்படியான ஒரு காரியத்தைத் தம்முடைய முன் கோபத்தில் செய்து விட்டார்.

அவன் முகத்தில் விழிப்பதற்கு அவருக்குப் பயமாக இருந்தது. இருந்தாலும், ஆண் பிள்ளையான அவர் தம்முடைய பயத்தை வெளியில் காட்டிக் கொள்ளலாமா?

மீனாட்சியம்மாளிடம் சென்று அவர்கள் இருவரும் வந்து கொண்டிருப்பதைச் சொல்லிவிட்டு, "இந்தக் கோபத்திலே நான் உன் மகனைப் பார்த்தால் என்ன செய்வேனோ தெரியாது; மாணிக்கத்தை மட்டும் தனியாக என்னிடம் அனுப்பு" என்று சொல்லி விட்டு, தம் அறைக்குள்

புகுந்து கொண்டார். அண்ணாமலையைச் சமாதானப் படுத்தும் வேலை மீனாட்சியம்மாளுக்கு விடப்பட்டது.

அவ்வாறே மாணிக்கத்தை மட்டும் மேஸ்திரியிடம் அனுப்பி வைத்தாள் மீனாட்சியம்மாள். அண்ணாமலையிடம் பேசுவதற்கு அவளுக்கும் தயக்கம்தான், அதற்குக் காரணமும் இருந்தது.

அண்ணாமலை தன் அறைக்குள் புகுந்து விளக்கைப் போட்டான். அங்கு அவன் கண்ட காட்சி அவன் கண்களில் தேள் கொட்டியது போலிருந்தது. வாய்விட்டுச் சத்தமிட முயன்றான்; ஆனால் ஓசை வெளிவரவில்லை. அறை அலங்கோலமாகக் காட்சி அளித்தது. அறைக்குள்ளே புயல் வீசியிருக்க வேண்டுமென்று தோன்றியது. காகிதப் பசியெடுத்த பேய் ஒன்று அங்கு நடமாடியிருந்தால் எப்படி இருக்கும்?

அவன் எழுதி வைத்திருந்த சித்திரங்கள் எல்லாம் தாறுமாறாகக் கிழிக்கப்பட்டு, மூலைக்கு மூலை வீசப்பட்டிருந்தன. நோட்டுகள் அலங்கோலமாகச் சிதைக்கப்பட்டுக் குப்புறக் கிடந்தன. காகித அட்டைகள் சுக்கல் சுக்கலாகக் காட்சியளித்தன. மெல்லக் குனிந்து அந்தக் குப்பையைக் கிளறினான் அண்ணாமலை. படுகளத்தைவிட மிகப் பயங்கரமான கோலந்தான். தலைபோன முண்டங்கள்? தனித்தனியே அங்கங்கள்; காற்றில் சிதையுண்ட சடலங்கள்...

தலைமயிரைப் பிய்த்துக்கொண்டு வெளியே தெருவில் ஓடவேண்டும் போலிருந்தது அவனுக்கு. ஓடிப் போய்க் குளத்திலோ கடலிலோ விழுந்துவிட வேண்டும் போலிருந்தது. தேர்வில் தோற்றுப்போனதற்காக அவனுக்கு இப்படியெல்லாம் தோன்றவில்லை. ஆனால், இதற்குப் பிறகும் அவனுக்கு அங்கே தங்கப்பிடிக்கவில்லை. அவ்வளவும் யாருடைய வேலை என்பது அவனுக்குப் புரிந்துவிட்டது. அவர் செய்ததை அம்மாவும் பார்த்துக் கொண்டுதானே தடுக்காமல் இருந்திருக்கிறாள்?

வெளிப்புறம் திரும்பியவன், கதவை அடைத்துக் கொண்டு கண்ணீர் வடித்தபடியே மீனாட்சியம்மாள் நிற்பதைக் கவனித்தான். அந்த அம்மாளின் நெற்றியிலும் கன்னத்திலும் ரத்தக் கோடுகள் நகத்தால் ஏற்பட்ட கீறல்கள் தெரிந்தன. அவன் புரிந்து கொண்டான். அவனைப் பெற்றவள் சும்மா இருந்து விடவில்லை. அவனுக்காகப் போராட்டம் நடத்தியிருக்கிறாள்; போரில் அவள் பெற்ற விழுப்புண்களே அந்தக் கீறல்கள்.

மீனாட்சியம்மாள் மெல்ல அவனருகில் வந்து அவன் கரத்தைப் பற்றினாள். அதற்கு மேலும் அவனால் தாங்க முடியவில்லை; தாய்மீது சாய்ந்து, தேம்பித் தேம்பி அழுதான். இருவரும் ஒன்றாக அழுதார்கள். மீனாட்சியம்மாள் அறைக்குள் கிடந்த அவனுடைய கட்டிலில் அமர்ந்தாள். அவன் அதில் குப்புறப்படுத்துக்கொண்டு தேம்பினான். அவன் அம்மா பிள்ளை; அவளைப்பற்றிச் சில நினைவுகள் அவனுக்குள்ளே அலைமோதின. அந்த நினைவு அலைகளில் மிதப்பது அவனுக்கு அப்போது சிறிது ஆறுதலாக இருந்தது.

பிள்ளைப் பிராயத்தில் மீனாட்சியம்மாள் அவனை வெறும் பாலூட்டி மட்டும் வளர்க்கவில்லை. தேய்ந்து வந்த அவளுடைய ஆசைக் கனவுகள் யாவற்றையும் அவன் வாயிலாகப் புதுப்பித்து வளர்த்துக் கொண்டாள். அவனுக்குச் சின்னஞ்சிறு கதைகள் கூறினாள். பாட்டுக்கள் பாடினாள்; ஆட்டங்கள் கற்றுக்கொடுத்தாள். அவளுடைய கிராமத்து வாழ்க்கை எவ்வளவு குதூகலமாக இருந்தது என்பதை அவனிடம் சொல்லி அவள் குதூகலப்பட்டுக் கொண்டாள். அவளுக்குப் படிப்பு அதிகமில்லை என்றாலும் பாட்டு, கதையெல்லாம் தெரிந்திருந்தன. மேலும், யானை, பூனை, காகம், குருவி, தாமரைப்பூ முதலிய படங்களையும் அவனுக்குச் சிலேட்டிலோ தரையிலோ வரைந்து காட்டுவாள். திறந்த வாய் திறந்தபடி தன் தாயைப் பார்த்து வியப்படைவது அண்ணாமலையின் வழக்கம்.

குழந்தைப் பருவம் கிடக்கட்டும். இப்போதுகூட,

அவனுக்கு மார்கழி பிறந்துவிட்டால் ஒரே கொண்டாட்டம் தான். அதிகாலையில் அவனை எழுப்பிக் குளிக்கச் செய்வாள். தோட்டத்தில் பூக்கொய்து சுவாமி படத்தை அலங்கரிக்க வேண்டியது அவன் வேலை. கிராமத்தில் ஆண் பிள்ளைகள் பொழுது புலர்வதற்கு முன்பே குளித்து முழுகி விட்டுப் பஜனைப் பாட்டுப் பாடிக்கொண்டே ஊர்வலமாகக் கோவிலுக்குச் செல்வார்களாம். இப்படி இங்கே அவர்கள் தெருவில் செல்வது அபூர்வமாய் இருந்ததால், தனியாக அவனாவது மலர் தூவி வழிபட வேண்டுமென்பது அவள் ஆசை.

அந்த பனி கொட்டும் வேளையில் மீனாட்சியம் மாளுக்கும் வாசலில் நிறைய வேலை இருக்கும். தெரு வாசலைப் பெருக்கிச் சாணமிட்டு, வாசல் முழுவதையும் நிறைத்துக் கொண்டு கோலம் போடுவாள். முப்பது நாட்களில் முப்பது வகையான கோலங்கள். கோலத்துக்குச் செம்மண் கரை கட்டி புள்ளிகளில் பசுஞ்சாணத்தை உருட்டிவைத்து, உருண்டைகளின்மேல் பறங்கிப் பூக்களை அழகாக நட்டு வைப்பாள். அண்ணாமலை வெளியே வந்து பார்க்கும்போது, வாசலெல்லாம் பூக்காடாக மலர்ந்து சிரிக்கும். அதற்காகவே அவள் தோட்டத்தில் பறங்கிக் கொடி நட்டு வளர்த்தாள் என்பது அவன் எண்ணம். ஆனால், காய்களும் அதில் பஞ்சமில்லாமல் காய்ப்பதுண்டு.

ஒரு முறை அவன் கேட்டான்:

"அக்கம் பக்கத்திலே வாசல்கள் வெறிச்சிட்டுக் கிடக்கிறப்ப, நீ மாத்திரம் ஏன் இதையெல்லாம் செய்யணும்?"

"அவங்கள்ளாம் பரம்பரையாய் பட்டணத்திலே குடியிருக்கிறவங்க. இதெல்லாம் அவங்களுக்கு அநாகரிகம். நான் பட்டிக்காடு; இன்னும் அந்தப் பட்டிக்காட்டு மண் என்னோட உடம்பிலே ஒட்டிக்கிட்டிருக்கு, அதனாலே செய்யறேன்."

"எனக்கு இதுதான் புடிச்சிருக்கு."

"அது போதும் எனக்கு."

தோட்டத்திலே முதன்முதலில் அவன் பறங்கிப் பூ பறிக்கச் சென்றபோது, பெண் பூவை அவன் பறித்து விடக்கூடாதே என்பதற்காக, அவனுக்கு எது ஆண் பூ எது பெண் பூ என்பதைச் சொல்லி வைத்தாள். ஆண் பூவுக்கடியில் காம்பு மட்டிலும் இருந்தது. பெண் பூவுக்கடியில் பிஞ்சு முட்டிக் கொண்டிருந்தது. ஆண் பூவை மட்டிலும்தான் கோலத்தில் வைப்பதற்காக அவன் பறிக்க வேண்டுமாம்.

வளர்ந்து அவன் பள்ளியில் இயற்கைப் பாடம் படித்தபோது அவனுக்கு அந்த இயற்கையின் இரகசியம் மேலும் விளங்குவது போலிருந்தது. ஆண் பூவைப் பறித்து வாசலில் நட்டு விட்டால், பெண் பூ மட்டிலும் எப்படிக் காய் காய்க்கும்? ஒரு நாள் கோலத்துப் பூக்களில் மொய்த்துக் கொண்டிருந்த கொசுக்களைப் போன்ற சின்னஞ்சிறு தேனீக்களைப் பார்த்து விட்டு, "அம்மா! புரிந்துவிட்டது!" என்று குதித்தான் அண்ணாமலை.

புரியாமல் மகனைப் பார்த்து விழித்தாள் மீனாட்சியம்மாள்.

"செடியிலிருந்து அங்கே ஆண் பூவைப் பறிச்சிட்டு வந்திட்டாலும், இந்த ஆண் பூவோட மகரந்தம் தேனீ மூலமாகப் பெண் பூவுக்குப் போறதைப் பார்! அம்மா இது அதிசயமாயிருக்கல்ல?"

மீனாட்சியம்மாளின் முகம் நாணத்தால் சிவந்தது. அவளுக்கேற்பட்ட வியப்புக்கோர் அளவில்லை. தன் பிள்ளைக்கு அன்றைக்கு மாலையே திருஷ்டி சுற்றிப் போட வேண்டுமென்று நினைத்துக் கொண்டாள். கண்ணால் காண முடியாத அளவுக்குக் கொசுவிலும் சிறியதாக உள்ள தேனீயைக்கூட அல்லவா அவன் கூர்ந்து பார்க்கிறான்; உடனே அவன் அப்பாவைப் பற்றியும் அவளால் நினைக்காமல் இருக்க முடியவில்லை.

"நீ பட்டணத்துப் பிள்ளையா இருந்துங்கூட

எல்லாத்தையும் கண்ணைத் திறந்து பார்க்கிறே! உங்கப்பாவோ பட்டணத்துக்காரராவே மாறிப் போயிட்டார். கண்ணை மூடிக்கிட்டு வேகமாய்ப் புறப்பட்டவரைப் பார்த்து, 'கோலத்தை மிதிக்காமல் நடந்து போங்க'ன்னு சொன்னால் கோபம் வந்திடுது. காதும் அப்போ கேக்கறதில்ல. செருப்புக் காலாலே பறங்கிப் பூவை மிதிச்சுத் துவைச்சிட்டு செருப்புக் கெட்டுப் போச்சின்னு என்னையே திட்டுறார்!"

கடவுள் கொடுத்த கண்களை மூடிக்கொண்டும் காதுகளை அடைத்துக் கொண்டும் வேகமாகப் போவதுதான் பட்டணத்துப் பழக்கம் போலும் என்று நினைத்துக் கொண்டே அண்ணாமலை "அப்பாதான் சுத்தப் பட்டிக்காடு; நாகரிகம் தெரியாதவர்" என்றான்.

சட்டென்று தன் ஈரக்கையால் அவன் வாயைப் பொத்தினாள் மீனாட்சியம்மாள். அவளுக்குத் தன்னைத் தவிர வேறு யாரும் சிதம்பர மேஸ்திரியைக் குறை கூறினால் பிடிக்காது. அவரைப்பற்றி வெளியார் யாரும் குறைவாகப் பேசினால் அவர்களோடு பேசுவதையே நிறுத்தி விடுவாள்.

"உங்கப்பாவைப்போல ரோஷமுள்ள ஆண் பிள்ளையைப் பார்க்கிறது ரொம்பக் கஷ்டம். அவர் இப்படி ஒரு வீட்டைக் கட்டினதாலேதான் என்னாலே வாசல்லே கோலம் போட முடியுது; தோட்டத்திலே பூச்செடி நடமுடியுது!"

அண்ணாமலைக்கு அந்தப் பழைய நினைவுகள் எல்லாம் இப்போது வந்தன. தோட்டத்தில் ஒரு முல்லைச் செடி நட வேண்டும் என்றும், சித்திரக் கல்லூரியில் சேர வேண்டும் என்றும் தன் தாயாரிடம் கேட்கத் துடித்தான். அப்போது சிதம்பர மேஸ்திரி மாணிக்கத்தை மாடிக்கு அனுப்பி விட்டு, "அண்ணாமலைக்கும் எனக்கும் சாப்பாடு போடு; பசி தாங்க முடியல்லே" என்று சொல்லிக் கொண்டு அங்கு வந்தார். எதுவுமே நடக்காதது போல் ஒரு தோற்றம் அவர் முகத்தில் தெரிந்தது; புயலை மறைத்த அமைதியின் தோற்றம் அது.

7. பிள்ளை ஒரு பிரச்னை

'பசி வந்திடப் பத்தும் பறந்து போம்' என்று சொல்வார்கள். சிதம்பர மேஸ்திரியோடு ஒன்றாகச் சாப்பிட உட்கார்ந்த அண்ணாமலைக்கு அப்போது பசி அதிகமா, அவன் அப்பாவுக்குப் பசி அதிகமா என்று சொல்ல முடியாது. ரோஷத்தைப் பறக்க விட்டுவிட்டு அவர்கள் ஒன்றாக அமர்ந்தவுடனேயே மீனாட்சியம்மாளின் பசியும் பறந்து விட்டது.

சாப்பாட்டை எடுத்து வாயில் வைக்கப்போன அண்ணா மலைக்குத் திடீரென்று மற்றொரு பசி நினைவுக்கு வந்து விட்டது. அது அவனுடைய உள்ளத்தில் மூண்டெழுந்த பசி. அந்தப் பசிக்கு உணவு கிடைக்குமிடத்தை அவன் தெரிந்து கொண்டவன் போல், "நான் சித்திரக் கல்லூரியில் சேர்ந்து படிக்கப் போகிறேன்!" என்று சொல்லிவிட்டுப் பிறகு சாப்பிடத் தொடங்கினான்.

தூக்கிவாரிப் போட்டது சிதம்பர மேஸ்திரிக்கு. அவர் வாய்க்குள் சென்ற சாதம் தொண்டையில் அடைத்துக் கொண்டது; அவர் பொருமினார்; அவருக்குப் புரையேறியது; சாதம் வெளியில் வராமல் தடுப்பதற்காக, ஒரு வாய்த் தண்ணீர் குடித்துச் சமாளித்துப் பார்த்தார். அவர் மகன் அவரிடம் யோசனை கேட்கவில்லை; அனுமதி கேட்கவில்லை; தானே முடிவு செய்துவிட்டவன் போல் அவரிடம் தெரிவித்தான். 'என்ன துணிச்சல், இந்தப் பயலுக்கு? படங்களைக் கிழிச்சிப் போட்டதுக்காக என்னைப் பழி வாங்கப் பார்க்கிறானா?' அவர் முறைத்தார்.

திரும்பவும் எங்கே அவர்கள் கீரியும் பாம்புமாக மாறி விடுவார்களோ என்ற பயம் மீனாட்சியம்மாளுக்கு. "பேசாமல் சீக்கிரமாகச் சாப்பிட்டு எழுந்திருங்க. காலையிலே பேசிக்கலாம், பசி எனக்கு உயிர் போகுது!" என்று குறுக்கே விழுந்து அவர்களைச் சாப்பிட வைத்தாள்.

போராட்டம் அப்போதைக்கு முடிந்துவிட்டது போல்

தோன்றினாலும், அது நடுச்சாமம் வரை தொடர்ந்து கொண்டுதானிருந்தது. சிதம்பர மேஸ்திரி, மீனாட்சியம் மாளை அன்றைக்கு இரவில் அமைதியாக உறங்கவிட வில்லை. மாலையில் அவள் மீது பாய்ந்து அவள் முகத்தை பிறாண்டியதையெல்லாம் அவர் அடியோடு மறந்து விட்டார். அவர் மறந்துவிட்டது வியப்பில்லை; மீனாட்சியம்மாளும் அதை மறந்துவிட்டு அவருக்காக அனுதாபப்பட்டதுதான் ஆச்சரியம். 'அடிக்கும் கைதான் அணைக்கும்' என்ற பழைய பட்டிக்காட்டு நினைப்பு இன்னும் அவள் நெஞ்சில் ஊறிக் கொண்டிருந்தது போலும்! அதை மெய்ப்பிப்பதுபோல் அவரும், கட்டிலில் அமர்ந்தபடி மீனாட்சியம்மாள் நீட்டிய வெற்றிலைச் சுருளை மென்றுவிட்டு அவளிடம் பேசத் தொடங்கினார்.

"அண்ணாமலை இப்படிக் கேக்கப் போறான்னு எனக்குத் தெரியும்; மாணிக்கமே சொல்லிவிட்டான்" என்றார் மேஸ்திரி. கடற்கரையில் யாரோ ஒரு கிழவனும் குமரியும் சேர்ந்து கொண்டு அவன் மனத்தைக் கலைத்து விட்டார்களாம். பொம்மை காலேஜைப் பற்றி அவர் மாணிக்கத்திடம் கேட்டதில் அது, 'அரைப் பைத்தியங்கள் கூடுகிற இடம்' என்று தெரிந்ததாம். மேல் படிப்புக்கு வசதியில்லாதவர்கள், மூளையில் படிப்பு ஏறாதவர்கள், உதவாக்கரைகள் இப்படிப் பட்டவர்கள்தான் அங்கு போய்ச் சேருவார்கள். ஐந்தாறு வருடங்கள் படித்து முடித்துவிட்டு வெளியில் வந்தவுடன், சோற்றுக்கு லாட்டரி அடிக்க வேண்டுமாம்! பிழைக்கத் தெரியாதவர்களுடைய பிழைப்பாம் அது!"

இவ்வளவும் போதாதென்று மற்றொரு 'பயங்கரமான' விஷயத்தையும் மீனாட்சியம்மாளின் காதில் போட்டு வைத்தார் அவர். அதை அவ்வளவு சுலபமாக அவர் சொல்லி விடவில்லை. தம்முடைய வயதையும் மீனாட்சியம்மாளின் வயதையும் மறந்து விட்டு மீனாட்சியம்மாளின் தோளில் கையைப் போட்டு அவளை அருகில் இழுத்து முகத்தை

மெல்லப் பற்றித் தம்மிடம் திருப்பினார். அப்போது மீனாட்சியம்மாள் தன்னை மறந்து வலி தாங்காமல் 'ஆ' என்று கத்தியவுடன்தான், அவருக்கு மாலையில் தம்மிடம் அவள் பட்ட பாடு நினைவுக்கு வந்தது. மெல்ல அவள் கன்னத்தைத் தடவி அந்தக் கீறல்களை அவர் தொட்டபோது "போதும் விடுங்கள்" என்று அவர் கரத்தை ஒதுக்கிவிட்டுத் தனக்குள் புன்னகை செய்து கொண்டாள், மீனாட்சியம்மாள். 'கோபம் வந்தாலும் கண் தெரியாது; கொண்டாட்டம் னாலும் கண் தெரியாது' என்று தனக்குள் அவள் கூறிக் கொண்டு, அவரிடம் நெருங்கி வந்து, "என்ன?" என்று கேட்டாள்.

அவர் சொல்ல வந்த செய்தி அவருக்குள் இனம் புரியாத ஒருவகை பரபரப்பைக் கொடுத்துக் கொண்டிருந்ததால் அதற்கு முன்னுரை போல், "பாவம், உன்னை அடிச்சிட்டே னில்லையா!" என்றார்.

"இது ஒண்ணும் புதுசில்லை; விட்டுத்தள்ளுங்க! உங்களுக்குக் கழுத்தை நீட்டி ஒரு வருஷம் ஆகிறதுக்குள்ளே கையையும் காலையும் முறிச்சிப் போட்டவர் தானே நீங்க?"

சிதம்பர மேஸ்திரிக்கு எல்லாமே இப்போது வேதனையும் வியப்புமாகத் தோன்றின. வேறொருத்தியாக இருந்திருந்தால்... ஒன்று, அப்போதே அவரை விட்டு ஓடிப்போய் உயிரை மாய்த்துக் கொண்டிருப்பாள்; அல்லது அவரையே வீட்டை விட்டு ஓடச் செய்திருப்பாள்.

"சொல்ல வந்ததைச் சொல்லுங்க. இல்லேன்னா என்னைத் தூங்க விடுங்க!" என்று அவருடைய கட்டிலி லிருந்து எழுந்தாள் மீனாட்சியம்மாள்.

அவளைப் பற்றி இழுத்துக் 'குசுகுசு'வென்ற குரலில் அவள் காதருகே குனிந்து கொண்டு, "அந்தப் பொம்மைக் காலஜிலே, உடம்பிலே துணியே இல்லாம பொம்பளைகளை நிறுத்தி வச்சுப் படம் எழுதக் கத்துக் கொடுப்பாங்களாம்; இதை என்னாலே நம்பவே முடியலே. ஆனால் நடக்குதாம்!" என்றார்.

"என்ன?" மீனாட்சியம்மாளாலும் இதை நம்ப முடியவில்லை. அவளுக்கு மற்றொரு சந்தேகமும் வந்துவிட்டது.

"அந்தக் காலேஜிலே ஆணும் பெண்ணும் சேர்ந்து படிப் பாங்களா? இல்லே, தனித் தனிக் காலேஜா" என்று கேட்டுக் கொண்டே மறுபடியும் கட்டிலில் உட்கார்ந்தாள். கண்களைச் சுற்றிக் கொண்டு வந்த தூக்கம் சிட்டாய்ப் பறந்தோடி விட்டது.

"சேர்ந்து படிக்கிற காலேஜ் அது!"

அப்பாவின் பிரச்னையாக இருந்த விஷயம் இப்போது அம்மாளின் பிரச்னையாகவும் குட்டி போட்டு விட்டது. அண்ணாமலைக்கு இன்னும் வயதாகவில்லையாம்; இருபது வயதே நிரம்பிய 'சிறுபிள்ளை' அவன். ஆனால் அவனுடைய அழகு எப்படிப்பட்டதென்பதைத் தெளிவாக அம்மாளுக்குச் சொல்லத் தெரியாது என்றாலும், சபல சித்தமுள்ள பெண்களைக் கிறங்க வைக்கும் அழகு அது என்பது மட்டிலும் அவளுக்குத் தெரியும். எப்போதாவது வீட்டுக்கு வரும் பெண்களில் சிலரோ, வெளியில் கூட்டத்தில் எதிர்ப்படும் பெண்களில் சிலரோ தங்களையும் மறந்து அவனைக் கண் கொட்டாமல் உற்றுப் பார்ப்பதை அவள் கவனித்திருக்கிறாள். அந்தப் பெண்களுக்கே அப்படி அவனை வெறித்துப் பார்க்கிறோம் என்ற உணர்வு இருப்பதில்லை. 'கண்ணுக்குக் கடிவாளம் போடத் தெரியாமல் கொத்தித் தின்கிறாப்பலேதான் பார்க்கிறது!' என்று தனக்குள் முணுமுணுத்துக் கொண்டு, பிறகு அவனுக்குத் திருஷ்டி சுற்றிப் போடுவாள் மீனாட்சியம்மாள். தன்னுடைய மென்மையும் அழகும், மேஸ்திரியின் பிடிவாதமும் உணர்ச்சி வயப்படும் தன்மையும் அவனிடம் சரிக்குச் சரி கலந்திருந்தன என்பது அவள் எண்ணம்.

மேஸ்திரியின் கவலை, இப்போது மீனாட்சியம்மாளின் கவலையாகிவிட்டது. 'பணம் சம்பாதிக்க முடியாமல்

கெட்டுப் போய் விடுவானே' என்று அப்பா ஏங்கினார். 'குணம் கெட்டுப் போய்ச் சீரழிந்து விடுவானே' என்று அம்மா ஏங்கினாள். அந்த அம்மாளின் மனக்கண்ணில் அவள் காண விரும்பாத கற்பனைக் காட்சி ஒன்று நிழலாடியது. அண்ணாமலை ஒரு பெண்ணைப் பார்த்து அவன் அப்பா கூறியது போன்ற நிலையிலிருந்த பெண்ணைப் பார்த்துப் படம் வரைவது போன்ற காட்சி.

"நீ சொன்னாலும் கேட்க மாட்டான்; நான் சொன்னாலும் கேட்க மாட்டான்" என்று குழம்பிய மேஸ்திரி, பிறகு "யார் சொன்னால் கேட்பான்" என்பது பற்றித் தீவிர யோசனையில் மூழ்கினார்.

"ஏன், உங்க தண்டபாணியை விட்டுச் சொல்லலாமே!" என்றாள் மீனாட்சியம்மாள்.

இந்த யோசனைக்காக மீனாட்சியம்மாளின் வாயில் ஒரு பிடி சர்க்கரையைக் கொட்டலாம் என்று தோன்றியது அவருக்கு. அவருடைய மதிப்பீட்டின்படி அவள் வடிகட்டிய பட்டிக்காட்டு முட்டாளாக இருந்தாலும் அவரோடு பழகியதால், சமயங்களில் புத்திசாலியாகவும் மாறுகிறாள் என்று பெருமைப்பட்டுக் கொண்டார்.

"நல்ல யோசனை; அவருக்குத்தான் இவனை எப்படி மடக்குறதுன்னு தெரியும்!" என்று உற்சாகமாய்க் கூறினார்.

மேஸ்திரி சென்னைக்கு வந்து வேரூன்றிக் கொண்ட பிறகு, தண்டபாணி அவருக்குப் பழக்கமானவர். புதுப்பணக்காரரான தண்டபாணிக்கு, வீடு கட்டும் போதுதான் மேஸ்திரியும் அவரும் நண்பர்களானார்கள். தண்டபாணி தம்மை மேஸ்திரிக்குத் தூரத்து உறவினர் என்று சொல்லிக் கொண்டார். சொந்தம் கொண்டாடினார். பிறகு குடும்பத்தோடு இருவரும் பழகத் தொடங்கினார்கள். தண்டபாணியின் வாக்குச் சாதுரியத்திலும் செயல் திறமையிலும் மேஸ்திரிக்கு ஒரு பிரமை கலந்த மயக்கம் உண்டு.

"இந்த முறை இவன் பாஸ் பண்ணிட்டால், இவனுக்கு ஒரு ஸ்கூட்டர் வாங்கித் தர்ரேன்னு சொன்னாரே, உனக்கு ஞாபகம் இருக்கா?" என்று கேட்டார், மேஸ்திரி.

"இதுக்குள்ளே அது நம்ப வீட்டுக்கே வந்து சேர்ந்திருக்கும்!" என்று பெருமூச்சு விட்டாள் மீனாட்சியம்மாள்.

அவளுக்கு ஸ்கூட்டர் ஒரு பொருட்டாகத் தோன்றவில்லை. என்றாலும், அதற்குப் பின்னேயிருந்த உறவையும் உணர்ச்சியையும் அவள் மதித்தாள். தண்டபாணியின் பெண் சுந்தரியின் நினைவும் அவள் நெஞ்சில் சுழன்றது.

"தண்டபாணி நம்ப பயல் மேலே ஒரு கண் வச்சிருக்கார்னு உனக்குத் தெரியுமா?"

மீனாட்சியம்மாள் சிரித்தாள். அவளுக்கு அதற்கு மேலும் விஷயம் தெரியும். தண்டபாணி, அண்ணாமலையின் மேல் ஒருகண் வைத்திருந்தாரென்றால், அவர் மகள் சுந்தரியோ இரண்டு கண்களையுமே வைத்திருந்தாள். சுந்தரிக்கு அப்படியொன்றும் வயதாகிவிடவில்லை, அறிவறியாப் பருவம்தான் என்றாலும், அவள் கண்களை மீனாட்சியம்மாள் ஓரளவு கணித்து வைத்திருந்தாள்.

"தண்டபாணியை விட்டுத்தான், இவனை மடக்கணும். அதிலே நமக்கு ரெண்டு பக்கத்திலெயும் லாபம்" என்றார், மேஸ்திரி. "இவன் பெயிலாயிட்டதிலே அவரோட பிரியமும் குறைஞ்சு போகாமல் பார்த்துக்கலாம்; இவனையும் ஒரு வழிக்குக் கொண்டு வரலாம்."

மகனுடைய பிரச்சனையைத் தீர்ப்பதற்கு ஒரு வழி புலப்பட்டுவிட்டதுபோல் இருவருக்கும் தோன்றியது. மேஸ்திரி கட்டிலில் படுத்துத் தம் கட்டையை நீட்டி விட்டார். மீனாட்சியம்மாள் கூடத்தில் பாயை உதறிப் போட்டு உறங்குவதற்கு முயன்று கொண்டிருந்தாள்.

8. சுந்தரியின் அப்பா

தண்டபாணியைச் சந்திப்பதற்கு முன்னால் 'பொம்மை

காலேஜ்' பற்றிய விவரங்களைத் தாமே மற்றவர்களிடமிருந்து கேட்டுத் தெரிந்துகொள்ள முனைந்தார் சிதம்பர மேஸ்திரி; அவரைத் தண்டபாணி பட்டிக்காடு என்று நினைத்துவிடக் கூடாதல்லவா? மேலும் மாணிக்கம் கூறிய தகவல்கள் உண்மையானவைதானா என்று அவர் நிச்சயம் செய்து கொள்ள வேண்டியிருந்தது.

விசாரித்துப் பார்த்ததில் அப்படி ஒரு கல்லூரி சென்னையில் இருப்பதே பலருக்குத் தெரியவில்லை. தெரிந்ததாகக் காட்டிக்கொண்ட சிலரும், மேஸ்திரியின் வாயாலேயே விவரங்களைக் கேட்டுக்கொண்டு, அவரிடமே அவற்றைத் தங்கள் கருத்துக்களாகத் திருப்பிக் கூறினார்கள். மேஸ்திரியும் திருப்தியோடு கேட்டுக்கொண்டு, மாணிக்கம் கூறியது உண்மைதான் என்ற முடிவுக்கு வந்தார்.

அடுத்த ஞாயிற்றுக்கிழமையன்று காலை தண்டபாணி யைக் காணச் சென்றார், மேஸ்திரி. ராயப்பேட்டை கடை வீதித் தெருவை ஒட்டினாற்போல் ஒரு சிறிய சந்துக்குள் முதல் வீடு, தண்டபாணியின் வீடு. தெருப்பக்கம் வாசல் வைத்துக் கிழக்குப் பார்த்த வீடாகக் கட்ட வசதியிருந்தும் சந்துப் பக்கம் வாசல் வைத்துக் கட்டியிருந்தார். காரணம் கிழக்குப் பக்கம் சுற்றுச் சுவர் எடுத்துக் கட்டியிருந்தால், அங்கே இரண்டு கடைகளைக் கட்டி வாடகைக்கு விட்டிருக்க முடியாது.

சந்துப் பக்கம் சென்ற சிதம்பர மேஸ்திரி வாசலில் நின்றபடியே தண்டப்பாணியின் கார் உள்ளே இருக்கிறதா என்பதைக் கவனித்தார். இருந்தது. கேட்டைத் திறந்து கொண்டு உள்ளே நுழைந்தார். மேற்கே காம்பவுண்டுச் சுவருக்குள்ளிருந்த திறந்த வெளியில் சுந்தரிக்கு அவள் அண்ணன்களில் ஒருவன் சைக்கிள்விடக் கற்றுக்கொடுத்துக் கொண்டிருந்தான். வளைந்தும் நெளிந்தும் சைக்கிளில் வந்து கொண்டிருந்த சுந்தரி, மேஸ்திரியைக் கண்டதும் மேலும் பரபரப்படைந்து அவர் மீது மோதுவது போல் வந்தாள். பிறகு திடீரென்று சைக்கிளைப் போட்டுக் கொண்டு குப்புற

விழுந்தாள். வெட்கத்தால் முகம் சிவக்கப் பாவாடையில் ஒட்டிய மண்ணைக்கூடத் தட்டி விடாமல் வீட்டுக்குள் ஓடி மறைந்தாள். சிதம்பர மேஸ்திரிக்குப் பெருமை தாங்கவில்லை. சுந்தரி சைக்கிள்கூட விடுகிறாளே!

சிதம்பர மேஸ்திரியைச் சுந்தரியின் அண்ணன் கவனித்த தாகவே தெரியவில்லை. இடுப்பில் கைலியும் மேலே பனியனுமாகத் தோன்றிய அவன், சுந்தரியைத் திட்டிக் கொண்டு சைக்கிளை எடுத்து அதன் வளைசலை நிமிர்த்தத் தொடங்கினான்.

மேஸ்திரி, வீட்டு முகப்பிலிருந்த வரவேற்பறையின் சோபாவில் உட்கார்ந்தார். அவருடைய மேற்பார்வையில் கட்டப்பட்ட வீடு அது. நடுத்தர வர்க்கத்தின் நாகரிகத்தைக் காட்டும் புறச் சின்னங்கள் சில அங்கு தென்பட்டன. சன்னலுக்குத் திரைச் சீலைகள், மூலையில் காகிதப் பூச்செடி, கண்ணாடி அலமாரியில் சில பொம்மைகள், சிறு மேசையில் அன்றையப் பத்திரிகை, சிகரெட் சாம்பலின் கிண்ணம்... இப்படி அந்த அறை காட்சி அளித்தது. சிகரெட்டின் மணம் அதற்குள் கமழ்ந்து கொண்டிருந்தது. இன்னும் யாரும் அதைப் பெருக்கிச் சுத்தப்படுத்தவில்லை போலும்! சோபாவில்கூடத் தூசி படித்திருப்பதாகத் தோன்றியது, மேஸ்திரிக்கு.

"வாங்க! வாங்க! சுந்தரி சொன்னா!" என்று வரவேற்றபடியே திரையை விலக்கிக்கொண்டு வந்து சேர்ந்தார், தண்டபாணி. ஐம்பது வயதுக்குள்ளான தோற்றம்; தலைநிறைந்த கிராப்பில் அங்குமிங்குமாக வெள்ளிக்கொடி நெளிந்தன. கூர்மையான விழிகளோடும், பெரிய உதடுகளோடும் ஜிப்பாவும் எட்டு முழ வேஷ்டியுமாகக் காட்சியளித்தார். உயரம் அதிகமாக இருந்ததால் சதைப்பிடிப்பு அவ்வளவாக வெளியில் தெரியவில்லை. கண்கள் மட்டிலும் காண்போரைக் கொத்தி எடுக்கும் கண்களாக இருந்தன.

அண்ணாமலையின் தோல்விக்காகத் தம் வருத்தத்தைத் தெரிவித்துவிட்டு, "கவலையை விட்டுத் தள்ளுங்கள்; இந்தத் தடவை அவனை எப்படியாவது மேலே தள்ளி விடுவது என் பொறுப்பு" என்றார் தண்டபாணி.

மேஸ்திரிக்குப் போன உயிர் திரும்பி வருவது போலிருந்தது. தம்மைப் போலவே தண்டபாணியும் அதிர்ச்சி அடைந்திருந்தாலும், அதை அவர் வெளியில் காட்டிக் கொள்ளவில்லை என்றே மேஸ்திரி நம்பினார். ஆனால், தண்டபாணிக்கு ஒருபுறம் வருத்தமிருந்தாலும், மறுபுறம் அதனால் உள்ளூர மகிழ்ச்சி ஏற்பட்டதென்றே சொல்ல வேண்டும். வாக்களித்தபடி ஸ்கூட்டருக்காக அப்போது இரண்டாயிரம் புரட்ட வேண்டிய தொல்லையிலிருந்து விடுதலை கிடைத்ததல்லவா? இரண்டாயிரம் கிடக்கட்டும். வீட்டுக்காரிக்கு விளக்கம் சொல்ல வேண்டும். அவருடைய பையன்களும் அவரைச் சும்மா விடமாட்டார்கள். அவர்களுக்கும் வாங்கிக் கொடுக்க வேண்டும். உற்சாகத்தில் உளறிக் கொட்டிய வாக்குறுதியைக் காப்பாற்ற வேண்டி, தொல்லையை ஏற்படுத்தாததால் தண்டபாணி தமக்குள் அண்ணாமலைக்கும் நன்றி சொல்லிக் கொண்டார்.

காப்பியும் கையும், புன்னகையும் வாயுமாகத் திரையை விலக்கிக்கொண்டு வந்த தண்டபாணியின் மனைவி, "அண்ணி சுகமா?" என்று கேட்டுவிட்டு, காப்பியை அவர் முன்பு வைத்தாள். மேலும் இரண்டு வார்த்தைகள் ஒப்புக்குப் பேசிவிட்டு உள்ளே சென்றாள். கட்டுக்குலையாத அழகான உடலமைப்பு அந்த அம்மாளுக்கு. பெரிய குழந்தைகள் நான்கு பேருக்குத் தாய் என்றால் யாரும் நம்ப மாட்டார்கள். வசீகரமான முகம். மேஸ்திரிக்கு அவள் காப்பி கொண்டு வைத்த முறை, புதிதாகக் கலெக்டரானவரின் மனைவி ஒருத்தி, தங்கள் அந்தஸ்துக்கு ஒரு படி மட்டும் குறைந்த உதவி கலெக்டருக்கு மரியாதைகளை செய்வது போலிருந்தது. பேச்சின் தொனியிலும், கண் பார்வையிலும் அவளால் அந்தச் செருக்கை மறைக்க முடியவில்லை.

மேஸ்திரி காப்பியைக் குடித்துவிட்டுத் தாம் பேச வந்த விஷயத்தைத் தொடங்கினார். பிள்ளையாண்டானின் பிடிவாதம் எப்படித் தமக்கும் மீனாட்சியம்மாளுக்கும் ஒரு பிரச்னையாக முளைத்திருக்கிறது என்பதைச் சொல்லப் புகுந்தார்.

"அண்ணாமலை பொம்மை காலேஜிலே சேருவேன்னு ஒரே பிடிவாதமாயிருக்கான். எனக்கும் உங்க தங்கச்சிக்கும் எப்படி அவனை வழிக்குக் கொண்டு வருவதுன்னு தெரியல்லே. நீங்கள் தான் அவனுக்குப் புத்தி சொல்லணும்; உங்களால்தான் அது முடியும்!" என்றார் மேஸ்திரி.

"ஓஹோ!" என்று தண்டபாணி ஆர்வத்தோடு கேட்கவே, மேஸ்திரி எல்லா விஷயங்களையும் சொல்லி வைத்தார். தமக்குத் தெரியாமல் அவன் படங்கள் எழுதி வந்தது, அவற்றைக் கண்டுபிடித்து அவர் கிழித்துப் போட்டது, இவ்வளவையும் கூறி முடித்தார். யாரோ ஒரு கிழவர் குமரியைப் பற்றி அவர் கிழித்துப்போட்டது, இவ்வளவையும் கூறி முடித்தார். யாரோ ஒரு கிழவர், குமரியைப் பற்றி - அவன் மனத்தைக் கெடுத்தது பற்றி அவர் வேண்டுமென்றே குறிப்பிவில்லை.

தண்டபாணியின் முகம் சிறிது சிறிதாகப் பூரிப் படைந்தது. சட்டென்று ஒரு சிகரெட்டைப் பற்றவைத்துப் புகையை இழுத்தபடியே அவர் உற்றுக் கேட்டார். அவருடைய பெரிய கண்கள் இன்னும் பெரிதாக விரிந்தன. சிதம்பர மேஸ்திரிக்கோ அவருடைய உற்சாகத்தைக் கண்டு ஒன்றும் புரியவில்லை. தம்மோடு சேர்ந்து கவலைப் படுவதற்குப் பதிலாக அவர் களிப்படைந்து தொலைக் கிறாரே!

"சுந்தரி இங்கே வா!" என்று குதூகலத்தோடு கூவினார், தண்டபாணி. மூன்று ஆண்டுகளுக்குப் பிறகு பிறந்த பெண்ணானதால் அந்த வீட்டில் தாய் தந்தை இருவருக்குமே அவள் செல்லப் பெண்.

திரைக்குப் பின்னால் நின்று கொண்டிருந்தவள் போல் சட்டென்று அங்கு வந்தாள் சுந்தரி. அதற்குள் அவள் உடை மாற்றம் செய்து கொண்டிருந்தாள் என்பது தெரிந்தது. பட்டு ரோஜா நிறத்தில் தாவணியும் இலைப்பச்சையில் பாவாடையுமாகத் தோன்றிய அவள், உடல் அமைப்பில் அப்படியே அவள் தாயாரை உரித்துக் கொண்டு வந்திருந்தாள். அதேபோல் வசீகரமான முகம்; அதே போல் மிகக் கவர்ச்சிகரமான அங்க அமைப்புகள். முகத்தில் வயதுக்கே உரிய குழந்தைத்தனம் குடிகொண்டிருந்தாலும், அவள் வளர்ச்சி மட்டும் வயதை மீறிக் கொண்டிருந்தது.

"உன்னோட அத்தான் நல்லாப் படம் வரையறான்னு சொன்னே பார், அது உண்மைதான்! பெரிய ஆர்டிஸ்டா வரப் போகிறான் பார்!"

'தொலைந்து போனோம்!' என்று தம்மையே நொந்து கொண்டார், மேஸ்திரி. தண்டபாணியிடம் யோசனை கேட்க வந்தது வடிகட்டின முட்டாள்தனம் என்று அவருக்குப் பட்டது.

சுந்தரியோ வியப்பால் தன் இரண்டு கருவிழிகளாலும் 'மலர மலர' விழித்துக்கொண்டு நின்றாள். அடர்த்தியான இமைகளினூடே தெரிந்த பெரிய விழிகள் மாத்திரம் அவள் அப்பாவின் விழிகளை ஒத்திருந்தன. அந்த விழிகளால் அப்போது அண்ணாமலையின் உருவத்தைக் கனவில் கண்டு அவள் பிரமிப்பது போல் தோன்றியது. சிற்பி செதுக்கிவிட்டது போன்ற மூக்கு; உணர்ச்சித் துடிப்பு மிக்க மிருதுவான பெரிய உதடுகள். வியப்பின் காரணமாக அவள் பல் வரிஷை சற்றே பளிச்சிட்டு மின்னியது.

அவள் பேச முடியாமல் தவிப்பதைக் கண்ட தண்டபாணி, முகத்தைச் சிறிது சுளித்துவிட்டு, மேஸ்திரியிடம் திரும்பினார்.

"இதோ பாருங்கோ, குதிரைக்குக் கொள் வைத்தால் சாப்பிடும், காளைக்குக் கொள் வைக்கலாமா?" என்று

கேட்டுவிட்டு, "காளைக்குப் பச்சைப்புல்தான் போடணும். அவன் கலைஞன்; அவனுக்குக் கணக்கு வராது; கலைதான் வரும். அதிலேதான் அவனைத் திருப்பி விடணும்!" என்றார் தண்டபாணி.

"மோசமான யோசனை" என்பதுபோல் தலையை ஆட்டினார் மேஸ்திரி.

"ஆமாம், மாமா! அத்தான் பெரிய ஆர்டிஸ்டுன்னு நான்தான் முதல்லே கண்டு பிடிச்சேன்!" என்று சொல்லி விட்டு, சுந்தரி நாற்காலியில் உட்கார்ந்து கொண்டாள்.

சிதம்பர மேஸ்திரி இப்போது மீனாட்சியம்மாளின் மீது ஆத்திரப்பட்டுக் கொண்டார். அவள்தானே தண்டபாணியிடம் யோசனை கேட்கும்படி யோசனை சொன்னவள். எதற்காக அந்தக் காலை நேரத்தில் அவரைத் தேடிக் கொண்டு வந்தோம் என்று ஆகிவிட்டது அவருக்கு.

பணம் சம்பாதித்து அவன் பிழைப்பு நடத்துவது எப்படி என்பதைப்பற்றி அவர் தண்டபாணியிடம் வாதிட்டார். மற்றொரு விஷயத்தைப் பற்றி அவர் விவாதிக்க நினைத்தும் அது முடியவில்லை. பெண்களோடு சேர்ந்து படிப்பது, பெண்களைப் பார்த்துப் படம் வரைவது என்ற விஷயம் அது. சுந்தரி பக்கத்தில் இருந்ததால் அவர் பெண்கள் விஷயம் பேசாமல் பணத்தையே சுற்றிச் சுற்றி வளைத்தார்.

"எந்த முட்டாள் சொன்னது படம் எழுதினா பணம் சம்பாதிக்க முடியாதென்று?" எனச் சீறினார் தண்டபாணி. "இது சென்னைப் பட்டணம்! படம் வரையறவன் ஆயிரம் ஆயிரமாய், லட்சம் லட்சமாய்ப் பணம் குவிக்கிறதுக்கு இங்கேதான் வழி இருக்கு! குதிரை கடிவாளம் போட்டுக்கிட்டாப்பிலே உங்களுக்கு உங்கள் தொழில்தான் தெரியும். அவனை என்ஜினியராக்கணும்னு ஆசைப் படறீங்க...அவனுக்குச் சொந்தமா மூளை இருக்கு. அறைக்குள்ளே நிழல்லே உட்கார்ந்தபடியே சம்பாதிக்க ஆசைப்படறான். அதிலே என்ன தப்பு?"

சினிமா ஆர்ட் டைரக்டர், போஸ்டர், பானர், பப்ளிஸிடி என்றெல்லாம் மேஸ்திரிக்குப் புரியாத ஆங்கில வார்த்தைகளைக் கொட்டி அவரைத் திணற வைத்தார், தண்டபாணி. அவருடைய வார்த்தைகள் அப்போதே ஆயிரம் ஆயிரமாக மேஸ்திரியின் தலையில் வாரிக் கொட்டுவது போன்ற பிரமையைத் தந்தன. மீனாட்சியம்மாள் கூறிய தடைகூட அவருக்கு ஒரு பொருட்டாகத் தோன்றவில்லை. ஆண்பிள்ளை எப்படி இருந்தால் என்ன? கை நிறையக் காசு தேடத் தெரிந்தால், சரிதான்!

"சரி, அப்படியே சேர்த்திடலாம்!" என்று பூரிப்போடு சொல்லிவிட்டுக் கிளம்பினார், மேஸ்திரி. தண்டபாணியின் வாய்ச் சாமர்த்தியத்தில் அவருக்கு இருந்த நம்பிக்கை இப்போது இரட்டிப்பாகியது. அவருடைய மகனை யோசனை சொல்லி மடக்குவதற்குப் பதிலாக அவரையே மடக்கி விட்டாரல்லவா?

9. கலை தந்த காட்சி

எப்போதோ எங்கோ எதிர்பாராத விதமாகச் சந்திக்க நேரிடும் சிலர், நம் வாழ்க்கையின் திருப்பத்திற்கே காரணமாக அமைந்து விடுகிறார்கள். நம்மிடமுள்ள ஒரு தன்மையை நமக்கே சுட்டிக்காட்டி, அதை உணரச் செய்தும் விடுகிறார்கள். செய்வதறியாது கலங்கித் தவிக்கும் வேளைகளில், நமக்கு வழிகாட்டுவதற்கென்றே இறைவனால், அனுப்பப்படும் மனிதர்களா அவர்கள்?

"நீ பொம்மைக் காலேஜிலே சேர்ந்து படிக்கலாம்!" என்று சிதம்பர மேஸ்திரி அண்ணாமலைக்கு அனுமதி கொடுத்தவுடன், அவனுக்குத் தன் காதுகளையே நம்ப முடியவில்லை. உடனடியாக அடையாற்றுக்குப் பறந்து சென்று, இதற்குக் காரணமாக இருந்த கதிரேசனைக் காண வேண்டுமென்ற துடிப்பு அவனுக்கு ஏற்பட்டது. இப்படி ஒரு யோசனையையே அவர் தாமே அவனிடம் வெளியிட்டவர்!

சிதம்பர மேஸ்திரி தண்டபாணியின் வீட்டுக்குச் சென்று வந்ததோ அவரிடம் அறிவுக் கொள்முதல் செய்து வந்ததோ அவனுக்குத் தெரியாது. படங்களைக் கிழித்து வீசிய அவரிடம், தான் கடுமையான போராட்டம் நடத்த வேண்டியிருக்கும் என்று நினைத்தான். அந்தப் போராட்டத்தில் தனக்கு வெற்றி கிடைக்கும் என்ற நம்பிக்கைகூட அவனுக்கு இல்லை.

கடற்கரையில் சந்தித்த கதிரேசனுக்காக அவன் உள்ளத்தில் நன்றி சுரந்தது. அவர் சொல்லுவதற்கு முன்பாகச் சித்திரக் கல்லூரி பற்றியோ அதில் சேர்ந்து படிக்கலாம் என்பது பற்றியோ அவன் நினைத்துப் பார்க்கவும் இல்லை. ஏதோ படங்கள் வரைந்து பார்க்க வேண்டும் என்ற ஆசை பிறந்தது; வரையத் தொடங்கினான்; அந்த ஆசை வளர்ந்து கொண்டே வந்தது; அவனுக்கு அது ஒரு பழக்கமாகப் போய்விட்டது; அவ்வளவு தான்! ஆசை கொண்டவன் அதில் தனக்கு ஆற்றல் இருக்கக்கூடும் என்று எதிர்பார்க்கவில்லை. அதை வளர்த்துக் கொள்ள ஒரு வழி இருந்தும் அவனுக்குப் புலப்படவில்லை.

அன்றைக்கே, அப்போதே அடையாற்றுக்குப் புறப்பட நினைத்தவன், எடுத்துச் சென்று அவரிடம் காட்டுவதற்குப் படங்கள் இல்லாததால் தன் திட்டத்தை மாற்றிக் கொண்டான். நல்ல படங்களெல்லாம் குப்பைத் தொட்டிக்குப் போய்விட்டன. மறுநாள் புறப்படலாம் என்ற நினைவோடு புதிதாகச் சில படங்கள் வரைய முற்பட்டான்.

நோட்டும் பென்சிலுமாக அறைக்குள் உட்கார்ந்தவனுக்கு வெளி உலகம் முழுவதும் மறந்து போய்விட்டது. மீனாட்சியம்மாளின் வற்புறுத்தலுக்காக இரண்டு வாய் அள்ளிப் போட்டுக்கொண்டு வந்து, மீண்டும் அறைக்குள் புகுந்து கொண்டான். அவனுடைய கற்பனையில் மிதந்து கொண்டிருந்த சில காட்சிகள், தாமாகவே அவனுடைய பென்சிலின் வாயிலாக நோட்டில் பதிந்து வந்தன. மாலை

மயங்குவதற்குள் மூன்று படங்களை முடித்து, நாலாவது படத்தையும் தொடங்கி விட்டான்.

அந்தப் படங்களைக் கதிரேசன் மட்டிலுமா காணப்போகிறார்! அவருடைய மகள் ஆனந்தியின் விழிகளையும், அவற்றிலிருந்து பொங்கும் நிலவொளியையும் அவன் நினைத்துக் கொண்டான். ஆனந்தம் பொங்கிப் பொசிந்து அவனுடைய சித்திரங்களில் வழிந்தோடிக் கொண்டிருந்தது.

அறைக்குள் இருள் பரவியதால் எழுதுவதில் தாமதம் ஏற்பட்டது. நாற்காலியிலிருந்து அறை விளக்கைப் போடுவதற்காக எழுந்தவன், தனக்குப் பின்னால் மாணிக்கம் நின்று கொண்டிருப்பதைக் கவனித்தான். எவ்வளவு நேரமாக அவன் நின்று கொண்டிருந்தானோ தெரியாது.

விளக்கைப் போட்டுவிட்டு உற்சாகத்தோடு மாணிக் கத்தின் கரங்களைப் பற்றி, அருகிலிருந்த நாற்காலியில் உட்கார வைத்தான், அண்ணாமலை. வேலைக்கிடையில் அவனுக்கும் சிறிது ஓய்வு தேவைப்பட்டது. குதூகலத்துடன் தனக்கு அப்பா அனுமதி அளித்த செய்தியைக் கூறினான். வரைந்து கொண்டிருந்த படங்களை எடுத்து அவனிடம் நீட்டினான். வழக்கமாக வெட்கப்பட்டுக் கொண்டு அவன் தன் படங்களை யாரிடமும் காட்டுவதில்லை. அன்றைக்கு அவன் மனம் பரவசத்தில் ஆழ்ந்திருந்ததால் அதைத் தன் நண்பனோடு பகிர்ந்து கொள்ள விரும்பினான்.

அண்ணாமலையின் பேச்சைக் கேட்டோ, அவன் படங் களைப் பார்த்தோ மாணிக்கத்தின் முகத்தில் எவ்வித மலர்ச்சியும் காணப்படவில்லை. மாறாக, அவன் முகத்தில் வேதனை படர்ந்தது. நோட்டை அலட்சியமாக மேசையின் மேல் போட்டுவிட்டு, "நான் உன்னிடம் ஒரு விஷயம் பேசலாம் என்று வந்திருக்கிறேன்" என்றான்.

"என்ன?"

மாணிக்கம் கூறினான்: 'அவனுடைய இந்தச் சித்திரக்

கல்லூரிப் பயித்தியம் அண்ணாமலையின், அம்மா அப்பா இருவருக்குமே பிடிக்கவில்லையாம். அவனுடைய பிடிவாதமும் தொல்லையும் பொறுக்க முடியாமல்தான், அப்பா அரை மனத்தோடு விட்டுக் கொடுத்திருக்கிறாராம். அவனுடன் மேஸ்திரி பேசியதிலிருந்து அவர் மிகவும் வேதனைப்படுகிறார் என்று அவனுக்குத் தெரிந்ததாம்.

அண்ணாமலை இப்படியொரு குறுக்கீட்டைச் சிறிதும் எதிர்ப்பார்க்கவில்லை. உடன் பிறந்தவன் போல் வளர்ந்தவனா தலால் வயதில் மூத்தவனாகையால் மாணிக்கத்திடம் எதிர்த்துப் பேசாமல் அவன் மௌனம் சாதித்தான்.

"அண்ணாமலை, உன்னுடைய எதிர்காலத்தைப் பற்றிச் சொல்ல எனக்கு உரிமை இருக்கிறது. நீயும் நானும் சேர்ந்து ஒரே தொழில் செய்து முன்னேற வேண்டும் என்று நம் அப்பா ஆசைப்படுகிறார். அவருடைய ஆசையைக் கெடுத்துவிட்டு, என் ஆசையையும் குலைத்துவிட்டு, நீ என்னைவிட்டுப் பிரித்து போகப் பார்க்கிறாய். அப்பா உன்னை விட்டாலும் நான் விடப்போவதில்லை!" இப்படிச் சொல்லி விட்டு, நல்ல ஆசிரியராகப் பார்த்து அமர்த்தி, அவனை எப்படியும் அடுத்த ஆண்டில் பொறி இயல் கல்லூரியில் சேர்ப்பதாகக் கூறினான், மாணிக்கம்.

அண்ணாமலையிடம் ஒரு பலவீனம் உண்டு. மாணிக்கத்தின் ஆலோசனைகளை அவனால் ஒப்புக் கொள்ள முடியா விட்டாலும், அதற்கு எதிராகப் பேச அவனால் முடியாது. சுபாவத்தில் நேருக்கு மாறானவராக இருந்தாலும், மாணிக்கத்திடம் அவன் கொண்டிருந்த நட்பு அவனைச் சிறிது நேரம் தயங்க வைத்தது. சுவாமி வரம் கொடுத்த பிறகு பூசாரி அதைத் தட்டிப் பறிக்க முயல்வது போல் அவனுக்குத் தோன்றியது. என்றாலும் நெடுநாள் பழக்கத்தில் மாணிக்கம் அவனுடைய அன்புக்குரியவனாகி விட்டான்.

"மாணிக்கம்! இந்த ஒரு விஷயத்தில் மட்டும் என்னை

என் போக்கில் விட்டுவிடு. யாருக்குப் பிடிக்காவிட்டாலும் எனக்கு இது பிடித்திருக்கிறது. நீ வேறு என்ன சொன்னாலும் நான் கேட்கிறேன்."

"உனக்குப் பித்தம் தலைக்கேறி விட்டது; நீ மயங்கிப் போயிருக்கிறாய்; அதனால்தான் என் பேச்சு உனக்கு ஏறவில்லை!" என்று சொல்லிவிட்டுக் கோபத்தோடு வெளியே சென்றான், மாணிக்கம். எந்தப் பித்தம் அல்லது எந்த மயக்கம் தலைக்கேறி விட்டது என்பதை அவன் சொல்லவில்லை. மாணிக்கத்திற்காக உண்மையிலேயே அண்ணாமலை வருந்தினான். 'என்னுடைய நலனில் கொண்ட பற்றுதலினால் தானே இப்படிப் பேசுகிறான்' என்று எண்ணிக் கொண்டான்.

அதற்கு மேல் அவனால் தொடர்ந்து படங்கள் வரைய முடியவில்லை.

மறுநாள் காலையில் எழுந்து, பாதியில் விட்டிருந்த நான்காவது படத்தையும் முடித்துக் கொண்டு பலகாரம் சாப்பிட்டவுடன் அண்ணாமலை, வீட்டை விட்டுக் கிளம்பினான். பூக்கடைத்தெரு, கபாலீச்வரர் கோயில் கோபுரம், தெப்பக்குளம் இவையெல்லாம் அவனுடைய கண்களுக்கு அன்று புத்தழகோடு விளங்கின. திருப்தியுடன் அவற்றைப் பார்த்த களிப்பை நெஞ்சில் தேக்கிக் கொண்டே காரடிக்கு வந்து பஸ்ஸில் ஏறி அமர்ந்தான்.

அடையாறு நிறுத்தத்தில் இறங்கி நடந்தான்.

கதிரேசனின் வீட்டு இரும்புகேட் சாத்தப்பட்டிருந்தது. உட்புறம் தாழிடப்படவில்லை. மெல்லக் கதவுகளைத் திறந்து கொண்டு உள்ளே சென்றவுடன், வேறோர் உலகத்திற்கே வந்துவிட்டது போலிருந்தது அவனுக்கு. கதிரொளி தென்னையின் கூந்தல்களின் மீதும் இளநீர்க் குலைகளின் மீதும் மரக்கூட்டங்களின் இடுக்குகளின் வழியேயும் வழிந்தோடி அங்கங்கே கொட்டிக் கொண்டிருந்தது. முல்லையும் சம்பங்கியும் காற்றில் மிதந்துவர, பறவைகளும்

அணில்களும் அவனுக்கு நல்வரவு கூறி கீதமிசைத்தன. அவனுடைய தலைக்குச் சற்று உயரத்திலே, குறுக்கே ஜிவ்வென்று மலரம்பு போல் ஒரு பச்சைக்கிளி பறந்து சென்றது.

தயக்கத்தோடு நடைபாதையைக் கடந்து சென்றவன், வலப்புறம் ஒதுங்கியிருந்த வீட்டின் முகப்பைக் கவனித்தான். வாசற் கதவுகள் மூடப்பட்டிருந்தன, தட்டுவதற்கு அவனுக்குத் துணிவில்லை. மெல்லச் சென்று, கீழ்ப்புறம் திறந்திருந்த சன்னல்களின் வழியே நோக்கினான். அங்கு அவன் கண்ட காட்சி அவனை மெய்சிலிர்க்க வைத்தது. இமைப்பை மறந்தான்; சிலையானான்.

உள்ளே ஒரு பொற்சிலை, பீடத்தின் மீது அமர்ந் திருப்பது தெரிந்தது. அதன் கரங்களில் அழகியதோர் வீணை. வீணையை அதன் விரல்கள் மீட்டிக் கொண்டிருந்தனவா இல்லையா என்பது அவனுக்குப் புலப்படவில்லை. அதிலிருந்து நாதம் கசிந்து வந்ததா இல்லையா என்பதும் தெரியவில்லை. சலனமில்லாத விரல்களும் துடிப்பில்லாத தந்திகளும் சேர்ந்து எழுப்பிய ஒப்பில்லாத மோனகீதமொன்று அந்த அறைக்குள்ளிருந்து சுழல்வதுபோல் அவனுக்கு ஒரு பிரமை ஏற்பட்டது. அந்தச் சிலையின் விழிகள் பாதி திறந்தும் பாதி திறவாமலும் அந்த மோன கீதத்தில் லயித்திருப்பவை போல் தோன்றின.

பொன்னால் உருக்கி வார்க்கப் பெற்ற கடினமான பொற் சிலையல்ல அது. உருக்கி வார்க்கும் பொற்சிலையில் மென்மையையும் குழைவையும் கொண்டு வர முடியுமா என்ன? பொன்னைத் தூள் செய்து மண்ணாக்கி, அதை நெருப்பால் உருக்காமல், நீரால் குழைத்து, அதைக் கொண்டு ஒரு சிற்பம் அமைத்தால் எப்படியிருக்கும்? அந்த நிலையில் அங்கு காட்சியளித்தாள், ஆனந்தி.

அண்ணாமலைக்கு ஒன்றும் புரியவில்லை. இப்படிப் பட்ட தோற்றத்தில் அவன் அதற்கு முன்பு யாரையும் கண்டதில்லை.

எதற்காக இவள் இப்படி ஆடாமல், அசையாமல் திரும்பாமல் அமர்ந்திருக்கிறாள்? மெல்ல அவன் இடம் மாறி நின்று உட்புறம் கவனித்தான். அவனுக்கு எல்லாமே விளங்கி விட்டன.

கலைமகளின் சிலையொன்றைக் களிமண்ணால் உருவாக்கிக் கொண்டிருந்தார் கதிரேசன்.

குழைத்த மண்ணால் அவர் வடித்துக் கொண்டிருந்த சிற்பத்தையும், அதற்கு மாதிரியாக அவள் உட்கார்ந்திருந்த நிலையையும் கண்டவுடன், அவனுடைய நெஞ்சு வேகமாக அடித்துக் கொண்டது.

முதன் முதலாகக் கலைமகள் என்ற அற்புதக் கற்பனைக்கு உயிரும் வடிவமும் கொடுத்த ஆதிக் க்லைஞனும் இப்படித்தான் ஓர் ஆனந்தியின் முன்னிலையில் அதை வடித்திருப்பானோ!

உள்ளே இருந்த இரண்டு சிலைகளோடு அவன் வெளியே மூன்றாவது சிலையாக மாறி நின்றான்!

10. மலரும் மங்கையும்

அண்ணாமலை சன்னலுக்கு வெளியே நின்றதை அவர்களும் கவனிக்கவில்லை; அவனும் அவர்களுடைய வேலையில் குறுக்கிடத் துணியவில்லை. திரும்பிச் சென்று மீண்டும் மாலைப் பொழுதில் வரலாமா என்று நினைத்தான். அந்தத் தோட்டத்தின் நிழலும் காற்றின் குளுமையும் அவனை அங்கிருந்து விடுவதாக இல்லை.

உட்புறத்துச் சுற்று சுவருக்கு முன்னால் இருந்த நாகலிங்க மரமொன்று கிளைகளும் இலைகளும் மலர்களுமாக அவனுக்குக் குடை பிடிக்கக் காத்து நின்றது. பெரிய பெரிய இலைகள்; கிளையோரங்களிலிருந்து பச்சைப் பாம்புகளைப் போல் வளைந்து தொங்கிய காம்புகள், அவற்றில் கொத்துக் கொத்தாக மலர்கள். அடி மரத்தில் சாய்ந்து கொண்டு கால்களை நீட்டிக் கொண்டான், அண்ணாமலை. சுற்றிலும்

வளைந்திருந்த பூச்செடிகள் அவனை மறைத்திருந்ததால், ஒருவகைத் தனிமை உணர்ச்சி, இயற்கையின் மென்கரங்களில் அகப்பட்டுச் சிறைப்பட்ட இன்ப உணர்ச்சி அவனுக்கு ஏற்பட்டது.

அவனைச் சூழ்ந்திருந்த இயற்கையென்னும் சின்னஞ் சிறு துளிக்குள்ளே, அவனுக்குக் கடவுள் என்ற அந்த அற்புதக் கலைஞனின் உருவம் தோன்றுவது போலிருந்தது. எத்தனை எத்தனை வண்ணங்களில், எத்தனை எத்தனை வடிவுங்களில் எத்தனை எத்தனை கலை நுணுக்கங்களோடு அவன் ஒவ்வொன்றையும் படைத்திருக்கிறான்! காலையில் மலர்ந்து, பிற்பகலில் வாடி, மாலையில் உதிரும் ஒரு சின்னஞ்சிறு மலருக்குள்தான் எத்தனை எத்தனை வண்ணவிசித்திரம்! அதற்குத்தான் வடிவழகு! அப்புறம் அதன் நறுமணம்?

ஓவியக் கலையில் தேர்ந்து, அந்த ஒப்புயர்வற்ற வித்தகக் கலைஞனோடு போட்டி போட்டுப் பார்க்க வேண்டுமென்ற ஆசை அவனைப் பிடித்து உந்தியது. 'போட்டிபோடவா ஆசைப்படுகிறாய்? இந்தா! இப்போது உன் போட்டியைத் தொடங்குவதுதானே?' என்று கேட்பது போல், அங்கு வீசிய காற்று அவனுடைய மடியில் ஒரு நாகலிங்க மலரை மரக்கிளையிலிருந்து உதிர்த்து விட்டது. வியப்பும் திகைப்பும் அடைந்தவனாய் அந்த மலரை எடுத்து உற்றுப் பார்த்தான். உள்ளத்தில் நினைப்பதைத் தெரிந்து கொண்டு அந்த ஓவியன் அவனிடம் சவால் விடுவது போலிருந்தது, அந்த நிகழ்ச்சி. அண்ணாமலை குருட்டுத் துணிவோடு அதை ஏற்றுக் கொண்டான்.

ஆயிரம் தலை நாகமொன்று தன் படத்தை அழகாக விரித்து, மலரிதழ்களின் மையத்துப் பூந்தாது வட்டத்துக்குள் முளைத்தெழுந்த முகத்தைப் போன்ற லிங்கத்துக்குக் குடைபிடித்திருப்பது போலிருந்தது அந்தக் காட்சி. லிங்கத்தைச் சுற்றிலும் சந்திர கிரணங்களின் நிறத்தில் மிருதுவான பூந்தாதுகள் நூற்றுக்கணக்கில் சூழ்ந்திருந்தன. சிவப்பு, மஞ்சள், வெள்ளை இப்படிப் பல வர்ணங்களைக்

கூட்டியும் குறைத்தும் குழைத்தும் பூசிக்கொண்டிருந்தது அந்த மலர். விவரிக்க முடியாத ஒரு வகை மணம் அதிலிலிருந்து புறப்பட்டு அவனை மயக்கத் தொடங்கியது.

அவன் கரத்திலிருந்தது வெறும் கறுப்புக்கோடு கிழிக்கும் பென்சில்தான் என்றாலும் அவன் சோர்வு அடையவில்லை. நோட்டைத் தரையில் வைத்துக் கொண்டு குப்புறப்படுத்தான். பூ, தன் இதழ்களை விரித்துக் கொண்டு படமெடுத்த நாகமென எதிரில் கிடந்தது. பென்சிலைக் காகிதத்தில் வளைய விட்டுத் தன்னையே முற்றிலும் மறந்தான் அண்ணாமலை.

வீட்டின் அறைக்குள்ளே கதிரேசனுக்கு அன்றைய முற்பகல் வேலை முடிந்தவுடன், களைப்போடு அங்கிருந்த சாய்வு நாற்காலியில் விழுந்தார். உருவாகிக் கொண்டிருந்த கலைமகளின் சிலையைக் கண்டு அவருடைய சோர்வையும் களைப்பையும் விரட்டிக் கொண்டிருந்தார், கதிரேசன். காலஞ்சென்ற அவருடைய மனைவி சரஸ்வதியின் சாயல் எப்படியோ அந்தக் கலைமகளின் முகத்தில் பிரதிபலித்துக் கொண்டிருந்தது. ஆனந்தி ஓரளவு அவள் அப்பா அம்மா இருவரையுமே கொண்டிருந்தாள். என்றாலும் அவளிட மிருந்த அவள் தாயாரின் சாயலை எப்படியோ தனித்து அதற்குக் கொண்டு வந்திருந்தார், அவர்.

சமையற்கட்டுக்குச் சென்ற ஆனந்திக்கு அங்கே அவளுடைய தாயாரைப் பெற்ற பாட்டி சுறுசுறுப்போடு சமையலில் ஈடுபட்டிருப்பது தெரிந்தது. ஒரு தம்ளரில் எலுமிச்சம் பழத்தைக் கரைத்துச் சர்க்கரை போட்டு எடுத்துக் கொண்டு, தட்டில் நான்கைந்து வாழைப் பழங்களோடு அவள் அப்பாவிடம் வந்தாள். அவருக்கு அருகில் வைத்துச் சாப்பிடும்படி நினைவூட்டினாள்.

அப்பாவுக்குப் பணிவிடை செய்யும் இந்த வேலைக ளெல்லாம் ஆனந்தி, அவள் அம்மா சரசுவதியிடம் கற்றுக் கொண்ட பாடங்கள். "ஆனந்தி! இந்த வீட்டில் உன் அப்பாதான் எனக்கு முதற் குழந்தை; நீ இரண்டாவதுதான்!"

என்று கூறிச் சிரிப்பாள், சரஸ்வதி. அந்த முதற் குழந்தைக்கு ஈடு கொடுக்க முடியாமல் அவள் அம்மா தவித்த தவிப்புக்கள் ஆனந்திக்குத் தெரியும். தாயார் போன பிறகு அந்த முதற் குழந்தையைக் கவனிக்கும் பொறுப்பு இரண்டாவது குழந்தைக்கு வந்து விட்டது. ஆனால், கதிரேசனும் சரசுவதிக்குப் பிறகு மாறிவிட்டார். அது வரையிலும் செல்லப் பிள்ளையாகவே வளர்ந்து வந்தவர், பிறகு தாம் வயது வந்த ஒரு பெண்ணுக்குத் தந்தை என்பதையும், அவளுக்குத் திருமணம் செய்து வைக்க வேண்டியது தம் கடமை யென்பதையும் உணரத் தொடங்கிவிட்டார். ஆனாலும் அவருக்குப் பணிவிடை செய்வதிலே ஆனந்திக்கு ஓர் இன்பம் இருந்தது.

எதேச்சையாக வெளியே வந்த ஆனந்திக்கு மரத்தடியில் குப்புறப்படுத்துக் காலை மடக்கிக் கொண்டிருந்த அண்ணா மலையைக் கண்டவுடன் ஆச்சரியமாக இருந்தது. ‘இதுவும் அப்பாவைப் போல் ஒரு குழந்தை போலிருக்கிறது’ என்றெண்ணித் தனக்குள் சிரித்துக் கொண்டாள். அவள் அவனருகில் சென்றதை அவன் கவனிக்கவில்லை. அவன் வரைந்து கொண்டிருந்த நாகலிங்கப்பூ அந்த நோட்டிலிருந்து தனியே எட்டிப் பார்ப்பது போலிருந்தது. அதற்கருகே ஒரு வண்டைப் பறக்கவிட்டு மலருக்குள்ளிருந்து பொங்கிய மணத்தையும் மதுவையும் சுட்டிக் காட்டியிருந்தான் அண்ணாமலை. கற்பனையும் கைத்திறனும் உள்ளவன் அவன் என்பதை நொடிப் பொழுதில் ஊகித்துக் கொண்டாள், ஆனந்தி.

“எப்போது இங்கே வந்தீர்கள்?”

கனிவோடு மெல்லத்தான் அவள் கேட்டாளென்றாலும் அண்ணாமலைக்குத் தூக்கிவாரிப் போட்டது. வாரிச் சுருட்டிக் கொண்டு பயத்தோடு எழுந்தான். வந்த வேலையை அடியோடு மறந்துவிட்டு, தன் வீட்டுத் தோட்டம் போல் அங்கு கால் நீட்டிப் படுத்துக் கொண்டது அவனுக்கு என்னவோ போலிருந்தது. சட்டையிலிருந்த மண்ணைக்கூடத்

தட்டிவிட மறந்து, "மன்னித்துக் கொள்ளுங்கள்!" என்று எதையோ உளறி வைத்தான். 'எதற்காக இந்த மன்னிப்பு?' என்று அவனை விழிகளால் வினவிக் கொண்டே, "முன்பே வந்து விட்டீர்களா?" என்று கேட்டாள்.

"ஆமாம்; நீங்கள்... உங்களைப் பார்த்து...உங்கள் அப்பா சிலை வடித்துக் கொண்டிருந்தார்கள். அதனால்!" என்று தடுமாறிவிட்டு, தான் வந்த காரியத்தை ஒருவிதமாக அவளிடம் சொல்லி முடித்தான் அண்ணாமலை.

ஆனந்தியின் முகத்தில் இப்போது நாணம் படர்ந்தது. அப்பாவின் சிலைக்காக அவள் 'மாடல்'லாக அமர்ந்திருந்ததை அவன் பார்த்து விட்டான் என்பதால் ஏற்பட்ட நாணம் அது. வீடு உள்ளடங்கியிருந்ததால் அவர் வேலை செய்வதை யாரும் எளிதில் பார்த்துவிட முடியாது. அதனால்தான் சன்னலின் திரைகளைக் கூட இழுத்துவிட்டுக் கொள்ளாமல் அவர் கதிரொளியின் வெளிச்சத்தில் வேலை செய்தார். ஆனந்திக்கு அது வெட்கமாக இருந்தாலும், அதனூடே ஒரு வகை மகிழ்ச்சியும் இழையோடத்தான் செய்தது. கீழே அவனருகில் கிடந்த அந்த நாகலிங்கப் பூவைக் குனிந்து எடுத்துக் கொண்டு, "இதன் படத்தை இங்கு வந்த பிறகு வரைந்தீர்கள் போலிருக்கிறது!" என்றாள்.

ஆனந்தியின் விரல்களில் அந்த மலர் சுழல்வதைக் கண்டவுடன் அவனுக்கு நூர்ஜஹான், மும்தாஜ் போன்ற மொகலாயப் பேரழகிகளின் சித்திரங்கள் நினைவுக்கு வந்தன. இப்படித்தானே அவர்களும் தங்கள் செந்தளிர் விரல்களில் ரோஜா மலர்களோடு காட்சியளிக்கிறார்கள்!

நோட்டை அவனிடம் வாங்கிப் புரட்டிப் பார்த்த ஆனந்தி, "அன்றைக்கு உங்களுடைய படத்தைப் பார்த்தபோதே அப்பாவுக்குத் திருப்தி ஏற்பட்டுவிட்டது" என்றாள். "இந்தக் கலையில் இயற்கையாகவே உங்களுக்கு ஒரு பிடிப்பு இருப்பதாக நினைக்கிறார்கள்; வழக்கமாக யாரையும் அவர்கள் எடுத்த எடுப்பில் பாராட்டுவதில்லை."

அண்ணாமலையை அழைத்துக் கொண்டு ஆனந்தி முன்னால் நடந்தாள். அவளுடைய நடையழகையும் பின்னழகையும் அவனால் கவனிக்காமல் இருக்க முடியவில்லை. நாகரிகத்தின் அலங்கோலத்தை அறவே ஒதுக்கிவிட்டு, அதன் அலங்காரக் கலைகள் மட்டும் அவள் கற்றுக் கொண்டிருந்தாள் என்பது தெரிந்தது. அதில் எதுவுமே அவனுக்கு செயற்கையாகத் தோன்றவில்லை. அவளுடைய துரிதமான நடை, இயல்பான கைவீச்சு, கூந்தலில் குலுங்கிச்சிரித்த முல்லை யாவற்றிலுமே நளினம் வழிந்தோடியது. பிறவிக் கலைஞனாகிய பிரம்மன் ஓர் ஓவியரின் மகளைப் படைக்கப் போகிறோம் என்ற மனோநிலையில், தன்னை மறந்த லயந்தனில் இருந்தபோது இவளை இப்படிப் படைத்து விட்டான் போலும்!

வெளி அறையில் அவனை ஒரு நிமிடம் உட்கார்ந் திருக்கச் செய்து விட்டுக் கதிரேசனிடம் சென்றாள், ஆனந்தி. "இங்கேயே அழைத்து வந்து விடலாம்!" என்று கதிரேசன் கூறவே, "வாருங்கள்" என்று தன் அப்பாவிடம் அவனை அழைத்துச் சென்றாள்.

கதிரேசனின் அறைக்குள் நுழையப் போன அண்ணாமலை, அங்கே சுவரில் வரையப்பெற்றிருந்ததை நின்று நிதானமாகப் படித்தான்.

"அழகாக வாழக் கற்றுக்கொள்; முடிந்தால் வாழ்க்கையை அழகு படுத்து; முடியாவிட்டால் அதை அசிங்கப்படுத்தாமலாவது இரு."

அண்ணாமலை அவரை வணங்கி விட்டு அருகில் இருந்த பிரம்பு நாற்காலியில் உட்கார்ந்தான். அதுவரையில் அவன் கண்டிராத ஒரு புது உலகமே அந்தப் பெரிய அறைக்குள் இருந்தது. சென்னை நகரத்துக்குள் அவருடைய வீடே ஒரு தனி உலகமென்றால், அதற்குள்ளே மற்றொரு தனிஉலகம் போல் அந்த அறை விளங்கியது. அழகு அங்கே ஆட்சி செலுத்தியது.

11. ஓவிய மாணவன்

கதிரேசனிடம் அண்ணாமலை, தான் வரைந்து கொண்டு வந்திருந்த படங்களைக் கொடுத்துவிட்டு நாற்காலியில் அமர்ந்து, அதில் இருப்புக்கொள்ளாதவன் போல் தவித்துக் கொண்டிருந்தான். உடனே அந்த அறை முழுவதும் சுற்றிப் பார்த்து விடவேண்டும் என்ற ஆவல் ஏற்பட்டது அவனுக்கு. அதைப் புரிந்து கொண்டவர்போல், "போய்ப் பார்த்துவிட்டு வாருங்களேன்" என்று ஆனந்தியையும் அவனோடு அனுப்பி வைத்தார்.

அறைச் சுவர்களில் அங்கங்கே அவர் தீட்டிய வண்ண ஓவியங்கள் காட்சியளித்தன. மூலைக்கு மூலை சின்னஞ்சிறு வண்ணச் சிற்பங்கள் அழகு செய்து கொண்டிருந்தன. அறை நீண்டு விசாலமானதாக இருந்தாலும், இடையிடையே தட்டிகளும் திரைச்சீலைகளும் அதை வெவ்வேறு பகுதிகளாகப் பிரித்திருந்தன.

முதலில் கலைமகளின் சிற்பத்துக்கு அருகில் நின்று கவனித்த அண்ணாமலை, அவனையுமறியாமல் ஆனந்தியின் முகத்தை நோக்கினான். சட்டென்று ஆனந்தி தன் தலையைக் கவிழ்த்துக் கொண்டாள். இலேசாக அவளுடைய கன்னங்களில் நாணத்தின் சிவப்பு நிறம் படர்வது போல் அவனுக்குத் தோன்றியது.

"இதை முடித்துவிட்டுப் பிறகு இதற்கு வர்ணம் பூசுவீர்களா?" என்று கேட்டான் அண்ணாமலை. அவனுக்கு அப்போது கோவில் கோபுரங்களின் முன்பு சிற்பிகள் உருவாக்கிய மண் சிலையின் நினைவு வந்தது.

"உலோகங்களில் சிலை வார்த்தெடுப்பதற்காக முதலில் இப்படிக் களிமண்ணில் செய்து கொள்கிறார்கள். மண்ணில் அச்சுப் பிள்ளையார் செய்வதில்லையா, அப்படியே இதைக் கொண்டு 'மோல்ட்' செய்து, பிறகு உலோகத்தை உருக்கி வார்த்துச் சிலை செய்வார்கள்" என்றாள் ஆனந்தி.

உலோகங்களில் செதுக்காமல் புதுமுறைகளில் சிற்பங்கள் செய்யும் வழிமுறைகளை அவனுக்குப் புரியும்படி அவள் விளக்கினாள். பின்னர் அந்தச் சிலைக்கு முன்னால் திரைத் துணியை இழுத்து அதை மறைத்துவிட்டு அவனை வேறு புறம் அழைத்துக் கொண்டு சென்றாள். அடுத்தாற்போல் தடுப்புத் தட்டிக்கு அருகில் நின்ற ஒரு 'ஸ்டாண்'டில் துணியில் அரைகுறையாக ஓர் இயற்கைக் காட்சி வரையப் பெற்றிருந்தது. மற்றொரு புறம் மேசையில் காகிதப் படம் ஒன்று முழுமை பெற்று வண்ணங்களோடு காட்சியளித்தது.

"இந்தக் காகிதப் படங்களைத் தண்ணீரில் கரையும் வண்ணங்களால் வரைய வேண்டும். அந்த துணிப் படங்க்ளை எண்ணெயில் கரையும் வண்ணங்களைக் கொண்டு வரைய வேண்டும்" என்று அவற்றுக்கான தனித்தனி வண்ணங்கள், தூரிகைகள் முதலியவற்றை எடுத்துக் காண்பித்தாள்.

படங்களை உற்றுப் பார்த்து மகிழ்வதென்றால் அதற்கே, ஒருநாள் வேண்டும் போலிருந்தது அண்ணாமலைக்கு. அறையின் கோடியிலிருந்த கண்ணாடி அலமாரிகளுக்குள் பெரிய பெரிய புத்தகங்கள் நூற்றுக்கணக்கில் அடுக்கப்பட்டிருந்தன. பல நாடுகளின் பெயர்கள் அந்த அலமாரிகளில் ஒட்டப்பட்டிருந்ததால், அந்தந்த "நாடுகளைப் பற்றிய புத்தகங்களா?" என்று கேட்டான் அண்ணாமலை.

"ஆமாம். அந்தந்த நாடுகளின் ஓவியங்கள், சிற்பங்களைப் பற்றிய புத்தகங்கள்" என்று சொல்லிவிட்டு, ஒரே ஒரு பெரிய புத்தகத்தை மட்டும் எடுத்து அவனிடம் கொடுத்தாள் ஆனந்தி. இந்திய நாட்டுக் கலைகளைப் பற்றிய புத்தகம் அது.

சிந்துவெளி நாகரிக காலத்து மொஹஞ்சதாரோ சிற்பங்கள் முதல் சோழர் காலத்து ஓவியங்கள், சிற்பங்கள் வரையில் கண் கவரும் படங்களின் தொகுப்பாக இருந்தது அந்த நூல். நூற்றுக்கணக்கான வண்ணப்படங்கள் அதில்

அடங்கியிருந்தன. அந்த நூலும், கையுமாக அப்படியே அங்கு உட்கார்ந்துவிட வேண்டுமென்று தோன்றியது அண்ணா மலைக்கு. வந்த வேலை நினைவுக்கு வந்துவிட்டதால், நூலை ஆனந்தியிடம் கொடுத்துவிட்டு, வேகமாகக் கதிரேசனின் அருகில் வந்து உட்கார்ந்தான்.

"பார்த்து விட்டீர்களா?" என்று கேட்டுச் சிரித்தார் கதிரேசன். அவனுடைய முகத்திலிருந்தே அவனது மகிழ்ச்சிப் பெருக்கையும், வியப்பையும் அவர் கண்டு கொண்டார். அவன் பதிலளிக்கவும் இல்லை, அவனிடமிருந்து அவர் பதிலை எதிர்பார்க்கவும் இல்லை.

ஆனந்தி அவர்களைத் தனியே விட்டுவிட்டு வீட்டுக்குள் ஏதோ வேலையாகச் சென்றாள். மரியாதை கலந்த பணிவோடு அவரிடம் தன் விருப்பத்தை வெளியிட்டான் அண்ணாமலை. தந்தையின் அனுமதி கிடைத்த செய்தியையும் கூறினான்.

கேட்டுவிட்டுச் சிறிது நேரம் மௌனமாக இருந்த கதிரேசன், "உலகத்தில் எந்தக் கல்லூரியிலுமே ஓவியம் வரையவோ, காவியம் பாடவோ கற்றுக்கொள்ள முடியாது" என்று திடீரென்று ஆவேசம் வந்தவர் போல் கூறினார்.

அண்ணாமலைக்கு இதைக் கேட்டவுடனேயே தலைசுற்றத் தொடங்கியது. வழியில் பார்த்தவனை சித்திரக் கல்லூரியில் சேரும்படி தூண்டிவிட்டு, சேர்வதற்காக இவர் உதவியை நாடி வந்தால் இவர் இப்படிப் பேசுகிறாரே!

"சித்திரமும் கைப்பழக்கம் செந்தமிழும் நாப்பழக்கம் என்று சொல்கிறார்கள் அல்லவா? அது உண்மைதான், அதாவது அதில் சரிபாதி உண்மை!"

புரியாமல் அவரைப் பார்த்துப் பரிதாபமாக விழித்தான் அண்ணாமலை. அவரே தொடர்ந்து பேசினார்:

"கைப்பழக்கத்தை மட்டும் கொண்டு படம் எழுதினால் அங்கு பொம்மை இருக்கும்; அப்படியே செந்தமிழைமட்டும் கரைத்துக் குடித்துவிட்டு கவி எழுதினால் அங்கு சொற்கூட்டம் இருக்கும். ஆனால், கலை உணர்ச்சி, கற்பனை

வளம், உயிர்த்துடிப்பு இவையெல்லாம் உங்களுக்குள்ளே சொந்தமாக இருந்தால்தான் அவற்றைத் தூண்டிவிட முடியும். அந்த அளவுக்குத்தான் உங்களுக்கு ஓவியக் கல்லூரி பயன்படும்."

அவர் கூறிய தகுதிகளில் ஒன்றாவது தன்னிடம் இருக்கிறதா என்ற சந்தேகம் அவனுக்கு வந்துவிட்டது.

"என்னுடைய படங்களில்...?" என்று தடுமாறினான், அண்ணாமலை.

"உயிர் இருக்கிறது; அதை அன்றைக்கே நான் பார்த்து விட்டேன். ஆனால், அது இப்போதுதான் முளை விட்டிருக்கிறது. உழைப்பு, பயிற்சி, பழக்கம், இவைகளால் அதை வளர்த்துக்கொள்ள வேண்டும்."

அவன் வரைந்து கொண்டு வந்திருந்த படங்களுக்குள் அந்த நாகலிங்கப்பூ தம்மைக் கவர்ந்து விட்டதாகக் கூறினார் கதிரேசன். பேராசிரியராகவும் வயதில் முதிர்ந்தவராகவும் இருந்தும்கூட அவனிடம் அவர் சரளமாக நடந்து கொண்டது, அவனுக்குப் பிடித்துவிட்டது. அவனைத் தட்டிக் கொடுத்து அவனுக்கே உற்சாகமூட்டும் வகையில் அவர் பேசினார்.

"இந்தப் பூவை நான் இங்கே வந்த பிறகுதான், தோட்டத்தில் இருந்து கொண்டு வரைந்தேன்" என்றான் அண்ணாமலை.

"ஓ! அப்படியா? இந்தச் சூழ்நிலை உங்களுக்குப் பிடித் திருக்கிறது என்று சொல்லுங்கள்!"

சூழ்நிலை மட்டுமா அவனுக்குப் பிடித்திருந்தது? அந்தச் சூழ்நிலையை உருவாக்கிக்கொண்டு அதற்குள் வாழ்ந்து வந்த இருவரையுமே அவனுக்குப் பிடித்திருந்தது. வீணையும் கையுமாக ஆனந்தி எவ்வளவு அழகாக அங்கு கலைமகள் போல் காட்சியளித்துக் கொண்டிருந்தாள்!

"கல்லூரி திறக்கும் வரையில் நீங்கள் இங்கு வந்து

என்னிடம் கற்றுக் கொள்ளலாம். வாரத்தில் மூன்று நான்கு நாட்கள் மாலை வேளைகளில் வந்தால் போதும்."

அண்ணாமலைக்கு, எப்படி அவருக்கு நன்றி செலுத்துவ தென்றே தெரியவில்லை. அங்கு அடிக்கடி வரும் வாய்ப்பும் அவருடைய படங்களையும் புத்தகங்களையும் படிக்கும் வாய்ப்பும் பெரும் பேறுகளாக அவனுக்குத் தோன்றின. விடைபெற்றுக் கொண்டு புறப்படுவதற்காக மெல்ல எழுந்தான்.

"இருங்கள் போகலாம்" என்று சொல்லிவிட்டுத் தட்டிலிருந்த பழங்களை எடுத்து அவனைச் சாப்பிடும்படி கூறினார்; தாமும் சாப்பிட்டார்.

அவருடைய முகம் சிறிது சிறிதாக மாறியது; நெற்றி சுருங்கியது. அதுவரையில் கலைஞராகக் காட்சியளித்த கதிரேசன், திடீரென்று உலகாயதத்து மனிதராக மாறத் தொடங்கினார்.

சென்னையில் அவன் சந்தித்த மற்ற மனிதர்களைப் போலவே அவரும் அவனிடம் பல கேள்விகளைக் கேட்கலானார்.

அவனுடைய பூர்வீகம் சென்னைதானா? அல்லது அவர்கள் அங்கு வந்து குடியேறியவர்களா? அவர்கள் என்ன வகுப்பைச் சேர்ந்தவர்கள்? அப்பாவுக்கு என்ன தொழில்? சொந்த வீடு சொத்து ஏதாவது இருக்கிறதா? அவனோடு கூடப் பிறந்தவர்கள் எத்தனை பேர்? சொந்தக்காரர்கள் யாராவது சென்னையில் இருக்கிறார்களா? அவனுக்கு அவர்கள் எப்படிச் சொந்தம்?

வேறு யாராவது அவனிடம் அந்த விவரங்களைக் கேட்டிருந்தால் அண்ணாமலை பதிலளிக்கச் சங்கடப் பட்டிருப்பான். ஆனால் கதிரேசன் கேட்டது, அவனுக்கு மகிழ்ச்சியை இரு மடங்காகப் பெருக்கியது.

அவனிடம் பற்றுதல் ஏற்பட்டதால்தானே அவனைப் பற்றித் தெரிந்துகொள்ள விரும்புகிறார்? அவன் எல்லா

விவரங்களையும் வெளியிட்டான். அவனுடைய தண்டபாணி மாமா குறித்தும் அவர் குடும்பத்தைப் பற்றியும் கூடக் கூறினான்.

"ஆமாம், அன்றைக்கு உங்களைத் தேடிக்கொண்டு வந்தாரே ஒரு பிள்ளை, அவர்?"

"மாணிக்கத்தைச் சொல்கிறீர்களா?"

"ஆமாம்."

அவருடைய நினைவுச் சக்தியைக் கண்டவுடன் அளவற்ற உற்சாகம் ஏற்பட்டது அண்ணாமலைக்கு. மாணிக்கத்தின் தொழில் நுணுக்க அறிவு பற்றியும் அவன் திறமையைப் பற்றியும் தாராளமாகச் சொல்லி வைத்தான்.

தான் பொறி இயல் படிக்காமல் சித்திரக் கல்லூரியில் சேர்வது மாணிக்கத்துக்குப் பிடிக்கவில்லை என்பதையும் அவன் மறைக்கவில்லை.

"பிழைக்கத் தெரிந்த பிள்ளை!" என்று கூறித் தமக்குள் சிரித்துக் கொண்டார் கதிரேசன்.

அண்ணாமலை அங்கிருந்து கிளம்பினான். முன் பக்கத்து அறையில் அமர்ந்திருந்த ஆனந்தி அவனோடு வாசல் வரையிலும் வந்து அவனை வழி அனுப்பினாள். அவளோடு ஒன்றாக நடந்து வருவதே அவன் முற்பிறவியில் செய்த பாக்கியம் என்று அவனுக்குத் தோன்றியது.

12. பேசாப் பொற் சித்திரம்

இதயத்துக்குள்ளே ஆயிரமாயிரம் வண்ண மலர்கள் பூத்து எத்தனையோ வகை நறுமணங்களைக் கமழச் செய்வதுண்டா? பூங்குயில் ஒன்று இரவு பகல் என்று பாராமல் எந்த நேரத்திலும் இதயத் துடிப்போடு சேர்ந்து இன்பகீதம் இசைப்பதுண்டா? வண்ண மயில் இங்கே தன் மின்னும் கலாபம் விரித்து மெய் சிலிர்க்க நடனமாடு வதுண்டா? ஆம், ஆம், ஆம்!

கதிரேசனின் வீட்டுக்கு அண்ணாமலை சென்று வரத் தொடங்கியதிலிருந்து, அவனுடைய இதயம் இப்படித்தான் மயிலாடிக் குயில் கூவி மலர் சொரியும் சோலையாக மாறி விட்டது. வாரத்தில் மூன்று நான்கு தினங்கள் என்றிருப் பதற்குப் பதிலாக ஏன் அவர் தினந்தோறும் வரச் சொல்லியிருக்கக் கூடாது? கல்லூரி திறந்தாலும் கல்லூரிக்குப் போகாமல் கதிரேசனிடமே கற்றுக் கொண்டால் என்ன?

ஒரு மாதத்திற்கு மேலாகியது. அந்தக் காலத்தில் அண்ணாமலையிடம் ஏற்பட்டு வந்த மாறுதல்களை அவன் தாய் மீனாட்சியம்மாள் கவனிக்கத் தவறவில்லை. அவனுடைய முகத்தில் புது மலர்ச்சி, கண்களில் ஒளி வெள்ளம். நடையில் ஒரு துள்ளல், பேச்சில் குதூகலம் இவ்வளவும் சேர்ந்திருந்தன. கணவனோடு புதுக் குடித்தனம் செய்யப் புகும் மணப் பெண்ணிடம் தென்படும் மாறுதல்களை அவை ஒத்திருந்தன.

ஆண் பிள்ளைகள் தொழிலில் தாங்கள் அடைய விரும்பும் நிலையை எட்டிப் பிடித்துவிட்டால் அப்படித்தான் மாறுவார்கள் என்று தனக்குள் நினைத்துக் கொண்டாள், மீனாட்சியம்மாள். கொத்தனாராக இருந்த அவள் கணவன், மேஸ்திரியாக உயர்ந்து நாலு காசு சம்பாதிக்கத் தொடங்கிய காலத்தில் இப்படித்தான் திடீரென்று மாறினார். வறுமைகளிலும் போராட்டங் களிலும் அலைக்கழிந்து போன அவருடைய இளமை, அவருடைய நாற்பதாவது வயதில்தான் அவருக்குத் திரும்பியது. மீனாட்சியம்மாளோடு சிரித்துப் பேசவும், அவளைக் கோயில் குளங்களுக்கு அழைத்துச் செல்லவும், அவளோடு கடற்காற்று வாங்கவும் அப்போதுதான் அவரால் முடிந்தது. அந்தக் காலத்தில் அவரால் மறக்கவே முடியாத அந்தச் சிறு காலத்தில் - அவள் வயிற்றில் உதித்தவன்தான், அண்ணாமலை.

அண்ணாமலைக்கும் அது அவன் வாழ்க்கையில் மறக்க முடியாத ஒரு காலந்தான். பிற்பகலில் அங்கு புறப்பட வேண்டுமென்றாலும், காலையிலிருந்தே அதற்கான ஏற்பாடுகளைச் செய்து வைப்பான். போய் வந்த பிறகு அங்கு அவன் கண்டவற்றை நினைத்துப் பார்ப்பதே அவனுக்கு இனிமையான பொழுது போக்காகி விடும்.

ஆனந்தியோடு அவன் பேசுவதற்கும் பழகுவதற்கும் பல வாய்ப்புகள் அவனுக்கு ஏற்பட்டன. ஆனந்தி அளவுக்கு மீறிய கட்டுப் பெட்டியாகவும் நடந்து கொள்ளவில்லை. கட்டுப் பாடில்லாமலும் நடந்து கொள்ளவில்லை. சுதந்திரமான போக்குடையவளாக இருந்தாலும் அவள் தனக்குத் தானே சில எல்லைகள் வகுத்துக் கொண்டிருந்தாள் என்பது தெரிந்தது.

சில வேளைகளில் கதிரேசன் அவருடைய சித்திரங்களை வரைவதில் மெய்மறந்து உட்கார்ந்து விடுவார். அப்போ தெல்லாம் அவரைக் கவனிக்க வேண்டிய பொறுப்பு அவளுடையதாகிவிடும் வேலை நேரத்தில் கதிரேசன் எவ்விதக் குறுக்கீட்டையும் பொறுக்கமாட்டார். ஆகவே அண்ணாமலையை காத்திருக்கச் சொல்லி அவனிடம் ஏதாவது பேச்சுக் கொடுப்பாள். பேசுவது குறைவாகத் தானிருக்கும். ஆனால், அவளுக்கு அருகில் அமர்ந்திருப்பதே ஒரு வகை இனிய அனுபவமாகத் தோன்றும் அண்ணா மலைக்கு. பிறகு கதிரேசன் வந்தவுடன் அவர் குறிப்பிடும் வேலையில் உலகத்தையே மறந்து ஈடுபடுவான்.

ஒரு நாள் பிற்பகல் அவன் அங்கே சென்றபோது, கதிரேசன் வீட்டில் இல்லை, ஏதோ வெளிவேலையாக நகரத்துக்குச் சென்றிருந்தார் என்று ஆனந்தி கூறினாள். ஏமாற்றத்தோடு, 'அப்படியானால் நாளைக்கு வருகிறேன்' என்று சொல்லித் திரும்பினான்.

"இருங்கள், போகலாம்; அப்பா வந்து விடுவார்கள்" என்றாள் ஆனந்தி; "வருவதற்கு நேரமாகுமென்றால் என்னிடம் சொல்லியிருப்பார்கள்."

அவர் இல்லாத வேளைகளிலோ, அவர் வரைந்து கொண்டிருக்கும் நேரங்களிலோ அவன் ஸ்டூடியோ அறைக்குள் நுழைவதில்லை. ஆகவே வெளிப்புறத்து அறையிலிருந்த நாற்காலியில் உட்கார்ந்தான்.

ஆனந்தியிடம் அவனுக்கு ஏதாவது பேசவேண்டும் போலிருந்தது. ஆனால், எதைப் பேசுவதென்று தெரியவில்லை. அவளும் அவனுடன் பேசத் துடிக்கும் நிலையில் தானிருந்தாள். அறைக்குள்ளே தோட்டத்துக் காற்று சில்லென்று வீசி அவள் கூந்தலிலிருந்து முல்லையின் மணத்தை அவனிடம் கொண்டு வந்தது. நெஞ்சு கொண்ட மட்டும் அதை நுகர்ந்து நிரப்பிக் கொண்டான் அண்ணாமலை.

"சரஸ்வதியின் சிலை இருக்கிறதே இதைப் போல் இவ்வளவு அழகான சிலையை நான் வேறெங்கும் பார்த்ததில்லை!" என்று சொல்லிவிட்டு, "யாருக்காக இதைச் செய்கிறார்கள், உங்களுக்குத் தெரியுமா?" என்று கேட்டான்.

அந்தச் சிலையைப் பற்றி அவன் குறிப்பிட்டவுடன் ஏனோ அவள் கன்னங்களில் நாணத்தால் ரோஜா மலர்ந்தது. அவளைப்பற்றி அவன் பேசுவதாக நினைப்பவள் போல் ஒரு கணம் தலையைக் குனிந்து, குனிந்தபடியே அவள் பேசினாள்;

"வேறு யாருக்காவது அதைச் செய்து கொடுப்பதாக இருந்தால் என்னைப் பார்த்து அவர்கள் அதைச் செய்திருக்க மாட்டார்கள். மற்றவர்களுக்காக வரையும் படங்களுக்கோ செய்யும் சிற்பங்களுக்கோ என்னை அவர்கள் மாதிரியாக இருக்கச் சொல்வதில்லை."

"என்னை மன்னித்து விடுங்கள்" என்று தெரியாமல் கேட்டு விட்டவன் போல் அவன் உண்மையிலேயே வருத்தப்பட்டான். அதற்கு மேல் அவன் எங்கே பேசாமல் இருந்துவிடப் போகிறானோ என்று அஞ்சுபவள் போல்,

"நம்முடை வீட்டுத் தோட்டத்திலேயே, செடிகளுக்கு

மத்தியில் அதை ஒரு பீடத்தில் வைக்க வேண்டுமென்று அப்பா விரும்புகிறார்கள்" என்றாள்.

'நம்முடைய வீட்டுத் தோட்டம்' என்று இயல்பாக அவள் குறிப்பிட்டது அவனுக்கும் பிடித்திருந்தது. அவர்களுடைய குடும்பத்தில் ஒருவனாகவே அவனையும் மதிக்கத் தொடங்கி விட்டாளா?

ஆனந்தியே மேலும் பேசினாள்: "இது பழைய காலத்து வீடு; இனியும் இதைப் புதுப்பித்துக் கட்டாவிட்டால், எந்த நேரத்தில் இது தலையில் இடிந்து விழும் என்று சொல்ல முடியாது. இதைப் புதுப்பிக்கும்போது அந்தச் சிலையையும் முன்னால் வைக்கப் போகிறார்கள். அப்படி வைக்க அவர்கள் ஆசைப்படுவதற்கு ஒரு காரணம் இருக்கிறது."

"காரணமா?"

"ஆமாம்" என்று அவள் நீண்ட பெருமூச்சு விட்டபோது, அவளுடைய மார்பகம் இலேசாக விம்மி வடிந்தது. "என்னுடைய தாயாரின் பெயரும் சரசுவதிதான்; பெயரில் மட்டிலும் சரசுவதியல்ல; அப்பாவின் கலைத் தொழிலுக்கு அவர்களே உயிர் மூச்சாக விளங்கி வந்தார்கள், அவர்கள்...போன பிறகு தாயற்ற சிசுவைப்போல் அப்பா படும்பாடு."

அவள் அப்பா பட்டபாடு இருக்கட்டும். அதைச் சொல்லி முடிப்பதற்குள் அவள் பட்டபாடு அவனுடைய நெஞ்சை உருகி ஓடச் செய்தது. ஆனந்தியின் குரல் கம்மியது; விழிகளில் பனி படர்ந்தது; அவள் அழுது விடுவாள் போல் தோன்றியது. அவளுடைய தாயாரின் நினைவு அவளை எந்த அளவுக்கு பாதிக்கிறது என்பதை நேரில் கண்டவுடன், இனி மறந்தும்கூட அவளிடம் தாயாரின் பேச்சை எடுக்கக் கூடாதென்று நினைத்துக் கொண்டான். உள்ளும் புறமும் ஆனந்தம் பொங்கி வழிவதாக அவன் கற்பனை செய்து கொண்டிருந்த ஒரு வீட்டுக்குள், இப்படி ஒரு துன்பமா? எந்த வீட்டிலும் ஏற்படக் கூடிய ஒன்றாக அது இருந்தாலும், அது

சமீபத்தில் நடந்திருக்க வேண்டுமென்றும் அதைத் தாங்கிக்கொள்ள முடியாதவர்களாக அவர்கள் இருந்தார்களென்றும் அவனுக்குத் தோன்றியது.

"அம்மாவின் நினைவை மறப்பதற்காகத்தான் அப்பா எப்போதும் வரைந்து கொண்டிருக்கிறார்கள். இல்லா விட்டால் அவர்களும் படுக்கையில் விழுந்திருப்பார்கள்."

அவன் பேச்சை மாற்றி, அவளிடம் கேட்கத் துடித்துக் கொண்டிருந்த ஒரு கேள்வியைக் கேட்டான்.

"ஸ்டுடியோவில் உங்களுடைய படம் ஒன்று கூட இல்லையே! எப்போதாவது உங்களை அவர்கள் வரைந்திருக்கிறார்களா?" கேட்ட பிறகு அவனுக்கே அது துணிச்சல் மிக்க கேள்வியாகப்பட்டது.

சட்டென்று தன் விழிகள் இரண்டையும் அகலத் திறந்து, அவனை நேருக்கு நேர் பார்த்தாள் ஆனந்தி. புன்னகைக் கீற்று ஒன்று அவளுடைய இதழின் ஓரத்தில் எட்டிப் பார்த்தது.

"படம் உள்ளே இருக்கிறது; வாருங்கள், பார்க்கலாம்."

அவள் அவனை அழைத்துக் கொண்டு உட்பக்கத்துக் கூடத்துக்குச் சென்றாள். அங்கே சுவரில் கதிரேசன், அவர் மனைவி, ஆனந்தி ஆகிய மூவரின் படங்களுமே தனித்தனியே மாட்டப் பெற்றிருந்தன. விளக்குப் போட்டவுடன் அண்ணாமலைக்கு மெய் சிலிர்த்தது. மற்ற இருவரின் படங்களையும் அவன் அவ்வளவாகப் பார்க்கவில்லை. அவனால் பார்க்க முடியவில்லை.

ஆனந்தி படத்தில்தான் இருந்தாளென்றாலும் படத்தை விட்டு நேரே அவனை நோக்கி நடந்து வருவது போன்ற மயக்கம் ஏற்பட்டது அவனுக்கு. மாலை நேரத்துக் கடற்கரை மணற் பரப்பில் அவள் நடந்து வந்து கொண்டிருந்தாள். வானும் கடலும் சூழ்ந்த பின்னணியில் மாலைப் பொழுதின் கிறக்கம் தெரிந்தது. கதிரொளி அவள் முகத்திலும் மார்பகம் வரையிலுமே வீசிக்கொண்டிருந்தது. நெற்றியிலே காற்றில் தவழும் கேசம்; தென்றலில் நடுங்கும் ஆடை. அவள் உயிரும்

உடலும் உணர்வுமாக உண்மையில் அவனை நோக்கித்தான் உல்லாசமாக நடந்து வந்து கொண்டிருந்தாள்.

அவனையே ஊடுருவி நோக்கும் அவள் சித்திரத்து விழிகளை நோக்க அவனுக்கு வெட்கமாக இருந்தது. வேறு ஒரு மூலையில் நின்று பார்த்தான். அங்கும் அந்தச் சித்திரத்துப் பேரழகி தன் விழிகளைச் சுழற்றி நோக்கினாள். அவன் எங்கு சென்றாலும் அவள் விழிகளும் அவனோடு சென்றன.

உண்மைதானா? உண்மைதானா?

சித்திரத்தில் சித்தத்தைப் பறிகொடுத்து நின்றவன், சட்டென்று அங்கு நின்று கொண்டிருந்த ஆனந்தியைத் தேடினான். அவள் அங்கு இல்லை. சட்டென்று வெளி அறைக்கு ஓடி வந்தான். நாற்காலியில் விழுந்தான். அவனுக்கு இறுக்கமாக இருந்தது; வியர்த்துக் கொட்டியது; கண்களை சிறிது நேரம் மூடிக் கொண்டான்.

மீண்டும் அவள் கண்களைத் திறந்தபோது அவனுக்கு எதிரில் அவள் கனிவு ததும்பும் விழிகளோடு நின்று கொண்டிருந்தாள். அவனுக்கும் பேசத் தோன்றவில்லை; அவளுக்கும் பேசத் தோன்றவில்லை. மெள்ள அவளும் வேறொரு நாற்காலியில் சாய்ந்து கொண்டாள்.

"வெகு நேரமாக உங்களைக் காக்க வைத்துவிட்டேன் போலிருக்கிறது!" என்று சொல்லிக்கொண்டே வந்து சேர்ந்தார், கதிரேசன்.

13. நண்பன் கிழித்த படம்

நேரங் கழித்து வீட்டுக்குத் திரும்பிய கதிரேசன், தமக்காகக் காத்திருந்த அண்ணாமலையை அழைத்துக் கொண்டு ஸ்டுடியோவுக்குள் வந்தார். ஒரு மேசையின் மீது, அவன் பார்த்து வரைவதற்காகக் கடிகாரம், பூச்சாடி, புத்தகங்கள் முதலியவற்றை எடுத்து வைத்துவிட்டு, "இவற்றைப் பார்த்து வரைந்து கொண்டிருங்கள்; எனக்கும் இன்று ஒரு படத்தை முடிக்க வேண்டியிருக்கிறது. இதோ

நானும் வந்து விடுகிறேன்" என்று கூறிவிட்டு உள்ளே போனார்.

அண்ணாமலையின் மனம் அன்றைக்கு அவன் பார்த்து வரைவதற்காக வைக்கப்பட்டிருந்த உயிரற்ற பொருட்களின் மீது ஓடாமல் தத்தளித்தது. சற்று முன்பாக வீட்டுக் கூடத்தில் அவன் கண்ட ஆனந்தியின் உயிரோவியத்தை அவனால் மறக்கவே முடியவில்லை. அது கதிரேசனால் சமீபத்தில் எழுதப் பெற்ற படமாகத்தான் இருக்கவேண்டும். பல நாட்களாக நேரில் பழகியும் அண்ணாமலையின் விழிகளுக்குப் புலப்படாமலிருந்த ஆனந்தியின் எழில் ரகசியம் அந்தச் சித்திரத்தின் வாயிலாக அவனுக்குப் புலப்படுவது போலிருந்தது. மேலும், இயல்பாகவே அவனுக்குக் கூச்சம் நிறைந்த சுபாவம். அவ்வளவு அருகில் நின்று நேருக்கு நேர் அவளை அவன் கவனித்ததுமில்லை. படத்தில் அவன் கண்ட ஆனந்தி, அவனுடைய விழிகளுக்கு ஒரு புதிய ஒளி கொடுத்துவிட்டாள். ஒரு புதிய பார்வையை வழங்கி விட்டாள்.

அப்போது ஆனந்தி அவள் அப்பாவின் வேலைக்கான முன்னேற்பாடுகளைக் கவனிப்பதற்காக அங்கு வந்து அவருடைய மேசையருகில் சென்றாள். அவருக்கருகில் அவர் படம் வரையும் வேளைகளில் கூஜாவில் தண்ணீர் எப்போதும் இருக்கவேண்டும். அதைக் கொண்டுபோய் வைத்துவிட்டு பென்சிலைச் சீவிக் கூர் தீட்டி வைத்தாள்; ரப்பரில் ஒட்டியிருந்த கறுப்புக் கறையைத் தேய்த்து அதை வெண்மைப்படுத்தினாள். தூரிகைகளைச் சுத்தப்படுத்தி அழகாகக் கிண்ணத்தில் அடுக்கினாள்; மேசையிலிருந்த காகிதப் படத்தைப் பார்த்து, அதற்கேற்ற வண்ண வில்லைகளை நீரில் தேய்த்து வண்ணக் குழம்புகள் சேகரித்தாள். இவ்வளவையும் கண்ணிமைக்காமல் கவனித்து வந்த அண்ணாமலைக்குக் கதிரேசன் மிகப்பெரிய அதிர்ஷ்டசாலி என்று தோன்றியது. ஓவியருக்கு மகளாகப் பிறந்து அவருடைய கலைத் தொழிலுக்குக் கை

கொடுப்பதற்கென்றே வளர்க்கப் பெற்றவளா அவள்? மென்மையும் கவனமும் நிறைந்த அந்தச் சின்னஞ்சிறு உதவிகளை அவள் தன் தந்தைக்காகச் செய்தபோது, அவளுடைய கரங்களின் நளினத்தையும் விரல்களின் ஒயிலையும் அவனால் புறக்கணிக்க முடியவில்லை. அவள் அந்த வேலைகளை ஆர்வத்தோடும் உயிர்த் துடிப்போடும் ஆரவாரமில்லாத அமைதியோடும் செய்தது அவனுக்கு வியப்பைத் தந்தது.

அண்ணாமலை தொலைவிலிருந்ததால், தான் அவளைக் கவனிப்பது அவளுக்குத் தெரியாது என்று நினைத்துக் கொண்டிருந்தான். அவளும் அவனைத் திரும்பிப் பார்க்கவில்லை. ஆனால், அங்கே இருந்த முகம் பார்க்கும் கண்ணாடி ஒன்று அவனைக் காட்டிக் கொடுத்து விட்டது. சட்டென்று அதைப் பார்த்துவிட்ட ஆனந்தி, அண்ணாமலையின் கருவிழிகளில் ஒளி செய்த அவனுடைய உணர்ச்சிப் பிரதிபலிப்பைக் கண்டு கவனிக்கலானாள். அதில் அழகுணர்ச்சியும் கலையார்வமும் வியப்புமே மிகுந்திருந்தன. சில ஆண் பிள்ளைகள் பெண்களை விழித்து நோக்கும் வெறித் தன்மையின் வெம்மை அதில் சிறிதுகூட இல்லை. தனக்குள் அவள் புன்முறுவல் பூத்துக் கொண்டாள்.

அவள் திரும்பும்போது "என்ன, நீங்கள் இன்னும் வரையத் தொடங்கவே இல்லையா!" என்று கேட்டு விட்டுச் சிரித்தபோதுதான், அவனுக்கு அவனுடைய பயிற்சியின் நினைவு வந்தது. கேட்டவாறே அவள் போய் விட்டாள். அண்ணாமலை தன் வேலையில் ஈடுபட்டு ஒரு வழியாகக் கடிகாரம், புத்தகங்கள், பூச்சாடி முதலியவற்றை வரையலானான்.

கதிரேசன் வந்தவுடன் அவற்றைக் காண்பித்து விட்டு விரைவிலேயே அங்கிருந்து கிளம்பினான் அண்ணாமலை. பஸ்ஸில் ஏறி உட்கார்ந்தவன், தெப்பக் குளத்தருகே இறங்குவதற்குப் பதிலாக, அதற்கு இரண்டு நிறுத்தங்களுக்கு

முன்னதாக மந்தைவெளியிலே இறங்கிவிட்டான். அவ்வளவு அவசரம்! அவ்வளவு ஞாபக மறதி!

வீட்டுக்குப் போனவன் மீனாட்சியம்மாளின் பேச்சுக்குச் சரியாகச் செவி சாய்த்துப் பதிலளிக்கவில்லை. வழக்கம்போல் முகம் கை கால் கழுவிக் கொள்ளவில்லை. சட்டையைக் கழற்றி வீசி எறிந்து விட்டு, வெறும் இடுப்புத் துணியோடு நாற்காலியில் அமர்ந்தான். கலை நெஞ்சு எப்போதோ சூல் கொண்டுவிட்டது. பெண்களின் பிரசவ வேதனையை ஒத்த ஓர் இன்ப வேதனை அவனுக்குள் அலை மோதிக் கொண்டிருந்தது. அவனால் அதைத் தாங்கிக் கொள்ள முடிய வில்லை.

பென்சிலை எடுத்துக் காகிதத்தில் தன்னை மறந்து கோடுகள் வரையத் தொடங்கினான். நெளியான கோடுகள், வளைவுகளும் சுளிவுகளும் கொண்ட கோடுகள்; அழிப்பதற்கோ திருத்தி அமைப்பதற்கோ அவசியமே ஏற்படவில்லை. ஒரு சில நிமிடங்களில் ஆனந்தியின் முகத்தோற்றம் அப்படியே காகிதத்தில் பதிந்துவிட்டது. வண்ணச் சித்திரங்கள் வரைய இன்னும் அவன் கற்றுக் கொள்ளாததால், வெறும் பென்சிலைக் கொண்டே அவளுடைய உயிர்த்துடிப்பு மிக்க முகத்தை அவன் அந்த ஓவியத்தில் கொண்டு வந்திருந்தான். கண்களில் விழியருகே செல்லும்போது மட்டிலும் அவனுடைய விரல்கள் சற்றே நடுங்கின. நடுங்கியிருக்க வேண்டாம் என்பதை ஆனந்தி அவளுடைய விழிகளாலேயே அவனுக்குக் கூறிச் சிரித்தாள். சித்திரத்தை மேசையின்மீது வைத்துவிட்டு அதைப் பல கோணங்களிலிருந்து அவன் கவனித்தான். அவன் எங்கிருந்து நோக்கினாலும் அவனையே விழிகளைச் சுழற்றி நோக்கினாள் ஆனந்தி!

என்றாலும் அவனுக்கு அதில் முழுத் திருப்தி ஏற்படவில்லை. அவளுக்குள்ளேயிருந்து அருவிபோல் சலசலத்து விழிகளின் வாயிலாக வழிந்த நளினத்தையும் ஒயிலையும் கதிரேசன் வெளிப்படுத்தியிருந்ததில் நூற்றில் ஒரு

பகுதியைக்கூடத் தன்னால் கொண்டுவர முடியவில்லையே என்று ஏங்கினான். ஆனால் முகச்சாயல் அதன் மென்மையோடு உருவாகி விட்டதில் அவனுக்கொரு பூரிப்பு. அப்படியே அதை மேசைமீது வைத்துவிட்டு, துண்டை எடுத்துக் கொண்டு கிணற்றடிக்குக் கிளம்பினான். விளக்கு வைக்கும் நேரமாகிவிட்டது.

கிணற்றடியில் அவனுடைய தகப்பனார் வேலையிலிருந்து திரும்பி வந்து, கை கால் சுத்தம் செய்து கொண்டிருந்தார். நல்ல காற்று வீசியது.

“என்ன வாத்தியார் அக்கறையோட சொல்லிக் கொடுக்கிறாரா?” என்று கேட்டுவிட்டு, “அவருக்குச் சம்பளம் வேணும்னா கொடுத்திடலாம்! எவ்வளவுன்னு கேட்டுகிட்டு வா; சும்மாச் சொல்லிக் கொடுத்ததா இருக்க வேண்டாம்” என்றார் மேஸ்திரி.

எதையும் எல்லோரையும் பணத்தைக்கொண்டு அளக்கும் அவன் அப்பாவின் பேச்சைக் கேட்டதும் அவனுக்குச் சிரிப்பு வந்தது. சம்பளம் என்ற பேச்சை எடுத்தாலே கதிரேசன் மனம் வருந்துவார் என்பதும், அதன் பிறகு அவரோடு பழகுவது கடினம் என்பதும் அண்ணாமலைக்குத் தெரியும்.

"அவருக்குப் பணத் தேவை கிடையாது; கொடுத்தாலும் வாங்கிக்கொள்ள மாட்டார்” என்றான்.

“பணத் தேவை இல்லாதவங்களும் பட்டிணத்திலே இருக்காங்களா என்ன?” என்று கேட்டு, “ஒரு வீடு போதாது ஒன்பது வீடு வேணும்கிறான். ஒரு கார் போதாது ஒன்பது கார் வேணும்கிறான்" என்று தமக்குள் சொல்லிக்கொண்டார். பிறகு, “சரி சரி! நமக்குப் பணம் மிச்சம்; அதுக்காக நீ உன் படிப்புக்கு மிஷின் கிஷின் தேவையிருந்தால் சொல்லாமல் இருந்திடாதே! தொழிலுக்காகச் செலவழிக்கிற காசு நமக்குத் தான் திரும்பிவரும்” என்றார்.

ஓவியக்கலைக்கு மிஷினா! அண்ணாமலை விழித்தான்.

"எல்லாம் உன்னோட தண்டபாணி மாமாதான் சொன்னார். படம் பிடிக்கிற காமிரா, படத்தைப் பெரிதாக்கும் மிஷின். இன்னும் என்னென்னமோ உன் தொழிலுக்குத் தேவைப்படும்னு சொன்னார். ஆயிரக் கணக்கில் செலவாகும், எல்லாம் வெளிநாட்டுச் சரக்குன்னார்."

"இப்போதைக்கு வேண்டாம்; கல்லூரியிலே சேர்ந்த பிறகு தேவைப்பட்டால் கேட்கிறேன்" என்றான் அண்ணாமலை. கதிரேசனிடம் ஒரு புகைப்படக் கருவி இருந்தது அவனுக்குத் தெரியும். பல வகையான மின் விளக்குகள், திரைச்சீலையை வைத்துக்கொள்ளும் 'ஈசல்', வண்ணங்கள், தூரிகைகள் முதலியனவே அவரிடம் இருந்தன. அவன் அப்பா கூறியதைப் போன்ற மிஷின்களை அங்கு அவன் கண்டதில்லை.

பேசாமல் கைகால் கழுவிக் கொண்டு அவன் வீட்டுக்குள் திரும்பினான். திடீரென்று அவனுக்கு ஆனந்தியின் படம் நினைவுக்கு வந்து விட்டது. அதை அப்படியே மேசையின் மேல் போட்டு விட்டு வந்தது தவறென்று தோன்றியது. அவனுடைய தாயாரோ தகப்பனாரோ அதைப் பார்ப்பதை அவன் விரும்பவில்லை. வேறு யாருமே பார்க்காதபடி அதை எடுத்து உள்ளே வைக்க வேண்டுமென்று அவன் பரபரப்போடு வந்தான். அவனுக்காக மட்டில் வரைந்து கொண்ட சொந்தப் படமாக அது இருக்க வேண்டும்; யார் கண்ணிலும் அது பட வேண்டாம்.

அவனுடைய அறைக்குள் விளக்கெரிவதைக் கண்டவுடன் அவனுடைய நெஞ்சு 'படபட'த்தது. சமையல் அறையை எட்டிப் பார்த்தான். அங்கே மீனாட்சியம்மாள் இருந்ததால் அவள்தான் விளக்கைப் போட்டுவிட்டு வந்திருக்க வேண்டும் என்று நினைத்தான். படத்தை அந்த அம்மாள் பார்த்திருக்க முடியாது. நல்லவேளை...!

ஆனால், அது நல்ல வேளையாக இல்லை. பொல்லாத

வேளையாகப் போய் விட்டது. அறைக்குள் நுழையப்போன அண்ணாமலைக்கு, அங்கே நின்று கொண்டிருந்த மாணிக்கத்தின் முதுகுப்புறம் தெரிந்தது. மாணிக்கம் தன் இரண்டு கரங்களிலும் படத்தைப் பிரித்து வைத்துக் கொண்டு இரண்டு விழிகளாலும் அதை விழுங்கிக் கொண்டிருந்தான். அண்ணாமலை வந்ததைக் கூட அவன் கவனிக்கவில்லை.

தேள் கொட்டியது போலிருந்தது அண்ணாமலைக்கு. "யாரது மாணிக்கமா?" என்று குரல் நடுங்கக் கூப்பிட்டான்.

அதன் பிறகும் மாணிக்கம் அந்தப் படத்தைப் பார்ப்பதை நிறுத்தவில்லை. அதைக் கரத்தில் வைத்துக் கொண்டே அடுத்தாற் போலிருந்த நாற்காலியில் உட்காராமல், அண்ணாமலையின் நாற்காலியில் உட்கார்ந்தான். அதற்கு மேலும் அண்ணாமலையால் பொறுக்க முடியவில்லை. "அதைக் கொடு!" என்று சட்டென்று அவனிடமிருந்து பற்றி இழுத்தான். மாணிக்கம் இறுகப் பற்றினான். படம் கிழியும் சத்தம் கேட்டு அண்ணாமலையின் நெஞ்சு பதறியது. ஆனால், படம் ஓர் ஓரத்தில் மட்டுமே கிழிந்தது. ஆனந்தியின் முகம் அதனால் கெட்டுப் போய் விடவில்லை என்றாலும், ஏதோ ஊனமடைந்து விட்ட உணர்ச்சி ஏற்பட்டது அண்ணாமலைக்கு.

பத்திரமாக அதை மேஜையின் டிராயருக்குள் வைத்தான் அண்ணாமலை. மாணிக்கம் அங்கிருந்து போன பிறகு, அதை எடுத்து வேறு இடத்தில் வைத்துப் பூட்டி வைக்க வேண்டுமென்று அவனுக்குத் தோன்றியது. ஆனால், மாணிக்கம் அப்போதைக்கு அந்த இடத்தை விட்டு நகர்வதாக இல்லை.

14. உயிரையே கேட்டவன்!

திடீரென்று அண்ணாமலையின் கலைத் திறமையைப் புகழ்ந்து பேச ஆரம்பித்து விட்டான் மாணிக்கம். ஓவியக்

கலையைப் பற்றி ஒன்றுமே தெரியாத அவனைக் கூட அண்ணாமலை வரைந்த ஆனந்தியின் படம் கிறங்கச் செய்து விட்டதாம். முன்பு மாணிக்கம் எலியட்ஸ் கடற்கரையில் சந்தித்த அதே ஆனந்தி, அன்று அவனைப் பார்த்துச் சிரித்த நினைவு, இப்போது மாணிக்கத்துக்கு வந்து விட்டதாம்.

"அண்ணாமலை! நான் உன்னை உன் போக்கிலிருந்து தடுத்தது கூடத் தப்புத்தான். அபாரம்! அபாரம்! நீ அற்புதமாகப் படம் போடுகிறாய்!" என்று அவனைத் தட்டிக் கொடுத்தான் மாணிக்கம். அவனிடம் அண்ணாமலைக்கு ஏற்பட்டிருந்த கோபம் குறைந்து, உச்சி குளிரத் தொடங்கியது.

பிறகு மாணிக்கம் ஆர்வத்தோடு அண்ணாமலை கதிரேசனிடம் பெற்றுவந்த பயிற்சிகளைப் பற்றிக் கேட்டான். கதிரேசன் அவனிடம் அன்போடு நடந்து கொள்கிறாரா? ஆனந்தி பிரியமாக அவனிடம் பேசுவதுண்டா? அவள் என்ன படித்துக் கொண்டிருக்கிறாள்? அல்லது படிப்பை நிறுத்தி விட்டாளா? அவர்கள் என்ன சாதியைச் சேர்ந்தவர்கள்? வீட்டைத் தவிர வேறு ஏதும் சொத்து சுகம் உண்டா?

அண்ணாமலைக்கு மாணிக்கம் கேட்ட பல கேள்விகளுக்கு உண்மையிலேயே பதில் தெரியவில்லை. அந்த விஷயங்களையெல்லாம் தெரிந்து கொள்ள வேண்டுமென்ற ஆர்வமே அவனுக்கு ஏற்பட்டது இல்லை. தெரிந்தவரையில் கூறி விட்டுத் தெரியாத தகவல்களைத் தெரியாதென்று கூறினான்.

"நீ சுத்த மோசம்! ஒரு மாதம் ஒன்றரை மாதத்துக்கு மேலாகப் போகிறது, ஒன்றுமே தெரியாது என்கிறாயே?"

"நான் எதைத் தெரிந்து கொள்ளப் போகிறேனோ அதை மட்டும் தெரிந்து கொண்டு வருகிறேன்" என்றான் அண்ணாமலை.

"பொய்!" என்று கூறிவிட்டுச் சிரித்தான் மாணிக்கம். "நீ அதற்கு மேலும் தெரிந்து கொண்டிருக்கிறாய்; என்னிடம் சொல்வதற்கு உனக்கு மனமில்லை, மறைக்கிறாய்."

'சரி, அப்படியே வைத்துக்கொள்!" என்று சலித்துக் கொண்டான் அண்ணாமலை.

"கோபித்துக் கொள்ளாதே! எங்கே, நீ அங்கு வரைந்த படங்களைக் காட்டு" என்று அக்கறையோடு கேட்டான் மாணிக்கம்.

அண்ணாமலை எடுத்துப் போட்ட நோட்டில் பெரும்பாலும் உயிரற்ற ஜடப் பொருளே காட்சியளித்தன. வட்டம், அரைவட்டம், முக்கோணம், சதுரம், நீண்ட சதுரம் இப்படி 'ஜாமெட்ரி' நோட்டைப்போல் ஒன்று இருந்தது. மற்றொன்றில் பெட்டிகள், மேசை நாற்காலிகள், புத்தக அலமாரிகள் முதலியவற்றின் சித்திரங்கள் விரல்களுக்கு ஒழுங்கும் கட்டுப்பாடும் அளவும் நிதானமும் ஏற்படுவதற்கான அடிப்படைப் பயிற்சிகளே அந்த நோட்டுக்களில் தென்பட்டன.

"அப்படியானால் நீ எப்படி ஆனந்தியின் படத்தை வரைந்தாய்?"

அண்ணாமலைக்கே இந்தக் கேள்விக்குப் பதில் தெரியவில்லை. 'வரைய வேண்டுமென்று தோன்றியது; வரைந்தேன்' என்றுகூட அவனுக்குச் சொல்லத் தெரிய வில்லை. தனக்குத்தானே அந்தக் கேள்வியைக் கேட்டுக் கொண்டு அவன் குழம்பினான்.

"அந்தப் பெண்ணைப் பார்த்து அவர் வரையச் சொன்னாரா?"

அண்ணாமலைக்குக் கோபம் வந்துவிட்டது. "அப்படி யாரும் சொல்ல மாட்டார்கள். நீ அவர்களை இழிவு படுத்துகிறாய்" என்றான்.

"கோபித்துக் கொள்ளதே! உன்னுடைய கலையைப் பற்றித் தெரிந்துகொள்ள வேண்டுமென்று நான் ஆசைப்பட்டால், நீ இப்படி என்மீது எரிந்து விழலாமா? சத்தம் போடாமல் மெதுவாய்ப் பேசு; அம்மாவும் அப்பாவும் ஏதாவது நினைத்துக் கொள்ளப் போகிறார்கள்." மாணிக்கம்

ஆரம்பத்திலிருந்தே அந்த அறைக்கு வெளியில் கேட்க முடியாத குரலில்தான் பேசினான்.

அண்ணாமலையை அவன் விடுவதாக இல்லை! "சொல்! ஆனந்தியாக வந்து இதை உன்னிடம் எழுதித் தரும்படி கேட்டாளா? அவள் பக்கத்தில் இருந்து கொண்டு தானே தன்னைப் பார்த்து இதை எழுதச் சொன்னாள்?"

அண்ணாமலைக்கு மாணிக்கத்தின் அறியாமையைக் கண்டு அழுவதா சிரிப்பதா என்று தெரியவில்லை. செங்கல்லும் சிமெண்டும் காரையும் சேர்ந்த மூளையாக அவனுக்குக் கடவுள் படைத்திருப்பார் என்று சந்தேகம் வந்து விட்டது.

"மாணிக்கம்! இன்றைக்குச் சாயங்காலம்தான் இங்கே வந்த, பிறகு, அறைக் கதவை மூடிக்கொண்டு எழுதிய படம் இது. நேரில் பார்க்காமலே நினைவிலிருந்து நான் எழுதினேன். நீ இப்போது இங்கிருந்து போய் விடு. நீ எதிரில் இல்லாமலேயே உன் படம் ஒன்று வரைந்து தருகிறேன்!"

மாணிக்கம் அங்கிருந்து போகவில்லை. "நீ கெட்டிக் காரன்தான்!" என்று அவனைப் பாராட்டிவிட்டு, "என்னுடைய படம் போடுவது இருக்கட்டும்; நீ போட்டிருக்கும் அந்தப் படத்தை மட்டும் எனக்குக் கொடுத்துவிடு!" என்று கேட்டான்.

உயிரையே கேட்பது போலிருந்தது அண்ணாமலைக்கு. அந்த வேதனை தாங்காமல், "நீ எப்போதுமே இப்படித்தான்" என்று முணுமுணுத்தான்.

ஆம்; மாணிக்கத்தின் வழக்கமே அதுதான். அண்ணாமலை தனக்கென்று ஏதாவது விருப்பத்தோடு வாங்கிவருவதை உரிமையோடு எடுத்துக்கொண்டு போய்விடுவான். சட்டைத் துணியோ, வேஷ்டியோ, துண்டோ ஏதுவானாலும் சரி; பெயருக்கு அண்ணாமலையிடம் ஒரு வார்த்தை சொல்லிவிட்டுத் தன்னுடைய சொந்த உடையாக ஆக்கிக் கொள்வான் மாணிக்கம். மீனாட்சியம்மாளிடம்,

அண்ணாமலை தானே அவனுக்குக் கொடுத்ததாய்ச் சொல்லி விடுவான். சிதம்பர மேஸ்திரியும் பொருட்படுத்த மாட்டார். அவருடைய 'மூத்த மகன், அவன்; ஏழைப் பிள்ளை என்ற அநுதாபம் கொண்ட செல்லப்பிள்ளை!

அண்ணாமலையின் உடைமையல்ல அந்தப்படம்; அவனுடைய உயிர்.

"நீ தரமாட்டாயா?" என்று மீண்டும் கேட்டான் மாணிக்கம்.

"இதை மட்டும் கேட்காதே! இது வெறும் பென்சில் 'ஸ்கெட்ச்', முழுமை பெறாத படம்; அரைகுறைப் படத்தைக் கொடுக்கக் கூடாது!"

"உனக்கு இஷ்டமில்லையென்று ஒரே வார்த்தையில் சொல்லிவிட்டேன்" என்றான் ஆத்திரத்தோடு மாணிக்கம்.

"அப்படியே வைத்துக்கொள்!"

"கேவலம், ஒரு வெற்றுக் காகிதத்துண்டுக்காக நான், ஆசைப்பட்டேன் என்று நீ நினைக்கிறாயா? அதை வைத்துக் கொண்டு நான் என்ன செய்யப் போகிறேன் " மாணிக்கத்தின் விழிகளில் குபீரெனக் குரோத உணர்ச்சி திரண்டது. "இதோ பார்! நீ தொல்லையில் மாட்டிக் கொள்ளக் கூடாதே என்ற அக்கறை கிடந்து அடித்துக் கொண்டதால்தான் நான் இவ்வளவு பாடுபடுகிறேன்" என்று அண்ணாமலையின் காதுகளுக்கு மட்டும் கேட்கும்படி கூறினான் மாணிக்கம்.

"என்ன தொல்லை?"

"அதை நான் எதற்குச் சொல்ல வேண்டும்? வந்தால் நீ தானே அவதிப்படப் போகிறாய்? எனக்கென்ன?" என்று சொல்லிவிட்டுச் சரேலென்று அங்கிருந்து கிளம்பத் துடிப்பவன் போல் எழுந்தான்.

"மாணிக்கம்!"

"நான் போகிறேன்!" என்றவன், போகாமல் நின்று கொண்டிருந்தான்.

"சொல்லிவிட்டுப் போ!"

மாணிக்கம் சுற்றும் முற்றும் யாரும் வருகிறார்களா என்று பயப்படுபவன் போலப் பார்த்தான். பிறகு அண்ணாமலையின் காதுகளில் 'குசுகுசு'வென்று பேசினான்: "அப்பா அம்மா கண்ணில் அந்தப் படம் பட்டுவிட்டால் அவர்கள் உன்னைப் பற்றி என்ன நினைப்பார்கள்? தப்பாக நினைக்க மாட்டார்களா? விஷயம் அந்தப் பெண்ணின் அப்பா காதுக்கு எட்டினால் பிறகு அவர் உன்னைத் தம் வீட்டுக்குள் நுழைய விடுவாரா? வயது வந்த பிள்ளையாகியும் விளையாட்டுப் பையனைப் போல் நடந்து கொள்கிறாய்?"

'தவறாக நினைக்க இதில் என்ன இருக்கிறது?' கேட்கத் துடித்த அண்ணாமலைக்கு, அதுவரையில் அது தவறாகப் படவில்லை. ஆனால் அப்படி ஒரு சந்தேகத்தை மாணிக்கம் கிளறிவிட்ட பிறகு, "இது தவறுதான் போலிருக்கிறது!' என்று அவன் நினைத்தான். குழப்பம் அதிகமாகியது அவனுக்கு.

"என்ன விழிக்கிறாய்? நீ அந்தப் பெண்ணைக் காதலிப்பதாக அவர்கள் நினைத்துக் கொள்ளமாட்டார் களா?"

"ஓஹோ?" என்றான் அண்ணாமலை, வேதனையோடு - காதலா! -

காதலா!

அந்த சொல்லைப் பற்றி அண்ணாமலைக்கு ஏதோ புரிந்தது போலவும் இருந்தது; புரியாதது போலவும் இருந்தது. கல்லூரியில் மாணவர்கள் சிலர் தங்களுக்குள் இது பற்றி உயர்வாகவும் தாழ்வாகவும் ரகசியமாகவும் பேசிக் கொள்வதை அவன் கேட்டிருக்கிறான். கதைகள், கவிதைகள் பழைய இலக்கியங்களில் படித்திருக்கிறான். அவனுக்கு முடித்து வைக்கலாம் என்று அவனுடைய பெற்றோர் பேசிக் கொண்டிருந்த சுந்தரியைக் காணும்போது ஒரு வகைக் கவர்ச்சி அவனுக்கு ஏற்பட்டிருக்கிறது. திரைப்படங்கள் சிலவற்றில் இந்தப் பெயரில் அவன் வாழ்க்கையில் எங்குமே கண்டிராத

பயங்கரக் காட்சிகள் வந்திருக்கின்றன. தோப்புத் துரவுகள், புல்வெளி, கடற்கரை இங்கெல்லாம் ஆணும் பெண்ணும் கட்டுப்பாடில்லாமல் கட்டிப் புரண்டு கூத்தடிப்பதை அவன் திரைகளில் கண்டு அருவருப்படைந்திருக்கிறான். இவற்றில் எது காதல் என்றே அவன் இதுவரை நினைத்துப் பார்த்ததில்லை.

"நீ தான் அப்படி நினைக்கிறாய் போலிருக்கிறது!" என்றான் அண்ணாமலை.

"நீ?"

"நான் நினைக்கவில்லை."

"ரொம்ப சந்தோஷம்! ஆனால், மற்றவர்கள் அப்படித்தான் நினைப்பார்கள். அதைத்தான் நான் சொல்கிறேன்."

"அதற்கு நான் என்ன செய்ய முடியும்?"

"நீ அந்தப் படத்தை எனக்குக் கொடுக்க வேண்டாம். பேசாமல் கிழித்தெறிந்துவிடு. இல்லாவிட்டால் வீண் வம்பில் அகப்பட்டுக் கொள்வாய்."

"சரி" என்று அரை மனத்தோடு கூறினான் அண்ணாமலை. மாணிக்கமும் அரைகுறைத் திருப்தியோடு அங்கிருந்து எழுந்து சென்றான். அதற்கு மேல் அங்கிருக்க அவனுக்குத் துணியவில்லை.

மாணிக்கம் கிளம்பிய பிறகு உடனே அந்தப் படத்தை எடுத்துக் கிழித்தெறிய வேண்டுமென்ற ஆத்திரம் ஏற்பட்டது, அண்ணாமலைக்கு. படத்தைக் கையிலெடுத்துப் பார்த்தான். கரம் நடுங்கியது. படம் நடுங்கியது ஆ! ஆனந்தியின் அந்தக் கனவு ததும்பிய விழிகள்! அண்ணாமலையின் கண்கள் அவனையறியாது கலங்கின.

15. சுந்தரியின் பதில்

ஆனந்தியின் படத்தைக் கிழித்தெறிய நினைத்த

அண்ணாமலை, கண்களை மூடிக்கொண்டு அதைச் செய்திருக்க வேண்டும். அல்லது அவனுடைய ஆத்திரமாவது கண்களை மறைக்கும் அளவுக்குப் பொங்கியிருக்கவேண்டும். இரண்டுமில்லை. மாணிக்கத்தால் தூண்டிவிடப்பட்ட ஆத்திரம் அது. அந்த ஆத்திரம் படத்திலிருந்த ஆனந்தியின் கண்களைக் கண்டவுடன் பஞ்சாய்ப் பறந்துவிட்டது.

'என்மீது என்ன கோபம் உங்களுக்கு? நான் உங்களுக்கு என்ன தீமை செய்தேன்? எதற்காக என் படத்தை என்னிடம் கேட்காமலே எழுத வேண்டும்?' என்று படத்திலிருந்து கொண்டு தன் விழிகளாலேயே கேள்விகளை அடுக்கினாள் ஆனந்தி.

என்ன பதில் சொல்வதென்றே அண்ணாமலைக்குத் தோன்றவில்லை; கிழிப்பதற்காக அதை எடுத்தவன், ஏற்கெனவே அதில் கிழிந்திருந்த பகுதியையும் கவனமாக ஒட்டினான். பிறகு அது கசங்கிவிடாமல் இருப்பதற்காக மேலும் கீழும் இரு அட்டைகளை எடுத்து வைத்தான். தன்னுடைய பெட்டியைத் திறந்து பத்திரமாக அதற்குள் வைத்துப் பூட்டினான். மாணிக்கத்தின் மீது அவனுக்குக் கோபம் கோபமாக வந்தது. 'காதல், கத்திரிக்காய்' என்றெல்லாம் இல்லாததும் பொல்லாததும் சொல்லிப் பயமுறுத்தி விட்டானே!

ஆனால் உண்மையில் அவன் பயப்படும்படியான நிகழ்ச்சியொன்று மறுநாள் பிற்பகல் நடந்தது.

அடையாற்றுக்குப் போவதற்காக வீட்டிலிருந்து புறப்பட்ட அண்ணாமலை, குளத்தங்கரையை நோக்கி வந்து கொண்டிருந்தான். நடந்து செல்வோரும் வாகனங்களில் விரைந்து போவோருமாகத் தெரு சுறுசுறுப்பாக இருந்தது. தெருவின் மத்தியில் வேகமாக வந்து கொண்டிருந்த டாக்ஸி ஒன்று திடீரென்று பயங்கரமான சத்தத்துடன் நின்றது. டயர்கள் தரையில் பதிந்ததால் தெருவில் புழுதி பறந்தது.

திடுக்கிட்டுத் திரும்பிப் பார்த்தான் அண்ணாமலை.

அங்கே அவன் கண்ட காட்சி அவனுடைய நெஞ்சைப் பதறச் செய்தது. விபத்திலிருந்து மயிரிழையில் தப்பியவள் போல், நேரே தெருவுக்குக் குறுக்கே அண்ணாமலையை நோக்கிச் சைக்கிளில் வந்து கொண்டிருந்தாள் சுந்தரி. கவனம் அவன் மீதிருந்ததால் அவள் வேறு எதையுமே பொருட் படுத்தியதாகத் தெரியவில்லை.

டிரைவர் ஏதோ அவளைப் பார்த்துத் திட்டினான்; அவள் ஏதோ பதிலுக்குத் திட்டிவிட்டு, அண்ணாமலையின் முன்னால் வந்து சைக்கிளிலிருந்து குதித்தாள். அவள் முகத்தில் சிரிப்பைக் கண்டவுடன் அண்ணாமலையின் பயம் இன்னும் அதிகமாகியது. காரில் அடிபட்டு அவளுக்குக் காலோ கையோ ஒடிந்திருந்தால்? இரத்த வெள்ளத்தில் துடிதுடித்து அவள் செத்துப் போயிருந்தால்?

"டிரைவருக்கு எவ்வளவு திமிர் பார்த்தீர்களா! கண் மண் தெரியாத வேகத்தில் காரோட்டுவதுமல்லாமல் என்னையே திட்டுவதைப் பார்த்தீர்களா?" என்று சிரித்துக் கொண்டே கூறினாள் சுந்தரி. திமிர் யாருக்கு என்பது அண்ணாமலைக்கு விளங்கவில்லை. சிறிதுகூட அவள் பயப்பட்டதாகவோ கவலைப்பட்டதாகவோ தெரியவில்லை.

"எப்போது நீ சைக்கிள் விடக் கற்றுக்கொண்டாய்?"

"ஏன், மாமா உங்களிடம் சொல்லவில்லையா?" என்று கேட்டுவிட்டு, "நீங்கள் என்னைச் சைக்கிளில் கண்டவுடன் திகைத்து விட்டீர்கள் போலிருக்கிறது!" என்றாள்.

நடுத்தெருவில் நின்று அந்தச் சூழ்நிலையில் அவளோடு பேசுவதற்குத் தயக்கமாக இருந்தது அண்ணாமலைக்கு. "வீட்டிற்கு வந்திருப்பாய் என்று நினைக்கிறேன்; அம்மா வீட்டில்தான் இருக்கிறார்கள்" என்றான்.

"உங்களிடம் எனக்கொரு வேலையிருக்கிறது. உங்களையும்தான் பார்க்க வந்தேன்" என்று அவனைப் பார்த்துக் கொண்டே கூறினாள் சுந்தரி.

அவனைக் கண்டுவிட்டால் எப்போதுமே அவளுக்கு கண் இமைக்கும் வழக்கமில்லை. 'கண் இமைத்துக் காண்பார் தம் கண் என்ன கண்ணே' என்பது போல், வியப்போடு மலர மலர விழித்து நோக்குவாள். அண்ணாமலைக்கும் அவளை அப்படி வேடிக்கை பார்ப்பதில் ஓர் ஆனந்தம்.

குழந்தைத்தனமும் குறுகுறுப்பும் கொண்ட சுந்தரியின் விழிகளோடு இப்போது ஆனந்தியின் விழிகளை ஒப்பிட்டு நோக்கினான் அண்ணாமலை. ஆனந்திக்குச் சற்று நீண்ட விழிகள். சுந்தரிக்கோ வட்டக் கருவிழிகள். ஆனந்தியின் விழிகளில் ஒருவகைக் கனவு மிதப்பது போல் தோன்றும்; சமயங்களில் அவற்றுக்குள்ளேயிருந்து குளுமையான ஒளி ஊற்றெடுக்கும். சுந்தரியின் விழிகளிலோ கவர்ச்சி துள்ளியது. வயதில் சுந்தரி சிறியவளாக இருந்தாலும், அவளுடைய விழிகளில் காந்தசக்தி கலந்திருந்தது.

"என்ன, அப்படிப் பார்க்கிறீர்கள்?" என்று சுந்தரி கேட்டவுடன், சுயநினைவு பெற்று வெட்கித் தலை குனிந்தான் அண்ணாமலை. வீட்டுக்குத் திரும்பிப் போகலாம் என்று அவளை அழைத்தான்.

"எங்கோ வெளியில் புறப்படுகிறீர்கள் போலிருக்கிறதே?"

"அடையாற்றுக்கு..." என்று காரணத்தைக் கூறினான்.

அவனோடு அவன் வீட்டுக்குச் சென்றால், அவனோடு பேசவிடாமல் மீனாட்சியம்மாள் தன்னைப் பிடித்துக் கொள்வாள் என்று நினைத்தாள் சுந்தரி. ஆகவே, அவனைப் பஸ் ஏற்றி அனுப்பி விட்டு, பிறகு அவனுடைய வீட்டுக்குச் செல்வதாகக் கூறினாள். இருவரும் ஒன்றாகக் குளத்தங்கரையை நோக்கி நடந்தார்கள்.

சுந்தரி அதற்கு முன்பாக அவனோடு பழகியிருந்தா ளென்றாலும் சற்று விலகியிருந்தே பழகினாள். அவனுடைய வீட்டுக்கு வெளியில் அவனோடு பழகியதில்லை. அன்றைக்கு ஏனோ அவளுக்கு அளவற்ற பூரிப்பு ஏற்பட்டிருந்தது. புதிதாகச் சைக்கிள்விடக் கற்றுக் கொண்டதால், அதைக்

காட்டுவதற்காக அவனுடைய வீட்டை நோக்கிப் புறப்பட்டாள். வழியில் அவன் எதிர்ப்பட்டு விட்டதால் அவளுடைய ஆனந்தம் இரு மடங்காயிற்று.

சைக்கிளைத் தள்ளிக்கொண்டு நடந்தபடியே அவனிடம் கேட்டாள்: "அப்பாவும் நானுந்தான் உங்களுக்காக வாதாடினோம் என்பது தெரியுமா உங்களுக்கு? நீங்கள் பெரிய 'ஆர்ட்டிஸ்ட்' ஆகப் போகிறீர்கள் என்று நான்தான் சொன்னேன்!"

"அப்படியா! அதனால்தான் அப்பா எனக்கு விட்டுக் கொடுத்திருக்கிறார்கள் போலிருக்கிறது. அவர்களுடைய மனமாற்றத்தை என்னால் நம்பவே முடியவில்லை."

மரத்தடி நிழலுக்கு அவர்கள் வந்தபோது அடையாறு பஸ் புறப்படுவதற்குத் தயாராகக் காத்து நின்றது. "மெதுவாக அடுத்த பஸ்ஸில் போய்க் கொள்ளலாம்" என்று அவனைத் தடுத்து நிறுத்தினாள் சுந்தரி. பிறகு அங்கு இளநீர் விற்கிறவனைக் கண்டவுடன் ஆளுக்கொன்றாக சீவித் தரும்படிக் கேட்டாள். அண்ணாமலை சில்லறை கொடுக்கப் போனதைத் தடுத்து அவளே கொடுத்தாள்.

"என்னிடம் ஏதோ வேலையிருப்பதாகச் சொன்னாயே?" என்று நினைவுபடுத்தினான் அண்ணாமலை.

அப்படி ஒன்றும் அவளுக்கு முக்கியமான வேலை இருந்ததாகத் தெரியவில்லை. புதிய சைக்கிளில் அவளுடைய தோழிகளின் வீட்டுக்கெல்லாம் ஒருமுறை போய் வந்து விட்டாள். மீனாட்சியம்மாளும் அவனும் அவள் சைக்கிள் விடுவதைத் தெரிந்துகொள்ள வேண்டுமென்பதுதான் அவளுடைய ஆவல். அதற்காக அவள் யோசனை செய்து ஒரு காரணத்தைக் கற்பனை செய்து கொண்டு வந்திருந்தாள். அதையே அவனிடம் கூறினாள்.

"நீங்கள் எனக்கு ஒரு உதவி செய்யவேண்டும்."

"என்ன உதவி?"

“பள்ளி திறந்துவிட்டால் இனிமேல் பாடங்களுக்குப் படம் போட்டுக் கொண்டு வரச்சொல்லுவார்கள். எனக்கு அது மட்டும் வரவே வராது. சிநேகிதிகளைக் கேட்டால் ஒன்று. கோணல் மாணலாகக் கிறுக்கித் தருவார்கள். இல்லாவிட்டால் உச்சாணிக் கிளைக்கு ஏறிக் கொள்ளுவார்கள். இனிமேல் நீங்கள்தான் எனக்குப் படம் வரைந்து தரவேண்டும்.”

“இவ்வளவுதானே?”

“ஆமாம், நீங்கள் எனக்குப் போட்டுக் கொடுக்கும் படங்களைப் பார்த்து இனி என் சிநேகிதிகள் ஏங்க வேண்டும்” என்றாள் சுந்தரி.

அவளுக்குப் படம் வேண்டுமென்பதை விட, அவளுடைய சிநேகிகளை ஏங்கச் செய்யவே அவனிடம் அவள் உதவி கேட்டாள் என்று தோன்றியது அண்ணாமலைக்கு. மற்றொரு சந்தேகமும் அவனுக்கு வந்தது.

"உனக்காக நான் போட்டுத் தருவது தவறில்லையா?"

“எல்லோரும் யாரிடமாவதுதான் போட்டுக் கொண்டு வருகிறார்கள். அதில் ஒன்றும் தப்பில்லை.”

“அப்படியானால் உனக்காக நான் பரீட்ச்சை எழுதலாமா?” என்று கேலியாகக் கேட்டான்.

“பரீட்சையா! இரண்டு முறை கோட்டை விட்ட நீங்கள் எனக்காக எழுதினால் நான் என்ன ஆவது?”

விளையாட்டாகச் சுந்தரி கூறியதால் அவனும் அவளோடு சேர்ந்து சிரித்தான். அதற்குள் அடுத்த பஸ் வந்து சேர்ந்தது. சுந்தரிக்கு அவனை அதில் அனுப்பி வைக்கவே மனமில்லை. என்றாலும் பயிற்சிக்கு நேரமாகி விட்டதென்று கூறியதால் அவனை அவள் தடுக்கவில்லை..

சுந்தரிக்கு நேரவிருந்த விபத்தை நினைத்துக் கொண்டு அவன், “தெருவில் கவனமாகப் பார்த்துப் போ! டாக்ஸி மேல் மோதிக் கொண்டு விடாதே!” என்றான்.

"விபத்துக்குக் காரணம் டாக்ஸியில்லை; நீங்கள்!" என்று குறும்புத்தனமாகப் பதிலளித்தாள் சுந்தரி. "நீங்கள் எதிரில் வராமலிருந்தால் நான் கவனமாகப் போயிருப்பேன்!"

அவளுடைய பதிலைக் கேட்ட அண்ணாமலைக்குத் தூக்கி வாரிப் போட்டது. அவள் வயதுக்கு மீறிய வளர்ச்சியும், அழகும் பெற்றிருந்தாள் என்பது உண்மைதான். ஆனால் அந்த வளர்ச்சி வெறும் உடல் வளர்ச்சியாக மட்டிலும் அவனுக்குத் தோன்றவில்லை. அவளுடைய அந்தப் பேச்சுக்குப் பொருளென்ன?

பஸ் புறப்பட்டது; சைக்கிளும் பறந்தது வெவ்வேறு திசைகளில்.

16. மோனக் குரல்

கல்லூரி திறக்கும் நாள் நெருங்கியது; கதிரேசனிடம் அண்ணாமலை பெற்று வந்த பயிற்சியும் முடிந்துவிடும் போல் தோன்றியது.

சித்திரக் கல்லூரியில் சேரத் துடித்துக் கொண்டிருந்த அண்ணாமலைக்கு, ஏனோ அந்த நாள் நெருங்க நெருங்க மற்றொரு துடிப்பும் மிகுந்துகொண்டே வந்தது. கல்லூரி திறந்து விட்டால் கதிரேசனின் வீட்டிற்குப் போக முடியாதல்லவா? பிறகு அடையாற்றில் அவனுக்கென்ன வேலை? கடற்கரையில் தொடங்கிய உறவு கல்லூரிக்குள் காலடி எடுத்து வைத்தவுடன் முடிந்துவிட வேண்டியது தானா?

ஒருநாள் அண்ணாமலை வழக்கத்திற்கு மாறான ஒரு காரியத்தைச் செய்தான். பயிற்சி முடிந்தவுடன் நேரே அவன் தன்னுடைய வீட்டுக்குத் திரும்பவில்லை. கதிரேசனின் வீட்டுக் காம்பவுண்டுக்கு வெளியில் ஒரு கணம் நின்று யோசனை செய்துவிட்டு, கிழக்கே திரும்பி எலியட்ஸ் கடற்கரைப் பக்கம் நடந்தான். மாலை நேரம் முழுவதும் கடற்கரை மணலில்

படுத்து பொழுது போக்க வேண்டுமென்று அவனுக்குத் தோன்றியது.

ஏதோ ஒரு வகைச் சுமையால் அவனுடைய நெஞ்சு வலித்தது. ஏதோ ஒரு வகைத் துன்பத்தால் அவனுக்குள் தவிப்பு ஏற்பட்டிருந்தது. என்ன சுமை, என்ன தவிப்பு என்று அவனுக்கே புலப்படவில்லை.

கடற்கரை மணலில் அமர்ந்து எதிரே ஓலமிட்டுப் புரளும் கடல் அலைகளை வெறித்துப் பார்த்தான். சீறி எழுவதும் நாகம்போல் தலை தூக்கிப் படமெடுப்பதும் பின்னர் எதிர்ப்படும் அலையோடு மோதிச் சுருள்வதும் கரையை நோக்கித் தாவி வருவதுமாக அவை தவித்துக் கொண்டிருந்தன. அண்ணாமலையின் இதய அலைகளைப் போல் அவற்றுக்கும் என்ன சுமையோ, என்ன துன்பமோ தெரியவில்லை.

"என் மனம் ஏன் இப்படித் தவியாய்த் தவிக்கிறது!" என்று தன்னைத்தானே கேட்டுக்கொண்டான் அண்ணாமலை. காரணம் அவனுக்கு மெல்ல விளங்கத் தொடங்கியது.

"அவனுக்கு விவரம் தெரிந்த நாட்களாக அவன் என்றுமே அந்த அளவுக்குக் குதூகலம் அடைந்ததில்லை. கதிரேசனுடைய வீட்டுக்குள் அவன் கழித்த சிறு பொழுதுகள் ஓர் அற்புதமான கனவுலகத்தில் வாழச் செய்திருந்தன. அந்தக் கனவு திடீரென்று கலைந்துவிடும் போலிருந்தது. அந்த அதிர்ச்சியைத்தான் அவனால் தாங்க முடியவில்லை.

"அழகாக வாழக் கற்றுக்கொள்; வாழ்க்கையை அழகுபடுத்து" என்று கதிரேசன் தமது ஸ்டூடியோ அறைக்குள் எழுதிப் போட்டிருந்தாரல்லவா? அந்தச் சொற்கள் அவனை உடனே கவர்ந்துவிட்டன என்றாலும், அவனுக்கு அவற்றின் பொருள் முழுதும் விளங்கவில்லை. கண்களால் காணக்கூடிய வெளி அழகையே அழகென்று நம்பிக் கொண்டிருந்தவன் அவன். உருவங்கள், வடிவங்கள், வண்ணக் கலவைகள் இவற்றின் அழகே அழகென்ற நினைவு அவனுக்கு.

ஆனால்?

கண்களுக்குச் சிறிதும் புலனாகாத உயிருக்கு அழகு உண்டா? உள்ளத்துக்கு எழில் உண்டா? உள்ளத்துக்கும் உயிருக்கும் அப்பாலுள்ள ஆத்மாவுக்கு நிறமும் வடிவமும் மணமும் உண்டா? உண்டு என்பதை முதன் முதலாக அவன் அந்த வீட்டுக்குச் சென்ற பிறகுதான் உணர முடிந்தது.

அவற்றின் அழகை அவன் ஆனந்தியின் விழிகளில் கண்டான். அவள் பேசும் பேச்சின் சொற்களில் கண்டான். அந்தச் சொற்களை அவள் உச்சரிக்கும் முறையில் கண்டான். அவளுடைய குரலிலும் அது இழையோடக் கண்டான். அவளுடைய நடை, உடை, பாவனை, அங்க அசைவு, இவற்றிலெல்லாம் அவள் அழகு தேவியை ஆராதனை செய்வது போல் தோன்றியது. மனம், வாக்கு, காயம் இவற்றின் செயல்களில் அழகு அற்புதமாகச் சுடர் விடுகிறது என்பதை அவளுக்குத் தெரியாமலே மெய்ப்பித்துக் கொண்டிருந்தாள் ஆனந்தி.

அழகைப் பற்றி அவள் ஒரு முறைகூட அவனிடம் வாய் திறந்து பேசியதில்லை. பலர் அவளை அழகி என்றுகூட ஒப்புக்கொள்ள மாட்டார்கள். காண்போரைக் கவர்ந்திழுக்கும் புற அழகோ அங்க அமைப்புகளோ அவளிடமில்லை. நந்தவனத்தில் வெளித்தோற்றத்தில் அதன் அழகை எப்படிக் காணமுடியும்? உள்ளே நுழைந்து அண்ணாமலை அதற்குள் உலவவில்லையென்றாலும் அதை அருகிலிருந்து எட்டிப்பார்த்தவன். எட்டிப் பார்த்தவனுக்கு ஏனோ அதை விட்டுப்பிரிவது பெருந்துன்பமாக இருக்கிறது.

அந்த வேளையில் ஓர் அதிசயம் நடந்தது. யாரோ அவனைப் பின்புறமிருந்து மெல்ல அழைப்பதுபோல் ஒரு மோனக் குரல் கேட்டது. யாருமே அழைக்கவில்லை. ஆனால், அழைப்பது போல் அவனுக்குத் தோன்றியது. வெறும் மனமயக்கம் என்று நினைத்துக் கொண்டு, சட்டென்று திரும்பிப் பார்த்தான்.

அவன் கண்களை அவனால் நம்பமுடியவில்லை. அவன் திடுக்கிட்டான்; வியப்படைந்தான்; அவன் உள்ளம் மகிழ்ச்சியால் துள்ளியது. தொலைவில் ஆனந்தி மட்டும் தனியாக வந்து கொண்டிருந்தாள். அவள் அவனை வாய்விட்டு அழைத்திருக்க மாட்டாள். அப்படி அழைத்தாலும் அவள் குரல் அவனுக்கு எட்டியிருக்க முடியாது.

பிறகு? அவனுடைய மனத்தின் மோனக் குரலா அது?

அவளுக்குப் பின்புறம் கதிரேசன் வருகிறாரா என்று உற்றுப் பார்த்தான் அண்ணாமலை. அவரைக் காணவில்லை. வேறு யாரும் தோழிகளையும் காணோம். அவள் மட்டிலும் தனியே அங்கு வந்தது, அவனுக்குச் சிறிது அச்சத்தையும் கொடுத்தது. என்ன துணிச்சல் இவளுக்கு?

ஓடிச்சென்ற அவளை வரவேற்று அழைக்க நினைத்தவன் பிறகு தன் மனத்தை மாற்றிக் கொண்டான். வேறு யாரையேனும் எதிர்பார்த்து அவள் அங்கு வருகிறாளா? அவனுடைய நெஞ்சு வலித்தது. ‘அப்படியானால் உடனே இங்கிருந்து போய் விட வேண்டும்.’

ஆனந்தி அவனை நோக்கித்தான் வந்துகொண்டிருந்தாள். அவளுடைய நடையழகைப் பருகியவாறே இடத்தைவிட்டு நகராமல் திரும்பி உட்கார்ந்தான் அண்ணாமலை. பாதங்களின் அருகே குஞ்சம் போல் தொங்கியசேலை மடிப்பு அசைந்தாட, காற்றில் மேலாடை மெல்லத் துடிதுடிக்க அவள் நிதானமாக வந்து கொண்டிருந்தாள். அவசரமோ பரபரப்போ அவள் நடையில் காணப்படவில்லை. நடையில் ஒரு நளினம்; கைவீச்சில் ஓர் ஒயில், இரண்டுமே இயற்கையானவை.

அவள் வீட்டுக் கூடத்தில் கதிரேசன் வரைந்திருந்த ஓவியம் அப்படியே அதைவிட்டு அவனை நோக்கி நடந்து வருவதாக அவனுக்குத் தோன்றியது. ‘கதிரேசன் பலமுறை அவளை இந்தத் தோற்றத்தில் கண்டு களிக்கும் வாய்ப்புப்

பெற்றவர். அவருடைய நெஞ்சில் இது ஆழமாகப் பதிந்துவிட்டது. அதனால்தான் வரைந்திருக்கிறார்' என்று நினைத்துக் கொண்டான்.

அவனருகே வந்து கால்களை மடித்துப் போட்டுக் கொண்டு ஒடுக்கத்தோடு மணலில் அமர்ந்தாள் ஆனந்தி. சில விநாடிகள் இருவரும் எதுவுமே பேசிக் கொள்ளவில்லை. அண்ணாமலையின் பரவசம் அவன் முகத்தில் தெரிந்ததால் ஆனந்தி அதைக் கண்டு மெல்லப் புன்னகை பூத்தாள்.

"அப்பா வரவில்லையா?" என்று கேட்டான் அண்ணாமலை.

"ஓவியத்தில் மூழ்கிவிட்டார்கள். எழுந்திருப்பதற்கு ஏழு மணியாகும் என்று சொன்னார்கள்."

"நீங்கள் இங்கே தனியாக வருவதுண்டா?"

"இல்லை, முதல் முறையாக இன்றைக்குத்தான் புறப்பட்டேன்."

"தனியாக நீங்கள்..." என்று இழுத்தான் அண்ணாமலை.

"தோழிகளை அழைத்தேன். அவர்களுக்கும் வேலை இருந்தது. நீங்கள் இங்கே இருப்பீர்கள் என்று எனக்குத் தெரியும்; அதனால்தான் வந்தேன்."

"நான் இருப்பது தெரியுமா?"

"நீங்கள் வீட்டுக்குத் திரும்பாமல் கடற்கரைப் பக்கம் நடப்பதை நான் கவனித்தேன்." அவள் சட்டென்று தன் தலையைக் குனிந்து கொண்டாள். அவளுடைய விரல் 'மள மள'வென்று எதையோ கடற்கரை மணலில் வரையத் தொடங்கியது. முதலில் ஒரு தாமரை மொட்டு; அதை அடுத்துச் சற்றே மடலவிழ்ந்த தாமரை முகை; அதை அடுத்து ஒரு தாமரை மலர், இப்படியாக விரல் சுழன்றது.

அண்ணாமலையின் இதயத்துக்குள்ளிருந்து ஆயிரமாயிரம் கடற் பறவைகள் குபீரென்று புறப்பட்டு, அவன் தலைக்கு மேலே வானவெளியில் கூட்டம் கூட்டமாகச்

சிறகடித்துப் பறப்பன போலிருந்தது. மகிழ்ச்சிக் கடலில் திக்கு முக்காடிய அவன், அவள் தாமரைகளை வரைவதைக் கண்டு, "உங்களுக்குப் படம் வரையத் தெரியுமா?" என்று கேட்டான்.

"இல்லை; தெரியாது."

"வரைந்துகொண்டே தெரியாது என்கிறீர்கள்?"

"அப்படிப்பார்த்தால் பெண்கள் எல்லோருமே ஓவியர்கள்தான். நாங்கள் கோலம் போடுகிறோம்; பின்னல் வேலைகள் செய்கிறோம். வீட்டை அழகாக வைத்திருக்க முயல்கிறோம்."

அப்படியெல்லாம் செய்யும் பெண்கள் பட்டணத்தில் அருகி வருகிறார்கள் என்று அவனுக்குச் சொல்லத் தோன்றியது.

"நீங்களும் ஏன் கற்றுக் கொள்ளக் கூடாது?"

"வேண்டாம், வேண்டாம்!" என்று சிரித்தாள் ஆனந்தி. அவள் கற்றுக் கொள்ளாததால்தான் அவள் அப்பாவைக் கவனித்துக் கொள்ள முடிந்ததாம். குழந்தைகளைப் போன்றவர்களாம் கலைஞர்கள். அவர்களுடைய வீட்டிலிருப்பவர்களுக்கு, எப்படி அவர்களுக்கு இடைஞ்சலாக இருக்கக் கூடாது என்றும் எப்படி அவர்களுக்கு உதவி செய்ய வேண்டுமென்றும் தெரிய வேண்டுமாம். அந்த இரண்டு விஷயங்களையும் மட்டும் அவள் தெரிந்து கொண்டால் போதுமாம்!

"உங்கள் அப்பா மிகவும் அதிர்ஷ்டசாலி!" என்றான் அண்ணாமலை.

"ஏன், அதையே திருப்பிச் சொல்லுங்களேன், நானும் அதிர்ஷ்டசாலிதான்!" என்றாள் ஆனந்தி. ஓவியக் கலைஞரின் பெண் என்ற பெருமிதம் அவள் முகத்தில் தெரிந்தது.

பிறகு எதையோ நினைத்துக் கொண்டவள் போல், "இன்னும் உங்களுடைய அப்பா, அம்மா யாரையுமே நாங்கள் தெரிந்து கொள்ளவில்லை. ஒரு முறை அவர்களை

அழைத்துக் கொண்டு எங்கள் வீட்டுக்கு வருகிறீர்களா?" என்று கேட்டாள் ஆனந்தி.

"என் அப்பாகூட அடிக்கடி உங்கள் இருவரையும் எங்கள் வீட்டுக்கு அழைக்க வேண்டுமென்று சொல்லிக் கொண்டிருக்கிறார்கள்; எனக்குத்தான் உங்கள் அப்பாவிடம் அதைச் சொல்லத் தயக்கமாக இருக்கிறது."

"தயக்கமா? எதற்காகத் தயக்கம்?"

"எங்களுக்கு ஒரு வேளை உங்களைச் சரியாக உபசரிக்கத் தெரியாமலிருக்கும். நாங்கள் கிராமத்திலிருந்து வந்தவர்கள். அழைத்தால் என்ன நினைத்துக் கொள்வீர்களோ என்று..."

"ஒன்றும் தவறாக நினைத்துக் கொள்ள மாட்டார்கள். சந்தோஷப்படுவார்கள்" என்றாள் ஆனந்தி. "நாகரிக வெளி வேஷம்தான் அப்பாவுக்குப் பிடிக்காது."

"அப்படியானால் நானும் அப்பாவுமே அழைக்க வருகிறோம்!" உற்சாகத்தோடு கூறினான் அண்ணாமலை.

கலையும் நிலையிலிருந்த கனவுக்கு மீண்டும் ஆனந்தி புத்துயிரளித்து விட்டதாகத் தோன்றியது அண்ணாமலைக்கு.

17. மேஸ்திரி பார்த்த படம்

நேற்று வரையில் ஒருவரைத் தூற்றுவதும் இன்று அவரையே போற்றுவதும் நாளைக்குத் திடீரென்று வேறு விதமாகப் பேசுவதும் மனித மனத்தின் விசித்திரமான இயல்புகளில் ஒன்றுதான். சிதம்பர மேஸ்திரியும் இதற்கு விதிவிலக்கானவர் அல்லர்.

முதன் முதலில் கதிரேசனை நேரில் காணாமலே மாணிக்கத்தின் பேச்சைக் கேட்டு, அவர்மீது கோபங் கொண்டிருந்தார். கிழவரும் குமரியும் சேர்ந்து தம்முடைய மகனின் மனத்தைக் கெடுத்து விட்டதாகத் தூற்றினார். பிறகு தண்டபாணியிடம் யோசனை கேட்டு வந்தவுடன், அவர் மனம் சிறிது மாறியது. அதன் பிறகு கதிரேசன் சம்பளம்

பெற்றுக் கொள்ளாமல் கற்றுத் தருகிறார் என்றும் அவர் வசதியோடு வாழ்பவர் என்றும் கேள்விப் பட்ட பின்னர், மேஸ்திரிக்கு அவரிடம் மதிப்பு ஏற்பட்டது. அவரைத் தம்முடைய வீட்டுக்கழைத்து விருந்து வைக்க நினைத்தார்.

நேரில் அழைப்பதற்காக அண்ணாமலையோடு புறப்பட்ட மேஸ்திரிக்குக் கதிரேசனின் வீட்டைப் பார்த்தவுடனேயே புதுமையாகத் தோன்றியது பெரிய தோட்டத்துக்குள் அமைந்த சிறிய ஆசிரமத்தை அவருக்கு நினைவூட்டியது. ஆனந்தியும் கதிரேசனும் வந்து அவர்களை வரவேற்று அழைத்துச் சென்றார்கள். வெளிப் பக்கத்துச் சிறிய அறையில் அவர்களை அமரச் சொல்லிவிட்டுக் கதிரேசனும் அருகில் உட்கார்ந்தார். ஆனந்தி துள்ளல் நடையோடு வீட்டிற்குள் சென்றாள்.

கதிரேசனை நேரில் கண்டவுடன் ஏனோ மேஸ்திரிக்கு அவரிடம் பக்தி கலந்த மரியாதை ஏற்பட்டது. அவ்வாறே மேஸ்திரியின் எளிய தோற்றமும் கதிரேசனின் மனத்தைக் கவர்ந்தது. “உங்களைப்பற்றி ஓரளவு அண்ணாமலையிடம் கேட்டுத் தெரிந்து கொண்டேன். நேரில் சந்தித்ததில் மகிழ்ச்சி” என்றார் கதிரேசன்.

“பையனை எப்படியாவது என்ஜினியராக்கணும்னுதான் நினைச்சேன்; அது முடியாமல் போயிடுச்சி. ஆனாலும் நீங்க ஒரு வழி காட்டியிருக்கீங்க. அதிர்ஷ்டமிருந்தால் அந்த வழியிலே முன்னுக்கு வந்திட்டுப் போறான்” என்றார் மேஸ்திரி.

‘முன்னுக்கு வருவது’ என்ற சொல்லைக் கேட்டுத் தமக்குள் சிரித்துக் கொண்டார் கதிரேசன். ஒவ்வொரு தந்தையும் இப்படித்தான் தம்முடைய பிள்ளைகள் முண்டியடித்து முன்னுக்கு வந்துவிட வேண்டும் என்று பார்க்கிறார்கள். குதிரைப் பந்தயம் போன்ற ஒரு பந்தயத்தின் வேகத்திற்கு ஈடு கொடுப்பதற்கு பிள்ளைகளை இளம் பருவத்திலேயே முடுக்கி விடுவதுதான் முன்னுக்கு வருவதற்கு வழியா! வாழ்க்கையின் நோக்கமே ஒரு பந்தயம் தானா?

மேஸ்திரி தாம் வந்த நோக்கத்தைக் கூறி அவரைத் தம் வீட்டுக்கு அழைத்தார். "ஞாயிற்றுக்கிழமை முற்பகல் வந்தால் மெதுவாகப் பொழுது போக்கிவிட்டு, பகல் உணவையும் முடித்துக்கொண்டு திரும்பலாம்" என்றார்.

"கட்டாயம் வருகிறோம்" என்றார் கதிரேசன்.

அப்போது ஆனந்தி, தட்டில் பலகாரம், பழம் முதலியவற்றோடு அங்கு வந்து சேர்ந்தாள். எதிரில் இருந்த சிறு மேசையைத் தள்ளி வைத்து அவர்களுக்குப் பரிமாறத் தொடங்கினாள்.

"நான் விருந்துக்குக் கூப்பிட வந்திருக்கேனம்மா, விருந்து சாப்பிட வரலே!" என்று சொல்லிக் கொண்டே பலகாரத்தை ஒரு கை பார்த்தார் மேஸ்திரி.

"இது விருந்தில்லே; அம்மாளோட வந்து நீங்கள் ஒரு நாள் விருந்து சாப்பிடலாம்" என்றாள் ஆனந்தி:

"பொண்ணு நல்லாப் பேசுதே! காலேஜிலே படிக்குதுங்களா?" என்று கதிரேசனிடம் கேட்டார் மேஸ்திரி.

'ஆமாம், படிக்க வேண்டும் என்று அதற்கு ஆசை இருக்கிறது. கல்லூரிக்கு அனுப்பி வருகிறேன்."

"என்ன படிக்குதுங்க?"

"பி.ஏ. முடிக்க வேண்டும்"

"பி.ஏ.யில் என்ன பாடம்?" என்று கேட்டு வைத்தார் மேஸ்திரி.

"இலக்கியம் படிக்கிறாள்" என்றார் கதிரேசன்.

'இலக்கியம்' என்றால் என்னவென்று மேஸ்திரிக்குப் புரியவில்லை; எந்த வேலைக்காகப் படிக்கும் படிப்பு இது? விடுதலைக்குப் பிறகு நாட்டில் ஏற்பட்ட பொருளாதாரப் பரபரப்பாலும் பேச்சுக்களாலும் விஞ்ஞானம், பொறி இயல், பொருளியல் முதலிய தொழிற் கல்விகளுக்குத் திடீரெனப் பலர் திரும்பத் தொடங்கினர். உப்பு, புளி போன்ற உலகாயத

விவகாரங்களுக்குப் பயன்படாது என்று கருதப்பட்ட 'இலக்கியம்' ஒரு மூலைக்குத் தள்ளப்பட்டு வந்தது.

"நான் படிக்காத முட்டாளுங்க; எனக்கு அது என்னான்னு புரியலே" என்றார் மேஸ்திரி.

"தமிழ், ஆங்கிலம் போன்ற மொழிகளிலுள்ள காவியம், கதை, நாடகம், கட்டுரை போன்ற விஷயங்களைப் படிப்பது."

"அதைப் படிக்கிறதனாலே என்ன பிரயோசனம்?" என்று அவர் மேலும் கேட்டார். எதையும் ஒளிவு மறைவில்லாமல் கேட்டுத் தெரிந்து கொள்வதில் அவருக்கோர் ஆர்வம். 'படிக்காத முட்டாள்' என்று சொல்லிக் கொண்டே கேள்வி ஞானத்தாலும் அனுபவத்தாலும் பல விஷயங்களைத் தெரிந்து கொள்வது அவர் வழக்கம்.

கதிரேசன் உற்சாகத்தோடு நிமிர்ந்து உட்கார்ந்தார். ஆனந்தி அவர்கள் சாப்பிட்ட பாத்திரங்களை எடுத்துக் கொண்டு உள்ளே சென்றாள். மேஸ்திரியும் உற்றுக் கேட்கலானார்.

"பலன் என்பது இரண்டு வகை. வெளியில் தெரியக்கூடிய பலன் என்பது ஒருவகை; வெளியில் தெரியாத பலன் என்பது மற்றொரு வகை" என்று தொடங்கினார் கதிரேசன். "பெரிய கட்டடங்கள், அணைக்கட்டு, மின்சாரம், தொழிற்சாலை, நூற்பாலை இவையெல்லாம் நமக்கு வெளியில் தெரியக்கூடிய பலன்கள். இவற்றை நாம் தொழிற் கல்வியால் பெருக்கிக்கொண்டே போகலாம். ஆனால் மனிதர்கள்? மனிதர்கள் மனிதர்களாக இருக்க வேண்டுமே தவிர, மனிதர்களைப் போல இருக்கக்கூடாது. 'போல' இருப்பவர்கள் போலி மனிதர்கள்."

"ஆஹா! ஆஹா!" என்று உற்சாகமாகக் கூவினார் மேஸ்திரி. "ஆளைப் பார்த்து மயங்காதே, 'ஊது காமாலை', சோகைப் பிடிச்சவன்னு சொல்றீங்க! உதிய மரம் பெருத்துகிட்டுப் போறாப்பிலே மனுசன் வெளியிலே பெருத்துக்கிட்டுப் போனா புண்ணியமில்லைங்கிறீங்க?"

மேஸ்திரியின் புரிந்து கொள்ளும் ஆற்றலைக் கண்டு கதிரேசன் வியப்படைந்தார்.

"சொல்லுங்க" என்றார் மேஸ்திரி.

"மனிதனுக்கு வாழக் கற்றுக்கொடுக்காமல், பொருள் தேடக் கற்றுக் கொடுப்பதால்தான் எங்கும் பேராசையும் தன்னலமும் ஏமாற்றும் பொய் புரட்டும் அதிகமாக இருக்கின்றன. ஒழுக்கக் குறைவும் சமுதாய உணர்ச்சிக்குப் பஞ்சமும் வந்து விட்டால், பிறகு எவ்வளவுதான் நாட்டில் செல்வம் கொழித்தாலும் அது தலை எடுக்காது! இலக்கியம் மனிதனுடைய எண்ணங்களை, பேச்சுக்களை, செயல்களை அழகுபடுத்தக்கூடியது. அவனுக்குள் இயங்கும் இயந்திரங் களான புலன்களைச் சரியான வழியில் திருப்பிவிடக் கூடியது."

மனிதனுக்குள் இயங்கும் இயந்திரங்களான மனம், கண்,வாய், தேகம் முதலியவற்றைப் பேசினார் கதிரேசன். மேஸ்திரிக்கு மட்டுமல்ல, அண்ணாமலைக்கும் அன்று அவரிடம் அற்புதமான சொல் விருந்து கிடைத்தது. 'அழகு' என்ற சொல்லுக்குப் புதிய புதிய விளக்கங்களைக் கூறினார் கதிரேசன்.

"படிச்சிருந்தா எவ்வளவோ விஷயங்களைத் தெரிஞ்சி கிட்டிருக்கலாம்" என்று குறைப்பட்டுக் கொண்டார் மேஸ்திரி.

"படித்தால் மட்டும் பலனில்லை; படிக்காத சிலர், பரம்பரைப் பழக்கத்தால் படித்தவர்களை விடப் பண்போடு நடந்து கொள்கிறார்கள். படித்தபடி நடக்க முயலவேண்டும். 'அறஞ் செய விரும்பு' என்ற அரிச்சுவடிப் பாடத்தின் ஒரே வாக்கியத்தில் எவ்வளவோ பொருள் பொதிந்திருக்கிறது. அந்த அடிப்படையோடு மேலே என்ன கல்வி வேண்டுமானாலும் கற்கலாம்; அந்த அஸ்திவாரமில்லாமல் மேலே எந்தக் கட்டடம் கட்டினாலும் அது நிலைக்காது."

கட்டடம், அஸ்திவாரம் என்ற பேச்சைக் கதிரேசன்

எடுத்தவுடன் மேஸ்திரியின் மனம் இலக்கியத்தை மறந்துவிட்டு அவருடைய தொழிலுக்குத் தாவியது.

கதிரேசனுடைய வீட்டுச் சுவர்களையும் மேற்பரப்பையும் திரும்பிப் பார்த்தார். அஸ்திவாரம் பலமானதாக இருக்கலாம்; ஆனால், நாளாகி விட்டதால் சில இடங்களில் விரிசல்கள் தென்பட்டன.

'பழுது பார்த்துப் புதுபிக்க வேண்டிய வீடு இது' என்று புள்ளி போட்டுக் கொண்டு, "இந்த வீட்டைக் கொஞ்சம் நான் சுத்திப் பார்க்கலாமுங்களா?" என்று கேட்டார்.

"ஓ! தாராளமாகப் பாருங்கள். நானே உங்களிடம் இதைக் காட்டலாமென்று நினைத்தேன். புதுப்பிக்க வேண்டிய வீடுதான்."

இருவரும் ஒவ்வோர் இடமாக வீட்டுக்குள் சுற்றி வந்தார்கள்.

கதிரேசனின் வண்ணப் படங்களோ சிற்பங்களோ மேஸ்திரியைச் சிறிதும் கவரவில்லை. நீளம், அகலம், கனம், விரிசல், பூச்சு, சுவர், தளம் இப்படியே அவர் பார்த்துக் கொண்டு வந்தார். கதிரேசனின் படுக்கை அறைக்கு வந்தவர், அங்கிருந்த ஒரு பழைய புகைப்படத்தை பார்த்து விட்டுச் சிறிது தயங்கி நின்றார்.

படத்தில் கணவன், மனைவி, மகள் ஆகிய மூவர் சேர்ந்து ஒரு குடும்பம் காட்சியளித்தது. மூக்குக் கண்ணாடி வழியே உற்றுப் பார்த்த மேஸ்திரியின் முகம் மலர்ச்சியுற்றது.

"படத்தில் இருக்கிறவர் காரைக்குடி குமாரசாமி முதலாளி தானுங்களே? கொழும்பிலே வியாபாரம் செய்திட்டுப் பிறகு சொந்த ஊருக்கு வந்தார். கடைசியிலே அதையும் விட்டுட்டுப் பட்டணத்துக்குப் புறப்பட்டார்..."

"ஆமாம்" என்று தயக்கத்தோடு பதிலளித்தார் கதிரேசன்.

"அவரோட பெண்கூட பாவம் - சின்னஞ் சிறு வயசிலேயே..."

மேஸ்திரியை மேலே பேச விடாமல் குறுக்கிட்டு, 'ஆமாம். அந்தப் பெண்தான் என் மனைவி; ஆனந்தியின் தாயார்; அவளும் இப்போது உயிருடன் இல்லை. என் மாமியார்தான் இங்கு இருக்கிறார்கள்'; என்று பதற்றத்தோடு கூறினார் கதிரேசன்.

மேஸ்திரிக்கு ஒன்றுமே புரியவில்லை. சிறிது குழப்பம் ஏற்பட்டது. பிறகு சமையற்கட்டிலிருந்த ஆனந்தியின் பாட்டியைக் கண்டு விட்டு, "அம்மா" என்று ஆனந்தத்தோடு கையெடுத்துக் கும்பிட்டார் மேஸ்திரி.

"உங்களோட வேலைக்காரன் சிதம்பரத்தை உங்களுக்கு நினைவிருக்கா அம்மா? ஐயா பட்டணத்துக்குக் கிளம்பறத்துக்கு முன்னாலேயே, ஒரு வருஷம், உங்க வீட்டுச் சாப்பாட்டாலே வளர்ந்தவனம்மா நான்!"

அந்த அம்மாள் மிகச் சிரமப்பட்டு பழைய சிதம்பரத்தை நினைவு படுத்திக்கொண்டார். அவர் முகம் மலர்ந்தது.

ஆனால், ஏனோ கதிரேசனின் முகம் மட்டிலும் அவரை யறியாது சுருங்கியது.

18. அந்த இரகசியம்

வீட்டின் பின்புறத் தோட்டத்தை மேஸ்திரியும் கதிரேசனும் சுற்றிப் பார்த்தபோது அண்ணாமலையும் அவர்களோடு சேர்ந்து கொண்டான். பல நாட்களாக அவன் அங்கு வந்து போய் இருந்தும் கொல்லைப்புறப் பகுதிக்கு அவன் சென்றதில்லை. தென்னை, வாழை, கமுகு முதலிய மரங்கள் அங்கே ஒருபுறம் வளர்ந்திருந்தன. மற்றொரு புறம் தக்காளி, கத்தரி, வெண்டைச் செடிகளும், கீரைப் பாத்திகளும் காணப்பட்டன. சிறிய பந்தலின் மேல் முல்லைக்கொடி அழகாய்ப் படர்ந்திருந்தது.

காம்பவுண்டுச் சுவர் ஓரமாகத் தோட்டக்கார வேலையாவின் விசாலமான கூரை வீடு. அதற்குத் தனியாகக் குழாய், குளிக்கும் அறை முதலிய வசதிகள் இருந்தன.

வீட்டுக்குள் வேலையாவின் மகள் சமையலில் ஈடுபட்டிருக்க, வேலையாவும் அவன் மனைவியும் தோட்ட வேலை பார்த்துக் கொண்டிருந்தார்கள். மாட்டுத் தொழுவத்தில் தாய்ப்பசுவின் மடியை முட்டுவதும் மோதுவதுமாகக் கன்றுக்குட்டி விளையாடிக் கொண்டிருந்தது.

சிதம்பர மேஸ்திரி அவ்வளவு விசாலமான இடத்தை அதற்குள் கண்டவுடன் மலைத்துப் போய் விட்டார். கதிரேசனின் சின்னஞ்சிறு வீடு அந்த இடத்திற்குப் பொருத்தமற்றதாகப்பட்டது மேஸ்திரிக்கு. 'வீட்டை இனிப் புதுப்பிக்க முடியாது. இடித்து விட்டுக் கட்ட வேண்டியதுதான். கதிரேசனிடம் வீடு கட்டுவதற்குக் கையில் பணமிருந்தால் சரி; இல்லாவிட்டாலும் பாதகமில்லை; பாதி மனையை விற்று விட்டு அந்தப் பணத்தைக் கொண்டே கட்டி விடலாம்!"

மீண்டும் அவர்கள் வெளி அறைக்குத் திரும்பி வந்தார்கள். "இடத்தைப் பார்த்தாச்சு; இனிமே வீட்டைப் புதுசாக் கட்ட வேண்டியதுதான், இந்த வீடு இனி ரொம்ப நாள் தாக்குப் பிடிக்காது" என்றார் மேஸ்திரி.

"கட்டவேண்டியதுதான்..." என்று இழுத்தாற் போல் கூறினார் கதிரேசன்.

"கட்டுறது ஒண்ணும் சிரமமில்லே!"

வருத்தத்தோடு சிரித்தார் கதிரேசன். "இது போன்ற வேலைகளில் எனக்குப் பழக்கமில்லை. ஏதோ அவள் உயிரோடிருந்த வரையில் பொறுப்பில்லாமல் காலத்தை ஓட்டி விட்டேன். வரவு, செலவு, நிர்வாகம், பணத்தைப் பேணுவது இவற்றுக்கும் எனக்கும் வெகுதூரம். 'வீட்டைக் கட்டிப்பார்; கல்யாணத்தைச் செய்து பார் என்று சொல்கிறார்கள். வீட்டையும் கட்ட வேண்டும்; பெண்ணுக்குக் கல்யாணத்தையும் செய்ய வேண்டும். மலைப்பாகத்தான் இருக்கிறது."

"வீடு கட்டுற பொறுப்பை நீங்கள் என்னிடம்

விட்டுடுங்க!" என்று உற்சாகமாய்க் கூறினார் மேஸ்திரி. "காகிதத்திலே பிளான் போடறதிலேருந்து கிரகப் பிரவேசத்தை சாஸ்திரப்படி நடத்தற வரையிலே நம்பளிடம் ஆள் இருக்கு; அவ்வளவையும் நான் கவனிச்சுக்கிறேன்."

"விலைவாசிகள் ஏறிக்கொண்டு வருவதாகச் சொல் கிறார்கள். இந்தச் சமயத்தில் போய் இதில் அகப்பட்டுக் கொள்வதற்கும் எனக்குத் தயக்கமாக இருக்கிறது."

"ஏறிக்கிட்டுத்தான் வருது. இன்னம் யோசனை செய்தால் இதுக்குமேலேதான் ஏறிக்கிட்டுப் போகும். பரதேசிக் கூட்டமும் பணம் கொழுத்தவன் கூட்டமும் பட்டணத்திலே இப்போ அதிகமாப் போச்சு. என்னோட வீட்டைக் கட்டுறாப்பிலே உங்களுக்குச் சிக்கனமா உறுதியா நான் கட்டித்தாரேன். நீங்க என்னோட பழைய முதலாளிக்கு மருமகனா வேறே போயிட்டீங்க. லாபத்துக்குச் செய்யற தொழிலா நான் இதை நினைக்கலே."

"செய்யவேண்டியதுதான்..."

"பணத்தைப் பத்தி யோசனை செய்கிறீங்களா?"

"ஆமாம்; ஏதோ உபகாரச் சம்பளம் வருகிறது; கையில் அவசரச் செலவுக்காகக் கொஞ்சம் வைத்திருக்கிறேன்; இந்த நிலையில் வீட்டைப் புதுப்பிக்க வேண்டுமென்றும் ஆசை."

"வெண்ணெயைக் கையிலே வச்சுக்கிட்டு எதுக்காக நெய்க்குக் கவலைப்படணும்? இவ்வளவு பெரிய தோட்டம் எதுக்கு உங்களுக்கு? தோட்டத்தோட நாலு பங்களா கட்டுறதுக்கு இடமிருக்கே! இதிலே பாதி மனையை வித்திட்டா, அந்தப் பணத்திலே அற்புதமா இதைக் கட்டிவிடலாமே?"

அண்ணாமலைக்கு இந்த யோசனை அவ்வளவாகப் பிடிக்கவில்லை. மாணிக்கம் முன்பு பேசியதைப் போலவே அவன் அப்பாவும் பேசுவதுபோல் இருந்தது.

"செய்யலாம்; ஆனால் தோட்டக்கார வேலையாவை நான் வெளியேற்ற விரும்பவில்லை" என்றார் கதிரேசன்.

"தாராளமாக அவனுக்கு முன் பக்கத்திலே தனியாக் கட்டிக் கொடுத்தாப் போச்சு."

"செய்துவிடலாம்" என்று முடிவாகக் கூறினார் கதிரேசன்.

மேஸ்திரி ஒரு கணம் கண்களை மூடிக்கொண்டு யோசனை செய்தார். "பின் பக்கத்துப் பாதி மனையை மத்தவங்க என்ன விலைக்குக் கேக்கறாங்களோ அதே விலைக்கு நான் வாங்கிக்கறேன். கால் காசு நீங்க எனக்குக் குறைச்சுத் தரவேண்டாம். காசு பணம்கறது தனி; சிநேகம்கறது தனி. ரெண்டையும் போட்டுக் குழப்பினா ரெண்டுமே சரிப்பட்டு வராது."

கதிரேசன் மகிழ்ச்சியடைந்தார். மேஸ்திரியின் கண்டிப்பான பேச்சு அவருக்குப் பிடித்திருந்தது; "நீங்கள் எடுத்துக் கொள்வதானால் எனக்கு விலையைப்பற்றி அக்கறையில்லை" என்றார் உற்சாகத்தோடு.

"உஹூம்! நாளைக்கு நான் உங்ககிட்டே ஏமாத்தி வாங்கினதா ஒரு பேச்சுக்கு இடம் வைக்கக்கூடாது. தீர விசாரிச்சு, அந்த விலையை நீங்க என்னிடம் வாங்கிக்கிங்க; அது போதும் எனக்கு."

ஒப்புக்கொண்டார் கதிரேசன். அவருக்கு அப்போதே ஒரு பாதிக் கவலை தீர்ந்துவிட்டது போலிருந்தது. "உங்களுடைய உதவி எனக்கு எதிர்பாராமல் கிடைத்த உதவி" என்று பூரிப்படைந்தார்.

மேஸ்திரியும் அண்ணாமலையும் விடை பெற்றுக் கொண்டு புறப்படும் சமயத்தில், ஆனந்தியும் தோட்டக்கார வேலையாவும் அங்கு வந்து சேர்ந்தார்கள். இரண்டு கித்தான் பைகள் நிறையக் காய்கறிகளும் வாழைப் பழங்களும் இருந்தன. வாழை இலையில் வைத்து மடிக்கப் பெற்ற உதிரி முல்லையின் மணம் அந்த அறை முழுவதும் கமழ்ந்தது. மேஸ்திரியே அப்போது ஆனந்தியின் அன்பைக் கண்டு திகைத்துப் போய்விட்டார்.

"இதெல்லாம் எதுக்கம்மா?"

"எதுக்கென்று உங்களுக்குத் தெரியாது. வீட்டில் அம்மாவைக் கேளுங்கள்; அவர்கள் சொல்வார்கள்!"

அண்ணாமலையின் உள்ளம் அவளுடைய அன்பைக் கண்டு ஆனந்தக் கூத்தாடியது. தோட்டத்து வெய்யிலில் அவள் காய் பறித்ததற்கு அடையாளமாக முத்துப்போன்ற வியர்வைத் துளிகள் அவளுடைய புருவங்களுக்கு மேல் அரும்பி யிருந்தன. குதூகலம் அவள் விழிகளில் ஒளிர்ந்தது.

"வேலையாவை எடுத்து வந்து பஸ்ஸில் கொடுக்கச் சொல்லுகிறேன்" என்றார் கதிரேசன்.

"வேண்டாமுங்க" என்று மேஸ்திரி ஒரு பையை எடுத்துக் கொண்டார். அண்ணாமலை மற்றொன்றைத் தூக்கிக் கொண்டான்.

"ஞாயிற்றுக்கிழமை அண்ணாமலையை அனுப்பி வைக்கிறேன்; பெரியம்மாவையும் அழைச்சுக்கிட்டு வந்திடுங்க."

அப்பாவும் பிள்ளையும் பைகளைச் சுமக்க முடியாமல் சுமந்து கொண்டு திரும்பினார்கள். மேஸ்திரியின் மனம் ஒரு வகையில் உற்சாகமடைந்திருந்தது. விசாலமான மனையை விலைக்கு வாங்கப் போவதால் ஏற்பட்ட உற்சாகம் அது. அண்ணாமலையின் மனமோ முல்லைப்பூவின் மணத்தில் மிதந்தது, தத்தளித்தது.

மேலும் தம் மனைவியிடம் மனையைப் பற்றிய செய்தியை வெளியிடவில்லை. அவளிடம் பேசுவதற்கு அவருக்கு மற்றொரு விஷயம் இருந்தது.

"மீனாட்சி! நான் அந்த வீட்டுக்குப் போனதிலே ஒரு ரகசியத்தைக் கண்டுபிடிச்சிட்டேன்!"

"என்ன அது?"

"என்னோட கொழும்பு முதலாளியோட வீட்டுக் காரம்மாளை அங்கே பார்த்தேன். அவுங்களோட பொண்ணு, சரஸ்வதின்னு பேர். கல்யாணம் பண்ணிக் கொடுத்த

ஆறாவது மாசத்திலே புருஷனைப் பறிகொடுத்துட்டு வீட்டுக்கு வந்திடுச்சி. அந்தப் பொண்ணைத்தான் இந்தக் கதிரேசன் மறு கல்யாணம் செய்துக்கிட்டிருக்கார். சரஸ்வதியம்மாளும் இப்ப உயிரோட இல்லே. இவருக்கும் அந்தம்மாளுக்கும் பொறந்த பொண்ணுதான் உனக்குக் காய்கறி அனுப்பிச்சிருக்கு. பொண்ணைப் பார்த்தால் சரஸ்வதியம்மா சாயலாகத்தான் இருக்குது."

மீனாட்சியம்மாளுக்கு எல்லாம் புதுமையாகத் தோன்றின. பட்டணத்து மனிதர்கள் இப்படிப் பட்டிக்காடுகளில் ஒருவருக்கொருவர் காய்கறிகளை அனுப்புவது போல் அனுப்பியதும் புதுமை; ஆனந்தியின் தாயாரைப் பற்றி அவள் கேள்விப்பட்டதும் புதுமை.

19. ஒரு நாள் கூத்து

டாக்டர்களிடம் தொற்று நோய்களைப் பற்றிக் கேட்டால், சளி, காய்ச்சல் முதலிய சாதாரண வியாதிகளிலிருந்து அம்மை, காலரா போன்ற அபாயகரமான வியாதிகள் வரையிலும் சொல்வார்கள். அவர்களுக்கே தெரியாத தொற்று நோய் ஒன்று உண்டு. அது நடுத்தர நாகரிக வர்க்கத்தினரைப் பற்றிக் கொள்ளும் ஒரு நோய். 'தற்காலிக வெளிச்சம்' என்ற பெயரில் ஆரம்பமாகும் இது, நாளடைவில் முற்றிவிடுமானால் "ஆடம்பரப் பழக்கம்' ஆகிவிடும்.

அடுத்தவர்களைக் கண்களால் பார்ப்பதால் பரவக் கூடிய வியாதி இது. இதன் கிருமிகள் கண்களின் வழியே மனத்திற்குச் சென்று, அங்கே முட்டைகள் இட்டுக் குஞ்சுகள் பொரிப்பதாகச் சொல்லலாம். ஆண்களுக்கு இது ஹோட்டல் வாசம்; சோபாசெட், எலக்ட்ரிக் சாமான் முதலியவற்றில் தொடங்கி, தவணைக் கடனில் கார் வாங்குவது வரையில் வளரும். பெண்களுக்கோ எவர் சில்வர் வெள்ளிப் பாத்திரங்களில் ஆரம்பமாகி, பட்டுப் புடவைகள், வைர

நகைகள் வரையில் முற்றிவிடும். இந்த நோயை கொண்டவர்களுக்கு வருமானம் எவ்வளவுதான் வந்தாலும் பற்றாக்குறை ஒரு புறம் மூச்சைத் திணற வைத்துக் கொண்டிருக்கும். மறுபுறம் பேராசை என்னும் விஷஜுரம் நாளுக்கு நாள் ஏறிக் கொண்டே இருக்கும்.

இளமை வாழ்க்கையிலிருந்து ஏழ்மைச் சூடுபட்ட வராதலால் சிதம்பர மேஸ்திரியின் மனத்தில் ஒரு மூலையில் வெளிச்சம் போடுகிற நப்பாசை ஒட்டிக் கொண்டு தானிருந்தது. பல நாள் அதிலிருந்து தப்பி வந்தவர் கதிரேசனின் வரவை முன்னிட்டு ஒருநாள் மட்டிலும் தற்காலிக வெளிச்சம் போடத் துணிந்துவிட்டார்.

கதிரேசன் அங்கு அண்ணாமலையின் ஆசிரியராக மட்டும் வரவில்லை. விசாலமானதோர் வீட்டு மனைக்கு அவர் சொந்தக்காரர். அந்த மனையின் மீது மேஸ்திரிக்கு ஒரு கண் இருந்ததால், விருந்தைச் சற்றுப் பலமாகவே நடத்தி அதை விலைக்கு வாங்கும் தகுதி தமக்கு இருக்கிறது என்று நிரூபிக்க விரும்பினார்.

செல்லப்பிள்ளையான மாணிக்கமும் அவருமாகக் கடை வீதிக்குப் புறப்பட்டார்கள். சோபாசெட், மின் விசிறிகள், திரைச் சீலைகள், பூச்சாடிகள் முதலிய பொருட்கள் வாங்கப்பட்டன. செலவோடு செலவாக மாணிக்கம் தனக்கும் இரண்டு டெரிலின் சட்டைகளும் மல் வேஷ்டிகளும் வாங்கிக் கொண்டான். அண்ணாமலைக்கு அதிகமான உடுப்புகள் இருப்பதாக அவன் கூறியதால் மேஸ்திரி அவனுக்கு எதுவுமே வாங்கவில்லை. சனிக்கிழமை மாலைக்குள்ளாகவே மேஸ்திரியின் வீடு விருந்தினரை வரவேற்கத் தயாராகி விட்டது.

ஞாயிற்றுக்கிழமை காலை பத்து மணிக்கெல்லாம் அண்ணாமலையும் மாணிக்கம் கதிரேசனின் வீட்டாரை அழைத்துவரப் புறப்படுவதாக இருந்தார்கள். மாணிக்கம் ஒன்பது மணியிலிருந்து தன்னை அதற்காக அலங்கரித்துக்

கொள்ளத் தொடங்கி விட்டான். புதிதாக வாங்கிய டெரிலின் சட்டையும் மல் வேஷ்டியும் அவனுக்குக் கச்சிதமாக இருந்தன. முகத்துக்குப் பௌடர் பூசி அதைக் கைக்குட்டையால் மெருகேற்றி விட்டுக் கொண்டான். 'ஸெண்ட்'டின் நெடி கமகமவென்று அவன் சட்டையிலிருந்து வீசிற்று.

மாணிக்கத்தை அழைப்பதற்காக வந்த அண்ணாமலை அவனுடைய அலங்காரத்தைக் கண்டு பிரமித்து விட்டான். "இது என்ன, புது மாப்பிள்ளைக் கோலம்?" என்று விளையாட்டாய்க் கேட்டான்.

"வருகிறவர்களுக்கு முன்னால் நாகரிகமாக இல்லா விட்டால் அப்பாவுக்குக் கோபம் வராதா? உனக்கென்ன, ஆர்ட்டிஸ்ட்! தலையைக் கலைத்துவிட்டுக் கொண்டுகூட நீ அவர்களிடம் பழகலாம். இந்தா, நீயும் கொஞ்சம் ஸெண்ட் போட்டுக் கொள்கிறாயா?"

"உன்னுடைய தலைவலி ஸெண்டை எனக்கும் சேர்த்து நீயே பூசிக்கொண்டு சீக்கிரம் புறப்படு!" என்றான் அண்ணாமலை.

அவர்கள் புறப்பட வேண்டிய அவசியமே ஏற்படவில்லை. மாணிக்கத்தின் மாடி அறையிலிருந்து பார்த்த போது கதிரேசனும் ஆனந்தியும் தெருவில் வருவது தெரிந்தது. மாணிக்கம்தான் அதை முதலில் கவனித்தான். கவனித்தவன் அண்ணாமலையிடம் கூடச் சொல்லாமல் வழியில் நின்ற அவனை சட்டென்று ஒதுக்கித் தள்ளி விட்டுப் படிகளில் இறங்கி ஓடினான். பிறகுதான் அண்ணாமலைக்கே விவரம் தெரிந்தது. தெருவுக்குப் போய் அவர்களை வரவேற்று அழைத்து வந்தான் மாணிக்கம்.

கதிரேசனின் மாமியார் அவர்களோடு வராததைக் கண்ட சிதம்பர மேஸ்திரி, "ஏன், பெரியம்மாளையும் அழைச்சிக் கிட்டு வந்திருக்கலாமே" என்று அவர்களை வரவேற்றார்.

"வழக்கமாக அவர்கள் வெளியில் புறப்படுவதில்லை; வயதும் ஆகிவிட்டது" என்றார் கதிரேசன். ஆனந்தியின்

விழிகள் அங்கே அண்ணாமலையைக் கண்டவுடன்தான் அமைதியுற்றன. அவள் நேரே வீட்டிற்குள் நுழைந்து சென்றாள்.

பெரியம்மாள் வராதது மேஸ்திரிக்குச் சிறிது ஏமாற்றமாகத்தான் இருந்தது. பழைய முதலாளியின் மனைவிக்கு முன்னால் தாமும் ஒரு முதலாளியாகி விட்டதைக் காண்பித்துப் பெருமைப்பட நினைத்தார் அவர்.

மீனாட்சியம்மாள் வந்து பணிவோடு கதிரேசனுக்குக் கை கூப்பிவிட்டு, ஆனந்தியின் கரத்தைப்பற்றி அன்புடன் உள்ளே அழைத்துக் கொண்டு சென்றாள்; அடுப்பறையில் காய்கறி நறுக்கிக் கொண்டிருந்த மாணிக்கத்தின் தாய் செல்லம் மாளுக்கு அறிமுகம் செய்து வைத்தாள். செல்லம்மாளின் முகத்தில் வரவேற்புக்குறிய ஒரு செயற்கைப் புன்னகை மலர்ந்தது. ஆனந்தியின் நகைகள் புடவை முதலியவற்றை உற்றுப் பார்த்தவாறே தன் கை வேலையில் தொடர்ந்து ஈடுபட்டாள் அவள்.

செல்லம்மாளுக்கு வயது அதிகமாகியிருந்தாலும், உடல் இன்னும் கட்டுத் தளரவில்லை. கடுமையான உடல் உழைப்பால் உரம் ஏறிய தோற்றம் கை வேலையை அவள் சுத்தமாகச் செய்யவில்லையென்றாலும் சுறுசுறுப்பாகச் செய்தாள். ஒரு வகை பரபரப்பும் அமைதியின்மையும் அவள் விழிகளில் தெரிந்தன.

ஆனந்திக்காக மீனாட்சி விரித்துப் போட்ட பாயில் அவள் உட்காராமல், "எனக்கும் ஏதாவது வேலை கொடுங்கள், அதற்காகத்தான் முன்னால் வந்தேன்" என்றாள்.

சாப்பிடுகிற வேலையை நீ செய்தால் போதும்; விருந்தாளிக்கு நாங்கள் அந்த வேலையைத்தான் கொடுக்கிறது வழக்கம்" என்று கூறிச் சிரித்தாள் மீனாட்சி.

"நான் ஒன்றும் உங்களுக்கு விருந்தாளியில்லை; உங்களுடைய பெண் என்று நினைத்துக் கொள்ளுங்கள். என்னுடைய சமையலில் உங்களுக்கு நம்பிக்கை

யில்லாவிட்டால் ஏதாவது கை வேலை கொடுங்கள்!"

அங்கிருந்த இரண்டு பெண்களுக்குமே பெண் குழந்தைகள் பிறக்கவில்லையென்றாலும் மீனாட்சியம் மாளுக்கு அப்படி ஓர் ஏக்கம் உண்டு. ஆகவே, ஆனந்தியின் பேச்சு அவளுக்கு மிகவும் பிடித்திருந்தது. செல்லம்மாளோ, 'பெண், பேச்சில் கெட்டிக்காரி போலிருக்கிறதே!' என்று நினைத்துக் கொண்டாள்.

நறுக்குவதற்கு வைக்கப்பட்டிருந்த முளைக்கீரைக் கட்டுகளை எடுத்து வைத்துக்கொண்டு "இன்னொரு அரிவாள்மணையிருந்தால் எடுத்துத் தருகிறீர்களா?" என்று செல்லம்மாளிடம் கேட்டாள் ஆனந்தி. அவளிடமும் பேச்சுக் கொடுத்து அவளைக் கலகலப்பாகப் பேச வைக்க வேண்டுமென்ற ஆவல் ஆனந்திக்கு.

"வேண்டாம் பொண்ணு! கையை நறுக்கிக்காதே; உன்னைப் பார்த்தாலே வேலை செஞ்சு பழக்கம் இருக்கிறதா தோணலை!" என்று சொல்லிக்கொண்டே, அருகிலிருந்த மற்றொரு அரிவாள்மணையை ஆனந்தியிடம் நகர்த்தி விட்டாள் செல்லம்மாள்.

கீரையைச் சுத்தமாக அலம்பி ஒரு தட்டில் வைத்துக் கொண்டு மற்றொரு பாத்திரத்தில் மளமளவென்று நறுக்கிப் போட்டாள் ஆனந்தி. பிறகு வெங்காயத்தை உரித்துப் பொடியாக அரிந்து வைத்தாள். அடுத்தாற் போல் அங்கு பரவலாகக் கிடந்த பாத்திரம் பண்டங்களை ஒதுக்கி வைத்து விட்டு, இடத்தைச் சுத்தம் செய்யத் தொடங்கினாள். மீனாட்சியம்மாளுக்குப் பெருமை தாங்கவில்லை. படித்த பெண்கள் என்றால் வீட்டுக்கு உதவ மாட்டார்கள் என்று அவள் கேள்விப்பட்டிருந்தாள். ஆனால் ஆனந்தியோ, அந்தப் பேச்சைப் பொய்யாக்குவதுபோல் நடந்து கொண்டாள். செல்லம்மாளுக்குக்கூட கண்களை ஆனந்தியிடமிருந்து அகற்ற முடியவில்லை. வைத்த கண்கள் வாங்காமல் அவளையே பார்த்துக் கொண்டு, சொத்தைக் கத்திரிக்

காய்களையும் நல்ல காய்களோடு நறுக்கிப் போட்டு வைத்தாள் அவள்.

மீனாட்சி எவ்வளவு சொல்லியும் கேளாமல் துடைப்பத்தை தேடி எடுத்துக்கொண்டு ஆனந்தி அறையை பெருக்கித் துப்புரவு செய்வதில் முனைந்தாள். அவளுடைய சுபாவம் அது. அவளைச் சுற்றிலும் கூடிய வரையிலும் துப்புரவாகவும் சுத்தமாகவும் இருக்கும்படி அவள் பார்த்துக் கொள்வாள். அந்த உணர்ச்சிதான் இப்போது அவளைத் துடைப்பத்தை எடுக்கும்படி தூண்டியது.

அவள் கூட்டிக் கொண்டிருந்தபோது அந்த அறைக்குள் ஸெண்ட்டின் நெடி நுழைந்தது. பின்புறம் கதவருகே, யாரோ வந்து நிற்பதுபோல் தோன்றியது. அண்ணாமலையாக இருக்கக்கூடும் என்று நினைத்துக்கொண்டு ஆனந்தி திரும்பிப் பார்த்தாள். அவளுக்குச் சிறிது ஏமாற்றமாக இருந்தது. அங்கே அவளை வியப்போடு பார்த்தபடி நின்றிருந்தான் மாணிக்கம்.

"என்ன இது? நீங்கள் இங்கே இதற்காகவா வந்தீர்கள்? இதைப் பார்த்தால் எங்கப்பாவுக்குக் கோபம் வந்து விடும்!" என்றான் மாணிக்கம்.

"நான் வேலை செய்யாவிட்டால், எங்கப்பாவுக்குக் கோபம் வந்துவிடும்!" என்று கூறிச் சிரித்தாள் ஆனந்தி.

ஆனந்தியின் பேச்சும் சிரிப்பும் அவனைக் கிறங்கச் செய்தன. ஆனால், அவனைப் பெற்ற செல்லம்மாளுக்கு அது துடுக்குத்தனமான பேச்சாகத் தோன்றியது. 'ஆண் பிள்ளையைக் கண்டவுடன் துடைப்பத்தைக் கீழே போடாமல் எதிரில் நின்று கொண்டு சரிசமமாய்ப் பேசுகிறாளே; அடக்கமில்லையே!' என்று நினைத்தாள் அவள்.

20. கெட்டிக்காரப் பிள்ளை

மாணிக்கம், தண்ணீர் குடிப்பதற்காகச் சமையலறைக்கு

வந்ததாகக் கூறினான். ஆனால், குடித்துவிட்டு அவன் வெளியே போகவில்லை. அங்கேயே, அவர்களுக்கு உதவி செய்வதாகச் சொல்லி உட்கார்ந்து கொண்டான். செல்லம்மாள் அவனைத் தேங்காய் உடைக்கச் சொன்னாள். கிழங்கை வறுவலுக்குச் சீவச் சொன்னாள், வாழை இலைகளை நறுக்கி வைக்கச் சொன்னாள். அவனும் சகலகலாவல்லவனைப்போல் எல்லா வேலைகளையும் இழுத்துப் போட்டுக் கொண்டு செய்து வைத்தான். மீனாட்சி யம்மாளுக்கு இது தர்ம சங்கடமாகத் தோன்றினாலும், அவனுடைய உற்சாகத்தில் தலையிட விரும்பவில்லை. ஆனந்தியும் 'இது இந்த வீட்டுப் பழக்கம் போலிருக்கிறது' என்று பேசாதிருந்து விட்டாள்.

ஆனந்திக்கு அவன் போட்டுக் கொண்டிருந்த வாசனை திரவத்தின் நெடிதான் பிடிக்கவில்லையே தவிர, அவனுடைய சுறுசுறுப்பும் விகற்பம் இன்றி உழைக்கும் சுபாவமும் பிடித்திருந்தன. அந்த வீட்டை அவன் பிறர் வீடென்றே நினைத்ததாகத் தெரியவில்லை. பெண்களுக்குள்ள வேலைகள் அவையென்றும் வேற்றுமை பாராட்டவில்லை.

ஒவ்வொரு சொல்லிலும் செயலிலும் அவன்தான் அந்த வீட்டின் மூத்த பிள்ளை என்பதை மாணிக்கம் நிலை நாட்டிக் கொண்டிருந்தான்.

வெளி அறையில் பெரியவர்கள் இருவரும் பொருளா தாரப் பேச்சில் சுவையோடு ஈடுபட்டிருந்தார்கள். அவர்களோடு இருந்த அண்ணாமலையின் மனமோ சமையலறைக்குள்ளிருந்த ஆனந்தியை நோக்கிச் சென்ற வண்ணமே இருந்தது. என்றாலும் அங்கிருந்து எழுந்து உள்ளே போக அவனுக்குத் துணிவில்லை. கதிரேசனும் ஆனந்தியும் அங்கு விருந்தினராக வந்திருந்ததே அவனுக்குப் பெருமகிழ்ச்சியளித்தது.

மேஸ்திரி அன்று கதிரேசனுக்கே பேராசிரியராக மாறி விட்டார். கதிரேசனும் பொருளாதாரத் துறையில்

மேஸ்திரியைக் குருவாக ஏற்றுக் கொள்ளத் தயங்கவில்லை. கதிரேசனிடமிருந்து அவருடைய வருமான விவரங்களைக் கேட்டறிந்த மேஸ்திரி, "உங்க வருமானத்திலே பாதி வந்திருந்தால் இதுக்குள்ளே நான் ரெண்டு லட்சமாவது சேர்த்து நாலு வீடாவது கட்டி வாடகைக்கு விட்டிருப்பேன்!" என்றார். அது உண்மையென்றே கதிரேசனுக்குத் தோன்றியது.

"சம்பாரிக்கிறது பட்டணத்திலே பெரிசில்லே; சமாளிக்கறதுதான் பெரிசு. சம்பாரிக்கவும் வேணும்; சமாளிக்கவும் வேணும். உங்களுக்கு சமாளிக்கத் தெரிந்திருந்தால் சொத்துக்குச் சொத்தும் கூடியிருக்கும். மாசம் பூராத் தூங்கிக்கிட்டே ஆயிர ரூபாய் வாடகையும் சம்பாரிக்கலாம்?"

கலைஞராகவே காலத்தை ஓட்டிவிட்ட கதிரேசனுக்கு உலகாயதக் கவலைகள் அவருடைய மனைவியின் பிரிவுக்குப் பிறகுதான் ஏற்பட்டன. அவர் சீராகச் சிந்தித்துப் பார்த்திருந்தால் அவருக்கு வீண் கவலைப்படுவதற்குக் காரணமேயில்லை. ஆனால், நாகரிக வாழ்க்கையின் போக்கு எங்கே மனிதர்களைச் சீராக சிந்திக்க விடுகிறது? 'அழகாக வாழ வேண்டும்' என்று தம் அறையில் அழகாக எழுதிப் போட்டிருந்தவரே, அதுவரையில் ஆணிவேர் இல்லாமல் வாழ்ந்து விட்டதாக அச்சப்படத் தொடங்கினார். தேவைகள், ஆசைகள், கவலைகள், அச்சங்கள் அவருக்குள்ளே மெல்ல மெல்ல எட்டிப் பார்த்தன. கலைச்செருக்கு இருந்த இடத்தைக் கவலை கைப்பற்றிக் கொள்ளப்பார்த்தது.

"இதோ பாருங்க, எனக்கும் வயசாயிடுச்சு. இனிமேல் என்னாலே கூலிக்கோ, சம்பளத்துக்கோ வேலை செய்ய முடியாது. ஆனால், இது உழைச்ச கட்டை; சும்மாயிருக்கவும் முடியாது. பேசாமல் மாணிக்கத்தை வச்சுக்கிட்டுச் சொந்தமாகத் தொழில் செய்யலாமுன்னு பார்க்கிறேன். என் முதலாளியும் தப்பா நினைச்சுக்க மாட்டார்!" என்றார் மேஸ்திரி.

"மாணிக்கம் சிறு பிள்ளையாயிற்றே?" என்றார் கதிரேசன்.

"சின்னப் பிள்ளையாயிருந்தால் என்ன? அவன் அசகாய சூரன் ஆச்சே! 'மரத்தில் ஏறிக் கொஞ்சம் இலை பறிச்சுக்கிட்டு வாடா'ன்னு அனுப்பிச்சால் அந்த மரத்தையே ஆணிவேரோடு பறிச்சுக்கிட்டு வந்திடுவான்! அண்ணா மலையைப் போல் அவன் பிழைக்கத் தெரியாத பிள்ளை இல்லை!"

அண்ணாமலை இதைக் கேட்டு வருத்தப்படவில்லை. தனக்குள் சிரித்துக் கொண்டான்.

"கெட்டிக்காரப் பிள்ளைதான்" என்றார் கதிரேசன்.

"அவன் சின்னக் குழந்தையா இருக்கிறப்போ, அவனையும் அவன் அம்மாவையும் என் கையிலே புடிச்சுக் குடுத்திட்டு, கண்ணை மூடினான் அவனோட அப்பன். என்னோட உடன் பிறப்புப் போல பழகிய சிநேகிதன் அவன். ஏதோ என்னாலே முடிஞ்சதைச் செய்துகிட்டு வர்றேன். அந்தப் பிள்ளையோட நடத்தையும் எனக்குப் புடிச்ச மாதிரி இருக்கு. என்னோட எண்ணப்படி இனி எல்லாம் நடந்திச்சின்னா, அவனும் முன்னுக்கு வருவான், எனக்கும் அதனாலே பலன் இருக்கும்."

தகப்பனில்லாத ஒரு பிள்ளையைத் தம்முடைய சொந்த வாழ்க்கைப் போராட்டங்களுக்கு இடையே அந்த அளவுக்கு வளர்த்துவிட்ட மேஸ்திரியைக் கதிரேசன் பாராட்டினார். மேஸ்திரியிடம் அவர் கொண்டிருந்த மதிப்பு இன்னும் உயர்ந்தது.

சாப்பாட்டு வேளை வந்தது. மாணிக்கம் உள்ளே இலைகளைப் போட்டுவிட்டு வந்து அவர்களைச் சாப்பிட அழைத்தான். கை கழுவ நீர் கொடுப்பது, துடைத்துக் கொள்ளத் துண்டு கொடுப்பது எல்லாமே அவனுடைய வேலைகள். ஆண்கள் எல்லோரும் சாப்பிட உட்கார்ந் தார்கள். மாணிக்கமும் கடைசியாக வந்து அமர்ந்தான்.

ஆனந்தியையும் அவர்களோடு ஒன்றாக உட்காரும்படி மேஸ்திரி வற்புறுத்திப் பார்த்தார். அவள் கேட்கவில்லை; மீனாட்சியம்மாளுடன் சேர்ந்து கொண்டு பரிமாறுவதில் ஈடுபட்டாள்.

கதிரேசன் உணவு வகைகளைக் கண்டு திணறிப்போய் விட்டார்; அண்ணாமலையாலும் சாப்பிட முடியவில்லை, என்றாலும் ஆனந்தியின் உபசாரத்துக்காகச் சிறிது அதிகமாகவே உள்ளே தள்ளி வைத்தான். பந்தியில் மேஸ்திரியும் மாணிக்கமும் நாவுக்கும் வயிற்றுக்கும் வஞ்சனை செய்யாதவர்கள்.

சாப்பாட்டுக்குப் பிறகு வெளி அறையில் மீண்டும் ஆண்களின் பேச்சு நடந்தது. பிறகு கதிரேசன் அந்த வீட்டைச்சுற்றிப் பார்க்க விரும்பியதால், அவரையும் அழைத்துக் கொண்டு மேஸ்திரியும் மாணிக்கமும் கிளம்பினார்கள். பின்புறம் தோட்டத்தைக் கண்ட கதிரேசன், அங்கிருந்த மரத்தடி நிழலில் தரையில் உட்கார்ந்து விட்டார். மற்றவர்களும் அவரைப் பின்பற்றினார்கள்.

அண்ணாமலை அறையின் தனிமையில் பகற் கனவுகள் காணத் தொடங்கினான். புத்தம் புதிய சோபா சாய்ந்து கொள்வதற்குச் சுகமாயிருந்தது.

பெண்களுடன் சாப்பிட்டு முடித்த ஆனந்தி, எதேச்சையாக வந்து அறையினுள் எட்டிப்பார்த்தாள். "நீங்கள் இங்கேயே இருக்கிறீர்கள்?" என்று வியப்போடு கேட்டாள்.

"ஆமாம், நீங்கள் போட்ட சாப்பாடு என்னைத் திணறச் செய்கிறது!" என்று கூறிச் சிரித்தான் அண்ணாமலை. அவளும் அருகில் கிடந்த நாற்காலியில் சாய்ந்து கொண்டாள்.

"வீட்டிலும் நீங்கள் விருந்தாளிதான் போலிருக்கிறது. அதை இங்கு வந்த பிறகு தான் தெரிந்து கொண்டேன். அந்தப் பக்கம் எட்டிக் கூடப் பார்க்கவில்லையே!"

அவன் எட்டிப் பார்க்காவிட்டாலும் அவள் அங்கு வந்து எட்டிப் பார்த்தது அவனுக்கு ஆனந்தத்தை அளித்தது. வழக்கத்தைவிட அன்று அவனிடம் ஆனந்தி கலகலப்பாகப் பேசினாள்... பிறகு, திடீரென்று அவளுடைய கலகலப்பு மறைந்தது. நீண்ட மௌனத்தில் மூழ்கிவிட்டாள்.

"உங்களையும் உங்கள் அப்பாவையும் அன்று நான் பார்த்திருக்காவிட்டால் இந்த வாய்ப்பே எனக்குக் கிடைத்திருக்காது. நாளையிலிருந்து நான் ஓவியம் படிக்கக் கல்லூரிக்குப் போக வேண்டும்" என்றான் அவன்.

"கல்லூரிக்குச் சென்றாலும் விடுமுறை நாட்களில் நீங்கள் எங்கள் வீட்டுக்கு வரலாம். அப்பாவிடம் பாடமும் கேட்டுக் கொள்ள முடியும். அவர்களுடைய புத்தகங்களும் உங்களுக்கு உபயோகப்படும்" என்றாள் ஆனந்தி.

"அந்தப் புத்தகங்கள் எல்லாவற்றையுமே எனக்குப் படிக்க வேண்டும் என்ற ஆசை."

"தாராளமாகப் படியுங்கள்."

பிறகு, பெரியவர்கள் இருவரும் பேசிக்கொண்டே வீடு கட்டும் விஷயம் பற்றி அண்ணாமலையிடம் ஆர்வத்தோடு விசாரித்தாள் ஆனந்தி. அவனும் தனக்குத் தெரிந்த விவரங்களைத் தெரிவித்தான். மேஸ்திரியாருக்கு ஆனந்தியின் வீட்டுப் பின்புறத்து மனையை வாங்க வேண்டும் என்றும் அவர்களுக்கு ஓர் அழகான வீடு கட்டிக் கொடுக்க வேண்டுமென்று ஆவல் இருந்ததாம். அதோடு தமக்கும் அங்கே ஒரு வீடு கட்டிக் கொள்ள விரும்பினாராம்.

"அப்படியானால் நீங்கள் எங்களுடைய பக்கத்து வீட்டுக்காரராக வரப்போகிறீர்கள் என்று சொல்லுங்கள்!" என்று குதூகலத்தோடு கூறினாள் ஆனந்தி.

"வந்துவிட்டால் நன்றாகத்தான் இருக்கும்?" என்றான் அண்ணாமலை, பரவசத்தோடு.

அப்போது அங்கு வந்த மாணிக்கம் அவர்களுடைய பேச்சை அரைகுறையாகக் காதில் போட்டுக் கொண்டு, "யார் வந்துவிட்டால் நன்றாக இருக்குமென்கிறாய்?" என்று

அண்ணாமலையிடம் கேட்டபடியே அறைக்குள் நுழைந்தான். அண்ணாமலைக்கு ஏனோ அந்த நேரத்தில் அவன் குறுக்கிட்டது மூச்சை அடைப்பது போலிருந்தது. அவனால் உடனே பதிலளிக்க முடியவில்லை. மாணிக்கம் அண்ணாமலையை உற்று நோக்கி விட்டு, அவனுக்கும் ஆனந்திக்கும் இடையிலிருந்த நாற்காலியில் வந்து உட்கார்ந்தான். ஆனந்திக்கோ மாணிக்கத்திடம் சிறிதும் வெறுப்பில்லையென்றாலும் ஏனோ சற்று முன்பு வரையிலும் அவள் உள்ளத்தில் பொங்கிக் கொண்டிருந்த உற்சாகம் அவனுடைய வரவால் தடைப்பட்டது.

சற்று நேரத்துக்கெல்லாம் பெரியவர்கள் இருவரும் அங்கு திரும்பி வந்தவுடன்தான் அவளால் மீண்டும் கலகலப்பாகப் பேச முடிந்தது.

21. பள்ளியில் முதல் நாள்

விடுமுறை முடிந்து, ஓவியப் பள்ளியும் திறந்து விட்டார்கள். புதிதாகச் சேர விரும்பிய மாணவ மாணவியர் கூட்டத்தோடு அண்ணாமலையும் சேர்ந்து கொண்டான். பள்ளித் தலைவரின் அறைக்குள் ஒவ்வொருவராகச் சென்று அவரைப் பார்த்து வந்தார்கள். அண்ணாமலையின் முறை வந்தபோது அவனும் உள்ளே சென்று அவரை வணங்கி நின்றான். கதிரேசன் கொடுத்த கடிதத்தை அவரிடம் நீட்டினான்.

“ஹூம்! அவருக்குத் தொந்தரவு கொடுத்து, அவரிடமிருந்து கடிதம் வாங்கிக் கொண்டு வந்திருக்கிறாய் போலிருக்கிறது!” என்று தமக்குள் முணுமுணுத்துக் கொண்டே, அவனை ஒருமுறை ஏற இறங்கப் பார்த்தார். பிறகு முகத்தைச் சுளித்துக்கொண்டு, “எதற்காக நீ இதைக் கற்றுக் கொள்ள விரும்புகிறாய்?” என்று கேட்டார்.

“கற்றுக்கொள்ள வேண்டும் என்று ஆவல்...” என்று இழுத்தான் அண்ணாமலை.

“ஆவல்? ஹூம்...சேர்வதற்கு முன்னால் நன்றாக யோசனை செய். ஆறு வருடங்கள் இங்கே படித்தாக வேண்டும். பாதியில் ஓடிவிடக் கூடாது...ஹூம்! படித்து முடித்தாலும் பலன் இருக்குமா என்று கேட்கக்கூடாது சித்திரம் வரையக் கற்றுக்கொண்டு பிழைப்புக்காக வெற்றிலை பாக்குக் கடை வைப்பவர்களும், சைக்கிள் ரிப்பேர் செய்பவர்களும் இருக்கிறார்கள். நீயும் அப்படிச் செய்வதானால் இப்போதே பெட்டிக்கடை வைத்துவிடலாம். ஆறு வருடம் மிச்சமாகும். ஹூம்... என்ன சொல்கிறாய்?”

என்ன சொல்வதென்று அண்ணாமலைக்குப் புரியவில்லை. நொடிக்கு ஒரு முறை ‘ஹூம்!’ போட்டுக் கொண்டு பேசும் விசித்திரமான மனிதராக அவர் அவனுக்குக் காட்சி அளித்தார். அவருடைய பேச்சு அவனுடைய உற்சாகத்தைக் குலைத்துவிடும் போலிருந்தது.

“இதோ பார். இந்தக் கலை இருக்கிறதே, இது பிழைப்பைக் கொடுத்தாலும் கொடுக்கும்; கெடுத்தாலும் கெடுக்கும்; துணிச்சல் இருக்கிறதா என்று பார்த்துக் கொள்” என்றார் அவர்.

அவன் பேசாமல் நின்றான். அவரே மேலும் பேசினார் :

“உனக்கு இதில் ஆசை இருப்பதுபோல் தெரிகிறது. இருக்க வேண்டியதுதான். ஆனால், ஆசை மட்டும் போதாது; ஆடத் தெரியாதவர்களும் பாடத்தெரியாதவர்களும் ஆசைப்பட்டுப் பலருடைய கண்களையும் காதுகளையும் கெடுத்து விடுகிறார்கள். அப்படியே எழுதத் தெரியாதவர்கள் எழுத்தாளராகவும், வரையத் தெரியாதவர்கள் ஓவியர்களாகவும் ஆசைப்பட்டு பலருடைய ரசிகத் தன்மையைக் கொலை செய்யத் துணிந்துவிட்டார்கள். ஓவியர்களுக்குக் காண்பவர்களின் கண்களைக் கெடுக்க உரிமை கிடையாது. ஆசையோடு ஆற்றலும் இருக்கவேண்டும். கதிரேசனின் கடிதத்தோடு நீ வந்திருப்பதால் உன்னை நான் இப்போதே எச்சரிக்க விரும்புகிறேன்.”

கடிதம் இல்லாமலே வந்திருக்கலாம் என்று தோன்றியது அண்ணாமலைக்கு. அவனுக்கு அழுகை வந்துவிடும் போல் இருந்தது.

"எழுதிய படங்களைக் கொண்டு வந்திருக்கிறேன். நன்றாக இருந்தால் என்னை எடுத்துக் கொள்ளுங்கள்" என்றான் அவன்.

"ஹூம்...ஊஹூம்! நான் அந்தப் படங்களை இப்போது பார்க்க மாட்டேன். படங்களை நீதான் வரைந்தாயா அல்லது வேறு யாரும் உனக்கு வரைந்து கொடுத்தார்களா என்பது எனக்கெப்படித் தெரியும்?"

அழுகையே வந்துவிட்டது அண்ணாமலைக்கு. சிறிதும் இரக்கமே இல்லாத மனிதர் அவர் என்று அவன் அவரைப் பற்றி நினைத்துக் கொண்டான்; ஐம்பது வயதுக்கு மேலிருக்கும் அவருக்கு. வாட்ட சாட்டமான உடற்கட்டு; வட்டமான முகம்; முன்புறம் வழுக்கை கண்ட கிராப்புத் தலை. ஜிப்பாவும் பஞ்சகச்சம் வைத்துக் கட்டிய வேஷ்டியுமாக இருந்தார் அவர்.

"சரி, சரி, இங்கே நான் யாரையும் தேர்வு நடத்தித்தான் பொறுக்கி எடுப்பது வழக்கம். உன்னிடம் திறமையிருந்தால் நீ அதில் காட்டலாம்" என்று சொல்லி அவனை அனுப்பி வைத்தார்.

அன்றைக்குப் பிற்பகலே தேர்வு தொடங்கிவிட்டது. சேர்ந்தாற்போல் இரண்டு வாரங்கள் தேர்வு நடக்கும் என்று கூறினார்கள். பெரியதோர் அறையில், மாணவ மாணவிகள் பெஞ்சுகளில் சாய்வு மேசைகளுக்கருகில் அமர்ந்திருக்க அது தொடங்கியது. மத்தியில் பீடத்தின் மீது உலோகத்தில் கடைந்தெடுத்த பழங்காலத்துச் சிற்பமொன்று இருந்தது. அதைப் பார்த்து அவர்கள் படம் வரைய வேண்டுமென்று அங்கிருந்த ஆசிரியர் ஒருவர் கூறினார். சுறுசுறுப்பாக வரைவதில் முனைந்தார்கள் மாணவ மாணவிகள்.

அண்ணாமலையின் விழிகள் அந்தச் சிற்பத்திலேயே

பதிந்துவிட்டன. நின்ற திருக்கோலத்திலிருந்தவாறே சிவபெருமான் ஆதிபராசக்தியை அன்போடு தழுவும் நிலையிலிருந்த அற்புதச் சிற்பங்களில் ஒன்று அது. அதற்கு முன்பு அண்ணாமலை கண்டிராத அபூர்வமான கலைப்படைப்பு. அந்த முதற் காட்சியே அவனை மெய்சிலிர்க்கச் செய்துவிட்டது. என்றோ ஒருநாள், பல நூற்றாண்டுகளுக்கு முன்பு அதை உருவாக்கி விட்டுச் சென்ற, ஊரும் பெயரும் தெரியாத அந்த ஒப்பற்ற சிற்பியை அவன் நினைத்துக் கொண்டான்.

அந்தச் சிற்பத்துக்குள்ளிருந்து கொண்டு அதைப் படைத்தவன் பேசுவதுபோல் அவனுக்குத் தோன்றியது. மோனக் குரல்தான்; என்றாலும் அண்ணாமலையால் அதைக் கேட்க முடிந்தது.

"மகனே! வாழ்க்கையில் நீ எங்குமே காண முடியாத ஆண்மையின் அழகையும், பெண்மையின் எழிலையும் நீ இங்கு காணமுடிகிறதல்லவா? மனித உருவங்களைப் போல இவை தோன்றினாலும் அவற்றின் நகலல்ல இவை, உள்ளும் புறமும் குறைபாடுகள் கொண்டவர்கள் மனிதர்கள்; ஆனால், அவர்களில் நிறைவைத் தேடித் துடிப்பவர்களும் உண்டு. அத்தகையோரின் புனிதமான கற்பனையில் உதித்த முழுமை நிறைந்தவர்களான அம்மைக்கும் அப்பனுக்கும் நான் வடிவம் கொடுக்க முயன்றிருக்கிறேன். நன்றாக இந்தப் படைப்பை உற்றுப்பார்! உள்ளும் புறமும் இவர்களிடம் பரிபூரணத்வம் நிரம்பிவழிய வேண்டுமென்று நான் பட்டிருக்கும் இன்பவேதனைகளை நீ உணர்ந்து கொள்வாயா?"

கலைக்கண் கொண்டு முதன் முதலாக அதைக் கூர்ந்து நோக்கிய அண்ணாமலையின் விழிகளில் ஆனந்தக் கண்ணீர் துளிர்த்தது. கோவில்களில் அவன் பல சிற்பங்களைக் கண்டிருக்கிறான்; என்றாலும் தொலைவிலிருந்து அவற்றின் முகங்களை மட்டிலுமே அவனால் காண முடிந்தது; சிற்பிகள் தங்கள் படைப்போடு ஒட்டி வளர்ந்திருந்த ஆடை அணிகள்

போதாதென்று பக்தர்கள் வேறு தனியாக ஆடைகளை அவற்றுக்குச் சுற்றியிருந்தார்கள்.

ஆனால், மாதிரியாக அங்கு வைக்கப் பெற்றிருந்த அம்மையப்பரின் சிற்பமோ எவ்விதச் செயற்கை அலங்காரங்களுமின்றித் தன் இயற்கை எழிலோடு விளங்கியது. சிற்பங்களுக்கு ஆடையணிகளை அமைத்த சிற்பியின் கற்பனைத் திறனைக் கண்டு வியந்து போனான். உடலோடு ஒட்டினாற்போல் அவற்றைச் செதுக்கி யிருந்ததால், அது அந்த உருவங்களின் அங்க அமைப்புக் களை ஒப்பற்ற முறையில் எடுத்துக் காட்டுவதாகவும், அதே சமயம் உயர்ந்த உணர்ச்சிகளைத் தூண்டுவதாகவும் அமைந்திருந்தது.

மழுவை ஏந்தி நிற்கவேண்டிய கரத்தால் மலரன்ன மங்கையாம் தேவியை மெல்லத் தழுவி நின்றார் தலைவர். அந்தப் புனிதமான நறுமலரின் மணத்தைச் சற்றுத் தொலைவிலிருந்தே நுகர்ந்து மகிழ்வது போன்ற முகபாவம் அவருக்கு. தலைவியின் இதழோரத்துப் புன்னகை, முகத்தில் அரும்பிய நாணம், உடல் வளைவு, கரங்களில் வழிந்தோடிய மென்மை, இவற்றிலெல்லாம் பிரதிபலித்த நளினம் இவற்றைக்காண இரண்டு கண்கள் போதவில்லை அண்ணாமலைக்கு.

கதிரேசனின் வீட்டில் அவன் புரட்டிப் பார்த்த நூல் ஒன்றில் அவன் படித்த சில வரிகள் அப்போது நினைவுக்கு வந்தன; “தமிழ் நாட்டுச் சிற்பிகள், உலோகத்தில் செதுக்கியுள்ள சிற்பச் சாதனைகளைப் போல் உலகத்தில் வேறு எங்கும், யாருமே படைக்கவில்லை, அதனால்தான் மேல் நாட்டுக் கலை உலகம் அந்தச் சிற்பங்களைக் கிடைத்தற்கரிய கலைப் பொக்கிஷங்களாகக் கருதுகின்றன.”

திடீரென்று அண்ணாமலை, சில தினங்களுக்கு முன்பு பத்திரிகையில் படித்த மற்றொரு செய்தியையும் நினைத்துக் கொண்டான். அவனுடைய விழிகள் கோபத்தால் சிவந்தன.

யாரோ சிலர் ஒரு கோவிலில் இருந்த சிற்பங்களைத் திருடி வெளிநாட்டுக்காரர்களுக்கு விற்றுவிட்டார்களாம். 'அற்புதச் சிற்பிகள் பிறந்த இதே தமிழ் மண்ணில்தானே தாயையும் தங்கையையும் திருடி விற்கும் இந்த மிலேச்சர்களும் பிறந்திருக்கிறார்கள்!' என்ற நினைவு அவனுக்கு வந்து விட்டது.

நேரம் விரைந்தோடிக் கொண்டிருந்தது.

மாணவ மாணவிகள் தங்கள் வேலைகளில் மும்முரமாக ஈடுபட்டிருந்தனர். அண்ணாமலை மட்டும் இந்த உலகத்திலேயே இல்லை. சோழப் பேரரசர்கள் கலைகளை வளர்த்து வந்த காலத்தின் கலைக்கூடம் ஒன்றுக்கே அவன் போய் விட்டான். சிற்றுளிகளின் சீரான நாதம் அவன் செவிகளில் ஒலிப்பது போல் தோன்றியது. அவன் மெய்மறந்த நிலையிலிருந்தான்.

பள்ளித் தலைவர் அந்த அறைக்குள் புகுந்து மாணவர்களின் நோட்டுக்களை எட்டிப் பார்த்துக் கொண்டே வந்தார். அருகில் அவர் வந்த பிறகும் அண்ணாமலை அவரைக் கவனிக்கவில்லை. மெல்ல அவனுடைய தோளில் கைவைத்தவாறே அவனுடைய நோட்டை எடுத்துப் பார்த்தார். ஒரு கோடு கூட இன்னும் அவன் வரையத் தொடங்கவில்லை. பென்சிலை இன்னும் அவன் கையாலும் தொடவில்லை என்பதைக் கண்டார். வெற்று நோட்டைச் சுட்டிக் காட்டி, "இதுதான் நீ இன்றைக்கு வரைந்த படமா?" என்று சற்றுக் கோபத்தோடு கேட்டார்.

தூக்கி வாரிப் போட்டது அண்ணாமலைக்கு. அக்கம் பக்கத்திலிருந்த மாணவர்கள் தங்கள் சிரிப்பை அடக்கிக் கொள்வதை அவன் கவனித்தான். அதற்குள் பள்ளித்-தலைவரும் அங்கிருந்து கிளம்பி விட்டார். பள்ளி கலையும் நேரமும் ஆகிவிட்டது.

மாணவர்களில் ஒருவன் ஓடிவந்து அண்ணாமலையின்

நோட்டை எடுத்துப் பார்த்தான், பிறகு அதை எல்லோருக்கும் காட்டி விட்டுச் சிரித்தான்.

"பரவாயில்லை, இன்னும் இரண்டு வாரமிருக்கிறதே, மெதுவாய் போட்டுக் கொள்ளலாம்!" என்றான் ஒருவன்.

"இரண்டு வாரம் கழித்தும் கூட அப்படியே வெற்று நோட்டைக் கொடுக்கலாம்!" என்றான் மற்றொருவன்.

குபீரென்று வகுப்பறைக்குள் சிரிப்பொலி கிளம்பியது. அண்ணாமலையால் அதைத் தாங்கிக் கொள்ள முடியவில்லை. வேதனையோடு அவன் தன் வீட்டுக்குத் திரும்பினான்.

22. கண்டு பிடித்தார்

வீட்டில் அவன் யாரோடும் பேசவில்லை. முதல் நாள் அவன் பள்ளியில் பெற்ற அனுபவம் அவனுக்கே என்னவோ போல் இருந்தது. பள்ளிக்கே போகாமல் கதிரேசனிடம் சென்று கற்றுக் கொண்டால் என்ன? அடையாற்றுக்குச் சென்று அவரிடம் தன் விருப்பத்தைத் தெரிவிக்கலாமென்று நினைத்தான். பிறகு அப்படிச் செய்வது கோழைத்தனம் என்று அவனுக்குத் தோன்றியது.

மறுநாள் நம்பிக்கையை இழுத்துப் பற்றிக் கொண்டு பள்ளிக்கூடம் போய்ச் சேர்ந்து, வகுப்பறையில் உட்கார்ந்தான். எதிரில் இருந்த சிற்பத்தைச் செதுக்கிய, அந்தப் பெயர் தெரியாத பழம் பெரும் சிற்பிக்குத் தனக்குள் வணக்கத்தைத் தெரிவித்துக் கொண்டு, பென்சிலைக் கையிலெடுத்தான். உலோகத்தில் ஒருவனால் சிற்றுளியைக் கொண்டு அற்புதங்கள் செய்யமுடிந்ததென்றால், அவனுடைய படைப்பை பார்த்துக் காகிதத்தில் வரைவது தானா கஷ்டம்?

ஆனால், அது வரைந்து பார்த்தபோது கஷ்டமாகத்தான் இருந்தது. நடுப்பகல் சாப்பாட்டு நேரத்தின்போது அவன் எழுந்து வெளியே போகவில்லை. பசியை மறந்தான்; தாகத்தை மறந்தான்; வேலையை மறக்கவில்லை. மத்தியானப்

பொழுதில் மற்ற மாணவர்கள் அவனை வேடிக்கை பார்த்துத் தங்களுக்குள் வழக்கம் போல் நகைத்துக் கொண்டார்கள்.

பிற்பகலில் அந்தப் பக்கமாக வந்த பள்ளித் தலைவர், மற்றவர்கள் வரைந்திருந்தவற்றை எட்டிப் பார்த்துச் சென்றது போலவே அவனுடைய படத்தையும் பார்த்துச் சென்றார். இவ்வாறே ஐந்தாறு தினங்கள் சென்றுவிட்டன. சிவபெருமானின் சித்திரம் மட்டும் அண்ணாமலைக்கு நிறைவு பெறும் நிலையிலிருந்தது. இதற்குள் மற்றவர்களில் சிலர் இரண்டு சித்திரங்களையுமே போட்டு முடித்து விட்டார்கள்: அவர்களையெல்லாம் பள்ளியில் சேர்த்துக் கொண்டு, வகுப்பிற்கு அனுப்பி வைத்தார் தலைவர். அதற்காக அண்ணாமலை அவசரப்பட விரும்பவில்லை. சிவ சக்தி இருவரது வெளித்தோற்றங்களை மட்டுமின்றி அவர்களது உள்ளுணர்ச்சிகளையும் பிரதிபலிக்கச் செய்துவிட வேண்டுமென்ற துடிப்பு அவனுக்கு. உருவத்தின் அழகில் நாட்டம் செலுத்தியபோது உணர்ச்சிகளைப் பிரதிபலிப்பதில் சங்கடம் இருந்தது. உணர்ச்சிகளைக் கொண்டு வர முனைந்தபோது உருவத்தின் அழகு குறைவது போல் தோன்றியது. ஆனால், இரண்டையுமே விட்டுவிட அவனுடைய பிடிவாதம் இடம் கொடுக்கவில்லை.

நாளுக்கு நாள் மாணவர்களைப் பொறுக்கி எடுத்துத் தலைவர் வகுப்புக்கு அனுப்பிக் கொண்டே இருந்தார். ஆனால் இப்போதெல்லாம் அவர் அண்ணாமலையின் அருகில் வரும்போது சற்று நேரம் அதிகமாக நின்று கூர்ந்து நோக்கத் தவறுவதில்லை. பத்து நாட்களில் பாதி பேருக்கு மேல் பள்ளியில் சேர்க்கப்பட்டு விட்டார்கள். பதினோராம் நாள் அண்ணாமலைக்கு வலப்புறம் இருந்தவனையும் இடப்புறம் இருந்தவனையும் கூட வகுப்புகளில் சேர்ந்துவிட்டார். அவர்களும் இன்னும் முற்றிலும் படங்கள் முடிக்கவில்லை. அந்த நிலையில் அவர் அவனிடம் எதுவுமே பேசாமல் அவனைச் சேர்த்துக் கொள்ளவும் இல்லாமல் காலங்கடத்தியது அவனுக்குக் கவலையைக் கொடுத்தது.

அவன் குழம்பத் தொடங்கினான்; என்றாலும் வரைவதை நிறுத்தவில்லை.

பதினோராம் நாள், வகுப்பு தொடங்குவதற்கு முன்னால் மாணவர்களில் ஒருவன் வந்து, ஓர் இரகசியத்தை மாணவர் களிடையே அம்பலப்படுத்தினான். அண்ணாமலைக்கு அருகில் அமர்ந்து எழுதியவனைக் குறிப்பிட்டு, "அந்தச் சுப்பையாவுக்கு அதிர்ஷ்டம் அடித்துவிட்டது; அவனை எடுத்த எடுப்பில் இரண்டாம் வகுப்பில் சேர்த்துவிட்டார். ஒரு வருடப் பயிற்சி அவனுக்கு மிச்சம்!" என்றான்.

"காரணம்?" என்று கேட்டான் ஒருவன்.

"படம் அழகாக இருக்கிறது. தகுதிக்கு ஏற்ற இடத்தைக் கொடுத்திருக்கிறார்."

"யாரையேனும் படம் நன்றாயில்லை என்பதற்காக வெளியே அனுப்பி விட்டாரா?" என்று கலவரத்தோடு கேட்டான் அண்ணாமலை.

"இல்லை; இல்லை. நீ பயப்படாதே. மர வேலை, மண் வேலை, 'என்கிரேவிங்' இப்படி எங்காவது உன்னையும் தள்ளி விடுவாரே தவிர, ஒரு காலும் வெளியே தள்ளமாட்டார். யாரையுமே அவர் ஒதுக்கவில்லை."

இப்படிக் கூறியவன் அண்ணாமலையின் படத்தை இன்னும் பார்க்கவில்லை. அண்ணாமலையின் பயம் சிறிது குறைந்தது. அன்றைக்குப் பிற்பகலில் ஒரு வழியாக அவனுடைய படம் முடிவடைந்தது. முடித்துவிட்டு அதை உற்றுப்பார்த்தான். அவனுக்கே அதில் ஓரளவு திருப்தி ஏற்பட்டது.

பள்ளி கலையும் நேரத்துக்குச் சற்று முன்பாகப் பிற்பகலில் தலைவர் அங்கு வந்து சேர்ந்தார். முடிந்த படத்தோடு அவன் காத்துக் கொண்டிருப்பதைக் கண்டு, நேரே அவனிடம் சென்றார். படத்தை கையிலெடுத்துச் சில நிமிடங்கள் பார்த்துக் கொண்டு நின்றார். அவனுடைய படத்தை முதலில் ஆனந்தி கண்டபோது அவளுடைய

விழிகளில் திரண்ட புத்தொளி தலைவரின் விழிகளிலும் திரண்டது. அண்ணாமலையின் நெஞ்சு வேகமாகத் துடிக்கத் தொடங்கியது.

"சரி, நீ என்னோடு வா!" என்று அவனை மட்டிலும் தனியே அழைத்துக் கொண்டு வெளியில் வந்தார். முதல் ஆண்டு வகுப்பில் எப்படியும் தனக்கு இடம் கிடைத்துவிடும் என்று நம்பினான் அவன். அந்த வகுப்பையும் அவர்கள் கடந்து சென்றார்கள். அண்ணாமலையின் மனம் ஆனந்தப் பரவசத்தில் ஆழ்ந்தது. இரண்டாம் ஆண்டு வகுப்பை நோக்கி அவர்கள் சென்றார்கள். ஆனால், அதற்குள்ளேயும் தலைவர் நுழையவில்லை. திடீரெனச் சோர்ந்து போனான் அண்ணாமலை. நேரே பள்ளியின் வெளிக் கதவைச் சுட்டிக் காட்டத்தான் இவர் இப்படி அழைத்துக் கொண்டு போகிறாரோ?

மூன்றாம் வகுப்பின் அறை வந்தது. வெளியில் தயங்கியபடியே நின்ற அண்ணாமலையின் தோளில் கையை வைத்து அவனை அன்போடு உள்ளே தள்ளிக் கொண்டு சென்றார். அங்கிருந்த ஆசிரியரிடம் படத்தைக் கொடுத்து "இவன் என்னுடைய புதிய கண்டு பிடிப்பு; உழைத்தால் இவன் கலைஞனாக வரக்கூடும்!" என்றார். பிறகு அந்தப் படத்தை மற்ற மாணவர்கள் பார்ப்பதற்காக ஓர் இடத்தில் மாட்டி வைத்தார்கள். உடனே, வகுப்பிலிருந்த மாணவ மாணவியரின் கூட்டம் அவன் படத்தைச் சுற்றியும் அவனைச் சுற்றியும் கூடியது.

"பெயர் அண்ணாமலை; இனி இவன் உங்களோடு சேர்ந்து பயிலுவான்" என்று சொல்லிவிட்டுத் தலைவர் போய் விட்டார்.

உடனே, இளம் தாடி வைத்த ஓர் ஒல்லியான மாணவன் அண்ணாமலையின் கையைப் பிடித்துக் குலுக்கி, "டபுள் பிரமோஷன் இல்லே; உங்களுக்கு ட்ரிபிள் பிரமோஷன் கிடைச்சிருக்கு!" என்று பாராட்டினான்.

அவனை வியப்போடு உற்றுப் பார்த்துக் கொண்டிருந்த முகங்களில் ஒரு முகம் ஏற்கனவே அவனுக்கு அறிமுக மானதாக இருந்தது. எப்போதோ ஓரிரு சமயங்களில் ஆனந்தியின் வீட்டில் அவளோடு ஒன்றாகச் சந்தித்த சாரதாவின் முகம் அது. அவள் அவனைப் பார்த்தவுடன் "ஓ! நீங்கள் எங்கள் வகுப்புக்கே வந்து விட்டீர்களா? வாழ்த்துக்கள்!" என்று உற்சாகத்தோடு வரவேற்றாள். வகுப்பில் எல்லோருமே புதியவர்களாக இல்லாமல் அறிமுகமான ஒருத்தி அங்கிருந்தது அவனுக்கு மகிழ்ச்சியை அளித்தது.

அவனுக்கு ஒதுக்கப்பட்ட இடத்தில் அவன் உட்கார்ந்த சில நிமிடங்களுக்கெல்லாம் மணியடித்து விட்டார்கள். பள்ளி நேரம் முடிந்துவிட்டது. மாணவர்களோடு ஒன்றாக வெளியில் வந்து பஸ் நிற்கும் இடத்தை நோக்கி நடந்தான் அண்ணாமலை. அவனுக்குப் பின்னால் சாரதாவும் விரைந்து வந்து கொண்டிருந்தாள்.

"நீங்கள் மயிலாப்பூருக்குப் போக வேண்டும்; நான் அடையாற்றுக்குப் போக வேண்டும். ஒரே பஸ்ஸில் போய்விடலாம்" என்றாள் சாரதா. மயிலாப்பூருக்குத் தனியே பஸ் இருந்தாலும் அவனால் சாரதாவின் விருப்பத்தைத் தட்ட முடியவில்லை.

பஸ்ஸுக்காகக் காத்து நின்றபோது சாரதா கூறினாள் :

"நீங்கள் பள்ளியில் சேரப் போவதாய் ஆனந்தி சொல்லியிருந்ததால் உங்களை முதல் நாளே கவனித்தேன். நீங்கள் தேர்வு எழுதி முடித்தபிறகு உங்களைப் பார்க்கலாமென்றிருந்தேன். நீங்களோ இரண்டே உருவங்களை வரைந்து விட்டு, ஒரே மூச்சில் இரண்டு வருடங்களைத் தாண்டி வந்து விட்டீர்கள்! இதைக் கேட்டால் ஆனந்தியும் அவள் அப்பாவும் எவ்வளவு சந்தோஷப்படுவார்கள் தெரியுமா?"

நன்றியோடு கதிரேசனை நினைத்துக் கொண்ட

அண்ணாமலை, "நான் வீட்டுக்குப் போய் விட்டுப் பிறகு தான் அங்கு வரவேண்டும்; வந்து அவர்களுக்கு நன்றி சொல்ல வேண்டும்" என்றான்.

"நீங்கள் வந்து சேருவதற்கு முன்பே செய்தி அவர்களுக்கு எட்டிவிடும்!" என்று கூறிச் சிரித்தாள் சாரதா.

"முதலில் நான் அவர்களைப் பார்த்துச் சொல்லி விட்டுத்தான் என் வீட்டுக்குப் போவேன்!"

சாரதா அவனுக்கு அன்பு நிறைந்த வாயாடியாகத் தோற்றமளித்தாள். விகற்பமில்லாத கலகலப்பான பேச்சு! குதூகலம் நிறைந்த பார்வை, குரல், நடை, சுபாவம், வெகுளித்தன்மை மின்னும் பெரிய விழிகள். அவளுடைய ஆடை அணிகள் அவள் வறுமை நிறைந்த குடும்பத்தைச் சேர்ந்தவள் என்பதை வெளிப்படுத்திக் கொண்டிருந்தன; என்றாலும் அந்த வறுமையிலும் செம்மை தெரிந்தது; நடுத்தர உயரத்துக்குச் சற்றுக் குட்டையாகவும் ஒல்லியாகவும் இருந்தாள். அழகான முகம்தான்; மாநிறம்; மை தீட்டப் பெறாமலே அந்த மையின் கருமை பெற்று விளங்கின அவள் விழிகளின் ஓரங்கள்.

"தலைவர் இருக்கிறாரே, பொல்லாத மனிதர்! அவர் என்ன நினைக்கிறார், என்ன பேசுகிறார் என்பதை யாராலுமே புரிந்து கொள்ள முடியாது. ஆனால், அவர் மட்டிலும் ஒவ்வொருடைய திறமையையும் கற்பனையையும் கண்டு பிடித்து விடுவார். உங்களுக்குக் கிடைத்திருக்கிற வாய்ப்பு எல்லோருக்கும் கிடைத்துவிடாது! எனக்கு இது மூன்றாவது வருடம் என்றால் பார்த்துக் கொள்ளுங்களேன்!"

அடையாற்றுக்குச் செல்லும் பஸ் வந்தது. இருவரும் ஏறித் தனித்தனியே அமர்ந்தார்கள். தனித் தனியே டிக்கெட்டுகளும் வாங்கிக் கொண்டார்கள்; பஸ் புறப்பட்டது.

23. இடம் பெயர்ந்தவர்

ஓவியப் பள்ளியே அண்ணாமலையின் உலகமாக மாறி விட்டது. முன்பு கதிரேசனின் வீட்டுக்குச் செல்வதில் இவன் எவ்வளவு ஆர்வம் கொண்டிருந்தானோ அவ்வளவு ஆர்வமும் இப்போது பள்ளிக்குத் திரும்பி விட்டன. பள்ளியின் மரங்கள் சூழ்ந்த பெரிய தோட்டம், கலகலப்பும் உற்சாகமும் செயற்கைத் தன்மையுமற்ற பயிற்சி முறை இவ்வளவும் அவனுக்குப் பிடித்திருந்தன. முதல் நாள் அவனைக் கண்டு பரிகசித்த மாணவர்கள், இப்போது அவன் திறமையால் உயர் வகுப்புக்குச் சென்றுவிட்டதால் அவனிடம் மரியாதை செலுத்தத் தொடங்கினார்கள். வகுப்பின் சூழ்நிலையும் கற்பனையைத் தூண்டி உற்சாக மூட்டுவதாக இருந்தது.

வீட்டில் சிதம்பர மேஸ்திரிக்கோ அவனைப் பற்றித் தாங்க முடியாத பெருமை. ‘மூளையில்லாத முட்டாள்’ என்று அவரால் கருதப்பட்டவன், தனக்கும் ஒரு மூளையிருக்கிறது என்பதை நிரூபித்து விட்டானல்லவா? மீனாட்சியம்மாளிடம், அவன் மூன்றாம் வகுப்பில் சேர்க்கப்பட்டதைச் சொல்லி, “புலிக்குப் பிறந்தது பூனையாகாது” என்று மார் தட்டிக்கொண்டார் மேஸ்திரி. தண்டபாணியின் வீட்டுக்குச் சென்று அவரிடமும் குடும்பத் தாரிடமும் அவனுடைய திறமைகளைப் பற்றி அளந்து விட்டு, அவர்களைத் திகைக்க வைத்தார். மாணிக்கத்திடமும் அண்ணாமலையைப் பற்றி பெருமையடித்துக் கொண்டு, “பயல் வெளுத்துக் கட்டிட்டான், போ” என்றார்.

வெறும் உற்சாகத்தால் மட்டும் மேஸ்திரி எதையும் செய்வதில்லை. காரியம் நிறைந்த உற்சாகம் அவருடையது. தம்முடைய பிள்ளையை யாரும் உதவாக்கரைப் பிள்ளை என்று நினைத்துவிடக் கூடாதல்லவா? அதுவரை அப்படி நினைத்திருந்தாலும் அந்த நினைவை மாற்றிவிட வேண்டுமென்பதற்காகவே அவர் இந்தச் சந்தர்ப்பத்தை நன்றாகப் பயன்படுத்திக் கொண்டார்.

மாணிக்கத்திடம் அவர் பேசியபோது, "அண்ணாமலை அவனோட திட்டப்படி காரியத்தைச் சாதிச்சிட்டான்; இனி நாமும் நம்மோட திட்டப்படி காரியங்களை நடத்தணும்" என்றார்.

"என்ன?" என்றான் மாணிக்கம்.

"கதிரேசனோட மனையிலே நமக்கொரு வீடும், அவருக்கொரு வீடும் கட்டி முடிச்சிட்டு, அங்கேயே, குடி போகணும். இந்த வேலைகளை ஆரம்பிச்சு நடத்தற போதே நாமும் சொந்தமாகத் தொழில் நடத்தப் பார்க்கணும். கதிரேசனோட வீட்டிலே நாம் லாபம் பார்க்கப் போறதில்லை. ஆனால், அதிலே நல்ல பேர் எடுத்திட்டா, பின்னாலே அந்தப் பேரைப் பணம் பண்ணிக்கலாம்னு நினைக்கிறேன். நீ என்ன சொல்றே?"

மாணிக்கத்துக்கும் அது நல்ல வாய்ப்பாகத்தான் தோன்றியது. அவனுடைய உதவியில்லாமல் மேஸ்திரியாரால் தனியே தொழில் செய்ய முடியாது. தொழிலோடு படிப்பும் அவனிடமிருந்தது. மேலும் அவர்கள் தனியே கட்டப்போகும் முதல் வீடு ஆனந்தியின் வீடு. அவனுடைய தொழில் திறமையைக் கதிரேசனுக்கும் ஆனந்திக்கும் நிரூபித்துக் காட்ட முடியும். எனவே அவன் மகிழ்ச்சியோடு ஒப்புக் கொண்டான்.

"அப்படீன்னா; நான் பணத்துக்கு ஏற்பாடு செய்திடறேன்" என்றார் மேஸ்திரி.

மறுநாளே அவர் அதற்கு ஏற்பாடு செய்வதிலும் முனைந்துவிட்டார். மயிலாப்பூர் லஸ் முனைக்கு அருகிலிருந்த பெரியதொரு துணிக்கடைக்குச் சென்று, அதன் முதலாளியான வடக்கத்தியாரைச் சந்தித்தார். இருவரும் கடையின் உட்புறத்துக் கிடங்கு அறையில் சிறிது நேரம் தனியே பேசிக் கொண்டிருந்தனர். அந்த வடக்கத்தியார் சிந்திக்காரர்; நாட்டுப் பிரிவினையின் போது அகதியாகப் பம்பாய்க்கு ஓடிவந்து அங்கிருந்து சென்னைக்கு வந்து

வியாபாரத்தைத் தொடங்கியவர். அவருக்குத் தம் கடைக்கு அருகிலேயே மயிலாப்பூரில் ஒரு வீடு தேவையாக இருந்தது. முன்பே மேஸ்திரியிடம் சொல்லியிருந்தார்.

"சேட்டைய்யா, ஒரு வீடு கிடைச்சிருக்கு; வந்து பாருங்க. உங்களுக்குப் புடிச்சிருந்தா விலையைப்பத்திப் பேசுவோம்" என்று அந்த வீட்டின் அருமை பெருமைகளையும் அதன் மற்ற வசதிகளையும் அடுக்கினார் மேஸ்திரி.

"வாங்கினால் இப்பவே குடியிருக்க முடியுமா?" என்றார், பாபானி என்ற அந்தச் சிந்திக்காரர்.

"முடியாது. வீட்டை உங்ககிட்டே வித்திட்டு, அந்தப் பணத்திலே அவர் அடையாற்றிலே ஒரு வீடு கட்டப் போகிறார். கட்டி முடிச்சு அவர் குடி போனவுடனே உங்களுக்கு இது கிடைக்கும். ஒரு வருஷம் ஆகும். அதுவரைக்கும் உங்களுக்கு வாடகைப் பத்திரம் எழுதிக் கொடுப்பார். இஷ்டம்னா, வீட்டை வந்து பாருங்க."

மேஸ்திரியோடு பாபானி புறப்பட்டார். அவரை அழைத்துக் கொண்டு நேரே தம்முடைய வீட்டுக்கு வந்து சேர்ந்தார். மேஸ்திரி, வீட்டையும் தோட்டத்தையும் அவருக்குச் சுற்றிக் காட்டினார். மீனாட்சியம்மாளுக்கு ஒன்றுமே விளங்கவில்லை. மேஸ்திரியோ கட்டடத்தின் உறுதி, மரவேலைகளின் சிறப்பு, தெருவின் பெருமை, அதில் உள்ள வசதிகள் இவ்வளவையும் சிந்திக்காரருக்கு எடுத்து விளக்கினார். அவருக்கு வீடு பிடித்துவிட்டது. விலையை விசாரித்தார்.

"வீடு என்னோட வீடுதான்; விலை ஐம்பதாயிரம்" என்றார் மேஸ்திரி.

"ஹரே, ராம்!" தூக்கி வாரிப் போட்டவர் போல், "விலை அதிகம்" என்றார், பாபானி.

"இதோ பாருங்க, இதை இப்போ விற்கணும்கிற அவசரம் எனக்கில்லே. இன்னம் கொஞ்சம் நாள் போனால் இன்னும் பத்தாயிரம் எனக்கு இதிலே கிடைக்கும்; ஐம்பதாயிரத்துக்கு

ஐம்பது ரூபாய் குறைச்சால்கூட நான் கொடுக்கப் போறதில்லை.” மேஸ்திரி கண்டிப்பாய்ப் பேசினார். பாபானியும் கண்டிப்பான பேர்வழி; அவருடைய கடைத் துணிகளையும் அவர் கறார் விலைக்குதான் விற்பது வழக்கம்.

பாபானி யோசித்தார். பணத்தைச் சம்பாதிக்கவும் செலவழிக்கவும் நன்றாகக் கற்று வைத்திருந்தவர் அவர். பணத்துக்கும் மேலே ஒரு வாழ்க்கையிருக்கிறது என்பதை அவர் பயங்கரமான வகுப்புக் கலவரங்களின் போதுதான் கண்டார். குடும்பத்தாரில் பாதிப் பேரையும் சொத்தில் பெரும் பகுதியையும் வடக்கே சிந்துவெளிப் பிரதேசத்தில் இழந்துவிட்டு, எஞ்சிய மனிதர்களோடும் பணத்தோடும் அகதியாக ஓடி வந்தவர் அவர். பம்பாய் அவருக்கு முதலில் புகலிடம் அளித்தது; தொழில் வளர்ச்சிக்கும் அது ஏற்ற இடமாகத் தோன்றியது. ஆனால், அவர் எதிர்பார்த்த அமைதி அவருக்கு அங்கே கிடைக்கவில்லை. பணத்தை மட்டிலும் பாதுகாப்பாகக் கருதிய அவருடைய நண்பர்கள் பலருக்கு அது ஏற்ற இடமாகத் தோன்றினாலும், அவர் மட்டிலும் தெற்கே புறப்பட்டுவிட்டார்.

சென்னை நகரத்தின் அமைதியும் அழகும் அங்கு வாழும் மக்களின் பொறுமை கலந்த சுபாவமும் அவரைக் கவர்ந்து விட்டன. சமய-இன வேறுபாட்டுப் புகைச்சல்களிலிருந்து ஒதுங்கி, நாட்டின் மாறுதல்களுக்கேற்பத் தன்னை மாற்றிக் கொண்டிருந்தது அது. அங்கிருந்து பலர் உழைக்கவும் பிழைக்கவும் வடக்கே வெளி இடங்களுக்குச் சென்றார்கள். அவ்வாறே நாட்டின் பிற பகுதிகளிலிருந்தும் பலர் அங்கு வந்து தொழிலோ வாணிபமோ செய்து பிழைத்து வந்தார்கள். எவ்விதப் பூசலோ புகைச்சலோ இல்லாமல் அமைதியான மாறுதலுக்குத் தன்னை உட்படுத்திக் கொண்டிருந்தது சென்னை.

இவ்வளவையும் அறிந்த பிறகே குடும்பத்தையும் சென்னைக்குக் கொண்டு வந்தார் பாபானி. வட சென்னையில்

அப்போது அவர்கள் வாடகை வீட்டில் குடியிருந்து கொண்டிருந்தார்கள்.

"விலை அதிகம்தான்; இருந்தாலும் எனக்கு வீடு பிடித்தி ருக்கிறது; நீங்கள் கேட்கும் விலையைக் கொடுத்து விடுகிறேன்" என்ற பாபானி, பிறகு, "நான் ஏன் இங்கே குடி வர விரும்புகிறேன் என்று உங்களுக்குத் தெரியுமா?" என்று கேட்டார். அவருக்கு நன்றாகத் தமிழ் பேச வரவில்லை யென்றாலும், அவர் பேச்சை மேஸ்திரியால் புரிந்து கொள்ள முடிந்தது.

"கடையையே விலைக்கு வாங்கி விட்டீங்க;கடைக்குப் பக்கத்திலே வீடு இருந்தா வசதியாயிருக்கும்னு பார்க்கிறீங்க" என்றார் மேஸ்திரி. அதை உத்தேசித்துத்தான் அவரும் அந்த அதிகமான விலையை பாபானியிடம் எதிர்பார்த்தார்.

"அதுவும், ஒரு காரணம்! அத்தோடு நான் வெறும் சிந்திக்காரனாக மட்டும் இல்லாமல் இந்தியனாகவும் வாழ ஆசைப்படுகிறேன். தமிழர்கள் குடியிருக்கும் பகுதியில் அவர்களோடு நெருங்கி வாழ்ந்து, அவர்களுடைய சுக துக்கங்களில் பங்கு கொள்ள நினைக்கிறேன்" என்றார் பாபானி.

"சிந்திக்காரர் இந்தியரா வாழறதுன்னா என்ன அர்த்தம்?" என்று புரியாமல் கேட்டார் மேஸ்திரி.

"இந்தியாவிலே இந்தியரைப் பார்க்கறதுதான் கஷ்டமா யிருக்கு!" என்று வருத்தத்தோடு கூறினார் பாபானி. சிந்திக்காரர், வங்காளி, மராத்தியர், குஜராத்தியர், தமிழர், தெலுங்கர், மலையாளி என்ற உணர்ச்சி கொண்ட மக்களே மிகுந்திருப்பதாகவும், அதற்கு மேலே இந்தியர் என்ற உணர்ச்சியோ மனிதர் என்ற உணர்ச்சியோ இன்னும் பலருக்கு வரவில்லை என்றும் வருத்தப்பட்டுக் கொண்டார். வகுப்புக் கலவரங்களின் கொடுமைகளையும், அதில் அவர் பெற்ற பயங்கரமான அனுபவங்களையும் கூறியபோது அவர் கண்கள் கலங்கின.

"சாதி சாதியா-இனம் இனமா பிரிஞ்சு, நாம் மட்டும் ஒதுங்கி வாழ நினைக்கிறோம்; உயர்ந்து வாழ நினைக்கிறோம்; இந்தியாவே இல்லன்னா பிறகு சாதி எங்கே? சமயம் எங்கே? இனம் எங்கே?"

வெறும் பணத்தை மட்டுமே லட்சியமாகக் கொண்ட வடக்கத்திப் பேர்வழி அல்லர் அவர் என்பதைப் புரிந்து கொண்டார் மேஸ்திரி. மேலும் அவர் பேரம் பேசாது தாம் சொன்ன விலையைக் கொடுக்க ஒப்புக்கொண்டது அவருக்கு மிகவும் பிடித்திருந்தது.

"நான் தெற்கே ஒரு பட்டிக்காட்டிலேருந்து இங்கே பிழைக்க வந்தவன். நீங்க வடக்கேயிருந்து வந்திருக்கீங்க. இருக்கிற வரையிலே அண்ணன் தம்பியாட்டம் இருந்திட்டுப் போகணும்" என்றார் மேஸ்திரி. அது இந்த மண்ணின் பரம்பரையான மனோபாவத்தை வெளியிடுவதாகப் பாபர்னிக்குத் தோன்றியது.

24. புதிய பாடம்

மனிதர்களை 'மாடலா'க வைத்துக் கொண்டு அவர்களைப் பார்த்துப் படம் வரையும் பயிற்சி அண்ணாமலையின் வகுப்பில் தொடங்குவதாக இருந்தது. முதல் இரண்டு ஆண்டுகள் அந்தப் பள்ளியில் படித்த மாணவர்கள் அது பற்றிக் கேள்வியுற்றிருந்தார்களே தவிர, மூன்றாம் வகுப்பில்தான் அந்தப் பயிற்சி ஆரம்பமாகும். அவர்களுக்கு அது ஒன்றும் புதுமையானதாகவோ விசித்திரமானதாகவோ தோன்றவில்லை. ஆனால், எதிர்பாராத விதமாக அண்ணாமலை எடுத்த எடுப்பில் மேல் வகுப்புக்கு வந்து விட்டவன். அவனுக்கு அது புதுமையாகத்தான் தோன்றியது.

பயிற்சி நேரத்தில் வெளியார் யாரும் வகுப்பில் நுழைந்து விடாதபடி அறைக் கதவுகள் தாழிடப்பட்டன. வகுப்பிலேயே 'மாடல்' ஓய்வெடுத்துக் கொள்வதற்காகவும் உடை மாற்றிக்

கொள்வதற்காகவும் ஒரு மூலையில் அறை போல் தட்டியால் தடுத்திருந்தார்கள்.

வகுப்பின் ஒருபுறம் மாடலுக்காக ஒரு சிறிய ஆசனம் போடப்பட்டிருந்தது. அதைச் சுற்றிலும் அரை வட்டத்தில் மாணவ மாணவிகளுக்கான சாய்வு மேஜைகளும் பெஞ்சுகளும் போடப்பட்டிருந்தன. அவர்கள் வரைவதற்குத் தயாராகக் காத்திருந்தனர்.

தடுப்புத் தட்டியின் பின்புறத்திலிருந்து, நாணித் தலை குனிந்தவாறே மேடையருகில் வந்து நின்றாள் ஓர் இளம் பெண். ஆசிரியர், அவள் எந்தக் கோணத்தில் எந்தவிதமாக நிற்க வேண்டுமென்பதை அவளுக்கு எடுத்துக் கூறினார். ஏற்கனவே அவள் மாடலாக இருந்து பழக்கப்பட்ட வளாதலால், அதைப் புரிந்து கொண்டவள் போல் ஒருபுறம் சற்றே திரும்பியவாறு நின்று கொண்டாள். சின்னஞ்சிறு பூந்துகில் ஒன்று மட்டிலும் அவள் உடல் தோற்றத்தை மறைக்க முடியாமல் அவளுடைய நாணத்தின் கேடயமாக அவள் கரங்களில் நடுங்கியது.

யாரையும் அவள் ஏறிட்டுப் பார்க்கவில்லை. ஏதோ ஒரு தனி உலகத்தில்-அவளுடைய உள்ளமாகிய உலகத்தில், அவள் முழுக முயன்று கொண்டிருந்தாள். நாணத்தோடு ஓரளவு வேதனையும் அவள் முகத்தில் கவிந்திருப்பது போல் அண்ணாமலைக்குத் தோன்றியது. முதன் முதலாக அந்தக் காட்சியைக் கண்டவுடன் அண்ணாமலைக்கு மெய் சிலிக்கத்தான் செய்தது. விவிலிய நூலில் ஏவாள் என்ற ஒரு பெண்ணைப் பற்றிப் படித்த நினைவு அவனுக்கு அப்போது வந்தது. ஆனால், அடுத்த கணத்திலேயே அந்தப் பெண்ணுக்கும் கருங்கல் சிற்பத்துக்கும் அவனுக்கு வேறுபாடு தெரியவில்லை. பிரமன் என்ற சிற்பி படைத்த உயிர்ச்சிலை அவள், அவ்வளவுதான்.

முன்பு கதிரேசனின் வீட்டுக்கு முன்னால் அவன் ஓர் இளம் பிச்சைக்காரியைக் கண்டானல்லவா? கிட்டத்ததட்ட

அவளைப் போலவேதான். அவள் ஏழைதான்; ஆனாலும் அவளுடைய அங்க அவயவங்கள் அபூர்வமான அழகு பெற்றிருந்தன. கிராமப்புறங்களில் வயல் வரப்புகளில் வேலை செய்யும் குடியானவப் பெண் போலிருந்தாள் அவள். அவளுடைய புற அழகினூடே சென்று, அவள் அகத்தை ஊடுருவி நோக்க முயன்றான் அண்ணாமலை. அச்சம், மடம், நாணம், பயிர்ப்பு என்று அவன் அதுவரையில் கேள்வியுற்றிருந்த சொற்களுக்கு அவளுடைய உடலின் ஒவ்வொரு அணுவிலும் பொருள் புலப்படுவது போல் அவனுக்குத் தோன்றியது.

அருகிலிருந்த அவனுடைய நண்பன் ஒருவன் அண்ணாமலையின் காதில் ஏதோ இரகசியம் பேசினான். அதைக் கேட்டவுடன் அண்ணாமலையின் விழிகளில் கண்ணீர் படர்ந்தது. அந்த மாடலின் கணவன் பக்கவாத நோயால் அவதிப்படுகிறவனாம். அவனைக் காப்பாற்றி வாழ அவள் இப்படிப் பல வேலைகள் செய்து வருகிறாளாம். உண்டு, உடுத்து கணவனைப் பேணி மானத்தோடு வாழ விரும்பிய அந்தப் பொன்மேனியை, அந்தத் தோற்றத்தில் கண்டபோதும் அவனுடைய சிந்தனைகள் உயர்ந்தே இருந்தன. எவ்விதமான விகற்பமான எண்ணமும் அவனிடம் எழவில்லை. மற்ற மாணவ மாணவியரும் பெரும்பாலும் அவனுடைய மன நிலையில்தான் இருந்தனர்.

கருங்கற் சிலையென அவள் ஆடாமல் அசையாமல் நின்றாள். கண்கள் அவள் உருவத்தில் பதிய, கரம் அதைக் காகிதத்தில் பதிய வைத்துக் கொண்டிருந்தது. ஒவ்வொருவரும் அவரவர் கோணத்திலிருந்து எழுதினார்கள்; வேறு கோணம் தேவைப்பட்டபோது இடங்களை மாற்றிக் கொண்டார்கள்.

மாடல் சிறிது நேரம் ஓய்வெடுத்துக் கொள்ள அவகாசம் அளிக்கப்பட்டது. அந்த இடைவெளி நேரத்தில், ஆசிரியர் வரையப் பெற்ற படங்களைப் பார்த்துக் கொண்டு வந்தார். மாணவ மாணவியரும் தங்கள் தங்கள் ஓவியங்களை

மற்றவர்களிடம் காட்டுவதும் மற்றவர்களின் ஓவியங்களைப் பார்ப்பதுமாக இருந்தார்கள். சாரதா தன்னுடைய படத்தை அண்ணாமலையிடம் கொடுத்து விட்டு அவன் படத்தை வாங்கிப் பார்த்தாள். சாரதாவின் படம் மிகவும் திறமையோடு எடுக்கப் பெற்ற புகைப்படம் போலவே இருந்தது. அவளும் திறமைசாலிதான். அண்ணாமலையின் படத்தைப் பார்த்த அவள், "எப்படி அவளுடைய வெட்கத்தையும் வேதனை யையும் உங்களால் கொண்டு வர முடிந்தது?" என்று ஆச்சரியத்தோடு கேட்டாள்.

"இன்னும் என்னால் சரியாகக் கொண்டுவர முடியவில்லை. அவளுடைய உள்ளுணர்ச்சிகளை மேல் மட்டத்துக்குக் கொண்டு வருவதுதான் மிகவும் சிரமமாக இருக்கிறது" என்றான் அண்ணாமலை.

"இன்னும் உங்களுக்குத் திருப்தி ஏற்படவில்லை போலி ருக்கிறது. கலைப் பிறவிகளுக்கு ஏற்படும் இயற்கையான அதிருப்தி அது!" என்று கூறிச் சிரித்தாள் சாரதா.

மற்றொரு மாணவன் அண்ணாமலையின் படத்தைச் சாரதாவிடமிருந்து வாங்கிப் பார்த்துவிட்டு உதட்டைப் பிதுக்கினான். "இவனுடைய 'ரியலிஸம்' எனக்குப் பிடிக்கவில்லை. 'போட்டோ' பிடிக்கப் பார்க்கிறான். 'சிம்பாலிஸ'மும் 'அப்ஸ்ட்ராக்டும்' தான் பிடிக்கும்" என்று அவன் தான் வரைந்ததை நீட்டினான். அவன் பேச்சிலிருந்த சொற்களைப் போலவே அவன் படமும் நவநாகரிகப் போக்கிலிருந்தது. கற்காலத்து ஆதி மனிதன் எப்படிப் பெண்ணின் அங்க அவயவங்களை மட்டும் மிகைப்படுத்தி வரைந்தானோ அப்படியிருந்தது அது. அந்தப் பெண்ணைப் பார்த்து அப்படியும் ஒருவனால் கற்பனை செய்ய முடியும் என்பது அண்ணாமலைக்கு வியப்பாகத்தான் இருந்தது.

"என்னால் இதன் பொருளைப் புரிந்துகொள்ள முடியவில்லை; புரிந்து கொள்ள முயல்கிறேன்" என்றான் அண்ணாமலை.

"பார்த்தவுடன் புரிந்து விட்டால் அது எப்படிக் கலை ஆகும்?" என்றான் அவன்.

அண்ணாமலை தன்னுடைய அறியாமைக்காக அனுதாபப்பட்டுக் கொண்டு, ஏதும் புரியாமல் விழித்தான். "இதுதான் புதிய பாணி" என்று அவன் சொல்லியதைக் கேட்டுச் சாரதா தனக்குள் சிரித்துக் கொண்டாள். அண்ணாமலைக்குச் சிரிப்பு வரவில்லை. சுவை பல வகையானது என்பது அவனுக்குத் தெரியும். மாணவர்களின் கற்பனை விசித்திரங்களுக்கு அங்கு ஏதும் கட்டுப்பாடு கிடையாதாகையால், அவரவர் அவரவர் மனோதர்மப்படி எழுதி வந்தார்கள்.

இடைவேளை முடிந்து, வகுப்பு மீண்டும் துவங்கியது. நாட்களும் சென்றன. பெண்களைப் போலவே ஆண்களும் மாடல்களாக அழைக்கப் பெற்றார்கள். பார்த்து வரைந்த பழக்கம் சிறிது சிறிதாக அவன் மனத்தின் ஆழத்தில் பதியத் தொடங்கியது. எத்தனையோ வகை உருவங்கள் அவன் உள்ளத்தில் குடி புகுந்து கொண்டு விட்டன.

அண்ணாமலைக்கு எதிர்பாராத இடத்திலிருந்து ஒரு தொல்லை ஏற்பட்டது. அவனுடைய நோட்டுக்களையோ பொருட்களையோ பத்திரப்படுத்தி வைக்கும் பழக்கம் அவனுக்கு எப்போதுமே கிடையாது. வீட்டில் அவனுடைய அறையில் அவன் அப்படியே நோட்டுக்களைப் போட்டு விடுவான். யாரும் அவற்றைப் பிரித்துப் பார்க்கும் வழக்கமுமில்லை.

ஒருமுறை அவனுடைய நோட்டைப் புரட்டிப் பார்த்த சுந்தரி. "என்ன அக்கிரமம் இது?" என்று கோபத்தோடு அவனை உருட்டி விழித்தாள். அண்ணாமலைக்கு அதில் ஏதும் அக்கிரமம் இருப்பதாகத் தெரியவில்லை யாதலால் அவன் சிரித்தான்.

படங்களைப் புரட்டிக் கொண்டே, "சே! சே! மோசம்! மோசம்!" என்று குதித்தாள் அவள். பிறகு அவனுக்கும்

முன்னால் வந்து நின்று கொண்டு, ஒரு படத்தைக் காட்டி, “உங்களுக்கு இப்படியெல்லாம் எழுத எவ்வளவு துணிச்சல்? வெட்கமில்லை உங்களுக்கு?” என்று பொரிந்து தள்ளினாள்.

“இதோ பார், இதெல்லாம் வகுப்பில் நடக்கும் பாடம்! நேரில் பார்த்து வரைந்தால் பழக்கம் ஏற்படும்.”

“என்ன நேரில் பார்த்து வரைந்தீர்களா? இந்தக் கோலத்திலா?”

“ஆமாம்; வரைந்தேன். அதில் என்ன தப்பு?”

அவள் அவனுக்கு அருகில் உட்கார்ந்து கொண்டு அவனைக் கேள்விகளால் துளைத்தெடுத்து எல்லா விவரங்களையும் அவனிடமிருந்து கேட்டுத் தெரிந்துகொண்டாள். கோபத்தைவிட, அவளிடம் ஆர்வமே மிகுந்திருந்தது. எல்லாவற்றையும் கேட்டு விட்டு, “இப்படித் தெரிந்திருந்தால் உங்களை அங்கு அனுப்பவேண்டாமென்று அப்போதே மாமாவிடம் சொல்லியிருப்பேன்!” என்றாள் சுந்தரி.

சுந்தரியிடம் தெரியாத்தனமாக உண்மையைச் சொல்லிவிட்டு நன்றாக அகப்பட்டுக் கொண்டான் அண்ணாமலை. அவ்வளவு நெருக்கத்தில் அவளை அவன் கண்டவுடன் அவனுடைய கலைக் கண்களுக்கு அவளும் ஒரு அற்புதமான மாடலாகவே தோன்றினாள். வயதுக்கு மீறிய வளர்ச்சி பெற்றிருந்த அவளுடைய வடிவழகு, ‘ஏன் இவளையும் ஒரு முறை வரைந்து பார்த்தால் என்ன?” என்று அவனை நினைக்கத் தூண்டியது.

25. மாணிக்கத்தின் வியப்பு

பழைய வீட்டை இடித்துப் புது வீடு கட்டுவதற்கான ஏற்பாடுகள் அடையாற்றில் ஆரம்பமாகி விட்டன. வேலைகளை அங்கு முழு மூச்சோடு தொடங்கிவிட்டார் மேஸ்திரி. வண்டிகளிலும் லாரிகளிலும், மணலும் செங்கல்லும் சிமெண்டு மூட்டைகளும் வந்து இறங்கின.

சித்தாட்களும் கொத்தனார்களும் வந்து கூடினார்கள். மேஸ்திரிக்கும் மாணிக்கத்துக்கும் அதிகாலையிலிருந்து அந்திப் பொழுது வரையில் அங்குதான் வேலை. சமயங்களில் சாப்பாட்டைக் கூட அவர்கள் கதிரேசனின் வீட்டிலேயே வைத்துக் கொண்டார்கள்.

பழைய வீடு இடிக்கப் பெற்றதால் தற்காலிகமாக கதிரேசன் வசிப்பதற்கு விசாலமான கூரைக்கொட்டகைகளைப் போட்டுக் கொடுத்திருந்தார் மேஸ்திரி. மாணிக்கமே முன்னால் நின்று, சாமான்களையெல்லாம் பழைய வீட்டிலிருந்து அங்கு மாற்றுவதற்கான ஏற்பாடுகளைக் கவனித்தான். குப்பை கூளங்களைக் கூட்டிப் பெருக்குவது முதல் கடினமான சாமான்களை இடம் பெயர்த்து வைப்பதுவரை எந்த வேலையுமே அவனுக்குத் தாழ்வாகத் தோன்றவில்லை. எந்த வேலைக்குமே அவன் கூச்சப்படவோ தயங்கவோ இல்லை. தான் வேலை செய்தது போலவே மற்ற வேலையாட்களையும் விரட்டியடித்து வேலை வாங்கினான் மாணிக்கம். அவனுடைய ஊக்கம், உற்சாகம், உழைப்பார்வம் இவற்றைக் கண்டு கதிரேசன் வியப்படைந்தது பெரிதல்ல; ஆனந்தியே பிரமித்துப் போனாள்.

காலையில் அவள் கல்லூரிக்குச் சென்று மாலையில் வந்து திரும்பிப் பார்த்தால், அதற்குள் அங்கு சில மாற்றங்கள் நடந்திருக்கும். வேலை செய்வோருக்கிடையிலிருந்து தானும் பம்பரமாய்ச் சுழன்று அவர்களையும் ஆட்டி வைத்துக் கொண்டிருப்பான் மாணிக்கம். ஆனந்தி அந்தத் தோட்டத்தின் செடிகொடிகளில் உயிரையே வைத்திருந்தாள் என்பதை அவன் ஓரிரு தினங்களுக்குள் கண்டுபிடித்து விட்டான். மாலையில் அவள் சுற்றிப்பார்க்க வருவது அவை பத்திரமாக இருக்கின்றனவா என்று கண்காணிப்பதற்குத்தான்.

"கவலைப்படாதீர்கள் ஆனந்தி. வேறு வழியில்லாவிட்டால் உங்களைக் கேட்டுக் கொண்டு இரண்டு மூன்று

மரங்களை மட்டும் வெட்டுகிறோம்" என்று அவளிடம் சொல்லி விட்டு வேலையாட்களிடம் திரும்பி, "செடி கொடிகள் பாத்திரம்; பூச்செடியைத் தப்பித் தவறி ஒடித்து விட்டீர்களோ, மிதித்து விட்டீர்களோ பிறகு இந்த அம்மாள் நம்மையெல்லாம் வேலைக்கு வைத்துக்கொள்ள மாட்டார்கள்!" என்று அதட்டி வைத்தான்.

மேஸ்திரிக்கு அவ்வப்போது மேற்பார்வை செய்வதும் மாணிக்கத்திற்கு யோசனை சொல்வதும்தான் வேலைகள். குறிப்பறிந்து மாணிக்கம் பொறுப்புகளைத் தலையில் தூக்கிப் போட்டுக் கொண்டதால், பெரியவர்கள் இருவருக்கும் பொழுது போக்க அவகாசம் கிடைத்தது. கதிரேசன் கூட படம் வரைவதில் அதிகமாக ஆர்வம் காட்டவில்லை. கீற்றுக் கொட்டகையில் உட்கார்ந்தவாறு, மேஸ்திரியாரின் பொருளாதாரப் பேச்சுகளுக்குச் செவி சாய்க்கத் தொடங்கினார். "பணந்தான் உலகத்தில் கண் கண்ட தெய்வம், பணம் இல்லாதவன் பிணம்; பணக்காரனைத் தான் நாலு பேர் மதிப்பார்கள்; அவன் முட்டாளாக இருந்தாலும் அவன் பேச்சுத்தான் எடுபடும். கிடைக்காத பொருள் களெல்லாம் அவனுக்குத்தான் கிடைக்கும். பிள்ளைகளுக்குப் பணம் தேடிப் பிழைக்கக் கற்றுக் கொடுக்க வேண்டும்" இந்தப் பேச்சுக்களைக் கேட்டுக் கலைஞராக இருந்த கதிரேசனும் தம்மையறியாமலே காரியவாதியாக மாறிக் கொண்டு வந்தார்.

"உங்களுடைய பழக்கத்தால் மாணிக்கமும் முன்னுக்கு வந்து விடுவார் போலிருக்கிறது; சிறு பிள்ளையானாலும் கெட்டிக்காரப் பிள்ளை" என்றார் பேச்சோடு பேச்சாக ஒரு முறை கதிரேசன்.

"அண்ணாமலையை என்னாலே நம்ப முடியலே. அவன் துப்பு கெட்ட பிள்ளை; மாணிக்கம் சீக்கிரத்தில் பட்டணத்திலே பாதியை விலைக்கு வாங்கி விடுவான். வேலையிலேயும் அவன் கெட்டி; காசிலேயும் கெட்டி. இப்பவே ஆயிரம் ரெண்டாயிரம் சேர்த்து வச்சிருப்பான்" என்றார் மேஸ்திரி.

கதிரேசன் இதைக் கேட்டு மூக்கின் மேல் விரலை வைத்துக் கொண்டார். மாணிக்கத்தின் வயதில் அவர் ஆயிரம் இரண்டாயிரம் வீட்டில் வாங்கிச் செலவு செய்து பழகியவர்... இதைக் கேட்ட பிறகு அவர், மாணிக்கத்திடம் தனிப்பட்ட பிரியம் காட்டத் தொடங்கினார்.

ஆனந்திக்கும் மாணிக்கத்தோடு பழக வேண்டிய சந்தர்ப்பங்கள் அதிகமாக ஏற்பட்டன. என்றாலும் அவள் சற்றுத் தொலைவிலிருந்தே அவனிடம் விகற்பமின்றிப் பழகினாள். மாணிக்கம் அவளோடு ஒட்டுறவுடன் நடந்து கொள்ள விரும்பியது அவளுக்குத் தெரியாமலில்லை. என்றாலும் அவள் இயல்பான பெண்மையின் விழிப்போடு பழகினாள். அவனுக்கும் ஏனோ அவளிடம் சிறிது அச்சம் ஏற்பட்டிருந்தது. கலகலப்பாக அவள் அவனோடு பேசினாலும் சிரித்தாலும் அவற்றைக் கொண்டு அவனால் துணிவு பெறமுடியவில்லை. பழமைப் பண்புகளோடு புதுமையின் சுதந்திரப் போக்கும் அவளிடம் இருந்தன.

அண்ணாமலையும் அவ்வப்போது அங்கு வந்து சென்றான். மற்ற நாட்களில் அவன் வரத் தவறினாலும் ஞாயிற்றுக் கிழமைகளில் மட்டும் தவறுவதில்லை. கதிரேசனிடமும் ஆனந்தியிடமும் தான் வரைந்த படங்களைக் காட்டுவான். அவரிடம் சந்தேகங்களைக் கேட்டுக் கொள்வான். ஆனந்தியோடு அங்கு நடந்து கொண்டிருக்கும் வேலைகளையும் தோட்டத்தையும் சுற்றிப் பார்ப்பான். இப்போதெல்லாம் ஆனந்தி அவனிடம் உரிமை கொண்டவள் போலவே நெருங்கிப் பழகினாள். அடிக்கடி அவன் அங்கு வராததால், அவன் வந்தவுடன் பேசுவதற் கென்றே செய்திகளைத் தேடிக் கொண்டாள் ஆனந்தி.

அண்ணாமலை அங்கு வரும்போது மட்டிலும் மாணிக்கம் அவர்களுக்கிடையில் குறுக்கிடுவதில்லை. அவர்களுடைய போக்கை அவன் ஒதுங்கியிருந்து கவனிக்க விரும்பியது ஒரு காரணம். மற்றொரு காரணம் ஆனந்தியின் கோபத்துக்குத் தான் ஆளாக வேண்டியிருக்குமோ என்ற பயம்.

அண்ணாமலையைப் பற்றி அவன் அவ்வளவாகப் பொருட்படுத்தவில்லை. மாணிக்கத்தைப் பொறுத்த வரையில் அண்ணாமலை விவரந் தெரியாத சிறுபிள்ளை. ஆனந்தியைப் பார்த்துப் படம் வரைய வேண்டுமென்ற ஆசை அவனுக்கு இருக்கலாமே தவிர, வேறு விதமாக அவன் ஆசைப்படமாட்டான்; என்றாலும் மாணிக்கத்துக்கு ஒருபுறம் வேதனைதான். வாய்விட்டு வெளியில் சொல்லிக் கொள்ள முடியாத வேதனை.

ஒருநாள் பிற்பகல் பெட்டியும் படுக்கையுமாக அடையாற்றுக்கு வந்து சேர்ந்தான் அண்ணாமலை. அன்றைக்கு மாலை அவனுடைய வகுப்பு மாணவ மாணவியர் மகாபலிபுரத்துக்குப் புறப்படுவதாகத் திட்டம். மூன்று நான்கு நாட்கள் அங்கு தங்கிப் படங்கள் வரைவதற்காக அவர்கள் கிளம்புவதாக இருந்தார்கள்.

அடையாற்றுக்கு அடுத்தாற்போல்தான் மகாபலிபுரம் செல்லும் தோணித்துறை மரப்பாலத்தை அடுத்திருந்தது. இன்றைக்குப் பௌர்ணமி. நிலவு தோன்றியவுடன் தோணிகளில் ஏறினால், இரவு முழுவதும் பிரயாணம் செய்து சூரியோதயத்துக்குள் மகாபலிபுரத்தை அடைந்து விடலாம். கால்வாய்களிலும் நீர் நிறைந்து துள்ளும் காலம் அது.

இதைப் பற்றிச் சாரதாவிடம் ஆனந்தி முன்பே கேள்விப் பட்டிருந்ததால், அவளும் அண்ணாமலையை எதிர்பார்த்துக் கொண்டுதான் இருந்தாள். அண்ணாமலை அங்கு வந்த போது மற்ற ஆண்கள் எல்லாருமே வேலைக் களத்தில் இருந்தார்கள். மாணிக்கம் கூட அவன் அங்கு வந்ததைக் கவனிக்கவில்லை.

அண்ணாமலையை வரவேற்று, அவன் பெட்டியை வாங்கி உள்ளே எடுத்துக் கொண்டு சென்றாள் ஆனந்தி.

அதை திறப்பதற்காக அண்ணாமலையிடம் பெட்டிச் சாவியை கேட்க நினைத்தபோதுதான் பெட்டி பூட்டப் படாமலிருப்பது தெரிந்தது. மெல்ல அதைத் திறந்து

அதிலிருந்த நோட்டுக்களையும் துணிமணிகளையும் ஒருபுறம் ஒதுக்கி வைத்தாள். பென்சில்களைக் கூராக்கி வைத்தாள். பிறகு ஒரு நீண்ட தகரப் பெட்டியையும் அதற்குள் வைத்து தன்னுடைய பூட்டொன்றை எடுத்துப் பத்திரமாக அதைப் பூட்டினாள். மீண்டும் அண்ணாமலையிடம் அதைக் கொடுத்துச் சாவியையும் நீட்டினாள்.

"வெளியூருக்குப் போகும் போது பெட்டியைப் பூட்டாமல் எடுத்துப் போகலாமா? அப்படியும் நீங்கள் இருக்கலாமா?" என்று கூறிச்சிரித்தாள் ஆனந்தி. "நீங்கள் ஒன்றும் சிறுபிள்ளையில்லை, ஏமாளியாக இருக்கிறீர்கள்" என்று செல்லமாய்க் கடிந்து கொண்டாள்.

அவளுடைய கண்டிப்பு அவனுக்குக் குதூகலத்தை அளித்தது; "நீங்களும் இப்போது எங்களோடு மகாபலிபுரத்துக்கு வருவதானால் எனக்கு எவ்வளவோ ஆனந்தமாயிருக்கும்!" என்று தன்னை மறந்த உற்சாகத்தில் அவன் கூறிவிட்டான்.

"உண்மையாகவா!" என்று கேட்டுவிட்டு, அவனைத் தன் ஒளி பொங்கும் விழிகளால் பரவசத்தோடு நோக்கினாள் ஆனந்தி. பிறகு அவளையறியாமல் ஒரு பெருமூச்சு வெளிப்பட்டு அவளுடைய மார்பகத்தை விம்மச் செய்தது. "பரவாயில்லை, மகாபலிபுரத்துக்கு உங்களோடு வராவிட்டாலும் உங்களை வழியனுப்ப மரப்பாலம் வரையிலாவது வருகிறேன்" என்றாள். அண்ணாமலைக்கு அதுவே எல்லையற்ற ஆனந்தத்தைக் கொடுத்தது.

சற்று நேரத்துக்கெல்லாம் அங்கு சாரதாவும் பயணப் பெட்டியோடு வந்து சேர்ந்தாள். மாணிக்கமும் வேலையை முடித்து, ஆட்களை அனுப்பி விட்டுக் கைகால் கழுவிக் கொண்டு வந்தான். பெரியவர்கள் இருவரும் கீற்றுக் கொட்டகைக்குத் திரும்பினார்கள். ஆனந்தி, கதிரேசனிடம் செய்தியைச் சொல்லி, "நானும் மரப்பாலம் வரையில் போய் அனுப்பிவிட்டு வருகிறேன்; திரும்பும்போது துணைக்கு

வேலையாவும் வருகிறான்" என்று விடை பெற்றுக் கொண்டாள்.

அதைக் கேட்டுக் கொண்டிருந்த மாணிக்கம், "எனக்கும்தான் இங்கு வேலை முடிந்துவிட்டது! நானும் அண்ணாமலையை வழியனுப்ப வருகிறேன்" என்று அவர்களோடு ஒன்றாகப் புறப்பட்டான். சாரதாவின் பெட்டி படுக்கைகளை வேலையா எடுத்துக் கொள்ள, அண்ணாமலையின் பெட்டியை அண்ணாமலையிடமிருந்து பிடுங்கித் தூக்கிக் கொண்டு நடந்தான் மாணிக்கம்.

கலகலப்பாக அவர்கள் பேசிக்கொண்டே சாலையில் நடந்தார்கள். சாலையில் ஒரு பக்கம் மரங்கள் அடர்ந்து நின்றன; மறுபக்கம் பொட்டல் வெளி பரந்து கிடந்தது. வீடுகள் எதுவும் அப்போது எழும்பவில்லை.

மரப்பாலத்துத் தோணித் துறையில் மாணவ மாணவியரின் சிறுகூட்டம் ஏற்கனவே திரண்டிருந்தது. தோணிகள் கரையில் இழுத்துக் கட்டப் பெற்றிருந்தன. பெட்டி படுக்கைகளோடு தோணிகளுக்குச் சென்று ஒவ்வொருவரும் இடம் பிடிக்கத் தொடங்கினார்கள். தோணி வலிப்போரும் அன்று உற்சாகமாகவே காணப்பட்டார்கள்.

சென்னைக்கு மகாபலிபுரத்திற்கும் அப்போது சாலை வழிப் போக்குவரத்து ஒரு புறம் நடந்து கொண்டிருந்த தென்றாலும் கால்வாய் வழிப் பயணமும் சுறுசுறுப்பாகவே நடந்தது; நிம்மதியாக நிலவொளியில் தோணியில் இரவைக் கழித்துவிட்டு உல்லாசமாகச் செல்வதற்காகவே பள்ளியிலும் இந்த ஏற்பாடு செய்திருந்தார்கள். ஏனோ அந்தக் காட்சியைக் கண்டவுடன் ஆனந்திக்குத் தானும் அண்ணாமலையோடு புறப்படவேண்டும் என்ற ஆவல் எழுந்தது. அதை அடக்கிக் கொண்டு சாரதாவிடம் 'அவரைப் பத்திரமாகக் கவனித்துக் கொள்!" என்று சொல்லி வைத்தாள்.

தோணிக் கயிறுகள் அவிழ்க்கப்பட்டன, பாய் மரங்களையும் விரித்து விட்டார்கள்; காற்றும் சார்பாகவே

வீசியது. குரலெழுப்பிப் பாடத் தொடங்கியவாறே தோணிகளைச் செலுத்தினார்கள் ஆட்கள். நிலவொளியில் நீரைக் கிழித்துச் சென்ற அண்ணாமலையின் தோணியை, அது கண்ணுக்கு மறையும் வரையில் பார்த்துக் கொண்டு நின்றாள் ஆனந்தி.

26. அம்பு பட்ட பறவை

அண்ணாமலையை அனுப்பிவிட்டு ஆனந்தியும் மாணிக்கமும் திரும்பிக் கொண்டிருந்தார்கள். அவர்களுக்கு முன்னால் கூப்பிடு தூரத்தில் தோட்டக்கார வேலையா நடந்து கொண்டிருந்தான். சாலையின் மரக்கிளைகளின் வழியே நிலவு சரிந்து பாதையெங்கும் வழிந்தோடிக் கொண்டிருந்தது. ஆனந்தி அந்த நிலவில் நெஞ்சைப் பறிகொடுத்து, அதை அண்ணாமலையின் தோணியோடு மிதக்க விட்டவாறே மௌனமாக வந்துகொண்டிருந்தாள். “நீங்களும் என்னோடு மகாபலிபுரத்துக்கு வந்தால் அது எவ்வளவு ஆனந்தமாயிருக்கும்!” என்று அண்ணாமலை கூறியதை அவளால் மறக்க முடியவில்லை.

நிலவு பூத்த நீலவானம், நீரைக் கிழித்தோடும் தோணி, தோணி வலிப்பவர்களின் பாட்டு, அருகில் அண்ணாமலை... எவ்வளவு இன்பகரமான அனுபவம்! மீண்டும் பெருமூச்சு விட்டாள் ஆனந்தி.

சாரதாவைப் பற்றி அவள் வேறுவிதமாக நினைக்க வில்லையென்றாலும், ஒரு வகையில் அவள் தன்னைவிட அதிர்ஷ்டக்காரியென்றே ஆனந்திக்குத் தோன்றியது. வகுப்பில் தினந்தோறும் அவனைக் காணமுடியும்; அவனோடு பேசிப் பழக முடியும்; வெளியூர்களுக்கு இப்படி ஒன்றாக உல்லாசப் பயணங்கள் போக முடியும். சாரதா, அண்ணாமலையைப் பற்றிய செய்திகளையெல்லாம் அவ்வப்போது ஆனந்தியிடம் வந்து சொல்வது வழக்கம். தன் வகுப்பில் அவன் வந்து சேர்ந்தது முதல், அங்கு அவன் முதல்

மாணவனாக மதிக்கப்படுவது வரையில் எல்லா விவரங்களையும் சாரதா அவளிடம் கூறியிருக்கிறாள். ஆனந்தியின் மனத்தில் அண்ணாமலைக்கென்று ஒரு தனியிடம் இருப்பதைச் சாரதா எப்படியோ உணர்ந்து கொண்டு விட்டாள்.

ஆனந்தியோடு வந்து கொண்டிருந்த மாணிக்கத்தால் அவளுடைய நீண்ட மௌனத்தைப் பொறுத்துக் கொள்ள முடியவில்லை. அவள் மனம் எங்கே போய்க் கொண்டிருக்கிறது என்பதையும் அவன் புரிந்து கொண்டான். அவனாகக் குறுக்கிட்டு அவளிடம் பேச்சுக் கொடுக்கவும் அவனுக்குத் துணிவில்லை. அவளுடைய போக்கைக் கூர்ந்து கவனித்து வைத்திருந்ததால், சிறிது காலத்துக்காவது அவளிடம் மிகவும் எச்சரிக்கையோடு நடந்து கொள்ள வேண்டுமென்று அவனுக்குத் தோன்றியது.

வயது ஒன்றைத் தவிர, மற்ற எல்லா வகைகளிலும் ஆனந்தி தன்னைவிட உயர்ந்தவள் என்ற எண்ணம் அவனுக்கு. அவளுடைய சுபாவமே மென்மை நிறைந்த பண்பட்ட சுபாவம். மேலும் அவனிடம் அவள் இயல்பாகவே பழகி வந்தாள். ஆகவே, தன்னைவிட உயர்ந்தவர்களிடம் எப்படி பழகுவது என்பதை சிறு வயது முதலே கற்றிருந்த அவன் அவளைப் பகைத்துக் கொள்ளாத முறையில் அவளோடு நெருங்கிப் பழக விரும்பினான்.

அவளுடைய மௌனத்தைக் கலைக்க அவனுக்கு ஓர் அபூர்வமான யோசனை கிடைத்தது.

"என் தம்பி அண்ணாமலை இருக்கிறானே, அவன் எல்லா வகையிலும் அதிர்ஷ்டக்காரன். அவனுடைய அதிர்ஷ்டத்தை நினைத்தால் எனக்கு எவ்வளவு சந்தோஷமாக இருக்கிறது தெரியுமா!"

அண்ணாமல்லையைப் பற்றி அவன் பேச்சை எடுத்தவுடன் ஆர்வத்தோடு அவனைத் திரும்பிப் பார்த்தாள் ஆனந்தி. "நீங்கள் என்ன சொன்னீர்கள்?" என்று கேட்டாள்.

"என் தம்பி எவ்வளவோ அதிர்ஷ்டம் செய்தவன் என்கிறேன்!"

ஆனந்தியின் முகத்தில் நாணம் படர்ந்ததை அவன் கவனிக்காமலில்லை. சாரதாவைப்போல் எங்கே மாணிக்கமும் தன்னைத் தெரிந்து கொண்டு விட்டானோ என்ற நினைவால் ஏற்பட்ட நாணம் அது. அவனை வழியனுப்ப ஆனந்தி வந்ததால் அதை அண்ணாமலையின் அதிர்ஷ்டமென்கிறானா மாணிக்கம்?

"எதனால் அப்படிச் சொல்கிறீர்கள்?" என்றாள் ஆனந்தி.

"பிறப்பு, வளர்ப்பு, படிப்பு, வசதி எல்லாவற்றிலுமே அவன் அதிர்ஷ்டக்காரன். எங்கள் எல்லாருக்குமே அவன் செல்லப்பிள்ளை. இப்போது உங்கள் அப்பாவுக்கும் ஏன், உங்களுக்குமே செல்லப் பிள்ளையாகி விட்டான்."

"பிறவிக் கலைஞர் அவர். அதனால் அவரை, எங்களுக்குப் பிடித்திருக்கிறது" என்றாள் ஆனந்தி பூரிப்போடு.

"பாருங்களேன்! என் படிப்புக்குச் செலவு செய்ததை விட அவனுக்கு அப்பா அதிகமாகச் செலவு செய்தார். திடீரென்று உங்கள் அப்பாவின் உருவத்தில் அவனுக்கு அதிர்ஷ்டம் வந்தது. கணக்கில் இரண்டு முறை தோற்றுப் போனவன், கலையில் ஒரே மூச்சில் இரண்டு வருடங்களைத் தாவி விட்டான். படிப்பும் அவனுக்குப் பிடித்தமான படிப்பு! என்னைப்போல் வெயிலிலும் மழையிலும் கல்லிலும் மண்ணிலும் கிடந்து அவன் அவதிப்பட வேண்டாம் பாருங்கள், ஒய்யாரமாக அவன் உல்லாசப் பிரயாணம் போய்க் கொண்டிருக்கிறான்!"

'அவருக்கு அதிர்ஷ்டமென்றால் அது உங்கள் அதிர்ஷ்டம்தானே? மேஸ்திரி அவரைவிட உங்களைத்தானே செல்லப் பிள்ளையைப் போல நடத்துகிறார்?"

"போல நடத்தினாலும் நான் 'போலி, போலி' தான்" என்று தன்னையே நொந்து கொள்ளுபவன்போல்,

வருத்தத்தோடு சிரித்தான் மாணிக்கம். "நான் போலிப் பிள்ளையாக இல்லாமலிருந்தால் இதற்குள் ஒரு என்ஜினியராகி இருப்பேன். என்ன இருந்தாலும் நான் அநாதை; ஏழை; சொந்தக்காரர்களும் இல்லை; சொத்து சுகமும் கிடையாது. அப்பா என்னைத் தட்டிவிடாமல் இருக்கும் வரையில் நான் அவரோடு ஒட்டிக் கொண்டிருக்க முடியும். அவ்வளவுதான். பிறகு நானும் என் அம்மாவும் தெருவுக்குப் போக வேண்டியதுதான்."

திடுக்கிட்டாள் ஆனந்தி. மாணிக்கத்தின் மனக்கலக்கம் அவளையும் வாட்டத் தொடங்கியது. முதல் முதலாக அண்ணாமலையைத் தேடிக்கொண்டு கடற்கரைக்கு வந்த மாணிக்கமாக அவன் இப்போது அவளுக்குத் தோன்ற வில்லை. அன்று அவளைப் பார்த்த முறையும் நடந்து கொண்ட விதமும் அவளுக்குப் பிடிக்கவில்லை. ஆனால் நாளடைவில் அவள் அண்ணாமலையிடம் கொண்ட அன்பு மாணிக்கத்திடமும் அவளைப் பரிவு கொள்ளச் செய்தது. கடுமையான வேலைகளையும் முந்திக்கொண்டு செய்த அவனுடைய ஆற்றல் அவளுக்கு வியப்பைத் தந்தது; இப்போது உண்மையிலேயே அவள் அவனுக்காக இரக்கப் பட்டாள்.

"நீங்கள் கவலைப்படுவதற்கே காரணமில்லை" என்று அவனுக்கு ஆறுதல் கூறினாள் ஆனந்தி. மேஸ்திரியார் ஒரு போதும் அவனைக் கைவிடமாட்டார் என்றும் தெரிவித்தாள்.

"அந்த நன்றியை நான் ஏழேழு பிறவிக்கும் மறக்கவே மாட்டேன். அவர்கள் இல்லாவிட்டால் நான் இப்பொழுது எந்த நிலையில் இருப்பேனோ, சொல்ல முடியாது. அந்த வகையில் நான் அதிர்ஷ்டக்காரன்தான், ஆனாலும்..."

"ஆனாலும்..."

"யாரையும் குறை சொல்லவில்லை. பிறவியிலேயே நான் அதிர்ஷ்டக்கட்டை. என் எதிர்காலம் எப்படி இருக்குமென்று சொல்ல முடியாது."

"உங்களுக்கென்ன, நீங்கள் ஆண்பிள்ளை! படிக்காத மேஸ்திரியாரே சென்னைக்கு வந்து இப்படி வசதியாக வாழ்கிறாரென்றால், உங்களால் ஏன் முடியாது? உங்களைப் படிக்கவும் வைத்து உங்களுக்குத் தொழிலும் கற்றுக் கொடுத்திருக்கிறார் அவர். நீங்களும் சுபாவத்தில் கெட்டிக்காரர். எதற்கும் நீங்கள் கவலைப்பட வேண்டியதே இல்லை" என்றாள் ஆனந்தி.

மரப்பாலத்திலிருந்து அவர்கள் நடக்கத் தொடங்கிய போது அவர்களுக்கிடையிலிருந்த இடைவெளி அவர்கள் அடையாற்றை நெருங்க நெருங்கக் குறைந்து கொண்டே வந்தது. ஆனந்தி இதைக் கவனிக்கவோ பொருட்படுத்தவோ இல்லை. மாணிக்கமும் கவனிக்காதவன் போல் தான் வந்து கொண்டிருந்தான். என்றாலும் அவளுடைய நெருக்கம் அவனுக்கே ஒருவகை அச்சத்தையும் ஆனந்தத்தையும் அளித்தது.

திடீரென்று, "அண்ணாமலைக்கு உங்கள் அப்பாவிடம் சித்திரம் பழகிக் கொள்ள எப்படி அனுமதி கிடைத்ததென்ற ரகசியம் உங்களுக்குத் தெரியுமா?" என்று எதையோ நினைத்துக் கொண்டவன் போல் கேட்டான் மாணிக்கம்.

"எப்படிக் கிடைத்தது?"

"அதுவும் ஓர் அதிர்ஷ்டம்தான்!"

ஆவலோடு மாணிக்கத்தின் முகத்தைத் திரும்பிப் பார்த்தாள் ஆனந்தி. அந்த அதிர்ஷ்டத்தின் இரகசியத்தை தெரிந்துகொள்ள வேண்டுமென்ற துடிப்புதான் அவளுக்கு.

"கூடவே கூடாதென்றுதான் அப்பா முதலில் மறுத்துவிட்டார். பிறகு, அண்ணாமலையின் மாமனாரும் அவனுடைய முறைப் பெண்ணும் பிடிவாதம் பிடித்துத் தான் அவனை இங்கே அனுப்பி வைத்தார்கள்." ஆனந்திக்கு மூச்சே நின்றுவிடும் போலிருந்தது. அப்படியே வெலவெலத்துப் போய் நடுவழியில் நின்று விட்டாள் அவள். அவளுடைய அதிர்ச்சியைப் புரிந்து கொள்ளாதவன் போல், அவளுக்கு

மேன்மேலும் அதிர்ச்சி கொடுக்கத் தொடங்கினான் மாணிக்கம்.

"இது தெரியாதா உங்களுக்கு? அண்ணாமலையின் மாமா தண்டபாணியும் அவர் பெண் சுந்தரியும்தான் அவனுக்காகச் சிபாரிசு செய்தார்கள்! சுந்தரியை நீங்கள் பார்த்ததில்லை? அடிக்கடி எங்கள் வீட்டுக்கு அண்ணா மலையைத் தேடிக்கொண்டு சைக்கிளில் வருவாளே அவள்! அவனுக்காகவே வளர்ந்து வரும் பெண் அவள்! அந்த வகையிலும் தம்பி அதிர்ஷ்டக்காரன்தான்! நல்ல பணக்கார இடம் அது!

இதைக்கேட்ட பிறகு ஆனந்தியால் ஓர் அடிகூட மேலே எடுத்து வைக்க முடியவில்லை. மாணிக்கத்தின் முன்னால் தன் உணர்ச்சியைக் காட்டிக் கொள்ளக் கூடாதென்று எவ்வளவோ முயன்று பார்த்தாள். முடியவில்லை. சரமாரியாக அம்புகள் நெஞ்சைப் பிளந்தால் எப்படி ஒரு மணிப்புறாவால் துடிதுடிக்காமல் இருக்க முடியும்?

27. மகாபலிபுரத்தில்

நெடுங்கடல், நீலவானம், சவுக்குத் தோப்பு, மணல் வெளி, திரும்பிய பக்கமெல்லாம் திட்டுத் திட்டாகப் பாறைகள்; பாறைகளெங்கும் சிற்பங்கள். மகாபலிபுரத்தின் இந்தச் சூழ்நிலை, ஓவிய மாணவர்களைப் பரவசம் அடையச் செய்துவிட்டது. சென்னை நகரத்தின் வீட்டறைகளிலும் வகுப்பறைகளிலும் அடைபட்டு வரைந்து வந்தவர்களுக்கு எழில் நிறைந்த இயற்கைச் சூழல் இன்பக் கிளுகிளுப்பைக் கொடுத்தது.

வசதிகளற்ற ஒரு பழைய வீட்டில் ஆண்கள் ஒரு புறமும் பெண்கள் மற்றொரு புறமும் தங்கிக் கொண்டு, வாய்க்கு விளங்காத சாப்பாட்டை எப்படியோ ஏற்பாடு செய்து கொண்டு, அவர்கள் தாங்கள் வந்த வேலைகளைக் கவனிக்கத் தொடங்கினார்கள். நாலாபுறமும் திறந்த வெளிகளுக்குச்

சென்று அவரவர்களுக்குப் பிடித்த காட்சிகளின் எதிரில் அமர்ந்தபடி, போட்டி போட்டுக் கொண்டு சித்திரங்களை வரைவதே அவர்களுடைய வேலை.

அண்ணாமலைக்கும் அங்கு வந்தது, கூண்டுப் பறவையைத் திறந்து விட்டது போலத்தான் இருந்தது. பொழுது புலரும் வேளையில் பறவைகளின் ஒலியோடு நோட்டும் கையுமாக வெளியே புறப்பட்டால், உச்சி வெயில் மண்டையைப் பிளந்தால்தான் நோட்டை மூடிவைப்பான். அல்லது சாரதா அவனைப் பிடித்துச் சாப்பாட்டுக்கு இழுத்து வரவேண்டும். மீண்டும் வெயில் சாயத் தொடங்கியவுடன் கிளம்பி விடுவான். சென்னைக்குத் திரும்புவதற்குள் எப்படியாவது அந்த மகாபலிபுரத்துச் சிற்பங்கள் அவ்வளவையும் தன்னோடு சித்திரங்களாகக் கொண்டு செல்ல வேண்டுமென்ற வெறி அவனுக்குப் பிடித்துவிட்டது. கலைவெறி!

கடற்கரைக் கோயில், கல் ரதங்கள், யானை, பாறைச் சிற்பங்கள், யாளிக் குகை இப்படிப் பெரும்பாலானவற்றை அவன் மளமளவென்று போட்டு முடித்துவிட்டான். அவன் விரும்பியபடியே சென்னைக்குத் திரும்புவதற்குள் அவன் வேலை முடிந்து விடும்போல் தோன்றியது. ‘அர்ச்சுனனின் தவம்’ என்றோ ‘பகீரதனின் தவம்’ என்றோ அங்கிருந்தவர்கள் குறிப்பிட்ட பாறைச் சிற்பங்கள் அவனை வெகுவாகக் கவர்ந்து விட்டன. எத்தனையோ வகையான மனித உருவங்கள் கூடிய தனியொரு சிற்பக் கூடமாகவே அது அவனுக்குக் காட்சி அளித்தது. அதை வரைந்து முடிக்கும் போதுதான் அவனுக்கே இந்த நாட்டுக் கலைஞர்களின் அருமை சிறிது சிறிதாகப் புலப்பட்டது.

முற்பகலில் அதை முடித்துவிட்டானென்றாலும், பிற்பகலில் அங்குவந்து உட்கார்ந்தான் அண்ணாமலை. அந்தச் சமயம் பார்த்து அவனுடைய இளம் தாடி நண்பன் ராஜசேகரனும் அங்கு வந்து சேர்ந்தான். ராஜசேகரனால் அங்கு ஏதும் புதுமையைக் காணமுடியவில்லை. சவுக்குத்

தோப்புக்குள் உட்கார்ந்து கொண்டு, ஐயனார் கோயில் மண்பொம்மைகளைப் போன்ற யானை குதிரைகளையும் மனித உருவங்களையும் தன்னுடைய நோட்டில் நிரப்பி வைத்திருந்தான் அவன்.

அண்ணாமலையின் நோட்டைப் பிடுங்கிப் பார்த்து விட்டு வழக்கம்போல் உதட்டைப் பிதுக்கினான் ராஜசேகரன்.

"எனக்கு இங்கு எதுவுமே பிடிக்கவில்லை. பழைய காலத்துப் பைத்தியக்காரர்கள் கல்லில் அப்படியே மனிதர்களைப் படம் பிடித்து வைத்திருக்கிறார்கள். அவர்களைத் திறமையான தொழிலாளர்கள் என்று வேண்டுமானால் நான் ஒப்புக் கொள்வேன். ஆனால் கலைஞர்கள் என்றால் அவர்களுடைய மேதைத் தன்மை வெளிப்பட வேண்டும். எல்லாம் வெறும் 'ரியலிசம்;' 'போட்டோகிராபி,' என்று அண்ணாமலையை அவன் வம்புக்கிழுத்தான்.

தன்னைக் குறை கூறினால் அண்ணாமலை பொறுத்துக் கொண்டிருப்பான். இந்த மண்ணில் மலர்ந்த மாமேதைகளை, தங்களுடைய ஊரையும் பெயரையும்கூட விட்டுச் செல்லாமல், உழைப்பை மட்டும் விட்டுவிட்டுச் சென்ற ஒப்புயர்வற்ற கலைப்பிறவிகளை அவன் குறை கூறியது அண்ணாமலையின் கோபத்தைக் கிளறிவிட்டது.

"எது 'ரியலிசம்'? எது போலிக்கலை? நன்றாக இந்தச் சிற்பங்களை உற்றுப் பார்! முகபாவம், கண்கள், காதுகள், மார்பகம், இடை, கரங்கள், கால்கள், விரல்கள், ஆடை அணி எல்லாவற்றையும் உற்றுப் பார்! வாழ்க்கையில் நீ காணும் மனிதர்களின் நகல் என்று நீ இவற்றைச் சொன்னால் கோளாறு உன் கண்களிலும் கருத்திலும்தான் இருக்க வேண்டும். கற்பனை பொங்க வேண்டிய இடத்தில் பொங்கி, வழிந்தோட வேண்டிய இடத்தில் வழிந்தோடி, மறைந்து புலப்பட வேண்டிய இடத்தில் மறைந்து புலப்பட்டு, உணர்ச்சி பாவங்களாகக் கல்லின் ஒவ்வொரு அணுவிலும்

கனிந்து விளங்குவதைப் பார்! கலைச்சுவையற்ற கூட்டத்தார் எப்படிச் சொன்னாலும் எனக்குக் கவலையில்லை. நீ உன்னைக் கலைஞன் என்று சொல்லிக் கொள்கிறாய்!"

"கலையைப்பற்றி கருத்துக்களே புரட்சிகரமாக மாறிவிட்டது, தம்பி!" என்று கூறி நகைத்தான் ராஜசேகரன்.

"இந்த மண்ணில் பிறந்துவளர்ந்து இதன் கலைவளம் யாருடைய நாடி நரம்புகளில் துடிக்கிறதோ, அவர்கள் ஒன்றும் கண்கெட்ட குருடர்களாகி விடமாட்டார்கள். இந்த மண்ணில் ஆணி வேர்ப் பிடிப்பில்லாதவர்களின் பேச்சைக்கேட்டு நீயும் வீணாக நம் கலைகளைத் தூற்றத் தொடங்காதே!"

அப்போது, தொலைவில் சாரதா வந்து கொண்டிருப் பதைப் பார்த்து விட்டான் ராஜசேகரன். அவளிடம் வாயைக் கொடுத்து அவனால் மீள முடியாதென்பதால் "சரியப்பா, உன் காதலி உன்னைத் தேடிக்கொண்டு வந்துவிட்டாள். இனி நான் இங்கே இருக்கக் கூடாது, வருகிறேன்" என்று சொல்லிக் கிளம்பினான்.

'காதலி' என்ற சொல்லைக் கேட்டதும், அண்ணாமலை திடுக்கிட்டுத் திரும்பிப் பார்த்தான். தூக்க முடியாமல் சில சாமான்களைத் தூக்கிக்கொண்டு அவனை நோக்கி வந்து சேர்ந்தாள் சாரதா. சாமான்களை அருகில் வைத்துவிட்டு, அவனோடு ஒன்றாக நெருங்கிப் பாறையின் நிழலில் உட்கார்ந்தாள். பிரம்புக் கூடையிலிருந்து ஆனந்தி அனுப்பி வைத்த தகரப் பெட்டி, கூஜாவில் தண்ணீர், பிளாஸ்கில் காப்பி இவ்வளவும் வெளியே வந்தன. தகரப் பெட்டியைத் திறந்து அதற்கு உள்ளிருந்து சீடை உருண்டைகளையும் முறுக்குகளையும் எடுத்து அண்ணாமலைக்கு நீட்டினாள் சாரதா. தானும் சிறிது சாப்பிட்டாள். இது அவர்கள் வழக்கமாகச் சிற்றுண்டி சாப்பிடும் வேளை.

"நல்ல சாப்பாடு, கிடைக்காத இந்த இடத்தில்தான் ஆனந்தியின் அருமை தெரிகிறது" என்றான் அண்ணாமலை.

“உங்கள் பெட்டியில் இது இருந்தால், இதை எல்லோருக்கும் பங்கு வைத்து அரை நிமிஷத்திலே காலி செய்து விடுவீர்கள். அதற்காகத்தான் இதை நானே எடுத்து வைத்துக் கொண்டேன்” என்றாள் சாரதா.

"இந்த சுய நலம்தான் எனக்குப் பிடிக்காது!”

“யாரும் உங்களைப்போல் சும்மா வரவில்லை; அவர்களும் ஏதோ கொண்டு வந்திருக்கிறார்கள்; அதனால்தான் ஆனந்தி எனக்கு இந்த வேலையைக் கொடுத்திருக்கிறாள். உங்களைப் பத்திரமாய்த் திரும்பவும் கொண்டுபோய்ச் சேர்க்க வேண்டிய பொறுப்பு என்னுடையது” என்று கூறிச் சிரித்தாள் சாரதா.

அண்ணாமலையிடம் சாரதா ஒட்டிக் கொண்டு பழகுவது பற்றி மாணவ மாணவிகள் சிலர் அவர்கள் முதுகுக்குப் பின்னால் பரிகாசம் செய்வது அவளுக்குத் தெரியும். அது பற்றி அவள் சிறிதும் பொருட்படுத்தவில்லை. ஆனால், அண்ணாமலையே புரிந்துகொள்ளாத ஒரு விஷயத்தை அவள் புரிந்து கொண்டிருக்கிறாள். ஆனந்தியின் மனப்போக்கு அவளுக்குப் பளிச்சென்று புரிந்து விட்டது. ஆனந்தி அதனால் பெற்ற இன்பமே சாரதாவுக்கும் ஒரு மனநிறைவைக் கொடுத்தது.

மறுநாள் மாலை அவர்கள் மகாபலிபுரத்திலிருந்து புறப்பட்டு அதற்கு அடுத்தநாள் காலை சென்னை போய்ச் சேர்வதாக இருந்தது. அதுபற்றி அவனிடம் பேசிக் கொண்டிருந்துவிட்டுப் பிறகு, தான் வரைந்திருந்த துண்டு படம் ஒன்றை அவனிடம் நீட்டினாள் சாரதா. அதை வாங்கிப் பார்த்துவிட்டுச் சிரித்தான் அண்ணாமலை. அது அவனுடைய உருவப்படம்; அவன் வரைந்து கொண்டிருக்கும் தோற்றத்தில் சாரதா வரைந்திருந்த படம்.

“படம் என்னைவிட நன்றாயிருக்கிறது!” என்றான் அண்ணாமலை.

“இதை நான் ஆனந்திக்குக் கொடுக்கப் போகிறேன்;

பார்த்தால் மிகவும் மகிழ்ச்சியடைவாள்”

“இதற்குப் பதிலாக நீங்கள் ஆனந்தியின் படத்தையே வரைந்து கொடுக்கலாமே!”

‘அதை நீங்கள் வரைந்து கொடுத்தால்தான் அவளுக்குப் பிடிக்கும். அதுதான் பொருத்தமாகவும் இருக்கும்!” என்று கூறிவிட்டு, அவனைக் குறும்புத்தனமாகப் பார்த்து நகைத்தாள். அண்ணாமலையும் ஏதோ கனவு கண்டு விழித்தவன் போல் அவளுடைய சொற்களின் பொருளை உணர முயன்றான்.

அப்போது அருகே சாலையில் ஒரு கார் மெதுவாக ஊர்ந்து வந்து நின்றதைக் கவனிக்கவில்லை அவர்கள். காருக்குள்ளிருந்தவர்கள் அவர்களையே உற்றுப் பார்த்ததையும் அவர்கள் பார்க்கவில்லை. காருக்குள்ளிருந்து சுந்தரி வேகமாக இறங்கி, காரின் கதவைப் படாரென்று சாத்தியபோதுதான் அண்ணாமலை சட்டென்று திரும்பிப் பார்த்தான்.

“உங்களை எங்கேயெல்லாம் போய்த் தேடுவது? ஒரு தாடிக்காரர்தான் நீங்கள் இங்கே இருப்பதாகச் சொன்னார்.” அண்ணாமலையிடம் பேசிக்கொண்டே சந்தேகம் பொங்கும் விழிகளால் சாரதாவைக் கூர்ந்து நோக்கினாள் சுந்தரி. பிறகு அங்கிருந்த பலகாரப் பெட்டி, கூஜா, பிளாஸ்க் இவற்றில் அவளுடைய விழிகள் சுழன்றன. சாரதாவின் கரத்திலிருந்த அண்ணாமலையின் படத்தையும் கண்டுவிட்டாள்!

28. சுந்தரிக்கே சொந்தம்

காரிலிருந்து சுந்தரியின் அப்பா தண்டபாணி இறங்கி வந்தார். சுந்தரியின் வீட்டிலிருந்து வேறு யாரும் வரவில்லை என்று தெரிந்தது. அவருக்கு மகாபலிபுரத்தில் ஒரு நண்பரைப் பார்க்க வேண்டிய வேலை இருந்ததாம். தானும் புறப்படுவதாகச் சொல்லி அவரோடு கிளம்பி விட்டாளாம் சுந்தரி.

அதற்குள் சுந்தரி சாரதாவின் அருகில் வந்து உட்கார்ந்து, அவள் கரத்திலிருந்த அண்ணாமலையின் படத்தை வாங்கிப்பார்த்தாள். "நன்றாயிருக்கிறதே! இது நீங்கள் வரைந்ததா?" என்று கேட்டாள். 'ஆம்' என்று தலையசைத்தாள் சாரதா. "இதை எனக்குத் தருகிறீர்களா?" என்று கேட்டுவிட்டு, அவளுடைய பதிலை எதிர்பார்க்காமலே, தன் கைப் பையைத் திறந்து அதற்குள் வைத்துக் கொண்டாள் சுந்தரி.

சாரதாவைப் பற்றி அப்பாவுக்கும் பெண்ணுக்கும் சொல்லி விட்டு, அவர்களையும் அவளுக்கு அறிமுகம் செய்து வைத்தான் அண்ணாமலை. காதிலும் கழுத்திலும் சாரதா நகைகள் ஏதும் போட்டுக் கொள்ளாதிருந்ததால் அவள் ஓர் ஏழைப் பெண் என்பதை எடுத்த எடுப்பிலேயே கண்டு பிடித்து விட்டாள் சுந்தரி. அவர்களிருவரையும் ஒன்றாகப் பார்த்து விட்டதால் ஏற்பட்ட கோபத்தையும் சந்தேகத்தையும் சுந்தரியால் மறைக்க முடியவில்லை.

அண்ணாமலையை பார்த்து, "படம் போட்டுப் பழகுவதாய்ச் சொன்னீர்கள், இங்கே வந்து பார்த்தால் உல்லாசமாய்ப் பொழுது போக்க வந்தவர்கள் மாதிரி காப்பியும் பலகாரமுமாய் உட்கார்ந்திருக்கிறீர்களே?" என்று கேட்டாள்.

"படங்களும் நிறைப் போட்டிக்கிறேன், பார்!" என்று நோட்டை எடுத்து அவளிடம் கொடுத்தான் அண்ணாமலை.

சாரதாவாலும் பேசாமலிருக்க முடியவில்லை. பெண்ணுக்குப் பெண் வாயை மூடிக்கொண்டு பேசாதிருக்க முடியுமா!

"இவரை மட்டும் இங்கே இவர் போக்கில் விட்டிருந்தால் பசி, தாகம் பார்க்காமல் வரைந்து தள்ளிக் கொண்டே இருப்பார். அதற்காகத்தான் அடையாற்றில் இவருடைய ஆசிரியர் வீட்டிலிருந்து இவரை வேளாவேளைக்கு கவனிக்க

சொல்லியிருக்கிறார்கள். வரைவதற்கு வந்தாலும் வயிற்றையும் மறந்துவிடக் கூடாதல்லவா?"

அடையாற்று ஆசிரியர் வீடுபற்றிச் சாரதா பேசியவுடன் முகத்தைச் சுளித்து எதையோ நினைத்துப் பார்த்தார் தண்டபாணி. மேஸ்திரியார் அங்கு புதுவீடு கட்டுவது பற்றி அவர் கேள்வியுற்றிருந்தார். அண்ணாமலையைப் பற்றி அக்கறை கொண்டவர்கள் அங்கேயிருந்தது அவருக்குப் புதுமையாக இருந்தது. சுந்தரிக்குமே அது பிடிக்கவில்லை.

"அத்தான்! நீங்கதான் எனக்கு இங்கே ஊரைச் சுற்றிக் காட்ட வேண்டும். அப்பாவுக்கும் ஏதோ வேலையிருக் கிறதாம். புறப்படுங்கள்!" என்றாள் சுந்தரி.

"ஆமாம். நான் இங்கே அடிக்கடி வருகிறவன்" என்றார் தண்டபாணி.

"வந்த வேலை எனக்கும் முடிந்து விட்டது. இருந்தாலும் எங்களை அழைத்துக் கொண்டு வந்த ஆசிரியரிடம் கேட்டுக் கொண்டு வரவேண்டும்" என்றான் அண்ணாமலை.

"காரில் ஏறிக் கொள்ளுங்கள். போய்க் கேட்டுக் கொள்ளலாம்" என்றாள் சுந்தரி. "பொழுதுபோவதற்குள் ஒரு சுற்றுப் பார்த்துவிட வேண்டும்."

"நீயும் எங்களோடு வருகிறாயா சாரதா?" என்று அவளையும் உடன் வரும்படி அழைத்தான் அண்ணாமலை. அவளுக்கு வரைய வேண்டிய வேலை இருந்தது. மேலும் அவளைச் சுந்தரி வரச் சொல்லி வற்புறுத்தவும் இல்லை.

"நீங்கள் போய்விட்டு வாருங்கள்: நான் இங்கேயிருந்து வரையலாமென்று பார்க்கிறேன்" என்றாள் சாரதா.

சாரதாவை மட்டும் அங்கே விட்டு விட்டு அண்ணாமலையை அழைத்துக் கொண்டு அவர்கள் புறப்பட்டார்கள். தண்டபாணியே அண்ணாமலையின் ஆசிரியரிடம் சொல்லி அவனுக்காக அனுமதி பெற்றுக் கொண்டார். பிறகு அவரும் தன் நண்பரின் வீட்டில்

இறங்கிக்கொண்டு, அண்ணாமலையையும் சுந்தரியையும் மட்டிலும் டிரைவரோடு அனுப்பி வைத்தார்.

இருவரும் கடற்கரைக் கோயில், கல் ரதங்கள் முதலியவற்றைச் சுற்றிப் பார்த்துவிட்டு, கடைசியில் ஊருக்குச் சிறிது தூரத்தில் இருந்த யாளிக் குகைக்குச் சென்றார்கள். சாலையில் காரை நிறுத்திவிட்டு அவளைச் சவுக்குத் தோப்பின் வழியே அண்ணாமலை அழைத்துக் கொண்டு சென்றான். தோப்பின் நிழலையும் காற்றையும் சலசலப்பையும் கண்டு பயந்த சுந்தரி, அவனோடு மிகவும் ஒட்டிக்கொண்டு நடக்கலானாள். ஏனோ அந்தச் சிறு அனுபவம் சுந்தரியைப் போலவே அவனுக்கும் ஒரு வகைக் குதூகலத்தை அளித்தது.

யாளிக் குகையை அவர்கள் பார்த்துவிட்டு அதையடுத்து, பாறைகளை அடுத்திருந்த குடைவரை மண்டபம் ஒன்றுக்குச் சென்றார்கள். அங்கு சிற்பங்கள் ஏதும் இல்லாததால் யாரும் அங்கு வரைவதற்கு வரவில்லை போலும். காற்றின் கலகலப்பும், கவிந்த நிழலின் இருளும் கலந்ததோர் தனிமை அங்கே ஆட்சி செய்து கொண்டிருந்தது. அதை சுற்றிலும் பாறைகள் மறைத்துக் கொண்டு நின்றன.

நீண்ட பெருமூச்சு விட்டவாறே, அந்த மண்டபத்தில் போய் உட்கார்ந்தாள் சுந்தரி. இதைச் சிறிதும் எதிர்பாராத அண்ணாமலைக்கு ஒன்றுமே புரியவில்லை.

"உட்கார்ந்து விட்டாயே! நாம் போகவேண்டாமா?"

"நீங்களும் கொஞ்சம் உட்காருங்கள், நான் உங்களிடம் கொஞ்சம் பேச வேண்டும்."

அண்ணாமலைக்கு அவளுடைய செயல் பைத்தியக் காரத்தனமாகப்பட்டது. அத்துடன் அவனுக்குச் சிறிது பயமாகவும் இருந்தது. இந்த இரண்டும் மீறிய ஒரு வகைப் பரவசமும் அவனுக்கு ஏற்படாமல் இல்லை.

"என்ன பேச வேண்டும்?"

"நான் உங்களோடு எவ்வளவோ சந்தோஷமாய்ப்

பொழுது போக்கலாமென்று நினைத்தேன். ஆனால் ஏன் இங்கே வந்தோம் என்று ஆகிவிட்டது."

"என்ன விஷயம்?"

திடீரென்று சுந்தரியின் முகம் கோபத்தால் சிவந்தது. தன்னுடைய கைப் பையை வேகமாய்த் திறந்து, அதற்குள்ளிருந்த் அவனுடைய படத்தை எடுத்தாள். சாரதா, அவனைப் பார்த்து வரைந்த படம். அதை எடுத்து அவனிடம் நீட்டி, "இதற்குத்தானா நீங்கள் இங்கே வந்தீர்கள்?" என்று அழுகையோடும் ஆத்திரத்தோடும் கேட்டாள்.

அண்ணாமலையால் அவளுடைய ஆத்திரத்தின் காரணத்தைப் புரிந்துகொள்ள முடியவில்லை. அவள் அதை வரைந்தது அவனுக்கே தெரியாதென்றும், ஏதோ விளையாட்டில் வரைந்திருக்கிறாள் என்றும் சமாதானம் கூறினான். அவனுக்கு அதில் ஒன்றும் தவறு இருப்பதாகத் தோன்றவில்லை.

"எனக்கு அவளைக் கொஞ்சம் கூடப்பிடிக்கவில்லை."

"ஏன்?" என்று கேட்பது போல் விழித்தான் அண்ணாமலை.

"கல்யாணம் செய்து கொள்ளப்போகிறவளைப்போல் உங்களோடு பழகுகிறாள். யார் பார்த்தாலுமே, அப்படித்தான் சொல்லுவார்கள். இப்படியெல்லாம் நடக்குமென்று தெரிந்திருந்தால் நானே உங்களுக்கு இந்தப் படிப்பு வேண்டாமென்று கூடச் சொல்லியிருப்பேன்."

அண்ணாமலை அவளுக்கு முன்னால் தலையைக் கவிழ்த்துக்கொண்டான்...அப்போது ராஜசேகரன் சாரதாவை அவனுடைய காதலி என்று கேலி செய்ததும் அவனுடைய நினைவுக்கு வந்தது. அதற்காகத் தன்னைத் தானே நொந்து கொண்டு, "தப்பாக நினைக்காதே சுந்தரி; நல்ல பெண் அவள்; என் தங்கை மாதிரி நடந்து கொள்கிறாள்" என்றான்.

"என்னமோ எனக்குப் பிடிக்கவில்லை...!"

"சரி, நானும் கவனமாக நடந்து கொள்கிறேன்."

சுந்தரி தன் கண்களைத் துடைத்துக் கொண்டு மெல்லச் சிரித்தாள். 'கல்யாணம் செய்து கொள்ளப் போகிறவள் நான். கவனமாக இருந்து கொள்ளுங்கள்' என்று அவள் சொல்லாமல் சொல்வது போலிருந்தது.

தனிமையில் அழகும் பயமும் கலந்திருந்த அந்தச் சூழலில் அவள் மண்டபத்துப் பாறையில் சாய்ந்துகொண்டு உட்கார்ந்திருந்த தோற்றம் அவனுடைய விரல்களைப் பரபரப்படையச் செய்தது. படம் வரைவதற்கு ஏற்ற உடலழகு; ஏற்ற தோற்றம்; ஏற்ற இடம். கூர்ந்து அவளையே சிறிது நேரம் பார்த்துக் கொண்டு மெய்மறந்து நின்றான் அண்ணாமலை.

"என்ன அப்படிப் பார்க்கிறீர்கள்? என் மீது கோபமா உங்களுக்கு?"

"இல்லை" என்று சொல்லிவிட்டு அவன் வெட்கத்தோடு தலைகுனிந்து கொண்டான். பிறகு இருவரும் அங்கிருந்து கிளம்பிக் காருக்கு வந்து சேர்ந்தார்கள்.

மறுநாள் இரவு மாணவர்களோடு தோணியில் புறப்படுவதாக இருந்தவன், காலையிலேயே சுந்தரியுடன் காரில் கிளம்பிவிட்டான். வழியில் ஒரு இடத்தில் கார் ரிப்பேராகி விட்டதால் அன்று இரவுதான் அவர்கள் சென்னைக்கு வந்து சேர்ந்தார்கள்.

அடுத்த நாள் காலையில் அடையாற்றுக்கு வந்து விட்டுப் பிறகுதான் அண்ணாமலை அவனுடைய வீட்டுக்குச் செல்வான் என்று எதிர்பார்த்துக் கொண்டிருந்த ஆனந்திக்கு இது பெருத்த ஏமாற்றமாக இருந்தது. சாரதா மட்டிலும் தனியே வந்து அவன் முன்பே திரும்பிவிட்டான் என்பதைத் தெரிவித்தாள். சாரதா கூறிய காரணங்களைக் கேட்டவுடன் ஆனந்திக்கு யாரோ, அவள் இதயத்தைக் கசக்கிப் பிழிவது போலிருந்தது.

29. கேட்காத கேள்வி

மகாபலிபுரத்திலிருந்து சுந்தரியைப் பற்றி சாரதா கொண்டு வந்த செய்தி ஆனந்தியால் தாங்கிக் கொள்ளக் கூடியதாக இல்லை. ஏற்கெனவே மாணிக்கத்தின் பேச்சைக் கேட்டுக் குழம்பியிருந்த அவளுக்கு, இது மேலும் ஒரு பேரதிர்ச்சியைக் கொடுத்தது.

சாரதாவிடம் ஒரு பழக்கம் உண்டு. அவள் உண்மையைச் சற்று மிகைப்படுத்திச் சொல்வாளே தவிர, பொய்யை ஒரு போதும் சொல்லமாட்டாள்; அவள் ஆனந்தியிடம், சுந்தரியின் அங்க லட்சணங்கள், அவளுடைய குண விசித்திரங்கள், அவள் அண்ணாமலையை ஆட்டிப் படைத்த கதை இவற்றிற்கெல்லாம் காதும் மூக்கும் ஒட்ட வைத்துக் கூறி முடித்தாள்.

முடித்துவிட்டு, "இதை நான் இப்படியே விட்டுவிடப் போவதில்லை" என்றாள். "எதற்கும் அவரிடமே நேரில் கேட்கப் போகிறேன்; கேட்டுவிட்டு இனி அவளிடம் கவனமாக நடந்து கொள்ளும்படியும் எச்சரிக்கை செய்யப் போகிறேன்" என்றாள் சாரதா.

"வேண்டாம், இது பற்றி நீ எதுவுமே அவரிடம் பேச வேண்டாம்" என்று தடுத்தாள் ஆனந்தி. "எனக்கும் இது பற்றித் தெரியும். சுந்தரி அவருக்கு முறைப் பெண்ணாம். இந்த விஷயத்தில் நாம் தலையிடுவது தவறு. எனக்காக நீ பொறுமையாக நடந்து கொள்ள வேண்டும்" என்று கெஞ்சுவதுபோல் சாரதாவிடம் கேட்டுக் கொண்டாள் ஆனந்தி.

"எனக்கு உன்னைப் புரிந்து கொள்ளவே முடியவில்லை" என்று கோபத்தோடு கூறினாள் சாரதா.

"புரிந்து கொள்வதற்கு ஒன்றுமே இல்லை."

"ஒன்றுமே இல்லையா? நீ பொய் சொல்கிறாய் ஆனந்தி" என்று கோபத்தோடு கூறினாள் சாரதா.

"நீ ஏதோ கற்பனை செய்து கொண்டிருக்கிறாய் என்று தெரிகிறது. அப்பாவிடம் அவர் வரையக் கற்றுக் கொள்ள வந்ததால் அவரிடம் எனக்குப் பழக்கம். பழக்கத்தால் ஏற்பட்ட அன்பை நீதான் தப்பாக நினைத்துக் கொண்டிருக்கிறாய்."

"எல்லாமே பழக்கத்தால்தான் வருகிறது. நீதான் என்னிடமே உன் மனத்தை மறைக்கிறாய். நான் ஒன்றும் தப்பாக நினைக்கவில்லை."

ஆனந்தியிடம் அதற்குமேல் வாதம் செய்தால் அவள் அழுது விடுவாள் என்று சாரதாவுக்குத் தோன்றியது. ஏற்கெனவே ஆனந்தியின் விழிகளில் நீர் திரண்டு விட்டது. ஆகவே சாரதா தன்னை அடக்கிக் கொண்டாள்.

"சாரதா! இந்த விஷயத்தை நீ இதோடு மறந்துவிட வேண்டும். இல்லாவிட்டால் அது தொல்லையாக முடியும்" என்றாள் ஆனந்தி.

"உன் இஷ்டம்! ஆனால் வீணாக ஒரு குழந்தை மற்றொரு குழந்தையால் கெட்டுப் போகப் போகிறது" என்றாள் சாரதா.

"நீ என்ன சொல்கிறாய்?"

"அண்ணாமலை இருக்கிறாரே அவர் ஒரு குழந்தை; அவருக்குப் படம் வரையத் தெரியுமே தவிர, மற்றபடி அவர் எடுப்பார் கைப்பிள்ளை. சுந்தரியும் ஒரு பிடிவாதக்காரக் குழந்தை. அவளை வேண்டுமானால் அவர் மாடலாக வைத்துக் கொண்டு 'போஸ்' கொடுக்கச் சொல்லிப் படம் வரையலாம். கவர்ச்சிகரமான அந்த மாடலிடம் அத்தோடு அவர் நிறுத்திக் கொண்டால் பிழைத்தார். இல்லாமல் அகப்பட்டுக் கொண்டாரோ, வாழ்க்கை முழுவதும் அவள் அவரை நச்சரித்து விடுவாள்."

"உனக்கு அவளைப் பிடிக்கவில்லை. அதனால் குறை சொல்கிறாய்" என்றாள் ஆனந்தி.

"அரை மணி நேரப் பழக்கத்திலேயே எனக்குப் போதும்

போதுமென்றாகிவிட்டது, நீ பழகிப் பார்த்தால்தான் உனக்குத் தெரியும்.”

சாரதா விடை பெற்றுக் கொண்டு தன் வீட்டுக்குப் புறப்பட்டாள். அன்றைக்கு விடுமுறை நாள். ஆகவே ஆனந்திக்கும் கல்லூரியில்லை. அதுதான் கல்லூரியில் அவளுக்குக் கடைசி ஆண்டு. சாரதா போன பிறகு, ஆனந்தியின் மனம் எதிலும் ஒட்டவில்லை. அவளுக்குத் தலை வலித்தது, பசி எடுக்கவில்லை. பேசாமல் கூரை வீட்டின் ஓர் அறைக்குள் கட்டிலில் நீட்டிப் படுத்துக் கொண்டாள். ஏதேதோ நினைவுகள் அவள் நெஞ்சைப் படையெடுத்தன.

உற்றார் உறவினர்களிடமிருந்து ஒதுங்கி விட்டவர்கள் அவர்கள். அவள் அப்பா சாதி விட்டுச் சாதியில் கைம்பெண்ணான அவள் அம்மாவை மணந்து கொண்டதால் யாரும் அவர்களிடம் நெருங்கவில்லை. பரம ஏழைகளாக இருந்தாலும் சமுதாயத்தைப் பற்றிக் கவலைப்பட வேண்டியதில்லை. பணக்காரர்களுக்கும் அந்த அவசியமில்லை. கதிரேசனோ இரண்டுங் கெட்டான் நிலையி லிருந்தவர். சாதிக் கட்டுக்கோப்பு, உற்றார் உறவினர், இனத்தார் என்ற தொடர்புகளைப் பற்றியெல்லாம் அப்போதுதான் முதன் முதலாக நினைத்துப் பார்த்தாள் ஆனந்தி. அவற்றுக்கென்று தனியானதோர் ஆதிக்க சக்தி இருக்கத்தான் செய்தது.

மூங்கில் சன்னல் வழியே வேலை நடக்கும் இடத்தைத் திரும்பிப் பார்த்தாள். அவளுடைய வீடு மளமளவென்று எழும்பிக் கொண்டிருந்தது. கூடவே அண்ணாமலையின் வீட்டுக்கும் அடித்தளம் போட்டிருந்தார்கள். மாணிக்கமும் மேஸ்திரியாரும் எங்கோ சாமான்கள் வாங்க வெளியே சென்றிருந்ததால், கதிரேசன் ஒரு மரத்தடியில் உட்கார்ந்து வேலையை மேற்பார்வை செய்து கொண்டிருந்தார். வீடு கட்டும் வேலையில் தோட்டக்கார வேலையாவும் அவன் மகள் முத்தம்மாளும் கூட ஈடுபட்டிருந்தார்கள்.

சிற்றாள் வேலை செய்து கொண்டிருந்த முத்தம்மாளின் சுறுசுறுப்பையும் பரபரப்பையும் உற்றுக் கவனித்தாள் ஆனந்தி. அவளுக்குப் பதினேழு அல்லது பதினெட்டு வயதிருக்கும். தன் சேலையை வரிந்து கட்டிக்கொண்டு சிரிப்பும் கும்மாளமுமாக அவள் சுண்ணாம்புச் சட்டியைத் தன் தலையில் சுமந்து கொண்டு சென்றாள். அவளுடைய பேச்சொலியும் சிரிப்பொலியும் ஆனந்திக்கு எட்டின. 'முத்தம்மாள் எப்படிக் கவலையே இல்லாமல் கலகலப்போடிருக்கிறாள்?' என்று நினைத்துக் கொண்டாள் ஆனந்தி. அவளுக்காக ஆனந்தியின் உள்ளத்தில் அன்பு பொங்கியது.

அறைக்குள் யாரோ எட்டிப் பார்ப்பதுபோல் தோன்றவே, சட்டென்று திரும்பிப் பார்த்தாள் ஆனந்தி. அங்கே அண்ணாமலை தயங்கிபடியே கையில் நோட்டுக்களோடு நின்று கொண்டிருந்தான். படுக்கையிலிருந்தவள், "வந்து உட்காருங்கள்!" என்று சொல்லிய படியே வாரிச் சுருட்டிக்கொண்டு எழுந்தாள்.

"ஏன் ஒரு மாதிரி இருக்கிறீர்கள்? உடம்புக்கென்ன?" என்று அவளுடைய வெளுத்துப் போயிருந்த முகத்தைப் பார்த்துவிட்டுக் கேட்டான் அண்ணாமலை.

"ஒன்றுமில்லையே! நன்றாகத்தான் இருக்கிறேன்!" என்று கூறிச் சிரித்தாள் ஆனந்தி. குபீரென்று வெளுத்திருந்த அவளுடைய முகம் அவனைக் கண்டவுடன் சிவந்தது. தலைவலி அப்போதே பறந்து போய்விட்டது, அவளுக்கு.

தான் கொண்டு வந்திருந்த நோட்டுக்களை அவளிடம் கொடுத்துவிட்டு, நாற்காலியில் உட்கார்ந்தான் அண்ணாமலை. படங்களை அவள் புரட்டிக் கொண்டிருந்தபோது, அவனுக்கு அவள் அந்தக் கட்டிலில் அழகாகப் படுத்திருந்த காட்சி நினைவுக்கு வந்தது. நொடிப் பொழுதில் அவனுடைய நெஞ்சில் அது பதிந்துவிட்டது. அடர்ந்து நீண்ட புத்தம் புது மலர் மாலையொன்று சற்றே துவண்டு கிடந்தால்

எப்படியிருக்கும்? அந்தக் காட்சியை அது அவனுக்கு நினைவூட்டியது.

படங்களைப் பாராட்டிவிட்டுப் பிறகு திடீரென்று அவனிடம் ஒரு கேள்வியைக் கேட்டாள் ஆனந்தி.

"ஆமாம், இதுவரையில் நீங்கள் என்னிடம் சுந்தரியைப் பற்றி ஒன்றுமே சொல்லவில்லையே?"

"நீங்கள் கேட்டிருந்தால் சொல்லியிருப்பேன். எனக்கும் தோன்றவில்லை."

"மகாபலிபுரத்துக்கு வருவதாக உங்களிடம் சொல்லியிருந்தாளா?"

"ஊஹும்; திடீரென்று வந்துவிட்டாள். மாமாவும் அவளும் வற்புறுத்தியதில் அவர்களோடு திரும்பும்படி ஆகிவிட்டது. அதனால்தான் படங்களை எடுத்துக் கொண்டு வந்தேன்."

"உங்களுக்கு ஒரு மாமா பெண் இருப்பது தெரிந்தால், அவளையும் முன்பே இங்கு அழைத்துக் கொண்டு வரச் சொல்லியிருப்பேன்" என்றாள் ஆனந்தி.

"நான் அவளை எங்கும் அழைத்துக் கொண்டு போனதில்லை. அவள்தான் வீட்டுக்கு வருவாள். நீங்கள் பார்க்க வேண்டுமென்றால் அவளிடம் சொல்கிறேன்" என்று வெகுளித்தனமாகப் பதிலளித்தான் அண்ணாமலை.

"நீங்கள் அவளிடம் ஒன்றும் சொல்லவேண்டாம், நானே பார்த்துக் கொள்கிறேன்" என்றாள் ஆனந்தி. அவளுக்கு அண்ணாமலையின் பதில் ஒரு வகையில் ஆறுதலளிப்பதாக இருந்தது. சுந்தரியைக் காண அவன் அவள் வீட்டுக்கும் போவதில்லை. அவளை அழைத்துக் கொண்டும் அவன் வெளியில் எங்கும் போவதில்லை. மாறாகப் படங்களை எடுத்துக் கொண்டு நேரே அவன் தன் வீட்டிற்கு வந்திருக்கிறான். அவன் ஒரு குழந்தை என்று சாரதா குறிப்பிட்டது உண்மைதான்.

அடுத்தாற்போல் மரத்தடியில் உட்கார்ந்திருந்த கதிரேசனைக் காண வேண்டுமென்று சொல்லி, அங்கிருந்து மெல்ல எழுந்தான் அண்ணாமலை. "இருங்கள், போகலாம்" என்று அவனைத் தடுத்துவிட்டு, "உங்களிடம் ஒரு விஷயம் கேட்க வேண்டும்" என்றாள் ஆனந்தி.

"என்ன?"

சிறிது நேரம் தயங்கிவிட்டு அவன் முகத்தைக் கூர்ந்து நோக்கினாள். பிறகு தன் மௌனத்தைக் கலைத்து;

"நீங்கள் வந்து...அந்த சுந்தரியைத்தான் கல்யாணம் செய்து கொள்ளப் போகிறீர்களா?" என்று மெல்லக் கேட்டாள். கேட்கும்போதே அவளுடைய இதயம் வெகு வேகமாக அடித்துக் கொண்டது. கேட்டவுடன் அப்படிக் கேட்டதற்காகவும் அவள் தன் உதட்டைக் கடித்துக் கொண்டாள்.

அண்ணாமலை உடனே பதிலளிக்கவில்லை. பதிலளிக்கத் தெரியாதவன் போல் விழித்தான். அவனுடைய முகத்தில் வெட்கமோ மகிழ்ச்சியோ ஏற்படவில்லை. இதையும் கவனித்துக் கொண்டாள் ஆனந்தி.

"சாரதா வந்து ஏதும் சொன்னார்களா?"

"நீங்கள் பதில் சொல்லுங்கள்!" என்று அவன் விழிகளையே பார்த்துக் கொண்டு கேட்டாள் ஆனந்தி.

"நான் இன்னும் தொடர்ந்து படிக்க வேண்டும். பிறகு வேலை பார்க்க வேண்டும். அதையெல்லாம் இப்போது நினைக்கவே கூடாது. வீட்டில் பெரியவர்கள் ஏதோ பேசிக் கொள்ளுகிறார்கள்; எனக்கொன்றும் தெரியாது" என்று கூறினான் அண்ணாமலை.

அவன் எதையுமே மறைத்து வைத்துப் பேசவில்லை. என்பதைக் கண்டு கொண்டாள் ஆனந்தி. அவனுடைய குழந்தைத்தனம் நிறைந்த பதிலைக் கேட்டவுடன், அவனிடம் இன்னும் ஒரே ஒரு கேள்வியைக் கேட்க வேண்டுமென்ற துடிப்பு அவளுக்கு ஏற்பட்டது. 'நீங்கள்... அவளை...

காதலிக்கிறீர்களா?' என்ற கேள்வி அவள் உதட்டளவுக்கு வந்து விட்டது. ஆனால், அது வெளியில் சிதறிவிடவில்லை. அவள் தன்னைக் கட்டுப்படுத்திக் கொண்டு 'இனி என்றுமே இதைக் கேட்கக் கூடாது' என்று அவள் முடிவு செய்து கொண்டாள். அந்த கேட்காத கேள்வியிலேயே அவள் உயிர் ஊசலாடுவதாக அவளுக்குத் தோன்றியது.

30. காதல்தான் பதிலா?

ஆனந்தி கேட்கத் துணியாத அதே கேள்வியைச் சில தினங்கள் கழித்துச் சாரதா அவனிடம் துணிந்தே கேட்டுவிட்டாள். அவனுடைய மனத்திலிருப்பதைத் தூண்டில் முள் போட்டு வெளியே இழுக்க நினைப்பவள் போல், "ஆமாம், மகாபலிபுரத்துக்கு நீங்கள் வந்த பிறகுதான், நீங்க்ள் சுந்தரியைக் காதலிக்கிறீர்கள் என்புதைத் தெரிந்து கொண்டேன்!" என்றாள்.

"அப்படியொன்றுமில்லை; மாமாவுக்கு வேறு வேலை இருந்ததால் அவளை அழைத்துக் கொண்டுபோய் நான் சுற்றிக் காட்டினேன், அவ்வளவுதான்" என்றான். இப்படி அவன் பதில் கூறினானே தவிர, அவனுக்தே வேறு சரியான பதில் கூறத் தெரியவில்லை. காதல் என்ற சொல் மிகவும் சிக்கலும் குழப்பமும் நிறைந்ததாக அவனுக்குப்பட்டது.

பிறகு ஒரு நாள் இதுபற்றி அவனை மாணிக்கம் வேண்டு மென்றே வம்புக்கிழுத்தான்; "உன் காதலி சுந்தரி இப்போதே உன்னைக் கல்யாணம் செய்து கொள்ளத்துடிக்கிறாள் போலிருக்கிறதே!" என்றான். அண்ணாமலைக்குக் கோபம் வந்துவிட்டது. "உனக்கு வேறு வேலை கிடையாது போலிருக்கிறது. நான் முதலில் என் படிப்பை முடிக்க வேண்டும்!" என்று சொல்லிவிட்டு, அவனிடமிருந்து தப்பித்துக் கொண்டான்.

ஆனால், சாரதாவிடமிருந்தும் மாணிக்கத்திடமிருந்தும் தப்பித்துக் கொண்ட அண்ணாமலையால் தன்

மனத்திடமிருந்து மட்டும் தப்ப முடியவில்லை. சுந்தரி அவன் மேலே விழுந்து பழகியது அவன் உள்ளத்தில் ஒரு வகைக் குதூகலத்தையே கொடுத்தது. அதுதான் காதலா? அல்லது ஆனந்தியோடு நெருங்கிப் பழக முடியாவிட்டாலும் அவளை நினைத்த போதெல்லாம் நெஞ்சில் ஆனந்தம் பொங்கியதே, அதுதான் காதலா? இருவரையுமே அவனுக்குக் காதலிப்பது போலவும் தோன்றியது. இருவரையுமே காதலிக்காமல் அவர்களுடைய படங்களை மட்டும் அவன் காதலிப்பதாகவும் தோன்றியது. சிறிது நேரம் குழம்பிவிட்டு, இந்தப் புரியாத விஷயத்தில் தன் படிப்பு முடியும் வரையிலாவது அவன் கவனமாக இருக்க நினைத்தான்.

ஆனால், அது அவனால் முடியவில்லை; அவனுடைய தூண்டுதல் இல்லாமலே காரியங்கள் நடக்கத் தொடங்கிவிட்டன; அவற்றிலிருந்து அவனால் விடுபடவும் முடியவில்லை. வெள்ளத்தின் போக்கில் இழுத்துச் செல்லப்படும் படகில் பிராயணம் செய்வதிலும் ஒரு சுகம் இருக்கிறதல்லவா?

ஒரு நாள் பிற்பகலில் அண்ணாமலை மிருகக்காட்சி சாலையில் ஒரு மரத்தடியில் உட்கார்ந்து எதிரே கூண்டுக்குள் தாவிக் கொண்டிருந்த ஒரு மனிதக் குரங்கைப் பார்த்துச் சித்திரம் வரைவதில் ஈடுபட்டிருந்தான். வேடிக்கை பார்க்க வந்தவர்கள், அவனையும் காட்சிக்குரிய ஒரு பிராணியாக வேடிக்கை பார்த்துச் சென்றதை அவன் சட்டை செய்யவில்லை. கம்பியை ஒற்றைக் கையால் பிடித்துக் கொண்டு அது ஆடிக்கொண்டிருந்த காட்சி அவனுக்கு மிகவும் பிடித்திருந்தது.

குரங்கிடமே குரங்குத்தனம் செய்வதுபோல் சில பெண்கள் கூச்சலிடவே அண்ணாமலையின் கவனம் கலைந்தது. கோபத்தோடு திரும்பிப் பார்த்தான். அதே சமயம் நான்கு பெண்களோடு அங்கு வந்திருந்த சுந்தரியும் அவனைப் பார்த்துவிட்டு அவனிடம் ஓடி வந்தாள். அவனுடைய பாதிப் படத்தை அவனிடமிருந்து வாங்கிப் பெருமையோடு பார்த்து

விட்டு, மற்றவர்களிடமும் அதைக் காட்டினாள். அவன்தான் தன் அத்தான் என்பதையும் சொல்லிக் கொண்டாள். சீக்கிரத்தில் அவர்கள் அங்கிருந்து கிளம்பிவிடுவார்கள் என்று எதிர்பார்த்தான் அண்ணாமலை. ஆனால், மற்றப் பெண்களை அவள் கிளம்பச் செய்தாளே தவிர, சுந்தரி மட்டும் அவனோடு தங்கிவிட்டாள். 'படம் படம்தான்!' என்று மடக்கிவைத்து விட்டு, கூண்டுக்குள்ளிருந்த பிராணி வெளியில் வந்து விட்டால் அதை எப்படிப் பார்ப்பானோ அப்படி சுந்தரியை விழித்துப் பார்த்தான்.

அன்றைக்கு விடுமுறையாதலால் அவள் தோழிகளோடு பொழுதுபோக்கப் புறப்பட்டாளாம். மிருகக்காட்சி சாலையைப் பார்த்துவிட்டு, அப்படியே சினிமாவுக்குப் போவதாக அவர்கள் வந்தார்களாம். "அப்படியானால், நீ அவர்களோடு போயிருக்கலாமே?" என்றான் அண்ணாமலை.

சுந்தரிக்குக் கோபம் வந்து விட்டது. தன்னை அவன் அவமானப் படுத்துவதாகக் குற்றம் சாட்டினாள். அவனுக்குப் பிடிக்கவில்லையென்றால் அங்கிருந்து கிளம்பி விடுவதாகப் பயமுறுத்தினாள். ஆனால், கிளம்பவில்லை. அவளைச் சமாதானம் செய்து அவளுக்கு ஆறுதலளிப்பதற்குள் அவனுக்குப் போதும் போதுமென்றாகி விட்டது.

"அவர்களோடு சினிமாவுக்குப் போவதைவிட உங்களோடு போகலாமென்றுதான் நின்று விட்டேன். புறப்படுங்கள்; நாழிகையாகிறது!" என்றாள் சுந்தரி.

சுந்தரியின் துணிச்சல் அவனுக்குப் பயத்தைத் தந்தது. வயது வந்த ஒரு பெண்ணோடு அதே வயது ஆண்பிள்ளை தனியாகப் படத்துக்குப் போவதா? பார்ப்பவர்கள் என்ன நினைத்துக் கொள்வார்கள்? பட்டணத்தில் அப்படி யெல்லாம் போகிறார்கள் என்று அவனுக்குத் தெரிந்தாலும், ஏனோ அதெல்லாம் தப்பு என்று அவனுக்குத் தோன்றியது. அவன் பார்க்க விரும்பிய அதே படத்தை அவள் குறிப்பிட்டதால் அவனுக்கு ஆசையில்லாமல் இல்லை.

ஆனாலும் அதற்குத் தனியாகவோ சுந்தரியுடனோ போக அவனுக்குத் தயக்கமாக இருந்தது. அவன் மீனாட்சியம் மாளால் வளர்க்கப்பட்டவன் என்பதால், அவனிடம் பட்டணத்து நாகரிகத்தின் கறை அழுத்தமாக படியவில்லை.

அவன் கையில் போதிய பணமில்லை. அதைச் சொல்லி மறுத்துப் பார்த்தான். அவளோ தன்னிடமிருந்து பத்து ரூபாய் நோட்டை எடுத்துக் காட்டினாள். வேறு சாக்குப் போக்குகள் கூறினாள். எப்படியோ ஒரு வழியாகத் தனக்கு அந்த அளவுக்குத் துணிவில்லை என்பதை அவளுக்குப் புரிய வைத்தான்.

செல்லப் பெண்ணாக வளர்ந்துவிட்ட அவளுக்குப் பிடிவாதம் தளரவில்லை. ஆசைப்பட்ட ஒரு பொருள் மறுக்கப் பட்டபோது, அடுத்த பொருளுக்காக வீம்பு செய்யும் குழந்தைபோல், "சரி, நீங்கள் படத்துக்கு வராவிட்டால் போகிறது; எனக்குப் பசிக்கிறது; ஓட்டலுக்காவது வருவீர்களா மாட்டீர்களா?" என்றாள் ஆத்திரத்தோடு.

நாலு பேருக்கு மத்தியில் அவள் அழுவதைக் காண விரும்பாத அண்ணாமலை, "சரி போவோம்; எனக்கும்தான் பசிக்கிறது!" என்றான்.

மிருகக் காட்சி சாலையை விட்டு அவர்கள் வெளியே வந்தார்கள். அடுத்தாற் போலிருந்த ஓர் ஓட்டலை சுட்டிக் காட்டினான் அண்ணாமலை. 'அந்த ஓட்டல் வேண்டாம்' என்று மறுத்துவிட்டு, அவனோடு பஸ்ஸில் ஏறிப் பாரிஸ் முனைக்கு வந்தாள் சுந்தரி. அங்கிருந்த ஒரு சிறிய தெருவுக்குள் அவள் நுழைந்தாள். நவநாகரிகப் பெயர்கொண்ட ஒரு புதிய ஓட்டலுக்கு வெளியே பல கார்கள் நின்று கொண்டிருந்தன.

இருவரும் அந்த ஓட்டலுக்குள் நுழைந்தவுடனேயே அங்கு காட்சி மாறியது. பகல் இரவாகத் தோன்றியது. குழாய் விளக்குகளின் நிலா வெளிச்சம் எங்கும் மிதந்தது; மின்சாரப் பெட்டிகள் குளிர் காற்றைக் கொட்டிப் பரப்பியிருந்தன.

ஏதோ ஓர் ஆங்கில இசைத்தட்டு ரீங்காரமிட்டுக் கொண்டிருந்தது. கண்களைக் கசக்கிக் கொண்டு உற்றுப் பார்த்தான் அண்ணாமலை. பட்டணத்துப் புதுப் பணக்காரர்கள் பலர் அங்கே கூடிச் சாப்பிட்டுக் கொண்டும் அரட்டையடித்துக் கொண்டும் இருந்தார்கள். 'குடும்பத் தாருக்கு மட்டும்' என்று போட்டிருந்த கதவைத் திறந்து கொண்டு உள்ளே போனாள் சுந்தரி அண்ணாமலையோடு. அங்கே குடும்பத்துக்கு லாயக்கில்லாத இளவட்டங்களே அதிகமாக இருப்பதாக அண்ணாமலைக்குத் தோன்றியது. குடும்பஸ்தனாகாத அண்ணாமலை தயக்கத்தோடு ஒரு நாற்காலியில் உட்கார, அவனையடுத்து நெருக்கமாக உட்கார்ந்தாள் சுந்தரி. ஆகாய விமானத்தின் உட்புறம் போல் தோன்றிய அந்த அறைக்குள், ஏனோ ஒருவருக்கு நாற்காலி போடவேண்டிய இடத்தில் இருவருக்காகப் போட்டி ருந்தார்கள். சுந்தரியோடு அந்த அளவுக்கு நெருங்கியிருந்தது. அவனுக்கு ஏதோ மயக்கந் தட்டுவது போலிருந்தது.

"நாம் விமானத்தில் ஒன்றாய்ப் பறப்பது போலிருக் கிறதல்லவா?" என்று உற்சாகமாய்க் கூவினாள் சுந்தரி.

"முன்பே நீ இங்கு வந்திருக்கிறாயா?"

"அப்பா எங்களை அடிக்கடி அழைத்துக் கொண்டு வருவாரே!"

அவன் அங்கு வந்ததேயில்லை.

ஒரு மணி நேரம் ஆகியது அவர்கள் சாப்பிட்டு முடிக்க. ஓட்டல்காரர்கள் எடுத்துக் கொண்ட நேரம் பாதி; சுந்தரி தானும் சாப்பிடாமல் அவனையும் சாப்பிட விடாமல் பேசிக் கொண்டிருந்த நேரம் பாதி. ஏதோ வாய்க்கும் வயிற்றுக்கும் விளங்காத சில பண்டங்களை அவர்கள் உள்ளே தள்ளி வைத்தார்கள். 'பில்'லும் வந்தது. பதினொரு ரூபாயும் சில்லறையும் போட்டிருந்தார்கள். பில்லைக் கண்ட வுடனேயே அது 'ஏர் கண்டிஷன்' ஓட்டலாக இருந்தும்கூட அண்ணாமலைக்கு வேர்த்துக் கொட்டியது. இருவரிடமும்

சேர்ந்துகூட அந்த அளவுக்குப் பணமில்லா விட்டால்?

சுந்தரி கூட ஒருகணம் வெல வெலத்துப் போய்விட்டாள். இருவரும் அவரவர் பணப் பையைத் திறந்து எண்ணிப் பார்த்தார்கள். நல்ல வேளையாக அந்த பில்லைக் கொடுப்பதற்கு மட்டும் பணமிருந்தது. பரிமாறியவனுக்கு இனாம் கொடுக்கக் காசில்லை. அந்த அளவுக்குத் தப்பிவிட்ட உணர்ச்சியோடு அவர்கள் இருவரும் ‘குடும்பத்தாருக்கு மட்டும்’ கதவைத் திறந்து கொண்டு வெளியே வந்தார்கள்.

வெளிப்புறம் பொதுக் கூடத்தில் உட்கார்ந்து சாப்பிட்டுக் கொண்டிருந்த மாணிக்கத்தைக் கவனிக்கும் மனோநிலையில் அவர்கள் இல்லை. ஆனால், மாணிக்கம் அவர்களைக் கண்டு விட்டான். என்றாலும் அவன் அவர்களைக் கூப்பிடவில்லை. தான் அங்கு வந்து சாப்பிடுவது மேஸ்திரிக்குத் தெரிந்துவிடக் கூடாதே என்ற கவலை அவனுக்கு. இரும்புச்சாமான் வாங்க வந்த இடத்தில் கையில் காசு தாராளமாகப் புழங்கியதால் அங்கே நுழைந்தவன் அவன். செலவு செய்த காசு அவனுடைய காசுமில்லை.

சுந்தரியும் அண்ணாமலையும் வெளியே வந்தவுடன் தெருவில் வெயில் கொளுத்தியது. பஸ்ஸில் வீட்டுக்குத் திரும்பலாமென்றாலோ அதற்குக் காசில்லை. ஆனால், இதனாலெல்லாம் சுந்தரி சிறிது கவலைப்பட்டதாகத் தெரியவில்லை. கவலைப்பட்டதெல்லாம் அண்ணாமலை தான்.

“அப்படியானால் ஒரு டாக்ஸியைப் பிடித்துக் கொண்டு வீட்டுக்குப் போவோமா?” என்றாள் சுந்தரி.

“பஸ்ஸுக்கே காசில்லை; டாக்ஸியில் போவோம் என்கிறாயே!”

“காசில்லாததால்தான் டாக்ஸி! என் வீட்டில் போய் இறங்கிக் கொண்டு, அங்கு யாரிடமாவது வாங்கிக் கொடுத்துவிட்டால் போகிறது.”

“வீட்டைப் பூட்டிக் கொண்டு வெளியே போயிருந்தால்?”

“உங்கள் வீட்டுக்குப் போவது!”

“நடந்தே போவோம்” என்றான் அண்ணாமலை. அவளுக்கும் அந்த யோசனை மிகவும் பிடித்திருந்தது. கடற்கரை ஓரமாகவே மைல் கணக்கில் அவர்கள் கால் நோக நடக்கத் தொடங்கினார்கள். அண்ணாமலைக்கு அவளுடைய துணிச்சல் மிக்க சுபாவம் ஒரு வகையில் பிரமிப்பையே கொடுத்தது. ஓட்டலில் காசு பற்றாமலிருந்து, அவமானப் பட்டிருந்தால் அவனுடைய மனோநிலை வேறு விதமாக இருந்திருக்கும்; ஆனால், இப்போதோ அவனுக்கு எல்லாமே விசித்திரமான அனுபவங்களாக இருந்தன.

சாரதாவும் மாணிக்கமும் அவனிடம் கேட்ட கேள்விகள் உண்மைதான் போலும் என்று கூட அவன் மயங்கினான். அந்த மயக்கத்துக்கிடையே தோன்றிய சுந்தரியின் பேச்சும் சிரிப்பும் அவனை மேலும் கிறங்க வைத்தன. கால் வலியைப் பொருட்படுத்தாமல் அவன் அவளோடு ஒன்றி நடந்தான்.

31. சுந்தரியைச் சந்தித்தாள்

சென்னை நகரத்தில் பொழுது, ஜெட் விமானத்தில் ஏறிக் கொண்டு பறக்கிறதோ என்னவோ! இங்கு நேரத்தைக் கொலை செய்யும் சோம்பேறிகளுக்கும் பொழுது போவது தெரிவதில்லை. காலத்தைக் காசு பண்ணும் காரியவாதிகளுக்கும் பொழுது போவது தெரிவதில்லை. வாரத்துக்கு வாரம் முதல் தேதி பிறந்து விடுவது போன்ற அசுர வேகம் சென்னையை எப்படியோ பற்றிக் கொண்டிருக்கிறது.

கதிரேசனின் வீடு கட்டி முடிக்கப் பெற்று, புது மனை புகும் விழாக் கட்டத்திற்கு வந்துவிட்டது. மேஸ்திரியின் புது வீடும் முக்கால் வாசிக்கு மேல் எழும்பி விட்டது. ஏனோ மாணிக்கத்தால் கதிரேசன் வீட்டு விஷயத்தில் காட்டிய அந்த அளவு அக்கறையை மேஸ்திரியின் வீட்டில் காட்ட

முடியவில்லை. ஆனந்தியின் வீடு அவன் வீடு போலவும், மேஸ்திரியின் வீடு அடுத்த வீடு போலவும் அவனுக்குள் ஓர் எண்ணம். ஆனால், எதையுமே அவன் பிறர் கவனிக்கும் அளவுக்கு வைத்துக் கொள்ளவில்லை. மேஸ்திரியார் கூட அவனிடம் எந்த மாறுதலையும் காணத் தவறிவிட்டார்.

மேஸ்திரியின் வீட்டைக் காண அங்கு தண்டபாணி வந்த போது, அவருக்கும் கதிரேசனுக்கும் பழக்கம் ஏற்பட்டது. ஆகவே புதுமனை புகும் விழாவுக்கும் அவரை நேரில் அழைப்பதற்காக மேஸ்திரியோடு கதிரேசனும் ஆனந்தியும் புறப்பட்டார்கள். ஆனந்திக்கு சுந்தரியை பார்க்க வேண்டுமென்ற ஆசையும் இருந்தது.

ஆனந்தியைக் கண்டவுடன் சுந்தரி அவளிடம் நெடுநாள் பழகியவள் போல் அவளைக் கட்டிப் பிடித்துக் கொண்டாள். சுந்தரியின் தாயாரிடமும் சிறிது நேரம் பேசிக் கொண்டிருந்துவிட்டு, அவளைத் தனியே அழைத்துச் சென்றாள் சுந்தரி. ஆனந்தியிடம் அவள் பேசியதைப் பார்த்தால் ஏற்கனவே ஆனந்தியைப் பற்றி அவள் அதிகமாய்க் கேள்விப்பட்டிருந்தாளோ என்று நினைக்கத் தோன்றும்.

"நானே உங்களைப் பார்க்க அத்தானோடு வருவதாக இருந்தேன். அதற்குள் நீங்களே வந்துவிட்டீர்கள்" என்றாள் சுந்தரி.

"அண்ணாமலை ஏதும் என்னைப் பற்றி சொன்னாரா?" என்று கேட்டாள் ஆனந்தி. ஏனோ ஆனந்திக்கு அவளிடம் அதைக் கேட்க வேண்டும் போலிருந்தது. அப்படி அவர் சொல்லியிருந்தால் அதற்காக அவள் வருத்தப்பட்டிருப்பாள்.

உதட்டைப் பிதுக்கியபடி, "அவர் ஏன் சொல்கிறார்? அவர் எப்படிச் சொல்லுவார்?" என்று சிணுங்கிவிட்டு "எனக்கும் கொஞ்சம் தெரியும்!" என்று மெல்லக் கூறிவிட்டுக் குறும்புத்தனமாகச் சிரித்தாள்.

சுந்தரிக்கு என்ன தெரியும்? தெரிந்துமா இவ்வளவு ஆசையோடும் பாசத்தோடும் நடந்து கொள்கிறாள்?

ஆனந்தியின் நெஞ்சு படபடவென்று அடித்துக் கொண்டது. அப்படியானால் மாணிக்கம், "சுந்தரி அண்ணாமலையை மணந்து கொள்ளப் போகிறாள்" என்று சொல்லியது பொய்யா? சாரதா இவளைப் பொறாமைக்காரி என்று குற்றம் சாட்டியது தவறா?

"உங்களுக்கு என்ன தெரியும் என்னைப்பற்றி?" என்று விழிகளாலேயே கேட்டாள் ஆனந்தி.

"பயப்படாதீர்கள்! நல்ல விதமாகத்தான் உங்களைப் பற்றிக் கேள்விப்பட்டேன். நீங்கள் ரொம்பவும் நல்லவர்கள் என்று எனக்குத் தெரியும். விகற்பமில்லாமல் பழகுவீர்களாம். மீனாட்சி அத்தையின் வீட்டில் அன்றைக்கு நீங்களே சமைக்கத் தொடங்கிவிட்டீர்களாமே! தெரிந்திருந்தால் நான் அன்றைக்கே வந்து பார்த்திருப்பேன். நான் வயதில் சிறியவள். நீ என்றே கூப்பிடுங்கள்!"

மீனாட்சியம்மாள் தன்னைப்பற்றி அவளிடம் கூறியிருக்க வேண்டுமென்று நினைத்தாள் ஆனந்தி.

"உங்களைப் பார்க்காமலே உங்களிடம் எனக்கு எவ்வளவு பிரியம் தெரியுமா? நான் ஒருக்காலும் உங்களைத் தப்பாக நினைக்கவே மாட்டேன். நான் சிறியவளாக இருந்தாலும் எனக்குக் கொஞ்சம் தெரியும். எல்லாம் மாணிக்கம் அண்ணாதான் சொன்னார்" என்று சிரித்தாள் சுந்தரி.

மாணிக்கம் என்ன சொல்லியிருப்பான்? 'திக்'கென்று மூச்சுத் திணறியது ஆனந்திக்கு. சுந்தரியை அவளுக்கு விளையாட்டுப் பெண்ணென்றும் நினைக்க முடியவில்லை.

ஆனந்தி அவளிடம் அதற்கு மேல் தன்னைப் பற்றிப் பேச்சுக் கொடுக்காமல், அவளுடைய படிப்பைப் பற்றி விசாரித்தாள்.

"பரீட்சை எழுதியிருக்கிறேன்; முடிவும் எனக்குத் தெரியும்!?" என்றாள் சுந்தரி.

"ஆமாம். நிச்சயம் பெயிலாகி விடுவேன்!" சிரித்தாள் சுந்தரி.

"பிறகு?"

"மறுபடியும் அடுத்த பரீட்சை; அப்புறம் அதற்கடுத்த பரீட்சை, எத்தனை முறை படை எடுத்தாலும் நான் தேற மாட்டேன். அப்பாவுக்கே சலிப்பு ஏற்பட்டுவிடும், அவர்களே நிறுத்திவிடுவார்கள். எனக்கும் நிம்மதியாகப் பொழுது போகும்!"

விசித்திரமான பிறவியைப் பார்ப்பது போல் சுந்தரியைப் பார்த்தாள் ஆனந்தி. தள தளவென்று வாழைக் குருத்தைப் போல் இருந்தாள் சுந்தரி. அவளுடைய பேச்சிலும் மூச்சிலும் அங்க அவயங்களிலும் இளமையின் கவர்ச்சி துள்ளி விளையாடிக் கொண்டிருந்தது.

"இதோ பாருங்கள்! நான் நன்றாகத்தான் புத்தகங்களைக் கரைத்துக் குடித்துக் கொண்டிருந்தேன். திடீரென்று இந்த வருஷத்திலிருந்து எனக்கு என்னமோ வந்துவிட்டது? மூளையில் கோளாறு ஏற்பட்டிருக்குமோ, என்னவோ! பாடத்தைப் படிக்கவே எனக்குப் பிடிக்கவில்லை; படித்தாலும் ஏறமாட்டேன்கிறது."

வயதின் கோளாறு வயது வளர்வதற்கு முன்பாகவே அவளுக்கு ஏற்பட்டுவிட்டது என்பதைத் தெரிந்து கொண்டாள் ஆனந்தி.

"நீங்கள் பி.ஏ. எழுதியிருக்கிறீர்களாமே? எல்லாவற்றிலும் முதலில் நிற்பீர்களாமே? அடுத்தபடி என்ன செய்யப் போகிறீர்கள்?"

"மேலே தொடரப் போவதில்லை; அப்பாவும் போதுமென்று சொல்கிறார்கள்" என்றாள் ஆனந்தி.

"ஆமாம். அதுதான் சரி" என்று சொல்லிவிட்டு, ஆனந்தியை இறுகப் பற்றித் தழுவிக் கொண்டு அவளுடைய செவியில், "படித்தது போதும்! உங்களுக்குப் பிடித்தவரையே

நீங்கள் கல்யாணம் செய்து கொள்ளுங்கள்!” என்று இரகசியமாய்க் கூறினாள் சுந்தரி.

வேர்த்துக் கொட்டியது ஆனந்திக்கு. சுந்தரி என்ன சொல்லுகிறாள்? விஷயம் தெரிந்து கொண்டே பேசுகிறாளா அல்லது தெரியாமல் எதையாவது உளறிக் கொட்டுகிறாளா? ‘உங்களுக்குப் பிடித்தவரைக் கல்யாணம் செய்து கொள்ளுங்கள்’ என்றால் என்ன அர்த்தம்?

அதற்குமேல் அவளிடம் பேச்சுக் கொடுக்கக் கூடாதென்று அவளையும் இழுத்துக் கொண்டு வெளியில் வந்தாள் ஆனந்தி. பிறகு, அவர்களை வீட்டின் விழாவுக்கு அழைத்து விட்டுத் தன் தந்தையோடு அடையாற்றுக்குத் திரும்பினாள்.

சுந்தரியின் கடைசிப் பேச்சு ஆனந்தியின் நெஞ்சில் பதிந்து விட்டது. அதை நினைத்து அவளுக்கு அழுவதா சிரிப்பதா என்று புரியவில்லை. அழுகையும் வந்தது; சிரிப்பும் வந்தது.

சுந்தரிக்கும் ஆனந்தியைக் கண்டு விட்டதில் எல்லையற்ற ஆனந்தம், மிகவும் புத்திசாலித்தனமாக அவளுக்கே யோசனை சொல்லி விட்டதில் சுந்தரிக்கே ஒரு பூரிப்பு. அவளுக்கு உண்மையில் ஆனந்தியின் மனத்தில் யார் இருந்தார்கள் என்பது தெரியவே தெரியாது! மாணிக்கம் அவளிடம் ஒரு நாள் எதையோ சொல்லி வைத்திருந்தான். அதை அப்படியே நம்பிக்கொண்டு அவளும் அதற்குத் தகுந்தவாறு நடந்து கொண்டாள்.

நடந்தது இதுதான்:

ஒருநாள் அண்ணாமலையைத் தேடிக்கொண்டு சைக்கிளில் சுந்தரி அங்கு சென்றபோது, வீட்டில் யாருமில்லை. விவரம் கேட்பதற்காக மாடிக்குப் போனாள் சுந்தரி. மாணிக்கத்தின் அம்மாளும் மீனாட்சியம்மாளோடு கோயிலுக்குச் சென்றிருந்தார்கள் தனியாக இருந்த மாணிக்கம், “இதோ வந்து விடுவார்கள்; பார்த்துவிட்டுப்

போகலாம்" என்று அவளை அங்கு தங்கச் செய்து விட்டான்.

மாணிக்கத்தை ஏனோ சுந்தரிக்கு அதற்கு முன்பு அவ்வளவாகப் பிடிக்காது. பணக்காரி ஒருத்தி ஏழை வேலைக்காரனிடம் காட்டும் அலட்சியம் அவளுக்கு. ஆனால், அன்றைக்கு அவன், அண்ணாமலையையும் அவளையும் சேர்த்து வைத்துப் பேசியதால் அவளுக்குப் பிடித்திருந்தது. பாரிஸ் முனை ஓட்டலில் அவர்களை ஒன்றாகக் கண்டதிலிருந்து வேறு இடங்களில் கண்டது வரையும் கூறினான். விரைவிலேயே அவர்களுக்குக் கல்யாணமாக வேண்டுமென்றும் வாழ்த்தினான். மகிழ்ச்சியால் தலை சுற்றத் தொடங்கிவிட்டது சுந்தரிக்கு.

"நீ அவனைக் கல்யாணம் செய்து கொள்ளப் போவதால் உன்னிடம் ஒரு விஷயத்தைச் சொல்ல வேண்டியிருக்கிறது. மிகவும் ரகசியமான விஷயம், வேறு யாரிடமும் நீ சொல்லிவிடக்கூடாது, என்ன?"

ஒப்புக் கொண்டாள் சுந்தரி.

சுற்றி வளைத்துக் கொண்டு கதிரேசனின் வீட்டுப் பேச்சை எடுத்தான் அவன். ஆனந்தியைப் பற்றி மிகவும் உயர்வான முறையில் கூறினான். ஓவியரின் மகளாக அவள் இருப்பதால் அண்ணாமலையின் படங்களில் மட்டும் அவளுக்கொரு மதிப்பு இருப்பதாகவும், அதை அண்ணாமலை தவறாகப் புரிந்து கொண்டு தடுமாறுவதுபோல் தனக்குத் தோன்றுவதாகவும் சொல்லி வைத்தான்.

சுந்தரியின் முகம் மாறியது. அவளுடைய கண்களில் கோபம் எட்டிப் பார்த்து.

"உண்மைதானா?" என்று கத்தினாள் சுந்தரி.

"நீ இப்படிக் கோபப்படும்படி ஒன்றுமே நடக்கவில்லை. ஆனந்தி நெருப்பென்றால் நெருப்பு! உடன் பிறந்தானைப் போல் விகற்பமின்றி அவனோடு பழகுகிறாள்; அவ்வளவுதான். அதை இவன் தப்பாக நினைத்துக் கொண்டு உன்னை

மறந்துவிடக் கூடாதே என்பதுதான் என் கவலை. உங்களுடைய நன்மைக்குத்தான் சொல்லுகிறேன்."

"ஆனந்தி விகற்பமில்லாதவள் என்று உங்களுக்கெப்படித் தெரியும்?"

நாணித் தலை குனிந்து சிரித்தான் மாணிக்கம். பிறகு, "நீ அவள் மீது சந்தேகப்பட்டால் எனக்குக் கோபம் வந்து விடும். நீயும் அண்ணாமலையும் எப்படிப் பழகுகிறீர்களோ அப்படி நானும் ஆனந்தியும் பழகுகிறோம். ஆனால், இதையெல்லாம் நீ யாரிடமும் சொல்லக்கூடாது. பிறகு எங்களுக்கு அதனால் கஷ்டம் ஏற்படலாம்."

"அப்படியா சங்கதி!" என்று பெரிய சுமை நெஞ்சிலிருந்து இறங்கியது போல் பெருமூச்சுவிட்டாள் சுந்தரி. அதுவரையில் அவளுடைய அலட்சியத்துக்குரியவனாக இருந்த மாணிக்கம், அவனும் ஒரு பெண்ணால் காதலிக்கப் படுகிறான் என்று தெரிந்தவுடன் சுந்தரியின் மதிப்பீட்டில் திடீரென்று உயர்ந்து விட்டான். இந்தச் செய்தியைக் கேட்டவுடனேயே சுந்தரி ஆனந்தியின் மீது அன்பு கொள்ளத் தொடங்கினாள்.

"அண்ணாமலையிடம் போய் நீ இதையெல்லாம் சொல்லி வைக்காதே! அவனிடம் எதையும் நீ கேட்கவும் வேண்டாம். சமயம் வந்தால் நான் ஆனந்தியை விட்டே சொல்லச் சொல்கிறேன். எதற்கும் நீ அடையாற்றுப் பக்கம் வந்து போய்க் கொண்டிருந்தால் எல்லாம் சரியாகி விடும்" என்றான் மாணிக்கம்.

மாணிக்கத்தின் அந்தப் பேச்சை நம்பியே சுந்தரி தன்னிடம் அப்படி நடந்துகொண்டாள் என்பது ஆனந்திக்கு எப்படித் தெரியும்? ஆனந்தியால் சுந்தரியையும் புரிந்து கொள்ள முடியவில்லை, அவளுடைய பேச்சையும் புரிந்து கொள்ள முடியவில்லை.

32. கல்யாணப் பேச்சு

'வீட்டைக் கட்டிப் பார்; கல்யாணத்தைச் செய்து பார்' என்ற இரண்டு சோதனைகளில், முதற்சோதனையில் கதிரேசனைக் கரையேற்றி விட்டார் சிதம்பர மேஸ்திரி. அப்படிச் செய்ததில் மேஸ்திரிக்கும் லாபம்; கதிரேசனுக்கும் லாபம். விசாலமான புதுமனை மேஸ்திரிக்குக் கிடைத்தது. நாகரிகத் தோற்றமுள்ள புதுவீடு கதிரேசனுக்குக் கிடைத்தது.

'கல்யாணத்தைச் செய்து பார்' என்ற அடுத்த சோதனைதான் கதிரேசனின் முக்கியமான சோதனை. அதைப் பற்றிய அவருடைய கவலையையும் அவ்வப்போது பேச்சோடு பேச்சாக மேஸ்திரியின் காதுகளில் போட்டு வைத்தார் கதிரேசன். வீட்டுப் பிரச்சினையைத் தீர்ப்பதில் எப்படி பரஸ்பர உதவி செய்ய மேஸ்திரி முன்வந்தாரோ, அதேபோல், அவர் இதற்கும் முன்வந்தால் கூடத் தேவலாம் போலிருந்தது கதிரேசனுக்கு. மேஸ்திரி தமக்கு 'சம்பந்தியாக' வருவதாகச் சொன்னாரானால் அதுபற்றியும் யோசனை செய்யக் கதிரேசன் தயாராகவே இருந்தார்.

மேஸ்திரிக்கும் அப்படியொரு நப்பாசை இல்லாம லில்லை. படிக்காத முட்டாளின் மகனுக்கு, அதிகம் படித்த ஒரு மேதாவி தமது பி.ஏ. படித்த பெண்ணைக் கொடுக்க முன்வந்தால் அது பெரிய விஷயந்தானே! மேலும் ஆனந்தியை மேஸ்திரிக்கு மிகவும் பிடித்திருந்தது. அண்ணாமலை அவளை மணந்து கொண்டால் கட்டி முடிந்த புது வீடு அவனுக்கே சொந்தமாகிவிடும். அவன் படம் எழுதிக் கிழித்துப் பணம் பண்ண முடியாவிட்டால்கூட அங்கே வீடுகள் கட்டிவிட்டு, வாடகை வசூலித்தே சோம்பலும் சுகமுமாய்க் காலாட்டிக் கொண்டு காலத்தை ஓட்டி விடலாம்.

சிதம்பர மேஸ்திரி தமக்குள் தீவிரமாக யோசனை செய்ய லானார். அதன் சாதக பாதகங்களைச் சீர்தூக்கிப் பார்க்கலானார். மாறிவரும் காலப் போக்கைக் கவனித்த

போது, அதில் அவருக்குள்ள சாதகங்களைவிடப் பாதகங்களே அதிகமென்று தோன்றின.

நாட்டுக்கு விடுதலை வந்து, எல்லோரும் இந்த நாட்டு மன்னர்களாகி விட்ட பிறகு, மன்னர்களிடையே சக்கரவர்த்திகளாக வாழ விரும்பியவர்களுக்குச் சாதிக்கட்டு, சனக்கட்டு, பணக்கட்டு இவ்வளவும் தேவைப்பட்டன. முதுகை வளைத்து மூட்டை தூக்கக்கூடத் துப்பற்ற பல சோம்பேறிகள் வேறு எந்தத் தகுதியுமே இல்லாதவர்கள், வெறும் சொந்தக்காரர், சாதிக்காரர் ஆதரவு ஒன்றினால் மட்டுமே லட்சங்களில் புரண்டு, கார்களில் உருண்டு கொண்டிருந்தார்கள். சாதி சனத்தை விட்டு வயிற்றுப் பிழைப்புக்காகச் சென்னைக்கு ஓடிவந்த மேஸ்திரி கவலைப்பட்டார்.

சாதிக்குத்தான் இந்தக் காலத்தில் எவ்வளவு மதிப்பு! சாதிகளை ஒழிக்கப் போவதாய்ப் பகிரங்கமாய்ச் சத்தியம் செய்பவர்கள்கூட. இரகசியமாக எப்படியெல்லாம் பலருடைய வயிற்றலடித்துத் தங்களைச் சேர்ந்தவர்களுக்கு மட்டும் முட்டுக்கல் தூண்களாக நிற்கிறார்கள்! செல்வமும், செல்வாக்கும் தரும் சக்தி சாதிக்கு இருந்ததால் அதை இறுக்கிப் பிடித்துக் கொள்ள நினைத்தார் மேஸ்திரி.

கதிரேசன், மேஸ்திரியாரின் சொந்தக்காரராக இல்லா விட்டாலும் அவருடைய சாதிக்காரர்கூட இல்லை. போதாக் குறைக்கு வேறு சாதி விதவைப் பெண்ணையும் மணந்து கொண்டிருக்கிறார். மற்ற வசதிகள் இருந்தும் இப்படிப்பட்ட குறைகள் அவரிடம் இல்லாமல் இருந்தால், இதற்குள் ஆனந்திக்குக் கல்யாணம் ஆகாமல் இருக்குமா?

தண்டபாணி அவருடைய சாதிக்காரர். தனிமரம் போல் ஒற்றைப் பெண்ணை மட்டும் பெற்று வைக்காமல், பீமனும் காமனுமாகச் சுந்தரிக்கு நாலைந்து அண்ணன் தம்பிகளையும் பெற்று வைத்திருக்கிறார்; நாளைக்கு அண்ணாமலைக்கு ஒரு நல்லது பொல்லாதது என்றால், நாலு மைத்துனன்மார்களும்

வரிந்து கட்டிக்கொண்டு முன்னால் வருவார்கள். ஒருவருக்கொருவர் விட்டுக் கொடுக்கமாட்டார்கள். இதெல்லாம் கிடக்கட்டும்! அதிர்ஷ்டமிருந்து அண்ணா மலை திடீர்ப் பணக்காரனாகி லட்சங்களில் புரளத் தொடங்கிவிட்டால், அப்போது வருமான வரிக்காரர்களின் கண்ணில் மிளகாய்ப் பொடி தூவுவதற்காகவாவது சில அண்ணன் தம்பிகளோ, மாமன் மைத்துனர்களோ தேவைப் படுவார்கள்.

ஆகவே மேஸ்திரி, அண்ணாமலையைப் பொறுத்த மட்டில் ஒரு முடிவுக்கு வந்து விட்டார்; அதே சமயம் கதிரேசனின் தொடர்பை விட்டு விடவும் அவருக்கு மனமில்லை. அவருடைய வீடு, தோட்டம், அவர் நட்பு, ஆனந்தியின் அன்பு எல்லாம் அவருக்குப் பிடித்திருந்தன. ஆகவே, பரஸ்பர உதவித் திட்டம் என்றே மேஸ்திரியின் கொள்கைப்படி கதிரேசனுக்கும் அவர் உதவி செய்ய நினைத்தார்.

ஏன் மாணிக்கத்துக்கும் ஆனந்திக்கும் ஒரு முடிச்சுப் போட்டு வைத்தால் என்ன? கதிரேசனுக்கும் வேறு ஆண் பிள்ளையில்லை; மாணிக்கத்துக்கும் வேறு நாதி கிடையாது. வீட்டுக்கு மாப்பிள்ளையாக இருந்து விட்டுப் போகிறான். பரஸ்பர உதவி!

மாணிக்கத்தை நினைத்தபோது ஒரே ஒரு விஷயம் மட்டிலும் மேஸ்திரிக்குக் கலக்கத்தைக் கொடுத்தது. அடையாற்றில் வீட்டு வேலைகளைத் தொடங்கிய பிறகு, ஒரு நாள் அந்தி சந்தி வேளையில் யாருமில்லாத சமயம் பார்த்து, ஒதுக்குப்புறமான இடத்தில் அவன், தோட்டக்கார வேலையாவின் மகளோடு சிரித்துப் பேசிக்கொண்டு சல்லாபத்தில் இறங்கியதை அவர் பார்த்துவிட்டார். கண்களில் தேள் கொட்டியது போலிருந்தது அவருக்கு. கண்டும் காணாதது போல் இருந்துவிட்டால் நாளைக்கு விஷயம் ரசாபாசமாகிப் போய் விடலாம். தோட்டக்கார வேலையாவுக்குத் தெரிந்தால் அவனைக் குழி வெட்டிப்

புதைத்தாலும் புதைத்து விடுவான். அதே சமயம் மாணிக்கம், தோளுக்கு மேல் வளர்ந்து தோழனாகி விட்டதால், அவனை நேரடியாகவும் கண்டிக்க முடியவில்லை. சாடை மாடையாகச் சொல்லி அவளிடம் 'வாய்ச் சுத்தம் கைச்சுத்தம்' போலவே பெண்கள் விஷயத்திலும் 'சுத்தமாக' இருக்க வேண்டுமென்று எச்சரிக்கை செய்தார்.

முத்தம்மாளோடு அவன் சரசமாய்ப் பழகிய அதே சமயத்தில், அவன் கொம்புத் தேனுக்கு ஆசைப்பட்ட முடவனைப்போல் ஆனந்தியை வெறித்து வெறித்துப் பார்த்ததையும் அவர் அறிவார். வயசுக் கோளாறாக இருந்தாலும், அவனுக்குக் கொம்புத்தேன் கிடைக்கப் போகிறதென்று தெரிந்தால், கள்ளுக்கலயத்துக்காக அவன் நாக்கைத் தொங்கவிட்டுக் கொண்டு திரியமாட்டான் என்று நம்பினார். இப்படியெல்லாம் ஊர் உலகத்தைக் கூர்ந்து நோக்கிய மேஸ்திரி, தம்முடைய மகன்மீது ஆனந்தி கொண்டிருந்த அன்பை மட்டும் காணத் தவறிவிட்டார்.

மேஸ்திரியின் வீட்டு வேலை முடியும் நிலையிலிருந்தது.

அதைப் பார்த்துக் கொண்டே ஒரு நாள் மாலை, மேஸ்திரியும் கதிரேசனும் மரத்தடியில் நாற்காலியில் உட்கார்ந்து பேசிக் கொண்டிருந்தனர்.

"எனக்கும் வீட்டு வேலை முடியப்போகுது; நானும் ஒரு கல்யாணத்தைச் சீக்கிரம் கவனிக்க வேண்டியிருக்கு" என்று தொடங்கினார் மேஸ்திரி.

கதிரேசன் ஆவலோடு அவர் முகத்தை ஏறிட்டுப் பார்த்தார்.

"நீங்க எப்படி ஒரு பெண்ணை வச்சுக்கிட்டு கவலைப் படறீங்களோ, அப்படி நானும் என்னோட மூத்தபிள்ளை மாணிக்கத்தைப் பத்திக் கவலைப்படறேன். அவனுக்கும் வயசாயிடுச்சு."

கதிரேசன் பதிலளிக்கவில்லை...அவருடைய முகம் சிறிது சுருங்கியது. மாணிக்கத்தின் அறிவு, திறமை, கெட்டிக்

காரத்தனம் இவ்வளவும் அவருக்குப் பிடித்திருந்தாலும் இன்னதென்று சொல்லத் தெரியாத ஏதோ ஒரு குறை அவனிடம் கதிரேசனுக்குப் புலப்பட்டது. இங்கிதம் பண்பாடு, நாகரிகம் முதலிய சொற்களின் பொருளைப் பற்றி அவர் நினைத்துப் பார்த்தார். இவற்றில் ஏதாவ்து ஒன்றோ இரண்டோ இவனிடம் குறைவாக இருக்கலாம்.

"யோசனையிலே முழுகிட்டிங்களே! உங்களுக்கும் சம்ம தம்னா பரஸ்பரம் இதையும் முடிச்சுடலாம்னு பார்க்கிறேன். சிநேகத்திலே ஆரம்பிச்சோம்; தொழிலிலே அது வளர்ந்திச்சு; இப்ப சம்பந்தத்திலே அது முடியட்டுமே!"

"நல்ல யோசனைதான்..." என்று மேலே பேச முடியாமல் தயங்கினார் கதிரேசன்.

"சும்மாச் சொல்லுங்க!"

"எங்கே நீங்கள் அண்ணாமலைக்கு ஆனந்தியைக் கேட்கப் போகிறீர்களோ என்று நினைத்தேன். அப்படிக் கேட்டிருந்தால் எனக்கும் அதிகமாக யோசனை செய்ய வேண்டிய அவசியம் இருந்திருக்காது. இரண்டு வருடங்கள் கழித்துக்கூடச் செய்து கொள்ளலாம்."

"அப்பபடிப்பட்ட அதிர்ஷ்டம் எனக்குக்கிடைக்கறதுக்கு நான் எவ்வளவோ பாக்கியம் செய்திருக்கணும்!" என்றார் மேஸ்திரி. "ஆனால், நான் அந்தப் பாக்கியத்தை முன்னாலேயே இழந்திட்டேன். என்னோட சொந்தக்காரர் தண்டபாணிக்கு வாக்குக்கொடுத்திட்டது இப்போ வந்து குறுக்கே நிற்குது. கொடுத்த வாக்கை மீறி எனக்குப் பழக்கமில்லை. அதனால்தான் எப்படியாவது ஆனந்தியை என்னோட மூத்த மருமகளாக்கிக் கொள்ளணும்னு ஆசைப்படறேன்."

கதிரேசனின் மனம் அதிர்ச்சியுற்றது. மேஸ்திரிக்கும் தண்டபாணிக்கும் இப்படி ஓர் ஒப்பந்தம் இருப்பது அவருக்குத் தெரியாது. அதற்கு மேல் மேஸ்திரியிடம் அவருக்குப் பேசுவதற்கு ஒன்றுமில்லை. மீண்டும் அவர்

மௌனம் சாதித்தார்; யோசனையில் மூழ்கினார். மாணிக்கம் அளவுக்கு மீறிய கெட்டிக்காரனாக இருப்பதும் அவருக்குச் சிறிது அச்சத்தைக் கொடுத்தது. அவனுடைய வெளித் தோற்றங்களைக் கொண்டு, அவனுக்குள்ளே நுழைந்து அவனுடைய குணாதிசயங்களை ஆராய்ந்தபோதும் அவருடைய தயக்கம் தீரவில்லை. அவனுக்கு மாறாக அண்ணாமலையையுமே அவர் மிகச்சிறந்த மாப்பிள்ளை யாகக் கருதவில்லை. இருவரில் அவருக்கு அண்ணா மலையைப் பிடித்திருந்தது, அவ்வளவுதான். மேலும் அண்ணாமலையிடம் ஆனந்தி கொண்டிருந்த பரிவையும் அவர் ஊகித்தறிந்தார்.

முடிவு சொல்வதற்கு முன்பாக அவருக்குப் பல விஷயங்களைச் சீர் தூக்கிப் பார்க்க வேண்டியிருந்தது.

"என்ன சொல்றீங்க?" என்றார் மேஸ்திரி.

"யோசனை செய்து சொல்கிறேன். ஆனந்தியும் விவரம் தெரிந்த பெண்; நாளைக்குக் கல்யாணம் செய்து கொண்டு காலமெல்லாம் அவரோடு குடும்பம் நடத்தப் போகிறவள் அவள். அவள் மனத்தையும் தெரிந்து கொண்டு மெதுவாக உங்களுக்குச் சொல்கிறேன்" என்றார் கதிரேசன்.

"மெதுவாகச் சொல்லுங்க, ஒண்ணும் அவசரமில்லை" என்றார் மேஸ்திரி. "ஆனால், இதை விட்டால் வேறே இடத்திலே சுலபமாச் செய்து கொடுக்க முடியும்னா நான் தடுக்கலே; அது முடியலேன்னா இதை நீங்க நழுவ விட்டுடாதீங்க! இதையும் நீங்க ஆனந்தி காதிலே போட்டு வையுங்க!" என்றார்.

கதிரேசனின் தேகம் நடுங்கியது. ஆனந்தியிடம் இதை எப்படிச் சொல்வது?

33. கடைசி முயற்சி

மாணிக்கத்துக்காக மேஸ்திரி தம்மிடம் பெண் கேட்ட செய்தியைக் கதிரேசன் ஆனந்தியிடம் கூறவில்லை. ஆனால்,

அதை மேஸ்திரி மாணிக்கத்தின் காதில் போட்டு வைத்ததோடல்லாமல், "ஆனந்தியோட மனசைத் தெரிஞ்சுகிட்டுப் பதில் சொல்றேன்னு சொல்லியிருக்கார்!" என்றும் கூறி வைத்தார்.

கதிரேசன் அந்தப் பேச்சை ஆனந்தியிடம் எடுக்கத் தயங்கியதற்குக் காரணங்கள் இருந்தன. அதைக் கேட்டு ஆனந்தியின் மனம் நொந்து போகக் கூடும்; அல்லது அதுதான் கதிரேசனின் விருப்பம் என்று நினைத்துக்கொண்டு அவளுக்குப் பிடிக்காத ஓர் ஏற்பாட்டுக்கு உடன்படவும் கூடும். இந்த இரண்டு விஷயங்களையும் அவர் தவிர்க்க விரும்பினார். மேலும், அண்ணாமலைக்காகச் சுந்தரி காத்திருக்கிறாள் என்பது அவளுக்குத் தெரியாமல் இருந்து விடுமா என்ன?

திருமணப் பேச்சின் போது மேஸ்திரி கடைசியாக விடுத்த எச்சரிக்கைதான் கதிரேசனைக் கலங்கச் செய்துவிட்டது. சாதியையும் சம்பிரதாயத்தையும் மீறிப் பிறந்தவள் என்பதனால் அவளுக்கு வேறு இடத்தில் கல்யாணம் நடைபெறுவது கஷ்டம் என்பதைச் சொல்லிக் காட்டி விட்டார் மேஸ்திரி.

'அதற்காகவே ஆனந்தியை மாணிக்கத்துக்கு கொடுக்க வேண்டுமா, என்ன? எத்தனையோ பெண்கள் கல்யாணம் செய்து கொள்ளாமல் கன்னியாக வாழ்வது போல் அவளும் வாழட்டுமே!' என்று கூட நினைத்தார் கதிரேசன். அவள் விரும்பாத ஓர் வாழ்க்கையை அவளுடைய தலையில் சுமத்தக் கதிரேசன் துணியவில்லை.

காலம் கடத்தி வந்தார் கதிரேசன். மேஸ்திரியும் அவரிடம் அதற்கு மேல் வற்புறுத்தவில்லை. காலத்தை உருவாக்கும் சாமர்த்தியம் மாணிக்கத்திடம் உண்டு என்று அவர் நம்பியதால், அப்போதைக்கு அந்தப் பொறுப்பை அவனிடமே விட்டுவிட்டார்.

காலமும் அவர்களுக்குச் சாதகமாகவே உருவாகிக் கொண்டிருந்து. மேஸ்திரியாரின் வீடும் கட்டி

முடிக்கப்பெற்று, அவர்களும் அங்கு குடி வந்து விட்டார்கள். மாணிக்கம் இப்போது மேஸ்திரியாரின் விசாலமான மாடிக்குக் குடி வந்து விட்டான். ஆனந்தியும் பி.ஏ.யில் தேறி அத்தோடு படிப்பை நிறுத்திக் கொண்டாள். சுந்தரிக்கும் அவள் ஆனந்தியிடம் சொல்லியது போலவே மூளையில் படிப்பு ஏறவில்லை; தோற்றுப் போய்த் தனக்குத் தொடர்ந்து படிக்க விருப்பமில்லை என்பதைச் சொல்லி விட்டாள்.

மேஸ்திரியாரின் வீட்டுப் புது மனை புகு விழாவின் போது அண்ணாமலைக்காக ஒரு புதிய ஸ்கூட்டருடன் வந்து சேர்ந்தார் தண்டபாணி. அண்ணாமலை அந்த ஆண்டுத் தேர்வில் வெற்றி பெற்று, வண்ணச் சித்திரங்கள் வரைந்து பழகும் வகுப்புக்கு வந்திருந்தான். அதை ஒரு சாக்காக வைத்துக் கொண்டு முதல் ஆண்டில் செய்யத் தவறியதை இந்த ஆண்டில் வட்டியும் முதலுமாகச் செய்து விட்டார் அவர். கையில் அவருக்கு எதிர்பாராத வகையில் பணப் புழக்கமும் ஏற்பட்டிருந்தது.

விழாவின் போது சுந்தரியும் மாணிக்கமுமே வரவேற்பு ஏற்பாடுகளை விழுந்து விழுந்து கவனித்தார்கள். அவையெல்லாம் தேவையற்ற தொல்லைகளாக அண்ணா மலைக்குத் தோன்றியதால், விருந்துக்கு வந்தவர்களைப் போலவே அவன் ஒதுங்கியிருந்து விட்டான். சுந்தரியால்கூட அவனை கூட்டத்துக்குள் இழுத்துவிட்டு வேடிக்கை பார்க்க முடியவில்லை. புதிய ஸ்கூட்டர் கூட அவனுக்கொரு தேவையற்ற சுமையாகத்தான் தோன்றியது.

விழாவின்போது சுந்தரி, ஆனந்தியின் கரத்தைப்பற்றி இழுத்துக்கொண்டு போய் அவளிடம் அந்த ஸ்கூட்டரைக் காண்பித்தாள். "நீங்களும் உங்கள் அப்பாவிடம் சொல்லி மாணிக்கத்தண்ணனுக்கு இப்படி ஒரு ஸ்கூட்டர் வாங்கிக் கொடுத்துவிடுங்கள். பிறகு அவரை உங்களுக்கு டிரைவராக அமர்த்திக் கொண்டு நீங்கள் 'ஜம்'மென்று அவருக்குப் பின்னால் உட்கார்ந்து ஊர் சுற்றலாம்!" என்றாள்.

சிறிதுகூடச் சந்தேகத்திற்கிடமின்றி எல்லாமே விளங்கி விட்டன ஆனந்திக்கு. முதற் சந்திப்பின்போதே சுந்தரி, 'உங்களுக்குப் பிடித்தவரைச் சீக்கிரத்தில் கல்யாணம் செய்து கொள்ளுங்கள்' என்று யாரைக் குறிப்பிட்டாள் என்பதையும் அவள் தெரிந்து கொண்டாள். வீடுகள் அருகருகே எழும்பத் தொடங்கிய காலத்தில் மனக் கோட்டைகள் கட்டிக் கொண்டிருந்த ஆனந்திக்கு, வீடுகள் எழும்பிய உடனேயே மன மாளிகைகளை இடித்துத் தள்ள வேண்டியதாயிற்று. புதுமாளிகைக்கு நடைபெற்ற புதுமனை புகுவிழா மன மாளிகையின் இறுதிக் கடன் போலும்.

அண்டை வீட்டுக்கு அவர்கள் குடி வந்த பிறகு மாணிக்கம் அண்ணாமலை இருவருமே அங்கு வந்து கொண்டிருந்தாலும், மாணிக்கம் மட்டிலும் எப்போதும் தனியாகத்தான் வருவான். பி. ஏ. யில் அவள் தேறிவிட்டதைச் சாக்காக வைத்துக்கொண்டு ஒரு முறை நூறு ரூபாய்க்கு மேல் அவளுக்கொரு பரிசுப் பேழையை வாங்கிக் கொடுத்தான் மாணிக்கம். கதிரேசனுக்கு முன்னால் அதை அவன் கொடுத்ததால் ஆனந்தியால் மறுக்க முடியவில்லை. சோப்பு, சீப்பு, பௌடர் டப்பா முதலியவை கொண்ட வெள்ளிப் பேழை அது.

தனிமையில் ஆனந்தியோடு அவன் பேசிப் பழகும் சந்தர்ப்பங்கள் பல ஏற்பட்டபோதும் அவன் எதையும் அவளிடம் வாய் திறந்து கேட்கத் துணியவில்லை. கேட்கத் துடித்தான் என்றாலும், கேட்டு அவள் மறுத்துவிட்டால் பிறகு அந்த வீட்டுக்குள் நுழைய முடியாதென்று அவனுக்குத் தெரியும். அவனைப் பொறுத்தமட்டில் அவள் அவனுடைய அதிர்ஷ்ட தேவதை. அவளாக வரம் கொடுப்பதற்கு எப்படியெல்லாம் நடந்துகொள்ள வேண்டுமோ அப்படியெல்லாம் அவன் நடந்துகொண்டான். வாய்விட்டு அவளிடம் அவன் தன் எண்ணத்தைச் சொல்லவில்லையே தவிர, அவளுக்காகவே தன் உயிர் துடிக்கிறது என்பதைக் காட்டிக் கொண்டான். மேஸ்திரியின் எச்சரிக்கைக்குப் பிறகு

அவன் தோட்டக்கார முத்தம்மாளைத் தலை தூக்கிப் பார்ப்பது கூட இல்லை.

மனம் நொந்துபோயிருந்த கதிரேசனுக்கு ஆனந்தியின் மனம் மாறி வருகிறதோ என்ற. சந்தேகம்கூட ஏற்பட்டது. ஆனந்திக்கு வயதும் ஆகிவிட்டது; விவரம் தெரிந்த பெண் அவள். ஆகவே, அவளே முதலில் தம்மிடம் பேசட்டும் என்று காத்திருந்தார் அவர். சுபாவத்தில் எதற்கும் காத்திருந்து பழக்கப்படாத மாணிக்கமும் ஆனந்தியின் சுபாவம் தெரிந்து காத்திருந்தான். மேஸ்திரியாரும் கதிரேசனின் முடிவுக்காகக் காத்திருந்தார்.

ஆனந்தியால் மட்டிலுமே காத்திருக்க முடியவில்லை. பொறுத்துப் பழகிய அவளால் அதற்கு மேலும் பொறுக்க முடியவில்லை. அண்ணாமலை அவளைப் பற்றி என்ன நினைக்கிறான் என்பது அவளுக்குத் தெரிந்தாகவேண்டும்! மற்றவர்கள் அனைவரும் கூடி, ஊர் உலகமே ஒன்றாகத் திரண்டு, அவனுக்கும் சுந்தரிக்கும் கல்யாணம் செய்து வைப்பதாக இருந்ததால் தாராளமாகச் செய்து வைக்கட்டும். ஆனால், அவருடைய எண்ணம் என்ன? சுந்தரியுடன் அவர் கொண்டிருப்பது காதலா, கவர்ச்சியா? அல்லது இரண்டுக்குமுள்ள வேறுபாட்டை அவர் தெரிந்து கொள்ளவில்லையா?

மாணிக்கம் ஏனோ ஒரு பொருட்டாகவே அவளுக்குத் தோன்றவில்லை. அவன் ஏழை என்பதால் அவனிடம் ஒரு வகை அனுதாபம்; நட்பையொத்த சாதாரண அன்பு; அவனுடைய உழைப்பாற்றலைக் கண்டு ஒரு வியப்பு; இவ்வளவுதான். அவனாக எப்போது வாய் திறந்த கேட்டாலும், "என்னை மன்னித்துக் கொள்ளுங்கள்" என்று சொல்வதற்கு அவள் தயாராகவே இருந்தாள். சாரதாவைப் போலும் மற்ற எத்தனையோ பெண்களைப் போலும் தனியாகவே இருந்துவிட்டால் போகிறது என்ற எண்ணம் அவளுக்கு. புலி பசித்தாலும் புல்லைத் தின்பதில்லை.

ஒருவனை மணக்க முடியவில்லை என்பதால், அடுத்தவனை மணக்க வேண்டும் என்று என்ன இருக்கிறது?

அண்ணாமலையை நினைத்து நினைத்துக் குழம்பிய ஆனந்தி, ஒருநாள் அவனிடமே நேரில் பேச வேண்டுமென்பதற்காக அவனுடைய வீட்டுக்கு கிளம்பினாள் அண்ணாமலை பள்ளியிலிருந்து திரும்பும் நேரம். மீனாட்சியம்மாளிடம் சிறிது நேரம் பேசிக் கொண்டிருந்துவிட்டு அண்ணாமலையின் அறைக்கு வந்தாள். வழக்கம்போல் அவனுடைய நோட்டுக்கள் அலமாரியில் அடுக்கி வைக்கப்பட்டிருந்தன. அவற்றில் சிலவற்றை வெளியே இழுத்துப் போட்டுப் புரட்டத் தொடங்கினாள்.

எப்படி அவனிடம் பேசுவது என்பதைப்பற்றி அவள் மனம் பலவாறாக யோசனை செய்து குழம்பியது. நேரடியாக அவனிடம் எதைக் கேட்பது? எப்படிக் கேட்பது? "நீங்கள் என்மீது எத்தகைய அன்பு செலுத்துகிறீர்கள்? சுந்தரியின் மீது எத்தகைய அன்பு செலுத்துகிறீர்கள்?" என்று கேட்டுவிடமுடியாது. அப்படிக் கேட்பது அழகாயிருக்குமா? தனக்குத் தானே கேட்டுக் கொண்டாள் ஆனந்தி.

முடிவாக அவளுக்கு ஒரு யோசனை தோன்றியது:

'மாணிக்கம் என்னிடம் பேசுவதையும் பழகுவதையும் பார்த்தால், அவர் என்னை மணந்து கொள்ள விரும்புகிறார் என்று தெரிகிறது. நீங்கள் அதைப்பற்றி என்ன நினைக்கிறீர்கள்.' இப்படிக் கேட்டால் அவர் உள்ளத்தில் உள்ள உணர்ச்சி, அது அவருக்கே தெரியாமல் மறைந்திருந்தால் கூட, அதிர்ச்சி பெற்று வெளிப்படாமலா இருந்து விடும்?

'அண்ணாமலை இதைக் கேட்டு வருந்தினால், கோபமுற்றால், பொறாமை கொண்டால் என்னுடைய எண்ணத்தில் தவறில்லை. அவருடைய எண்ணத்தை அவரே புரிந்து கொள்ளும் வரையில் நான் அவருக்காகக் காத்திருக்கலாம். அதற்கு மாறாக இந்தச் செய்தியைக் கேட்டு,

அவர் மகிழ்ச்சியடைந்தால்...பிறகு தலை விதியைப் போல் நடந்து விட்டுப் போகட்டும்.'

இவ்வாறெல்லாம் தனக்குள் நினைவுகளைப் புரட்டிக் கொண்டே படங்களைப் புரட்டி வந்த ஆனந்தி நோட்டுக் குள்ளிருந்து தனியே ஒரு படம் நழுவித் தரையில் குப்புற விழுவதைக் கவனித்தாள். அதை எடுத்துத் திருப்பிப் பார்த்தபோது அவளுக்கு அங்கமெல்லாம் பதறியது.

வழக்கமாக அண்ணாமலையின் படங்களைக் காணும் போதெல்லாம் ஆனந்தியின் விழிகளில் ஒளி பொங்கு மல்லவா? இப்போது அவள் கண்கள் இருண்டன.

34. நாவினால் சுட்ட வடு

கண்களைக் கசக்கிவிட்டுக் கொண்டு, நெஞ்சைக் கல்லாக்கிக் கொண்டு அந்தப் படத்தைக் கூர்ந்து நோக்கினாள் ஆனந்தி. அது சுந்தரியின் படம்.

எப்படிச் சுந்தரியால் இந்தக் கோலத்தில் படத்துக்காக உட்கார முடிந்தது? எப்படி அண்ணாமலையால் இந்த நிலையில் அவளைப் பார்த்து வரைய முடிந்தது? ஆனந்தியால் அவளுடைய கண்களையே நம்ப முடியவில்லை. காலங்காலமாக ஓவியர்களுக்கும் சிற்பி களுக்கும் பெண்ணுடலின் மேன்மை நிறைந்த இயற்கைத் தோற்றம் ஒருவகை மன எழுச்சியைக் கொடுத்து வருகிறது என்பது உண்மைதான்; அவர்களுடைய கற்பனையைத் தூண்டி விட்டு அவர்களுடைய கலையாற்றலை வளர்த்து வருகிறது என்பது உண்மைதான். ஆனந்தி ஓவியரின் மகள் என்பதால் அவளுக்கு இவையெல்லாம் தெரியும்.

ஆனால், 'மாடல்' என்பவள் வேறு; சுந்தரி வேறு. ஒருவனோடு உள்ளத்தால் தொடர்புகொண்ட ஒருத்தியால், அவள் அவன் மனைவியாகவே இருந்தாலும், இந்த நாட்டில் இப்படி ஒருத்தியால் எப்படி 'போஸ்' கொடுக்க முடியும்? கிட்டத்தட்ட அவனுடைய வகுப்பறை மாடலை ஒத்த

நிலையில் சுந்தரி உட்கார்ந்திருந்தாலும், வகுப்பறை மாடல் ஒருபோதும் இப்படி வரைபவனையே கிறக்கத்தோடு விழித்து நோக்கமாட்டாள். அவளுடைய முகத்திலும் அங்க அவயவங்களிலும் இத்தகைய உணர்ச்சிகள் பெருக்கெடுக்க மாட்டா. இந்த நிலையில் உள்ள ஒருத்தியை வரையும்போது எப்படி மனம் பேதலிக்காமல் அண்ணாமலையால் வரைய முடிந்தது?

சுந்தரியின் வீட்டு மாடி அறையை நினைவூட்டக் கூடிய பென்சில் கோடுகள் சில அவள் உருவத்துக்குப் பின்னால் தெரிந்ததால், அதை அவன் அவள் வீட்டிலிருந்து கொண்டு தான் வரைந்திருக்க வேண்டும் என்று நினைத்தாள் ஆனந்தி. அதுவரையில் அவள் அண்ணாமலையிடம் கொண்டிருந்த மதிப்பு, சில நிமிடங்களுக்குள் வெறுப்பாகியது. கலை வெறியால் ஏற்பட்ட கோளாறா அது? அல்லது வேறு வகை வெறி அவரைப் பிடித்துக் கொண்டு விட்டதா? சே! ஆண் பிள்ளைகள் எல்லோரும் மாணிக்கத்தைப் போல் ஒரே வார்ப்படத்தில் உருவாக்கப்பட்டவர்கள் தாமா? அவளால் அதற்கு மேல் அந்தப் படத்தைப் பார்க்க முடியவில்லை. அதைக் கிழித்தெறிய வேண்டுமென்ற ஆத்திரம் பற்றிக் கொண்டு வந்தது அவளுக்கு.

வெளியே ஸ்கூட்டர் வரும் சத்தம் கேட்டது. படத்தை நோட்டுக்குள் வைத்து, நோட்டை முன்பிருந்த இடத்தில் வைத்தாள். அவன் அங்கு வருவதற்குள் அந்த இடத்தை விட்டு எழுந்து போய்விட வேண்டும் என்ற ஆத்திரம் அவளுக்கு இருந்தாலும் நப்பாசை அவளை விடவில்லை. தான் வந்த காரணத்தையும் நினைத்துக் கொண்டு, எழுந்து சன்னல் வழியே எட்டிப் பார்த்தாள்.

அண்ணாமலை தனியே வரவில்லை; ஸ்கூட்டரில் அவனுக்குப் பின்னால் காற்றில் மேலாடை பறக்க, சுந்தரி உட்கார்ந்திருந்தாள். வலது கரம் அவன் தோளைப் பற்றியிருந்தது. வந்த வேகத்தில் அவன் ஸ்கூட்டரை நிறுத்தவே அவன் முதுகில் வேகமாக மோதிக்கொண்டு, பிறகு கீழே

குதித்தாள் சுந்தரி. அதற்கு மேலும் அங்கு ஆனந்திக்கு நிற்கப் பிடிக்கவில்லை.

சரேலென்று அவர்களுடைய கண்களில் படாமல் வீட்டுக்குள் புகுந்து கொல்லைப்புறத்தின் வாயிலாகத் தன் வீட்டுக்கு வந்தாள் ஆனந்தி. கூடத்தில் மீனாட்சியம்மாள் இருந்திருந்தால் அவளுடைய பதற்றத்தை அவள் கண்டிருப்பாள். ஆனந்தி ஓடி வந்தாளா நடந்து வந்தாளா என்பது அவளுக்கே புரியவில்லை. மேல்மூச்சு கீழ்மூச்சு வாங்க, நாலே எட்டுக்களில் மாடிப்படியைக் கடந்து தன் அறைக்குள் புகுந்தாள்; சாய்வு நாற்காலியில் விழுந்தாள். தலையில் ஏறிய சூட்டால் அவளுடைய கூந்தலின் முல்லை வாடித் துவண்டது. கண்ணீரை அவளால் அடக்க முடியவில்லை!

கனவுகளனைத்துமே பொடி சூரணமாய்ப் போய்விட்டது போன்ற சூனிய உணர்ச்சி அவளுக்கு. அப்பா, பாட்டி, வீடு, வாசல், தோட்டம், மலர்கள், ஓவியம், சிற்பம், படிப்பு, எல்லாமே அவளுக்குப் பொருளற்றவையாகி விட்டன. தன்னைத்தானே கோழை என்றும் வாழத் தெரியாதவள் என்றும் வாழத் தகுதியற்றவள் என்றும் நொந்து கொண்டாள். ஆரம்பத்தில் நெருங்கிப் பழகிய போதே ஒருமுறை அவனிடம் தன் உள்ளத்திலிருந்ததைச் சொல்லியிருக்கக் கூடாதா! கடற்கரையில் ஒருநாள் அவனுடைய மனத்தின் ஏக்கம் வெளிப்பட்டபோதே, தனக்கும் அப்படி ஓர் ஏக்கம் உண்டு என்றாகிலும் வெளியிட்டிருக்கக் கூடாதா?

மாலைப்பொழுது அறைக்குள் இருளைப் பரப்புவதைப் பார்த்துக் கொண்டே சிலையாக உட்கார்ந்திருந்தாள் ஆனந்தி. எழுந்து போய் விளக்கைப் போடுவதற்குக் கூட அவளுக்குத் தோன்றவில்லை. அந்த நேரத்தில் அவளுக்கு இருளின் துணை தேவையாக இருந்தது போலும்.

மாடிப்படியில் யாரோ வரும் சத்தம் கேட்டது. முகத்தைத்

தொங்க விட்டுக் கொண்டே ஏதோ அளவுக்கு மீறிய துன்பத்தில் ஆழ்ந்திருப்பவன் போல் அங்கு வந்து சேர்ந்தான் மாணிக்கம். சட்டென்று எழுந்து விளக்கைப் போட்ட ஆனந்தி, அவன் முகத்தைக் கண்டு விட்டுத் திடுக்கிட்டாள். அவன், அண்ணாமலையின் வீட்டுக்கு அவள் சென்றதையோ, அங்கிருந்து திரும்பியதையோ தன் வீட்டிலிருந்தபடியே கவனித்திருந்தான் என்பது அவளுக்குத் தெரியாது.

"நான்தான் வேலையைப் பறி கொடுத்துவிட்டு நொந்து போய் இருக்கிறேனென்றால், உங்களுக்கு என்ன கஷ்டம் வந்துவிட்டது? ஏன் ஒரு மாதிரி இருக்கிறீர்கள்?" என்று கேட்டுக் கொண்டே அடுத்த நாற்காலியில் உட்கார்ந்தான் மாணிக்கம்.

துன்பத்திற்குத் துன்பம் சிறிது ஆறுதலாக இருந்தது ஆனந்திக்கு. "எனக்கு ஒன்றுமில்லை; உங்களுக்கென்ன கஷ்டம்?" என்றாள்.

அவனுடைய கஷ்டத்தை அவன் கலக்கம் நிறைந்த குரலில் கூறலானான்.வீட்டை கட்ட வேண்டுமென்பதற்காக அவனை வேலையை விட்டு வரச் சொன்னார் மேஸ்திரி. வீட்டு வேலை முடிந்து விட்டது. ஆனால், மீண்டும் மாதச் சம்பளம் வந்து கொண்டிருந்த அந்த வேலைக்குப் போக முடியாது. மேஸ்திரி வீட்டுச் செலவுக்குப் பணம் தருகிறாரென்றாலும், வேலை செய்யாமல் அவரிடம் பணம் வாங்குவது அவனுக்குப் பிடிக்கவில்லை.

அவனோடு கூட்டுத் தொழில் நடத்த மேஸ்திரி ஒருபுறம், ஏற்பாடுகள் செய்து கொண்டிருந்தார் என்பதை அவன் அவளிடம் சொல்லவில்லை.

"எங்களுக்காக வீடு கட்டப் போய், உங்களுக்கிருந்த வேலையையும் நீங்கள் கெடுத்துக் கொண்டீர்கள். எங்களால் எவ்வளவு கஷ்டம் உங்களுக்கு!" என்று வருத்தப்பட்டாள் ஆனந்தி.

"இன்னொரு முறை இப்படிச் சொல்லாதீர்கள்,

உங்களுக்காக உழைக்க முடிந்தது எனக்குக் கிடைத்த அதிர்ஷ்டம்" என்றான் மாணிக்கம்.

"நீங்களும் உங்கள் அப்பாவும் எங்களுக்காக எவ்வளவோ பாடுபட்டிருக்கிறீர்கள். இந்தக் காலத்தில் இப்படி ஒரு வீடு எங்களால் கட்டியிருக்கவே முடியாது."

"அப்பாவும் ஆதாயமில்லாமல் செய்யவில்லை. பாதி மனையை அப்படியே நீங்கள் அவருக்கு விட்டுக்கொடுத்து விட்டீர்களே!"

அதில் ஆதாயமில்லாமல் உழைத்தவன் அவன்தான் என்பது போலவும், அவனைக்கூட மேஸ்திரி தம்முடைய சொந்த நலனுக்குப் பயன்படுத்திக் கொள்ளுகிறார் என்பது போலவும் பொருள் தொனிக்கும்படி பேசினான் மாணிக்கம். அவனுடைய பேச்சு உண்மையாகவே பட்டது ஆனந்திக்கு.

ஏழைகளிடமும் துன்பப்படுவோரிடமும் இரக்கப் பட்டுப் பழகியவள் ஆனந்தி. அவள் மனம் அப்போது அவன் துன்பப்படுவதாக நம்பிக் கலங்கியது. வேலை கிடைப்பது கஷ்டமாக இருக்கும் இந்தக் காலத்தில், திடீரென்று வேலையை விட்டுவிட்டு நிற்கும் அவனுக்காக அவள் வருந்தினாள்.

சிறிது நேரம் மௌனத்தில் கழிந்தது. பிறகு ஏக்கத்தோடு அவள் முகத்தை ஏறிட்டுப் பார்த்துவிட்டு, "உங்களிடம் ஒரு விஷயம் பேச வேண்டும் என்று நினைக்கிறேன்; எவ்வளவோ நாள் முயற்சி செய்தும் முடியவில்லை; உங்களுக்கும் அது தெரிந்திருக்கும்..." என்றான்.

என்ன பேசப் போகிறானோ என்ற பயம் அவளைப் பற்றிக் கொண்டது. திடீரென்று இப்படி ஒரு திருப்பத்தை அவள் அவனிடம் எதிர்பார்க்கவில்லை; அங்கிருந்து எழுந்து போய் விடலாமா என்று நினைத்தாள்.

"உங்கள் அப்பாவிடம் என் அப்பா எனக்காக உங்களைப் பெண் கேட்டார்களாம். அவர்களும் உங்களிடம் கேட்டுப் பதில் சொல்வதாய்ச் சொன்னார்களாம்..."

"அப்பா என்னிடம் ஒன்றும் சொல்லவில்லையே!" என்று பதற்றத்தோடு கூறி அங்கிருந்து எழுந்தாள் ஆனந்தி, அவளுடைய தேகம் மெல்ல நடுங்கியது. "எதற்கும் நாளைக்குப் பேசுவோம். எனக்கும் இப்போது மனம் சரியாக இல்லை."

ஆனந்தி மெல்ல அங்கிருந்து நடந்து படிகளுக்கு வந்தாள். அவனை வெளியே போகும்படி சொல்வதற்கு மனம் வராததால், அவளே அங்கிருந்து கிளம்பினாள். சட்டென்று மாணிக்கமும் எழுந்து மாடி அறை விளக்கை அணைத்து விட்டு அவளைப் பின்பற்றினான்.

அவனுக்கு முன்னால் துவண்ட கொடி போல் தள்ளாடி நடந்து சென்ற ஆனந்தியின் உருவம் அவனை என்னவோ செய்தது. யாரையோ நினைத்து அவள் சூடிக் கொண்டிருந்த முல்லையின் மணம் அவன் தேகத்தில் அனலாய்ப் பரவியது. இருட்டில் அவளுக்குப் பின்னால் மிகவும் நெருக்கமாக அவன் வந்ததை அவள் கவனிக்கவில்லை.

"ஆனந்தி!" கரகரத்தது அவன் குரல். திடுக்கிட்டுத் திரும்பிப் பார்த்தாள் ஆனந்தி.

அவ்வளவுதான்...

நொடிப் பொழுதில் என்ன நடந்து விட்டது என்றே அவளுக்குத் தெரியவில்லை. அவனுடைய கரங்கள் விலங்குகளாக அவளைத் தன் பிடியில் இறுக்கியதையும், பாறையொன்று அவளுடைய இதயத்தில் மோதி அதை மூச்சுத் திணறச் செய்ததையும், அவளுடைய செவ்விதழ்கள் தீயால் சுடப்பட்டவை போன்று எரிச்சலெடுத்தன என்பதையும் அவள் சரியாக உணரவில்லை.

நொடிப் பொழுதில் இவ்வளவும் நடந்து விட்டன! கண்களை இருட்டிக் கொண்டு வந்தது அவளுக்கு! கால்கள் செயலிழந்தன. மூச்சைப் பிடித்துக் கொண்டு ஆத்திரத்தோடு அவனைத் தள்ளி விட்டாள்.

படிகளில் விழுந்தவன் சரேலென்று அவளுடைய பாதங்களை இறுகப்பற்றிக் கொண்டு, அவளுடைய காலடியில் தலைவைத்துக் கும்பிட்டுக் கிடந்தான்.

"இதை நீங்கள் யாரிடமும் சொல்வதென்றால், நான் கடலில் விழுந்து உயிரை மாய்த்துக் கொண்டபிறகு சொல்லுங்கள்!"

அப்போது ஆனந்தி, தானே கடலில் விழுந்து உயிரை மாய்த்துக் கொள்ளத் துடித்தாள்.

35. புண்ணுக்கு மருந்தா?

நாவிலிருந்து வெளிப்படும் சொல்லின் கொடுமையைச் சொல்ல வந்த வள்ளுவர், தீயினால் சுட்டபுண் ஆறும்; நாவினால் சுட்ட புண் ஆறாது' என்று சொல்லி வைத்தார். ஆனால், நாவின் சொல்லைத் தேனாகவும் கற்கண்டாகவும் சுவைத்தாலும், அதன் எச்சிலுக்கு ஒரு பெண்ணின் ஆத்மாவையே குற்றுயிராக்கும் விஷத்தன்மை உண்டு என்பதை நிரூபித்து விட்டான் மாணிக்கம். எச்சிலையே அமுதமென்று பாடிய கவிஞர்கள், விஷமும் அதில் உண்டு என்பதை மறந்து விட்டார்கள் போலும்! அந்த விஷக்கடியின் வேதனையை ஆனந்தி அன்று இரவு முழுவதும் அனுபவித்துக் கொண்டிருந்தாள்.

விரகதாபத்தில் படுக்கை முள்ளாகக் குத்துவதாய்ச் சொல்வதுண்டு; நரகவேதனையாலும், அது அப்படி முட்படுக்கையாய் மாறுவதுண்டு. கண்ணை அன்றிரவு கண நேரம்கூட ஆனந்தியால் மூட முடியவில்லை. கண்களைத் திறந்து கொண்டே கிணற்றுக்குள் விழுந்து விட்ட அதிர்ச்சி, தேகமெல்லாம் சேறு வாரியடித்து விட்டது போன்ற அருவருப்பு, உடம்புக்குள்ளே தீப்பற்றிக் கொண்டது போன்ற குரூரமான எரிச்சல். இவ்வளவும் ஒன்றாகச் சேர்ந்து கொண்டன.

உடனடியாக செத்துத் தொலைக்கலாம் என்றாலோ

மாணிக்கம் வேறு கடலில் விழுந்து விடுவதாய்க் கால்களைப் பற்றிக்கொண்டு கதறியிருந்தான்; சொல்லியபடி அவன் செய்யமாட்டான் என்பது ஏனோ அவளுக்குத் தெரியவில்லை. அப்படி இரண்டு பேரும் ஒன்றாகச் செத்து வைத்தால், அத்தோடு சிக்கல் தீர்ந்து விடுமென்றால் சரிதான். ஆனால் அந்தச் சாவு அவனோடு அவளைச் சேர்த்து வைத்துப் பேசவும், தூற்றவும் இடம் கொடுத்து விடுமே! பெற்றெடுத்த தாயாருக்கும் பேணி வளர்த்த தந்தைக்கும் பழிச் சொல்லையும் அவமானத்தையும் விட்டு விட்டுத்தானா சாக வேண்டும்? தாயார்தான் உயிரோடில்லை. தகப்பனார் எதற்காக அந்தப் பழியோடு உயிர் சுமக்க வேண்டும்?

ஆனந்தி சாக விரும்பினாலும், அந்தச் சாவு வாழ்வை விடக் கேவலமாக இருக்குமென்பதால், அந்த எண்ணத்தை உதறிவிட்டாள். ஆனால், அந்த வாழ்வையும் அவளால் ஏற்றுக் கொள்ள முடியவில்லை.

பெண்களைப் பழைய காலத்தில் படிதாண்டாப் பத்தினிகளாகப் பூட்டி வைத்திருந்தது கூட நியாயமென்றே அவளுக்கு இப்போது தோன்றியது. கேவலம், சதை வெறியைத் தூண்டிவிட்டுக் காசுபறிக்கும் திரைப்படங்களும் பாடல்களும் பத்திரிகைகளும் வியாபாரத்தை விபச்சாரமாக்கிவிட்ட இந்தக் காலத்தில், பெண்ணுக்கும் ஆணுக்கும் சம சுதந்திரமென்றால், எதற்கு அந்தச் சுதந்திரம்? சீரழிந்து கெட்டுப் போவதற்குச் சுதந்திரம் வேண்டுமா? மற்றவர்களின் சுதந்திரத்தை மதிக்கத் தெரியாதவர்களுக்கு மத்தியில், மனிதர்களின் ஆத்ம சுதந்திரத்தை அழிக்கத் துணிந்தவர்களுக்கு மத்தியில், எப்படி மெலிந்தவர்கள் பாதுகாப்போடு வாழ முடியும்?

'ஆனந்தி! நீ நம்முடைய பழமையின் நற்பண்புகளையும் போற்றவேண்டும்; காலத்துக்கேற்ற புதுமைக் கருத்துக் களையும் வரவேற்க வேண்டும்' என்று அடிக்கடி கதிரேசன் அவளிடம் சொல்லியிருக்கிறார். அந்த நினைவு வந்தது ஆனந்திக்கு.

'புதுமை'யோ அவளை இப்போது தன் கோரமான விஷப் பல்லால் தீண்டிவிட்டது; 'பழமை'யோ 'நீ இத்தோடு தொலைந்து போனாய்!' என்று சாவோலை வாசித்து விட்டது. முற்றிலும் பழமைப் பெண்ணாக இருந்திருந்தால், அவனைப் படியேறி உள்ளே வரவிடாமலே தடுத்திருக்கலாம். புதுமைப் பெண்ணாக இருந்திருந்தாலோ, கன்னத்தில் பட்ட அவன் எச்சிலைக் கையால் துடைத்தெறிந்துவிட்டு, அவன் முகத்தில் காறி உமிழ்ந்து, 'இப்போதே நீ செத்துத் தொலை!' என்றாவது அவனைக் காலால் எட்டி உதைத்திருக்கலாம். இரண்டும் இல்லை. கிழடு தட்டிப்போன பழமை வேஷத்தின் பயங்கரமான பிடிப்புக்கும், பொறுப்பற்றுப் பிஞ்சில் பழுத்துப் போன புதுமை வேஷத்தின் குழப்பத்துக்கும் இடையில் கிடந்து அவள் திண்டாடித் திணறினாள்.

ஏதாவது எதிர்பாராத அதிசயம் நடந்து, அண்ணாமலையே அவளை மணந்து கொள்ளத் துடித்தாலும் அவளால் இனி அவனை மணந்து கொள்ள முடியாது. வேறு யாரையாவது எப்போதாவது மணந்து கொள்ள முடியுமென்றால் அதற்கும் அவள் மனம் இடம் கொடுக்கவில்லை; வடுப்பட்ட கன்னத்தோடு இந்தப் பிறவியில் இனி வேறொருவனுடன் எப்படி மணையில் போய் மணப்பெண்ணாக உட்காருவது? ஆனந்தி இந்தக் காலத்துப் பெண்ணாக இருந்தும், படித்தவளாக இருந்தும், அவளுடைய அந்த வயதில் அந்த நிகழ்ச்சி கொடுத்த அதிர்ச்சியில், அவளுக்கு அப்படித்தான் நினைக்கத் தோன்றியது.

மறுநாள் பொழுது எப்படியோ விடிந்தது. அவளுடைய இரு கண்களையும் புண்களாக்கிக் கொண்டு, முகத்தை வீங்கச் செய்துகொண்டு, குரலைக் கம்மச் செய்து கொண்டு அது விடிந்தது. எழுந்து அவள் குளித்து முழுகினாள். தாயாரின் படத்துக்குப் பூமாலை தொடுத்துப் போட்டாள். நெடுநேரம் அந்தப் படத்திற்கு முன்பு நின்று யாருக்கும் தெரியாமல் அழுதாள். மடியில் விழுந்து கதறிக் கண்ணீர்

வடிப்பதற்காகவாவது அப்போது தன் தாயார் உயிருடன் இருந்திருக்க வேண்டும் என்ற ஆதங்கம் அவளுக்கு.

பிறகு வெளி அறைக்கு வந்து அங்கே பத்திரிகையைப் புரட்டிக் கொண்டிருந்த கதிரேசனுக்கு அருகில் உட்கார்ந்தாள். திரும்பிப் பார்த்த கதிரேசன், அவள் முகத்தைக் கண்டு திடுக்கிட்டார். நெற்றியில் கை வைத்துப் பார்த்தார். அது நெருப்பாய்ச் சுட்டது. அவர் பதற்றத்தோடு கேட்ட கேள்விகளுக்கு, தனக்கு உடம்புக்கு ஒன்றுமே வந்து விடவில்லை என்று மழுப்பினாள், ஆனந்தி. டாக்டரோ வைத்தியமோ வேண்டியதில்லை என்று பிடிவாதமாக மறுத்துவிட்டாள்.

“எல்லாம் சரியாய்ப் போய்விடும் அப்பா! மனத்திலே ஏதோ ஒரு குழப்பம். அது பற்றி உங்களிடம் பேசிவிட்டால் எல்லாமே சரியாய்ப் போய்விடும்!”

பத்திரிகையைக் கீழே போட்டுவிட்டு, “என்ன விஷயம் சொல்லம்மா!” என்று அன்போடு அவள் தலையைக் கோதி விட்டார் கதிரேசன். அவருடைய ஸ்பரிசம் பட்டவுடன், ஏனோ அவள் தேகம் நடுங்கியது.

"ஆமாம், மேஸ்திரியார் உங்களிடம் மாணிக்கத்துக்கு என்னைப் பெண் கேட்டாராமே! இதை நீங்கள் என்னிடம் சொல்லவே இல்லையே?”

கதிரேசனுக்கு அவள் பேச்சு தலையில் அடிப்பது போலிருந்தது. தம்முடைய மூக்குக் கண்ணாடி வழியே ஆனந்தியை உற்றுப் பார்த்தார். அவளுடைய இந்தப் பேச்சுக்கும் அவளுடைய உடற் காய்ச்சலுக்கும் தொடர்பு இருக்க வேண்டுமென்பது அவருக்கு விளங்கிவிட்டது. அவருடைய விழிகளைக் காண்பதற்கு அஞ்சிய ஆனந்தி, தன் தலையைக் கவிழ்த்துக் கொண்டாள்.

“இதை உன்னிடம் சொல்லியது மாணிக்கமா? மேஸ்திரியாரா?”

"மாணிக்கம்."

"சொன்னால் என்ன? மேஸ்திரியார் கேட்டார் என்பதற்காக நீ மாணிக்கத்தைக் கல்யாணம் செய்துகொள்ள வேண்டுமா, என்ன? இதைக் கேட்டுவிட்டு இப்படி ஒரு பெண் பேயறைந்தது போலப் பயப்படலாமா? கேட்டால் கேட்டுவிட்டுப் போகட்டுமே! முடியாதென்று இப்போதே அவரிடம் போய்ச் சொல்லி விடுகிறேன்?"

"என்னிடம் கேட்டுச் சொல்வதாகச் சொன்னீர்களாமே? கேட்கவே இல்லையே!"

"முதலில் நானே ஒரு முடிவுக்கு வரவில்லை. அப்படி வராதபோது உன்னிடம் கேட்டால், நான் அதை விரும்புகிறேன் என்று தவறாக நினைத்துக் கொண்டு நீ சம்மதம் தெரிவித்து விடுவாய். வாழப் போகிற பெண் நீ. அதனால்தான் உன் வாழ்வை அணுவளவும் நான் பாதித்துவிடக் கூடாது என்று எனக்குள் யோசித்துக் கொண்டிருந்தேன்."

"அப்பா!" என்று கதறிக் கொண்டே அவர் மடியில் சாய்ந்து விம்மினாள் ஆனந்தி. அப்படிப்பட்ட ஒருவருக்கு மகளாய்ப் பிறந்துவிட்ட வேதனை அப்போது அவள் நெஞ்சைக் கசக்கிப் பிழிந்தது. கல்யாணம் செய்து கொள்ளாமலே காலமெல்லாம் அவருக்கு மகளாக இருந்து பணிவிடைகள் செய்யலாம், அவருக்காகவே வாழ்ந்தால் அதைவிட வேறு புண்ணியம் இருக்கப் போவதில்லை. ஆனால்?

ஆனால்? சட்டென்று அவர்மீது தன் தேகம் பட்டு விட்டதை நினைத்து நடுங்கியவள் போல சரேலென்று எழுந்து விலகி உட்கார்ந்தாள் ஆனந்தி. அவளுடைய உதடுகள் புண்பட்டு விட்டவை போல் இப்போது எரிச்சலெடுத்தன. அந்தப் புண்ணுக்கு அவள் மருந்து போட்டுக் கொள்ளத் துடித்தாள். அந்தப் புண்ணோடு 'கன்னி' என்ற பெயர் சுமந்து அவளால் இனி அவள் தந்தைக்காக வாழ முடியாது.

"அப்பா! என்னிடம் அது பற்றி நீங்கள் முன்பே கேட்டிருக்க வேண்டும். கேட்டிருந்தால் எவ்வளவோ நன்றாக இருந்திருக்கும்."

"அதனால் இப்போது என்னை வந்துவிட்டது?"

என்ன வந்துவிட்டது என்பது அவளுக்கல்லவோ தெரியும்.

"அப்பா, நான் இப்போது கல்யாணம் செய்து கொள்ள விரும்புகிறேன். நான் விரும்புகிறவரை மணந்து கொள்ள நீங்கள் தடை சொல்லக் கூடாது."

எங்கே அண்ணாமலையின் பெயரைச் சொல்லப் போகிறாளோ என்று அஞ்சினார் கதிரேசன். அவர் அதற்குத் தடை ஒன்றும் சொல்லாவிட்டாலும், மேஸ்திரியாரே அதைத் தடுத்து விடுவார் என்று கூற நினைத்தார்.

"அப்பா!"

"சொல்லும்மா?"

"நான் மாணிக்கத்தையே கல்யாணம் செய்து கொள்ளுகிறேன். இதுதான் என் விருப்பம், இதுதான் என் முடிவு."

கதிரேசனால் தம் காதுகளையே நம்ப முடியவில்லை.

"சட்டி சுட்டுவிட்டது என்பதற்காக, சட்டியிலிருந்து, தாவி நெருப்பில் விழுந்துவிடக் கூடாது ஆனந்தி. அண்ணாமலையை மணக்க முடியவில்லை என்பதற்காக..."

"இல்லவே இல்லை! அண்ணாமலையும் அவர் அப்பாவும் விரும்பினாலும் எனக்கு அந்த எண்ணம் இல்லை."

மூளை குழம்பிப் போன நிலையில் அவள் பேசுவதாக நம்பி, நெடுநேரம் அவளுக்குத் திருமண வாழ்வைத் தேர்ந்தெடுத்துக் கொள்வதில் உள்ள வழிமுறைகளைப் பற்றி ஆலோசனைகள் கூறினார். எதுவும் அவளிடம்

எடுபடவில்லை. அவள் அவற்றைப் புரிந்து கொள்ளும் மனோநிலையில் இல்லை.

"தயவு செய்து என் முடிவை மாற்றிக் கொள்ளும்படி எனக்கு யோசனைகள் சொல்லாதீர்கள்" என்று கெஞ்சினாள் ஆனந்தி.

"நான் தடுக்கவில்லை ஆனந்தி!" என்று தடுமாறினார் கதிரேசன்.

36. ஆனந்தக் கண்ணீர்

மேஸ்திரி மாணிக்கத்திடம் சென்று, ஆனந்தி அவனை மணந்துகொள்ளச் சம்மதித்து விட்டாள் என்று கூறிய போது அவனால் அதை நம்பவே முடியவில்லை. அவளிடம் தகாத முறையில் நடந்து கொண்டு விட்டதால் வெளியில் தலைகாட்டவே பயந்து நடுங்கிக் கொண்டிருந்தவன் அவன். தனக்கு என்ன தண்டனை கிடைக்கப் போகிறதோ என்று அஞ்சிக் கொண்டிருந்தவனுக்கு முதலில் இதை நம்புவது கஷ்டமாகத்தான் இருந்தது.

மேஸ்திரி அவனையும் அவன் தாயார் செல்லம் மாளையும் வைத்துக் கொண்டு விவரமாகத் தாம் கதிரேசனிடம் பேசிய விஷயங்களை வெளியிட்டார். ஆனந்தியின் மனத்தைத் தெரிந்து கொண்டு முடிவு சொல்வதற்கே அவள் அப்பாவுக்கு இவ்வளவு காலம் ஆயிற்று என்பதையும் கூறினார். செல்லம்மாளுக்கு இந்தச் செய்தி உள்ளூறப் பூரிப்பளித்தாலும், "அவளைப் போய் இதுக்குக் கேட்கணுமாக்கும்! பெத்தவங்க சொன்னால், பேசாமல் கேட்டுட்டுப் போக வேண்டியவதானே அவ?" என்றாள் முகத்தைச் சுளித்துக் கொண்டு.

"செல்லம்மா! நீயும் மாணிக்கமும் எந்தப் பிறவியிலே செய்த அதிர்ஷ்டமோ, உங்களுக்கு இந்தப் பொண்ணு கிடைச்சிருக்கு. கிட்டத்தட்ட ஒரு லட்ச ரூபாய் சொத்தோட லட்சுமி தேவியே உங்களைத் தேடி வரப் போகுது. அதை

வச்சுக் காப்பாத்திக்க வேண்டியது உங்க பொறுப்பு. நமக்கும் அவங்களுக்கும் ஏணி வச்சாலும் எட்டாது. இதையெல்லாம் புரிஞ்சிக்கிட்டுப் பெருந்தன்மையோட நடந்துக்குங்க!" என்று சொல்லிவிட்டு அங்கிருந்து கிளம்பினார் மேஸ்திரி. கல்யாண ஏற்பாடுகளை அவர் கதிரேசனுடன் கலந்து கொண்டு மளமளவென்று கவனிக்க வேண்டியிருந்தது.

பிரமை தட்டிப் போயிருந்த மாணிக்கத்துக்கு, திடீரென்று ஞானோதயம் ஏற்பட்டது போலிருந்தது. 'ஓ ஆனந்தி என்னைக் காதலிக்கிறாள் என்பது இப்போதுதான் புரிகிறது; காதலிக்காவிட்டால், நான் என் காதலை வெளிப்படுத்தியவுடன் இப்படிக் கல்யாணத்துக்குச் சம்மதிப்பாளா? இது காதல் கல்யாணம்தான்' என்ற நினைவு மின்னலைப் போல் பளிச்சிட்டவுடன், அவன் அடைந்த ஆனந்தத்திற்கோர் எல்லையே இல்லை.

அப்போதே தன்னைப் புது மாப்பிள்ளைக் கோலத்தில் அலங்கரித்துக் கொண்டு நேரே ஆனந்தியின் வீட்டுக்குக் கிளம்பினான் மாணிக்கம். வெளி அறையில் கதிரேசனும் மேஸ்திரியும் அமர்ந்து பேசிக்கொண்டிருப்பது தெரிந்தது. கீழ் வீட்டுக்குள் ஆனந்தி இல்லையென்பதைத் தெரிந்து கொண்டு உரிமையோடும் உற்சாகத்தோடும் மாடிக்குச் சென்றான். மாடி அறையில் அவள் படுக்கையில் படுத்துக் கிடந்த காட்சியைத் தொலைவிலிருந்து கண்டவுடனேயே அவனுடைய நெஞ்சு துள்ளத் தொடங்கியது.

சத்தம் கேட்டுத் திரும்பிய ஆனந்தி அவனைக் கண்டவுடன் துணுக்குற்று, தூரத்திலிருந்த ஒரு நாற்காலியைச் சுட்டிக்காட்டி, "அப்படியே அதில் உட்காருங்கள்!" என்றாள். அவளால் படுக்கையிலிருந்து எழுந்திருக்க முடியவில்லை.

"உடம்புக்கு என்ன?"

"ஒன்றுமில்லை!" என்று வேதனையோடு சொல்லிவிட்டு, தனக்குக் கணவனாக வரப்போகும் அவனை எவ்வித

உணர்ச்சியுமின்றி வெறித்துப் பார்த்தாள் ஆனந்தி. புது மனிதனைப் பார்ப்பது போலிருந்தது அந்தப் பார்வை.

"ரொம்பவும் நன்றி ஆனந்தி!" என்றான் மாணிக்கம்.

"சாவு, கல்யாணம் இரண்டில் ஒன்றை முடிவு செய்ய வேண்டியிருந்தது; முடிவு செய்து விட்டேன்... இப்போது உங்களுக்குச் சந்தோஷந்தானே?" ஆனந்திக்குத் தொண்டை அடைத்தது.

"ஆனந்தி! நீ இப்படிச் சொன்னால்..." என்று சொல்லிக் கொண்டே அவளுடைய கட்டிலுக்கு அருகில் நெருங்கினான் மாணிக்கம். திடீரென்று 'நீங்கள்' என்ற பேச்சு 'நீ'யாக மாறியதால், அப்போதே அவள் கணவன் ஆகிவிட்டான் என்பதைக் கண்டு கொண்டாள் அவள்.

"நில்லுங்கள்!" என்று அதட்டினாள் ஆனந்தி "நமக்குக் கல்யாணம் ஆகும் வரை நீங்கள் என்னைத் தனியே சந்திக்க வேண்டாம், சந்திக்கக் கூடாது!"

ஆனந்தியின் குரலில் ஒலித்த உறுதி மாணிக்கத்தை உலுக்கி எடுத்து விட்டது. அவளுடைய மறுக்க முடியாத ஆணைபோல் அது தோன்றியதால், அதை மீறினால் காரியம் கெட்டுப் போகும் என்று பயந்தான். சிறிது நேரம் மௌனமாக அங்கு உட்கார்ந்திருந்துவிட்டு, அவள் முகத்தை நோக்கியபடியே, "கல்யாணத்துக்கு முன்னால் நம் காதலை வளர்த்துக் கொள்ளலாம் என்று நினைத்தேன்; உனக்குப் பிடிக்காவிட்டால் வேண்டாம்" என்று அரை மனத்தோடு கூறினான். பிறகு அங்கிருந்து எழுந்தான்.

"காதல்!" என்று தனக்குள் சொல்லிக் கொண்டு, வேதனையோடு நகைத்தாள் ஆனந்தி.

ஏமாற்றத்தோடு மாடிப்படிகளில் மாணிக்கம் இறங்கி வந்தபோது, அங்கு முதல் நாள் நடந்த நிகழ்ச்சி அவனுடைய நினைவுக்கு வந்தது. ரோஜா மலரொன்றைத் தேனோடு கடித்துத் தின்ற உணர்ச்சியும், மணிப்புறாவொன்றை அதன் இதயம் துடிதுடிக்க இறுக்கிக் கொண்ட உடற்திணவும்

அப்போது அவனுக்கு ஏற்பட்டது. 'பதறியடித்துக் கொண்டு அப்படிப் போய் அவள் காலில் விழுந்திருக்க கூடாது; அதனால்தான் அவள் திடீரென்று உச்சிக் கொம்புக்கு ஏறிக் கொண்டு விட்டாள்' என்று எரிச்சல் அடைந்தான் அவன்.

வீட்டுக்கு அவன் திரும்பியபோது அடுப்பை ஊதிக் கொண்டிருந்த அவன் தாயார் செல்லம்மாள், அவனை ஏற இறங்கப் பார்த்தாள். அவன் எங்கே போய்விட்டு வந்திருக்கிறான் என்பது அவளுக்குத் தெரிந்துவிட்டது. கல்யாணச் செய்தியைக் கேட்டதிலிருந்து ஏனோ அவளுக்கு இருவகை உணர்ச்சிகள் ஒரே சமயத்தில் பரபரப்பை ஏற்படுத்தியிருந்தன. தாங்க முடியாத ஆனந்தம் ஒரு பக்கம்; தவிர்க்க முடியாத பயம் மறுபக்கம்; இருப்பவன் ஒரே பிள்ளை; பாடுபட்டு வளர்த்த செல்லப்பிள்ளை; அவனுக்காக அவள் எவ்வளவு கஷ்டப்பட்டாள் என்பது அவள் ஒருத்திக்குத்தான் தெரியும். அப்படி வளர்க்கப்பட்டவனுக்கு அவளாக ஓர் இடத்தில் பெண் பார்த்து, அவள் அதிகாரம் செலுத்தக்கூடிய பெண்ணாய்ப் பார்த்துக் கல்யாணம் செய்து வைக்க முடிந்திருந்தால் அவளுக்கு இந்தப் பயம் ஏற்பட்டிருக்காது. பிள்ளையில்லாத கதிரேசனுக்குத் தன் பிள்ளையை விற்கப் போவது போல் ஒரு பயம்; பட்டணத்தில் பிறந்து வளர்ந்த ஒரு படித்த பெண்ணிடம் அவனைப் பறி கொடுக்கப் போவதுபோல் ஒரு பயம்! செல்லம்மாளால் நடக்கப் போவதைத் தடுக்க முடியாது. மேஸ்திரியும் கேட்க மாட்டார்; மாணிக்கமும் கேட்க மாட்டான்.

"மாணிக்கம்! மேஸ்திரி சொல்றாருன்னு நீ ஒரேயடியா நமக்கு அதிர்ஷ்டம் வந்திடுச்சுன்னு நம்பிடாதே! அதிர்ஷ்டக்காரப் பொண்ணுன்னா, ஒன் மேஸ்திரி அவளைத் தன்னோட மகனுக்குக் கட்டிக்காமல், உங்கிட்ட தள்ளி விடறாராம்? இதிலே இருக்கிற சூதெல்லாம் நானும் தெரிஞ்சுதான் வச்சிருக்கேன்?" என்று ஆரம்பித்து விட்டாள் செல்லம்மாள்.

ஏற்கெனவே எரிச்சலோடும் ஏமாற்றத்தோடும் திரும்பிய மாணிக்கத்துக்கு, அவனுடைய தாயாரின் பேச்சு இன்னும் எரிச்சலைக் கொடுத்தது. என்றாலும், 'தாயிற் சிறந்ததோர் கோயில் இல்லை' என்பதை அவன் கூடிய வரையில் கடைப் பிடிப்பவன். ஆகவே, முடிந்த வரையில் தன் ஆத்திரத்தை அடக்கிக் கொண்டு, "அம்மா, கல்யாணம் நடக்கிற வரையிலுமாவது நீ கொஞ்சம் சும்மா இருந்தால் தேவலாம்" என்றான்.

"அட கிடக்கு, விட்டுத் தள்ளு; எங்கிட்ட நீ ஒண்ணும் பூச்சி புடிக்க வேண்டாம்; எனக்கு எல்லாம் தெரியும்" என்று இரைந்து பேசினாள் செல்லம்மாள். "ஒண்ணுமில்லாமல்தான் அந்தக் கிழவன் உன் தலையிலே அவளைக் கட்டப் போறான், அவளும் உன்னைக் கட்டிக்கிறேன்னு ஒத்தைக் காலிலே நிக்கிறாளாக்கும்?"

"அம்மா! நீ வாயை மூடிக்கிட்டுச் சும்மா இருக்கப் போறியா, இல்லையா?" என்று கத்தினான் மாணிக்கம்.

"ஆமாண்டா! அவ வீட்டுக்குள்ளே அடி எடுத்து வைக் கிறதுக்கு முந்தியே என் பேச்சு உனக்குக் கசந்து போச்சு. இங்கே வந்திட்டான்னா அப்புறம் கேக்கவா வேணும்?" என்று புலம்பிவிட்டு, "வேற இடத்திலே அவளைத் தள்ளிவிட நாதியில்லாமல்தான் இப்போ உங்க கழுத்திலே கட்டுறாங்க! அந்தப் பொண்ணோட அம்மா அறுத்துக் கட்டிக்கிட்டவ! இதை ஒண்ணும் நீ மூடி மறைச்சிட முடியாது; ஊருக்கும் உலகத்துக்கும் தெரிஞ்ச ரகசியம் இது!" என்றாள்.

எதிர்பாராத இடத்திலிருந்து எதிர்பாராத வேளையில் இப்படி ஓர் எதிர்ப்புக் கிளம்பவே திக்குமுக்காடிப் போனான் மாணிக்கம். ஆனந்தி மறுமணம் செய்து கொண்டவளின் பெண் என்பது அவனுக்கொன்றும் தெரியாத ரகசியம் அல்ல; அதையே அவனுக்கு ஒரு வாய்ப்பென்றும் நம்பிக் கொண்டிருந்தான். இப்போது அவன் தாயாரே, வீடு வீடாக

அதைப் போய்ச் சொல்லி, வெண்ணெய் திரண்டு வரும் வேளையில் தாழியை உடைத்து விடுவாள் போல் தோன்றியது.

தான் ஏழையாக இருந்தாலும் படிக்காதவளாக இருந்தாலும், கொத்தனாருக்கு வாழ்க்கைப்பட்டவளாக இருந்தாலும், மானமுள்ள ஒரு குடும்பத்தில் பிறந்து மானத்தோடு வாழ்ந்தவள் என்பதை பறைச் சாற்றிக் கொண்டாள். தன் மகன் அறுத்துக் கட்டிக் கொண்டவளுக்குப் பிறந்தவனல்ல என்பதையும் ஊரறியச் சொல்லி, எல்லா வகையிலும் தங்கள் குடும்பம் உயர்ந்தது என்பதை உடனடியாக நிலை நாட்டிக் கொள்ள வேண்டிய அவசியம் அவளுக்கு ஏற்பட்டது!

மாணிக்கம் விழுந்தடித்துக் கொண்டு மேஸ்திரியாரிடம் ஓடி வந்தான். அவரை அழைத்துக் கொண்டு தன் தாயாரிடம் சென்றான். மேஸ்திரியாரிடம் செல்லம்மாளுக்கு எப்போதுமே பயம். அவளுடைய உயிரையும் உடலையும் மட்டுமல்ல, அவளுடைய மானத்தைக் காத்த பொறுப்பும் அவருக்கு உண்டு. ஆகவே அவர் அவளிடம் நயமாகவும் பயமாகவும் பேசி அவள் வாயை அப்போதைக்கு அடக்கி வைத்தார்.

"கழுத்திலே தாலி ஏறுகிற வரைக்கும் ஏதாவது மூச்சு விட்டியோ, பிறகு நமக்குள்ளே இருக்கிற உறவு அறுந்து போகும், பார்த்துக்க! மகன் எப்படியாவது நல்லாயிருக்கணும்னு நினைக்கிறதை விட்டு, என்னமோ உன் ராச்சியம் பறிபோயிட்டாப்பிலே கிடந்து அடிச்சிக்கிறியே!" என்று அதட்டினார் மேஸ்திரி.

கண்ணீரை அடக்க முடியாமல் அடக்கிக் கொண்டு மூலையில் போய்ப் படுத்துவிட்டாள் செல்லம்மாள். இப்படி ஒரு சிக்கல் மேஸ்திரிக்கு முளைத்து விட்டதாலும், மாணிக்கத்துக்கு கல்யாணத்துக்கு முன் காதல் செய்ய முடியாமல் போய்விட்டதாலும் இருவருமே கல்யாணத்தைச் சீக்கிரம் முடிப்பதில் தீவிரமாக இருந்தார்கள்.

கல்யாணமும் முடிந்தது; ஆனந்தியின் கழுத்தில் தாலிச் சரடும் விழுந்தது.

சென்னையில் பணக்காரர் வீடுகளிலோ, பணக்காரர்கள் ஆக விரும்புவோர் வீடுகளிலோ எப்படித் தடபுடலாகக் கல்யாணங்கள் நடைபெறுமோ அப்படித்தான் இங்கும் நடந்தது. பணக்காரர்கள் ஆக விரும்பியவர்கள் மாணிக்கமும் மேஸ்திரியுமென்றால், அவர்கள் செலவழித்த பணமோ கதிரேசனுடையது. கையில் இருந்தது போதாமல் அவர் கடன் வேறு வாங்கிக் கொடுத்தது.

கல்யாணம் நடந்தபோது அண்ணாமலை மட்டும் ஊரில் இல்லை. தஞ்சை மாவட்டத்துக்கு ஓவியம் வரையப் புறப்பட்ட குழுவோடு அவன் கிளம்பி விட்டான். சாரதா, ஆனந்தியின் கல்யாணத்துக்காக விடுமுறை பெற்றுக் கொண்டு அங்கு தங்கிவிட்டாளென்றாலும், அவன் மட்டிலும் யார் சொல்லியும் கேளாமல் புறப்பட்டு விட்டான்.

ஆனந்தி தனிமையிலிருந்தபோது தன் திருமாங்கல்யத்தை எடுத்துப் பார்த்துத் தன் கண்களில் ஒற்றிக் கொண்டாள். தன்னை அது முற்றிலும் புதுப் பிறவியாக்கித் தனக்கும் தன் குடும்பத்துக்கும் நல்வாழ்வு தரவேண்டுமென்று வேண்டிக் கொண்டாள். அப்போது ஆனந்தியின் மாங்கல்யத்தைக் குளிப்பாட்டிய கண்ணீர் ஆனந்தக் கண்ணீர்தானா என்பது தெரியவில்லை.

சித்திரப் பாவை

இரண்டாம் பாகம்

1. அதிர்ச்சி தந்த வேதனை

சென்னையிலிருந்து தனியாக ஒரு பஸ்ஸை ஏற்பாடு செய்துகொண்டு புறப்பட்ட ஓவிய மாணவர்களின் குழு, முதலில் தஞ்சையில் இரு தினங்கள் தங்கி விட்டுப் பிறகு குடந்தைக்குத் திரும்பியது. அந்தப் பிராயண அனுபவமே மாணவ மாணவியர் பலருக்கு எல்லையற்ற குதூகலத்தைக் கொடுத்தது.

திரும்பிய பக்கமெல்லாம் கண்ணுக்கெட்டிய தூரம் வரையிலும் காட்சியளித்த நெல்வயல்கள் அவர்களுக்கு நல்வரவு கூறுவதுபோல் பச்சைக் கம்பளங்கள் விரித்திருந்தன. இடையிடையே தென்னந்தோப்புகள், வாழைக் கொல்லைகள், கரும்புத் தோட்டங்கள், மூங்கிற் புதர்கள் வேறு அவர்களுடைய கலைக்கண்களுக்குத் தெவிட்டாத விருந்தளித்தன; சிற்றாறுகளும் ஓடைகளும் கால்வாய்களும் ஆங்காங்கே சலசலத்தோடியதல்லாமல், நீர் தேங்கிக் கிடந்த குளங்குட்டைகளெல்லாம் ஒரே தாமரைக் காடாகவும் அல்லிக் காடாகவும் மண்டிக் கிடந்தன. சென்னை நகரத்திலேயே வளர்ந்த பலர் காணாத காட்சிகள் அவை.

ஏனோ அண்ணாமலைக்கு மட்டும் அவையெல்லாம் வண்ணமும் மென்மையும் இழந்துவிட்ட சுவையற்ற காட்சி களாகவே தோன்றின. பஸ்ஸின் ஒரு மூலையில் அமர்ந்து கொண்டு பாலைவனத்தை வெறித்துப் பார்த்துக் கொண்டு வரும் பிரயாணி போலவே அவன் மாறிவிட்டான். கண்கள் திறந்திருந்தனவே தவிர, அவற்றின் பார்வை எங்கோ சூனிய வெளிக்கு விரைந்து கொண்டிருந்தது. அவனுடைய வாழ்க்கையில் அதற்கு முன்பு அவன் அவ்வளவு கொடிய துன்பத்தை அனுபவித்ததில்லை. ஏன் அந்தத் துன்பம் என்பதும் அவனுக்கே சரியாக விளங்கவில்லை.

தஞ்சையிலிருந்து கோவில்கள் நிறைந்த குடந்தைக்குத் திரும்பிய மாணவர்கள் கூட்டம், தனித்தனியே பிரிந்து, வெவ்வேறு கோவில்களுக்குச் சென்றது. ஒரு சிலர் இயற்கைக்

காட்சிகளை எழுதுவதற்காக வெளியே புறப்பட்டனர். அவர்களோடு கிளம்பிய அண்ணாமலை, வழியில் தென்பட்ட ஒரு பாழடைந்த பழைய கோவிலைக் கண்டவுடன் அதற்குள் புகுந்து விட்டான்.

உள்ளே மண்டபத்தில் இருள் மண்டிக் கிடந்தது. வெளவால்களின் குடியிருப்பு அது என்பதற்கான வாடை அதன் காற்றில் இரண்டறக் கலந்திருந்தது. தளமெங்கும் துப்புரவு செய்யப்படாமல் தூசி மண்டிக் கிடந்தது. இருளுக்குள் எங்காவது சிற்பங்கள் தென்படுகின்றவா என்று பார்த்து, ஏதோ ஒரு சிலைக்கு முன் தென்பட்ட தூணில் சாய்ந்து கொண்டு உட்கார்ந்தான். கண்கள் இருளுக்குப் பழகியவுடன் அண்ணார்ந்து பார்த்தபோது, மண்டபத்தின் மேல் முகட்டில் அங்கங்கே வெளவால்கள் தலைகீழாகத் தொங்கிக் கொண்டிருந்தன.

தன்னுடைய நோட்டைப் பிரித்துப் பார்த்தான். தஞ்சைக் கோவிலின் சுவர் ஓவியங்களை அவற்றின் வண்ணக் கலவைகளோடு வரைந்துவிட வேண்டுமென்பதுதான் அவன் ஆசை. ஆனால் ஒன்றுமே செய்ய முடியவில்லை. பழக்கமற்றவன் வரைந்ததைப் போன்ற சில பென்சில் கோடுகளே நோட்டிலிருந்தன. ஏன் இந்தத் தடுமாற்றம்?

சென்னையை விட்டு ஓடி வந்து உழைப்பில் மூழ்கி விடலாமென்று நினைத்தால், வந்த இடத்திலும் ஏன் இந்தத் தடுமாற்றம்? ஏன் இந்தத் தவிப்பு?

திடீரென்று மண்டபத்து வெளவால்கள் குறுக்கும் நெடுக்கும் பறக்கத் தொடங்கின. ஒரு வெளவால் அவன் முகத்தில் தன் தோல் சிறகால் அடித்துச் சென்றது. பின்புறம் அணில்கள் கிறீச்சிட்டுக்கொண்டு ஓடி விளையாடின. சுவர்க் கோழிகளின் சத்தம் ஏதோ ஒரு சோக கீதத்துக்குச் சுருதி கூட்ட முனைந்து விட்டது போல் தோன்றியது.

சாரதாவின் மேல் அவனுக்குக் கோபம் கோபமாக வந்தது. அவள் வந்திருந்தால் இந்த அளவுக்குத்

துன்பமிருந்திருக்காது. அவளிடம் மனம் திறந்து எதையாவது பேசியாவது பொழுது போக்கலாம். 'ஆனந்தியின் கல்யாணத்துக்கென்று லீவுஎடுத்துக்கொள்ளுகிறாளாம். என்னை விட அவளுக்குத்தான் அதிகமான அக்கறை பிறந்து விட்டது போலிருக்கிறது!' என்று சலித்துக் கொண்டான்.

சாரதா முதல் மற்ற எல்லோருமே அவனைக் கல்யாணத்துக்கு அங்கு தங்கும்படி வற்புறுத்தினார்கள். சுந்தரியோ அடம்பிடித்து அழுதுவிட்டாள். மாணிக்கம், அவனுடைய அப்பா, ஆனந்தியின் அப்பா, மீனாட்சியம்மாள் எல்லோருமே வற்புறுத்தினார்கள். ஆனால், அவன் கேட்கவில்லை. யார்சொன்னாலும் அதன்படி கேட்டுவிடும் எடுப்பார் கைப்பிள்ளை அவன். அப்படிப்பட்டவனுக்கு எப்படித்தான் இப்படியொரு பிடிவாதம் ஏற்பட்டதோ தெரியவில்லை. ஒரு வேளை ஆனந்தி பிடிவாதம் பிடித்து வற்புறுத்தியிருந்தால் அவனுடைய பிடிவாதம் தளர்ந்திருக்கக்கூடும். ஏனோ அவள் அவனை அதிகமாக வற்புறுத்தவில்லை. "ஆனந்திக்கு இனி என்னிடம் என்ன அக்கறை" என்று மனம் குமைந்தான் அண்ணாமலை.

கல்யாணச் செய்தியை முதன்முதலாக அண்ணா மலையிடம் வந்து கூறியவன் மாணிக்கம்தான். மாணிக்கமும், ஆனந்தியும் காதலர்களாம்! ஆனந்தியே அவள் அப்பாவிடம் போய், "மாணிக்கத்தைத்தான் நான் கல்யாணம் செய்து கொள்வேன், இல்லாவிட்டால் எனக்குக் கல்யாணமே வேண்டாம்!" என்று சொல்லி விட்டாளாம். இப்படிக் கூறிவிட்டு அளவுக்கு மீறி அண்ணாமலையிடம் தற்பெருமை யடித்துக் கொண்டான் மாணிக்கம். மாணிக்கத்தின் பேச்சு திடீரென்று அவன் எல்லா வகையிலும் அண்ணாமலை யைவிட உயர்ந்து விட்டவன் என்பதைச் சொல்லியது.

அண்ணாமலைக்கு அந்தச் செய்தி கொடுத்த அதிர்ச்சியைத் தாங்கிக் கொள்ளவே முடியவில்லை. இரும்புக் கடப்பாரையால் மாணிக்கம் அவனுடைய நெஞ்சில் ஓங்கி அடித்துவிட்டது போலிருந்தது அவனுக்கு. அப்படியிருந்தும்

அவனுக்கு மாணிக்கத்திடம் எவ்வித வெறுப்போ பகையுணர்ச்சியோ ஏற்படவில்லை. மாணிக்கத்திடம் அண்ணாமலை எப்போதுமே மனம் ஒட்டிப் பழகிய தில்லையென்றாலும் அவன் அண்ணாமலைக்கு உடன் பிறவாச் சகோதரன். அப்படித்தான் அண்ணாமலை அவனை மதித்திருந்தான்.

'ஆனால் ஆனந்தி, மாணிக்கத்தை எப்படிக் காதலித்தாள்? எப்படி அவளால் அவனிடம் தன் மனத்தைப் பறிகொடுக்க முடிந்தது? எப்படி இவ்வளவு தீவிரமாக அவள், அப்பாவை வற்புறுத்திக் கல்யாணத்திற்கு ஏற்பாடு செய்யச் செய்தாள்? இதை நம்ப முடியவில்லையே; நம்பவே முடியவில்லையே!' நம்புவதற்கு மறுத்தான் அவன். அவனுக்கு அழுகை வந்துவிடும் போலிருந்தது. மாணிக்கத்துக்கு முன்னால் தன் அழுகையை அடக்கிக்கொண்டு, அவன் சென்றவுடன் தனிமையில் தேம்பித் தேம்பி அழுதான் அண்ணாமலை.

காரணம்?

எத்தனையோ பெண்களை அவன் சென்னையில் பார்த் திருந்தாலும், அவர்களில் ஒருத்தியாக ஆனந்தியை அவனால் நினைக்கவே முடியவில்லை. வெறும் மனிதப் பிறவிக்கு அப்பாற்பட்டதொரு கனவுலகக் கன்னியாகவே அவள் அவனுக்குத் தோற்றமளித்தாள். தன்னைப்போன்ற சாதாரண மனிதப் பிறவிகளின் கை படாத தொலைவில், கைபடக்கூடாத உயரத்தில், குலுங்கிச் சிரிக்கும் செண்பகமலர் என்றே அவன் தனக்குள் போற்றி வந்தான். தொலைவில் நின்று மனோ விகாரமின்றி அந்த மலரைக் கண்டுகளிக்கலாம். அதன் மணத்தையும் மனத்தில் தவறான சலனமின்றி நுகர்ந்து மகிழலாம். மற்றபடி அவள் அவனைப் பொறுத்தவரையில் தேவ கன்னிகை; அதி மானுடப் பிறவி.

முன்பொருநாள் தன்னுடைய வீட்டுக்கு ஆனந்தியையும் அவள் அப்பாவையும் விருந்துக்கு அழைப்பதற்கே

தயங்கியவன் அவன். அவர்கள் இருவருமே தங்களைவிட எல்லா வகையிலும் உயர்ந்தவர்கள் என்று அவனுக்கோர் எண்ணம். அவர்கள் அவனிடம் விகற்பமின்றி நடந்து கொண்டாலும், அவர்கள் நடத்திய வாழ்க்கை எளிய வாழ்க்கையாக இருந்தாலும், பணத்தால் அளவிட முடியாத ஏதோ ஒரு தனித்தன்மையும் உயர்வும் அவர்களிடம் இருக்கத்தான் செய்தன. பண்பு என்ற சொல்லை அவன் எவ்வளவோ முறை ஏட்டில் படித்திருந்தாலும் அதன் முழுப்பொருளையும் அவனால் ஆனந்தியிடந்தான் காண முடிந்தது. அவளுடைய பார்வை, பேச்சு, செயல் ஒவ்வொன்றிலும் அவன் பண்பைக் கண்டான்; அன்பைக் கண்டான்; அழகைக் கண்டான்; நளினத்தைக் கண்டான்.

ஆனாலும், அவன் உள்ளம் விரும்பித் துடித்தபோதும் அவனுக்குச் சுந்தரியைப் பற்றி நினைத்தது போல் ஆனந்தியை நினைப்பதற்கே அச்சமாக இருந்தது. அகத்தின் அழகுக்கும் புறத்தின் அழகுக்கும் ஒருங்கே இலக்கணமாகத் திகழும் மென்மலராம் ஆனந்தி எங்கே? முரட்டுத் தொழிலையே தமது வாழ்க்கையாகக் கொண்டு விட்ட சிதம்பர மேஸ்திரியின் மகன் எங்கே? ஓரளவு பொருளாதார வசதி படைத்த குடும்பமாக இருந்தாலும் அவன் குடும்பம் கொத்தனார் குடும்பந்தானே!

நாகரிகத்திலும் சரி, படிப்பிலும் சரி, பரம்பரையிலும் சரி, பண்பாட்டிலும் சரி, மாணிக்கத்தை ஆனந்திக்கு ஏற்றவன் என்று எப்படிச் சொல்ல முடியும்? எப்படி அவனைக் காதலிக்க முடிந்தது? அப்படியானால் மற்ற எல்லாப் பெண்களையும் போல் ஆனந்தியும் மிகச் சாதாரணமான பெண் தானா? - ஐயோ, ஆனந்தி! ஆனந்தி!

ஆனால், அண்ணாமலைக்கு, எதற்காக தன் மனம் ஆனந்திக்காக அவ்வளவு துன்பப்பட வேண்டும் என்பது மட்டிலும் புரியவில்லை. அவனுக்கே தெரியாமல் அவனுடைய உள்மனதில் கோவில் கொண்டிருந்த தெய்வத்தை ஒரு கயவன் கைப்பற்றிக் கொண்டு போய்

விட்டான் என்பதை அவனால் அப்போது கூட உணர முடியவில்லை. பாவம் அண்ணாமலை!

2. வேதனை தந்த விழிப்பு

கோவில் மண்டபத்தின் இருளுக்குப் பழகிவிட்ட அண்ணாமலையின் கண்களுக்கு, அவனுக்கு எதிரிலிருந்த கற்சிலையொன்று சிறிது சிறிதாகப் புலப்பட்டு வந்தது. கூர்ந்து நோக்கினான். அற்புதமான வேலைப்பாடுகள் கொண்ட இலட்சுமி தேவியின் வண்ணச்சிலை அது. 'பாவம் இப்படி இது இருள் நிறைந்த மண்டபமாய் மாறிப் போகும் என்று தெரிந்துமா நீ இங்கே குடிபுக வந்தாய்?' என்று தனக்குள் கேட்டுக்கொண்டே அவன் பெருமூச்சு விட்டான். அதற்கு மேல் அவனுக்கு எதுவுமே தோன்றவில்லை; தானும் ஒரு சிலையாக மாறிப் போனான்.

கல்யாணச் செய்தியைக் கேட்ட மறுநாள் முதல் சென்னையில் வகுப்பிலும் இப்படித்தான் அடிக்கடி அவன் சிலையாக மாறிவிடுவது வழக்கம். ஏதோ பெயருக்கு வரைய முயல்வானே தவிர, எதையும் முடிப்பதில்லை. சாரதா இதைக் கவனித்து வந்தாளென்றாலும் அவனிடம் ஏதும் கேட்கவில்லை. ஆனந்திக்குக் கல்யாணம் என்பது அப்போது அவளுக்குத் தெரியாது. யாரிடமும் அண்ணாமலை அந்தப் பேச்சையே எடுக்கவில்லை.

சாரதாவாக அதை ஆனந்தியிடம் கேட்டு விட்டுச் சபல சித்தமுள்ளவன் என்று அவனைப் பற்றித் தனக்குள் ஒரு புள்ளி போட்டு வைத்திருந்தாள். 'ஏன் இதை அண்ணாமலை என்னிடம் சொல்லவில்லை? எப்படி அவரால் சொல்லாமல் இருக்க முடிந்தது?'

இடைவேளைப் பொழுதில் சாப்பிடச் செல்லாமல் வகுப்பில் அண்ணாமலை தனியே உட்கார்ந்திருந்தபோது அவனைப் பிடித்துக் கொண்டாள் சாரதா. வழக்கமாகப் பெண்களோடு சாப்பிடச் செல்லும் அவள், அன்று

வகுப்பிலேயே தங்கி, "ஏன் நீங்கள் நாலு நாளாகவே ஒரு மாதிரி இருக்கிறீர்கள்? மத்தியானச் சாப்பாட்டைக் கூடக் கவனிப்பதில்லை போலிருக்கிறதே!" என்றாள்.

"உடம்பு சரியில்லை" என்றான் அவளைத் திரும்பிப் பார்க்காமல்.

"பிறகு, ஏன் வகுப்புக்கு வருகிறீர்கள்? லீவு போட்டு விட்டு வீட்டிலேயே தங்கி விடலாமே!"

அண்ணாமலைக்கு என்ன பதில் சொல்வதென்று புரியவில்லை.

"உங்களுக்கு உடம்பு சரியில்லாமல் போனதற்கும் ஆனந்தியின் கல்யாணத்துக்கும் ஏதும் சம்பந்தமிருக்குமோ? என்னிடம்கூட நீங்கள் அதைச் சொல்லவில்லையே!"

"சாரதா! நீங்கள் இப்படிப் பேசக்கூடாது!" என்று பதறினான் அண்ணாமலை.

ஆனால், அவள் தன் பேச்சை நிறுத்தவில்லை. "பாவம், ஆனந்தி!" என்று பெருமூச்சு விட்டு விட்டு, "உங்கள் அப்பா அவளை மாணிக்கத்துக்குப் பெண் கேட்டார் என்பதற்காகத்தான் ஒப்புக் கொண்டிருக்கிறாள். அதற்குப் பதிலாக அவர் உங்களுக்காக அவளைக் கேட்டிருக்க வேண்டும். எவ்வளவோ சந்தோஷப்பட்டிருப்பாள். இப்போது அவள் முகத்தையே என்னால் பார்க்க முடியவில்லை; பேயறைந்தவள் முகம் போல் இருக்கிறது!"

அண்ணாமலைக்கு யாரோ அவன் உச்சித் தலையிலடித்தது போலிருந்தது. 'எனக்காக அப்பா அவளைக் கேட்டிருந்தால் அவள் சந்தோஷப்பட்டிருப்பாளா? இது உண்மைதானா? மாணிக்கம் அவள் தன்னைக் காதலிப்பதாகச் சொன்னானே? அவளாகவே விரும்பி அவள் அப்பாவிடமும் கேட்டதாகச் சொன்னானே? இப்போது சாரதா, அவள் முகம் பேயறைந்த மாதிரி இருப்பதாய்ச் சொல்கிறாளே, எது உண்மை? எது பொய்?'

அண்ணாமலையை ஆனந்தி விரும்பியிருக்கக் கூடும் என்ற செய்தியைக் கேட்டவுடன், அவளுக்காக எதை வேண்டுமானாலும் செய்யலாம் என்ற துணிவு பிறந்து விட்டது அண்ணாமலைக்கு. சுந்தரியை மறந்து விடலாம்; அப்பாவை வற்புறுத்தலாம்; அவர் செய்துள்ள முடிவையே மாற்றி விடலாம். மாணிக்கத்தின் பேச்சு பொய் என்று ஆகிவிட்டால், ஆனந்தியைத் தான் மணந்து கொள்வது அவனை ஏமாற்றுவதாக ஆகாது.

"ஹூம்! முடிந்துபோன விஷயத்தை இனி உங்களிடம் பேசிப் பிரயோசனமென்ன? உள்ளங்கையிலிருந்த நெல்லிக் கனியின் அருமை உங்களுக்கே தெரியவில்லை! எல்லாம் ஆனந்தியின் தலையெழுத்து; விதிப்படி நடந்துவிட்டுப் போகட்டும்! நீங்கள் சுந்தரியின் சொந்தக்காரராக இல்லாவிட்டால் நானே உங்களிடம் இதைச் சொல்லி யிருப்பேன்." சாரதாவின் குரலில் கோபமும் ஆற்றாமையும் கலந்திருந்தன.

'விஷயம் இன்னும் முடியவில்லை; இப்போதுதான் ஆரம்பமாகியிருக்கிறது' என்று நினைத்துக் கொண்டு பதறினான் அண்ணாமலை. அதைக் கேட்ட பிறகு அவனுக்கு வகுப்பில் இருப்புக் கொள்ளவில்லை. பிற்பகல் விடுமுறை பெற்றுக் கொண்டு அவனுடைய ஸ்கூட்டரில் ஏறி அமர்ந்தான். அது சுந்தரியின் அப்பா தண்டபாணி வாங்கிக் கொடுத்தது என்பது அவனுடைய நினைவுக்கு வந்தது. இருந்தால் என்ன? சொந்தக்காரர்களுக்குள் செய்வதுபோல் இன்னும் அதிகமாகவே திருப்பிச் செய்து விட்டால் போகிறது!

அவ்வளவு வேகமாக அவன் என்றுமே ஸ்கூட்டரில் பறந்ததில்லை. நல்ல வேளையாக, எந்த விபத்துமின்றி அவன் வீட்டுக்குப் போய்ச் சேர்ந்தான். முதலில் ஆனந்தியிடம் மனம் விட்டுப் பேசிவிட்டு, பிறகு தன் பெற்றோரிடமும் மற்றவர்களிடமும் தன் போராட்டங்களைத் தொடங்க வேண்டுமென்ற வேகம் பிறந்துவிட்டது அவனுக்கு.

ஆனந்திக்காக அவன் அவசியமானால் எதையுமே, யாரையுமே இழக்கத் துணிந்துவிட்டான்.

நேரமும் பொழுதும் அவனுக்குச் சாதகமாகவே இருந்தன. மேஸ்திரி, கதிரேசன், மாணிக்கம் மூவருமே கல்யாணச் சாமான்கள் வாங்குவதற்காக நகரத்துக்குப் போயிருந்தார்கள். ஆனந்தி அவளுடைய வீட்டில் தனியாகத்தான் இருந்தாள்.

முகப்பு அறை சோபாவில் படுத்துக் கிடந்த ஆனந்தி, அவனைக் கண்டவுடன் வாரிச் சுருட்டிக்கொண்டு எழுந்தாள். அவளுடைய முகமும் தோற்றமும் சாரதா கூறியபடி பேயறைந்த மாதிரிதான் இருந்தன. ஆனாலும் தன்னுடைய இயல்பான புன்னகையால் அண்ணாமலையை வரவேற்று விட்டு, "உங்களை இந்தப் பக்கமே காணோமே! செய்தியைக் கேட்டவுடன் வாழ்த்துச் சொல்வதற்கு வருவீர்கள் என்று நினைத்தேன். இப்போதுதான் உங்களுக்கு நேரம் கிடைத்ததோ?" என்றாள் ஆனந்தி.

அவனுக்கு என்ன பதில் சொல்வதென்றே தெரியவில்லை. அடுத்த வீட்டிலிருந்தும் ஏனோ அந்தச் செய்தியைக் கேட்ட பிறகு அவன் அவளை வந்து பார்க்கவில்லை. அண்ணாமலை மௌனமாக அவளை உற்றுப் பார்த்தது போலவே அவளும் அவனை உற்றுப் பார்த்தாள். அவளைப் போலவே அவனும் கலகலத்துப் போய் உருமாறியிருந்தான். 'இவருக்குத் திடீரென்று இப்போது என்ன வந்து விட்டது?' என்று வேதனைப்பட்டாள் ஆனந்தி.

நெஞ்சைத் திடப்படுத்திக்கொண்டு அவள் கண்களையே ஊடுருவிப் பார்த்தபடி, "உங்களிடம் ஒரு முக்கியமான விஷயத்தைத் தெரிந்து கொள்ள வந்திருக்கிறேன்; நீங்கள் என்னிடம் உண்மையைச் சொல்ல வேண்டும்" என்றான் அண்ணாமலை.

'திக்'கென்று நெஞ்சை அடைத்தது ஆனந்திக்கு.

‘எங்கிருந்து இவ்வளவு துணிச்சல் வந்தது இவருக்கு!’ என்று திகைப்படைந்தாள் ஆனந்தி.

“என்ன விஷயம்?”

“நீங்கள் வந்து...விரும்பித்தான் மாணிக்கத்தைக் கல்யாணம் செய்து கொள்ளுகிறீர்களா? அல்லது என் அப்பா வந்து பெண் கேட்டார் என்பதற்காக ஒப்புக் கொண்டிருக்கிறீர்களா?”

“எதற்காக இப்போது உங்களுக்கு இந்த ஆராய்ச்சி?” என்று வேதனையோடு கேட்டாள் ஆனந்தி.

“சொல்லமாட்டீர்களா?” என்று கெஞ்சினான் அண்ணாமலை. அவனுடைய கண்கள் கலங்கின, குரல் தழுதழுத்தது.

“இரண்டுந்தான் காரணம். உங்களுடைய அப்பாவும் வந்து கேட்டார். கல்யாணம் செய்து கொள்ளப் போகிறவரும் என்னை விரும்பினார்; நானும் அவரை விரும்புகிறேன்.”

“நீங்கள் விரும்புகிறீர்கள் என்பது உண்மைதானா?”

“திடீரென்று இப்போது உங்களுக்கென்ன சந்தேகம்?”

“இல்லை ஒன்றுமில்லை!...” தடுமாறினான் அவன்.

“சொல்லுங்கள்!”

“சாரதா ஏதோ சொன்னார்கள்; நீங்கள் விரும்பாமலே நடக்கப் போகிறதென்று சொன்னார்கள். அப்பா எனக்காக உங்களைக் கேட்டிருந்தால் நீங்கள் மகிழ்ச்சியடைந் திருப்பீர்கள் என்றார்கள். அப்படிப்பட்ட பாக்கியசாலியாக நான் இருக்க நேர்ந்திருந்தால்... அப்படி நீங்கள் நினைத் திருந்தால்...அதற்காக நான் எதையும் செய்கிறேன். இன்னும் ஒன்றும் முடிந்துவிடவில்லை...ஆனால், தயவு செய்து இதற்காக என்னை நீங்கள் தவறாக நினைத்து விடாதீர்கள்; என்னால் அதைத் தாங்கவே முடியாது. நான் கெட்டவனல்ல... பேராசைக்காரனல்ல...சாரதாவிடம் கேட்டு விட்டு, வகுப்பிலிருந்து நேரே ஓடிவருகிறேன்”- ஒரே மூச்சில்

இவ்வளவையும் அவன் சொல்லி முடிப்பதற்குள் அரும்பாடு பட்டுவிட்டான்.

'ஐயோ! ஐயோ!' என்று அலறியடித்துக்கொண்டு ஓலமிட்டது ஆனந்தியின் இதயம். குழந்தையிலும் குழந்தையான அவனைக் கண்ணீரால் குளிப்பாட்டித் தேற்றத் துணிந்தாள் அவள். ஆனால் சட்டென அவள் இதயம் கல்லாக மாறியது.

'எச்சிற்படுத்திக் கடித்தெறியப்பட்ட கனியை, இந்தக் குழந்தைத் தெய்வத்திடம் கொடுத்து, இதை ஏமாற்றுவதா? எவ்வளவு கேவலமான துரோகம் இது?' என்று தோன்றியது அவளுக்கு.

"நான் உங்களை ஒரு போதும் தவறாக நினைக்க மாட்டேன். ஆனால், நீங்கள் சாரதாவின் பேச்சை மட்டும் நம்பவே வேண்டாம், நான் அவரை விரும்பித்தான் கல்யாணம் செய்து கொள்ளுகிறேன்" என்றாள்.

"சரி நான் வருகிறேன்; இப்போதே உங்களுக்கு என் வாழ்த்துக்கள்! கல்யாணச் சமயத்தில்கூட நான் இங்கிருக்க மாட்டேன்; வெளியூருக்குப் போக வேண்டும்."

"சரி; போய் விட்டு வாருங்கள்!" என்று கலங்காமல் பதிலளித்தாள் ஆனந்தி.

ஆனந்திக்கு அங்கே சென்னையில் தீச்சுடருக்கு முன்பு தாலி கட்டப் பெற்ற அதே வேளையில், அண்ணாமலை இங்கே இருளுக்குள் மூழ்கிச் சிலையாகிவிட்ட இலட்சுமி தேவியை உற்றுப் பார்த்துக் கொண்டிருந்தான்.

3. புது மாப்பிள்ளை

தஞ்சை மாவட்டத்துப் பயணம் முடிந்து அண்ணாமலை சென்னைக்குத் திரும்பி வந்தபோது அங்கு ஒரே விருந்துகளின் மயமாக இருந்தது. புது மாப்பிள்ளைக்கும் பெண்ணுக்கும் மேஸ்திரி வீட்டிலும் கதிரேசன் வீட்டிலும் மாறி மாறி

விருந்துகள் நடந்தன. சுந்தரியின் அப்பா தண்டபாணியும் தடபுடலாக ஒரு பெரிய விருந்துக்கு ஏற்பாடு செய்திருந்தார்.

விருந்துகளை அடுத்து வேறு ஏதேதோ சடங்குகளும் நடைபெற்று முடித்தன. அதைத் தொடர்ந்து ஒரு முக்கியமான மாறுதலும் ஏற்பட்டது. மேஸ்திரியின் வீட்டுமாடியில் குடியிருந்த மாணிக்கத்தின் வீட்டார் அதைக் காலிசெய்து விட்டு, ஆனந்தியின் வீட்டுக்கே வந்து விட்டார்கள். வீட்டுக்கு மாப்பிள்ளையாகத் தன் மகன் போவது மாணிக்கத்தின் தாயாருக்கு முதலில் பிடிக்கவில்லை யென்றாலும், மேஸ்திரிக்குப் பணிந்து கொடுத்து இந்த ஏற்பாட்டுக்கு முணுமுணுத்துக் கொண்டே ஒப்புக் கொண்டாள்.

மாணிக்கத்துக்கு எல்லாமே கதைகளிலும் நாடகங் களிலும் நடப்பவை போல் முதலில் தோன்றின. ஆனந்தி அவனுக்கே எல்லாவகைகளிலும் முழுச் சொந்தக்காரியாகி விட்டாள். அவளுடைய பங்களா, தோட்டம், உடைமைகள் யாவுமே அவனுடையவைகளாக மாறி விட்டன. அவனுக்கு இந்த மாற்றங்களை நம்புவதற்கே சிரமமாக இருந்தது. அவன் தனக்குள் அடிக்கடி சிரித்துக் கொண்டான்; பேசிக் கொண்டான்! தனிமை கிடைத்த போதெல்லாம் ஆனந்தியை அழைத்து வைத்துப் பேசவும், அவளுடன் விளையாடவும் தொடங்கினான்.

ஒருநாள் மேஸ்திரியின் வீட்டில் விருந்து முடிந்தவுடன் மாணிக்கம் மட்டிலும் ‘தன்னுடைய’ வீட்டுக்குத் திரும்பிவிட்டான். கல்யாண சந்தடியில் அண்ணாமலையின் ஓவியங்களைப்பற்றி மறந்துவிட்ட கதிரேசனுக்குத் திடீரென்று அந்த நினைவு வந்துவிட்டது. அண்ணாமலையும் வெளியூர்களில் தான் வரைந்துகொண்டு வந்திருந்த ஓவியங்களை அது வரையில் அவரிடம் காண்பிக்கவில்லை. காட்டாமலே இருந்துவிடப் பார்த்தான்.

கதிரேசன் அதை நினைத்துக்கொண்டு கேட்கவே,

தயக்கத்தோடு நோட்டுகளை அவரிடம் கொண்டு வந்தான் அண்ணாமலை. அதைக் கண்ட ஆனந்தியும் அங்கு வந்து சேர்ந்தாள்.

"அங்கு புறப்பட்டதிலிருந்தே எனக்கு உடம்பு சரியாக இல்லை; ஒன்றைக் கூட என்னால் ஒழுங்காக வரைய முடியவில்லை" என்றான் அண்ணாமலை.

நோட்டுக்களைப் புரட்டிப் பார்த்த கதிரேசனும் சிறிது ஏமாற்றத்தோடு, "நீங்கள் பேசாமல் இங்கு தங்கியிருந் திருக்கலாம்; கல்யாணச் சமயத்தில் அதைவிட முக்கிய மென்று அங்கு புறப்பட்டீர்கள்; போன வேலையையும் உங்களால் சரியாகப் பார்க்க முடியவில்லை" என்று வருத்தப்பட்டுக் கொண்டார்.

ஆனந்தி அவனுடைய சித்திரங்களைக் கண்டு விட்டுத் திடுக்கிட்டாள். ஒன்றுகூட உருப்படியாக வரையப் படவில்லை. நோட்டெல்லாம் ஒரே அடித்தலும் திருத்தலுமாக இருந்தன. நன்றாக வருவது போலிருந்த படங்களைக் கூட அவன் திருப்தியடையாதவன் போல் கிறுக்கி வைத்திருந்தான். வெறி பிடித்தவனின் கோடுகளைப் போலிருந்தன அவனுடைய சித்திரங்கள்.

"உங்களுக்கு எங்கிருந்து இந்த வெறி பிடித்தது?" என்று கேட்பவள் போல ஆனந்தி, அண்ணாமலையை வெறித்துப் பார்த்தாள். ஆனால், அண்ணாமலை அவளுடைய விழிகளைச் சந்திக்க விரும்பாதவன் போல் தன் முகத்தைத் திருப்பிக் கொண்டான்; ஏனோ ஆனந்தி அவனைப் பொறுத்த மட்டில் ஓர் அன்னியப் பெண்ணாகிவிட்டாள். அவளிடம் முன் போல் பேசவோ பழகவோ அவனால் முடியவில்லை.

அண்ணாமலையின் அப்பா அவர்கள் எல்லோரையும் அழைத்துக்கொண்டு மாடிக்குச் சென்றார். மாணிக்கத்தின் வீடாக இருந்த அந்தப் பகுதி, இப்போது அண்ணாமலைக் கென்று ஒதுக்கப்பட்டிருந்தது. அங்கிருந்த புத்தம் புது மேசை

நாற்காலிகளைக் கண்டு வியப்படைந்தார் கதிரேசன்.

அதன் காரணத்தைக் கதிரேசனிடம் விளக்கினார் மேஸ்திரி. மாடியில் அண்ணாமலைக்கென்று ஒரு ஸ்டூடியோ அமைத்துவிட வேண்டுமாம். அவன் 'தொழில் செய் வதற்கான' எல்லா வசதிகளையும் அப்போதே செய்துவிட வேண்டுமாம். கதிரேசனிடம் இருந்த சாமான்களைப்போல் அந்தத் தொழிலுக்கு வேண்டிய எல்லாச் சாமான்களையும் அவர் முன்னதாகவே வாங்கி வைத்து விடத் திட்டமிட்டி ருந்தாராம். மேஸ்திரியின் ஆசைகளை அறிந்தபோது கதிரேசன் வியப்படையவும் இல்லை, தமக்குள் நகைத்துக் கொள்ளவுமில்லை. ஒரு தந்தையின் மனோ நிலையை அநுதாபத்தோடு புரிந்து கொண்டு, மேஸ்திரியைப் பாராட்டினார்.

"நீங்க வச்சிருக்கிற சாமான்களுக்கெல்லாம் ஒரு பட்டியல் போட்டுக் கொடுங்க; கடையிலே சொல்லி வரவழைச்சிடுறேன். நாளைக்கு இவனுக்கு மாமனாரா வரப்போற தண்டபாணி வந்து பார்த்தால், அப்படியே திகைச்சுப் போயிடணும்!" என்றார் மேஸ்திரி.

அண்ணாமலைக்காக மாத்திரமல்லாமல், அவனுக்கு மாமனாராக வரப் போகிறவரைத் திகைக்க வைப்பதற் காகவும் மேஸ்திரி துணிந்து விட்டார் என்பது கதிரேசனுக்குத் தெரிந்தது.

"நீங்கள் அண்ணாமலையின் ஸ்டூடியோவுக்காக இனி எந்தப் பொருளுமே வாங்க வேண்டியதில்லை; வாங்கக் கூடாது!" என்றார் கதிரேசன்.

"ஏன் அப்படிச் சொல்றீங்க? கல்யாணத்துக்கு நகை நாட்டுக்களோ பாத்திரம் பண்டங்களோ சேர்த்து வைக்க எனக்குப் பெண் கிடையாது. இவனுக்கு வேண்டியதைச் செய்து வச்சிட்டா, நாளைக்கு இவன் தொழில் செய்யற போது கஷ்டப்பட வேண்டாம்!" என்றார் மேஸ்திரி.

"அவருக்குத் தேவையான எல்லாப் பொருள்களும்

என்னிடமே இருக்கின்றன. எதையும் நீங்கள் பணம் கொடுத்து வெளியில் வாங்க வேண்டாம். உடனடியாக நான் அவற்றை இங்கே கொண்டு வந்து போடச் சொல்கிறேன்" என்றார் கதிரேசன்.

மேஸ்திரிக்கு ஆசையாக இருந்தாலும் வேண்டாம் என்று பிடிவாதமாக மறுத்துப் பார்த்தார். அவருடைய உபயோகத்துக்காக உள்ளவற்றைத் தாம் வாங்கிக் கொள்ளப் போவதில்லை என்று பிடிவாதம் பிடித்தார்.

ஆனால், கதிரேசன் கேட்கவில்லை. "நான் இனிமேல் திருக்குறளும் கீதையும் படித்துப் பொழுது போக்கலா மென்று பார்க்கிறேன். காலமெல்லாம் படம் வரைந்து கொண்டிருந்ததால், இப்போது வயதான காலத்தில் லேசாகக் கை நடுக்கமும் ஆரம்பித்துவிட்டது. எப்போதாவது ஒன்றோ இரண்டோ ஆசைக்காக வரையப் போகிறேன்; நான் அந்தச் சாமான்களை இங்கே அனுப்பினால் எனக்கும் ஒரு கவலை தீரும். இனிமேல் அவற்றை வைத்துக் கொண்டு நான்தான் என்ன செய்யப் போகிறேன்?"

"அப்படீன்னா... நீங்க ஏதாவது விலை வச்சுக் கொடுங்க; பாதியோ கால் வாசியோ வச்சுக்குங்க. உங்க கிட்டே நான் சும்மா வாங்கிக் கிட்டதா இருக்கப்படாது"

மேஸ்திரியின் சுபாவம் தெரிந்தவராததால் கதிரேசன் அவர் பேச்சுக்காக வருத்தப்படவில்லை. "நீங்கள் என்னுடைய முக்கியமான ஆசைகளை நிறைவேற்றி வைத்திருக்கிறீர்கள். உங்கள் உதவியால் வீடும் கட்டியாகிவிட்டது; பெண்ணுக்கும் கல்யாணம் முடிந்தது. இதற்கெல்லாம் நான் என்ன செய்திருக்கிறேன்? அண்ணாமலைக்கு நான் விரும்பிக் கொடுக்கும் பரிசுகளாக அவை இருக்கட்டுமே!"

மேஸ்திரியால் அதற்குமேல் மறுப்புச் சொல்ல முடியவில்லை.

மறுநாளே ஆனந்தியையும் தோட்டக்கார வேலை யாவையும் வைத்துக்கொண்டு கதிரேசன், தம்முடைய

ஸ்டூடியோவிலிருந்து ஈஸல்கள், சாய்வு மேசை முதலியவற்றை அண்ணாமலையின் அறைக்கு அனுப்ப முற்பட்டார். ஆனந்தியின் கல்யாணம் முடிந்தவுடனேயே அவருக்குள் ஒருவகைத் துறவு மனப்பான்மை குடி புகுந்து கொண்டு விட்டது. அதைக் கொண்டாட விரும்பியவர்போல் அவர் தம்முடைய கலைச்சுமைகளை அண்ணாமலையிடம் இறக்கி விடத் தொடங்கினார். பெரிய பொருள்களை வேலையாளின் மூலமும், வண்ணக் கிண்ணங்கள் தூரிகைகள் முதலிய சிறு பொருள்களை ஆனந்தியின் வாயிலாகவும் அவர் அனுப்பிக் கொண்டிருந்தார்.

மாணிக்கத்தால் தன் மாமனாரைப் புரிந்துகொள்ளவே முடியவில்லை. அவர் பயித்தியக்காரத்தனமாக நடந்து கொள்வதாக அவனுக்குத் தோன்றியது. அவருக்கு அவை தேவைப்படாவிட்டால் என்ன? ஏதாவது ஓர் ஏலக் கம்பெனியாரிடம் ஒப்படைத்தால், அவற்றை விற்றுப் பாதிக்கு மேல் பணம் பண்ணித் தருவார்களே! ஆயிரக் கணக்கில் செலவு செய்து வாங்கிய பொருள்களை இவ்வளவு அலட்சியமாக யாராவது எடுத்து வீசுவார்களா?

அவனால் கதிரேசனின் தர்ராளத்தைப் பொறுத்துக் கொள்ள முடியவில்லை.

"இதையெல்லாம் அண்ணாமலைக்கு இப்போதே அனுப்ப வேண்டுமா என்ன? வேண்டுமென்றால் அவன் இங்கே வந்து வரைந்து கொண்டு போகிறான்! நாளைக்கே உங்களுக்குத் தேவைப்பட்டால் நீங்கள் என்ன செய்வீர்கள்?" என்றான் மாணிக்கம்.

மாணிக்கத்தின் குறுக்கீடு ஆனந்திக்குச் சிறிது அச்சத்தைக் கொடுத்தது. கதிரேசன் சமயங்களில் உணர்ச்சி வயப்படக் கூடியவர். ஆனால், இப்போது அவர் கோபப்படவில்லை. தம்முடைய புது மாப்பிள்ளையான மாணிக்கத்தை ஒருமுறை உற்றுப் பார்த்தார், 'நீ இதில் வீணாகத் தலையிடாதே!' என்று கூறுவது போலிருந்தது அந்தப் பார்வை. பிறகு, "எனக்குத்

தேவையானவற்றை வைத்துக் கொண்டுதான் மற்றவைகளை அனுப்புகிறேன்; அப்படியே பின்னால் தேவைப்பட்டாலும் நானே அங்கு போய் வரைந்து கொள்ளலாம்" என்றார்.

மாணிக்கத்துக்கு ஏனோ தான் வெகு நாள் பாடுபட்டுத் தேடிய சொத்துக்களை இழப்பது போலிருந்தது. ஆனந்தியும் இந்த விஷயத்தில் அவள் அப்பாவோடு சேர்ந்து கொண்டது அவனுக்குச் சிறிதும் பிடிக்கவில்லை.

4. கலை வெறியில்

வெளியூர்களில் அண்ணாமலை வரைந்து கொண்டு வந்த 'ஸ்கெட்ச்'களைப் பார்த்துக் கதிரேசன் முகம் சுளித்தது போலவே, அண்ணாமலையின் பள்ளித் தலைவரும் முகம் சுளித்தார். சுற்றுப் பிரயாணத்துக்குப் புறப்படுவதற்கு முன்பிருந்தே வகுப்பில் அவனுடைய மாறுதலைக் கவனித்து வந்தவர் அவர். பிரமை தட்டியவனைப்போல் அவன் எப்படி மாறினான் என்பது அவருக்கு விளங்கவில்லை.

ஆகவே, அண்ணாமலையைத் தம்முடைய அறைக்கு அழைத்து, அவனிடம் காரணங்களை விசாரித்துப் பார்த்தார். வீட்டில் தாயாருக்கோ தகப்பனாருக்கோ உடம்பு சரியில்லையா? அல்லது அவனுக்கே ஏதாவது நோய் வந்து விட்டதா? திடீரென்று அவன் குழம்பியிருப்பதற்குக் காரணம் என்ன?

"ஒன்றுமே இல்லை" என்று சிரித்து மழுப்பினான் அண்ணாமலை.

பள்ளித் தலைவர் அதை நம்பவில்லை. "ஊஹூம் உன் பேச்சை நம்ப முடியாது?" என்று கூறிச் சிரித்தார். பிறகு ஒரு தோழனிடம் பேசுவது போல் அவனிடம் அந்தரங்கமாகப் பேசினார்.

"இதோ பார், இது கலைப் பள்ளிக்கூடம்! இங்கே கல்யாணம் செய்து கொண்டவர்களும் படிக்கிறார்கள்;

இங்கு படிப்பவர்களில் சிலர் தங்களுக்குள் கல்யாணம் செய்து கொள்ளப் போகிறார்கள் என்பதும் எனக்குத் தெரியும். ஒருவேளை உன்மனத்தை எந்தப் பெண்ணாவது கலைத்துக் கொண்டிருந்தால், அவள் நல்ல பெண்ணாக இருந்தால், அவளைக் கல்யாணம் செய்து கொண்டு விடு. அதனால் உன் பயிற்சி ஒன்றும் கெட்டுப்போகாது. இல்லாவிட்டால் அவளை உடனடியாக மறந்துவிடு. வீணாக மனத்தில் நினைத்துக்கொண்டு அவஸ்தைப் படாதே; மனக் குழப்பத்துக்கு இடம் கொடுக்காதே. காதல் என்பது ஒரு மன நோய்; அதற்கு மருந்து, கல்யாணம் அல்லது துறவு. இரண்டில் ஒன்றைச் செய்துவிட்டு மனத்தைக் கவனமாய்ப் பார்த்துக் கொள். மனம் ஒன்றுதான் கலைஞனுக்கு மூலதனம்!"

நொடிக்கொரு முறை 'உறூம்' போட்டுக்கொண்டு அவனுக்கு உபதேசம் செய்து அனுப்பினார் பள்ளித்தலைவர். அண்ணாமலையின் எதிர்காலத்தில் அவருக்கு உறுதியான நம்பிக்கை இருந்ததால், அவனை அவனிடமிருந்தே காப்பாற்ற வேண்டுமென்ற கவலை அவருக்கு ஏற்பட்டு விட்டது.

அவர் பேச்சைக் கேட்டவுடன் அண்ணாமலைக்கு ரோஷம் பிறந்துவிட்டது. ஏற்கனவே அந்தப் படங்களைக் கதிரேசனும் ஆனந்தியும் பார்த்தபோது ஏற்பட்ட ரோஷம் இதற்குப் பிறகு ஒரு வைராக்கியமாகவே வளரத் தொடங்கியது. மனம் என்ற மூலதனத்தை வைத்துக் கொண்டு முதல் தரமான ஓவியனாகிவிட வேண்டும்!

பள்ளியிலிருந்து திரும்பியவன் தன்னுடைய மாடி அறைக்குச் சென்று கதவைத் தாழிட்டுக் கொண்டான். அங்கு அறைக்குள் நிறைந்திருந்த தேவைக்கு அதிகமான வசதிகள் அவனுக்குப் பிடிக்கவில்லையென்றாலும், அதன் தனிமை அவனுடைய கலை வளர்ச்சிக்குச் சிறந்த பாதுகாப்பாகத் தோன்றியது. இனி மாடிக்கு வந்து உட்புறம் கதவைத் தாழிட்டுக் கொண்டு உட்கார்ந்து விட்டால் போதும்...

உட்கார்ந்து கொண்டு முன்பே வரைந்து வைத்திருந்த 'ஸ்கெட்ச்'களில் ஒன்றைத் தேர்ந்தெடுக்க முயன்றான். மறுநாள் பள்ளி விடுமுறையாக இருப்பதால், அதற்குள் ஒரு வண்ணப்படத்தை முடித்துவிடலாம். 'ஸ்கெட்ச்' களுக்கிடையே அவன் முன்பு ஒருநாள் வரைந்த சுந்தரியின் படம் தென்பட்டது. அதைக் கையில், எடுத்துப் பார்த்தான். இன்னும் ஓர் அரைமணி நேரம் அவள் அவனுக்கு உதவி செய்திருந்தால் அது முழுமை பெற்றிருக்கும். அதை வைத்துக்கொண்டு ஓர் அழகான வண்ணச்சித்திரம் வரைந்துவிடலாம். முகத்தைச் சிறிது மாற்றி விட்டால் போதும்! அது சுந்தரிதான் என்பதை யாரும் கண்டு பிடிக்க முடியாது.

அப்போதே அவள் வீட்டிற்குச் சென்று, மறுநாள் அவளை வரும்படி அழைத்துவிட்டு வரலாம் என்று நினைத்தான் அண்ணாமலை. அந்தச் சமயம் பார்த்து யாரோ, கதவைத் தட்டும் சத்தம் கேட்டது. படத்தைப் பத்திரப்படுத்திவிட்டு வந்து கதவைத் திறந்துவிட்டான். அவனுடைய மனம் ஆனந்தத்தால் துள்ளியது. அங்கே சுந்தரி நின்று கொண்டிருந்தாள்.

"வா, சுந்தரி, உள்ளே வா!" என்று ஆவலோடு அழைத்தான் அண்ணாமலை. அவள் வரவில்லை.

"நான் அத்தையையும் ஆனந்தியையும் பார்க்க வந்தேன்; பார்த்து விட்டேன்; திரும்பிப் போகிறேன்!"

சுந்தரிக்கு அண்ணாமலையின் மீது, சில நாட்களாகவே கோபம். அவளுடைய பேச்சைத் தட்டிவிட்டு அவன் வெளியூர்களுக்குப் போய் விட்டான்... திரும்பி வந்த பிறகும் அவளிடம் சரசமாகப் பேசி அவள் பிணக்கைத் தீர்க்கவில்லை. அவள் கோபப்படுவதற்கு வேறு சில காரணங்களும் இருந்தன.

"நானே உன் வீட்டுக்கு வந்து உன்னை அழைக்க லாமென்று தான் இருந்தேன். வா, போகலாம்.

நேரமாகிவிட்டால் நான் உன்னை ஸ்கூட்டரில் கொண்டுபோய் விடுகிறேன்."

விருப்பம் இல்லாதவள் போல் சண்டித்தனம் செய்து கொண்டே அவள் உள்ளே நுழைந்தாள். சட்டென்று அவன் கதவை மீண்டும் தாழிட்டான். கோபமாக அவனைப் பார்த்துவிட்டு, அவள் அதை மீண்டும் திறந்துவிட்டாள். அந்த மாடி, ஸ்டூடியோவாக மாறியிருந்தது அவளுக்கு வியப்பைத் தந்தது. ஒவ்வொன்றாகப் பார்த்துவிட்டு அவள் தனக்குள் பெருமைப்பட்டுக் கொண்டாள். "பெரிய ஆர்ட்டிஸ்ட் ஆகிவிட்டார் போலிருக்கிறது."

அவளிடம் கெஞ்சிக் கூத்தாடிச் சமாதானம் செய்து கொள்ள முயன்றான் அண்ணாமலை. பிறகு "இப்போதுதான் நான் உன்னுடைய படத்தைப் பார்த்துக் கொண்டிருந்தேன்; பெரிதாக்கி வண்ணம் பூசினால் அற்புதமாக இருக்கும்..." என்றான்.

"உங்களுக்கு என்னைவிட என்னுடைய படம்தான் பிடிக்கும்! அதையே பார்த்துக் கொண்டிருப்பதுதானே? எதற்காக என்னைக் கூப்பிட்டீர்கள்?"

முன்பெல்லாம் குழந்தை போல் நடந்து கொண்டிருந்த வளுக்கு இப்போது என்ன வந்து விட்டது என்று அண்ணாமலைக்குப் புரியவில்லை. அவள் வீட்டு மாடியிலேயே அவளாக உட்கார்ந்து கொண்டு அவனையே வரையத் தூண்டிய படம்தான் அது. அப்படிப்பட்டவள் இப்போது ஏன் மறுக்கிறாள்? கோபம் காரணமாக இருக்கலாம் என்றாலும் அதற்கும் அவன் சமாதானம் சொல்லி விட்டான்.

"இதோ பார், சுந்தரி! இன்னும் ஒரே ஒரு அரைமணிப் பொழுது நீ உட்கார்ந்தால் போதும், 'ஸ்கெட்ச்' பூர்த்தியாகி விடும். பிறகு நாளைக்குச் சாயங்காலம் வந்து பார், படம் எப்படி இருக்கிறது என்று! முகத்தை மட்டும் மாற்றி விடுகிறேன். நீ ஒன்றும் பயப்பட வேண்டாம்!"

"அது மாத்திரம் இனி என்னிடம் நடக்காது!" என்று கத்தினாள் சுந்தரி; "இனிமேல் என்னால் நீங்கள் சொன்னபடியெல்லாம் ஆட முடியாது, நான் ஒன்றும் உங்களுக்கு மாடல் அல்ல; வேறு எவளையாவது அழைத்துக் கொண்டு வந்து கதவைச் சாத்திக் கொள்ளுங்கள்!" அழுகையும் ஆத்திரமும் வந்துவிட்டன சுந்தரிக்கு. கோபத்தோடு அவள் எழுந்தாள்.

"இந்த ஒரே ஒரு முறை மட்டும்... ஒரே ஒரு அரைமணி நேரம்.. எடுத்ததை முடித்து விடுகிறேன்!"- கெஞ்சினான் அண்ணாமலை.

"முடியாது, முடியாது, முடியாது!" அவள் ஓட்டமும் நடையுமாகக் கீழே இறங்கப் போனாள். அண்ணமாலைக்குத் திடீரென்று கலை வெறி பிறந்துவிட்டது. அவளுடைய பிடிவாதம் முற்றிவிட்டதால் அவன் தன்னையே அப்போது மறந்தான். ஓடிச்சென்று கதவைத் தாழிட்டுவிட்டுக் குறுக்கே நின்றான்.

"சுந்தரி! நான் சொல்வதைக் கேள் சுந்தரி! ஒரு மாதமாக எனக்கு ஒன்றுமே ஓடவில்லை சுந்தரி! இப்போதுதான் திரும்பவும் ஆசையோடு உன் பாடத்தை வரைய நினைத்தேன். நீ இங்கே வராமலிருந்தாலாவது தேவலாம். வந்து விட்டு இப்படிச் செய்கிறாயே? முன்பு நீதானே உன்னை வரையச் சொன்னாய்? எடுத்ததை முடிக்க வேண்டாமா? அரைகுறையாக விடுவதற்கு எனக்குப் பிடிக்கவில்லை சுந்தரி!"

அப்போது அண்ணாமலை சிறிதும் எதிர்பாராத ஒரு நிகழ்ச்சி நடந்தது. திடீரென்று சுந்தரி தன் தலையை அவன் தோளில் மோதிக் கொண்டு தேம்பித் தேம்பி அழத் தொடங்கிவிட்டாள். அவன் வெலவெலத்துப் போனான். அவனுக்கு என்ன செய்வதென்றே புரியவில்லை.

"என்னை நீங்கள் முதலில் கல்யாணம் செய்து கொண்டு விடுங்கள்; பிறகு, நீங்கள் சொன்னபடியெல்லாம் கேட்கிறேன். சீக்கிரம் கல்யாணம் செய்து கொள்ளுங்கள்; ஆனந்திக்கே

கல்யாணம் செய்து வைத்துவிட்டார் உங்கள் அப்பா! என்னை மட்டும் ஏன் நீங்கள் வெறும் மாடலாக நினைக்க வேண்டும்?"

வேர்த்துக் கொட்டியது அண்ணாமலைக்கு. அவன் செய்வதறியாது தவியாய்த் தவித்துவிட்டு, மெல்ல நடுங்கும் கரத்தால் அவள் தலையைப் பற்றினான்.

"சொல்லுங்கள்! செய்து கொள்ளப் போகிறீர்களா இல்லையா?-முன்பு நீங்கள் படம் வரைந்தபோது நான் எவ்வளவு சித்திரவதைப் பட்டிருப்பேன் தெரியுமா?"

"நீதானே முன்பு வரையச் சொன்னாய்?" என்று தனக்குள் கேட்டுக்கொண்டு, அவனுடைய தலைமையாசிரியர் கூறிய 'கல்யாணம் அல்லது துறவு' என்ற சொற்களை நினைத்துக் கொண்டான் அண்ணாமலை. இரண்டும் அவனுக்கு ஒன்றாகவே தோன்றின.

"சரி, சுந்தரி! நாம் சீக்கிரம் கல்யாணம் செய்து கொள்வோம்!" என்றான்.

அழுதவள், தன் கண்களைத் துடைத்துக்கொண்டு மெல்லச் சிரித்தாள்.

5. வேலை வந்தது

மறுநாள் ஞாயிற்றுக்கிழமையாதலால், அதிகாலையில் மாடிக்கு வந்து கதவைத் தாழிட்டுக் கொண்டு வண்ண வில்லைகளை நீரில் குழைக்கத் தொடங்கிவிட்டான் அண்ணாமலை. பல நாட்களுக்குப் பிறகு அன்றுதான் அவனுக்கு வேலையில் மீண்டும் புதியதோர் உற்சாகம் பிறந்திருந்தது. முழுமையாக வரையப் பெற்றிருந்த சுந்தரியின் 'ஸ்கெட்சை' முன்னே வைத்துக்கொண்டு, அதையே பெரியதோர் வண்ணச் சித்திரமாக்குவதில் முனைந்து விட்டான்.

முதல் நாள் மாலை அவ்வளவு தூரம் அவனிடம்

சண்டித்தனம் செய்த சுந்தரி, அவளை மணந்து கொள்வதாக அண்ணாமலை வாக்களித்தவுடன் மறுகணத்திலேயே மாறிப் போய்விட்டாள். அவளாகவே முன்வந்து மாடலாக அமர்ந்துகொண்டு, "உம். படத்தை முடித்துக் கொண்டு, என்னைச் சீக்கிரம் வீட்டுக்கு அனுப்பி வையுங்கள்!" என்றாள். அண்ணாமலைக்குச் சிறிது நேரம்கூட ஆகவில்லை; அப்படியே அவளுடைய எழிலுவருவத்தைத் தன் மனத்திலும் பதித்துக் கொண்டு, காகிதத்திலும் வரைந்து முடித்தான். பிறகு அவளைத் தன்னுடைய ஸ்கூட்டரிலேயே அவளுடைய வீட்டுக்கும் கொண்டுபோய் விட்டு வந்தான்.

அவர்கள் ஸ்கூட்டரில் போகும்போது வழியில் நடந்த நிகழ்ச்சி ஒன்று அவனுக்கு இப்போது நினைவில் வந்தது.

எருமை வாகனத்தில் வரும் எமதர்மனுடைய பாசக் கயிற்றுக்கு அஞ்சி மார்க்கண்டேயன் சிவலிங்கத்தை இறுக்கத் தழுவிக் கொள்வது போன்ற படத்தை அவன் பல இடங்களில் பார்த்திருக்கிறான். அந்த நிலையில்,சுந்தரி அவனைச் சிவலிங்கமாக்கித் தன்னை மார்க்கண்டேயராக மாற்றிக் கொண்டு ஸ்கூட்டரில் வந்து கொண்டிருந்தாள். நேரம் இருட்டு நேரமாக இருந்ததால் மற்றவர்கள் அவர்களைக் கவனித்திருக்க முடியாதுதான். ஆனால், ஏனோ அண்ணாமலையால் ஜடப்பொருளைப் போல் ஸ்கூட்டரில் இருக்க முடியவில்லை. அவளுடைய ஸ்பரிசம் அவனைப் பரபரப்படையச் செய்தது. எதிரில் எருமை மாட்டு எமனுக்குப் பதிலாக இயந்திர உருவத்தில் ஒரு லாரி எமன் வரவே அவன் வெலவெலத்துப் போனான்-நல்ல வேளை! அவர்கள் இருவரும் அன்று மயிரிழையில் உயிர் தப்பினார்கள் என்றுதான் சொல்லவேண்டும்.

சுந்தரியிடம் ஏதும் சொல்ல அவனுக்குத் துணிவில்லை. சொன்னால் அவளுக்குக் கோபம் வந்துவிடும். ஆகவே, அவன் ஸ்கூட்டர் தயாரிப்பவர்களைத் தனக்குள் நொந்து கொண்டான். பின்னால் உட்கார்ந்து கொள்ளுகிறவர்களுக்கு வசதியாக ஒரு கைப் பிடியை இவர்கள் வைத்துத் தொலைக்கக்

கூடாதோ! மேல்நாட்டு நாகரிக சரக்குகளை அப்படியே காப்பியடிப்பது போல் செய்து வைக்கிறார்களே தவிர, இந்த நாட்டுக்குத் தக்கபடி மாறுதல்கள் செய்யக் கூடாதோ? அந்த நாகரிகத்தை அப்படியே ஒப்புக் கொள்வது எவ்வளவு அபாயகரமாக இருக்கிறது.!.

படத்தைப் பெரிதாகப் போட்டு, முகத்தில் மாறுதல்கள் செய்து, வண்ணப் பூச்சில் கவனம் செலுத்தினான் அண்ணாமலை. கண்ணால் கண்டு, நெஞ்சில் பதிய வைத்துக்கொண்ட உருவங்களை அவனுடைய கரம் தானாகவே வரையும் ஆற்றலைப் பெற்றிருந்தது. ஆகவே, படத்தில் சுந்தரி அவளுடைய இயற்கையான வனப்போடும் நெளிவு சுளிவுகளோடும் உருவாகிக் கொண்டு வந்தாள். அவனுடையவளாகப் போகிறவள் அவள். நேரில் அவன் காணும் சுந்தரியைவிடப் படத்தில் அவன் உருவாக்கி உயிர் கொடுத்துக் கொண்டிருந்த சுந்தரி 'அவனைத் திடீரெனக் கற்பனைக் கனவுகள் காணச் செய்து விட்டாள். 'கொள்ளை அழகு' என்று சொல்கிறார்களே, அவர்களுக்கெல்லாம் அழகின் விசித்திரம் எங்கே தெரிந்திருக்கப் போகிறது!

மலர்க்கொத்தோடு பூங்கொடி யொன்று இயல்பாக வளைந்து சென்று அவளுடைய உடலழகை மறைத்தும் மறைக்காமலும் சிரிக்க த் தொடங்கியது. படத்தை ஒரே மூச்சில் முடித்து விட்டு, நெடு நேரம் அதை வெவ்வேறு கோணங்களிலிருந்து வேடிக்கை பார்த்தான். அவனுக்கே அது திருப்தியைத் தந்தது. வரைந்த களைப்பால் சிறிது நேரம் சோபாவில் விழுந்துவிட்டுப் பிறகுதான் கீழே இறங்கிச் சென்றான்.

சாப்பாட்டை முடித்துக்கொண்டு மீண்டும் மாடிக்கு வந்தபோது அவனுக்கு அதை மேலும் சிறிது அழகுபடுத்த வேண்டும்போல் தோன்றியது. அந்த நினைவில் வந்தவன் வழக்கம்போல் கதவைத் தாழிட மறந்துவிட்டான். வேலையில் மூழ்கியிருந்ததால் அவனுக்கு வீட்டுக்கு வெளியே ஒரு கார் வந்து நின்ற சத்தம் கூடக் கேட்கவில்லை. சற்று

நேரத்துக்கெல்லாம் சுந்தரியின் அப்பா தண்டபாணி அவனுடைய ஸ்டுடியோவுக்குள் நுழைந்ததையும் அவன் கவனிக்கவில்லை.

வந்தவர் சுற்றும் முற்றும் பெருமையோடு பார்த்தார். ஈஸல்கள், மேசை நாற்காலிகள், காகிதச் சுருள்கள், சன்னல்களுக்குத் திரைத்துணிகள், மூலைகளில் பூச்சாடிகள் இவ்வளவையும் பார்த்தபோது அவருக்கே பிரமிப்பாக இருந்தது. பிறகு, அவன் வரைந்து கொண்டிருந்த படத்தைக் கண்டவுடன் அப்படியே வாயில் ஈ நுழைவது தெரியாமல் நின்று விட்டார் தண்டபாணி.

அவரை அங்கே கண்டவுடன் அண்ணாமலை வெல வெலத்துப் போனான். நல்ல வேளையாகச் சுந்தரியின் 'ஸ்கெட்ச்' எதிரில் இல்லை. என்றாலும் வண்ணப் படத்தை அவர் உற்று நோக்குவதைக் கண்டுவிட்டு, எங்கே அதற்குள்ளே உள்ள சுந்தரியைக் கண்டு பிடிக்க முயல்கிறாரோ என்று நினைத்தான்.

"நீ போட்ட படமா இது!" என்று நம்பாதவர் போல் கேட்டுவிட்டு, "அற்புதம்! அபாரம்! பிரமாதம்!" என்று உற்சாகத்தோடு அவன் முதுகில் ஓங்கி ஓங்கித் தட்டினார். "நம்மோட சினிமா ஸ்டாரெல்லாம் தோற்றுப் போகணும் போ! இப்படி ஓர் அழகான பெண்ணை நான் பார்த்ததே இல்லை."

அண்ணாமலை தனக்குள் சிரித்துக் கொண்டான். அவர் ஒப்பிட்டுக் கூறிய உண்மையைக் கண்டு அவருக்கு எந்த அளவுக்கு ரசிகத் தன்மை இருக்கிறது என்பதையும் அவனால் தெரிந்து கொள்ள முடிந்தது.

"உன்னிடம் நான் இப்போது ஓவியக்கலை பற்றித்தான் ஒரு முக்கியமான விஷயம் பேச வந்திருக்கிறேன்" என்று சொல்லிக் கொண்டே நாற்காலியில் உட்கார்ந்தார் தண்டபாணி. அண்ணாமலையும் தன் வேலையை விட்டு அவருக்கருகில் வந்தான்.

"ஆர்ட்டிஸ்டு கருணாகரனைப் பற்றி நீ கேள்விப் பட்டிருப்பாய். பழைய காலத்து ஆள் அவர். முன்பெல்லாம் நாடகங்களில் அவருடைய சீன்-செட்டிங்குகளுக்குத்தான் கிராக்கி; இப்போது வயதான காலத்தில் அவர் கஷ்டப்பட்டுக் கொண்டிருக்கிறார். அவருக்கும் உதவி, நமக்கும் உதவி என்று நான் ஒரு புதுத் தொழில் ஆரம்பிப்பதாக இருக்கிறேன்."

"புதுத் தொழிலா?"

"ஆமாம், நாடகக்காரர்கள் சினிமாக்காரர்கள் இவர்களிடமெல்லாம் எனக்கும் பழக்கமுண்டு. நாடகத்தொழில் இப்போது சுகமில்லை. சினிமாவில்தான் நல்ல பணப் புழக்கம். பணம் போதாமல் திண்டாடும் சில தயாரிப்பாளர்களுக்கு, பணத்தை வைத்துக்கொண்டு திண்டாடும் சில பேர்வழிகளிடம் நான் கடன் வாங்கிக் கொடுத்து ஏற்பாடு செய்திருக்கிறேன். அந்த வகையில் சினிமாக்காரர்களிடமிருந்து எனக்கு வேலை கிடைக்கும். கருணாகரன் ஒருவரால் மட்டும் சமாளிக்க முடியாத அளவுக்கு வேலை கிடைக்கும்."

"இதில் நான் என்ன செய்ய முடியும்?" என்று கேட்பது போல் விழித்தான் அண்ணாமலை.

"நீ உன் பள்ளிக்கூடத்துக்குப் போன நேரம் போக ஒழிந்த வேளைகளில் அங்கே வந்து போய்க்கொண்டிருந்தால் போதும். எந்த மாதிரி வேலைகள் என்றும் நீ தெரிந்து கொள்ளலாம். அவசியமானால் நீயும் கூட இருந்து அவருக்கு உதவி செய்யலாம். அவசரமான வேலையாக இருந்து நீ மட்டும் பார்க்கக் கூடியதாக இருந்தால், நான் இங்கேயே அனுப்பி வைக்கிறேன்."

தயங்கினான் அண்ணாமலை. பள்ளியில் அவன் தண்ணீரில் வண்ணங்களைக் குழைத்துக்காகிதத்தில் வரையும் படங்களைத்தான் கற்றுக்கொண்டு வந்தான். ஒழிந்த வேளைகளில் கதிரேசனிடம் திரைச் சீலைகளில் வரையும் 'ஆயில் பெயிண்டிங்' போன்றவற்றையும் அவன் கற்றுக்

கொள்ள விரும்பினான்.

அதை அவன் வெளியிட்டபோது, "கருணாகரனிடம் நீ இதை எல்லாம் சுலபமாகக் கற்றுக்கொண்டு விடலாமே!" என்றார் தண்டபாணி.

அண்ணாமலையால் மறுக்க முடியவில்லை. அதனால் அவனுடைய முறையான பயிற்சிக்குப் பாதகம் ஏற்படாதென்று தெரிந்ததால், அவன் ஒப்புக்கொண்டான். மேலும் தண்டபாணியின் பேச்சு வன்மையில் அசகாயசூரர்களே அடிமைப்பட்டுப் போவார்கள். அவர் சுந்தரியின் தகப்பனாராகவும் அவனுக்கு வருங்கால மாமனாராகவும் வேறு இருந்தார். ஆகவே, அவன் வேறுவழியின்றி ஒப்புக் கொண்டான்.

"நம்முடைய வீட்டுக்குப் பக்கத்திலேயே ஒரு கொட்டகை போட்டு அங்கேயே தொழிலை ஆரம்பிக்கப் போகிறேன். திறப்பு விழாவே மிகப் பிரமாதமாக நடக்கப் போகிறது; அதற்குள் நீயும் இப்படிச் சில படங்களைப் போட்டு வைத்து விடு; வருகிறவர்களைத் திணற அடித்து விடலாம்!"

அண்ணாமலையைத் தன் பேச்சால் திணற அடித்து விட்டுக் காரில் ஏறிக்கொண்டு கிளம்பினார் தண்டபாணி.

6. மாமா வகுத்த வழி

மூளையே மூலதனம், வாய்ச் சவடாலே வாய்ப்பு, சந்தர்ப்பமே பிழைப்பு என்ற அனுபவ சித்தாந்தங்களைச் சென்னைக்கு வந்த பிறகு கண்டுபிடித்தவர் தண்டபாணி. யோக்கியமான பிழைப்புகளுக்குப் போட்டிகளும் அதிகமாக இருந்தன; பலனும் அரை வயிற்றுக்குக் கட்டுப்படியாகாது என்பது புலப்பட்டது. ஆகவே அவர் தமக்குத் தாமே ஓர் உத்யோகத்தை ஏற்படுத்திக்கொண்டு, கமிஷன் பேர் வழியாக மாறினார்.

பழைய வீடுகள், கார்களை விற்போருக்கும் வாங்குவோருக்குமிடையே தரகு, பணக்காரர்களுக்கும் அவர்களிடம் லஞ்சம் வாங்குவோருக்குமிடையே தரகு, கடன் கொடுப்போருக்கும் கேட்போருக்குமிடையே தரகு இப்படிப்பட்ட இடைத்தரகர் வேலையில் அவர் நிபுணராகிவிட்டார். அரசியல், தொழில், வாணிபம் இந்தத் துறைகளில் அவர் பலரைப் பழக்கம் பிடித்துக்கொண்டு விட்டதால் அவருடைய வண்டியும் சென்னையில் பெட்ரோலோடு ஓட முடிந்தது.

பையன்களில் ஒருவன் இயற்கையாகவே படித்துத் தேறிக்கொண்டு வந்தான். மற்ற இருவர் மாடுகள் மேய்க்கக்கூடத் துப்புக்கெட்டவர்கள். அவர்களுக்கு எப்படியோ சப்பைக்கட்டுகள் கட்டி அவர்களைச் செயற்கை முறைகளால் அதிக மார்க்குகள் வாங்கச் செய்து, ஒருவனை வைத்தியக் கல்லூரியில், மற்றொருவனை பொறி இயல் கல்லூரியிலும் தள்ளி விட்டு விட்டார். பெண்ணைப் பற்றி அவர் அவ்வளவாகப் பொருட்படுத்தவில்லை.

அண்ணாமலை தன் முயற்சியிலே அவனுடைய துறையில் முன்னுக்கு வருவது தெரிந்ததும், அவனையும் மனத்தில் வைத்துக் கொண்டுதான் புதிதாக அந்த விளம்பரக் கம்பெனியைத் தொடங்கினார்.

அந்தச் சமயத்தில் எந்த அரசியல்வாதிக்கும் எந்தச் சினிமா நடிகருக்கும் அதிகமான விளம்பரம் இருந்ததோ அவர்களைக் கொண்டு திறப்பு விழா நடத்தினார். பத்திரிக்கைக்காரர்களை வரவழைத்துப் படங்கள் பிடிக்கச் சொல்லிப் பத்திரிகைகளில் போடச் செய்தார். அவர் மூலமாகக் கடன் பெற்றுத் தொழில் நடத்திய படமுதலாளிகளை விழாவின்போது அண்ணாமலைக்கு அறிமுகம் செய்து வைத்தார். அவனுடைய திறமையை அளவுக்கு மீறிப் பாராட்டித் தம்மால் கண்டுபிடிக்கப்பட்ட இளம் மேதை என்று அவனைப்பற்றி சொல்லி வைத்தார். தர்மசங்கடமாக இருந்தது அண்ணாமலைக்கு.

சம்பளத்துக்கு அவர் அமர்த்தியிருந்த ஓவியர் கருணாகரனிடமிருந்து அங்கு நடைபெறுவதாக இருந்த வேலைகளைப்பற்றி அண்ணாமலை தெரிந்து கொண்டான். திரைப்பட விளம்பரங்களுக்கான வண்ணப் படங்கள், தட்டிகள், 'கட் அவுட்'கள் முதலியவற்றைப் புகைப்படங் களைக் கொண்டு பெரிதாகத் தயாரிக்க வேண்டும். படங்களைப் பெரிதாக்கும் கருவி ஒன்றையும் அங்கு வாங்கிப் போட்டிருந்தார் தண்டபாணி.

"இங்கே நம்முடைய மனோதர்மத்துக்கு வேலையிருக் காது போலிருக்கிறதே?" என்று சந்தேகத்தோடு ஓவியர் கருணாகரனிடம் கேட்டான் அண்ணாமலை.

ஐம்பத்தைந்து வயதுக்கு மேலான அந்த ஓவியர் அதைக் கேட்டுச் சிரித்துவிட்டு, "கலை அரைக்கால் வாசி என்றால், தொழில் முக்காலே அரைக்கால்வாசி என்று வைத்துக் கொள்ள வேண்டும். மனோதர்மம் என்று சொல்லிக் கொண்டு நீங்கள் விரும்புவதை வரைந்தால் இங்கே பிழைக்க முடியாது!" என்றார்.

அன்றைக்கே அதைப் பற்றிக் கதிரேசனிடம் வந்து யோசனை கேட்டான் அண்ணாமலை. அவர் அவனுடைய மாமாவின் தொழிலுக்கு அவன் உதவியாக இருப்பதை மறுக்கவில்லை. அதோடு, அவனுக்கு ஓர் எச்சரிக்கையும் செய்து வைத்தார்.

"மேல் நாடுகளில் மாணவர்கள் தங்கள் ஓய்வு நேரத்தில் பத்திரிகைகள் போடுகிறார்கள்! ஓட்டல்களில் பணியாளர் களாக உழைக்கிறார்கள். எந்த உடல் உழைப்பையுமே அவர்கள் தவறாக நினைப்பதில்லை. ஆனால், அவர்களுடைய லட்சியமான கல்வியை அவர்கள் அதனால் மறந்து விடுவதில்லை. அதைப்போல் இதையும் ஓர் உடல் உழைப்பு என்று வைத்துக்கொள்ளுங்கள். உங்கள் கலை வளர்ச்சியை மட்டும் மறந்து விடாதீர்கள்" என்றார்.

ஆகவே மாலை நேரங்களில் அடிக்கடி அவன் அங்கு

••

போய் வேலைகளைக் கவனிக்க தொடங்கினான். வேலை செய்வதற்கான ஆற்றலும் சுறுசுறுப்பும் அவனிடம் இயற்கையாகவே அமைந்திருந்தன. தண்டபாணி இதைக் கண்டு தமக்குள் பூரித்துப் போனார். சுந்தரியை அவனுடைய வேலை நேரத்தில் வீட்டில் தடுத்து நிறுத்துவதுதான் அவருக்குப் பெரும்பாடாக இருந்தது. தினந்தோறும் அவனை அங்கு வரும்படி அவள் வற்புறுத்திக் கொண்டிருந்தாள். சமயங்களில் அவனுக்கு வேலைகளில் உதவி செய்யவும் அவள் தயங்கவில்லை.

ஒரு ஞாயிற்றுக் கிழமையன்று அவன் தன் பள்ளி வேலைகளைப் பார்ப்பதற்காக வீட்டிலேயே தங்கிவிட்டான். பள்ளியில் கண்காட்சி ஒன்று நடத்துவதாக இருந்தார்கள். அதற்காக வரைந்திருந்த சில படங்களை அன்று அவன் முடிப்பதற்குத் திட்டமிட்டிருந்தான்.

ஆனால், அதிகாலையிலேயே ஒரு கட்டுப் புகைப்படங்களைத் தூக்கிக் காரில் போட்டுக் கொண்டு அவனிடம் வந்துவிட்டார் தண்டபாணி. பத்துப் பன்னிரண்டு தோற்றங்களில் இருந்த திரைப்படக் காட்சிகள் ஒவ்வொன்றிலும் பத்து பன்னிரண்டு இருந்தன.

“நாளைக்கு மறுநாள் படம் திரையிடப் போகிறார்கள். தியேட்டர்களுக்குள் விளம்பரத்துக்காக இந்தப் படங்களைக் கலர் கொடுத்து வைக்கவேண்டும். நாளைக்கு முடித்துத் தருவதாகச் சொல்லி வாங்கி வந்திருக்கிறேன். நீ மனது வைத்தால், முடித்துவிடுவாய்!” என்று சொல்லி, அவனிடம் தம்முடைய மூட்டையை அவிழ்த்து வைத்தார் தண்டபாணி.

மறுத்துக் கூற அவனால் முடியவில்லை.

கண்காட்சிக்கான ஓவியங்களை அப்போதைக்கு ஒதுக்கி வைத்து விட்டு, மளமளவென்று இயந்திரத்தால் எடுக்கப்பட்ட புகைப்படங்களுக்கு இயந்திர வேகத்தில் வண்ணம் தீட்ட முனைந்தான். ஒரே மாதிரி திரும்பத் திரும்ப ஒரே வகையான உருவங்களுக்கு வண்ணம் தீட்டுவது

அவனுக்குச் சலிப்பை தந்தது. படங்களும் அரை குறை ஆடைகளோடு திரைக் காதலர் கட்டிப் புரளும் மோசமான படங்கள். எடுத்ததை முடிக்க வேண்டுமென்ற வெறியோடு அன்று மாலைக்குள் அவற்றை முடித்துவிட்டான்.

வேலையைக் கவனிக்க வந்தவர் போல் மாலையில் அங்கே சுந்தரியையும் அழைத்துக் கொண்டு வந்து சேர்ந்தார் தண்டபாணி. படங்களைக் கண்டவுடன், 'ராட்சசப் பயல், இதற்குள் இவ்வளவு கச்சிதமாக முடித்து விட்டானே!' என்று தமக்குள் பூரித்துப் போனார். நம்ப முடியாத அசுரசாதனை யாகவே அது அவருக்குத் தோன்றியது.

புகழ்ந்து பேசி அவனை உச்சி குளிரச் செய்து விட்டு, பிறகு தம்முடைய கைப்பையைத் திறந்து ஒரு புத்தம் புது நோட்டுக் கற்றையை எடுத்து அவனிடம் நீட்டினார். நூறு பத்து ரூபாய் நோட்டுக்கள் கொண்ட ஆயிரம் ரூபாய் கட்டு அது.

அண்ணாமலை அதற்கு முன்பு அவ்வளவு பணத்தைக் கண்ணால் கூடக் கண்டதில்லை. அதை வாங்கி என்ன செய்வதென்றும் அவனுக்குப் புரியவில்லை. அவன் மறுத்தான். வாங்க முடியாதென்று பிடிவாதம் பிடித்தான். தண்டபாணி சிரித்தார்; விழுந்து விழுந்து சிரித்தார்.

"உங்களுக்கு வேண்டாமென்றால் வாங்கி என்னிடம் கொடுத்து விடுங்கள். நான் கேட்டால் அப்பா பத்து ரூபாய் கூடக் கொடுக்க மாட்டேன்கிறார்!" என்று கேலி செய்தாள் சுந்தரி.

"பார், பார்! கல்யாணத்துக்குப் பிறகு போட வேண்டிய உத்தரவை இப்போதே போடுகிறாள், பார்! பிறகு நீ இவளிடம் கொடுத்துக் கொள்ளலாம். இப்போ இதை உன் அப்பாவிடம் கொடு! நான் உனக்குச் சும்மா கொடுக்கவில்லை. நீ உழைத்துச் சம்பாதித்த பணம் இது!"

பணத்தைக் கண்டு அவன் பதுங்குவதைக் கண்டுவிட்டு பிறகு தமக்குத் துணையாக வீட்டின் கீழ்ப்பகுதியிலிருந்த மேஸ்திரியை அழைத்துக் கொண்டு வந்தார் தண்டபாணி.

அவர் சொன்னால் அவன் தட்டமாட்டான் என்பது அவருக்குத் தெரியும்.

"கொடுக்கிறதை ஏன் வேண்டான்னு சொல்றே? பிழைக்கத் தெரியாத மாப்பிள்ளைன்னு உன் மாமனார் நினைச்சிடப் போறார்! அடுத்தாப்பிலே நடக்கப்போற கல்யாணத்துக்கு இப்பவே சீதனம் கொடுக்கிறார்னு நினைச்சிக்க!" என்று மேஸ்திரியும் அவனைத் தூண்டி விட்டார்.

மேஸ்திரிக்கே தண்டபாணி சொல்லிய பிறகுதான் அவர் மகனுடைய தொழிலின் பெருமை தெரிந்தது. தண்டபாணி யின் பணமில்லை அது; அவனுக்குச் சேர வேண்டிய பணம். தாம் பொழுதெல்லாம் வெயிலிலும் மழையிலும் பாடுபட்டும் வராத பணம், அவனுக்கு அவ்வளவு எளிதில் கிடைத்தது அவருக்கு வியப்பைத் தந்தது.

பணத்தைக் தண்டபாணியிடமிருந்து வாங்கி அவசரமாகத் தன் தந்தையிடம் கொடுத்தான் அண்ணாமலை. மேஸ்திரி அதைத் தம் கண்களில் ஒற்றிக் கொண்டு ஒரு கணம் பரவசப்பட்டுப் போனார். பிறகு "இதோ சுந்தரி, நீயே இதை உன் கையாலே கொண்டு போய் உன் அத்தையிடம் கொடுத்திடு!" என்று அவளிடம் கொடுத்தார்.

அண்ணாமலைக்கு ஏனோ எல்லாமே நாடகக் காட்சிகள் போல் தோன்றின. தான் வரைய வேண்டிய கண்காட்சிப் படங்கள் பற்றி அவன் நினைத்துக் கொண்டிருந்தான்.

7. புதுக் குடித்தனம்

'மேஸ்திரி-மாணிக்கம், கட்டட நிபுணர்கள்' என்ற புதிய பெயர்ப் பலகைகள் மேஸ்திரியின் வீட்டிலும் கதிரேசனின் வீட்டிலும் காட்சியளித்தன. பெயர்ப் பலகைகளைத் தொங்க விடுவதற்கு முன்பே நல்ல வேலையொன்று அவர்களைத் தேடிக்கொண்டு வந்தது. கதிரேசனுக்குத் தெரிந்த ஒருவர்,

அடையாற்றில் மனை வாங்கியிருந்தார். கதிரேசனின் வீட்டையும் மேஸ்திரியின் வீட்டையும் பார்த்த பிறகு அவருக்கு மேஸ்திரியின் திறமையில் நம்பிக்கை ஏற்பட்டு விட்டது. மாணிக்கமோ கதிரேசனின் மருமகன்; ஆகவே அவர் தமக்கு வீடு கட்டும் பொறுப்பை அவர்களிடமே விட்டு விட்டார்.

வேலை தொடங்கி மும்முரமாக நடந்து கொண்டிருந்தது. அதிகாலையில் வேலைக் களத்துக்குப் புறப்பட்டு விடுவார் மேஸ்திரி. மாணிக்கம் ஒன்பது மணிக்குக் கிளம்புவான். இருவரும் வீடு திரும்புவதற்கு மாலை ஆறுமணியாகிவிடும்.

மாணிக்கம் புறப்படுவதற்கு முன்பும் அவன் திரும்பி வந்த பிறகும் அவனுக்கு வேண்டிய பணிவிடைகளையெல்லாம் ஆர்வத்தோடு கவனித்து வந்தாள் ஆனந்தி. மாலையில் அவன் குளிப்பதற்கு வெந்நீர் தயாராக இருக்கும்; மாற்றுடைகளையும் எடுத்து வைத்திருப்பாள். சிறிது நேரத்துக்கெல்லாம் இரவுச் சாப்பாடும் முடிந்துவிடும். மாடிக்குச் சென்று சிறிது நேரம் ஆனந்திக்காகக் காத்துக் கொண்டிருப்பான் மாணிக்கம். ஆரம்பத்தில் இவையெல்லாம் அவனுக்குப் புதுமையாகத் தோன்றினாலும் இரண்டே நாட்களில் அவன் தன்னை அந்த மத்திய தர வாழ்க்கை வசதிகளுக்குப் பழக்கப்படுத்திக் கொண்டு விட்டான்.

ஆனால் அவனால் பழகிக்கொள்ள முடியாத சில விஷயங்களும் அந்த வீட்டில் இருக்கத்தான் செய்தன. ஆனந்திக்கென்று அவள் தந்தை வீட்டிலேயே உருவாக்கியிருந்த நூல் நிலையத்தில் நூற்றுக்கணக்கான சிறந்த புத்தகங்கள் இருந்தன. முக்கியமான பத்திரிகைகளும் அங்கு வரத் தவறுவதில்லை. வானொலிப் பெட்டியும் ஆனந்தியின் வீணையும் கூட மாடியில்தான் இருந்தன. அவனுக்கு நல்ல விதமாகப் பொழுது போக்கச் சிறிது நேரமிருந்தும், ஏனோ அவற்றோடு அவனால் பழக்கம் வைத்துக் கொள்ள முடியவில்லை. செய்திப் பத்திரிகைகளில்

வரும் பரபரப்பூட்டும் நிகழ்ச்சிகளைக் கவனிப்பதோடு அவனுடைய படிப்பு முடிந்துவிடும். இன்னும் அவன் சரியாக கதிரேசன் வரைந்திருந்த படங்களைக் கூட உற்றுப் பார்க்கவில்லை.

பரபரப்போடு ஆனந்தியின் வரவுக்காகக் காத்திருப்பான். அவளை ஒருநாளாவது வீணை வாசிக்கச் சொல்லிக் கேட்டிருக்க வேண்டுமே? பாடச் சொல்லி அவள் குரல் அழகில் குதூகலித்திருக்க வேண்டுமே? அவள் மாடி அறைக்குள் நுழைந்த சில விநாடிகளுக்கெல்லாம் அந்த அறையின் விளக்கு அவனால் அணைக்கப்பட்டுவிடும். பிறகு அங்கு ஒரே இருள்தான்.

வழக்கம்போல் ஒருநாள் அதிகாலையில் படுக்கை யிலிருந்து எழுந்த ஆனந்திக்கு உடல் வலியும் வேதனையும் தாங்க முடியவில்லை. ஒவ்வொரு நாளும் பொழுதும் அப்படித்தான் விடிந்ததென்றாலும் அன்றைக்கு அவளுக்கு எழுந்து நடமாடுவதற்கே சிரமமாக இருந்தது. மாணிக்கம் அயர்ந்து தூங்கிக் கொண்டிருந்தான். வழக்கமாக ஏழு மணிக்குத்தான் அவன் எழுந்திருப்பான். போர்வையை நன்றாக இழுத்து அவனுக்குப் போர்த்தி விட்டாள்; மெல்ல அவன் பாதங்களைத் தொட்டுக் கண்களில் ஒற்றிக் கொண்டாள் ஆனந்தி. இந்தப் பாடம் அவளுக்கு அவள் பாட்டி சொல்லிக் கொடுத்தது. அவள் தாயார் சரஸ்வதி இப்படிக் கதிரேசனின் பாதங்களைத் தொட்டு வணங்கியதையும் அவள் சில சமயங்களில் கண்டிருக்கிறாள்.

காலையில் சூடான வெந்நீரில் குளித்த பிறகும் ஆனந்திக்கு உடலெங்கும் முள் குத்துவதுபோல் வலி எடுத்தது. மாணிக்கம் வேலைக்குப் புறப்படும் வரையிலும் சமாளித்து கொண்டு அவனுக்கு எப்படியோ வேண்டிய காரியங்களைக் கவனித்தாள். பிறகு அவளால் சாப்பிடவும் முடியவில்லை. மாடிக்கு வந்து தரையில் படுத்து விட்டாள். நெற்றி இலேசாகச் சுட்டுக் கொண்டிருந்தது; வாய் கசந்தது.

தன்னுடைய புத்தம் புதிய திருமண வாழ்வை எண்ணி அவள் தனக்குள் மெல்லச் சிரித்துக் கொண்டாள். சிரிக்கும் அளவுக்கு அவளுடைய நெஞ்சில் இன்னும் உறுதி இருந்தது. அப்போது அவள் அப்பா கதிரேசன் கூறிய சில புத்திமதிகள் அவள் நினைவுக்கு வந்தன.

"ஆனந்தி! "மனம் போல் மாங்கல்யம்' என்ற பழைய காலத்துச் சொல்லில் எவ்வளவோ அடங்கியிருக்கிறது. உன் மனதை நீ உன் புதிய வாழ்க்கைக்கு ஏற்றபடி பழக்கப்படுத்திக் கொள்ள வேண்டும். பிறப்பு, வளர்ப்பு, சூழ்நிலை, பரம்பரை இவையெல்லாம் மனிதருக்கு மனிதர் வெவ்வேறு வகை பழக்கவழக்கங்களை கொடுத்திருக்கும். அவற்றைப் புரிந்துகொண்டு, முதலில் அவற்றிற்கேற்றபடி வளைந்து கொடுத்து, பிறகு அவசியமானால் அவற்றை இன்னும் சிறந்தவையாக மாற்ற வேண்டும். அன்பாலும் பொறுமை யாலும் குடும்பத்தில் ஒரு பெண் எதையும் சாதித்து விட முடியும். முதலில் நீ மாணிக்கத்துக்கு ஏற்ற மனைவியாக நடந்துகொள்; பிறகு அவரை உனக்கு ஏற்றவராக மாற்றிக் கொள்."

இந்தச் சொற்களை அவள் தன் குறிப்பு நோட்டில் எழுதிக் கொண்டதோடு தன்னுடைய நெஞ்சிலும் ஆழமாகப் பதித்து வைத்துக்கொண்டாள். அதனால்தான் அவளால் இவ்வளவு வேதனையிலும் சிரிக்க முடிந்தது.

இருட்டறைக்குள் பல முறை மாணிக்கம் அவளைத் தன் உயிர்போல் காதலிப்பதாகச் சொல்லியிருக்கிறான். அவளும் அவனைக் காதலிப்பதற்காகத் தன்னைப் பழக்கபடுத்திக் கொண்டுதான் வந்தாள். கல்யாணம் செய்து கொள்ளு பவர்கள் எல்லோருமே காதலித்துத்தான் கல்யாணம் செய்து கொள்ளுகிறார்கள் என்பதில்லை. உடல் கவர்ச்சிக்கும் அதில் பெரும்பங்கு இருக்கத்தான் செய்கிறது என்றாலும் அது உடலோடு நின்று விடுவதில்லையே? ஒரு சில நாட்களுக்குள் ஒருவரை ஒருவர் புரிந்து கொண்டு அவர்கள் மனத்தாலும் ஒன்றிக் கலந்து விடுகிறார்களே!

ஆனால் ஆனந்தி அவளுடைய சொந்த வாழ்வில் கண்டதோ...?

கல்யாணம் நிச்சயமாகியவுடன் அவளிடம் 'காதல்' செய்வதற்குத் தனியே மாடிக்கு வந்த மாணிக்கத்திடம் ஆனந்தி முன்பு, "நமக்குக் கல்யாணம் ஆகும் வரையில் நீங்கள் என்னைத் தனியே சந்திக்க வேண்டாம்! சந்திக்கக் கூடாது!" என்று கூறினாளல்லவா? அதற்கு இப்போது அவன் பழிதீர்த்துக் கொண்டான் போலும்! அல்லது அவன் சுபாவமே அப்படிப்பட்டதுதானா? - மாணிக்கத்தை இன்னும் ஆனந்தியால் புரிந்து கொள்ள முடியவில்லை.

'அன்பு உடலைப் பற்றியதாகவே இருந்தாலும் கூட அதையும் அழகாக சுவைக்க ஐந்து புலன்களையல்லவோ ஆண்டவன் மனிதருக்குக் கொடுத்திருக்கிறான்!' என்று வேதனையோடு நினைத்தாள் ஆனந்தி. 'உடல் அழகையாவது சிறிது நேரம் கண்களால் கண்டு மகிழலாம்; அன்போடு விளையாட்டும் சிரிப்புமாய்ச் சற்றே பேசி மகிழலாம்; அல்லது பேச்சையோ பாட்டையோ காதால் கேட்டு இன்புறலாம்; கூந்தலில் கொள்ளையாக மலரும் தோட்டத்து முல்லையை மெல்ல முகர்ந்து அதன் மணத்தை அனுபவிக்கலாம். ஐந்து புலன்களல்லவோ மனிதருக்கு இருக்கின்றன! மனிதர் இருக்கட்டும். தோட்டத்து அணில்களும் பறவைகளும் கன்று காலிகளான மிருகங்களும் கூட இயற்கையிலேயே அவற்றின் காதலின்பத்தை ஓர் அருங்கலையாக வல்லவோ பயின்றிருக்கின்றன! உடல் வேட்கை ஒன்று தானா காதல்? அது ஒன்று மட்டும் தானா?'

"அழகாக வாழக் கற்றுக் கொள்; முடிந்தால் வாழ்க்கையை அழகுபடுத்து; முடியாவிட்டால் அதை அசிங்கப்படுத்தாமலாவது இரு!"-அவள் தந்தையின் இந்தக் குறிக்கோள் நினைவுக்கு வந்தவுடன் ஆனந்தி மீண்டுமொரு முறை தனக்குள் நகைத்துக் கொண்டாள்.

அவள் மனத்தையே அவள் பொய் சொல்லி ஏமாற்றிக்

கொள்ள விரும்பவில்லை. அவன் அவளுக்கு அதுவரையில் அளித்துக் கொண்டிருந்த வாழ்க்கை அவளுக்கு அசிங்கமாகத்தான் தோன்றியது; அழகாக வாழ வேண்டும் என்ற சூழ்நிலையில் வளர்ந்த அவளுக்கு, அவனுடைய வாழ்க்கை முறை ஓர் அறைகூவலாகவே எழுந்து விட்டது. காதலென்றால் ஒரே அவசரமும், பதற்றமும், வெறி யாட்டமும், புழுக்கமும், வேர்வையும், பெருமூச்சுகளும் ஒன்று சேர்ந்த ஓர் இங்கிதமற்ற நிகழ்ச்சிதானா? அவன் கணவன் என்பதால் மட்டிலுமே ஆனந்தி அதற்குத் தன்னைப் பெரும்பாலும் நாள்தோறும் உடன்படுத்திக் கொண்டி ருந்தாள்.

அந்த நிகழ்ச்சியைப் பற்றிக் காவியங்கள் பாடியோரையும் ஓவியங்கள் வரைந்தோரையும் கதைகள் கட்டியவர்களையும் அவள் நொந்து கொண்டாள். அசிங்கமான ஒன்று அவர்களுடைய கற்பனை மயக்கத்தால் அழகு படுத்தப்பட்டு விட்டதா? அல்லது, இயற்கையிலேயே அழகுத்தன்மை கொண்ட ஒன்று, அவளுக்கு மட்டும் அருவருப்பூட்டத்தக்கதாக மாற்றப்பட்டு விட்டதா? அவளுக்குப் புரியவில்லை.

என்றாலும் அவள் அப்பா கூறிய அன்பு, பொறுமை என்ற இரண்டு மந்திரச் சொற்களையும் வைத்துக் கொண்டு, வலிமைமிக்க இரண்டு கருவிகளையும் வைத்துக் கொண்டு அவள் தன் வாழ்க்கைப் பாதையைச் செப்பனிட்டுக் கொள்ள முனைந்துவிட்டாள். எதிர்காலத்தில் அழகாக வாழ முடியும் என்ற நம்பிக்கை அவளுக்கு இருக்கவே செய்தது.

8. அன்புக்கோர் அறைகூவல்

மாடியில் ஆனந்திக்கு இருப்புக் கொள்ளவில்லை கீழே இறங்கி வந்து அவளுடைய அப்பாவின் அறைக்கு நுழையப் போனாள். அங்கே அண்ணாமலையோடு அவர் பேசிக் கொண்டிருந்ததைக் கண்டதும் அவளுக்கு நுழைவதற்குத்

தயக்கமாக இருந்தது. ஆனால், அவன் தன்னோடு சில படங்கள் கொண்டு வந்திருந்ததால், அவளால் படம் பார்க்கும் ஆவலைக் கட்டுப்படுத்திக் கொள்ள முடியவில்லை.

இயற்கைக் காட்சிகள் கொண்ட படங்கள் மூன்றையும் மனிதர்களைப் பற்றிய படங்கள் மூன்றையும் அண்ணாமலை கொண்டு வந்திருந்தான். பள்ளியில் நடக்கவிருந்த கண்காட்சிக்காக அவன் வரைந்த படங்கள் அவை. 'வியப்பும் இன்பமும்' என்ற தலைப்பில் இயற்கைக் காட்சிகளையும், 'வியப்பும் துன்பமும்' என்ற தலைப்பில் மனிதர்களின் படங்களையும் அவன் பிரித்திருந்தான்.

பசுவின் மடியில் சுரந்து வரும் பாலை அதன் கன்று மடியை முட்டி மோதிக்கொண்டு பரபரப்போடு குடிப்பது போல் ஒரு படம். கன்றின் ஆனந்தத்தையும் அதனால் தாய்ப்பசு பெறும் இன்பத்தையும் அதில் அவன் காட்டியிருந்தான். அதற்கு அடுத்தாற்போல் இருந்த படம் பசுவின் கன்றைப் பட்டினி போட்டுக் கொன்று அதன் தோலுக்குள் வைக்கோல் வைத்து அடைத்துப் பால் கறக்கும் பட்டணத்துப் பால்காரனின் கொடுமையைச் சொல்லியது. ஆனந்தி நெடுநேரம் அந்த இரண்டு படங்களையும் மாறி மாறிப் பார்த்துக் கொண்டிருந்தாள்.

கதிரேசனோ அண்ணாமலை வரைந்திருந்த மற்றொரு படத்தில் மூழ்கியிருந்தார். அதிகாலையில் கொத்தவால் சாவடியிலிருந்து மயிலாப்பூருக்குப் பாரவண்டி இழுத்து வருபவனின் படம் அது. மூட்டைக் காய்கறிகளின்மேல் அதன் சொந்தக்காரியையும் ஏற்றிக்கொண்டு, வெகு வேகமாய்த் தெருவில் வந்து கொண்டிருந்தான் அவன். முறுக்கேறி வேர்வை வழிந்த தசைக் கரங்களால் முன்பாரத்தை அழுத்திக் கொண்டு, கால் தரையில் பரவாத வேகத்தில் காற்றில் மிதப்பவன் போல் அவன் வந்து கொண்டிருந்தான். அவனுடைய எலும்புக் கூட்டைக் கோவணம் போன்ற இடுப்புக் கந்தலே மறைத்திருந்தது. அவனுக்குப் பின்னால் தொலைவில் நெடிதுயர்ந்த

மாளிகைகள்; 'பிளஷர்' கார்களில் மனிதர்கள்; அவனைச் சுற்றிலும் செல்வச் செழிப்பைக் காட்டும் காட்சிகள்...

"எந்த உணர்ச்சியால் இதை எழுதினீர்கள்?" என்று வேண்டுமென்றே அண்ணாமலையிடம் கேட்டார் கதிரேசன்.

"வியப்பு, துன்பம், இரக்கம் எல்லாமே எனக்கு ஏற்பட்டன. பல்லக்கில் போவோரும் பல்லக்கைத் தூக்குவோரும் அந்தக் காலத்தில் இருந்தார்கள். இப்போது காலம் மாறிவிட்டது; ஆனால் மனிதர்கள் மாறவில்லை. இரக்க உணர்ச்சிக்கு ஏற்பட்டிருக்கும் பஞ்சந்தான் எனக்கு வியப்பாய்த் தோன்றுகிறது" என்றான் அண்ணாமலை.

கதிரேசன் அன்போடு அவனைத் தட்டிக் கொடுத்தார். ஆனந்தி அவள் வைத்திருந்த படங்களை அவனிடம் கொடுத்த போது அவளுடைய கண்கள் கலங்கியிருந்தன; கன்றையிழந்த தாய்ப் பசுவின் வேதனை அவள் முகத்தில் தெரிந்தது.

பள்ளிக்கு நேரமாகிவிட்டதால் அவசரம் அவசரமாகத் தன் படங்களை எடுத்துக் கொண்டு கிளம்பினான் அண்ணாமலை. அவன் சென்ற பிறகு அவனுடைய படங்களைப் பாராட்டிப் பேசத் தொடங்கி விட்டார் கதிரேசன். அவனுடைய கண்கள் அவனைச் சுற்றியுள்ள மக்களின் வாழ்வைக் கூர்ந்து நோக்கத் தொடங்கிவிட்டன என்றும், அவனுடைய நெஞ்சில் மற்றவர்களுக்காக அன்பும் இரக்கமும் சுரந்து கற்பனையாக மலர்ந்துவிட்டன என்றும் அவர் கூறினார்.

"அன்பை அடித்தளமாகக் கொண்ட ஒரு லட்சியம் இவரை அறியாமலே இவரிடம் உருவாகி வருகிறது" என்று பெருமையோடு குறிப்பிட்டார் கதிரேசன்.

ஆனந்திக்கும் அதைக் கேட்க பெருமையாக இருந்தது. சிறிது நேரம் அவருடன் கலகலப்பாகப் பேசிக் கொண்டிருந்தாள். பிறகு அவருக்குச் சாப்பாடு போட்டு விட்டுத் தானும் பெயருக்குச் சாப்பிட்டு வைத்தாள்; உடல்

வலியின் வேதனை ஒரு புறம் இருந்து கொண்டிருந்ததால், பிற்பகலில் களைப்புத் தீரச் சற்று உறங்கி எழுந்தாள்.

மாணிக்கம் வீடு திரும்பும் நேரமாகி விட்டது. குதூகலத்தை வரவழைத்துக் கொண்டு தன்னை மற்ற தினங்களை விடச் சற்று அதிகமாகவே அலங்கரித்துக் கொண்டாள். அவளுடைய உடை, தலையலங்காரம், பொட்டு, பூ எல்லாவற்றிலுமே மாறுதல்கள் தெரிந்தன. மாணிக்கம் வந்து சேர்ந்தவுடன் அவனுக்கு வேண்டிய வேலைகளைச் சிரிப்பும் கலகலப்புமாக செய்து முடித்து விட்டு, அவனுக்கு உணவு பரிமாறினாள். அவன் மாடிக்கு வருவதற்கு முன்னதாகவே அவள் முந்திக் கொண்டு அங்கு போய்ச் சேர்ந்தாள்.

வீணையும் கையுமாக அங்கு உட்கார்ந்து மெல்லத் தந்திகளை மீட்டுவிட்டு அதன் இசையோடு இனிமையாகத் தன் குரலையும் இழைய விட்டாள். அவளுக்கென்றே பாடியது போன்ற பாரதியாரின் பாட்டு அங்கே மலர்ந்து மணம் கமழத் தொடங்கியது.

“நல்லதோர் வீணை செய்தே-அதை
நலங்கெடப் புழுதியில் எறிவதுண்டோ?
சொல்லடி, சிவசக்தி! என்னைச்
சுடர்மிகு அறிவுடன் படைத்து விட்டாய்,
வல்லமை தாராயோ, இந்த
மாநிலம் பயனுற வாழ்வதற்கே?...”

ஊன் உருக, உள்ளமுருக, உயிர் உருக அவள் தனக்குத்தானே பாடிக்கொள்வதுபோல், அந்த மாடிக்குள் மட்டிலும் கேட்கும்படியாகப் பாடிக் கொண்டிருந்தாள். மாணிக்கம் அங்கு வந்ததையோ, அவள் எதிரில் நின்றதையோ முதலில் அவள் கவனிக்கவில்லை. கவனித்தவுடன் அவள் முகத்தில் புன்னகையொன்று அரும்பியது. ஆனால், பாட்டை நிறுத்தாமல் அடுத்த பாட்டிற்குச் சென்றாள்.

“மோகத்தைக் கொன்று விடு-அல்லாலென்றன்

மூச்சை நிறுத்திவிடு;
தேகத்தைச் சாய்த்து விடு-அல்லாலதில்
சிந்தனை மாய்த்து விடு!...”

அப்படி அவள் பாடியதால் அவளுடைய பாட்டைக் கேட்டு அவனும் உருக வேண்டும் என்று அவள் ஏங்கினாள். இயற்கை அவளுக்குக் கொடுத்திருந்த அழகையும் அதற்கு அவள் கலை மெருகேற்றியிருந்ததையும் அவன் கண்டு பரவசமடைவான் என்று எதிர்பார்த்தாள். மனம் குளிரச் சில அன்பு மொழிகளை அவன் அன்றாவது பேசமாட்டானா என்று துடித்தாள்.

ஆனால், அங்கு நடைப்பெற்றதோ சில திரைப் படங்களில் வரும் ‘காதல் காட்சி’ போன்றதுதான்...

வீணையைப் பற்றி இழுத்துக் கீழே வைத்துவிட்டு, அவளை அப்படியே தூக்கிக் கொண்டான் மாணிக்கம். அவள் கெஞ்சினாள்; பாட்டைக் கேட்கச் சொன்னாள்; ஏதோ அவனிடம் பேச வேண்டுமென்றாள்; இன்னும் தான் சாப்பிடவில்லை என்றாள். உடல் நலமில்லை என்பதையும் கூறிவிட்டாள்.

“பாட்டும் பேச்சும் நாளைக்கு; இன்றைக்கு நான் சொல்வதை நீ கேள்!” என்று கூறிச் சிரித்தான் மாணிக்கம். அந்தச் சிரிப்பு அவளை நெருப்பாய்ச் சுட்டது.

மாடியின் விளக்கும் அதன் உள் அறை விளக்கும் அவனால் சட்டென்று அணைக்கப்பட்டன. எங்கும் ஒரே இருள்; ஒரே இருள்.

இருள்...

அந்த இருளில் அவன் சற்றைக்கெல்லாம் அயர்ந்து உறங்கி விட்டான். பகலெல்லாம் ஓடியாடி உழைப்பவன், களைப்பு அவன் கண்களுக்குச் சீக்கிரமாகவே உறக்கத்தைக் கொடுத்து விட்டது. ஆனந்தியால் உறங்க முடியவில்லை. அவளுக்கு உறக்கம் வரவில்லை. கனவுகளுக்கும் நனவுகளுக்கும் வேறுபாடு தெரியாத சில காட்சிகள் அவளை

அலைக்கழித்தன. அவளுக்கு ஏற்பட்டிருந்த துன்பத்துக்காக அவள் மாணிக்கத்தை நொந்து கொள்ளவில்லை. அவன் அவளுடைய கணவன்; அவன் ஆண்பிள்ளை. அப்படி நடந்து கொள்வது அவனுடைய இயல்பாக இருக்கலாம். பிறவிப் பழக்க வழக்கங்கள் விரைவில் மாறி விடுவதில்லை; பொறுத்திருக்க வேண்டும்; இன்னும் பொறுத்திருக்க வேண்டும். அது ஒன்றுதான் வழி; ஒரே வழி!

பொழுது எப்படியோ விடியும்போல் தோன்றியது. தோட்டத்து மரக்கிளைகளில் பறவைகளின் சலசலப்பு ஒலி எழுந்தது. ஆனந்தியும் படுக்கையிலிருந்து எப்படியோ எழுந்து விட்டாள். பழகிப் போயிருந்த அவளுடைய கரங்கள் மெல்ல அவனுடைய பாதங்களைத் தொடுவதற்காக நீண்டன. திடீரென்று அவளுக்குள் ஒரு வெறி அலை மோதி அவளை உந்தித் தள்ளப் பார்த்தது. ஓங்கி தன் தலையை அவனுடைய பாதங்களில் மோதிக் கொண்டு கதறலாமா என்று நினைத்தாள். சட்டென்று அவளால் தன்னைக் கட்டுப்படுத்திக் கொள்ள முடிந்தது.

'தயவு செய்து இனியும் என்னைத் தவறாகப் பயன் படுத்தாதீர்கள்; உங்களைக் கெஞ்சிக் கேட்டுக் கொள்ளுகிறேன்' என்று தனக்குள் கூறிக் கொண்டே, நடுங்கும் கரங்களால் அவன் பாதங்களைத் தொட்டுத் தன் கண்களில் ஒற்றிக் கொண்டாள்.

அவளுடைய உடல் வேதனை தாங்காது கதறி அழுதது. ஆனால், ஆனந்தி அழவில்லை. அவளுடைய அன்புக்கு வந்த அறை கூவலுக்குப் பொறுமையே ஆயுதம் என அவள் உறுதியோடு நம்பினாள்.

9. ஓவியக் காட்சி

திறப்பு விழா, அழைப்புக்கள், விளம்பரங்கள் முதலிய வழக்கமான முன்னேற்பாடுகளுடன்தான் ஓவியக் கண்காட்சி தொடங்கியது. ஒருவாரம் அதை நடத்துவதாக முடிவு

செய்திருந்தார்கள். ஆனால், கண்காட்சிக்குக் கூட்டம் அவ்வளவாக வரவில்லை. பிரமாதமான விளம்பரங்களுடன் அரங்கேற்றப்பட்ட அற்புதமான நாடகத்தை கூட்டமில்லாத கொட்டகையில் வெற்று நாற்காலிகளுக்கு முன்னால் நடத்துவதென்றால் எப்படி இருக்கும்? அப்படித்தான் நடைபெற்றுக் கொண்டிருந்தது அந்தக் கண்காட்சியும்.

சென்னை நகரத்தில் கூட்டங்கூட்டமாக நடுத் தெருக்களில் நின்று படங்களை வேடிக்கை பார்க்கும் ரசிகப் பெருமக்களை அண்ணாமலை பார்த்திருக்கிறான். வழியில் நின்று போக்குவரத்துக்களைத் தடுத்தபடி, வாயில் ஈ நுழைவது தெரியாமல், அவர்களுடைய வேலைகளை மறந்தபடி- அப்படி ஏதாவது அவர்களுக்கு வேலைகள் இருந்தால்!- அப்படியே மெய்ம்மறந்துபோவார்கள். அவர்களுடைய எதிரில் தொலைவில் பிரம்மாண்டமான திரைப்படநாயக-நாயகிகளின் கவர்ச்சி விளம்பரங்களைக் காணலாம். கல்தோன்றி மண் தோன்றாக் காலத்துக்கு முன்பே சிந்துவெளி மொஹஞ்சதாராவில், ஓவியங்களும் சிற்பங்களுமாகத் திகழ்ந்த கலைப் பரம்பரையைச் சேர்ந்தவர்களல்லவா நாம்!

ஓவியக் கண்காட்சி முற்றிலும் ஈ யோட்டிக் கொண்டிருக்கும் நிலைக்கு வந்துவிட்டதாகவும் சொல்லமுடியாது. பாலைவனத்தினிடையே அங்கங்கே சின்னஞ்சிறு சோலைகள் தென்படுவது போல, எப்போதாவது சிலர் தனித்தனியாகவோ நான்கைந்து பேர்களாகவோ வந்து போய்க் கொண்டு தானிருந்தார்கள். அவர்களில் சிலர் அண்ணாமலையைத் தேடிக்கொண்டு வந்து பாராட்டிய போது, அவன் வெட்கப்பட்டுக்கொண்டு அவர்களிடமிருந்து நழுவப் பார்த்தான். இளம்தாடி ராஜசேகரனோ கண்களில்பட்டவர்களையெல்லாம் இழுத்து வந்து அவனுடைய படங்களுக்கு முன்பு நிறுத்திச்சொற் பொழிவுகள் நிகழ்த்திக் கொண்டிருந்தான். அவனிடம் அகப்பட்டவர்களும் எப்படியாவது அந்த இடத்தை விட்டு ஓடினால் போதும் என்ற நிலையிலிருந்தார்கள்.

சுந்தரி மட்டிலும் இரண்டு மூன்று முறை வெவ்வேறு தோழிகளுடன் வந்து, கண்காட்சிக்கு அடிக்கடி கலகலப் பூட்டிச் சென்றாள். சாரதாவின் படங்களுக்கு முன்னால் மட்டிலும் அவள் நிற்பதில்லை. மற்ற மாணவ மாணவியர் அண்ணாமலையைக் கேலி செய்து நகைப்பதற்கே அவளுடைய வருகைகள் பயன்பட்டனவென்று சொல்ல வேண்டும்.

நகரத்தில் உள்ள வெளி நாட்டுக்காரர்களும் நகரத்துக்கு வந்திருந்த வெளி நாட்டுப் பிரயாணிகளும் அவ்வப்போது வந்து சென்றனர். மேலை நாட்டு நாகரிகத்தில் மூழ்கியிருந்த சில இரண்டுங்கெட்டான் பேர்வழிகளும் அங்கு எட்டிப் பார்த்தனர். ஓவியக் கலையில் உண்மையாகவே ஆர்வம் கொண்டிருந்த வேறு சில நகரவாசிகளும் அத்தி பூத்ததுபோல் தலையைக் காட்டத் தவறவில்லை.

ஒருநாள் அண்ணாமலைக்கு முன்னதாக இருந்த ராஜ சேகரனின் படங்களை ஒரு சிறுகூட்டம் நின்று கவனித்தது. நடை, உடை, பேச்சு. தலையலங்காரம், கால் அலங்காரம் இவற்றில் அவர்கள் தமிழர்களாகவும் தோன்றவில்லை; மேல் நாட்டாராகவும் தோன்றவில்லை. கதம்பக் கலப்பு நாகரிகத்தைச் சேர்ந்த பெண்களும் ஆண்களுமாக நான்கைந்து பேர் வந்திருந்தனர். அவர்களை வசமாக மடக்கி வைத்துக் கொண்டு தன் பேச்சுத் திறமையால் அவர்களைச் சொக்க வைத்துக் கொண்டிருந்தான் ராஜசேகரன், வந்தவர்கள் அவனையும் அவன் படங்களையும் சேர்த்துப் புகைப்படங்கள் எடுத்தார்கள். அவன் பேச்சைக் குறிப்பெடுத்துக் கொண்டார்கள். அவனிடம் கேள்விகள் கேட்டு அவனை மேதையென்று பாராட்டினார்கள்.

அடுத்தாற்போல் அண்ணாமலையிடம் வந்த போது, அந்த கூட்டத்திலிருந்த பெண்கள் அண்ணாமலையின் படங்களைவிட அவனுடைய உருவத்தையே அதிகமாக ரசித்தார்கள் என்று சொல்ல வேண்டும். படங்களில் அவர்களுக்கிருந்த அலட்சியத்தை அவர்களுடைய முகங்கள்

மறைக்கவில்லை. அவர்களில் ஒருத்தி வெளிப்படையாகவே அடுத்தவளிடம் ஆங்கிலத்தில், "இவனுடைய படங்களை விட இவன் அழகாயிருக்கிறானல்லவா?" என்று கேட்டு விட்டுச் சிரித்தாள். மற்றவர்களும் அவளோடு சேர்ந்து சிரித்தது அண்ணாமலைக்கு என்னவோ போலிருந்தது. காலப்போக்கை ஒட்டி வளராத ஒரு கலையோடு தான் தொடர்பு கொண்டிருப்பதாக அவனுக்குச் சந்தேகம்கூட வந்து விட்டது.

சற்று நேரத்துக்கெல்லாம் அங்கு ஒரு மேலை நாட்டுக் கிழவரின் தலை தெரியவே ராஜசேகரன் ஓடிப் போய் அவரை வழி மறித்துத் தன் படங்களின் அருகே அழைத்து வந்தான். சொற்பொழிவும் ஆரம்பமாகியது. பொறுமையோடு கேட்டுக் கொண்டிருந்த அவர், "நான் ஒரு பிரெஞ்சு நாட்டுக் கலை ரசிகன்; இங்கே உங்களுடைய நாட்டுக்கே சொந்தமான படங்கள் இருக்கின்றனவா என்று பார்க்க வந்திருக்கிறேன்; எங்களுடைய பாணியின் நகல்களைப் பார்க்க நான் இவ்வளவு தூரம் வரவில்லை" என்று சொல்லிவிட்டு மேலே நகர்ந்தார்.

அண்ணாமலையின் ஆறு படங்களையும் பார்த்து முடிய அவருக்கு அரை மணி நேரம் ஆயிற்று. அவனிடம் அந்தப் படங்களைப் பற்றிச் சில கேள்விகள் கேட்டார். பிறகு, "நீங்கள் ஒரு புரட்சிக்காரர்" என்று சொல்லி அவனுடைய கரத்தைப் பற்றி அதைத் தோள் பட்டையிலிருந்து கழற்றி விடுவது போல் ஒரு குலுக்குக் குலுக்கி விட்டுச் சென்றார். "இந்தக் கிழவரின் கை இரும்புக் கை போலிருக்கிறது!" என்று அது கொடுத்த வலியை நினைத்துக் கொண்டு, 'விசித்திரமான ரசிகர்கள்!' என்று தனக்குள் சொல்லிக் கொண்டான். அவன் இழந்து கொண்டிருந்த தன்னம்பிகை மீண்டும் அவனிடம் துளிர்விடத் தொடங்கியது.

கண்காட்சியில் அண்ணாமலைக்கு மறக்க முடியாத நிகழ்ச்சி, அதன் ஐந்தாவது நாளன்று அதற்கு ஆனந்தி வந்திருந்ததுதான். அவளும் கதிரேசனோடு ஒன்றாக

வந்திருந்தாள். தலைமை ஆசிரியரே கதிரேசனோடு வந்து அவருக்குப் படங்களைச் சுற்றிக் காட்டி வந்தார். அவர்களுடைய பேச்சுக்களிடையே அண்ணாமலையைப் பற்றி அவர்கள் குறிப்பிட்டதையும் அவள் கவனித்துக் கொண்டாள். அவளுக்குப் பெருமை தாங்கவில்லை. அவள் தன்னுடைய குடும்ப வாழ்வில் அனுபவித்து வந்த வேதனைகளுக்கு அந்தச் செய்தி அருமருந்தாகத் தோன்றியது. 'வாழ்க்கையில் அவர் குழந்தையைப் போல இருந்தாலும், தம்முடைய கலையில் அவர் தீவிரமாக வளர்ந்துவிட்டார் போலிருக்கிறதே!' என்று பூரிப்படைந்தாள் ஆனந்தி.

வழியில் பெரியவர்கள் இருவரும் பேசிக் கொண்டு நிற்கவே, ஆனந்தி மட்டிலும் மற்ற படங்களையும் பார்த்துக் கொண்டே அண்ணாமலையிடம் வந்தாள். அவனுடைய படங்களை அவள் முன்பே வீட்டில் பார்த்திருந்தாளென்றாலும், அப்போதுதான் முதன் முறையாகப் பார்ப்பது போல் பார்த்தாள். அவளுடைய விழிகளில் அந்தப் புதுமையான ஒளி திரண்டு வருவதைக் கண்ணுற்றான் அண்ணாமலை. அந்தப் பரவசத்தில் அவளுடைய உடல் மெலிவையோ நடைத் தளர்ச்சியையோ அவன் கவனிக்கவில்லை.

"முன்பே நீங்கள் பார்த்து விட்டீர்களே!" என்றான் அண்ணாமலை.

"இல்லை; நான் பார்க்கவில்லை!" அவள் சிரித்தாள்.

"அப்படியானால் வீட்டில் பார்த்தது, வேறு யார்?"

"இவ்வளவு படங்களுக்கு மத்தியில் தான் உங்கள் படங்களைப் பார்க்க வேண்டும். எனக்கு மட்டுமில்லை, அப்பாவுக்கே இப்போதுதான் உங்கள் அருமை தெரிகிறது. நட்சத்திரங்களுக்கு மத்தியில் சந்திரனைப் பார்த்தால் தானே அதன் சிறப்பைத் தனியே காண முடியும்?"

அண்ணாமலை அவளுடைய பாராட்டைக் கேட்டு வெட்கப்படவில்லை அது கொடுத்த ஆனந்தம் அவனை

மெய்ம்மறக்கச் செய்தது. நன்றிப் பெருக்கால் நா தழு தழுக்க, "நீங்கள் என்னை வேண்டுமென்றே பாராட்டுகிறீர்கள்!" என்றான்.

"உங்களுடைய படங்களெல்லாம் விற்பனையாகி விட்டன என்பது உங்களுக்குத் தெரியுமா?"

"என்ன?"

"உங்கள் பள்ளித் தலைவர் உங்களுக்காகப் பணத்தை வைத்துக்கொண்டு காத்திருக்கிறார். கண்காட்சி முடிந்த வுடன்தான் படங்களை அனுப்ப முடியும் என்று சொல்லி விட்டாராம். உங்கள் படங்கள், பிரான்ஸுக்குப் போகப் போகின்றன. பிரெஞ்சுக்காரர் ஒருவர் உங்களுக்குத் தெரியாமலே விலை பேசி அந்த ஆறு படங்களையும் வாங்கி விட்டார். உலகத்திலேயே தங்கள் நாட்டுக் கலைஞர்களை விடச் சிறந்தவர்கள் வேறு யாரும் இருக்க முடியாது என்று நம்புகிறவர்கள் அவர்கள்."

"உண்மையா ஆனந்தி?" என்று நம்ப முடியாமல் கேட்டான் அண்ணாமலை.

ஆனந்தி அப்போது அவளையறியாமலேயே பழைய ஆனந்தியாக மாறிவிட்டாள். அவளுடைய மனத்தை அழுத்திக் கொண்டிருந்த பல துன்பச் சுமைகள் அப்போது அவளை விட்டுப் பறக்கவே, அவளுடைய இதயம் பஞ்சு போல் இலேசாக மாறியது. இரவும் பகலும் போல் வாழ்க்கையில் இன்பமும் துன்பமும் மாறி மாறி வரக்கூடும் என்று அப்போது அவளுக்கு ஓர் ஆறுதல் ஏற்பட்டது. துன்பத்தைத் தாங்கிக் கொள்வதற்கும் மனத்துக்கு ஒரு சக்தி வேண்டுமல்லவா?-அது அவளுக்கு அங்கு கிடைத்தது.

10. மலரும் அரிசியும்

அடுத்தாற்போல் அண்ணாமலைக்கு மற்றோர் அதிசயமும் காத்திருந்தது. 'கலை மலர்' என்ற பத்திரிகையில் அதன் ஆசிரியர் அண்ணாமலையின் சித்திரங்களை

வெளியிட்டு, அவனைப் பற்றி விரிவாகக் கட்டுரை ஒன்றும் எழுதியிருந்தார். சாரதாவால் வரையப்பட்ட அவனுடைய உருவப் படம் ஒன்றும் அதில் வந்திருந்தது.

அந்தப் பத்திரிகை ஆசிரியரை அவனும் நேரில் பார்த்ததில்லை. அவரும் அவனைப் பார்த்ததில்லை. அவர் ஓவியக் கண்காட்சிக்கு வந்ததோ, அவனுடைய ஓவியங்களைப் படம் பிடித்துக் கொண்டதோ, அவருக்குச் சாரதா அவனுடைய உருவப் படத்தைக் கொடுத்தோ ஏதுமே தெரியாது. சாரதாவும் அவனிடம் ஒன்றும் சொல்லவில்லை.

அவனோடு பள்ளியிலும் கல்லூரியிலும் படித்த நண்பர்கள் பலர் அவனைப் பாராட்டிக் கடிதம் எழுதினார்கள். அண்ணாமலைக்கு எதுமே புரியவில்லை. "உண்மையிலேயே நான் ஓர் ஓவியக் கலைஞன்தான் போலிருக்கிறது" என்று நினைத்துக் கொண்டான் அவன்.

அவனுடைய முன்னேற்றத்தைக் கண்ட சுந்தரியின் அப்பா தண்டபாணிக்கும் அவனுடைய அப்பா மேஸ்திரிக்கும் தலைகால் புரியவில்லை. தண்டபாணிக்கு ஏற்கனவே அண்ணாமலை அதிர்ஷ்டக்காரன் என்று எண்ணம். அவனை மனத்தில் வைத்துக் கொண்டு அவர் துவங்கிய விளம்பரக் கம்பெனி அமோகமாக நடைபெற்று வந்ததால், முன்னதாகவே அந்த எண்ணம் அவருக்கு விழுந்து விட்டது. இப்போதோ அது சிறிதும் சந்தேகத்துக்கிடமின்றி உறுதிப்பட்டது.

கட்டுரை வெளிவந்த 'கலை மலர்' பத்திரிகைகளில் நூறு பிரதிகளுக்கு மேல் வாங்கித் தமது விளம்பரக் கம்பெனியின் வாடிக்கைக்காரர்களுக்கெல்லாம் அனுப்பி வைத்தார். அந்த உலகப் புகழ் பெற்ற விட்ட 'கலைமேதை'யின் பணி தொடர்ந்து அவர்களுக்குக் கிடைக்கும் என்று கடிதங்கள் எழுதினார்.

சூட்டோடு சூடாக அவனுக்கும் சுந்தரிக்கும் கல்யாணம் செய்து வைத்துவிட வேண்டும் என்று அவருக்குத்

தோன்றியது. பயிற்சி முடிந்த பிறகு பார்த்துக் கொள்ளலாம் என்று மேஸ்திரி சொல்லிப் பார்த்தார். தண்டபாணி கேட்கவில்லை. வழக்கம் போலவே தமது வாய்ச் சாதுரியத்தால் மேஸ்திரியை மடக்கி, ஒப்புக்கொள்ளச் செய்து விட்டார்.

மேஸ்திரி இதை அண்ணாமலையிடம் கூறிய போது அவன் சுந்தரியைத் திருமணம் செய்துகொள்ள மறுக்க வில்லை. ஆனால், பயிற்சி முடிந்தவுடன் செய்து கொள்வதாக வாக்களித்தான். இந்த விஷயத்தில் மட்டும் அவன் வழக்கத்துக்கு மாறான பிடிவாதம் காட்டியதால் இதையும் தண்டபாணியின் காதில் போட்டுவிட்டு, அவரையே நேரடியாக அவனிடம் பேசுமாறு கேட்டுக் கொண்டார் மேஸ்திரி.

இதில் மட்டும் தண்டபாணி அவனிடம் நேரடியான பேச்சை வைத்துக்கொள்ள விரும்பவில்லை. சுந்தரியே அவனை வழிக்குக் கொண்டு வரக்கூடும் என்ற நம்பிக்கை அவருக்கு இருந்தது. மேலும் கதிரேசனைக் சந்தித்து, அவரிடமும் சொல்லி வைத்தார். கிராமத்தில் அவருடைய சொந்தக்காரர்கள் சுந்தரியை பெண் கேட்டு நெருக்கிக் கொண்டிருப்பதாகவும், தம்மால் இனியும் காலம் கடத்த முடியாதென்றும், அவரிடம் ஒரு பொய்யைப் போட்டு வைத்தார்.

அண்ணாமலைக்கு காலம் கடத்துவது வேறொரு வகையில் கஷ்டமாகத்தான் இருந்தது. சுந்தரியைப் போல் உரிமையோடு மேலே விழுந்து பழகும் ஒரு பெண்ணிடம் அவனைப் போன்ற இளைஞன் எவ்வளவு நாட்களுக்குத்தான் ஒதுங்கிப் பழக முடியும்? அவனுடைய ஒதுக்கத்தைக் கண்டு அவள் நகைத்தாள். பரிகசித்தாள்; அவன் மீது எரிந்து விழுந்தாள்.

அடிக்கடி அவர்களுக்குள் தனிமையில் ஏதாவது ஒரு காரணத்தை வைத்துக்கொண்டு வெளியில் தெரியாத

போராட்டங்கள் நடந்து கொண்டிருந்தன. அவன் இந்தக் காலத்து ஆண்பிள்ளையாக இருந்தும்கூட உணர்ச்சி வயப்படும் இயல்பு கொண்டவனாக இருந்தும் கூட, ஏனோ அளவுக்கு மீறிய பொறுப்போடு நடந்து கொண்டான். அவள் அவனுடைய எதிர்கால மனைவி என்பதாலேயே அவளிடம் கவனமாக நடந்துகொள்ள வேண்டுமென்று தோன்றியது. ஆனால், அவளுக்கோ அவன் திரைப்படங்களில் வரும் கதாநாயகனைப் போல் நடந்து கொள்ளவில்லையே என்ற ஆத்திரம். அதோடு அவனிடம் அவளுக்கு ஓர் அவநம்பிக்கையும் ஏற்பட்டிருந்தது. சாரதாவின் மீது பற்றுதல் கொண்டிருப்பதாலேயே அவன் தன்னை உதாசீனப் படுத்துகிறானோ என்று ஒரு சந்தேகம்.

கல்யாணத் தேதியை அவன் ஒத்திப் போட விரும்புகிறான் என்று தெரிந்தவுடனேயே சுந்தரி, அண்ணாமலையின் வீட்டுக்கு வருவதை நிறுத்தி விட்டாள். அண்ணாமலை அவள் வீட்டுக்குச் சென்ற சமயங்களிலும் அவள் அவனோடு முகம் கொடுத்துப் பேசுவதில்லை. அவளுடைய வீட்டை அடுத்த ஓவியக் கூடத்தில் அவன் வேலை செய்யும் போதும் அவள் எட்டிப் பார்ப்பதில்லை; திடீரென்று அவன் மீது ஒரு போரைத் துவங்கி விட்டாள் சுந்தரி.

அவளுடைய போருக்கான காரணத்தை அண்ணாமலை ஆனந்தியிடமிருந்து தெரிந்து கொள்ள முடிந்தது. கதிரேசன் அண்ணாமலையைக் கூப்பிட்டனுப்பி அவனிடம் தண்டபாணி தம்மிடம் கூறிய செய்தியைத் தெரிவித்தார். அதற்கு மேல் அவர் அவனை வற்புறுத்தவில்லை; அவனுக்கு யோசனை சொல்லவுமில்லை. அவருக்கு அண்ணாமலையின் போக்கே சரி என்று பட்டது. ஆனாலும், உறவினர்களுக்குள் அவர் தலையிடத் தயங்கினார்.

ஆனந்தியே அண்ணாமலையை அழைத்து வைத்துக் கொண்டு அவனிடம் வழக்கத்துக்கு மாறாக உபதேசம்

செய்யத் தொடங்கி விட்டாள். திருமணமாகிவிட்ட பின்பு திடீரெனச் சில பெண்கள் தாங்கள் வயதிலும் அனுபவத்திலும் முதிர்ந்துவிட்டதாக நினைத்துக் கொள் கிறார்களல்லவா? அந்தப் போக்கில் தன்னைப் பெரியவளாக நினைத்துக் கொண்டு அவனிடம் பேசினாள் ஆனந்தி.

"இதோ பாருங்கள்! சுந்தரி என்னிடம் வந்து அழுது புலம்பி விட்டுப் போயிருக்கிறாள். உங்களுடைய கலையில் உங்களுக்குள்ள பற்றுதலை அவளால் புரிந்து கொள்ள முடியவில்லை. நீங்கள் சாரதாவை நினைத்துக் கொண்டுதான் இப்படித் தட்டிக் கழிக்கிறீர்கள் என்று என்னிடம் வாதாடுகிறாள். இப்படியொரு சந்தேகம் ஏற்படவே கூடாதென்று அவளிடம் நான் சொல்யிருக்கிறேன். என்றாலும் நீங்களும் அவள் மனத்தைப் புரிந்து கொள்ள வேண்டும். நீங்கள் ஒருவரை ஒருவர் விரும்புகிறீர்கள் என்று நிச்சயமான பிறகு, எதற்காகக் காலம் கடத்த வேண்டும்?"

"பயிற்சி முடியட்டும் என்று பார்க்கிறேன்" என்றாள் அண்ணாமலை.

"உங்களுக்கு இனிப் பள்ளிப் பயிற்சியே அவசியமில்லை. சொந்தப் பயிற்சியே போதும். அது ஒன்றும் இந்தக் கல்யாணத்தால் கெட்டுப் போகாது. நீங்கள்தான் அவளையே மாடலாக வைத்துப் படம் எழுதிவிட்டீர்களே? அதைக்கூட அவள் என்னிடம் சொல்லிவிட்டு அழுதாள்..."

திடுக்கிட்டான் அண்ணாமலை. அகப்பட்டுக் கொண்ட திருடனைப் போல அவன், ஆனந்தியின் முன்னால் விழிக்க வேண்டியதாயிற்று.

"அதற்கு மட்டும் சொல்லவில்லை" என்று கூறிச் சிரித்துவிட்டு, அவனுடைய தர்மசங்கடமான நிலையிலிருந்து அவனை விடுவித்தாள் ஆனந்தி; "எனக்கும் பேச்சுத் துணைக்கு ஒரு தோழி வேண்டும்; சுந்தரியும் அங்கு படிப்பை நிறுத்தி விட்டுச் சும்மா இருக்கிறாள்; எனக்கும் இங்கே வீட்டில் பொழுது போகவில்லை. எல்லா வேலைகளையும்

அத்தையும் பாட்டியும் கவனித்துக்கொள்கிறார்கள்" என்றாள்.

ஆனந்தி கூறியதிலும் ஒரு நியாயம் இருக்கத்தான் செய்தது. முன்போல் அவளால் இப்போது அண்ணா மலையிடம் இயல்பாகப் பேசவோ பழகவோ முடியவில்லை. அவன் திருமணமாகாத இளைஞன் என்பதால் அவனிடம் அவள் ஒருவகைத் திரை போட்டுக் கொண்டுதான் பேச முடிந்தது. அப்படியிருந்தும்கூட அவளுடைய மாமியாரின் கண்களில் சமயங்களில் சந்தேகம் நிழலாடுவதை அவள் கவனித்திருக்கிறாள். ஆகவே, அதிலிருந்து அவள் விடுபடுவதற்கும் அவன் குடும்பஸ்தனாக மாறவேண்டிய அவசியம் ஏற்பட்டது. நெடுநேரம் அண்ணாமலையிடம் பேசி, அவனை ஒரு வழிக்குக் கொண்டு வந்தாள் ஆனந்தி.

ஆனந்தியின் அன்பு நிறைந்த யோசனையை அண்ணா மலையால் மறுக்க முடியவில்லை. "சரி, நீங்கள் சொல்வதை ஒப்புக் கொள்கிறேன்; இப்போதே போய் அம்மாவிடம் என் சம்மதத்தைச் சொல்லி விடுகிறேன்!" என்று கூறிவிட்டுக் கிளம்பினான் அண்ணாமலை.

"இப்போதே என் வாழ்த்துக்கள்!" என்று கூறிச் சிரித்தாள் ஆனந்தி.

கல்யாண ஏற்பாடுகள் என்பது சென்னையில் காலத்தைப் பொறுத்தல்ல; காசைப் பொறுத்தது. மாதக் கணக்காகவும் வருடக் கணக்காகவும் கிராமங்களில் முன்னேற்பாடுகள் செய்வதுபோல சென்னையில் எதையுமே செய்ய வேண்டாம். வீட்டுக்குள் உட்கார்ந்து கொண்டு டெலிபோனின் எண்களைச் சுழற்றினால் போதும், கல்யாண மண்டபம், நகைகள், புடவைகள், அழைப்புக்கள், விருந்துகள், சடங்குகள், கலை நிகழ்ச்சிகள், கடைச் சாமான்கள் எல்லாமே வீடு தேடிக்கொண்டு வந்துவிடும்.

தண்டபாணி தாமே செலவுகளை ஏற்றுக் கொள்வதாகக் கூறினாலும், அது தமக்கு இழிவு என்பதால் மேஸ்திரி அதற்கு

இணங்கவில்லை. இருவருமே அவரவர் விருப்பப்படி செலவு களைச் செய்தார்கள். பெண்ணுக்குத் தோழியாக ஆனந்தியும், மாப்பிள்ளைக்குத் தோழனாக மாணிக்கமும் இருந்து கல்யாணத்தை மிகவும் கலகலப்போடு நடத்தி வைத்தார்கள்.

தன் பிடிவாதத்தில் வெற்றி அடைந்து விட்டதால் சுந்தரிக்கு ஒருபுறம் ஆனந்தமிருந்தாலும், அவன் உடனே இசையவில்லை என்ற ஆத்திரம் அவளிடம் சிறிது இருந்து கொண்டு தானிருந்தது. அண்ணாமலைக்கோ எல்லாமே செயற்கையான முறைகளில் மகிழ்ச்சியைத் தூண்டிவிடும் சடங்குகளாகத் தோன்றின. கல்யாணத்தின் போது எல்லா மாப்பிள்ளைகளும், பெண்களும் எடுப்பார் கைப்பிள்ளை களாகத்தான் நடந்து கொள்வது வழக்கம். அப்படியே அண்ணாமலையும் நடந்துகொண்டு சுந்தரியின் கழுத்தில் மூன்று முடிச்சுகளைப் போட முயன்றான். முதல் முடிச்சுக்குப் பிறகு மற்ற இரண்டு முடிச்சுக்களையும் அவன் சார்பில் ஆனந்திதான் இறுக்கமாகப் போட்டு விட்டாள்.

கெட்டி மேளம் முழங்கிக் கொண்டே இருந்தது; நாதசுர இசை துடித்துக் கொண்டே இருந்தது; அட்சதை அரிசியும் மலரும் பொழிந்து கொண்டே இருந்தது; அந்த அரிசியும் மலருமே வாழ்க்கைக்கும் இலட்சியத்துக்கும் உரிய சின்னங்கள் போலும்! ஒட்டி உறவு கொள்ள முடியாத இரு துருவங்களை ஒன்றாக இணைக்க வேண்டும் என்ற ஆசையால் உருவாக்கப்பட்ட கலவைச் சின்னங்கள் போலும்!

11. கலைஞனின் விழிப்பு

அண்ணாமலைக்கும் சுந்தரிக்கும் திருமணம் நடைபெற்றதையடுத்து அவர்களைக் கதிரேசன் தம் வீட்டு விருந்துக்கழைத்தார். ‘கலை மலர்’ பத்திரிகை ஆசிரியர் சரவணனைத் தவிர வெளியார் யாரையும் அவர் விருந்துக்கு அழைக்கவில்லை. சமையல் அறையில் தன் மாமியார், பாட்டி முதலியவர்களோடு ஆனந்தி உற்சாகத்துடன் விருந்துக்கான

ஏற்பாடுகளைக் கவனித்துக் கொண்டிருந்தாள். சுந்தரிக்கும் வேறு வழியில்லை; அவளும் அங்கே அரட்டையடிக்க உட்கார்ந்து விட்டாள். மேஸ்திரியும் மாணிக்கமும் வேலைக்குச் சென்றிருந்தாலும், விருந்து நேரத்துக்கு அவர்கள் திரும்பி விடுவதாகக் கூறியிருந்தார்கள்.

சரவணனை முன்னதாகவே வந்துவிடும்படி கதிரேசன் அழைத்திருந்தார். அண்ணாமலையின் திருமணத்துக்கு அவர் கதிரேசனால் அழைக்கப்பட்டிருந்தாரென்றாலும், கல்யாணச்சந்தடியில் அவரைச் சரியாக அண்ணாமலைக்கு அறிமுகம் செய்து வைக்க முடியவில்லை. கதிரேசனின் தூண்டுதலின்றி, கதிரேசனின் மாணவன் அண்ணாமலை என்பதுகூடத் தெரியாமல், அவனை நேரில் பார்க்காமலேயே அவனைப் பற்றித் தம் பத்திரிகைகளில் எழுதியவர் சரவணன். ஆகவே அத்தகைய ஒரு ரசிகரின் பழக்கம் அண்ணாமலைக்கு அவசியம் என்பதால் அவரை மட்டும் அழைத்திருந்தார் கதிரேசன்.

"நான் இந்த நாட்டில் மதித்துப் போற்றுகின்ற ஒரு சில மனிதர்களுக்குள் அவரும் ஒருவர். சிறந்த அறிவு, கடுமையான உழைப்பு, நேர்மைத் துணிவு, பணம் பதவி எதற்கும் வளைந்து கொடுக்காத நடு நிலை பிறழாத பண்பு இவ்வளவும் கொண்டவர் அவர். போலித்தனங்களையும் ஏமாற்று வித்தைகளையும் அவர் எதிர்க்காமல் இருந்திருந்தால் இதற்குள் பல இலட்சங்களுக்கு அவர் அதிபதியாகியிருப்பார். உங்களுக்கு அவர் நட்புத் தேவை என்பதால் நான் அவரை அழைத்திருக்கிறேன்" என்று கதிரேசன், அண்ணாமலையிடம் கூறினார்.

அண்ணாமலையும் 'கலை மலரை'த் தொடர்ந்து படித்து வருபவன். அவருடைய கருத்துக்கள் அவனை முன்பே சிந்திக்கச் செய்திருக்கின்றன.

பத்திரிகை ஆசிரியர் தம் காரில் வந்து இறங்கப் போகிறார் என்று நினைத்துக் கொண்டிருந்தான்

அண்ணாமலை. அவரோ ஒரு டாக்ஸிகூட அமர்த்திக் கொள்ளவில்லை. பஸ்ஸில் வந்து இறங்கி, வேகமாகக் கதிரேசனின் வீட்டை நோக்கி நடந்து வந்தார். நாற்பது வயது மதிக்கலாம்; கலைந்த கிராப்பு; ஒல்லியான உடல்; எளிய தோற்றம்; நடையிலும் பார்வையிலும் மிடுக்கிருந்தது.

அவரை வரவேற்று, உற்சாகத்தோடு பேசலானார்.

"அண்ணாமலையை நேரில் பார்க்காமலே அவர் யாரென்று தெரி ந்துகொள்ளாமலே நீங்கள் எழுதியிருந்தது எனக்கு மிகவும் பெருமை தருகிறது. இவ்வளவு பக்கங்களை எப்படி உங்களால் ஓவியக் கலைக்கு ஒதுக்கமுடிந்தது என்று நான் வியந்தேன்!' என்றார் கதிரேசன்.

"நான் ரசிகர்களின் சுவையைக் கீழே இறக்கி அதனால் என்னை மேலே உயர்த்திக்கொள்ள விரும்பாதவன் என்பதுதான் உங்களுக்குத் தெரியுமே!" என்று கூறினார் சரவணன்; "இந்த ஓவியங்களைப்பற்றி எழுதியதற்குப் பதிலாக, நான் நடிகைகளின் கவர்ச்சிப் படங்களை, அட்டையிலும் உள்ளேயும் போட்டு நிரப்பிக்கலாம். வியாபாரமும் அதிகமாக ஆகும். ஆனால் நான், என் பத்திரிகையில் பெயரைக் 'கலை மலர்' என்று வைக்காமல் 'கொலை மலர்' என்று வைத்திருக்க வேண்டும்!"-சரவணன் கலகலவென்று சிரித்தார்.

"எப்படி உங்களால் இந்தக் காலத்தில்?..."

"இன்னும் சாகாமல் பிழைத்திருக்க முடிகிறது என்று அதிசயப்படுகிறீர்களா? என்னுடைய வியாபாரம் அறிவு வியாபாரம்; சிந்தனை வியாபாரம்; இருந்தும் கூட எப்படி இன்னும் அது எதிர்நீச்சல் போடுகிறது என்கிறீர்கள்?" என்று கேட்ட சரவணன், "என்னிடம் புத்திக் கொள் முதல் செய்து கொள்ளத் தயங்காத சிலர் இன்னும் இருக்கத்தான் செய்கிறார்கள். அவர்கள் துணிந்து காசு கொடுத்துப் பத்திரிகையை வாங்குவதால், இன்று வரை, நான் சிறு தேவைகளுக்காகச் சிரமப்படவில்லை. என் தேவைகளும்

மிகவும் குறைவு. விருந்துச் சாப்பாடு சாப்பிட்டால் எனக்கு சீரணமாவதே இல்லை! அந்த அளவுக்கு உடலை எளிய உணவுக்குப் பழக்கப்படுத்தி விட்டேன். நீங்கள் கூப்பிட்டதால் தட்ட முடியாமல் வந்திருக்கிறேன்" என்றார்.

சிறிது நேரம் கதிரேசனும் சரவணனும் கலை, இலக்கியம், அரசியல், பொருளாதாரம் முதலிய விஷயங்களைப் பற்றிப் பேசிக் கொண்டிருந்தார்கள். சரவணனின் பேச்சுக்களை அவன் கேட்டுக் கொண்டிருந்தபோது, ஏதோ இமயமலையின் அருகில் இருப்பது போலத்தான் அவனுக்குத் தோன்றியது. உறுதியிலும் உயர்விலும் இமயமாகவே மாறிவிட்டார்.

"எலும்புத் துண்டுகளுக்காக நாய்கள் அடித்துக் கொள்வதுபோல், பேராசை பிடித்த போலிகள், பணத்துக்காக எந்த இழிவான வேலையையும் செய்யத் துடிக்கும் இந்தக் காலத்தில், மனிதனாக வாழப் போராடுவதில் எவ்வளவு இன்பம் இருக்கிறது தெரியுமா? எத்தனையோ போலிப் பேர்வழிகளை எனக்குத் தெரியும்; அவர்களை விட நான் இன்பமாக வாழ்கிறேன்! பகலில் கஷ்டப்பட்டு உழைத்து விட்டு, இரவில் நிம்மதியாய்த் தூங்குகிறேன்!" என்று செருக்கோடு அவர் பேசியது அண்ணாமலையைச் சிந்திக்க வைத்தது. உண்மை-போலி என்ற பேச்சு வந்த போது அவனால் அவரையும் அவன் மாமனார் தண்டபாணியையும் ஒப்பிட்டுப் பார்க்காமல் இருக்க முடியவில்லை.

திடீரென்று அண்ணாமலையிடம் திரும்பி, "நீங்கள் உங்கள் கலைப்பயிற்சி முடிந்தவுடன் என்ன செய்வதாக உத்தேசம்?" என்று கேட்டார் சரவணன்.

அண்ணாமலைக்கு என்ன பதில் சொல்வதென்று தோன்றவில்லை அவன் விழித்தான்.

"இந்தக் கலையைக் கொண்டே பிழைத்துக் கொள்ள முடியும் என்ற நம்பிக்கை உங்களுக்கு இருக்கிறதா? அல்லது பிழைப்புக்கு வேறு வசதியோ தொழிலோ இருக்கிறதா என்று கேட்கிறேன்; கல்யாணம் வேறு செய்து கொண்டிருக்கிறீர்கள்;

அடுத்தாற்போல் அப்பாவாகி விடுவீர்கள்; அதற்காகக் கேட்கிறேன்.”

“எனக்கு என்ன செய்வதென்றே புரியவில்லை” என்று குழப்பத்தோடு பதிலளித்தான் அண்ணாமலை.

“நான் சொல்வதையும் கேட்டுக் கொள்ளுங்கள்; எப்படி இதுவரையில் கலைஞர்கள் தங்கள் பிழைப்பை நடத்தி வந்தார்கள் என்ற வரலாற்றை உங்களுக்குச் சொல்கிறேன்” என்று ஆரம்பித்தார் சரவணன். “பழைய காலத்தில் அரசர்களும் சமயவாதிகளும் சேர்ந்து அவர்களை ஆதரித்தார்கள். உலகம் எங்கும் இப்படித்தான் ஓவியக் கலை வளர்ந்திருக்கிறது. பிறகு சிற்றரசர்கள், பெரும் பணக்காரர்கள், ஜமீன்தார்களின் ஆதரவாலேயே இது வளர்ந்திருக்கிறது. ஆகவே, ‘கலைக்காகவே கலை’ என்று சொல்லிக்கொண்டு எந்த ஓவியனும் பட்டினி கிடப்பதற் காகத் தன் கலையைப் பயன்படுத்தவில்லை. அவனுடைய தனித்தன்மையையும் அவன் விட்டுக் கொடுக்காமல், அவன் மற்றவர்களுக்கும் பணி செய்து மகிழ்ச்சி யூட்டியிருக்கிறான். இதை நீங்கள் இப்போதே தெளிவாகத் தெரிந்து கொள்ளவேண்டும். உங்களுடைய தனித் தன்மையையும் நீங்கள் இழந்துவிடக் கூடாது; அதே சமயம் அந்தத் தனித்தன்மை மற்றவருக்கும் பணியாகவும் இருக்கவேண்டும். ஒரே சமயத்தில் இரட்டைக் குதிரைகளில் உட்கார்ந்து சவாரி செய்யும் சர்க்கஸ் வித்தைக்காரர்கள் நாம்.”

“போலித்தனமில்லாத உண்மைக் கலைஞர்களின் வாழ்க்கையே போராட்டம் நிறைந்த வாழ்க்கைதான்” என்று கதிரேசனும் ஒப்புக்கொண்டார்.

சரவணன் மேலே தொடர்ந்தார்:-

“நம்முடைய பழம் பெரும் மன்னர்களின் காலம் மலையேறி விட்டது இப்போது நாம் எல்லோரும் இந்நாட்டு மன்னர்கள். நம்முடைய இக்கால மன்னர்களில் சக்ரவர்த்திகளாக உள்ளவர்களுக்குப் பணம் பண்ணவே

நேரம் போதவில்லை. ஆகவே, அவர்கள் உங்கள் படங்களைத் திரும்பிக்கூடப் பார்க்க மாட்டார்கள். நம்மில் ஏழைகளாக உள்ள அடிமை மன்னர்களுக்கோ திரைப்பட ராணிகளின் புகைப்படங்களே அற்புத கலைப்படைப்புக்களாகத் தோன்றுகின்றன. இந்த இரண்டுங் கெட்டான் நிலையில் எல்லாத் துறைகளிலும் போலிகள் ஊடுருவி, உண்மையின் உயிர் மூச்சைத் திணறச் செய்வதால் நீங்கள் என்ன செய்யப் போகிறீர்கள் என்று நான் கேட்கிறேன்!"

மூச்சுத் திணறியது அண்ணாமலைக்கு. கலைஞன் தன் கலையை மக்களுக்குக் கொடுத்து, அதனால் மக்களின் உதவியைக் கொண்டு பிழைப்பு நடத்த முடியாதோ என்ற சந்தேகம் அவனுக்கு.

"சிரமம்தான்..." என்று இழுத்தான் அண்ணாமலை.

"சிரமம்தான் என்ன? முடியாது என்று நினைத்தால் அதையே சொல்லி விடுங்களேன்!" என்றார் சரவணன்.

"ஆமாம்; முடியாதுதான்..."

"முடியாத ஒன்றை முடித்துக் காட்டுகிறவன்தான் மனிதன். அவன்தான் தன்னை ஆண்பிள்ளை என்று அழைத்துக் கொள்ளத் தகுதி வாய்ந்தவன். அப்படிப் பட்டவன் அந்தந்தக் காலத்தில் அங்கங்கே தோன்றுவதால்தான் காட்டுமிராண்டிக் கூட்டமாக இருந்த மனித இனம் இந்த அளவுக்காவது நாகரிகடைந்திருக்கிறது. கலைஞன் என்பவன் மனித நாகரிகத்தை, பண்பாட்டை, காலத்துக் கேற்ற கலாசாரத்தை வளர்த்து வருபவன். அப்படிச் செய்யாதவன் கலைஞனல்ல; கொலைஞன். மாக்களைக் கூட மக்களாக வளர்த்து விடுவது உண்மைக்கலை. மக்களையே மாக்களாக மாற்ற முயல்வது போலிக் கொலை. கலைஞனாக வாழ்வது கஷ்டம்தான்; போராட்டங்களுக்குத் துணிந்து விட்டால் உங்களால் சிறந்த கலைஞனாக வளர முடியும்!"

சரவணனின் பேச்சில் ஓரளவு கசப்பும் காரமும் கலந்திருந்தன என்றாலும், கதிரேசன் வீட்டுக் கல்யாண

விருந்தைவிட அதுவே அண்ணாமலைக்கு மிகவும் சுவையாக இருந்தது. மனிதர் என்று தம்மைக் கூறிக் கொள்ளத் தகுதி வாய்ந்த ஒருவரைச் சந்தித்த ஆனந்தம் அவனுக்கு. சோற்றுக்கும் சுகத்துக்கும் மீறி வளர்ந்துவிட்ட ஒரு மனிதராக அவர் அவனுக்குத் தோன்றினார். அவன் உள்ளம் அதிர்ச்சி பெற்று விழிப்புறத்தொடங்கியது.

12. மாணிக்கத்தின் காதல்

மோகம் முப்பது நாள், ஆசை அறுபது நாள் என்பதைத் தெரிந்து கொள்ள ஆனந்திக்கு அதிக நாட்கள் ஆகவில்லை. நாளாக ஆக அவள் மாணிக்கத்திடம் அந்த மோகத்தாலும் ஆசையாலும் பட்டுக் கொண்டிருந்த சித்திரவதைகள் குறையத் தொடங்கின. மாணிக்கத்துக்கு ஆனந்தியிடம் அவ்வப்போது பேசுவதற்குக்கூட நேரம் கிடைத்தது. தன் தொழிலைப் பற்றியும், வருமானத்தைப் பற்றியும் அவளிடம் பேசித் தற்பெருமைத் தம்பட்டம் அடித்துக் கொள்வதில் அவன் ஒருவகை இன்பங்கண்டான்.

ஒரு நாள் மாலை உற்சாகத்தோடு வீட்டுக்குத் திரும்பிய மாணிக்கம், வழக்கத்துக்கு மாறாக ஆனந்தியை அழைத்துக் கொண்டு பொழுது போக்குவதற்காக வெளியே டாக்ஸியில் கிளம்பினான். இருவரும் ஓர் ஓட்டலுக்குள் நுழைந்து, குடும்பப் பகுதிக்குச் சென்றார்கள். மாணிக்கம் பலகாரங்களுக்கு ஆர்டர் கொடுத்துவிட்டு, அவளுடன் குதூகலத்தோடு பேசத் தொடங்கினான்.

“ஒரு முக்கியமான விஷயத்தை உன்னிடம் பேச வேண்டும். சாப்பிட்டுக்கொண்டே தனியாகப் பேசலாம் என்பதற்காகத்தான் இங்கே அழைத்துக் கொண்டு வந்தேன்.”

அவர்களைச் சுற்றிலும் மறைவுத் தட்டிகள் இருந்தன. இருந்தாலும் தனிமையில் பேசுவதற்கு வீட்டிலும் தோட்டத்திலும் எத்தனையோ இடங்கள் உள்ளபோது, அங்கு அவளை அவன் எதற்காக அழைத்துக்கொண்டு வர

வேண்டும் என்பது ஆனந்திக்குப் புரியவில்லை.

"என்ன விஷயம்?" என்று கலக்கத்தோடு கேட்டாள்.

"நமக்குத் திடீரென்று அதிர்ஷ்டம் வந்திருக்கிறது ஆறேழு மாதங்களுக்குள் ஒரு லட்ச ரூபாய் தரக்கூடிய அதிர்ஷ்டம் அது! அதைப்பற்றி உன்னிடம் யோசனை கேட்க வேண்டும்."

எதைப் பற்றியும், அவளிடம் எதற்குமே யோசனை கேட்காதவனுக்கு அன்று திடீரென்று இந்த மாற்றம் எப்படி வந்தது என்று ஆனந்திக்குப் புரியவில்லை.

"என்ன அதிர்ஷ்டமென்று சொல்லுங்கள்" என்றாள்.

வந்த பலகாரங்கள் அதிகமாக இருந்தன. ஆனந்தியால் சாப்பிட முடியவில்லை. மிதமாகச் சாப்பிட்டுப் பழகியவள் அவள். அவளுக்கு வந்தவற்றையும் அவனே சேர்த்து உள்ளே தள்ளிக் கொண்டு பரபரப்போடு அவன் பேசத் தொடங்கினான்.

"ஆந்திராவில் உள்ள ஒரு முன்னாள் ஜமீன்தாருக்கு மயிலாப்பூரை ஒட்டினாற்போல் பெரிய காலிமனை இருக்கிறது. 'பிளாட்' போட்டுப் பிரித்தால் இருபத்தைந்து முப்பது 'பிளாட்'டுகள் தேறும். ஆந்திராவிலும் அவருக்கு நிலமிருப்பதால் அவர் இதை விற்றுவிடப் போகிறார். திடீரென்று ஏதோ அவருக்குப் பண நெருக்கடி வந்திருக்கிறது. அவருக்கு வந்திருக்கும் அந்தப் பண நெருக்கடிதான் நம்முடைய அதிர்ஷ்டம். பாதி விலைக்கும் குறைவாக, ரொக்கம் பத்து நாட்களுக்குள் கிடைப்பதானால், ஐம்பதினாயிரத்துக்குக் கொடுத்து விடத் தயாராயிருக்கிறார். அவரிடம் அதை வாங்கி, பிளாட் போட்டு விற்றால், ஆறே மாதத்துக்குள் இரண்டு லட்சத்துக்கு மேலே சேர்த்து விடுவேன். எப்படியும் ஆறு மாதத்தில் உன் கையில் ஒரு லட்சமாவது கொடுக்காவிட்டால் நான் மாணிக்கமில்லை!"

ஆனந்திக்கு அவ்வளவு பணம் தங்களுக்கு எதற்கு என்று தோன்றிற்று. அவர்கள் பெரும் பணக்காரர்களாக இல்லா

விட்டாலும் வறுமையில் வாடவுமில்லை; அவர்களைச் சுற்றிலும் வயிற்றுப் போராட்டம் நடத்திக் கொண்டிருந்த லட்சோப லட்சம் நகரவாசிகளை விட அவர்கள் ஓரளவு வசதியோடுதான் வாழ்ந்தார்கள்.

மாணிக்கம் அவளிடம் பட்டணத்துப் புதுப் பணக்காரர்கள் சிலருடைய வாழக்கை வரலாறுகளை அலசினான். பத்தே வருஷங்களுக்குள் அவர்கள் எப்படியெல்லாம் பணம் சேர்த்தார்கள் என்ற இரகசியங்களை வெளியிட்டான். ஆனந்திக்கு அந்த விவரங்களைக் கேட்டபோது குமட்டிக் கொண்டு வந்தது.

"இதோ பார், லஞ்சம் கொடுத்துக் காண்ட்ராக்ட் எடுத்து நாம் வேலை செய்யலாம் என்று மேஸ்திரி அப்பாவிடம் சொன்னேன். அப்பாவுக்கு அது பிடிக்கவேயில்லை! ஆனால்; இப்போது செய்யப் போகிற வேலையில் புரட்டு உருட்டு கிடையாது. திறமைக்குத் தக்கபடி லாபம் கிடைக்கும்."

"உங்க அப்பா இதற்கு என்ன சொல்கிறார்?" என்று மேஸ்திரியின் க ருத்தைக் கேட்டாள் ஆனந்தி.

"அதை ஏன் கேட்கிறாய்? அவரை சம்மதிக்க வைப்பதற்குள் என் பாடு பெரும்பாடாய்ப் போய்விட்டது அவரோ, பழைய காலத்துப் பேர்வழி; யோசிக்கலாம் என்று சொல்லி வைத்தார்; நான் அவரை விடவில்லை" என்றான்.

மேஸ்திரி யோசித்து முடிவு சொல்வதற்குள் அந்த மனை, பறி போய்விடும் என்று அவன் அவருக்கு எச்சரிக்கை செய்தானாம். கை நிறையக் கள்ளப்பணத்தை வைத்துக் கொண்டிருந்தவர்கள், கழுகுகளைப் போலவே காலிமனைகளைச் சுற்றி வட்டமிட்டு ஒன்றுக்கு நான்காய்ப் பணம் கொடுத்து அவற்றைத் தட்டிக்கொண்டு போகப் பறந்து கொண்டிருந்தார்களாம். நிலத் தரகன் குப்புசாமி, மாணிக்கத்துக்குத் தெரிந்தவன் என்பதால் அவன் காதுகளில் இரகசியமாய்ப் போட்டு வைத்தானாம்.

"ஜமீன்தார் தம்முடைய அந்தஸ்து குறைந்து

விடக்கூடாது என்பதால் வெளியில் தெரியாமல் அதை விற்க விரும்புகிறார். விஷயம் நாலு பேருக்குத் தெரிந்து விளம்பரமாகிவிட்டால், அதன் விலையும் ஏறிவிடும். கறுப்புப் பணத்தோடு நம்மால் போட்டி போடமுடியாது. அதனால் சீக்கிரமாகவே காதும் காதும் வைத்ததுபோல் விஷயத்தை முடிக்க விரும்புகிறேன்."

"பணத்துக்கு என்ன வழி செய்யப் போகிறீர்கள்?"- ஆனந்தி கேட்டாள்.

"அப்பாவை எப்படியும் முப்பதாயிரம் திரட்டிக் கொண்டுவர ஏற்பாடு செய்துவிட்டேன்; நான் முப்பதாயிரம் போட வேண்டும். வரும் லாபத்தில் ஆளுக்கு பாதி. அப்பாவின் பங்குக்கு ஆறு மாதத்தில் அவர் கணக்கில் லட்ச ரூபாய் கட்டுவதாய்ச் சொல்லியிருக்கிறேன். ஆளுக்கொரு லட்சத்திற்கு அதிகமாக வருமே தவிரக் குறையாது. நல்ல இடத்தில் மனை இருப்பதால், கிரவுண்டு ஆறாயிரத்துக்குக் கண்ணை மூடிக்கொண்டு வாங்கிக் கொள்வார்கள். சொந்தமாக டெலிபோன், கார் எல்லாம் வைத்துக்கொண்டு விளம்பரம் செய்து விற்கப் போகிறோம்."

மேஸ்திரி எப்படிப் பணம் புரட்டப் போகிறார்? மாணிக்கத்தால் எப்படிப் பணம் புரட்ட முடியும்? யோசனை செய்தாள் ஆனந்தி. அண்ணாமலைக்குக் கல்யாணம் செய்ததில் அவருடைய கைப்பணமெல்லாம் கரைந்துவிட்டது என்பது மீனாட்சியம்மாள் சொல்லி அவளுக்குத் தெரியும். அதைப் போலவே அவளுடைய கல்யாணத்துக்காக அவள் அப்பா கதிரேசனும் செலவு செய்திருந்தார். செலவுக்குப் போதாமல் நண்பர் ஒருவரிடமும் கடன்பட்டிருந்தார் என்பதையும் ஆனந்தி அறிந்திருந்தாள்.

"பணத்துக்கு நீங்கள் என்ன வழி செய்யப் போகிறீர்கள்?"

"அதைப் பற்றி உன்னிடம்தான் யோசனை கேட்கவேண்டும். வாய்க்கு ருசியான எதையாவது நீ சாப்பிட்டால், உன் வாயிலிருந்து ருசியான யோசனை வரும்

என்றுதான் இங்கு அழைத்து வந்தேன்”-தீராக் காதல் கொண்ட காவியக் காதலன் போல் அவளையே ஏக்கத்தோடு உற்றுப் பார்த்தான் மாணிக்கம். அப்படிக்கூட அவனால் கனிவோடு பார்க்க முடியும் என்பதை அன்றுதான் முதல் முதலாகக் கண்டாள் ஆனந்தி.

“எனக்கு என்ன யோசனை தோன்றப் போகிறது?”

“மேஸ்திரி அப்பா அவருடைய வீட்டை ஈடாக வைத்து அதன்மேல் கடன் வாங்கப் போகிறார். நீயும் உன் அப்பாவுக்கு யோசனை சொன்னால் அவர் மாட்டேனென்று சொல்லப் போவதில்லை. முப்பதாயிரம் கிடைத்தால் போதும். ஐந்நாறு கிரவுண்டுகளை விற்றாலே அந்தப் பணம் திரும்பி விடும். அதிகமாய்ப் போனால் மூன்றே மாதத்தில் கடனை அடைத்து வீட்டை மீட்டு விடலாம். வுட்டி எவ்வளவானாலும் கவலைப்பட வேண்டியதில்லை. ஒரே ஒரு புரட்டுப் புரட்டிக் கொண்டு திருப்பிக் கொடுத்துவிடப் போகிறேன்.”

ஆனந்திக்கு ஏனோ மூச்சை அடைப்பது போலிருந்தது. இனம் புரியாத ஒருவகைப் பயம் அவளுக்குள் பரவுவதை அவள் உணர்ந்தாள். அவளுடைய அப்பாவை அவளுக்குத் தெரியும். கதிரேசன் தம்முடைய வீட்டைக் குடும்பத்தார் குடியிருக்கும் ஒரு கோவிலாக மதித்தாரே தவிர, அதை அவர் ஒரு சொத்தாக மதிக்கவில்லை. ரூபாய் அணா பைசா வியாபாரத்துக்கு எப்படிக் குடும்பத்துப் பெண்களை ஈடுபடுத்துவது அழகாயிருக்காதோ, அப்படியே குடியிருக்கும் வீட்டை ஈடுபடுத்துவது அழகாயிருக்காது, என்று அவர் கூறுவார். வீட்டையும் ஒரு சொத்தாக மனிதர் மதிப்பதாலேயே பலர் குடியிருக்க வீடில்லாமல் தவிக்கிறார்கள் என்ற கருத்துள்ளவர் அவர். வீட்டை அடமானம் வைத்து அது வரையில் அவர் கடன் வாங்கியதும் இல்லை.

“என்ன யோசனை செய்கிறாய்?” என்று கேட்டான் மாணிக்கம்.

"அப்பாவிடம் கேட்டுப் பார்க்கிறேன்" என்று அவள் கலக்கத்தோடு பதிலளித்தாள்.

"கேட்டுப் பார்ப்பதென்ன? முடித்து விடு! முடிக்கத்தான் வேண்டும்!"-மாணிக்கத்தின் குரல் ஊசியென அவள் உள்ளத்தில் தைத்தது.

13. இளமைச் சிறுகனவு

கல்யாணம் முடிந்தவுடன் அண்ணாமலையும் சுந்தரியும் குதூகலத்துடன் தங்கள் குடும்ப வாழ்வைத் தொடங்க வேண்டுமென்பதற்காக அவர்களுக்குச் சிலவசதிகள் செய்து கொடுத்திருந்தார் தண்டபாணி. அவருடைய காரைப் பத்து நாட்களுக்குச் சுந்தரியின் பொறுப்பில் விட்டு, அவள் கையிலும் செலவுக்குப் பணம் கொடுத்திருந்தார். மேல் நாட்டில் புதுமணமக்கள் 'தேனிலவு' என்ற பெயரில் உல்லாசமாகப் பொழுது போக்குவதுபோல் இங்கும் இவர்கள் களித்திருக்க வேண்டுமென்பது அவர் ஆவல். மேஸ்திரிக்கும் இந்த ஏற்பாடு மிகவும் பிடித்திருந்தது.

தம்மையும் மீனாட்சியம்மாளையும் போல் அவர்கள் பட்டிக்காடுகளாக இல்லாமல் நவ நாகரிகத்தின் சின்னங்களாக விளங்க வேண்டுமென்று அவரும் ஆசைப்பட்டார்.

அண்ணாமலைக்கும் சுந்தரிக்கும் அது அற்புதமான தேனிலாகவே அமைந்து விட்டது. ஓட்டல், சினிமா, கடைவீதி, கடற்கரை இங்கெல்லாம் அண்ணாமலையை அழைத்துச் சென்று அவனைத் தன் அன்பால் திக்குமுக்காடச் செய்தாள் சுந்தரி. வீட்டிலும் அவள் அண்ணாமலையை விட்டுப் பிரிந்திருப்பதில்லை. அப்படியே அவள் அவனோடு ஒன்றாக ஒட்டிக் கொண்டு விட்டாள். திருமணத்துக்காக அண்ணாமலை பெற்றிருந்த பள்ளி விடுமுறை வெகு வேகமாகப் பறந்து கொண்டிருந்தது.

வெளியில் சுற்றும் வேளைகளில் காரின் பின்புறம் அவன்

மீது மெல்ல சாய்ந்தபடியே துவண்டு கிடப்பாள் சுந்தரி. அவளுடைய புதுப் புடவைகளின் வண்ண மயக்கு, அவள் தலை தாங்காமல் வைத்துக் கொள்ளும் மனோரஞ்சிதம், அவளுடைய பூச்சு-கண் மை, பொட்டு எல்லாமே அவனுக்கு மிகவும் பிடித்திருந்தன குழந்தையிலும் குழந்தையாக மாறி அவள் அவனோடு சிரித்துப் பேசிக் கொண்டும், சிணுங்கிக் கொண்டும், அவனைப் பரிகசித்துக் கொண்டும் பொழுது போக்கினாள். சுந்தரி அவனுக்கொன்றும் புதியவள் அல்லள்தான்; என்றாலும் தன்னை அவனுக்கே கொடுத்து விட்டதால் ஏற்பட்ட உரிமைச் செருக்கோடு அவள் அவனிடம் இப்போது பழகினாள். அவனைச் செல்லமாக ஆட்டி வைத்து அதிகாரம் செய்வதில் அவள் என்ன இன்பங் கண்டாளோ, அதே போல் அவளுக்கு அடிமையாகி ஆட்டி வைக்கப்படுவதிலும் இன்பங் கண்டான் அண்ணாமலை.

சுபாவத்தில் குழந்தையான அண்ணாமலைக்கு இப்போது சுந்தரியின் உருவத்தில் ஓர் அழகான விளையாட்டுப் பொம்மையும் அதிகாரம் செய்யும் தாதியும் ஒன்றாகக் கிடைத்து விட்டது போலிருந்தது. வெளியில் புறப்பட வேண்டிய சமயத்தில் அவனுக்கு உடைகளை எடுத்து வைப்பது, அவனைக் கண்ணாடியின் முன்பாக இழுத்துக் கொண்டு போய் நிறுத்துவது, அவசியமானால் அவனுக்குத் தலைவாரி விடுவது வரை எல்லா வேலைகளையும் சுந்தரி கவனித்தாள்.

மாடியில் அண்ணாமலையின் ஸ்டூடியோவுக்கு அருகில், அவனுடைய அறைக்கு அடுத்தாற் போலவே சுந்தரிக்கும் அறையை ஒழித்துக் கொடுத்திருந்தார் மேஸ்திரி. ஆகவே பெரியவர்களுடைய குறுக்கீடில்லாமல் அவர்கள் அங்கே தங்களுடைய தனி சாம்ராஜ்யத்தை அமைத்துக் கொள்ள முடிந்தது. ஸ்டூடியோக் கூடத்தை சுந்தரி கைப்பற்றிக் கொள்ளாத வரையில் அவள் அவனருகில் இருப்பதே அண்ணாமலைக்குப் பிடித்திருந்தது. பரந்து விரிந்த இந்த உலகத்தில் திடீரென்று தான் சுந்தரியோடு தனித்து

விடப்பட்டதாக உணர்ந்து, பரவசமடைந்தான் அண்ணா மலை. புத்தம் புதிய துணை; புத்தம் புதிய அனுபவங்கள்; புத்தம் புதிய பொழுது போக்குகள், ஆகா, எவ்வளவு இன்பம் நிறைந்த உலகம் இது!

இந்த விஷயத்தில், அடுத்தாற் போலிருந்த ஆனந்தியின் வீட்டு மாடிக்கும் அண்ணாமலையின் வீட்டுமாடிக்கும் மலைக்கும் மடுவுக்கும் உள்ள வித்தியாசங்கள் இருந்தன. கல்யாணம் முடிந்தவுடன் சில நாட்களுக்கு அண்ணா மலைக்குத் தன்னுடைய சித்திரங்களைப் பற்றிக்கூட நினைக்கத் தோன்றவில்லை.

மாடிச் சன்னல் வழியே நிலவு அருவிபோல் பொழிந்து கொண்டிருந்த ஒரு முன்னிரவு வேளையில், அண்ணா மலையும் சுந்தரியும் அறைக்குள் தனித்திருந்தார்கள். அண்ணாமலை மயங்கிக் கிறங்கிய நிலையில் அவள் உடல் வனப்பையே உற்றுப் பார்த்துக் கொண்டிருந்தான். கல்யாணத்துக்கு முன்பாக ஒரு கலைஞன் என்ற கண்ணோட்டத்தோடு அவளுடைய மேனி அழகை ரசித்து வந்தவன் அவன். அவளை அப்போதெல்லாம் 'மாடலா'கவே அவன் காண முடிந்தது. கலை என்ற திரைக்குப் பின்னிருந்து, அதன் உபாசகன் என்ற முறையில் அவன் அன்று கண்ட அழகுக்கும், நிலவுத்துகிலோடு அவளைக் கணவன் என்ற உறவுடன் இன்று காணும் அழகுக்கும் எத்தனை வித்தியாசம்! நம் நாட்டுச் சிற்பியரின் கற்பனையில் உதித்த மோகினி போலவோ ரதிதேவி போலவோ அவள் அவனுக்குக் காட்சியளிக்கவில்லை. மேல் நாட்டுச் சிற்பிகளும் ஓவியர்களும் கண்ட கனவான, 'வீனஸ்' என்ற அழகுத் தெய்வத்தை அவள் ஒத்திருந்தாள். உருண்டு திரண்ட அங்க அவயவங்களோடும், ரோஜாவின் வண்ணத்தோடும், ஓரளவு ஆண்மை கலந்த பெண்மை அவளிடம் முகிழ்த்துக் கொண்டிருந்தது. காதலுணர்வின் களி மயக்கில் திளைப்பதற்கென்றே பிறந்தவள்தானா சுந்தரி?

"சுந்தரி! உன் அப்பாவுக்குக் கூடக்கலை உணர்ச்சி இருப்பது போல் தெரிகிறது" என்றான் அண்ணாமலை.

"என்ன, இந்த வேளையில் இந்த ஆராய்ச்சி?"

"சுந்தரி என்ற பெயரை உனக்கு எவ்வளவு பொருத்தமாகப் பார்த்து வைத்திருக்கிறார், பார். உண்மையிலேயே நீ சுந்தரிதான்; உன்னுடைய அழகு பேரழகு; கொள்ளை அழகு உனக்கு!"

"இப்படியே ஒரு படம் வரையலாம் என்று பார்க்கிறீர்கள் போலிருக்கிறது. ஊஹூம் அது மட்டும் இனி நடக்காது!"

"சே! இனி ஒரு காலும் உன்னை வைத்துப் படம் வரைய மாட்டேன். முகத்தை மாற்றினால் வேறு பெண்ணாய்த் தெரியுமென்றாலும், இனி உன் உடலழைக்கூட மற்றவர்கள் பார்ப்பது எனக்கு பிடிக்கவில்லை. சுந்தரி! நீ எனக்கே சொந்தமானவள்; எனக்கே சொந்தமானவள்!"

அவனுக்கே சொந்தமானவள், அதைக் கேட்டவுடன் அதற்கு மேல் அவனைப் பேசவே விடவில்லை. மெல்ல அவன் கழுத்தைத் தன் மலர் மாலை போன்ற கரங்களால் வளைத்துக் கொண்டு விட்டாள். நிலவும் அதற்கு மேல் அவர்களுடைய தனிமையைக் காண முடியாமல் நாணம் கொண்டு தன் கதிர்களைச் சுருக்கிக்கொண்டு மெல்லச் சன்னலுக்கு வெளியே நழுவியது. வசந்த காலத்து வண்ண மலரில் கிறங்கித் தேன் மாந்தும் சிறு வண்டாக மாறினான் அண்ணாமலை. ஆயிரமாயிரம் கற்பனைகள் அந்த கணத்துக்குள் தோன்றி, அவனுள்ளே வண்ண ஓவியங்களைத் தீட்டத் தொடங்கின. இன்பத்துக்கென்றே பிறந்தவள் அதை அவனிடமிருந்து பெற்றுக் கொண்டு, அவனுக்கும் திரும்பி வழங்கினாள்.

பொழுது புலர்ந்தது; பல பொழுதுகள் புலர்ந்தன. தண்டபாணி தாம் கொடுத்திருந்த காரை அவருடைய உபயோகத்துக்காக வாங்கிக்கொண்டு விட்டார். சுந்தரியின் கையில் அவர் கொடுத்திருந்த காசும் கரைந்து விட்டது.

அண்ணாமலை மீண்டும் அவனுடைய பள்ளிக்குப் போய் வரத் தொடங்கினான். சுந்தரிக்குப் பொழுது போவது சிரமமாகத்தான் இருந்தது. மீனாட்சியம்மாள் தானே வீட்டு வேலைகளை இழுத்துப் போட்டுக் கொண்டு செய்வதால் அங்கும் அவளுக்கு அதிகமாக வேலையில்லை.

பள்ளியிலிருந்து வீட்டுக்குத் திரும்பிய அண்ணா மலையிடம் அவள் ஒரு நாள், "அப்பா, காரை வாங்கிக் கொண்டு போனது, கை ஒடிந்தது போலிருக்கிறது; எங்கள் வீட்டிலென்றால் எனக்கு மட்டும் அவ்வப்போது கார் கிடைக்கும்" என்றாள் சுந்தரி.

"கார் எதற்கு நமக்கு? நம்முடைய ஸ்கூட்டரே போதுமே!" என்றான் அண்ணாமலை.

அதற்கு அவள் ஏதும் பதிலளிக்கவில்லை. சிறிதுநேரம் யோசனை செய்துவிட்டு, "அப்பாவிடம் சொல்லி சீக்கிரம் நமக்கென்றே ஒரு புதுக் கார் வாங்கிக் கொள்ளலாம்" என்றாள்.

"பணத்துக்கு அவர் எங்கே போவார்?"

"அவர் ஒன்றும் தம் கையை அறுத்துக் கொண்டு நமக்குக் கொடுக்க வேண்டியதில்லை. நீங்கள் அவருக்காக வேலை செய்வதால் அவர் ஆயிரம் ஆயிரமாகச் சம்பாதிக்கப் போகிறார். அதைப் பணமாய்க் கொடுக்காமல் காராக வாங்கிக் கொடுக்கட்டுமே!"

அண்ணாமலை தனக்குள் சிரித்துக்கொண்டான்! தண்டபாணி சில நாட்களுக்குக் காரைத் தங்களுக்கு இரவல் கொடுத்ததே தவறு என்று அவனுக்குத் தோன்றியது. அதுவுமில்லாமல் அவள் அப்பாவிடம் அவன் உழைக்கப்போகிறான் என்று அவள் நம்பிக் கொண்டிருந்தது வேறு அவனுக்கு வேடிக்கையாக இருந்தது 'போஸ்டர்களும் பானர்களும், எழுதிப் புகைப் படங்களுக்குக் கவர்ச்சியூட்ட வேறு பலர் இருக்கும்போது, நான் எதற்காக அவரிடம் போய்

அந்தத் துறையில் உழைக்க வேண்டும்?' என்ற கேள்வி அவனுள் எழுந்தது.

"கார் வேண்டாம்; ஸ்கூட்டரே போதும்" என்றான் அண்ணாமலை. சுந்தரி அவளைக் கோபத்தோடு விழித்துப் பார்த்தாள்.

14. பேராசைப் பெருஞ்சுழலில்

கார் ஒன்று, சுந்தரியும் அண்ணாமலையும் சிறிதும் எதிர் பார்க்காமலே அவர்களுடைய வீட்டுக்கு வந்து சேர்ந்தது. 'மேஸ்திரி-மாணிக்கம் நிபுணர்கள்' தங்களுடைய புதுத் தொழிலின் வளர்ச்சிக்காக வாங்கிய பழைய கார் அது. மாணிக்கத்தின் யோசனைப்படி அதற்கு மேஸ்திரியும் கையெழுத்துப் போட்டு இருவரும் அதைத் தவணைக் கடனில் வாங்கியிருந்தார்கள். தனியாகத் தங்களுக்கென்று ஒரு கார் வாங்கப்படாவிட்டாலும், அப்போதைக்கு அந்த ஏற்பாடு சுந்தரிக்கு ஆறுதல் தந்தது. விரைவில் தங்களுக்கென்றே ஒன்று வாங்கிக்கொள்ள முடியுமென்ற நம்பிக்கை சுந்தரிக்கு.

மாணிக்கத்தின் திட்டங்கள் மளமளவென்று செயல்படத் தொடங்கி விட்டன. கதிரேசனிடம் ஆனந்தி, மாணிக்கத்தின் விருப்பத்தைக் கூறினாளே தவிர, அவரை வீட்டின் மீது கடன் வாங்கும்படி வற்புறுத்தவில்லை. மேஸ்திரியும் வந்து கதிரேசனிடம் தங்களுடைய புதுத் தொழிலைப் பற்றிப் பேசினார்.

"மயிலாப்பூர் வீட்டை வித்துட்டு, நான் உங்களோட உதவியாலே இந்தப் புது வீட்டை எவ்வளவோ பாடுபட்டுக் கட்டியிருக்கிறேன். கையிலே இருந்த காசெல்லாம் அண்ணா மலையோட கல்யாணத்திலே கரைஞ்சு போச்சு. இப்போ என்னிடமிருக்கிற ஒரே சொத்து என்னோட வீடுதான். இருந்துங்கூட நான் இதை வச்சுத்தான் கடன் வாங்கப் போறேன். நீங்களும் என்னோட நிலைமையிலேதான்

இருக்கீங்க. இருந்தாலும் காத்தடிக்கிறபோதே நாம் தூத்திக்கணும், பாருங்க" என்றார் மேஸ்திரி.

காற்றடிக்கும்போதே தூற்றிக் கொள்வது என்ற சித்தாந்தத்தைக் கேட்டுத் தனக்குள் சிரித்துக் கொண்டார் கதிரேசன்.

"காற்றடிக்கும்போதே ஒவ்வொருவரும் இங்கே தூற்றிக் கொள்ள முனைவதால்தான் புயல் காற்று இப்போது உருவாகத் தொடங்கியிருக்கிறது. உணவு, உடை, வீடு இவற்றின் விலைவாசிகள் விஷம்போல் ஏறிக் கொண்டிருப் பதற்குக் காரணம் இந்தச் சூதாட்ட மனோபாவந்தான். ஏழை எளியவர்கள் குடிசைகளிலும் தெருவோரங்களிலும் நெருக்கியடித்துக்கொண்டு திணறுகிறார்கள். நடுத்தரவர்க் கத்தார், குடிக்கூலி கொடுக்க முடியாமல் விழி பிதுங்குகிறார்கள். வீடுகளின் விலையும் காலி மனைகளின் விலையும் இப்படி ஏறிக்கொண்டு போகும்போது, நீங்கள் யாருக்கு இந்த மனைகளை விற்று, லாபம் சம்பாதிக்கப் போகிறீர்கள்?"

கதிரேசனின் அறியாமையைக் கண்டு நகைத்தார் மேஸ்திரி.

"கையிலே பணத்தைக் கொள்ளை கொள்ளையா வச்சிக்கிட்டு முழிக்கிறவங்கள் இந்த நாட்டிலே எத்தனையோ பேர் இருக்காங்க. அதை அவுங்க பட்டணத்து மண்ணிலே கொண்டாந்து கொட்டத் துடியாய்த் துடிக்கிறாங்க. அதனாலேதான் பொன்னை விட இந்த மண்ணுக்குக் கிராக்கி வந்திடுச்சு. ஒரு வீடு பத்தாதுன்னு மேலே ஒன்பது வீடு கட்டிக்கிறாங்க. சும்மா கிடக்கிற இடத்தையெல்லாம் விலைக்கு வாங்கி, வளைச்சுப் போடுறாங்க. ஏழு தலைமுறைக்கு அவுங்களுக்கு இதுதான் சொத்து. அதனாலேதான் எங்க தொழிலும் நல்லா நடக்குது."

"இந்தப் பேராசைக்காற்று இப்படி அடிக்கவே கூடாது;

இதுதான் வரப்போகும் புயலுக்கு அபாய அறிகுறி" என்றார் கதிரேசன்.

"ஒண்ணும் வந்திடாது; நீங்க பயப்படாதீங்க!" என்றார் மேஸ்திரி. "மாணிக்கம் புத்திசாலிப் பிள்ளை; பிழைக்கத் தெரிஞ்சவன், அவனோட யோசனையிலேதான் நானே துணிஞ்சிட்டேன்?"

"வீட்டை நான் ஒரு சொத்தாகவே மதித்ததில்லை. குடியிருக்கும் கோயிலென்றே நினைத்திருக்கிறேன். இப்போது அதைக் கொண்டுபோய் அடகு வைக்கச் சொல்கிறீர்கள்!"

"வீடு உங்களோட கையை விட்டு போயிடாது. இதையும் நாம்ப திருப்பிக்கலாம். வரப் போற லாபத்திலே இன்னொரு புது வீடும் கட்டிக்கலாம்."

கதிரேசன் யோசனை செய்தார். அவரைப் பொறுத்த வரையில் அவருக்குச் சிறிதுகூட அந்த ஏற்பாட்டில் விருப்பமில்லை. ஆனாலும் அவருடைய பெண் ஆனந்தியின் எதிர்கால வாழ்க்கை அதில் அடங்கியிருந்தது. அவர் மறுத்துவிட்டால் அதனால் மாணிக்கத்தின் விரோதத்தை அவள் தேடிக் கொள்ள வேண்டியிருக்கும். வீடு பெரிதா? குடும்பம் பெரிதா?

"சரி, உங்கள் இஷ்டப்படி செய்யுங்கள்" என்றார் கதிரேசன், மேஸ்திரியிடம்.

பத்திரங்கள் எழுதப்பட்டன. கையெழுத்துக்களும் வாங்கப்பட்டன. ஒவ்வொன்றிலும் பொய்கலந்திருப்பதைக் கண்டு தமக்குள் தாங்க முடியாத வேதனை அடைந்தார் கதிரேசன். முப்பதாயிரம் கடன் கொடுத்தவர் முப்பத்தைந்தாயிரத்துக்குப் பத்திரம் எழுதியிருந்தார். எழுத்தில் ஒரு வட்டி என்று போட்டிருந்தது. ஆனால் இரண்டு வட்டி கொடுப்பதாகத் தனி ஒப்பந்தம் ஒன்று செய்து கொண்டிருந்தார்கள். பணம் என்பது தான் புகுந்த ஒவ்வொரு துறையிலும் எப்படியெல்லாம் சத்தியத்தைக் குழிதோண்டிப்

புதைக்கிறதென்பதைக் கண்டு மனம் பதைத்தார் கதிரேசன். ஆனால் மாணிக்கமோ, இந்த விஷயங்களில் அசகாய சூரனாக இருந்தான். வாழும் வழியே, பொய்யும் பித்தலாட்டமும் கலந்ததுதான் என்பதில் அவனுக்கு அசைக்க முடியாத நம்பிக்கையிருப்பது போல் தோன்றியது.

பதிவு செய்யும் அலுவலகத்தில் ஒரே சமயத்தில் அடைமான வேலையும் மனை வாங்கும் வேலையும் நடந்தன. ஆந்திர நாட்டு ஜமீன்தாரின் ஏஜெண்டுதான் விற்பனைப் பத்திரத்தில் கையெழுத்துப் போட்டு பணமும் வாங்கிக் கொண்டார். அதற்கான அதிகாரமும் அவரிடமிருந்தது. உடனடியாக விற்றவர் வாங்கியவர் இரு சாராருமே தரகனுக்குச் சேர வேண்டிய பணத்தைக் கொடுத்து முடித்தார்கள். ஜமீன்தாரது ஏஜென்டின் கார் உடனடியாகப் பணத்தோடு ஆந்திராவுக்குக் கிளம்பியது.

ஜமீன்தாரின் மனைக்குச் சொந்தக்காரர்களாகி விட்ட மாணிக்கமும் மேஸ்திரியும் உடனடியாக அதைச் செப்பனிட்டுச் சிறு மனைகளாகப் பிரிப்பதில் முனைந்தார்கள். இரவு பகலாக அங்கே வேலைகள் நடந்தன. எல்லைக் கற்கள் நடப்பட்டு, இடையில் பாதைகளும் போடப்பட்டன. அதே சமயத்தில் இருவருடைய வீடுகளுக்குமே தொலைபேசியும் வந்து விட்டது.

பிறகு ஒரு நல்ல நாள் பார்த்து எல்லாப் பத்திரிகைகளிலும் ஒரே சமயத்தில் வரும்படியாக விளம்பரமும் கொடுத்தார்கள்.

"மேஸ்திரி நகர் குடியிருப்பில் அற்புதமான வீடுகட்டும் மனைகள்! டெலிபோன் மூலம் தொடர்பு கொள்ளலாம்; நேரில் வருகிறவர்களைக் காரில் அழைத்துச் சென்று மனைகள் காட்டப்படும்; மனைகள் பஞ்சாய்ப் பறந்து கொண்டிருப்பதால், தாமதித்து வந்து, கிடைக்காமல் ஏமாற வேண்டாம்; விலை விவரங்கள் நேரில் சொல்லப்படும்!"

சென்னைவாசிகளில் பத்திரிகைகளில் வரும் ஒரே ஒரு

பகுதியை மட்டும் தினந்தோறும் படிப்பவர்கள் பலர் இருக்கிறார்கள். காலி மனை அல்லது வீட்டு விற்பனை விளம்பரப் பகுதி அது. அவர்களில் பல ரகம் உண்டு. மாதா மாதம் வீட்டு வாடகை கூடக் கொடுக்க முடியாமல் திண்டாடிக் கொண்டே, மண்டையைப் போடுவதற்குள் சொந்த வீட்டில் குடியிருக்க மாட்டோமா என்று ஏங்குபவர்கள் சிலர், விளம்பரங்களைப் பார்ப்பதும் விலைகளை விசாரித்துவிட்டு மயக்கம் போட்டு விழுவதுமே இவர்களுடைய பொழுது போக்கு. இன்னும் சிலர், காலி மனைகளில் வீடுகள் கட்டி விலையேற்றி வைத்து விற்பனை செய்பவர்கள். வேறு சிலரோ பதுக்கி வைத்திருக்கும் கள்ளப் பணத்தைக் கட்டடங்களாக்கி அசைக்க முடியாத மூலதனமாக்கத் துடிப்பவர்கள். இவர்கள் அனைவருக்குமே மேஸ்திரி-மாணிக்கம் கம்பெனியாரின் விளம்பரம் ஒரு பெரிய பரபரப்பை ஏற்படுத்தியது.

டெலிபோனுக்கு அருகிலிருந்த மாணிக்கத்தால் அதை விட்டு, எழவேமுடியவில்லை. சற்று நேரத்துக்குள் கார்களும் டாக்ஸிகளுமாக வந்து மேஸ்திரி-மாணிக்கம் கம்பெனியாரை முற்றுகையிடத் தொடங்கின. விற்பனைக்கு இருந்ததோ இருபத்தைந்து முப்பது மனைகள். வந்தவர்களும் தொலைபேசியில் பேசியவர்களுமே நூற்றுக்கு மேற்பட்டவர். முதல் நாள் விளம்பரத்துக்கே இவ்வளவு என்றால் எப்படி இதைச் சமாளிப்பது?

மாணிக்கமும் மேஸ்திரியும் தனித்துச் சென்று தங்களுக்குள் இரகசியம் பேசினார்கள். 'கிரௌண்ட் ஐயாயிரத்துக்கோ ஆறாயிரத்துக்கோ விற்றால் அன்றைக்கே பறந்து போகும். ஏழாயிரம் எட்டாயிரமென்று ஆளுக்குத் தக்கபடி தள்ளிவிட வேண்டியதுதான். நூற்றுக்கு இருநூறு லாபம் வரும் என்று நினைத்தது போக, முன்னூறு நானூறு வருவதாக இருக்கும்போது எதற்காக அதை விட வேண்டும்? இறுக்கிப் பிடித்து, கிராக்கி செய்ய வேண்டியதுதான்.

ஆட்களை அழைத்துச் சென்று மனைகளைக் காட்டினார்கள். அதிக விலைக்கு வாங்கிச் செலவு செய்து

அதைச் செப்பனிட்டிருப்பதாகக் கூறினார்கள். அவர்களே வீடுகள் கட்டித் தருவதாகவும் வாக்களித்தார்கள். விலையைக் கேட்டவுடன் சிலருக்குத் தலை சுற்றத்தான் செய்தது. வேறு சிலருக்கோ மயிலாப்பூருக்கு அருகில் அந்த இடத்தில் மனை கிடைப்பதே தாங்கள் முற்பிறவியில் செய்த பாக்கியம் என்று தோன்றியது. விலையைப் பொருட்படுத்தாத அளவுக்கு வசதிகள் படைத்தவர்கள் அவர்கள்.

முதல் நாளன்றே ஏழாயிரத்து ஐநூறு வீதம் பத்து மனைகளுக்கு ஒப்பந்தம் முடிந்து, முன் பணமும் கைக்கு வந்தது. பத்திரம் பதியும் நாளன்று 'அட்வான்ஸ்' ஐயாயிரம் போக, ரொக்கம் எழுபதாயிரம் தருவதாகப் பேச்சு. அன்றைக்கு இரு வீடுகள் மீது வாங்கிய கடன்களையும் அடைத்து விடுவதாகக் கூறினான் மாணிக்கம். மனைகள் முழுவதும் விற்றுவிட்டால், ஆளுக்கு அறுபதாயிரத்துக்கு மேல் தேறும் என்று கணக்குப் போட்டுக் கொண்டார்கள் அவர்கள்.

எல்லாமே நாடகக் காட்சிகள் போல் தோன்றின. ஆனந்திக்கும் கதிரேசனுக்கும். நாடகங்களில் கூட இப்படிப்பட்ட அதிசயங்கள் நடைபெறுவதில்லை. ஆனால், நகரத்துக்குள் இப்படியெல்லாம் நடந்து கொண்டிருந்தன போலும்!

பத்திரம் பதியும் நாளன்று திடீரென்று ஒரு சோக நாடகம் நடந்துவிட்டது. போலீஸ்காரர்கள் வந்து மேஸ்திரியையும் மாணிக்கத்தையும் அதிகாலையிலேயே கைது செய்து அழைத்துச் சென்று விட்டார்கள்.

15. மண்ணும் மானமும்

போலீஸ்காரர்கள் வந்து மேஸ்திரியையும் மாணிக்கத்தையும் அழைத்துக் கொண்டு சென்றவுடன், அந்த இரண்டு வீட்டுக்காரர்களுமே கதிகலங்கிப் போய் விட்டார்கள். கதிரேசன் தலையில் கையை வைத்துக் கொண்டு

இடிந்து போய் நாற்காலியில் சாய்ந்தார். அண்ணாமலை அவசரம் அவசரமாக போலீஸ் ஸ்டேஷனுக்குக் கிளம்பினான். அங்கே அவனை யாரும் உள்ளே விடவில்லை. சுந்தரி அலறி புடைத்துக் கொண்டு தன்னுடைய தகப்பனார் தண்டபாணிக்குப் போன் செய்தாள். மீனாட்சியம்மாளும் ஆனந்தியும் தங்கள் சுய நினைவையே இழந்து விட்டார்கள்.

மாணிக்கத்தின் தாய் செல்லம்மாளோ தலை தலையாய் அடித்துக் கொண்டு கதிரேசனின் முன்பு வந்து ஆடித் தீர்த்தாள்:-

"பெத்த வயிறு பத்தி எரியுதே! நீங்க இப்படி இடிச்ச புளி மாதிரி உட்கார்ந்துகிட்டிருக்கீங்களே! போய் இப்பவே என்னோட மகனைக் கூட்டிக்கிட்டு வரலேன்னா உங்களைச் சும்மாவிட மாட்டேன்!" என்று ஆர்ப்பாட்டம் செய்யத் தொடங்கினாள்.

அவளுடைய மகனும் மேஸ்திரியும் அப்போது போலீஸ் ஸ்டேஷனில் இன்ஸ்பெக்டருக்கு முன்பாக ஒரு பெஞ்சியில் உட்கார்ந்திருந்தார்கள். அவர்களுக்கருகில் ஆந்திராவிலிருந்து நேரில் வந்த ஜமீன்தார் சிவந்த விழிகளோடும் முறுக்கு மீசையோடும் உட்கார்ந்திருந்தார். உயரம், பருமன், தோற்றம் இவைகளில் அவர், நாடகத்தில் கம்சன் வேடம் போடக் கூடியவர் போல் தோன்றியது; தமிழ், தெலுங்கு, ஆங்கிலம் இவ்வளவும் கலந்த மணிப் பிரவாளத்தில் அவர் கோபாவேசத்தோடு பொரிந்து தள்ளிக் கொண்டிருந்தார்.

அவருடைய குற்றச்சாட்டு இதுதான்:-

கடைத் தேங்காயை எடுத்து வழிப் பிள்ளையாருக்கு உடைப்பது போல். அவருக்கு சொந்தமான மனையைப் பிரித்து 'மேஸ்திரி-மாணிக்கம்' பேர்வழிகள் ஏலம் போடத் தொடங்கி விட்டார்கள். அவருடைய சென்னை நண்பர் ஒருவர் கடிதம் எழுதி பத்திரிகை விளம்பரத்தையும் அனுப்பியிருந்தாராம். சென்னைக்கு வந்து தகவல் விசாரித்ததில், இந்த இரண்டு மோசடிக்காரர்களும் மற்றொரு

மோசடிக்காரனிடமிருந்து நிலத்தை விலைக்கு வாங்கி விட்டது போல் நாடகமாடியிருக்கிறார்களாம். ஜமீன்தாரின் உண்மையான ஏஜெண்டும் அவரோடு வந்திருந்தார். ஏஜெண்டாக நடித்துப் பத்திரம் எழுதிக் கொடுத்தவன் மேஸ்திரி-மாணிக்கம் மோசடிக்காரர்களின் கூட்டாளிதான் என்று சாதித்தார் ஜமீன்தார். மனைகளின் விற்பனையைத் தடை செய்யச் சொல்லி நீதிமன்றத்திலும் வழக்குக் கொடுத்திருந்தாராம். போதாக் குறைக்கு ஏமாற்று மோசடிக் குற்றம் சாட்டி ஒரு போலீஸ் புகாரும் கொடுத்துவிட்டார். "இந்தக் கிரிமினல் பேர்வழிகளை உள்ளே தள்ளாமல் நான் மதராஸை விட்டு வெளியே நகரப் போவதில்லை" என்று உறுமினார் ஜமீன்தார்.

இப்படி ஒரு அவமானத்தை மேஸ்திரி அவருடைய வாழ்நாளில் என்றுமே அனுபவித்ததில்லை. வறுமை, நோய், ஏமாற்றம் முதலிய பிற துன்பங்களை அவர் தாங்கிப் பழகியவர். ஆனால், அவரை யாருமே ஏமாற்றுக்காரர் என்றோ மோசடிக்காரர் என்றோ குற்றம் சாட்டியதில்லை. வீட்டுக்கு வந்து போலீஸ்காரர்கள் கைது செய்வதைத் தாங்க முடியாத அவமானமாகக் கருதும் கிராமத்து மனோபாவம் அவரிடம் இருக்கத்தான் செய்தது. மானம் ரோஷம் என்றெல்லாம் பார்க்காத அளவுக்கு அவர் இன்னும் நூற்றுக்கு நூறு பட்டணத்து மனிதராகி விடவில்லை. கலங்கிய கண்களைக் துடைத்து விட்டுக் கொண்டு, அவர் உடல் குன்றி உயிர் குன்ற ஏதும் பேச முடியாமல் தவித்துக் கொண்டிருந்தார்.

மாணிக்கத்துக்கு உண்மை விளங்கி விட்டது. ஜமீன்தாரின் ஏஜெண்டாக வேடம் போட்ட யாரோ ஓர் ஆந்திர நாட்டு எத்தன் தங்களை ஏமாற்றிவிட்டுப் போய்விட்டான் என்பது அவனுக்குப் புரிந்துவிட்டது. அப்போதே மேஸ்திரி அவனிடம் நன்றாகப் பார்த்துத்தான் நிலத்தை வாங்கச் சொல்லி இருந்தார். பின்னால் சிக்கல் வராதபடி விழிப்போடு இருக்கச்சொல்லி அவனை ஒவ்வொரு

கட்டத்திலும் அவர் எச்சரிக்கை செய்யத் தவறவில்லை. அவர் படிக்காதவர்; ஆகவே, வீணாகப் பயப்படுகிறார் என்று அவர் பேச்சை உதறிவிட்டு, அவசர அவசரமாக வேலைகளை முடித்தான் மாணிக்கம்.

இப்போது கூட அவன் பயப்படவில்லை. சிறிதும் கலங்காமல் போலீஸ் இன்ஸ்பெக்டரிடமும் ஜமீன்தாரிடமும் சட்டம் பேசினான்; ஜமீன்தார் தாம் தம்முடைய ஆளை அனுப்பி விற்பனை செய்யச் சொல்லியிருக்கிறார். அவனிடம் பணத்தை வாங்கிக் கொண்டு வேண்டுமென்றே இப்போது தங்களைப் பயமுறுத்தப் பார்க்கிறார். மனை தங்களுக்கே சட்டப்படி சொந்தமானது. பணம் கொடுத்துப் பதிவு செய்து முடிந்துபோன விஷயம் அது. ஜமீன்தார் தாம் மோசடிக்காரர் ஏமாற்றுக்காரர், பித்தலாட்டக்காரர்!

அது போலீஸ் ஸ்டேஷனாகவும் அருகில் இன்ஸ்பெக்டரும் இருந்ததால் ஜமீன்தார், மாணிக்கத்தை அடித்து நொறுக்காமல் விட்டு வைத்தார். பட்டப் பகலில் சொத்தைக் கொள்ளையடித்ததுமல்லாமல் அவரையே மோசடிக்காரர் என்று அவன் ஏசியதால் அவருடைய உள்ளங்கால் முதல் உச்சந்தலை வரையில் பதறியது. எதிர்த்தோரின் தலைகளைச் சீவும் பழக்கமுள்ள பழங்கால ஜமீன் பரம்பரையின் கடைசி வாரிசு அவர்.

மாணிக்கமும் ஆத்திரம் தாங்காமல் வீம்பு பேசினான். அன்றைக்கே அவனுடைய கைக்கு எழுபதாயிரம் ரூபாய் பணம் வருவதாக இருந்தது; அந்தச் சமயம் பார்த்து இப்படி நேர்ந்து விட்டதால் அந்த ஆத்திரம் அவனுக்கு. போலீஸ் இன்ஸ்பெக்டரும் பொறுமையைக் கடைப்பிடித்து வந்தார்.

ஆனால் மேஸ்திரிக்கு அவமானத்தைத் தவிர ஆத்திரம் ஏற்படவில்லை. ஜமீன்தாரிடமும் போலீசாரிடமும் தம் வாழ்க்கை வரலாறு முழுவதையுமே அவர் கூறினார். அவருக்கு ஆசை உண்டு; பேராசைகூட உண்டு. ஆனால், ஏமாற்று, மோசடி, பித்தலாட்டம் இவையெல்லாம்

தெரியாது. மானத்துக்குப் பயந்தவர் அவர். ஜமீன்தாரின் மனையை வாங்குவதற்காக அவரும் அவர் நண்பர் கதிரேசனும் வீடுகளை அடகுவைத்துப் பணம் வாங்கியிருக் கிறார்கள். நம்பிக்கை மோசம் செய்தது அவர்களல்ல; ஏஜெண்டாக நடித்தவன்தான்.

"ஐயா, நடந்தது நடந்திருச்சு, இனிமேல் நாங்க இழந்த பணம் எங்களுக்குத் திரும்பி வரப் போறதில்லே; நீங்களே உங்களோட சொத்தை எடுத்துக்கிட்டு, எங்களை மானம் மரியாதையோட வெளியே விடுங்க! இப்பவே எனக்கு நெஞ்சை அடைச்சுக்கிட்டு வருது..." அவர் பேச முடியாமல் திணறினார்.

"அப்பா, நீங்க பட்டிக்காடு. பேசாமல் இருங்க!" என்று குறுக்கிட்டு அவரை அதட்டினான் மாணிக்கம்; "அது ஒண்ணும் நடக்காது; சட்டப்படி நிலம் நமக்குத்தான் சொந்தம்; ஜமீன்தார் அவராலே முடிஞ்சதைப் பார்த்துக்கட்டும்; முடிவு செய்ய வேண்டியது கோர்ட்டு!" என்று கத்தினான்.

நியாயத்துக்கு விரோதமாகச் சட்டமா? தர்மத்துக்கு விரோதமாகக் கோர்ட்டா? வெறி வந்துவிட்டது மேஸ்திரிக்கு. மாணிக்கத்தின் மேல் பாய்ந்து அதைப் போலீஸ் ஸ்டேஷன் என்றும் பாராமல் அவனைப் புரட்டி எடுத்து விட்டார். அறைமேல் அறை அவனுக்கு. முகமென்றும், மூக்கென்றும், கண்ணென்றும் பார்க்காமல் அவன் தோற்றத்தையே அவர் மாற்றி விட்டார்.

நிலைமையைச் சமாளிக்க இன்ஸ்பெக்டர் அவரைத் தடுத்துப் பிரிக்க வேண்டிய நிலை வந்துவிட்டது.

"நன்றி விசுவாசம் கெட்ட நாயே! நான்தான் படிக்காத முட்டாள்; நீ படிச்ச முட்டாள், என்னடா செய்தே? என்னோட சொத்துப் பறிபோனதில்லாமல் மானத்தையும் சேர்த்துப் பறிச்சிட்டியேடா! மானம்னா என்னன்னு தெரியுமா உனக்கு?"

மேஸ்திரி பயித்தியம் பிடித்தவர்போல் தமக்குள் பேசிக் கொண்டார். அழுது புலம்பினார். அவர்களிடம் கெஞ்சினார். தெரியாமல் நடந்துவிட்ட தவறுக்கு மன்னிப்புக் கேட்டு மன்றாடினார். அவருடைய செய்கைகள் தாம் மாணிக்கத்துக்கு அவமானமாகப் பட்டனவே தவிர நடந்ததில் எதுவும் அவனுக்கு அவமானமாய்த் தோன்றவில்லை.

நடந்த உண்மை இன்ஸ்பெக்டருக்கு விளங்கிவிட்டது. குற்றவாளி எங்கோ மறைந்து விட்டான். ஏமாற்றப்பட்டு விட்ட இரு சாராரும் அ கப்பட்டுக் கொண்டு விழிக்கிறார்கள். அவர்களில் மேஸ்திரி மட்டும் ஜமீன்தாரின் மனையை அவரிடமே விட்டுவிட ஒப்புக் கொண்டார். மாணிக்கம் அதற்கு இசையவில்லை.

இந்தச் சமயம் பார்த்து அங்கே அவர்களை ஜாமீனில் விடுவிக்கத் தண்டபாணியும் கதிரேசனும் வந்து சேர்ந்தார்கள். கதிரேசனைக் கண்டவுடன் அவரைக் கட்டிக் கொண்டு தேம்பித் தேம்பி அழுதார் மேஸ்திரி.

“நான் உங்களுக்குத் துரோகம் செய்திட்டேன்; புது வீடு கட்டிக் கொடுக்கிறாப்பிலே கொடுத்து, அதை உங்ககிட்டேருந்து தட்டிப் பறிச்சிட்டேன். அந்தப் பாவத்துக்குத்தான் இப்போ எனக்கு இந்தத் தண்டனை கிடைச்சிருக்கு. மண்ணுக்கு மண்ணும் போச்சு; மானத்துக்கு மானமும் போச்சு. காத்துள்ளபோதே தூத்திக்க நினைச்சேன். பேராசைப் பட்டா பெரிய புயல் வரும்னு சொன்னீங்க; அது இப்போ வந்திடுச்சு! அடியோட நம்ப இரண்டு குடும்பங்களையும் நாசமாக்கிடுச்சு!... என்னை நீங்க மன்னிச்சிடுங்க; என்ன இருந்தாலும் நான் படிக்காத முட்டாள்; என்னை மன்னிச்சிடுங்க!”

ஜாமின் கொடுத்து அவர்களை வெளியில் அழைத்துக் கொண்டு வந்தார்கள். வெளியில் தண்டபாணியின் காரில் காத்துக் கொண்டிருந்த அண்ணாமலை தன் அப்பாவைக்

கண்டவுடன் ஓடோடி வந்து அவரைப் பற்றிக் கொண்டான். அப்படியே அவனை இறுகக்கட்டி அவனுடைய மூச்சைத் திணறச் செய்வதுபோல் அவனுடைய நெற்றியில் ஒரு முத்தம் கொடுத்தார் மேஸ்திரி. அவருடைய வாழ்க்கையில் அவர் அவனுக்குக் கொடுத்த ஒரே முத்தம் அது. அவனுடைய நெற்றியில் அவருடைய இரத்தம் தோய்ந்திருப்பதைக் கண்டு மற்றவர்கள் திடுக்கிட்டார்கள். மேஸ்திரியின் அந்த இரத்தம் அவன் இந்த உலகில் பிறப்பதற்குக் காரணமாக இருந்த இரத்தமாதலால் அவர் அதைப் பார்த்துப் பூரித்துப் போனார்.

காரின் பின்னால் அண்ணாமலையை உட்காரச் சொல்லி அவன் மடியில் தலையை வைத்து முடக்கிக் கொண்டார் மேஸ்திரி. மற்றவர்கள் முன்னிருக்கையில் நெருங்கியமர்ந்து கொள்ள கார் வீட்டை நோக்கிக் கிளம்பியது. மகனின் மடியில் தலை வைத்துப் படுத்துக் கொண்டிருந்த மேஸ்திரிக்கு அதுவரையில் அப்படி ஒரு சுகத்தை அவர் அனுபவித்ததே இல்லையென்று தோன்றியது. ஆனந்தக்கண்ணீர் அவருக்கு. அண்ணாமலையோ தன்னைக் கட்டுப்படுத்திக்கொள்ள முடியாமல் மாலை மாலையாய்க் கண்ணீர் சொரிந்து கொண்டு வந்தான். அவனுடைய கண்ணீர் அவருடைய உதட்டில் பட்டு அவருக்கு அமுதமாகச் சுவைத்தது. ஆசையோடும் பாசத்தோடும் கனிவோடும் கண்ணிமைக்காது அவனைக் கவனித்துக் கொண்டே வந்தார். எவ்வளவு பெரியவனாக வளர்ந்து விட்டான்! அவனுடைய அம்மாளைப் போல் எவ்வளவு அழகாக இருக்கிறான்! படம் போடும் தொழிலில் அதற்குள் எவ்வளவு பெயரெடுத்துவிட்டான்!

"அண்ணாமலை நீதான் என்னோட மூத்தமகன், இளைய மகன், கடைசி மகன் எல்லாம்!... தெரிஞ்சுதா உனக்கு? நீ நல்ல பிள்ளை; தங்கமான பிள்ளை; பட்டணத்திலே நீ பத்திரமாப் பொழைச்சுக்க... ஆசைப்படு. ஆனால் பேராசைப் படாதே, 'பேராசை பெருநஷ்டம்...' கடவுள் உன்னைக் கைவிடவே மாட்டார்..."

மேஸ்திரி அவனைக் கைவிட்டுவிட்டார். அண்ணா மலையின் தோளை வளைத்திருந்த அவருடைய கரம் கீழே நழுவி விழுந்தது. அது ஏன் அப்படி விழுந்தது என்பது கூட அண்ணாமலைக்குத் தெரியவில்லை. அவருடைய கனிவு நிரம்பிய கண்கள் அவனை ஏமாற்றி விட்டன.

கார் வீட்டுக்கு வந்தது. மேஸ்திரி மட்டும் அதிலிருந்து இறங்கவில்லை. மண்ணைப் போலவே மானத்திலும் நம்பிக்கை வைத்திருந்த அந்தப் படிக்காத பட்டிக்காட்டு முட்டாள், மண்ணையும், மானத்தையும் ஒன்றாகப் பறிகொடுத்த நிலையில் வீட்டுக்குள் நுழைய விரும்பாதவர் போல் காரிலேயே கட்டையாகக் கிடந்தார்.

16. நகரத்துள் நகரம்

மருத்துவத்தில் விஞ்ஞானம் வேகமாய்ப் பரவி வரும் இக்காலத்தில் வலியில்லாத பிரசவம், வேதனையில்லாத அறுவை சிகிச்சை, இனிப்பான கசப்பு மருந்து, பத்தியமில்லாத வைத்தியம் இப்படி எத்தனையோ வசதிகள் பெருகி வருகின்றன. மனிதர்கள் இப்போதெல்லாம் எதற்குமே சிரமப்பட விரும்புவதில்லை. வசதிகளுக்குப் பழக்கப்பட்டு விட்ட இந்த நாகரிக மனிதர்களை அவர்களுடைய கடைசிக் காலங்களிலும் கஷ்டப் படுத்தக்கூடாதென்பதற்காக, இப்போதெல்லாம் காலதேவன் ஒரு புதுவகையான முடிவைப் பரப்பி வருகிறான் போலும். மாரடைப்பு என்று அதற்குப் பெயர் வைத்திருக்கிறார்கள் வைத்தியர்கள்.

மேஸ்திரிக்கும் அந்த மாரடைப்புத்தானாம்.

ஆசை, கவலை, பேராசை, பெருங்கவலை, அளவுக்கு மீறிய ஆனந்தம், துக்கம், சாப்பாடு, சுகபோகம், உழைப்பு, சோம்பல் இவையெல்லாமே நோய்களுக்குக் காரணங்கள் என்று இப்போது கண்டு பிடித்திருக்கிறார்கள். இவை காரணமாக வரும் வியாதிகளுக்கெல்லாம் சக்கரவர்த்தி என்று இந்த மாரடைப்புக்கு முடிசூட்டி வைத்திருக்கிறார்கள்.

இந்தச் சக்கரவர்த்தி எப்போது வருவார், எப்படி அழைத்துக் கொண்டு போவார் என்பதெல்லாம் எளிதில் சொல்லிவிட முடியாது. அதனால்தான் நகரத்தில் காருக்குள் வேகமாக மேஸ்திரி தம்வீட்டை நோக்கி வந்து கொண்டிருந்தபோதே, பட்டப் பகலில் ஓடும் காரில் வழிப்பறி நடத்தியதுபோல் அவர் நடத்திவிட்டார். தலைவலி என்றோ காய்ச்சல் என்றோ படுத்தறியாத மேஸ்திரிக்கு அது நாகரிகமான முடிவுதான் என்றாலும், அந்த முடிவு மற்றவர்களுக்குத்தான் பொறுக்க முடியாததாக இருந்தது.

அதிலும் அண்ணாமலைக்கு அது ஒரு பயங்கரமான புது அநுபவம். மேஸ்திரியைக் கொண்டு போய் பிடி சாம்பலாக்கி விட்டு, திரும்பும்போதே அவனை ஒரு இனம் புரியாத தனிமை உணர்ச்சி பற்றிக் கொண்டு விட்டது அவனின் ஒருபகுதி,அவரோடு ஒன்றாக எரிக்கப்பட்டதாக அவன் உணர்ந்தான். காரணம் அவனுக்கே விளங்கவில்லை. அவனுக்குத் தெரியாமலே, அவனை மையமாக வைத்து அவர் ஓர் அன்புக் கோட்டையை அவனைச் சுற்றிலும் எழுப்பியிருந்தார் என்பது அவனுக்கு இப்போதுதான் தெரிந்தது. அவர் தாம் அவனுடைய எதிர் காலத்துக்காக எத்தனை எத்தனை மனக்கோட்டைகள் எழுப்பியிருந்தார்!

உண்மையாக அவர் அவனுக்குக் கட்டிய ஒரு கோட்டை அந்த அடையாறு புது வீடுதான். அந்தக் கோட்டையும் அவர் கட்டையைப் போட்டவுடனே ஆட்டம் கொடுக்கத் தொடங்கிவிட்டது. ஊர் உலகத்துக்கெல்லாம் வீடுகள் கட்டிக் கொடுத்துவிட்டு, அவர் கட்டிக் கொண்டதென்னவோ அந்த ஒரு வீடுதான். அதற்கும் ஆபத்து மெல்ல எட்டிப் பார்த்தது.

வீட்டின் மீது கடன் கொடுத்திருந்தவர் துக்கம் விசாரிக்க வந்தவர்போல் வந்தார்; விசாரித்தார்; அவரும் துக்கப்பட்டார். அதற்குக் காரணம் இருந்தது. எந்த நாளில் மேஸ்திரி கண்ணை மூடினாரோ, அதே நாளில் அவருடைய

பணம் திரும்புவதாக இருந்தது. பணத்தைத் தேடி வந்தவருக்கு அதைக் கொடுக்க வேண்டியவரின் பிணத்தைக் கண்டால் துக்கம் வராதா என்ன? அத்தோடு ஜமீன்தார் விஷயமும் தெரிந்துவிட்டது அவருக்கு.

"தம்பி! காயம் நிலையானதில்லே. பிறந்தவங்கள்ளாம் ஒருநாள் சாகத்தான் போறாங்க; இதுக்காகக் கவலைப் படறதிலே புண்ணியமில்லே" என்று பட்டினத்தாரே மறுபிறவி எடுத்து வந்ததுபோல் அவனிடம் சிறிது நேரம் வேதாந்த விசாரம் நடத்தி விட்டு, "இனிமேல்தான் உனக்குப் பொறுப்பு அதிகம்; நீ அவரோட ஒரே பிள்ளை" என்று விஷயத்தை ஆரம்பித்தார்.

அந்த ஒரே பிள்ளை ஒன்றுமறியாப் பிள்ளையாக விழித்தான்.

"தம்பி உங்கப்பாவை நம்பித்தான் நான் கடன் கொடுத்தேனே தவிர, இந்த வீட்டை நம்பிக் கொடுக்கல்லே. முப்பதாயிரம் கடன் கொடுக்கிற அளவுக்கு இதுக்கு மதிப்புப் போதாது. இப்போ நீ இருக்கிற நிலையிலே உன்னிடம் கடனைத் திருப்பிக் கேட்க எனக்கு மனசு வரலே. மாசாமாசம் முதல் தேதி நீ வட்டியை மட்டும் ஒழுங்காகக் கட்டிக்கிட்டு வந்தாப் போதும், வட்டியும் குறைஞ்ச வட்டிதான். மாசம் அறநூறு ரூபாய் வருது..."

"மாதம் அறுநூறு ரூபாய்... குறைந்த வட்டிதான்... மாதா மாதம் முதல் தேதி கொடுத்தால் போதும்"- இதைக் கேட்டவுடன் தலை சுற்றியது அண்ணாமலைக்கு. அத்தோடு கட்டிக்கொண்ட மனைவிக்கும் பெற்றெடுத்த தாயாருக்கும் வேறு சோறு போட வேண்டும்; மாதம் ஆயிரத்துக்கு மேல் வேண்டும் போலிருக்கிறதே!

அவன் மிரண்டு விழித்த விழிப்பைக் கண்டு எங்கே மற்றொரு மாரடைப்பு கேஸ் நடந்து விடுமோ என்று பயந்தவர் போல் அவ்விடத்தை விட்டு நழுவினார் கடன் கொடுத்தவர். அண்ணாமலை திடீரென வாய்விட்டுக்

கதறியழத் தொடங்கினான். யாராலும் அவனுடைய அழுகையைக் கட்டுப்படுத்த முடியவில்லை. அப்பாவை நினைத்துக்கொண்டு அவன் கதறுவதாகத்தான் மற்றவர்கள் நினைத்தார்கள். அவன் அதற்காக மட்டும் கதறவில்லை. அவனுடைய கையாலாகாத்தனத்தையும் அதற்குச் சவால்விட்ட வாழ்க்கையையும் நினைத்துக் கொண்டு துடித்தான். அவன் அப்பா அவனுக்காக ஆசையோடு கட்டிவைத்த வீட்டில் இனி மாதம் அறுநூறு ரூபாய் கொடுக்க முடிந்தால்தான் அவனால் குடியிருக்க முடியும்!" பெரிய என்ஜினியரிங் காண்ட்ராக்டராக மாறி கார்களும் பங்களாக்களுமாகத் தன் மகன் பகட்டாக வாழ வேண்டுமென்று ஆசைப்பட்ட அப்பா, கடைசியில் இந்த நிலையில் தானா என்னை விட்டுப் போக வேண்டும்?" அடிவயிற்றுக்குள் ஏதோ தீ மூண்டு விட்டது போல் ஒரு வேதனை ஏற்பட்டது அண்ணாமலைக்கு.

மீனாட்சியம்மாள் அவனைத் தேற்றிப் பார்த்தாள்; சுந்தரி தேற்றினாள்; ஆனந்தியும் வந்து அவனுக்கு ஆறுதல் கூறினாள்.

"ஆண் பிள்ளையாகிய நீங்களே இப்படிக் கலங்கினால் பிறகு உங்கள் அம்மாளுக்கும் சுந்தரிக்கும் யார் ஆறுதல் சொல்வது? நீங்கள் உங்கள் மனத்தைத் தளர விடவே கூடாது!" என்றாள் ஆனந்தி. அண்ணாமலைக்கும் அவள் பேச்சைக் கேட்டபிறகுதான் சிறிது அமைதி ஏற்பட்டது.

மேஸ்திரியின் அஸ்தியைச் சேகரித்து நீரில் சேர்ப்பதற்கான நாள் வந்தது. கதிரேசன், தண்டபாணி, மாணிக்கம் முதலிய ஆண் பிள்ளைகள் அண்ணாமலையோடு மயானத்தை நோக்கி நடந்தார்கள் . வழியில் தென்பட்ட குடிசைகளையும் அவற்றில் வாழ்ந்தோரையும் கண்டபோது அண்ணாமலைக்கு ஏனோ தானும் அவர்களில் ஒருவன் என்ற உணர்வு ஏற்பட்டது. ஆறடுக்கு மாளிகைகள் நிறைந்த நகரத்தில் ஆறடிக் குச்சுக்குள் அவர்கள் எப்படித்தான் வாழ்கிறார்களோ! ஆனாலும்

அவர்களுக்கு மாதம் அறுநூறு ரூபாய்வட்டி கட்டவேண்டிய அவசியமிருக்காது.

மயானத்துக்குள் நுழைந்தவுடன் மேஸ்திரியின் சிதையிலிருந்து எதையோ கிளறிக்கொண்டிருந்த ஓர் ஏழைக் கிழவியைக் கண்டான் அண்ணாமலை. எரிந்து போனது போக எரியாமல் மீதமிருந்த விராட்டித் துண்டுகளின் பகுதிகளையும் விறகின் கரித்துண்டுகளையும் அவள் ஒரு குச்சியால் தள்ளி விட்டுப் பொறுக்கிக் கொண்டிருந்தாள். அருகே ஒரு பழைய கூடை இருந்தது. அதில் எடுத்துப் போடத் தொடங்கினாள். அதற்குள் மயானத்துக் காவலாளி அவளையும் வந்து கொண்டிருந்தவர்களையும் பார்த்து விட்டு வேகமாக அவளை நோக்கி ஓடிவந்தான். அவளைத் திட்டிக்கொண்டே அவளுடைய கூடையை எடுக்கப் போனான். அவள் ஆவேசத்தோடு தடுத்தாள்.

"கிழவி! இங்கே வராதேன்னு உனக்கு எத்தனை தரம் சொல்லியிருக்கேன்! இனிமேல் நீ வந்தீன்னா உன்னையும் எரியற பொணத்தோட ஒண்ணாத் தூக்கிப் போட்டுடுவேன்!"

"அப்படியே செஞ்சுடடா என் ராசா!" என்றாள் கிழவி; "தினமும் மூணு வேளை வயித்திலே பத்தி எரியிற நெருப்புக்கு அது எவ்வளவோ தேவலாண்டா ராசா?"

கூடையைப் பிடுங்கி அவன் கீழே கொட்டப் போன போது, அந்தக் கிழவி அவனை விடவில்லை. அங்கே வந்து கொண்டிருந்தவர்களையும் அவள் பொருட்படுத்தவில்லை.

"வேண்டாண்டா கண்ணு! அரிசிக்குக் காசிருந்தா வெறகுக்குக் காசில்லே, வெறகுக்குக் காசிருந்தா அரிசிக்குக் காசில்லே, வீணாப் போறதைத்தானே நான் அடுப்பெரிக்க எடுத்துக்கிட்டுப் போறேன்? இப்ப மட்டும் என்னை விட்டுடு; இனிமேல் நான் இந்தப் பக்கம் வரலே!"

அந்தக் காட்சி அண்ணாமலையின் கண்களைக் குத்தியது. கிழவியின் பேச்சு அவனைக் கலக்கிவிட்டது. ஆனால் மாணிக்கமோ கோப வெறியோடு கிழவியின் மீது

பாயப்போனான். அண்ணாமலை அவனுடைய சட்டையைப் பற்றி இழுத்து நிறுத்திவிட்டு, "கிழவியை விட்டு விடு; போகட்டும்; கூடையைப் பிடுங்காதே!" என்று காவலாளியிடம் கத்தினான்.

"நல்ல ஊரப்பா இது, எரியும்போதே பிடுங்கறது லாபம்ன்னு நினைக்கிற ஊர்!" என்று எரிச்சலோடு கூறினான் மாணிக்கம். தானும் அந்த ஊர் மனோபாவத்தின் பிரதிநிதி என்பது அப்போதைக்கு அவனுக்கு மறந்து போய் விட்டது.

"கிழவி செய்வது தப்பில்லை; இந்தத் தலை நகரத்துக்குத்தான் தலையும் இல்லை; நெஞ்சும் இல்லை" என்று தனக்குள் நினைத்துக் கொண்டு, தான் வந்த வேலையைக் கவனிப்பதில் முனைந்தான் அண்ணாமலை. துயரமும் துன்பமும் நிறைந்த அந்த நேரத்தில் அவனுக்கு ஏனோ சிரிக்க வேண்டும் போல் தோன்றியது. முடிவில் பிடி சாம்பலாகவோ, மண்ணோடு மண்ணாகவோ போகக்கூடிய மனிதர்களுக்குத்தான் எத்தனை எத்தனை ஆசைகள்! எத்தனை பேராசைகள்! கடைசியில் அப்பா கூடவல்லவோ அதற்குப் பலியாகி விட்டார்!

'ஆசைப்படு; பேராசைப் படாதே!' என்று அவர் தம் கடைசி மூச்சுடன் கூறியதன் பொருள் இப்போது அவனுக்கு விளங்குவது போலிருந்தது.

17. வயிறும் வாழ்க்கையும்

நடந்தது நடந்து விட்டது. வயிற்றுக்காகவும் வசதிக்காகவும் நடத்திய வாழ்க்கைப் போராட்டத்தில், அம்பைக் குறி தவறி எய்துவிட்டதால், அதனாலேயே திருப்பித் தாக்கப்பட்டு, எதிர்பார்த்த விதமாக வீழ்ந்து போனார் சிதம்பர மேஸ்திரி. ஒரு வகையில் பார்த்தால் எல்லாக் கவலைகளிலிருந்துமே அவர் தப்பித்துக்கொண்டு விட்டார் என்றே சொல்லவேண்டும், இப்போது அகப்பட்டுக் கொண்டு விழித்தவன் அண்ணாமலைதான்.

தண்டபாணியும் அப்படிச் சிறிது நேரம் விழிக்கத்தான் செய்தார். இப்படியெல்லாம் நடக்கப் போகிறதென்று தெரிந்திருந்தால் அவர்தாம் சுந்தரியை அவசரப்பட்டுக் கொண்டு அண்ணாமலைக்குக் கல்யாணம் செய்து கொடுத்திருப்பாரா? மேஸ்திரிக்குச் சொந்தமான வீடு வாசலும், கையில் சம்பாதித்துக் கொடுக்கக் கூடிய ஒரு தொழிலும் இருந்ததாலேயே அவர் அவசரப்பட்டார். மேஸ்திரி பெரும் பணக்காரராகி விட்டால் பிறகு அவரைப் பிடிக்க முடியாமல் போய்விடுமோ என்ற பயத்தால் செய்யப்பட்ட கல்யாணம் அது.

நடந்தது என்னவோ நடந்து விட்டது; இனி விழித்துப் பயனில்லை. நடக்க வேண்டிய பொறுப்புக்களைத் துணிவோடு ஏற்க வந்துவிட்டார் அவர். மாமனாரல்லவா? இனி, அவர்தானே அந்தக் குடும்பத்தையும் கவனிக்க வேண்டும்? சுந்தரியையும் பக்கத்தில் வைத்துக்கொண்டு அண்ணாமலைக்குத் தைரியம் சொல்லிவிட்டு தம்முடைய யோசனையை வெளியிட்டார் தண்டபாணி.

"இனிமேல் அண்ணாமலை பள்ளிக்கூடத்துக்குப் போய்ப் படிக்கவேணும்கிற அவசியமில்லை. படிப்பை நிறுத்திவிட்டு நேரே வந்து நம்மோட விளம்பரக் கம்பெனியைக் கவனித்துக் கொண்டால் போதும்; மாசம் ஆயிரம் ரூபாய் கொடுக்க வேண்டியது என் பொறுப்பு. நானே மாசா மாசம் வட்டி அறுநூற்றைக் கட்டிவிட்டு, பாக்கி நானூற்றைக் கையிலே கொடுத்துடறேன். பிறகு அதிர்ஷ்டம் வந்தால் வீட்டைத் திருப்பிவிடலாம். வேலை தேடித் தருவது என் பொறுப்பு. முடிச்சுக் கொடுக்கறது அண்ணாமலை யோட பொறுப்பு."

அண்ணாமலை ஒன்றும் பேசவில்லை. மௌனம் சாதித்தான். அவனுக்கு அந்த வேலையில் அவ்வளவாக ஈடுபாடு இல்லை என்பது அவருக்குத் தெரியும்; அதை உணர்ந்து கொண்டவர் போல், "வெளியில் வேலைக்குப் போனால் நூறு இருநூறு கூடக் கிடைக்காது; சொந்தமாய்ப்

படம் எழுதிப் பணம் பண்ணவும் முடியாது. ஆகையினாலே இந்த யோசனைப்படி செய்துவிட வேண்டியதுதான்" என்று சொல்லிவிட்டுக் கிளம்பினார் அவர்.

சுந்தரிக்கு ஆனந்தம் தாங்க முடியவில்லை. தன்னுடைய அப்பாவைக் கட்டிக் கொண்டு ஆனந்தக் கூத்தாடினாள். மாதம் ஆயிரம் ரூபாய்ச் சம்பளக்காரானாகத் தன் கணவனை நொடிப் பொழுதில் அவர் உயர்த்திவிட்டதில் அவளுக்கு அளவு கடந்த பெருமை. அதில் நானூறுதான் கைக்கு வரும் என்பதைக்கூட அவள் அப்போதைக்கு மறந்து போனாள்.

அண்ணாமலைக்கு அவர் பேச்சைக் கேட்டு ஆனந்தப்படுவதா துக்கப்படுவதா என்று தெரியவில்லை. பணம் அப்போதைக்கு அவசரத் தேவை; அது அவனுக்கு ஆறுதல் தந்தது. ஆனால் தொழில்; மேலைநாட்டுக் குறவர், குறத்தியர் போல் உடைகளை அணிந்து கொண்டும், உடைகளை அணியாமலும் கோமாளித்தனம் கொண்ட கலைத்தன்மையற்ற புகைப்படங்களை அவன் பெரிதுபடுத்தி, வண்ணம் தீட்ட வேண்டும். தமிழ் நாட்டுக்கலை, நாகரிகப் பண்பாடு, வாழ்க்கைமுறை இவற்றோடுஒட்டாத ஓர் இயந்திர மயக்கத்துக்கு அவன் தன் உழைப்பைத் தர வேண்டும். தொழிலில் அவன் உயர்வு தாழ்வு பார்க்கவில்லை யென்றாலும், அவன் அங்கு செய்த வேலையை ஓவியக்கலை என்று ஒப்புக் கொள்ள அவன் விரும்பவில்லை.

இந்தச் சமயத்தில்தான் அவனைத் தேடிக் கொண்டு அங்கு 'கலை மலர்' பத்திரிகையின் ஆசிரியர் சரவணன் வந்து சேர்ந்தார். மேஸ்திரியாரின் பிரிவுச் செய்தி கேட்டுத் துக்கம் விசாரித்துவிட்டு, அப்படியே அண்ணாமலையிடம், ஏதும் படம் இருந்தால் பத்திரிகைக்கு வாங்கிச் செல்லலாம் என்றும் வந்திருந்தார்.

அண்ணாமலை அவரிடம் எல்லா விவரங்களையும் வெளியிட்டான். சற்று முன்பு தண்டபாணி தெரிவித்த யோசனைகளையும் கூறினான். அந்த யோசனை அவனுக்கு

அவ்வளவாக உற்சாகமளிக்கவில்லை யென்பதையும் கண்டு கொண்டார் சரவணன். மாதம் ஆயிரம் ரூபாய் வருமானமுள்ள ஒரு வாய்ப்பிருந்தும், அதனால் மட்டும் அமைதி யுறாத ஓர் இளைஞனை இந்தக் காலத்தில் சந்திப்பது அவருக்கே அதிசயமாக இருந்தது.

"தொழிலில் உயர்வு தாழ்வு என்ற பேதம் எனக்கில்லை. ஆனால், எதுதொழில், எது கலை என்பதை நீங்களே முதலில் தெரிந்துகொள்ள வேண்டும். நீங்கள் தொழிலாளி அல்லது முதலாளியாக விரும்புகிறீர்களா, அல்லது கலைஞராக விரும்புகிறீர்களா, என்பதையும் முதலில் முடிவு செய்து கொள்ளவேண்டும்" என்றார் சரவணன்.

விளக்கம் தேவையாக இருந்தது அண்ணாமலைக்கு. அவன் விழித்தான்.

"உங்கள் மாமா உங்களைச் செய்யச் சொல்வது தொழில். கலை என்ற போலிப் பெயருக்குள் மறைந்து கொண்டு மற்றவர்களின் தேவையை அனுசரித்து எந்த வழியிலும் அவர்களைக் கவர்வதற்காகவே செய்யப்படுவது அது. நீங்கள் ஓவியம் வரைவது கலை. இதில் உங்களுடைய சொந்த மனோ தர்மத்தையும், நீங்கள் வெளிப்படுத்துகிறீர்கள்; உங்களுடைய லட்சியத்தையும், கற்பனையையும், ஆத்மாவையும், நீங்கள் உங்களுடைய படைப்புக்களில் வெளியிடுகிறீர்கள். மற்றவர்களின் தேவையைச் சரிக்கட்டுவதைவிட, இதில் மற்றவர்களுக்கான சேவையே அதிகம். தேவை தொழில் என்றால், சேவை கலை என்று வைத்துக் கொள்ளலாம்."

"நான் கலைஞனாகவே ஆசைப்படுகிறேன்" என்றான் அண்ணாமலை. "சில புகைப்படங்களுக்கு வண்ணம் தீட்டும்போது எனக்கு என்னவோ போலிருக்கிறது; மன வளர்ச்சி இல்லாத மனிதர்களை ஏமாற்றுவதற்காக நாமும் ஒரு கருவியாகப் பயன்படுகிறோமோ என்ற தவிப்பு எனக்கு ஏற்படுவதுண்டு. ஆனால் என்னுடைய ஓவியங்கள் எப்போதுமே எனக்கு மன எழுச்சியையும் செருக்கையும்

தருகின்றன. நான் பிறந்த மண்ணின் மணத்தை என் படங்களில் நுகர்கிறேன்."

சரவணன் புன்னகை பூத்துக்கொண்டார். இளம் பிள்ளையாக இருந்தாலும் அவனுக்குள்ளே உள்ள கலைஞனை அவரால் இனம் கண்டு கொள்ள முடிந்தது.

"உலகம் எங்குமே இப்போது மக்கள் கூட்டத்தை ஏமாற்றி, மயக்கி அவர்களுடைய மனத்தையோ உடலையோ கெடுக்கும் போலித் தொழில்கள்தான் லாபகரமாக நடைபெற்று வருகின்றன. நாட்டுக்கு விடுதலை ஏற்பட்ட பிறகு இங்கும் அந்த மனோபாவம் தீவிரமாகப் பரவிவிட்டது. மனவளர்ச்சி பெறாதபடி மக்களைக் கீழே தள்ளிவிட்டு, தாங்கள் மட்டும் பண வளர்ச்சியில் மேலே மேலே போவதற்காகச் சிலர் இந்தக் குறுக்குவழியைப் பின்பற்று கிறார்கள். மனிதர்களை முட்டாளாகவும் கீழ்த்தர உணர்ச்சிகள் கொண்ட ஊதாரிகளாக்வும் மாற்றும் எந்தத் தொழிலுமே லாபகரமான தொழில்தான். உங்களுக்கு அந்தத் தொழில் பிடிக்கவில்லை என்கிறீர்கள். ஆனால் உங்களுடைய கலைச் சேவையோ, உங்களை எளிதில் காப்பாற்றிவிடாது."

"துணிந்துவிட்டால் முடியாதது என்று ஒன்றுமில்லை என்று நீங்கள்தானே முன்பு கூறினீர்கள்?" என்று கேட்டான் அண்ணாமலை.

"உண்மைதான்; கலைஞர்களும், காலத்துக்குத் தக்க கருவிகளைக் கொண்டு போலிகளுடன் தீவிரமாகப் போராடவேண்டும். படங்களை அப்படியே விலைகொடுத்து வாங்கி வீட்டில் மாட்டிக் கொள்பவர்கள் நம்மிடையே இல்லை. ஒரு சிலர் அப்படியே வாங்கி கொள்வதாலும் கலையின் நோக்கம் நிறைவேறி விடாது. ஓவியங்களை வண்ணங்களுடன் அச்சிட்டு, ஏழை எளிய மக்களிடையே மலிவான விலையில் பரப்பி அவர்களிடம் கலைச்சுவையைப் பரப்ப வேண்டும். காலண்டர்கள், வாழ்த்துக்கள், பத்திரிகைகள் இங்கெல்லாம் ஓவியங்களை வெளியிடச் செய்து போலிகளுக்கிடையே உண்மையின் ஒளியை

ஊடுருவச் செய்ய வேண்டும். ஆனால், அது நெடுநாள் போராட்டமாகவும் தொடர்ந்த போராட்டமாகவும் இல்லாவிட்டால், இந்த நாட்டில் ஓவியக் கலையே மறுமலர்ச்சி பெறாது. எல்லாக் கலைகளுமே இப்போது போலிகளின் படையெடுப்பால் இங்கு நசித்துப் போய்க் கொண்டுதான் வருகின்றன. பண்ணும், பரதமும், இலக்கியமும், இசையும் ப்டுகின்ற பாடுகளைப் பார்த்து வருகிறீர்கள் அல்லவா?"

நாட்டு நிலைமையைப்பற்றிப் பேசத் தொடங்கியதும் சரவணன் அப்போதைக்குத் தம்முடைய வீட்டு நிலையை மறந்துவிட்டாரோ என்று நினைத்தான் அண்ணாமலை. ஆனால், அவர் மறக்கவில்லை.

"இப்போதைக்கு உங்களுக்கு மாதம் இருநூறு ரூபாய் கிடைக்க என்னால் வழி செய்ய முடியும் நீங்கள் வரையும் படங்களை எப்படியெல்லாம் மக்களிடையே பரப்ப முடியுமோ அவ்வளவும் செய்கிறேன். பிறகு ஒருவேளை அதிகம் கிடைக்கலாம், நிச்சயமாகச் சொல்ல முடியாது" என்றார்.

வீட்டுக் கடன் பற்றிக் குறிப்பிட்டு,"அதற்கு வட்டி கட்டவே மாதம் அறுநூறு ரூபாய் வேண்டுமே!" என்றான் அண்ணாமலை.

" வீடு போனால் போகட்டும் என்ற துணிவிருந்தால்தான் நீங்கள் என் பேச்சைக் கேட்கலாம். எனக்குத் தெரிந்தவரிடம் சொல்லி, ஐம்பது ரூபாய் வாடகையில் உங்களுக்கு ஒரு வீடு பார்க்கச் சொல்கிறேன். நான் குடியிருப்பதே வாடகை வீடுதான். உங்கள் அப்பாவே தூக்கிக் கொண்டு போகாத இந்தச் சுமையை நீங்கள் எதற்காகத் தூக்கிச் சுமக்க வேண்டும்? உங்கள் மாமனார் விரும்பினால் அவரிடமே வீட்டையும் கடனையும் விட்டு விடுங்களேன்!"

அண்ணாமலைக்கு இந்த யோசனை சரியென்றே தோன்றியது. சுந்தரியின் அப்பாவே வீட்டையும் வைத்துக்

கொள்ளட்டும்; கடனையும் கட்டிக் கொள்ளட்டும். தான் கலைஞனாகவே வாழ்ந்து தீருவது என்ற லட்சியப் போராட்டத்தில் குதித்துவிட வேண்டியதுதான். அப்படியொரு வாழ்க்கையை மேற்கொள்வது ஓர் அரிய சாதனை என்றே அவனுக்கும் தோன்றியது. சரவணனுக்கு நன்றி கூறி விடை கொடுத்தான்.

18. கணவனும் மனைவியும்

அண்ணாமலையின் புதிய திட்டம் சுந்தரியிடமும் எடுபடவில்லை; அவன் தாயார் மீனாட்சியம்மாளிடமும் எடுபடவில்லை. அண்ணாமலை அவன் விருப்பத்தைச் சுந்தரியிடம் வெளியிட்டபோது அவள் அவனுக்குப் பயித்தியம் பிடித்துவிட்டதென்று சந்தேகப்பட்டாள். தன் அப்பாவுக்குத் தெரிந்தால் அவர் அவனிடம் இனி முகம் கொடுத்தே பேச மாட்டார் என்று சீறினாள். அவள் அவனிடம் அழுது ஆர்ப்பாட்டம் செய்ததைப் பார்த்தபோது அவளுடைய அப்பாவின் சொல்லைக் கேட்காவிட்டால் அவளே தன்னிடம் முகம் கொடுத்துப் பேசமாட்டாள் என்ற பயம் ஏற்பட்டது.

போதாக்குறைக்குச் சுந்தரி மீனாட்சியம்மாளையும் தூண்டிவிடவே அவன் தாயாரும் அவனிடம் வந்து கண்ணீர் விட்டு மன்றாடினாள்.

"உன் அப்பாவுக்கு நீதான் உயிர்; உனக்காக அவர் ஆசையோடு கட்டிய வீடு இது. 'இந்த வீடு போனால் போகட்டும்' என்று நீ சொன்னாயாமே. இது நியாயமா? அவருடைய ஒரே பிள்ளை நீ. அவருடைய சொத்துக்கும் கடனுக்கும் நீதான் பாத்தியப்பட்டவன். ஆண்பிள்ளையாக இருந்தும் நீ பொறுப்பைத் தட்டிக் கழிப்பது சரியல்ல" என்று வாதாடினாள் தாயார்.

அண்ணாமலை திடீரென்று துறவுக் கோலம் பூண்டு விட்டது போலவும் அவனை எப்படியாவது தடுத்து நிறுத்தி

விடுவது அவர்கள் கடமை போலவும் நினைத்துக்கொண்டு விட்டார்கள் அவர்கள். மேஸ்திரியின் பிரிவுத் துயரம் அவனுடைய மூளையைக் கலக்கி விட்டது என்றே அவர்கள் நம்பினார்கள்.

அண்ணாமலைக்கு அன்றைக்கு இரவில் சரியான தூக்கம் இல்லை. கலை என்ற ஆயுதத்தை வைத்துக் கொண்டு அவன் துணிச்சலோடு களத்தில் குதித்துப் போராடத் துடித்தான். உண்பது நாழி, உடுப்பது நான்கு முழம், படம் போடக் காகிதமும், வர்ணமும்-இவற்றுக்குத் தானா பஞ்சம்? ஆனால் அதே சமயம் மீனாட்சியம்மாளின் கண்ணீரையும் அவனால் புறக்கணிக்க முடியவில்லை. தகப்பனார் பட்ட கடனை எப்படியாவது தீர்த்துவிடவேண்டும் என்ற ரோஷமும் அவனுள் பொங்கியெழுந்து கொண்டிருந்தது. என்ன செய்வதென்று அவனால் ஒரு முடிவுக்கு வர முடியவில்லை.

பொழுது விடிந்தது. மாடிச் சன்னல்களின் வழியே காலையிளங் காற்றும் கதிரொளியும் நன்றாகப் புகுந்தன. சன்னலின் அருகே சென்று ஆனந்தியின் வீட்டுத் தோட்டத்தைப் பார்த்தான் அண்ணாமலை. மலர்களின் மணம் அவனுடைய நெஞ்சில் நிரம்பியது, இளந் தளிர்களும் வண்ண மலர்களும் பூச்சிட்டுக்களும் அவனுடைய கண்களைக் கவர்ந்தன. மெல்ல ஓர் அமைதி அவனுள்ளே பரவுவதை அவன் உணர்ந்து ஆறுதல் பெற்றான்.

தொலைவில் தெரிந்த நாகலிங்க மரம் பூத்துக் குலுங்கி நின்றதால், பெரியதொரு பூச்செண்டாகவே காட்சியளித்தது. அதனடியில் நின்றவாறே கைக்கு எட்டிய மலர்களை மட்டும் கொய்து, குடலையில் நிரப்பிக் கொண்டிருந்தாள் ஆனந்தி. குளித்து முழுகிவிட்டு, ஈரத் தலை உலருவதற்கு முன்னே அவள் மலர்கொய்ய வந்திருந்தாள் என்பது தெரிந்தது. அவள் அண்ணாமலையைப் பார்க்கவில்லை. ஆனால் அண்ணாமலைக்கோ அந்தச் சூழலில் அவளைக் கண்டது ஓர் ஓவியக் காட்சியாகவே தோன்றியது.

முதன் முதலாகத் தான் அந்தத் தோட்டத்துக்குள் நுழைந்தநாளை அண்ணாமலை நினைத்துக்கொண்டான். கலைத் தேவியே உயிர்ச் சிற்பமாக மாறிவிட்டது போல் அவள் அப்போது தன் தந்தைக்கு எதிரில் மாடலாக அமர்ந்திருந்தாள். எவ்வளவு இன்பகரமான காட்சி அது. எவ்வளவு இன்பகரமான நாள் அது! அதே தோட்டம், அதே நாகலிங்க மரம், அதே ஆனந்தி...

அந்தப் பழைய பரவச உணர்ச்சி மீண்டும் ஒரு பேரலை போல் அவனுள்ளத்தில் பொங்கிப் பூரித்து, எழுந்து வந்து மோதியது. காலை இளம் வெய்யிலின் பொன் மலையில் மலைத் தேவியின் தரிசனம் பெற்றுவிட்டவன்போல் மெய்ம்மறந்திருந்தான் அண்ணாமலை. தான் அவ்வாறு அவளை நோக்கியது அவனுக்குத் தவறு என்றேபடவில்லை, அழகு உணர்ச்சி ஒன்றைத் தவிர வேறெதுவுமே அவன் உள்ளத்தில் படியவில்லை. ஏதோ ஒரு மாயச் சக்தி ஆனந்தியிடம் மறைந்திருக்கவேண்டுமென அண்ணா மலைக்குத் தோன்றியது. மயிலைத் தன் வண்ணத் தோகை விரித்து மெய்சிலிர்க்க ஆடச் செய்யும் ஏதோ ஒரு சக்தி இயற்கைத் தேவியிடம் இருக்கிறதல்லவா? அதேபோல் அவனுடைய உள்ளத்திலே இருந்த கலையுள்ளமான மயிலை ஆட்டுவிக்கும் சக்தி அவளிடம் இருக்கத்தான் செய்தது.

திடீரென்று அவன் நினைத்தான்! "என்றாவது ஒருநாள் இப்படி ஒரு காட்சியைக் காண வேண்டும் என்றால் எப்படிஇந்த வீட்டை விட்டுப் போன பிறகு காண முடியும்? இந்த மரங்கள், இந்தப் பறவைகள், இந்த ஆனந்தி, அந்தச் சூழ்நிலை... இவற்றுக்கு எங்கே போவது?"

அவன் ஒரு முடிவுக்கு வந்து விட்டான். ஒரே சமயத்தில் தொழிலாளியாகவும் கலைஞனாகவும் வாழ்வது என்ற முடிவுக்கு வந்து விட்டான். மாமனார் தண்டபாணியின் தொழிலை ஒரு தொழிலாளி என்ற முறையில், கடமை உணர்வோடு கவனிக்க வேண்டும். கலைஞன் என்ற செருக்கோடு அந்த மாடி அறையாகிய சாம்ராஜ்யத்தில்

இருந்து கொண்டு தனக்கு விருப்பமான படங்களையும் வரைய வேண்டும்.

ஓவியப் பள்ளியின் தலைவரைச் சந்தித்து, அவரிடம் தன்னுடைய நிலையை விளக்கினான். படிப்பைப் பாதியில் நிறுத்திக் கொள்வதைப் பற்றி அவர் வருத்தப்பட்டாலும் அவர் அவனைத் தடுக்கவில்லை.

"நீ என்ன தொழில் செய்தாலும், ஓவியங்கள் வரைவதை மட்டும் நிறுத்தி விடாதே! உன்னிடம் கலை இருக்கிறது. ஓய்ந்த நேரங்களிலாவது வரைவதை பழக்கமாக வைத்து கொள். அவ்வப்போது நீ வரையும் படங்களுடன் என்னை வந்து பார்!" எனக் கூறி விடை கொடுத்தார்.

அண்ணாமலையின் மனமாற்றம் சுந்தரிக்கே ஆச்சரியத்தை அளித்தது. தண்டபாணியின் விளம்பரக் கம்பெனியில் வேலையை ஏற்றுக்கொண்டு, அவன் குறித்த நேரம் தவறாது அங்கு போய் வரத் தொடங்கினான். பகல் பத்து மணியிலிருந்து மாலை ஐந்து மணி வரையிலும் அவன் அதை விட்டு வெளியே வருவதில்லை. சுறுசுறுப்பாக உழைத்துப் பழகியவனாகையால் வேலையும் இருமடங்கு நடைபெற்றது. மற்றவர்களுக்கும் வேலையைப் பகிர்ந்து கொடுத்து உழைக்கச் செய்தான். தண்டபாணி வெளியில் அலைந்து, திரிந்து வேலைகளைக் கொண்டு வந்து குவித்த வண்ணமாக இருந்தார். பாடுபட்டுத் தேடி, முதல் சம்பாதிக்காத பட முதலாளிகளிடம் மற்றவர்களுடைய பணம் தாராளமாக புழக்கத்தில் இருந்த சமயமாதலால், தண்டபாணிக்கும் அவ்வப்போது தாராளமாகவே வரவு வந்து கொண்டிருந்தது. மேலும் கஞ்சத்தனத்துக்குப் பெயர் பெற்றவர்களிடம் கூடப் பணம் கறக்கும் வித்தையை அவர் ஓர் அருங்கலையாகக் கற்றிருந்தவர். இப்படியே இன்னும் ஒரு மூச்சுப் பிடித்தால், அண்ணாமலையின் வீட்டையே மீட்டுக் கொடுத்து விடலாம் என்ற நம்பிக்கை அவருக்கு.

காலையில் வேலைக்குப் புறப்படுவதற்கு முன்பும்

மாலையில் வீட்டுக்குத் திரும்பிய பிறகும் சிறிது நேரமாவது அண்ணாமலைக்கு அவனுடைய ஸ்டூடியோவில் உட்கார்ந்தால்தான் அவனுக்கு அன்றைய பொழுது பயனுள்ள பொழுதாகத் தோன்றும். உடற் களைப்பு, மனச் சோர்வு, வேலையில் ஏற்படும் சலிப்பு இவையாவற்றுக்குமே அது அருமருந்தாக இருந்தது. ஏதாவது சித்திரத்தைத் தொடங்குவதும் முடிப்பதும், அடுத்த ஒன்றைத் தொடங்குவதுமாக இருந்தான். இடையில் என்றாவது ஒருநாள் சுந்தரியையும் அழைத்துக் கொண்டு வெளியில் செல்லவும் அவன் தவறுவதில்லை.

ஆனால், அவனுடைய இந்தப் போக்குச் சுந்தரிக்குத்தான் சிறிதும் பிடிக்கவில்லை. இரவில் சிறிது நேரம் அவனோடு கலகலப்பாகப் பேசி மகிழ முடிந்தது. அதிலும் பேசி மகிழ்வதை விட அவனோடு சொற்போர் புரிவதற்கே நேரம் இருந்ததென்று சொல்லலாம். வெளியில் போய் வந்தாலும் தாராளமாகச் செலவு செய்ய அவர்களிடம் பணம் இல்லை. அந்தக் குறை வேறு சுந்தரிக்கு ஏற்பட்டிருந்தது.

ஒருநாள் சுந்தரி, வழக்கம்போல் முணுமுணுக்காமல் வெ்ளிப்படையாகவே அவனிடம் பேசிவிட்டாள்.

“நீங்கள் பாட்டிற்கு வேலைக்கு போய் விடுகிறீர்கள், வீட்டுக்கு வந்தாலும் ஸ்டூடியோவுக்குள் நுழைந்து கொள்கிறீர்கள். எனக்கு இங்கே பொழுதே போகவில்லை. ஒரே ‘போர்’ அடிக்கிறது” என்றாள். அந்தச் சொல் அவளுடைய பள்ளிக்கூடத்தில் கற்றுக்கொண்ட சொல்.

அண்ணாமலைக்கு அவளுடைய பேச்சில் நியாய மிருப்பதாகவே பட்டது. கல்யாணத்துக்கு முன்பே அவளுடைய தோழிகளோடும் அவனோடும் கட்டற்ற பட்டுப் பூச்சி போல் பறந்து திரிந்தவள் அவள். அதுவுமில்லாமல், அவனுக்குமே அவ்வப்போது, அவளுடன், அருகிலிருந்த கடற்கரைக்காவது சென்று வரவேண்டும் என்றும் தோன்றியதுண்டு.

"நீ சொல்வது சரிதான். அதற்கு நான் ஒருயோசனை சொல்கிறேன், கேள்!" என்று தொடங்கினான் உற்சாகத்தோடு; "என்னுடைய ஸ்டூடியோவை ஒழுங்கு படுத்திச் சாமான்களை எடுத்து வைப்பதற்கும், பென்சிலை கூர்படுத்துவதற்கும் வண்ணங்களைக் குழைப்பதற்கும் எனக்குப் பாதி நேரம் சரியாகி விடுகிறது. இந்தச் சிறு வேலைகளை நீ செய்து பழகிக் கொண்டால், உனக்கும் 'போர்' அடிக்காது. எனக்கும் நேரம் கிடைக்கும். வாரத்துக்கு இரண்டு நாட்களாவது நாம் ஸ்கூட்டரில் வெளியே சுற்றி வரலாம்" என்றான்.

அவளாக வந்து அவனுடைய வேலைகளுக்கு உதவி செய்வாள் என்று அவன் எதிர்பார்த்தது வீணாகிவிட்டது. இப்போது அவனே அதைச் சொல்லியும் விட்டான்.

அவள் பதில் சொல்லாமல் அவனைக் கோபத்தோடு பார்த்தாள்.

"சுந்தரி, உன்னுடைய கஷ்டம் எனக்குத் தெரிகிறது; நீயும் என் சிரமத்தைப் புரிந்துகொண்டுவிட்டால் எல்லாம் சரியாகிவிடும்" என்றான் அண்ணாமலை.

"ஆயிரம் ரூபாய் தருகிற அந்த வேலை உங்களுக்கு இருக்கும் போது, இந்தத் தொல்லை வேறு எதற்காக உங்களுக்கு?" என்று கேட்டாள் சுந்தரி. "இதை விட்டுத்தொலையுங்களேன்; இதற்குத் தலையை முழுகிவிடுங்களேன்!"

சுந்தரியைச் சுட்டெரித்து விடுவதுபோல் விழித்துப் பார்த்தான் அண்ணாமலை; அவனுடைய அங்கமெல்லாம் பதறியது.

19. முதல் அதிர்ச்சி

ஓவியம் வரைவதை விட்டுத் தொலைக்கச் சொல்லித் தன் மனைவி ஆத்திரப்பட்டுக் கொண்டதை அண்ணாமலையால் தாங்கிக்கொள்ள முடியவில்லை. முன்பொரு நாள்

அவனுடைய அப்பா சிதம்பர மேஸ்திரி, அவன் வரைந்து வைத்திருந்த படங்களை கிழித்தெறிந்தாரல்லவா? அப்போது அவன் அடைந்த வேதனையை விடப் பன்மடங்கு வேதனை அண்ணாமலைக்கு இப்போது. ‘அப்பாவுக்குத்தான் அழகுக் கலைகளை ரசிக்கத் தெரியாதென்றால், சுந்தரியுமா அப்படிப் பட்டவள்? திடீரென்று என்ன வந்துவிட்டது அவளுக்கு?

கல்யாணத்துக்கு முன்பெல்லாம் ‘பெரிய ஓவியன்’ என்று வாய்க்கு வாய் பாராட்டினாளே? தன் தோழிகளிடமெல்லாம் சொல்லிப் பெருமையடித்துக் கொண்டாளே! ஓவியம் வரை வதற்காகச் சிறிதும் வெட்கப்படாமல் மாடலாக இருக்கவும் ஒப்புக் கொண்டாளே! இப்போது என்ன வந்துவிட்டது சுந்தரிக்கு?

மனம் சரியில்லாததால் அன்று மாலை அண்ணா மலையால் படம் வரைய முடியவில்லை. கோபத்தால் அவன் விழித்த விழிப்பைக் கண்டு, தானும் பதிலுக்கு அவனைத் தன் விழிகளால் சுட்டு விட்டுச் சுந்தரியும் மாடியை விட்டுக் கீழே இறங்கிப் போனாள். அண்ணாமலை சிறிது நேரம் ஸ்டூடியோவுக்குள் அமர்ந்து, வரைவதற்கு முயன்று பார்த்தான். அடித்தலும் திருத்தலுமாகவே காகிதங்கள் பழுதுபட்டன. பேசாமல் எழுந்து அவர்களுடைய மாடி அறைக்கு வந்து கட்டிலில் விழுந்தான்.

கட்டிலுக்கருகே சுந்தரி படித்துவிட்டுப் போட்டிருந்த பத்திரிகையொன்றும், புத்தகமொன்றும் அப்படியே திறந்தது திறந்தபடி கிடந்தன. அவற்றை எடுத்து ஒழுங்காக அடுக்கி வைக்கவில்லை அவள். எதேச்சையாக அவற்றைக் கையிலெடுத்தான். பத்திரிகை ஆங்கிலப் பத்திரிக்கை, நடிகைகள், எந்தப் படங்களில் எவ்வாறு உடுத்திக் கொண்டார்கள் என்பது பற்றியும், அவர்கள் எவ்வாறு உதட்டுச்சாயம், நகப்பூச்சு, கண் மை தீட்டிக் கொள்கிறார்கள் என்பதையும் குறித்து அவர்களுடைய அங்க அவயவப் புகைப்படங்களோடு அதில் கட்டுரைகள் வந்திருந்தன. புத்தகத்தைப் பார்த்தான். மயிர்க் கூச்செறியும் கொலை

கொள்ளைகள் நிறைந்த மேல்நாட்டு மூன்றாந்தரத் துப்பறியும் கதையின் தழுவல் சரக்கு அது.

சுந்தரியினுடைய ரசிகத் தன்மையின் தரத்தைக் கண்ட போது அவனுக்கே என்னவோ போலிருந்தது. அதற்கேற்றாற் போல் சில தினங்களுக்கு முன்பாக அவள் அவனைப் பாராட்டிய முறையையும் நினைத்துக் கொண்டான். அவளுடைய அப்பாவின் கம்பெனியில் அவன் தயாரித்திருந்த திரைப்பட 'போஸ்டர்' சித்திரங்களைப் பார்த்து விட்டு, அற்புதமாகப் போட்டிருக்கிறீர்களே! 'வீட்டில் நீங்கள்' வரையும் படங்களைவிட இந்தப் படங்கள் ஆயிரம் மடங்கு அழகாக இருக்கின்றன!' என்றாள். அப்போதே அவனுக்கு அவளுடைய பாராட்டைக் கேட்டு அழுவதா சிரிப்பதா என்று தெரியவில்லை. சரவணனின் பேச்சை நினைவுபடுத்திக் கொண்டான். போலியின் பகட்டு உண்மையின் உயிர் மூச்சையே பிடிக்கத் தொடங்கிவிட்டது போலும்.

கட்டிலில் கிடந்த அண்ணாமலைக்குத் தெருப் பக்கம் குப்பை மேட்டின் அருகில் நின்ற ஒரு பசுமாடு கண்களில் பட்டது; பக்கத்து வீட்டுக்காரர்களின் பசு அது. பச்சைப் புல்லும் பருத்திக் கொட்டையும் கழுநீரும் வைத்து அதைக் கொழு கொழுவென்றுதான் வளர்ந்திருந்தார்கள். என்றாலும் அந்தச் செவலைப் பசு குப்பை மேட்டில் கிடந்த ஓர் அசுத்தமான காகிதத்தை ஆவலோடு பற்றி இழுத்து, அசைபோட்டுக் கொண்டிருந்தது! பசுவின் ருசியையே பட்டணத்து நாகரிகம் இப்படி மாற்றிவிட்டபோது, மனிதர்களின் ருசி மாற்றத்துக்கு கேட்கவா வேண்டும்?

அன்றைக்கு இரவிலும் அண்ணாமலை சுந்தரியுடன் முகம் கொடுத்துப் பேசவில்லை. அவளாக முன் வந்து முதலில் பேச்சை தொடங்கட்டும் என்று காத்திருந்தான். சுந்தரியும் சிறிதும் விட்டுக் கொடுக்கவில்லை. அவனாக வந்து பேசவேண்டும் என்று அவள் எதிர்பார்த்தாள். அன்றைய இரவுப் பொழுது இவ்வாறு ஆத்திரமும் பிடிவாதமும்

கொண்ட மௌனமான போராட்டத்தில் கழிந்தது. இருவருக்குமே சரியான உறக்கமில்லை.

மறுநாள் அதிகாலையிலே தன் ஸ்டுடியோவுக்குள் புகுந்து கொண்டான் அண்ணாமலை. எடுத்த எடுப்பில் கற்பனை கை வசப்பட்டு விட்டதால் சித்திரம் மள மளவென்று உருவாகிக் கொண்டிருந்தது. சிந்தனை ஒரு முகப்பட்டு விட்டதால் சுந்தரி நடத்திய ஆர்ப்பாட்டங்கள் எதுவும் அவனைக் கலக்கவில்லை. அவன் சன்னல் கதவுகளைப் பலமாக அடித்துச் சாத்தினாள்; மாடியே அதிர்ந்து விடுவது போல் நடந்தாள்; கீழே போய்ப் பாத்திரங்களை உருட்டினாள். இவையெல்லாம் மீனாட்சியம்மாளுக்குத்தான் அதிர்ச்சி தந்தனவே தவிர அவனிடம் சிறிதும் எடுபடவில்லை.

தாமதமாகவே அன்றைக்கு அண்ணாமலை அவனுடைய தொழிலைக் கவனிக்கச் சென்றான். குளியல், சாப்பாடு, உடைமாற்றம் எதற்குமே சுந்தரி உதவி செய்யாததால், எல்லா வற்றையும் அவனே அன்று கவனிக்க வேண்டியிருந்தது. கம்பெனியில் வேலையை முடித்துவிட்டு மாலையில் வீட்டுக்குத் திரும்பினான். அண்ணாமலையின் ஸ்கூட்டர் சத்தம் கேட்டால் அவனைச் சுந்தரி வெளியில் வந்து வரவேற்பது வழக்கம். அன்று அது நடக்கவில்லை.

மாடி அறைக் கட்டிலில் கதவை மூடிக்கொண்டு அவள் படுத்துக் கிடந்தாள். கதவிடுக்கின் வழியே சுந்தரியை அவளுக்குத் தெரியாமல் உற்று பார்த்தான் அண்ணாமலை. அவளுடைய பேரழகு அவனை ஒரு கணம் கிறங்கச் செய்தது; காடு போன்ற கூந்தல், அடர்ந்த புருவங்கள், எடுப்பான மூக்கு, செம்பருத்திப் பூ போன்ற இதழ்கள், விம்மி வடியும் மார்பகம், செங்கீரைத் தண்டுகள் போன்று தளதளவென்ற கரங்கள். வாழ்வின் வசந்தகாலக் குதூகலத்துக்கென்றே உருவாக்கப் பெற்றது போன்ற உடல் வனப்பு... அண்ணாமலை நீண்ட பெருமூச்சு விட்டான்.

ஓடிச் சென்று அதே விநாடிகளில் அவளுடைய அழகுக்கு அடிமையாகி, அவளிடம் மன்னிப்புக் கேட்டுக்

கொண்டு அவளைத் தன் அன்பால் வெற்றி கொள்ள வேண்டுமென்ற பரபரப்பு அவனுக்கு ஏற்பட்டது. கதவின் மீது கரத்தை வைத்தவன், வலதுபுறம் திரும்பித் தன்னுடைய ஸ்டூடியோவை பார்த்தான். காலையில் அவன் வரைந்த படம் கீழே குப்புறக் கிடந்தது. எல்லாச் சாமான்களும் அப்படியே அவன் விட்டுச் சென்றபடி அலங்கோலமாய்க் கிடந்தன. அந்தக் கூடத்தைச் சுந்தரி கூட்டிப் பெருக்கவுமில்லை. எங்கும் தூசியும் தும்புமாக இருந்தன. அதுவரையில் சுந்தரிக்காக ஊற்றுப் பெருக்கெடுத்துக் கொண்டிருந்த அழகுணர்ச்சி, அடுத்த கணத்திலேயே மாயமாய் மறைந்து விட்டது.

அவளுடைய புற அழகு முழுவதுமே மின் வெட்டும் நேரத்துக்குள் பொருளற்றதாகிவிட்டது அவனுக்கு. என்னதான் கோபமிருந்தாலும் எப்படி அவளால் இவ்வளவு அலட்சியமாக இருக்க முடிகிறது? பத்து நிமிஷங்கள்கூட அவள் செலவிட்டிருக்க வேண்டியதில்லை. அந்த கூடத்தை அவள் பளிச்சென்று செய்திருக்க முடியும். கூட்டித் துப்புரவு செய்வதொன்றும் பெரிய வேலையுமில்லை.

மீனாட்சியம்மாள் பெரும்பாலும் மாடிக்கு வருவதில்லையாதலால், சுந்தரியே அது வரையில் மாடியை மட்டும் கவனித்து வந்தாள். சுந்தரியின் புறக்கணிப்பு அவனுக்கு என்னவோ போலிருந்தது. அழகான சிற்பங்களும் சிலைகளும் கொண்டு கண்ணைக் கவரும் வண்ணக் கோபுரங்கள் கொண்டதோர் பிரம்மாண்டமான கோயிலுக்குள், அன்பின் சின்னமான சின்னஞ்சிறு மூல விக்கிரகம் மட்டிலும் இல்லாவிட்டால் அது எப்படியிருக்கும்?

எழுச்சி பெற்ற கலைஞனின் இதயம் சூடு பட்டுச் சுருங்கி விடவே, அவன் மாடியிலிருந்து வேகமாக கீழே இறங்கினான். ஸ்கூட்டரை எடுத்துக்கொண்டு கடற்கரையை நோக்கிக் கிளம்பினான். சத்தம் கேட்டு அறையிலிருந்து வெளியில் வந்த சுந்தரி, மாடியிலிருந்தவாறே அவன் வெளியில் புறப்படுவதைக் கவனித்தாள். அவளுக்கு முன்னிலும் பன்மடங்கு ஆத்திரம் பற்றிக் கொண்டு வந்தது.

'ஆண்பிள்ளை என்ற அகந்தை இருப்பதால் அவர்கள் எந்த வேளையிலும் எங்கு வேண்டுமானாலும் போகலாம். அவர்கள் என்ன செய்தாலும் அவர்களை யாரும் தட்டிக் கேட்கக்கூடாது. பெண்ணையும் ஒருவர் கட்டிக் கொடுத்து, மாதம் ஆயிரம் ரூபாய் சம்பளமும் கொடுத்தால், இப்படியெல்லாம்தான் கோபம் வரும் போலிருக்கிறது! வந்து விட்டுப் போகட்டுமே! எனக்கும் போவதற்கு வீடு இல்லையா என்ன?"

வீம்புக்காகவாவது சுந்தரிக்கு உடனே அவளுடைய வீட்டுக்குப் புறப்பட வேண்டுமென்று தோன்றியது அவளுடைய தாயாரைப் பார்த்து வந்தால் சிறிது ஆறுதலாக இருக்குமென்று நினைத்தாள். அந்த அம்மாளைச் சுந்தரிக்குக் கல்யாணத்துக்கு முன்னால் அவ்வளவாகப் பிடிக்கவில்லை. காரணம், அண்ணாமலைக்குப் பெண் கொடுப்பதை அவள் அப்போதே விரும்பாதவள். தகப்பனாரும் பெண்ணும் சேர்ந்து கொண்டு பிடிவாதம் பிடித்ததால், அவளுடைய கட்சி அப்போது தோற்றுவிட்டது. 'அம்மா சொன்னதைக் கேட்காமல் போனேனே!' என்று நினைத்துக் கொண்டாள் சுந்தரி.

சுந்தரி தான் நினைத்தபடி தன் தாயாரைப் பார்க்கச் செல்லவில்லை. பொழுதும் சாய்ந்து விட்டது. மீனாட்சியம்மாளிடமும் அனுமதி கேட்டாக வேண்டும். பிறந்த வீட்டில் முன்பு செய்தது போல், நினைத்தபடி எங்கும் போய் வரவும் முடியாது. ஆகவே அடுத்த வீட்டுக்குச் சென்று சிறிது நேரம் ஆனந்தியைப் பார்த்துப் பேசிவிட்டு வந்தாள் சுந்தரி. ஆனந்தியிடம் அவள் எதுவும் கூறவில்லை. ஆனால் சுந்தரியின் போக்கிலிருந்து அவளுக்கு ஏதோ கோபம் என்பதைப் புரிந்து கொண்டாள் ஆனந்தி.

கடற்கரையிலிருந்து திரும்பி வந்த அண்ணாமலை, இரவுச் சாப்பாட்டை முடித்துக் கொண்டு மாடிக்குச் சென்றான். நெடுநேரம் வரையில் விழித்திருந்து, அரை

குறையாக விட்டிருந்த ஒரு படத்தை முடித்தான். பிறகு அங்கேயே சோபாவில் சாய்ந்தபடி உறங்கிப் போய்விட்டான். அடுத்த அறையிலிருந்த சுந்தரி தனக்குள் பொங்கிப் பொங்கிக் குமுறிக் கொண்டிருந்தாளே தவிர, அவனை வந்து எட்டிப் பார்க்கவில்லை.

ஆனால், மறுநாள் மாலை அவனுக்கு அங்கே ஒரு பேரதிசயம் காத்திருந்தது. அதைக் கண்டுவிட்டு, "சுந்தரி! சுந்தரி!" என்று ஆனந்தம் பொங்கக் கூவி அழைத்தவாறே அன்போடு அவளை இறுகத் தழுவிக் கொண்டான் அண்ணாமலை. சுந்தரிக்கு ஒன்றுமே புரியவில்லை.

20. அடுத்த அதிர்ச்சி

அண்ணாமலையின் ஆனந்தத்துக்கு வேறெந்தக் காரண முமில்லை. இரண்டு நாட்களாகக் கவனிப்பாரற்றுக் கிடந்த அவனுடைய ஸ்டூடியோக்கூடம் பளிச்சென்று காட்சி யளித்தது; தரை துப்புரவாகக் கூட்டப்பெற்று, பளபள வென்றிருந்தது; மேசையிலே எல்லாமே ஒழுங்காக அடுக்கி வைக்கப்பட்டிருந்தன. பென்சில்களை எடுத்துப் பார்த்தான். கூர் தீட்டப் பெற்றுக் காகிதத்தில் நடனமாடுவதற்குத் தயாராக இருந்தன. ரப்பர் துண்டின் நுனியில் படிந்திருந்த அழுக்கைப் போக்கி அதையும் அருகில் வைத்திருந்தாள். வண்ணக் கிண்ணங்களும் தூரிகைகளும் புத்தம் புதியவை போல் தோற்றமளித்தன. பூச்சாடியில் தோட்டத்துச் சம்பங்கி மலர்ந்து அந்த மாடியெங்கும் தன் அற்புதமான மணத்தைக் கமழவிட்டுக் கொண்டிருந்தது.

அந்த மாற்றத்தைக் கண்ட அண்ணாமலை பூரிப்பால் திக்குமுக்காடிப் போனான். அது அவனுக்குச் சாதாரண வெற்றியாகத் தோன்றவில்லை. படுதோல்வியை எதிர்பார்த்துக் கொண்டிருந்தவனுக்கு முழு வெற்றி கிடைத்தால் அது எப்படியிருக்கும்? கூடத்தின் வெளிப்புறத்தில் ஏற்பட்டிருந்த மாற்றத்துக்காக மட்டிலும் அவன் மகிழ்ச்சியடையவில்லை;

சுந்தரியின் உள்ளத்தில் ஏற்பட்டிருந்த மாற்றத்தின் அழகுணர்ச்சிதான் அப்படி அங்கே வெளிப்பட்டிருந்தது.

'என்னுடைய ஓவியக் கலையில் அவள் உண்மையிலேயே வெறுப்புற்றவளாக இருந்திருந்தால் இப்படியெல்லாம் செய்வதற்கு அவளுக்கு மனம் வந்திருக்குமா? வீம்புக்காக அவள் ஒரு வார்த்தை பேசியதை வைத்துக் கொண்டு எப்படியெல்லாம் சித்திரவதை செய்துவிட்டோம். பாவம் சுந்தரி! என்று நினைத்துக் கொண்டு, ஓடோடியும் அவளிடம் சென்றான் அண்ணாமலை.

சுந்தரியின் கோபத்தைத் தணிப்பது அவனுக்கொன்றும் அவ்வளவு எளிதாக இருக்கவில்லை. அவளிடம் கெஞ்சினான்; கொஞ்சினான். மன்னிப்புக் கேட்டான், அவளைத் தன் அன்புப் பெருக்கால் படாதபாடு படுத்தி விட்டான்.

"சரி, புறப்படு! கடற்கரைக்குப் போய் வரலாம்" என்று அவளை அவசரப்படுத்தினான்.

"கடற்கரைக்கு எதற்கு? ஸ்டூடியோதான் உங்கள் வரவுக்காக ஆசையோடு காத்துக்கொண்டிருக்கிறதே!"

"இன்றைக்குக் காதல், நாளைக்குக் கலை?" என்று அவள் காதருகில் இரகசியமாகக் கூறினான் அவன்.

"உங்களுக்கு அதற்கெல்லாம் எங்கே நேரம்?" என்று சீறினாள் சுந்தரி.

"இதற்கும் அதற்கும் எவ்வளவோ சம்பந்தமிருக்கிறது சுந்தரி! இரண்டுமே உடலும் உயிரும் போல் தொடர்புள்ள விஷயங்கள். இதை நீ இன்றைக்குத்தான் புரிந்து கொண்டிருக்கிறாய்; இந்த நாளை என்னால் மறக்கவே முடியாது. நாம் கொண்டாட வேண்டிய நாள் இது. உம்; சீக்கிரம் புறப்படு!"

தலைகால் தெரியாத அளவுக்கு இப்படி அவன் குழந்தை போல் ஏன் கூத்தாடுகிறான் என்பது சுந்தரிக்குச் சரியாகப்

புரியவில்லை. இருந்தாலும் அவன் தன்னுடைய ஆண் பிள்ளை முறுக்கைத் தளர்த்திக் கொண்டு, கீழே இறங்கி வந்து அவளிடம் கெஞ்சிக் கூத்தாடியது அவளுக்குச் சிறிது ஆறுதல் தந்தது. இருவரும் ஒன்றாக ஸ்கூட்டரில் கடற்கரைக்குக் கிளம்பினார்கள். இதைக் கண்ட மீனாட்சியம்மாளுக்கு எவ்வளவோ ஆறுதலாக இருந்தது. கீரியும் பாம்புமாக அவர்களுக்குள் ஏதோ சண்டை என்பது மட்டும் மீனாட்சியம்மாளுக்குத் தெரியும்; அது இவ்வளவு சீக்கிரம் தீர்ந்துவிட்டதில் அந்த அம்மாளுக்கோர் அமைதி ஏற்பட்டது.

கடற்கரையில் சென்று மணலில் படுத்துக்கொண்டான் அண்ணாமலை. சுந்தரி அவனுக்கருகில் அமர்ந்தாள் கூட்டம் அதிகமாக இல்லை.

"சுந்தரி! நீயே முன்பெல்லாம் என்னைக் கலைஞன் என்று பாராட்டியிருக்கிறாய். ஒருவனுடைய ஆசைக்காகவும் மனோதர்மத்துக்காகவும் வரையும் படங்களைத்தான் கலைப்படைப்பு என்று சொல்லுவார்கள். அந்தக் கலைப்படைப்புகளை நான் வீட்டில் நம்முடைய ஸ்டூடியோவில் இருந்து கொண்டுதான் வரைய முடியும். வெறும் காசு பணத்துக்காக நான் இதைச்செய்யவில்லை. அதில் எனக்கு ஓர் இன்பம் கிடைக்கிறது. நம்முடைய காதலின்பத்தைப் போல் ஒருவகை இன்பம் என்று வைத்துக் கொள்ளேன்!'

சுந்தரி அவன் இப்படிப் பேசத் தொடங்கியவுடன் எங்கோ கடல் அலைகளைத் திரும்பிப் பார்த்தாள். அவனுடைய பேச்சில் அவளுடைய மனம் அவ்வளவாக ஒட்டவில்லை. அவளுடைய கோபம் இன்னும் முழுமையாகத் தீரவில்லை என்று நினைத்துக் கொண்டான் அண்ணாமலை.

"நீ என்னிடம் அன்பு செலுத்தி, என் கலையின் மேல் அன்பு செலுத்தவில்லையோ என்று தவறாக நினைத்துக் கொண்டிருந்தேன். அதனால்தான் எனக்கு கோபம் வந்து

விட்டது. ஆனால், இன்றைக்கு நீ என் ஸ்டூடியோவை அழகுபடுத்தியிருப்பதைப் பார்த்த பிறகு என் கோபமெல்லாம் பஞ்சாய்ப் பறந்து விட்டது. நீ என்னை நன்றாகப் புரிந்து கொண்டு விட்டாய்!"

சுந்தரி சட்டென்று, அவனைத் திரும்பிப் பார்த்து அவன் விழிகளை ஊடுருவினாள். அவனிடம் ஏதோ பேச விரும்பினாள் என்று தெரிந்தது. ஆனால் பேசவில்லை.

"இன்னும் உனக்குக் கோபம் தீரவில்லை போலிருக்கிறது!" என்று கூறிச் சிரித்தான் அண்ணாமலை.

"கம்பெனியிலும் வேலை, வீட்டிலும் வேலை யென்றிருந்தால் எப்படி என்னால் சகிக்க முடியும்?" என்று கேட்டாள் சுந்தரி. "வெளியில் போய் வருவதற்கோ, ஒரு படம் பார்ப்பதற்கோ, ஒரு வேளை ஓட்டலில் போய்ச் சாப்பிட்டு வருவதற்கோ, எங்கே உங்களுக்கு நேரமிருக்கிறது?'

அவளுடைய கஷ்டத்தை அண்ணாமலை உணர்ந்து கொண்டான். ஆனால் அதே சமயத்தில் தங்கள் குடும்பத்துக்கு நேர்ந்த கஷ்டத்தை அவள் உணரவில்லை என்பதும் அவனுக்குத் தெரிந்தது. மலை போல் குடும்பத்தைத் தாங்கி வந்த மேஸ்திரி, திடீரென்று மலையிலிருந்து அதை உருட்டிவிட்டது போல் போய்விட்டார். அவர் மறைந்து போன துயரம் இன்னும் அந்தக் குடும்பத்தை விட்டு அகலவில்லை. இந்த நிலையில் வெளியில் உல்லாசமாகப் பொழுது போக்குவதற்கான மன நிலையிலும் அண்ணாமலை இல்லை. மேலும் குடும்பத்துக்குள் பணக் கஷ்டமும் தலை நீட்டியிருந்தது. இவற்றைச் சொல்லிவிட்டு "அப்பாவின் வீட்டுக் கடன் தீரவேண்டுமென்பதற்காகவே நான் உன் அப்பாவின் கம்பெனியில் இப்போது வேலை பார்க்கிறேன்; அது தீர்ந்து விட்டால் என்னுடைய கலையை வைத்துக் கொண்டே நாம் வாழ முடியும்" என்றான்.

விசித்திரமான ஒரு பிறவியைப் பார்ப்பதுபோல் சுந்தரி அவனைப் பார்த்துச் சிரித்தாள். ஆயிரக்கணக்கில் வருமானம்

வரக்கூடிய ஒரு தொழிலை விட்டுவிடப் போவதாக அவன் கூறியது அவளுக்கு விந்தையிலும் விந்தையாக இருந்தது. என்றாலும் அப்போதைக்கு அவள் அவனோடு வாதாட விரும்பவில்லை.

கடற்கரையிலிருந்து அவர்கள் திரும்பிவந்து சாப்பிட்டு விட்டு மாடிக்கு வந்தார்கள். அன்றைக்கு இரவுப்பொழுது அவர்களுக்குக் குதூகலம் நிறைந்த பொழுதாகக் கழிந்தது. இரண்டு நாட்கள் நரகலோகத்தில் உழன்றுவிட்டு வந்தவர்களுக்கு மீண்டும் சொர்க்கலோக வாழ்வு கிடைத்துவிட்டது போலிருந்தது.

மறுநாள் காலையில் உற்சாகத்தோடு ஸ்டூடியோவுக்குள் புகுந்தான் அண்ணாமலை. பெரியதொரு சாம்ராஜ்யத்துக்கே சக்கரவர்த்தியாகி விட்டது போன்ற மன நிறைவு அவனுக்கு. அங்கிருந்த ஒவ்வொரு பொருளையும் புதியகண் கொண்டு உற்றுப் பார்த்தான். ஒவ்வொன்றிலும் சுந்தரியின் அன்பு எனும் பொன் முலாம் பூசப்பட்டிருப்பது போல் அவனுக்குத் தோன்றியது. குப்பை மேட்டின் அருகிலிருந்து கொண்டுகூட அவனால் படம் வரைய முடியுமென்றாலும் அவள் ஏற்படுத்தி வைத்த அழகான சூழ்நிலையிலிருந்து வரைவது அவனுக் கொரு தனிச்செருக்கையே கொடுத்தது. சாம்ராஜ்யத் தலைவனுக்கேற்ற ஒரு தலைவி கிடைத்து விட்டாளல்லவா?

மளமளவென்று பூஞ்சிட்டுக்கள் இரண்டை வரைந்து முடித்துவிட்டுக் கம்பெனிக்குப் புறப்படுவதற்காக எழுந்தான் அண்ணாமலை. சாப்பாடும் முடிந்தது சுந்தரியிடம் விடை பெற்றுக்கொண்டு மாடியிலிருந்து கீழே இறங்கினான். அங்கே அவன் மீனாட்சியம்மாளிடம் சொல்லிக் கொண்டபோது, அவள் கூறிய செய்தி ஒன்று அவனைத் திகைக்க வைத்தது.

"நல்ல வேளை, ஆனந்தி இங்கே வந்து உங்களோட சண்டையைத் தீர்த்து வச்சிட்டா போல் தெரியுது!"

"ஆனந்தியா?"

"ஆமா. நேத்துச் சாயங்காலம் அவதான் மாடியிலே யிருந்து ஒரு கூடைக் குப்பையைக் கீழே கொண்டு வந்து கொட்டினாள். படம் வரைகிற இடத்தையாவது நீ சுத்தமாய் வச்சுக்கக்கூடாதா; சுந்தரியிடம் கூட நீ ஒரு வார்த்தை சொல்றதில்லே போலேருக்கு! ஆனந்திதான் வரிஞ்சு கட்டிக்கிட்டு, நேத்து எல்லா வேலையும் செய்து முடிச்சா. சுந்தரிக்கும் சொல்லியிருப்பான்னு நினைக்கிறேன்."

"சரி அம்மா, நாழியாகிறது!" என்று சொல்லிவிட்டு அவசரம் அவசரமாகக் கிளம்பினான் அண்ணாமலை. அவனுடைய கண்களில் கண்ணீர் தளும்பியது. ஸ்கூட்டரில் உட்காரப் போனவன் சட்டென்று பின் வீட்டு மாடியைத் திரும்பிப் பார்த்தான். அங்கு யாரும் தென்படவில்லை. தன்னுடைய மனத்துக்குள் அடுத்த வீட்டுக்குள் உலவிய கலைத் தேவிக்கு நெஞ்சு நிறைந்த நன்றிப் பெருக்கோடு வணக்கம் சொல்லிக் கொண்டான்.

முதல் நாள் அவன் அனுபவித்த சொர்க்கலோக வாழ்க்கை அவனுக்குப் பொருளற்ற கனவுலோக வாழ்க்கையாக மாறி விட்டது. தன்னைத் தானே ஏமாற்றிக் கொண்டு விட்டதற்காக அவன் தனக்குள் நாணித் தலைக் குனிந்தான். பத்திரமாக அவன் கம்பெனிக்குள் போய்ச் சேர்வதற்குள் பெரும்பாடாகி விட்டது. வழியில் இரண்டு விபத்துக்குள்ளிருந்து அவன் எப்படியோ தப்பித்துக் கொண்டான்.

21. மாணிக்கத்தின் மறுவாழ்வு

பிறர் தமக்குச் செய்த நன்மைகளை நினைவில் வைத்துக் கொண்டு, தீமைகளை அப்போதைக்கப்போது மறந்து விடுபவர்கள் சிலர்; நன்மை-தீமை இரண்டையுமே நினைவில் வைத்துக் கொள்பவர்கள் சிலர்; நன்மைகளை மட்டும் உடனுக்குடன் மறந்து விட்டு தீமைகளை மறவாமல் நினைவில் ஊறப்போட்டு வைப்பவர்கள் சிலர். இந்த

மூன்றாவது ரகத்தினர் தீமையல்லாததையே தீமையாக கற்பனை செய்து கொண்டு அவதிப்படுவதும் உண்டு.

மாணிக்கம், மேஸ்திரியின் வீட்டாரோடு சிரித்துப் பேசினானென்றாலும், மேஸ்திரி அவனுக்களித்த சிறு தண்டனையை அவனால் மறக்க முடியவில்லை. அவர் மறைந்து விட்டாலும் அவனுக்கு அவர் மீது ஏற்பட்ட ஆத்திரம் மறைந்து விடவில்லை. 'என்ன இருந்தாலும் போலீஸ் ஸ்டேஷனில் மற்றவர்களையும் வைத்துக் கொண்டு, அடித்து நொறுக்கி அவமானப்படுத்தலாமா அவர்? திருப்பிக் கை நீட்டியிருந்தால் அவருடைய மரியாதை என்னவாகி யிருக்கும்!'

அதோடு அவர் மீது மற்றொரு கோபம் அவனுக்கு. 'இவர் திடீரென்று உயிரை விட்டுத் தொலைக்காமல் இருந்தால், ஜமீன்தார் மீது வழக்குப் போட்டு, மனையைக் கம்பெனிக்கே சொந்தமாக்கியிருக்கலாம். அந்த வாய்ப்பும் இப்போது நழுவி விட்டதால், கம்பெனியின் நஷ்டத்திற்கு ஈடு செய்யாமலே அவர் தப்பித்துக் கொண்டு போய்விட்டாலும், அவர்தான் இதையும் ஈடு செய்யக் கடமைப்பட்டவர்!'

பாகஸ்தன் என்ற முறையில் அவன் சட்ட ரீதியாக மேஸ்திரியின் மீது குற்றம் சாட்டிக் கொண்டிருந்த வேளையில் அவ்னைவிடச் சட்டம் தெரிந்தவர்கள் அவனைப் படாதபாடு படுத்திவிட்டார்கள். ஜமீன்தார் தமது உரிமையை நிலை நாட்டி, மனைகளை அவனிடமிருந்து மீட்டுக் கொண்டார்; மனைகள் வாங்க அவனிடம் முன்பணம் கொடுத்திருந்தவர்கள், அதை அவனிடமிருந்து கறந்து கொண்டார்கள்; தவணைக் கடனில் வாங்கிய கார், வந்தது போலவே திரும்பிப்போய் விட்டது. எப்படியோ ஆனந்தியின் நகைகளையும் அவள் தாயார் அவளுக்காக வைத்திருந்த நகைகளையும் பணமாக்கி நிலைமையைச் சமாளித்தான் மாணிக்கம். கதிரேசனுக்குத் தன் மருமகன் கடனாளியென்ற முத்திரையுடன் சிறைக்குள் போய்க் கம்பி எண்ணாமல்

இருந்தால் போதும் என்ற நிலை வந்தது. வீட்டின் மீது வாங்கிய கடன்மட்டிலும் கட்டப்படவில்லை. அண்ணா மலையிடம் பேசிக் கொண்டது போலவே மாணிக்கத் திடமும் மாதம் அறுநூறு ரூபாய் வட்டி வந்தால் போதும் என்று சொல்லிவிட்டார் கடன் கொடுத்தவர்.

இந்த முதல் தோல்வியால் மாணிக்கம் இடிந்துபோய் விடவில்லை. அவனுடைய பிடிவாதத்தையும் வைராக்கியத் தையும் இந்தத் தோல்வி அதிகப்படுத்தியதே தவிர குறைத்து விடவில்லை. நகரத்துக்குள் நிமிர்ந்த தலைகளோடு சுற்றி வந்த சில 'இன்ஸால்மெண்டு' பேர்வழிகளையும் 'கிரிமினல்' பேர்வழிகளையும் பார்த்தபோது, அவனுக்குத் தெம்பு ஏற்பட்டது. பள்ளிப் பிள்ளைகளிடமும் குறைந்த சம்பளத்தில் எங்காவது வேலைக்குப் போகிறவர் களிடமும்தான் ஒழுக்கத்தைப் பற்றியும் குணத்தைப் பற்றியும் நல்ல நடத்தையைப் பற்றியும் நற்சான்றிதழ்கள் கேட்கிறார்கள். மற்றபடி வெளி உலகத்தில் 'பெரிய மனிதனா'வதற்கோ பணம் சம்பாதிப்பதற்கோ அந்தச் சான்றிதழ்கள் தடைகளாகவே அவனுக்குத் தோன்றின. தான் முன்பு வாங்கிப் பெட்டியில் பத்திரப்படுத்தி வைத்திருந்த 'காரக்டர் சர்ட்டிபிகேட்டு'களையும், 'காண்டக்ட் சர்ட்டிபிகேட்டு'களையும், ஆத்திரத்தோடு கிழித்தெறிந்தான் மாணிக்கம்.

டாக்ஸியைப் பிடித்துக் கொண்டு அவனுக்கு வழிகாட்டிகளாக விளங்கிய சில பேர்வழிகளைப் பார்க்க முயன்றான். அவர்களில் ஒரு சிலரையே அவனால் காணமுடிந்தது. கண்டவர்களில் ஒருவர் மட்டும் அவனுடைய பிடியில் அகப்பட்டார்.

கட்டடங்கள் கட்டுவது, சாலைகள் போடுவது, சாக்கடைகள் ரிப்பேர் செய்வது முதலிய வேலைகளைத் தன்னால் காண்டராக்ட் எடுத்துச் செய்ய முடியுமென்றும் அந்த வழியில் அவரைத் தமக்கு உதவி செய்யும்படியும் கேட்டான். ஏற்கனவே தான் செய்த வேலைகளின்

குறிப்புக்களை அவரிடம் காட்டி, அவரை நம்பச் செய்தான். மேஸ்திரியின் ஆள் அவன் என்பதை அவர் கண்டு கொண்டார். முன்பு அவர் ஒருமுறை மேஸ்திரிக்கு உதவி செய்ய முன் வந்தபோது, மேஸ்திரி அந்த உதவியைத் தம்மால் தாங்க முடியாதென்று தட்டிக் கழித்துவிட்டார். இப்போது அவருடைய சீடன் வந்திருந்தது அவருக்கும் ஒரு வாய்ப்பாகத் தோன்றியது.

"சரி, லட்ச ரூபாய்க்கு நான் இந்த ஊருக்குள்ளேயே ஒரு ரோடு போடுவதற்கு ஏற்பாடு செய்து முடிக்கிறேன். முப்பதாயிரம், நாற்பதாயிரம் செலவு செய்தால் போதும். காமா சோமான்னு கல்லையும் மண்ணையும் வாரிக் கொட்டி, மேலே மாத்திரம் கண்ணைப் பறிக்கிறாப்பலே பளபளன்னு வச்சிடணும். யாரும் உள்ளே தோண்டிப்-பார்த்துத் தப்புச் சொல்லாதபடி நான் கவனிச்சுக்கிறேன். நல்ல வேலை இது; சரிக்குச் சரி லாபம் கிடைக்கும். மேஸ்திரிக்காக நான் இந்த உதவியை உனக்குச் செய்யலாம்னு பார்க்கிறேன். எனக்குக் கையிலே ரொக்கமாக இருபதாயிரம் வந்து சேர்ந்திடணும்!"

ஒரு தொழிலோ உத்தியோகமோ இல்லாமல் எப்படி அந்த மனிதர் இந்த நிலைக்கு வந்தார் என்பது இப்போது மாணிக்கத்துக்கு நன்கு விளங்கி விட்டது. ஊதியமில்லாமல் அவர் பொது மக்களுக்குக் கௌரவப் பணி செய்து வருவதாகப் பேச்சு.

மாணிக்கத்தின் கையில் அப்போது டாக்ஸிக்கு வாடகை கொடுப்பதற்கே பணம் பற்றாக்குறையாக இருந்தது. என்றாலும் அதை வெளியில் காட்டிக் கொள்ளவில்லை.

"சரி; முடித்து விடுங்கள்; எப்படியும் பணத்தைப் புரட்டிக் கொண்டு வந்து ஒழுங்கு செய்து விடுகிறேன்" என்று சொல்லிவிட்டுக் கிளம்பினான்.

அண்ணாமலையின் மாமனார், தண்டபாணியின் மூலமாக எங்காவது கடனுக்கு முயலவேண்டுமென்று

முதலில் அவனுக்குத் தோன்றியது. பிறகு அந்த யோசனையை விட்டு விட்டான். அவர் அவனை நம்பி ஏற்பாடு செய்வார் என்று அவனுக்குத் தோன்றவில்லை. அவரையும் விடக்கெட்டிக்காரர்கள் சிலர் இருந்தார்கள். வட்டிக்காரர்கள் சிலர் இந்தக் கெட்டிக்காரர்கள் மூலமாகப் பணம் கொடுப்பதுண்டு. முதல் திரும்பிவராவிட்டாலும் பாதக-மில்லை என்ற துணிச்சல்காரர்கள் அவர்கள். வட்டியாகவே முதலுக்கு மேல் கறந்து விடும் சாமர்த்தியம் அவர்களுக்கு இருந்ததால், முதல் திரும்பி வந்தால் அதை அதிகப்படியான லாபம் என்று நினைத்துக் கொள்வார்கள்; அவ்வளவுதான்!

இரவும் பகலுமாக அலைந்து திரிந்து ஆரம்ப முதலீட்டுக்கு வேண்டிய பணத்துக்கு வழிவகை செய்து விட்டான் மாணிக்கம். அவனும் தன்னுடைய தொழில் முயற்சிகளின் விவரங்கள் குறித்து ஆனந்தியிடம் பேசுவதில்லை. அவளும் அவனைக் கேட்பதில்லை. ஏமாற்றத்தால் மனம் நொந்து போயிருப்பான் என்று நினைத்துக்கொண்டு அவனிடம் மிகவும் கவனத்தோடு நடந்து கொண்டாள் ஆனந்தி. அன்பையும் ஆதரவையும் வெளிப்படையாகவே காட்டி அவனுக்கு ஆறுதல் அளித்தாள். முன்பு அவனுடைய கஷ்டங்களைத் தெரிந்து கொண்டு, அவளாகவேதான் தன்னுடைய நகைகளையும் அவனிடம் ஒப்படைத்தாள்.

"எங்காவது உங்களுக்கொரு வேலை பார்க்கும்படி அப்பாவிடம் சொல்லட்டுமா?" என்று ஒரு முறை ஆனந்தி கேட்டபோது, "நான் எங்கும் வேலைக்குப் போகமாட்டேன்; சீக்கிரத்திலேயே மற்றவர்களுக்கு நான் வேலை கொடுக்கப் போகிறேன்!" என்று மட்டும் கூறினான். அவனுடைய துணிச்சல் ஆனந்திக்கே திகைப்பாகவும், பெருமையாகவும் இருந்தது.

ஒரு நாள் மாலையில் அளவுக்கதிகமான உற்சாகத்தோடு டாக்ஸியில் வந்து வீட்டில் இறங்கினான் மாணிக்கம். ஒரு கூடை நிறையப் பழங்களும் அவனோடு ஒன்றாகி வீட்டுக்குள்

நுழைந்தன. ஆனந்தியைக் கூவி அழைத்துக் கொண்டே மாடிக்குச் சென்றான். அவனுடைய குரலில் ஒலித்த குதூகலம் ஆனந்திக்கே வியப்பைத் தந்தது.

"முயற்சி, பழுத்துவிட்டது; அதனால்தான் பழக்கூடையோடு வந்தேன்!" என்று சொல்லி, அவளிடம் ஒரு கடிதத்தை நீட்டிப் படிக்கச் சொன்னான். அதில் அவனுடைய 'டெண்டர்' ஒப்புக் கொள்ளப்பட்டதாகவும், அவனுக்கு லட்ச ரூபாய் வேலைக்குக் 'காண்ட்ராக்ட்' கொடுக்கப் பட்டிருப்பதாகவும் கண்டிருந்தது; ஆனந்தியால் அவளுடைய கண்களையே நம்ப முடியவில்லை.

'எல்லாச் செலவும் போக இருபத்தையாயிரமாவது மிஞ்சும்!" என்றான்.

"முன் பணம் போட்டு வேலையைத் தொடங்க வேண்டுமென்று சொல்லியிருக்கிறார்களே; அதற்கு என்ன செய்யப் போகிறீர்கள்?"

"அதற்கும் வழிசெய்து விட்டேன்!"

ஆனந்திக்குத் தொழில் விஷயத்தில் தன்னுடைய கணவன் அசகாய சூரன் என்று தோன்றியது. பிச்சை எடுக்கும் நிலைக்கு வந்துவிட்ட அவனுக்கு லட்ச ரூபாய் வேலை கிடைத்திருப்பது அவளுடைய தலையையே சுற்ற வைத்தது.

பிரமித்து நிற்கும் அவளைப் பார்த்து அலட்சியமாய்ச் சிரித்துவிட்டு, "சரி அண்ணாமலை வேலையிலிருந்து திரும்பி வந்திருப்பான்; அவனைப் போய்க் கையோடு அழைத்துக் கொண்டு வா!" என்றான்.

ஆனந்தி தயங்கினாள். அண்ணாமலையை அழைத்து வர மாணிக்கம் தன்னை அனுப்புவது அவளுக்கு என்னவோ போலிருந்தது. அதை மறுக்கவும் அவளுக்கு மனமில்லை. கிளம்பினாள்.

22. ஒரே ஒரு கையெழுத்து

மாடியில் அண்ணாமலை இருப்பதாகத் தெரிந்தவுடன், அவனுடைய ஸ்டூடியோவிற்குச் சென்று எட்டிப் பார்த்தாள் ஆனந்தி. பெரியதொரு காகிதத்தில் பென்சிலால் அடர்ந்த கானகத்துக் காட்சியொன்றை மும்முரமாக வரைந்து கொண்டிருந்தான் அண்ணாமலை. பின்னால் வந்து நின்ற ஆனந்தியை அவன் கவனிக்கவில்லை.

ஆனந்திக்கு அவனுடைய படத்தில் ஒரு பொருத்த மில்லாத காட்சி தென்படுவதுபோல் தோன்றியது. நெருக்கமாக அடர்ந்து, பயங்கரமான பேரழகை உமிழ்ந்து கொண்டிருந்த அந்தக் காட்டுக்குள் தனியாக ஒரு பெண், மரக்கிளையொன்றைத் தாவிப்பிடித்து, அதிலிருந்து மலர் கொய்வது போல் அவன் வரைந்திருந்தான்.

“இந்த அடர்ந்த காட்டுக்குள் எப்படி ஒரு பெண் தனியே பயமில்லாமல் நுழைந்தாள்?” என்று சிரித்துக் கொண்டே கேட்டாள் ஆனந்தி.

தூக்கி வாரிப் போட்டது அண்ணாமலைக்கு. ‘நீங்கள் எப்படி இங்கு தனியே வந்தீர்கள்?’ என்று கேட்பது போல் விழித்துவிட்டு, அவளுடைய எதிர்பாராத வரவால் ஏற்பட்ட ஆனந்தத்தால் தத்தளித்துக் கொண்டு, “இப்படியொரு கானகத்தை நீங்கள் நேரில் பார்த்திருக்கிறீர்களா?” என்று கேட்டான்.

“தேக்கடிக்குப் போனபோது பார்த்திருக்கிறேன்!”

“அந்தத் தேக்கடி இங்கேயே இருக்கிறது; வந்து பாருங்கள்!” என்று அவளைத் தன் மாடிச் சன்னலுக்கருகில் நின்றபடி அவள் வீட்டுத் தோட்டத்தையே பார்க்கச் செய்தான். அவன் சுட்டிக்காட்டிய கோணத்திலிருந்து நோக்கிய போது, அவளுடைய வீட்டுத் தோட்டமே காடாகக் காட்சியளித்தது. சன்னல் சட்டங்களை எல்லைகளாகக் கொண்ட இயற்கையின் அற்புதமானதோர் உயிர் ஓவியத்தை அங்கு கண்டு பரவசமடைந்தாள் ஆனந்தி.

அந்தத் தோட்டத்து வீட்டில் பிறந்து வளர்ந்தவளாக இருந்தும், அதுவரையில் அவள் காணாததோர் காட்சி, அவனுடைய கண்களுக்கு மட்டும் புலனாகியிருப்பது அவளுக்கு விந்தையாக இருந்தது.

அதோடு மற்றொரு ரகசியமும் அவளுக்குப் புலப்பட்டு விட்டது. 'படத்தில் மலர் கொய்யும் அந்த மங்கை வேறு யாராக இருக்கமுடியும்? கூர்மையான விழிகள் இவருக்கு!' என்று நினைத்துக் கொண்டாள் ஆனந்தி. அதைப் பற்றி அவனிடம் எதையும் கேட்க அவள் விரும்பவில்லை.

நாணத்தைத் தடுக்க முடியாமல் தடுமாறிக் விட்டு "உங்கள் படத்தைக் கண்டவுடன் நான் வந்த வேலையைக் கூட மறந்துவிட்டேன்; அவர் உங்களைப் பார்க்க வேண்டுமென்று அழைத்து வரச் சொன்னார்; வீட்டில்தான் இருக்கிறார்" என்றாள்.

அண்ணாமலை, தன் வேலையை அப்படியே போட்டு விட்டு எழுந்தான்.

"நீங்கள் புறப்படுங்கள்; இதோ நானும் பின்னாலேயே வந்து விடுகிறேன்" என்றாள் ஆனந்தி.

அண்ணாமலை அங்கிருந்து கிளம்பிய பிறகு ஆனந்தி, சுந்தரியை மாடிக்கு அழைத்தாள். அந்தக் கூடத்தை எப்படிச் சுத்தமாக வைத்திருக்க வேண்டுமென்று சொல்லி அதை அவளுக்கு ஒழுங்கு படுத்திக் காட்டினாள். "அன்பினால் ஆசை கொண்டு அவர்கள் செய்யும் தொழில் இந்தக் கலைத்தொழில்; நம்முடைய அன்பையும் ஆசையையும் வெளியிட நாம் இதுபோல்தான் சின்னஞ்சிறு வேலைகளை அவர்களுக்காகச் செய்ய முடியும். இதனால் அவர்களுக்கு எவ்வளவோ உதவியாக இருக்கும். ஓவியருடைய பெண்ணாக இருப்பதால் நான் இதை உனக்குச் சொல்கிறேன்" என்றாள் ஆனந்தி.

சுந்தரிக்கு ஆனந்தியின் உபதேசம் சிறிதும் பிடிக்கவில்லை. ஏதோ பெயருக்கு ஆனந்தியின் தொல்லைக்காகச் செய்வது

போல் செய்தாள். ஆனந்திக்கும் அவசரமாக வீட்டுக்குச் செல்லவேண்டியிருந்ததால், சுந்தரியிடம் அதற்கு மேல் அவள் வற்புறுத்தவில்லை; தன் வீட்டுக்குத் திரும்பி வந்தாள்.

மாணிக்கம் அங்கே கலகலப்பாக அண்ணாமலையிடம் பேசிக்கொண்டிருந்தான். ஆனந்தியைக் கண்டவுடன், "போய் ஆப்பிள் பழங்களைக் கொஞ்சம் நறுக்கிக்கொண்டு வா!" என்று உத்தரவு போட்டான்.

பழத் துண்டுகள் வந்தன. ஆனந்தியையும் அருகில் வைத்துக் கொண்டு தனக்கு வந்திருக்கும் புதிய அதிர்ஷ்டம் பற்றிக் கூறினான்.

"உன் பாடு தேவலாம்! உன்னுடைய மாமனார் ஆயிரம் ரூபாய்ச் சம்பளத்தில் உனக்கொரு வேலையையே உற்பத்தி செய்து விட்டார். நெருக்கடிகளைச் சமாளிப்பதற்கு எப்படியோ உனக்கொரு வழி பிறந்து விட்டது. நான்தான் மூச்சுத் திணறிப்போய் இதுவரையிலும் திக்கு முக்காடி விட்டு, இப்போது ஒரு புளியங் கொம்பைப் பிடித்திருக்கிறேன்; லட்ச ரூபாய்க்கு ஒரு காண்ட்ராக்ட் கிடைத்திருக்கிறது."

"நல்ல வேளை, உன்னுடைய கஷ்டமும் தீர்ந்து போகும்" என்று உண்மையிலேயே மகிழ்ச்சி அடைந்தான் அண்ணாமலை. அவனுக்கே அப்போது கையில் லட்ச ரூபாய் கிடைத்தது போலிருந்தது.

"வேலையைத் தொடங்குவதற்காக ஒரு முப்பதாயிரம் தேவைப்பட்டது. அதற்கு ஓரிடத்தில் ஏற்பாடு செய்து விட்டேன். என்மேல் உள்ள நம்பிக்கையால் வெண்ணிலைக் கடனாகவே அவர் கொடுக்க முன் வந்திருக்கிறார். கடனை மூன்று நான்கு மாதங்களில் நான் அடைத்து விடுவேன். எதற்கும் ஒரு வருஷம் தவணை கேட்டிருக்கிறேன். அதற்கு நீ ஒரு சாட்டுதல் கையெழுத்துப் போட்டால் போதும்."

மாணிக்கம், அச்சடித்த ஒரு தாளை எடுத்து அண்ணா மலையிடம் நீட்டி, அவன் கையெழுத்துப் போடவேண்டிய இடத்தையும் சுட்டிக் காட்டினான். ஏனோ ஆனந்தியின்

நெஞ்சு அப்போது படபடவென்று அடித்துக் கொண்டது; ஆனால், அண்ணாமலை உற்சாகத்தோடு மாணிக்கத்திடம் இருந்து பேனாவைக் கையில் வாங்கினான். சாட்சிக் கையெழுத்துப் பற்றியோ, சாட்டுதல் கையெழுத்துப் பற்றியோ அண்ணாமலைக்கு எதுவும் தெரியாது. வெறும் கையெழுத்துப் போடுவதால் மாணிக்கத்துக்கோர் உதவி கிடைக்கும் என்றால் அதை அண்ணாமலை மனமுவந்து செய்யத் தயாராக இருந்தான்.

"ஏன், இந்தக் கையெழுத்தை அப்பாவிடம் வாங்கிக் கொள்ளலாமே" என்றாள் ஆனந்தி.

அவளுடைய குறுக்கீட்டைப் பொறுக்காதவனாக ஆனந்தியைக் கோபத்தோடு கண்களால் சுட்டுவிட்டு, அண்ணாமலையைப் பார்த்துச் சிரித்தான்.

"இந்தச் சிறிய விஷயத்துக்குப் போய்ப் பெரியவருக்குத் தொல்லை கொடுக்கலாமா? இந்தப் பெருமையும் அவள் அப்பாவுக்கே கிடைக்க வேண்டுமென்று எதிர்பார்க்கிறாள், ஆனந்தி. நீ அவருக்கு முன்னால் எனக்குச் சொந்தம் என்பது இவளுக்கு மறந்துவிட்டது!" என்று குழைந்தான்.

கையெழுத்துப் போட்டுக் காகிதத்தை மாணிக்கத்திடம் திருப்பிக் கொடுத்தான் அண்ணாமலை. அதை வாங்கி ஆனந்தியிடம் கொடுப்பதுபோல் கொடுத்துவிட்டு, அண்ணாமலையிடம், "இந்த விஷயம் யாருக்கும் தெரிய வேண்டாம்; உன் மாமனாருக்குத் தெரிந்தால், 'என்மூலம் கடன் வாங்கியிருக்கக்கூடாதா?" என்று என்மேல் கோபம் கொள்வார். நாம் சிரமப்படுவதாய் வெளியில் காட்டிக் கொள்ளக்கூடாது. நிமிர்ந்து விட்ட பிறகுதான் இதையெல்லாம் வெளியில் விடவேண்டும்" என்றான்.

"எப்படியாவது நீங்கள் நன்றாக இருக்க வேண்டும். வீட்டில் இருந்த நகை நட்டுக்களையெல்லாம் விற்றுவிட்டீர்கள் என்று கேள்விப்பட்டு மனம் கலங்கிப் போனேன். என்னிடம் வசதியிருந்தால் இதற்கெல்லாம்

உங்களை விட்டிருக்க மாட்டேன்” என்றான் அண்ணாமலை.

“இதுவே இப்போது பெரிய உதவி, இதை நான் மறக்கவே மாட்டேன்” என்றான் மாணிக்கம்.

அண்ணாமலை அங்கிருந்து அவனுடைய வீட்டுக்குத் திரும்பிய பிறகு, ஆனந்தியிடமிருந்து, அந்தக் காகிதத்தை வாங்கினான் மாணிக்கம். ஆனந்தியை அவளுடைய குறுக்கீட்டுக்காகக் கடிந்து கொண்டே, அச்சடித்திருந்த இடங்களுக்கெதிரில் அண்ணாமலை பற்றிய விவரங்களை எழுதினான். அண்ணாமலை மாதம் ஆயிரம் ரூபாய் சம்பளம் வாங்குபவன். அவனுக்குச் சென்னையில் சொந்தமாக வீடு உண்டு, பொருளாதார வசதி படைத்தவன்.

அதில் அச்சடிக்கப்பட்டிருந்த செய்திகளையும் மாணிக்கம் எழுதியிருந்த தகவல்களையும் ஆனந்தி படித்துப் பார்த்தாள். மாணிக்கம் ஒழுங்காகக் கடனைக் கட்டத் தவறி விட்டால், அதை அண்ணாமலையே கட்ட வேண்டும் என்று போட்டிருந்தது. அப்படி அவன் கட்டத் தவறினால் அவனுடைய ‘ஸ்தாவர, சங்கம’ சொத்துக்களின் மீதும் கடன் கொடுத்தவர்கள் வழக்குத் தொடரலாம் என்றும் கண்டிருந்தது. இவ்வளவுக்கும் அண்ணாமலை ஒப்புக் கொண்டதற்குச் சான்றாகவே அவனுடைய கையெழுத்து அதில் வாங்கப்பட்டிருந்தது.

திடுக்கிட்ட ஆனந்தி, ‘இப்படியெல்லாம் போட்டி ருக்கிறதே!” என்றாள் பயந்துகொண்டே.

“போட்டிருந்தால் என்ன?” என்று கேட்டுவிட்டுச் சிரித்தான் மாணிக்கம்! “கடனை அவனா கட்டப் போகிறான்? கட்டப் போகிறவன் நான்தானே? இல்லை, அவனால் கட்டத்தான் முடியுமா? அவனுடைய கடனையே அவனுக்காக அவன் மாமனார் கட்டும்போது, என் கடனை வேறு அவன் கட்டிக் கிழிக்கப் போகிறானாக்கும்!”

ஆனந்தியின் மனம் ஏனோ இதனால் அமைதி யடையவில்லை. தன்னையறியாமல் தானும் இந்த

ஏற்பாட்டில் ஒரு கருவியாகப் பயன்படுத்தப்பட்டிருப்பதுபோல் அவளுக்குத் தோன்றியது. ஆனால் மாணிக்கத்தின் சிரமங்களை உணர்ந்தபோது அவனையும் அவளால் நொந்து கொள்ள முடியவில்லை. எவ்வளவோ தொல்லைகளுக்குப் பிறகு அவன் மீண்டும் தலை தூக்க முயல்கிறான். என்ன இருந்தாலும் அவன் அவளுடைய கணவன்.

23. கிறுக்குப் பயல்

தண்டபாணியின் விளம்பரக் கம்பெனி, தன்னிடம் வந்து குவிந்த வேலைகளைச் செய்து கொடுக்க முடியாமல் திணறிக் கொண்டிருந்த சமயம் அது. முதல் நாள் மாலையில் அவசரம் அவசரமாக வேலையை முடித்துவிட்டு வீட்டுக்குக் கிளம்பிய அண்ணாமலை மறுநாள் காலையில் வந்து தான் முடித்து வைத்திருந்த படங்களை நிதானமாகக் கண்ணோட்டம் விட்டான். மிகப் பெரிய அளவில் வரையப் பெற்றிருந்த பானர்களும் 'கட்அவுட்'களும் அங்கே பளிச்சென்று கண்ணைப் பறித்துக் கொண்டிருந்தன.

அவனே வண்ணந் தீட்டிய படங்களாக இருந்தும் அவற்றை அவனால் ரசிக்க முடியவில்லை. அந்தக் காட்சி அவனுக்கு அருவருப்பளித்தது.

முதுகு, மார்பு, முழுங்காலுக்கு மேலுள்ள தொங்குசதை இவற்றையெல்லாம் அப்பட்டமாக வெளிப்படுத்திக் கொண்டு அதில் ஒரு பெண் விகாரமான தோற்றங்களில் குதித்துக் கொண்டிருந்தாள். ஆண்கள் ஒருவரையொருவர் அடித்துக் கொண்டும் உதைத்துக் கொண்டும் துப்பாக்கியால் சுட்டுக்கொண்டும், தங்களிடமிருந்த மிருக பலத்தை வெளிப்படுத்திக் கொண்டிருந்தார்கள். கோமாளித்தனமாக உடைகளணிந்த ஒரு புது வகைக் காட்டுமிராண்டிக் கூட்டம் அங்கே திடீரென்று, நுழைந்து அட்டகாசம் செய்வதுபோல் தோன்றியது அவனுக்கு. இவ்வளவுக்கும் அந்தப்படங்கள் ஒரு

‘தமிழ்க் குடும்பச்’ சித்திரத்துக்கான விளம்பரங்கள்! ‘வள்ளுவர் பிறந்த தமிழ் நாடு, இளங்கோ பிறந்த தமிழ் நாடு, கம்பர் பிறந்த தமிழ் நாடு’ என்ற பேச்சுக்களைக் கேட்டும், எழுத்துக்களைப் படித்தும் ஓரளவு, தான் பிறந்த தமிழ் மண்ணைப் பற்றித் தற்பெருமை கொண்டிருந்தவன் அண்ணாமலை. இப்போது ஏனோ அப்படித் தற்பெருமை யடித்துக் கொள்வதெல்லாம் வெறும் போலித்தனம் என்று அவனுக்குத் தோன்றியது. ஒரு நாட்டின் பழம்பெரும் நாகரிகம், பண்பாடு, கலாசாரம், வாழ்க்கை முறை இவற்றுக்கெல்லாம் வெளி நாட்டுப் படையெடுப்புக்களால் தான் அழிவுவரும் என்று அவன் படித்திருக்கிறான். ஆனால், நாகரிகத்தின் பெயரால் கூடத் தங்களையறியாமலே மக்கள் காட்டுமிராண்டித்தனத்தால் கவரப் படுவார்கள் என்பது அவனுக்கு இப்போதுதான் விளங்கியது.

அதற்கு முன்பாக அந்த அளவுக்கு மோசமான படங்கள் அவனிடம் வந்ததில்லை. அண்ணாமலை அந்தப் படங்கள் கொடுத்த அதிர்ச்சியால் சிறிது நேரம் தன்னுடைய அறைக்குள் அமர்ந்து யோசனை செய்தான். ஆசிரியர் சரவணன் கூறிய சில கருத்துக்கள் அவனுடைய சிந்தனையில் வந்து அலை மோதின. எழுத்தறிவில்லாத கூட்டத்துக்குக் கண்களும் காதுகளுமே கல்விக்கூடத்தின் நுழைவாயில்கள். எழுத்தறிவுள்ள கூட்டத்துக்குக்கூட அந்த எழுத்தறிவையே எளிதில் முறியடிக்கக் கூடியவை கண்கள் வழியாகவும் காதுகள் வழியாகவும் தூண்டி விடப்படும் புலன் உணர்ச்சிகள் - அப்படியானால் நானும் சேர்ந்து கொண்டுதான் இந்த மண்ணுக்கும் இதில் பிறந்த மக்களுக்கும் துரோகம் செய்து கொண்டிருக்கிறேன்!’ என்ற உணர்வு பளிச்சென்று அண்ணாமலைக்கு ஏற்பட்டது.

‘பெரிதாக்கப்பெற்ற புகைப்படங்களுக்குக் கண்ணைப் பறிப்பது போல் வண்ணங்கள் தீட்டி, அங்க அவயங்களை மிகைப்பட வெளிப்படுத்தி, படத்துக்குரியவர்களிடம் இல்லாத அழகையும் இளமையையும் ஏற்படுத்திக்

காண்போரின் விழிகளில் வெறி உணர்ச்சியைக் கிளறி விடுவதற்கென்றே நான் இங்கு என் தூரிகையைப் பயன்படுத்தி வருகிறேன்! உண்மையிலேயே நான் ஒரு கலைஞன்தானா? நான் வாழும் வாழ்க்கை வாழ்க்கைதானா? அல்லது, மனிதனாக வாழாமல் மனிதனைப் போல், நான் நடிக்கத் தொடங்கி விட்டேனா?'

அண்ணாமலைக்குள்ளே உறங்கிய செருக்குள்ள கலைஞன் விழித்துக் கொள்ளவே, அப்போதுதான் அவனுக்கே அவன் வாழ்ந்து வந்த இரட்டை வாழ்க்கை புலப்படத் தொடங்கியது. அறைக்குள்ளிருந்து வெளியே வந்தான். வண்ணக் கிண்ணத்தையும் தூரிகையையும் கையில் எடுத்துக்கொண்டு அந்த முக்கால் நிர்வாண அழகியான கதாநாயகியின் படத்தருகே சென்றான். மிகவும் பெரிய படமாகையால் அதன் அருகே மரத்தாலான ஏணிப்படி நிறுத்தப்பட்டிருந்தது. அதன் மேல் ஆவேசத்தோடு ஏறி நின்றுகொண்டு ஒரு கணம் யோசனை செய்தான்.

ஓவியர் கருணாகரனும், அங்கு வேலை செய்து கொண்டிருந்த மற்றவர்களும் தங்கள் தங்கள் வேலைகளை விட்டு விட்டு அவனைத் திரும்பிப் பார்த்தார்கள். படக் கம்பெனியிலிருந்து அந்த விளம்பரங்களைப் பார்வையிட வந்திருந்த அதன் கூட்டாளி குப்புசாமியும் அப்போது அங்கு வந்திருந்தார். சற்று முன்புதான் அண்ணாமலையை ஒரேடியாகப் புகழ்ந்து கொண்டிருந்தவர் அவர்.

அவரும் வியப்போடு அண்ணாமலை வரைவதை வேடிக்கை பார்ப்பதற்காக அவனருகில் வந்து நின்றார். அண்ணாமலை ஆவேசம் வந்தவன்போல் மளமளவெனத் தூரிகையை வண்ணத்தில் தோய்த்துச் சுழற்றலானான். அவனுடைய கண்கள் உறுத்திக் கொண்டிருந்த அந்தக் காரிகையின்மேனி அவனுடைய தூரிகையின் உதவியால் ஓர் அழகான மேலாடையைப் பெற்றது.

அதற்குள் பதறித் துடித்துப் போனார் ஏணிக்கு அருகில்

நின்ற குப்புசாமி. "சார்! சார்! போதும் சார், நிறுத்துங்க! அற்புதமாயிருந்த படத்தை இப்ப நீங்க கெடுத்துக் குட்டிச்சுவராக்கிட்டிங்க, அந்தத் துணியை இழுத்தெறிங்க! சார்!"

அவருடைய தவிப்பைக் கண்டு படிகளில்நின்றவாறே சிரித்தான் அண்ணாமலை.

"கலை என்றால் மறைக்க வேண்டியதை மறைத்து வெளிப்படுத்த வேண்டியதை மட்டும் வெளிப்படுத்த வேண்டும், அப்போதுதான் அதில் அழகிருக்கும். வாழ்க்கையில் விகாரமிருந்தால்கூட, நாம் கலையில் அதை ஓரளவு மெருகு படுத்தித்தான் கொடுக்க வேண்டும். நாம் வாழ்க்கையையும் கெடுத்து விடக்கூடாது; கலையையும் கெடுத்து விடக்கூடாது."

"கலையாவது கத்திரிக்காயாவது; கீழே இறங்குங்க சார்" என்று கூவினார் அவர். "நீங்களும்தான் எல்லா வகையான படமும் போடுறிங்க!"

"அது பயிற்சிக்குப் போடுவது; அந்தரங்கமாக வைத்துக் கொள்வதற்குப் போடுவது-இது அம்பலத்தில் நடுத்தெருவில் நிற்கப்போகிற படம்!"

அண்ணாமலை மேலும் தன் வேலையைத் தொடர முயன்றபோது குப்புசாமி அவனை விடவில்லை. "வேண்டாம் சார் வேண்டாம்!" என்று அவனுடைய ஆடையைப் பற்றிக் கீழே இழுத்தார்; "கீழே இறங்குங்கள்!" என்று அவனிடம் கேட்டுக் கொண்டார்.

குப்புசாமி கோபமாகப் பேசியிருந்தால் அண்ணா மலைக்கும் கோபம் வந்திருக்கும். ஆனால் அவர் அண்ணாமலையிடம் மதிப்பும் மரியாதையும் வைத் திருந்தவர். அவன் தண்டபாணியின் மருமகன் என்பது அவருக்குத் தெரியும். அவர் உண்மையிலேயே வேதனைப் பட்டார் என்பதையும் அண்ணாமலை கண்டு கொண்டான்.

வேறு வழியில்லாமல் அவருடைய பிடிவாதத்துக்காகக் கீழே இறங்கினான் அவன்.

" கீழே இறங்குகிறேன். ரசிகர்களைக் கீழே இறக்கி இறக்கித்தான் நாம் மேலே போக வேண்டியிருக்கிறது!"

சலிப்போடு அவனுடைய அறைக்குள் நுழைந்தான் அண்ணாமலை. குப்புசாமியும் அவனைப் பின்பற்றிச் சென்று நாற்காலியில் அமர்ந்தார். லட்சக்கணக்கில் பணத்தைக் கொட்டிப் படமெடுப்பதில் உள்ள சிரமங்களை அவனிடம் கூறிவிட்டு, "நாம் என்ன, ஒழுக்கத்தை உபதேசம் பண்றதுக்கா இந்தத் தொழிலில் இறங்கியிருக்கோம்? அதுக்காகத்தான் கோயில், குளம், பள்ளிக்கூடம், திருக்குறள், கீதை எவ்வளவோ இருக்கே!" என்றார்.

அண்ணாமலை வேதனையோடு சிரித்தான்.

"ஆயிரம் கோயில், பதினாயிரம் பள்ளிக்கூடம், ஒரு லட்சம் திருக்குறள் இவ்வளவையும் மூழ்கடிக்கக்கூடியசக்தி இப்போது நம் நாட்டில் தீவிரமாகப் பரவி வருகிறது. அந்தச் சக்தியின் ஒரு பகுதிதான் இந்த விளம்பரங்கள். ஒழுக்கத்தை நாம் உபதேசம் செய்ய வேண்டாம்; ஆனால் அதற்காக இயந்திரங்களை முடுக்கிவிட்டு நம்முடைய கலாசாரத்தையும் பண்பாட்டையும் நாமே தளர்த்திக் கொள்ளவும் வேண்டாம்."

அண்ணாமலையிடம் உபதேசம் பெறுவதற்காக அங்கு குப்புசாமி வரவில்லை. அவனைவிட அவர் வயதிலும் மூத்தவர்; அநுபவத்திலும் தேர்ந்தவர். மேலும் அவரும் அவரைப் போன்றவர்களும் கொடுக்கும் பணத்தால்தான் அண்ணாமலையின் பிழைப்பும் நடந்தது.

ஆகவே அவர், இவன் ஒரு கிறுக்குப் பயல் என்று எனக்குத் தெரியாமல் போய்விட்டதே!' என்று நினைத்துக் கொண்டு, அங்கிருந்து எழுந்தார். விடை பெற்றுக் கொள்ளும்போது அவனுக்கு ஓர் எச்சரிக்கையும் விடுத்து விட்டுப் போனார்.

"போட்டோவிலே இருக்கிறது அப்படியே விளம்பரத்திலே இருக்கணும். அதுக்கு மேலே நீங்க எதுவும் செய்தீங்கன்னா, விளம்பரம் உங்க கம்பெனிக்குள்ளேயே இருக்க வேண்டியதுதான்!"

அண்ணாமலைக்கு அதற்கு மேல் அன்று வேலை ஓடவில்லை. அவன் வண்ணந்தீட்டி வைத்திருந்த படங்கள் அவனைக் கண்டு பரிகசித்துக் கூத்தாடுவதுபோல் தோன்றின. தங்களது 'ராக் அண்டு ரோல்' கும்மாளத்துக்கிடையில், அவனையும் அந்தப் படங்கள் இழுத்துவிடப் பார்த்தன.

ஒரு வேலையும் செய்யாமல் பொழுதைக் கழித்துவிட்டு வீட்டுக்குக் கிளம்பினான். ஸ்கூட்டர் பழுதுபட்டு அதை ரிப்பேருக்கு விட்டிருந்ததால், அவனுக்கு அன்று பஸ்ஸில் வீட்டுக்குத் திரும்ப வேண்டியிருந்தது. நடந்தே போய்விடலா மென்று புறப்பட்டான். விழியில் சுவர்களில் ஒட்டப் பெற்றிருந்த படங்கள் கடைகளில் தொங்கிய பத்திரிகைகளின் அட்டைகள், எதிர்ப்பட்ட இளைஞர்கள், பெண்கள்-அவனுடைய கண்கள் எங்கும் அலைந்தன. பெரிய பெரிய கடைகளில் அடுக்கி வைக்கப்பெற்றிருந்த ஆடம்பர அலங்காரச் சாமான்களையும் அவற்றை வாங்குவதற்காகக் கூடியிருந்தவர்களையும் அவன் கவனித்தான். பட்டணம் குபேரபுரியாகவும் கும்மாளபுரியாகவும் வேஷம் போட்டுக் கொண்டிருந்ததே தவிர, அதன் அடிவயிற்றுக்குள் அகப்பட்டுக் கொண்டு திணறும் பெரும்பாலான மக்களைப்பற்றி அதற்கு அணுவளவும் மனச்சாட்சி உறுத்தியதாகத் தெரியவில்லை. பார வண்டி இழுப்போர், மனிதரைச் சுமந்து இழுப்போர், எச்சில் இலை பொறுக்குவோர், சுடுகாட்டில் அடுப்புக்கு விறகு தேடுவோர் ஆகியவர்களும் அங்குதான் அதிகமாக இருந்தார்கள் என்பது பற்றி அது சிறிதும் கவலைப்படக் காணோம்.

'வாழ்க்கை வசதிகளில் இது மேலை நாட்டு நகரங்களைப்போல் வளரவில்லை. உழைப்பார்வம், நாணயப் பொறுப்பு இவற்றில் இது பிற நாடுகளிலிருந்து எதையும்

கற்றுக் கொள்ளவில்லை. ஆனால் அவற்றின் குறைகளான போலித்தனங்களை மட்டும் இங்குள்ள மக்களிடையே பரப்பி அதனால் வயிறு வளர்த்து வருகிறார்கள். ஒரு சிலரின் தன்னலத்துக்காக கோடிக்கணக்கான அப்பாவிகள் தங்கள் உள்ளத்தையும் உடலையும் தாங்களே விரும்பிக்கெடுத்துக் கொள்ளும் சூழ்நிலையை இந்த நகரம் உருவாக்கி வருகிறது. வழிகாட்ட வேண்டிய தலைநகரம் இந்த வழியைத்தான் காட்டவேண்டுமா?'

நடந்து தெருவில் சென்றபோதுதான் அவனுக்கு அந்த நகரம் நன்றாகப் புலப்பட்டது. வீட்டின் அருகில் சென்றவன் அங்கே தன்னுடைய மாமனார் தண்டபாணியின் கார் நின்று கொண்டிருப்பதைக் கவனித்தான். வீட்டுக்குள் சுந்தரியோடு பேசிக் கொண்டிருந்தவர், அண்ணாமலையைக் கண்டவுடன், "ஸ்கூட்டர் இல்லையென்று தெரிந்திருந்தால், காரில் அழைத்துக் கொண்டு வந்திருப்பேன்!" என்று அவனை வரவேற்றார்.

"காலாற நடந்து வரவேண்டுமென்று தோன்றியது" என்றான் அண்ணாமலை.

24. சுந்தரியின் கட்டளை

அண்ணாமலைக்கு அவனுடைய மாமனாரின் விளம்பரக் கம்பெனியில் அதற்குமேல் வேலை பார்க்கப் பிடிக்கவில்லை அதைப்பற்றி முடிவு செய்வதற்கு முன்பாக அவன் கதிரேசனிடமும் சரவணனிடமும் ஆலோசனைகள் கேட்க விரும்பினான். கதிரேசனை அன்றைக்கு மாலையில் சந்தித்து விட வேண்டுமென்று அவன் வீட்டுக்குத் திரும்பியபோதுதான், அங்கே அவனுக்காகத் தண்டபாணி காத்துக் கொண்டிருந்தார்.

கம்பெனியிலேயே தண்டபாணி அவனைச் சந்தித்துப் பேசியிருக்கலாம். ஆனால் அவருக்குச் சுந்தரியிடமும் மீனாட்சியம்மாளிடமும் அதற்கு முன்பாகத் தனித்துப் பேச

வேண்டிய வேலை இருந்தது. அந்த வேலை முடிந்தவுடன் சரியான சமயத்தில் அண்ணாமலையும் அங்கு வந்து சேர்ந்தான்.

கீழே கூடத்தில் உட்கார்ந்தபடி, மற்ற இரு பெண்களையும் அருகில் வைத்துக்கொண்டு அவனிடம் ஒரு முக்கியமான விஷயத்தை வெளியிட்டார் தண்டபாணி :

"இந்த விஷயம் என் வீட்டுக்குக்கூடத் தெரியாது. தெரியவும் வேண்டாம்" என்று தொடங்கி, "உங்க வீட்டுக் கடனிலே சரி பாதிக் கடனைக் கட்டியாச்சு. இன்னும் பதினையாயிரந்தான் பாக்கியிருக்கு. சீக்கிரமா இதையும் கட்டி முடிச்சுடலாம்" என்று முடித்தார்.

இது அண்ணாமலைக்குச் சிறிதும் எதிர்பாராத செய்தியாக இருந்தது இவ்வளவு குறுகிய காலத்தில் எப்படி இவரால் இவ்வளவு பெரிய தொகையைக் கட்ட முடிந்தது என்று அவன் திகைத்துப் போனான்.

"என்னோட கைப்பணமில்லை இது; எல்லாம் நீ பாடுபட்டு உன்னோட உழைப்பால் தேடிய பணம். உன்னோட அப்பா தவறிப் போனதால் அவருடைய குடும்பத்தைக் கை தூக்கி விடும் பொறுப்பு எனக்குண்டு. அதனாலே இந்த வீட்டுக் கடனை அடைக்கிற வரையில் கம்பெனியிலிருந்து நான் எனக்காக ஒரு காசுகூட எடுக்கறதில்லேன்னு முடிவு செய்திருக்கேன். வேறே வழியிலே வர்ரது இப்போதைக்கு என் குடும்பத்துக்குப் போதும்; இதெல்லாம் என் வீட்டிலே சுந்தரியோட அம்மாவுக்கும் என் பிள்ளைகளுக்கும் தெரிஞ்சால், நான் மகளுக்கும் மருமகனுக்கும் மட்டுமே உதவி செய்வதாக நினைப்பாங்க. அதனாலேதான் அவுங்களுக்குத் தெரிய வேண்டாம்னு நினைக்கிறேன்!"

தண்டபாணி இவ்வளவு உருக்கமாகப் பேசக் கூடியவர் என்றோ, இப்படி இரக்கம் நிறைந்த நெஞ்சு படைத்தவர் என்றோ அண்ணாமலை எதிர்ப்பார்க்கவே இல்லை. தாமும்

ஒரு மனிதர்தாம் என்பதை அண்ணாமலையிடம் அவர் நிலை நாட்டிக் கொள்வது போலிருந்தது அவர் செய்கை. அண்ணாமலையின் கண்கள் கலங்கிவிட்டன. சுந்தரியின்மீது அவர் எந்த அளவுக்கு அன்பு கொண்டிருந்தார் என்பது அவனுக்குப் புரிந்தது.

சிறிது நேரத்திற்கெல்லாம் பெண்கள் இருவரும் அங்கிருந்து வீட்டு வேலைக்காக எழுந்து சென்றார்கள். தண்டபாணி அண்ணாமலையிடம் தனியே தொழில் விஷயங்களைப் பற்றிப் பேசலானார்.

"வாடிக்கைக்காரர்களைத் திருப்தி செய்றதிலேதான் தொழிலோட வெற்றி ரகசியம் இருக்கு. எந்தத் தொழிலுக்குமே இதுதான் நல்ல வழி. இந்த வழியை நான் கடைப்பிடிக்கிறதாலேதான் வீடும் வாசலுமாய் இந்தப் பட்டணத்திலே நான் காலந் தள்ள முடியுது. இதை நீயும் மறந்திடப்படாது. இந்தத் தொழிலுக்கும் போட்டி அதிகமாயிருக்கு. நம்மை விடக் குறைந்த கூலிக்கு, அவுங்க கேட்கிறபடியெல்லாம் போட்டுத்தர ஆட்கள் இங்கே பல பேர் இருக்காங்க."

அண்ணாமலைக்கு என்ன பதில் சொல்வதென்றே புரியவில்லை. ஒருகணம் அவன் தடுமாறிவிட்டு, "எனக்கு இந்தத் தொழில் செய்யப் பிடிக்கவில்லை" என்றான்.

திடுக்கிட்டார் தண்டபாணி. என்றாலும் அதைக் காட்டிக் கொள்ளாமல், "உனக்குப் பழக்கமான தொழில் இது, வேறு எந்தத் தொழில் செய்தாலும் இவ்வளவு பணம் நமக்குக் கிடைச்சிருக்காது" என்றார்.

"என்னுடைய மனச்சாட்சி இடம் கொடுக்கவில்லை. தொழிலென்றால் நான் செய்யும் தொழிலால் பல பேருக்கு நான் உதவி செய்ய வேண்டும். இப்போது நான் பல பேரைக் கெடுப்பதாக நினைக்கிறேன்."

"அந்தப் பாவ புண்ணியமெல்லாம் நமக்குச் சேராது.

நமக்குப் பணம் கொடுக்கிறவங்களுக்கு நாம் வேலை செய்கிறோம் அவ்வளவுதான்."

நெடுநேரம் அவனோடு பேசி அவனை ஒருவகையாகத் தம்முடைய வழிக்குக் கொண்டு வந்தார் தண்டபாணி. இன்னும் சில மாதங்கள் இரவு பகல் என்று பார்க்காமல் அவன் சுறுசுறுப்பாக வேலை பார்த்தால் போதும்; கடனை முழுவதும் கட்டி, வீட்டைத் திருப்பிவிடலாம். அதுவரை யிலுமாவது அவன் பொறுமையோடு இருக்க வேண்டும். கம்பெனியில் தங்கி அதிக நேரம் உழைக்க வேண்டும். வந்திருக்கும் சந்தர்ப்பத்தை நழுவ விட்டு விடக்கூடாது.

"அவசர வேலைகளை முடிச்சுட்டு, பின்னாலே நீயும் சுந்தரியும் எங்காவது குற்றாலத்திற்கோ கொடைக் கானலுக்கோ போய்ச்சுற்றி விட்டு வாங்க. ஒருமாதம் இஷ்டம் போலத் திரிஞ்சு. நீ உனக்கு இஷ்டமான படங்களாகப் போட்டுக் கிட்டு வா. அந்தப் படங்களை வச்சே இங்கே ஒரு கண்காட்சி நடத்தி விடலாம்."

தண்டபாணி அங்கே அவனோடு ஒன்றாக இரவுச் சாப்பாட்டை முடித்துக் கொண்டு கிளம்பினார். அவர் சென்ற பிறகு அவனுடன் கலகலப்பாகப் பேசி மகிழ்ந்தாள் சுந்தரி. தண்டபாணியின் வருகையால் அவளுடைய மனமும் மலர்ச்சியுற்றிருப்பது அண்ணாமலைக்குத் தெரிந்தது.

மாடி அறையின் தனிமையில், அவனுடைய கழுத்தில் கரம் போட்டு வளைத்துக் கொண்டு, "நீங்கள் எவ்வளவு கெட்டிக்காரர் என்பது எனக்கே என் அப்பா சொல்லித்தான் தெரிந்தது; நம்முடைய சண்டைகள் கூட அவருக்குத் தெரியும் போலிருக்கிறது! இனி நான் தான் உங்களைக் கவனமாகப் பார்த்துக் கொள்ள வேண்டும்!" என்றாள்.

"நம்முடைய சண்டைகள் அவருக்கெப்படித் தெரியும்?"

"நான் என் அம்மாவிடம் சொல்லியிருப்பேன்; அம்மா அப்பாவுக்குச் சொல்லியிருக்கும்!"

"வீட்டில் நமக்குள் நடப்பதையெலலாம் போய் வெளியில் சொல்லலாமா?" என்று கேட்டபடியே அவளை அன்போடு தழுவிக் கொண்டு, "ஏன் இதையும் போய் உன் அம்மாவிடம் சொல்வதுதானே!" என்று கூறிச் சிரித்தான்.

சின்னஞ்சிறு குழந்தையின் குதூகலத்தை அப்போது சுந்தரியிடம் கண்டான் அண்ணாமலை. அவளிடம் வயது வளர்ந்திருந்தது; அழகு கனிந்திருந்தது; பருவம் மலர்ந்திருந்தது. ஆனாலும் அவள் ஒரு குழந்தையாகவே அவனுக்குத் தோற்றமளித்தாள். மன வளர்ச்சி பெறாத குழந்தை செல்லம் கொடுத்துச் சீராட்டிப் பாராட்டி வளர்க்கப் பெற்ற பெண்.

அவளையே அவன் கண்ணிமைக்காமல் கூர்ந்து நோக்கு வதைக்கண்ட சுந்தரி, "என்ன அப்படிப் புதிதாக என்னைப் பார்க்கிறீர்கள்?" என்று கேட்டாள்.

"நீ சிரித்துப் பேசும்போது எவ்வளவு அழகாக இருக்கிறாய் என்று பார்க்கிறேன். இந்தக் காட்சிதான் உன்னிடம் எனக்கு மிகவும் பிடித்த காட்சி!" என்றான்.

"கோபம் வந்துவிட்டால் நான் என்ன செய்வேன் என்று எனக்கே தெரியாது. அதனால்தான் நான் குழந்தையாக இருக்கும்போதுகூட என்னை யாரும் அழவிடுவதில்லை யாம்."

"வேண்டாம், உனக்குக் கோபம் வரவே வேண்டாம்!" என்றான் அண்ணாமலை. அவளுக்குக் கோபம் வந்து அதனால் அவன் பட்ட கஷ்டங்கள் அப்போது அவனுக்கு நினைவுக்கு வந்தன.

"சீக்கிரத்திலேயே அப்பா நம்முடைய வீட்டுக் கடனை கட்டி முடித்துவிடுவார். பிறகு நம்மைக் குற்றாலத்திற்கு அனுப்பி வைப்பதாய்ச் சொல்லியிருக்கிறார். அதற்கு மத்தியில் நமக்கு எப்போது கார் வேண்டுமென்றாலும் அனுப்புகிறாராம்!"

"நம் இருவருக்கும் ஸ்கூட்டர் போதுமே!" என்று சொல்ல நினைத்தவன், அவள் கோபத்திற்குப் பயந்து பேசாதிருந்து விட்டான். நெடுநேரம் சிரிப்பும் பேச்சும் விளையாட்டுமாக அவர்கள் பொழுதைக் கழித்துவிட்டு, நள்ளிரவுக்குப் பின் அயர்ந்து உறங்கினார்கள்.

காலையில் எழுந்தவுடன் அவனுக்கு எல்லாப் பணி விடைகளும் மளமளவென்று நடந்தன. அவனுடைய ஸ்டூடியோவும் பளிச்சென்றிருந்தது. மனம் வைத்து உற்சாகமாக உழைத்தால் அவளால் எந்த அளவுக்கு உதவ முடியும் என்பதை அன்று முதல் முறையாகக் கண்டு கொண்டான்.

கம்பெனிக்கு அவன் புறப்பட்டபோது, "இனிமேல் அங்கே உங்களுக்கு அதிகமாக வேலை இருக்குமாம்; இரண்டு மூன்று மாதங்களுக்கு இப்படி இருக்குமென்று அப்பா சொன்னார்கள். எப்படியும் எட்டு மணிக்குள் வீட்டுக்கு வந்து விடுங்கள்" என்று சுந்தரி அவனுக்கு விடை கொடுத்தனுப் பினாள்.

அண்ணாமலை தனக்குள் சிரித்துக் கொண்டான். எந்த வேலையை அவன் விட்டுவிட வேண்டுமென்று நினைத் தானோ அதே வேலையை அதிக நேரம் பார்க்கும்படியாக அவனுக்கு அன்புக் கட்டளை பிறந்துவிட்டது!

25. இயந்திர மனிதன்

நகரத்தில் வாழ்ந்து வருவதாகச் சொல்லிக் கொண்டும் நம்பிக் கொண்டும் நடமாடும் எத்தனையோ வேடிக்கை மனிதர்களுக்குள் அண்ணாமலையும் ஒருவனாக மாறிக் கொண்டு வந்தான். முடுக்கி விடப்பட்ட இயந்திர வேகத்தில் ஒருநாளைப் போலவே மறுநாளும் மறுநாளைப் போலவே அதற்கடுத்த நாளும் கழிந்தன.

கம்பெனியில் வேலை, அலை அலையாக வந்து குவிந்த வண்ணமாக இருந்தது. இரவில் அவன் எட்டு மணிக்கும் வீடு

திரும்புவதுண்டு. பத்து மணிக்கும் திரும்புவதுண்டு; என்றாலும், சுந்தரி அதற்காக அவனிடம் இப்போது சிணுங்குவதில்லை. அதன் பலனைச் சுந்தரி உணரும்படி அவள் அப்பா செய்து விட்டதால், இப்போதெல்லாம் சுந்தரி, அண்ணாமலையோடு அளவுக்கு அதிகமாகவே ஒத்துழைத்தாள்.

அவன் திரும்பியவுடன் வெந்நீர் தயாராக இருக்கும் குளிப்பதற்கு; உணவு தயாராக இருக்கும் சாப்பிடுவதற்கு; படுக்கை தயாராக இருக்கும் உல்லாசத்துக்கும் உறக்கத்துக்கும். இப்படி ஒரு 'சுகபோக வாழ்க்கை' அண்ணாமலைக்குக் கிடைத்தும், ஏனோ இது ஓர் அப்பட்டமான தினசரி நாடகமாகவே அவனுக்குத் தோன்றியது. சுந்தரியோடு கழித்த இரவுப் பொழுதுகள்கூட உல்லாசம் கொண்டவையாகவோ உற்சாக மூட்டக் கூடியவையாகவோ இருக்கவில்லை. பழக்கப்பட்டுவிட்ட ஒரு வகை இயந்திரத்தன்மை அதிலும் தலை காட்ட தொடங்கியது.

அதிகாலையில் பறவைகளின் ஒலிகளைக் கேட்டுக் கொண்டும், மலர்களின் மணத்தை நுகர்ந்து கொண்டும் கீழ் வானத்தின் வர்ண ஜாலங்களைப் பார்த்துக் கொண்டும் அவனால் முன்போலப் படுக்கையிலிருந்து கலகலப்பாகத் துள்ளிக் குதிக்க முடியவில்லை. அடித்துப் போடப் பட்டவனைப் போல் படுக்கையில் கிடப்பவனை, ஒவ்வொரு நாளும் அரும்பாடுபட்டுச் சுந்தரி எழுப்பிவிட வேண்டிய நிலை வந்தது. சுள்ளென்று சூரியன் முகத்தைச் சுடும் வரையில் அவன் படுக்கையில் புரண்டு கொண்டு கிடப்பான். கடவுள் கொடுத்த இயந்திரமாகிய அவனுடைய உடலை அவன் காசுக்காகவும் களியாட்டத்துக்காகவும் அளவுக்கு மீறிப் பயன்படுத்துவதுபோல் தோன்றியது.

எழுந்தவுடன் குளித்துச் சாப்பிட்டுவிட்டு வேலைக்குப் புறப்பட வேண்டியிருந்ததால், வீட்டில் அவனுக்குத் தூரிகையைத் தொடவும் நேரமில்லை. ஸ்டூடியோ அவனைப்

பார்த்துப் பரிகாசத்துடன் நகைத்தது. தினமும் அவன் கண்ணாடியின் முன்பு நின்று தலைவாரிக் கொள்ளும் போது, அவனுக்குள்ளே இருந்த கலைஞனும் அவனைப் பார்த்துச் சிரித்தான்; 'நடக்கட்டும்; நடக்கட்டும் ஒரே அவசரம் போலிருக்கிறது!'

இந்தத் தினசரி நாடகத்தில் வாரத்துக்கொருமுறை காட்சி மாற்றம் உண்டு; அது விடுமுறை நாளுக்கான காட்சி மாற்றம். அதிகாலையில் தண்டபாணியின் கார் அண்ணாமலையின் வீட்டுக்கு வந்து விடும். டிரைவரிடம் தனியே ஒரு கவரைக் கொடுத்துச் சுந்தரியின் கைசெலவுக்காக பணத்தை அனுப்பி வைப்பார் அவள் அப்பா. முற்பகல் பிற்பகல் இரண்டுவேளைகளிலும் திரைப்படம் அல்லது ஒரு வேளை மட்டும் திரைப்படம் என்றுஅவர்கள் வைத்துக் கொள்வார்கள். ஓட்டலில் சிற்றுண்டியோ, சாப்பாடோ நடக்கும், கடைவீதிகளில் சுற்றியலைந்து துணிமணிகளோ அலங்காரச் சாமான்களோ வாங்குவாள் சுந்தரி. வீட்டில் ஒரு துணிக்கடை வைக்கும் அளவுக்கு அவளிடம் உடைகள் இருந்தும், கஜம் பத்து ரூபாய் அல்லது பதினைந்து ரூபாய்க்கு அவள் ஏன் துணி வாங்க வேண்டும் என்று அவனுக்கு விளங்குவதில்லை என்றாலும் அவன் மறுத்துப் பேசுவதில்லை. பணம் அவள் அப்பாவின் பணம். மேலும், 'எதற்கு இந்த வீண் செலவு' என்று கேட்டு விட்டால், அவளிடம் பொங்கி வரும் கண்ணீரைத் துடைத்துவிட அவனுக்கு அந்த ஒரு வாரம் போதாது!

சுந்தரி ஒருத்தியைக் குதூகலத்தோடு வைத்திருப்பதற் காகவே தான் எப்படியெல்லாம் மாற வேண்டியிருக்கிறது என்பதை நினைக்கும்போது அவனால் வேதனைப்படாமல் இருக்க முடிவதில்லை. இப்படியே நெடுநாள் நீடிக்கவும் முடியாது என்பது அவனுக்குத் தெரியும். தண்டபாணியின் அன்புக்காகவும் கட்டுப்பட வேண்டியிருந்தது. அவனுக்கு வீட்டுக் கடனை முழுவதும் அடைக்கும் வரையிலாவது பொறுத்துக் கொள்ளத்தான் வேண்டும் என்று முடிவுக்கு

வந்தான் அண்ணாமலை. ஆனால் சுந்தரியின் செலவைப் பார்த்தபோது அவளுக்குக் கடனைப் பற்றிய கவலையே சிறிதும் இல்லையென்று தெரிந்தது.

ஒரு விடுமுறை நாளன்று மாலையில் சுந்தரியும் அண்ணாமலையும் வழக்கம்போல் திரைப்படம் பார்க்கப் புறப்பட்டார்கள். கொட்டகையின் வாசலில் இரண்டாம் வகுப்பு டிக்கெட் வாங்கும் கூட்டத்திடையே ஆசிரியர் சரவணன் நின்று கொண்டு சிரமப்படுவதைக் கண்டுவிட்டான் அண்ணாமலை. அவருடைய எளிய தோற்றம் அவர் இரண்டாம் வகுப்புக்குச் செல்லக்கூடத் தகுதியற்றவர் என்று சொல்வது போலிருந்தது. அவசர அவசரமாக அவருக்கும் சேர்த்து மூன்று முதல் வகுப்பு டிக்கெட்கள் வாங்கி கொண்டு அவரிடம் சென்றான் அண்ணாமலை.

"எங்களோடு வாருங்கள்" என்று அழைத்து, அவருக்காகத் தான் வாங்கிய டிக்கெட்டைக் காண்பித்தான்.

"நான் மூன்றாம் வகுப்புக்குப் போகவேண்டிய ஆள். இடம் கிடைக்காதென்று இங்கு வந்திருக்கிறேன். அதைவேறு யாருக்காவது கொடுத்து விடுங்கள்" என்று சிரித்துக் கொண்டே மறுத்துவிட்டார் சரவணன். என்றாலும் அவன் வருந்தக் கூடாதென்பதற்காக, "நீங்கள் இருவரும் தனியே பொழுது போக்க வந்திருக்கும்போது, நான் வந்து குறுக்கிட வேண்டாமென்று பார்க்கிறேன்!" என்றார்.

படம் தொடங்குவதற்குச் சிறிது நேரமிருந்தது அதற்குள் அவரும் டிக்கெட் வாங்கிக் கொண்டு வெளியில் நின்று அவர்களோடு பேசலானார். அண்ணாமலை, கம்பெனி வேலையில் மூழ்கிவிட்ட விவரமும் அதன் காரணங்களும் அவருக்கு முன்பே தெரிந்திருந்தன. ஓழிந்த வேளைகளில் ஏற்கெனவே வரைந்த சில படங்களை மட்டும் அவன் அவரிடம் கொடுத்திருந்தான்.

"நீங்கள் வரைந்த சித்திரந்தான் இந்த இதழ் அட்டைப்படமாக வருகிறது. வண்ணப்படங்கள் போட்டு

அதிகமாய்ச் செலவு செய்வது என் வழக்கமில்லை யென்றாலும் படம் பிடித்திருந்ததால் போட்டுவிட்டேன்" என்றார்.

எல்லையற்ற குதூகலம் அண்ணாமலைக்கு. அதிலும் தோட்டத்து மரத்தில் மலர் கொய்யும் மங்கையின் படத்தைப் போட்டிருந்தாராம் அவர். அவனுக்கு மிகவும் பிடித்தமான படம் அது.

"ஓவியம் வரைவதை மட்டும் நீங்கள் நிறுத்தி விடாதீர்கள் வயிற்றுப் பிழைப்பென்று சொல்லி, ஆத்மாவின் வளர்ச்சியைத் தடுத்துவிடாதீர்கள்" என்றார் சரவணன். "வான் கோழி தன் பொல்லாச் சிறகை விரித்துக் கான மயில்போல் ஆடும் காலம் இது. அதற்காகத் தோகை மயிலும் வான் கோழியாக மாறிப் போய்விடக் கூடாது. நீங்கள் தோகை மயில் என்றே இன்னும் நான் நம்புகிறேன்..." என்றார்.

சரவணனின் சொல் அண்ணாமலையின் உள்ளத்தில் சுருக்கென்று தைத்து விட்டது. அவர் தன்னுடைய போலி வாழ்க்கையை எவ்வளவு அழகாகக் குத்திக் காட்டுகிறார் என்பதைப் புரிந்து கொண்டான். தலைகுனிய வேண்டிய நிலை ஏற்பட்டது அவனுக்கு.

படம் தொடங்குவதற்கான முதல் மணி அடித்தது. "படம் முடிந்தவுடன் நீங்கள் எங்களுடைய காரிலேயே வீட்டுக்குத் திரும்பிவிடலாம். வழியில் எங்காவது காப்பி சாப்பிட்ட பின், வீட்டில் கொண்டுவிடுகிறோம்" என்றான் அண்ணாமலை.

சிரித்துக் கொண்டே அதையும் மறுத்து விட்டார் சரவணன்.

தவிர்க்க முடியாத சமயங்களில் தவிர நான் வெளியே சாப்பிடுவதில்லை. கால்களைக் கொடுத்த கடவுளுக்கு நன்றி செலுத்துவதற்காகத் தினமும் சிறிது நேரம் நடப்பதென்று வைத்துக் கொண்டிருக்கிறேன். வரும்போது பஸ்ஸில் வந்து விட்டதால், திரும்பும்போது நடந்தால்தான் இரவில் என்னால் அமைதியோடு தூங்க முடியும்" என்றார்.

அதிலும் அவரிடம் தோல்வி ஏற்படவே, விடைபெற்றுக் கொண்டு சுந்தரியுடன் தியேட்டருக்குள் நுழைந்தான் அண்ணாமலை. படம், கலை அழகு நிறைந்த வங்காளிப் படம். அதனால்தான் அவர் வந்திருக்கிறார் என்பது அவனுக்கு விளங்கிவிட்டது.

தியேட்டரின் இருளுக்குள்ளிருந்து, "இந்த மனிதர் ஒரு பெரிய வேஷதாரி! இவரை எனக்கு முன்பே தெரியும்" என்றாள் சுந்தரி.

"முன்பே தெரியுமா?"

"ஆமாம். ஆளைக் கண்டு நீங்கள் இவரை ஏழையென்று நினைத்து ஏமாந்து போயிருப்பீர்கள்; கிழிந்த செருப்பும், கலைந்த தலையும், கசங்கிய சட்டையுமாய்த் திரியும் பணக்காரப் பேர்வழி இவர்!"

"என்ன?"

"ஆமாம். நான் படித்தபோது எங்கள் பள்ளிக்கூடத்தின் ஏழைப் பெண்கள் விடுதிக்காக இவர் இரகசியமாகப் பத்தாயிரம் ரூபாய் நன்கொடை கொடுத்திருக்கிறார். வெளியில் யாருக்கும் தெரியக் கூடாதென்று சொல்லி விட்டார். பள்ளிக்கூடத்தில் ஒரு கூட்டம் கூட்டி! அவருக்கு மாலை போடுவதாகவும், அவர் படத்தை விடுதியில் மாட்டுவதாகவும் சொன்னபோது, விளம்பரப்படுத்துவதாக இருந்தால், பணத்தைத் திருப்பிக் கொடுத்துவிட வேண்டுமென்று பயமுறுத்தினாராம்!...பொல்லாத ஆள்!"

"உண்மையாகவா?" என்று அதை நம்பாதவன்போல் கேட்டுவிட்டு, அவர் கொடுத்திருப்பதை அவன் உறுதிப் படுத்திக் கொண்டான். ஆயிரம் ரூபாய் கொடுத்துவிட்டு, அதனால் தங்களுக்குப் பத்தாயிரம் ரூபாய்க்கு விளம்பரம் தேடிக் கொள்ளும் போலிகளை அவன் நகரத்தில் கண்டிருக்கிறான். பல லட்சங்களைப் பதுக்குபவர்கள் அதை மறைத்துக் கொள்ள இப்படிச் சிறு தொகையைப் பெரிய ஆர்ப்பாட்டங்களோடு வெளியில் வீசுவது உண்டு. ஆனால்,

தமக்கெனச் சொந்தமாக ஒரு வீடுகூட வைத்துக் கொள்ளாதவரால், எப்படிக் காதும் காதும் வைத்தாற் போல் அவருடைய சக்திக்கும் மீறி மற்றவர்களுக்கு உதவி செய்ய முடிகிறது?

"அவ்வளவும் வெளி வேஷம்; நீங்கள் இந்த ஆளை நம்பி ஏமாந்து போகாதீர்கள்!' என்று அவனுக்கு எச்சரிக்கை செய்து வைத்தாள் சுந்தரி. மனிதர்களைப் பற்றி நேருக்கு மாறாக மதிப்பிடும் சுந்தரியின் மனப் போக்கைக் கண்டு தனக்குள் சிரித்துக் கொண்டான் அண்ணாமலை.

"நான் போட்டுக் கொண்டிருப்பதுதான் வெளி வேஷம்; அவரே மனிதர்!" என்றான் அவன்.

26. போர் முரசு

'கலை மலர்' பத்திரிகையும் கையுமாக ஒரு ஞாயிற்றுக்கிழமை காலை வேளையில் அண்ணாமலையைத் தேடிக் கொண்டு அவனுடைய வீட்டுக்கு வந்து சேர்ந்தாள் சாரதா. முதலில் ஆனந்தியைப் பார்த்து விட்டு, அடுத்தாற்போல் அங்கு வந்திருந்தாள். நெடு நாட்களுக்குப் பிறகு அவனைச் சந்திக்க வந்தவள், அவள். பத்திரிகையின் அட்டையில் அண்ணாமலை வரைந்த படம் வெளிவந்ததைப் பார்த்தவுடன், அவளுக்கு அவனை நேரில் பார்த்துப் பாராட்டாமல் இருக்க முடியவில்லை.

பத்திரிகை இன்னும் அண்ணாமலைக்குக் கிடைக்க வில்லையாதலால், அவனுக்குச் சாரதாவின் வருகை இரட்டிப்பு மகிழ்ச்சியளித்தது. நீண்ட நாட்களுக்குப் பிறகு அவளைச் சந்திப்பதால் ஏற்படும் ஆனந்தம். அவனுடைய வண்ணப் படத்தை முதன் முதலாகஅச்சில் காணும் குதூகலம் இரண்டும் ஒன்று சேர்ந்து கொண்டன. இளம் தாய் ஒருத்தி தான் பெற்றெடுத்த முதற் குழந்தையைக் கண்டு பரவசம் அடைவதைப்போல் அந்தப் படத்தைப் பார்த்தவுடன் தன்னை மறந்து விட்டான் அண்ணாமலை.

சாரதாவை அங்கு கண்டவுடனேயே சுந்தரியின் முகம் சுருங்கிவிட்டது. இம்முறை அண்ணாமலை அவளைக் கூப்பிட்டும் சுந்தரி அங்கு வரவில்லை. அவனுடைய வற்புறுத்தலுக்காக ஒரு தம்ளரில் காப்பியை மட்டும் அங்கு கொண்டு வைத்துவிட்டு, தனக்கு வேலை இருப்பதாகச் சொல்லித் திரும்பி விட்டாள்.

சாரதா அவனுடைய படத்தை மனதாரப் பாராட்டினாள். அவளே ஓவியம் வரைபவளாக இருந்தும் கூட, அவனுடைய கைவண்ணத்தைப் பாராட்டுவதில் அவள் சிறிதும் தயங்கவில்லை.

"எடுத்த எடுப்பில் உங்களுக்கு அதிர்ஷ்டம் பிறந்துவிட்டது என்றுதான் சொல்ல வேண்டும். ஆசிரியர் சரவணனே இப்படி உங்களை அறிமுகப்படுத்திவிட்ட பிறகு மற்றவர்கள் உங்களைச் சும்மா விடுவார்களா என்ன? உங்களைத் தேடி இனி படத்துக்காகப் படை எடுத்து வரப் போகிறார்கள், பாருங்கள்!"

அண்ணாமலைக்கு அன்றைய பொழுது அற்புதமாக விடிந்தது போலிருந்தது. மேலும் சாரதா, அவனுடைய படத்தை ஆனந்தியும் அவள் அப்பாவும் சேர்ந்து கொண்டு பாராட்டியதாகவும் தெரிவித்தாள். அந்தப் படத்தில் அவள் கண்ட தனிச் சிறப்புக்களையெல்லாம் அவனிடம் விளக்கி, அவள் பூரித்து போனாள்.

"ஏதோ தோன்றியது; வரைந்தேன், என்னிடமுள்ள அன்பால் ஒரேயடியாக என்னைப் புகழ்ந்து விடாதீர்கள். நான் வரையும்போது நீங்கள் சொல்லும் சிறப்பையெல்லாம் சிறிது கூடக் கற்பனையாகச் செய்யவில்லை" என்றான் அடக்கத்துடன்.

"அதுதான் உண்மையான கலைப் படைப்பு; நீங்கள் வேண்டுமென்றே நினைத்துச் செய்யாத அழகெல்லாம் இதைப் பார்ப்பவர்களுக்குப் புலப்படவேண்டும்" என்றாள் சாரதா; "இதையே ஒரு நிமிஷம் உற்றுப் பார்த்துக்

கொண்டிருந்தேன். என்னைச் சுற்றிலும் பெரிய பெரிய மரங்கள் வளர்ந்து, நானே இந்தச் சோலைக்குள் உலவி மலர்கொய்வது போல் ஒரு பிரமையையே இது எனக்கு ஏற்படுத்திவிட்டது. நீங்கள் இனிமேல் தொடர்ந்து இப்படிப்பட்ட படங்களை வரையவேண்டும்'' என்றாள்.

"படம் வரைவதற்கு நேரமில்லை" என்று சாரதாவிடம் சொல்லுவதற்கு அவனுக்கு வெட்கமாக இருந்தது. நேரமா இல்லை? அவனுடைய இதயத்துக்குள் சிறையிடப்பட்டிருந்த கலை உணர்ச்சி, புயல் கண்ட கடல் போல் கொந்தளித்து வெளியே பொங்கிவிடும் போலிருந்தது.

சுந்தரியின் கணவன் என்ற கடமைக்காகவும், அவளுடைய ஆசாபாசங்களுக்காகவும், அவளுடைய விருப்பு வெறுப்புகளுக்காகவும் ஓய்வு நாட்களைக்கூட, தான் ஒதுக்க வேண்டியிருக்கிறது என்பதை எப்படி அவளிடம் வெளியிடுவது?

சாரதாவிடம் அவன் பேசிக்கொண்டிருந்த சிறு பொழுதுக்குள் மூன்று முறை குறுக்கிட்டு, அவளைச் சீக்கிரம் வெளியில் அனுப்பும்படி அண்ணாமலைக்குச் சாடை காட்டி விட்டாள் சுந்தரி. அதைக் கண்டு கொள்ளாதவன் போல் நடிக்க வேண்டியிருந்தது அண்ணாமலைக்கு. சாரதா பெண் பிள்ளையாக இருந்த காரணத்தாலேயே அவன் இதுவரை அவள் வீட்டிற்குச் செல்லாதிருந்தான். அவளுடைய அன்பு நிறைந்த நட்பையும் கலையுள்ளத்தையும் அவனால் சட்டென்று உதறிவிட முடியவில்லை. அவனிடம் எதையுமே எதிர்பார்க்காமல் அவனுக்குப் பணிப் பெண்ணாக இருந்து உழைத்தாள் சாரதா.

சுந்தரியால் இதைப் பொறுக்க முடியவில்லை.

"வெளியில் நமக்கு வேலை இருப்பதை மறந்து விட்டீர்களா? காரும் தயார்; நானும் தயார்; சீக்கிரம் கிளம்புங்கள்!" என்று வெளிப்படையாகவே மோதினாள்.

அண்ணாமலையின் உடைகளைக் கொண்டு வந்து மேசையில் அவர்களுக்கு மத்தியில் வைத்தாள்.

நிலைமையைப் புரிந்துகொண்ட சாரதா, "சரி, உங்களுக்கு வேலை இருக்கிறது போலிருக்கிறது, நான் வருகிறேன்" என்று சொல்லிவிட்டு, "இந்தப் பத்திரிகையை நீங்கள் வைத்துக் கொள்ளுங்கள்; நான் வேறு ஒன்று வாங்கிக் கொள்கிறேன்" என்று அவனிடம் கொடுத்தாள்.

வாசல் வரையில் வந்து சாரதாவுக்கு விடை கொடுத்து அனுப்பிவிட்டு மீண்டும் அறைக்குள் நுழைந்தான் அண்ணாமலை. அங்கு நின்று கொண்டிருந்த சுந்தரியின் அருகில்தான் 'கலை மலர்' பத்திரிகை கிடந்தது. அதன் அட்டைப் படம் அண்ணாமலை வரைந்தது என்பதும் சுந்தரிக்குத் தெரியும், ஆனாலும் அவள் அதைக் கையாலும் தொடவில்லை; கண்ணாலும் பார்க்கவில்லை.

ஆவலோடு அதை எடுத்து, "இதைப் பார்த்தாயா சுந்தரி!" என்று குதூகலத்துடன் அவளிடம் கொடுத்தான். "முதலில் வெளி வந்திருக்கும் என்னுடைய வண்ணப்படம் எப்படி இருக்கிறதென்று பார்த்துச் சொல்!"

அலட்சியத்தோடு அதை இடக்கரத்தால் வாங்கி, ஒப்புக்கு ஒரு பார்வை பார்த்தாள் சுந்தரி. 'ஓவியங்களைப் பார்த்தால் மட்டிலும் போதாது; உற்று நோக்கவேண்டும் என்று சொல்வார்கள். சுந்தரியோ, சரியாக அதைப் பார்க்கக்கூட இல்லை. மீண்டும் அதை மேசையின் மேல் வீசி எறிந்தாள்.

"எப்படியிருக்கிறது என்று சொல்லவில்லையே?"

"என்னமோ இருக்கிறது; இப்படிக் காட்டையும் மேட்டையும் போட்டுவிட்டு, 'எப்படியிருக்கிறது' என்று வேறு கேட்க வந்து விட்டீர்கள். உங்களுக்கும் வேலையில்லை; அந்த ஆசிரியருக்கும் வேறு வேலை இல்லை!" என்றாள் முகத்தைச் சுளித்துக் கொண்டு.

ஓங்கி அவனுடைய நெஞ்சில் அவள் அறைந்தது போலிருந்தது அண்ணாமலைக்கு. அவனால் அவளுடைய அலட்சியத்தையும் புறக்கணிப்பையும் சிறிதுகூடத் தாங்கிக் கொள்ள முடியவில்லை. வெலவெலத்துப் போய்ச் செய்வது அறியாது தவித்துப் போனான் அண்ணாமலை.

"என்ன அப்படிப் பார்க்கிறீர்கள்! புறப்படுங்கள் சீக்கிரம்! படம் ஆரம்பிக்கும் நாழியாகி விட்டது. நேரம் கழித்துப் போனால் இடம் கிடைக்காது" என்றாள்.

"நான் வரவில்லை; என்னால்; என்னால் வரமுடியாது. வேண்டுமானால் நீ மட்டும் போய்விட்டு வா!" என்று அமைதியாகப் பதில் அளித்தான் அண்ணாமலை. அந்த அமைதி, புயலுக்கு முன் தோன்றும் அமைதி போலிருந்தது.

"என்ன சொன்னீர்கள்? வரவில்லையா!"

"ஆமாம்."

சுந்தரி தன் விழிகளைப் பயங்கரமாக உருட்டி விழித்து அவனைச் சுட்டெரித்து விடுவது போலப் பார்த்தாள்.

எந்தப் பெரிய கருவிழிகளைக் கண்டு முன்பெல்லாம் கிறங்கிப் போனானோ, அதே விழிகள் இப்போது அவனுக்குப் பெண் புலியின் விழிகளைப் போல் காட்சியளித்தன. கன்னக் கதுப்புக்கள் தங்களுடைய கவர்ச்சியை இழந்து விகாரமாய்த் தோன்றின. அவளுடைய வெளி அழகுக்குப் பின்னே இப்படியொரு கொடுமையான தோற்றம் அமைந்திருக்கக் கூடுமென அவன் கனவிலும் எதிர்பார்கவில்லை. அவளை அவன் தன் கண்களால் காணவே கூசினான்.

அவனுக்காக மேசையில் எடுத்துப்போட்டிருந்த உடைகளை அவள் மூலைக்கொன்றாய் எடுத்து வீசினாள். 'கலை மலர்' பத்திரிகை எங்கோ பறந்தது. காது கொடுத்துக் கேட்க முடியாத பெருங்குரலில் காது கொடுத்துக் கேட்க முடியாத சொற்களை வாரிக் கொட்டத் தொடங்கி விட்டாள் சுந்தரி.

"உங்களுக்கென்ன, ஆண் பிள்ளை என்ற ஆணவம், அதில் நீங்கள் என்ன வேண்டுமானாலும் செய்வீர்கள். தெருவில் போகிறவர்களைக் கூட்டி வைத்துக்கொண்டு கூத்தடிக்க உங்களுக்கு நேரமிருக்கும். வீட்டுக்குச் சொந்தக்காரியோடு வெளியில் வர, உங்களுக்கு நேரம் இருக்காது. உங்களைச் சொல்லிக் குற்றம் இல்லை. உங்களுக்கு ஒரு பெண்ணைக் கட்டிக் கொடுத்து, அதற்காகவே உங்களுக்கு மாதா மாதம் கொட்டி அழுகிறார் பாருங்கள், அவரைச் சொல்ல வேண்டும்; வீட்டையும் வாங்கிக் கொடுத்து, பணத்தையும் கொடுத்து, காரையும் கொடுத்தால் நீங்கள் ஏன் இப்படி முறுக்கிக் கொள்ள மாட்டீர்கள்?"

சுந்தரிக்குள்ளிருந்து புறப்பட்ட பெண் புலி, அண்ணா மலைக்குள்ளே பதுங்கிக் கிடந்த மிருக வெறியான ஆண் புலியைத் தூண்டிவிட்டது. கை பரபரத்தது அண்ணா மலைக்கு. கை ஓயும்மட்டும் அவளை அறைந்து, அவளைப் பேச விடாமல் மயங்கிக் கீழே விழும்படி செய்யத் துடித்தான் அவன். கழுத்தைப் பிடித்து வெளியே தள்ள நினைத்தான். ஆனாலும் அவனுக்கு அப்படிச் செய்வது பாவம் என்றும் தோன்றியது. மிகவும் சிரமப்பட்டுத் தன்னை அடக்கிக் கொண்டான்.

அதற்குள் அவளே சூறாவளி போல் வெளியே சென்று, "டிரைவர்! நீ காரை எடுத்துக் கொண்டு வீட்டுக்குத் திரும்பிப் போ!" என்று கத்தினாள். "இனி மேல் எப்போதுமே இங்கே கார் அனுப்ப வேண்டாமென்று சொல்லிவிடு. நான் வாழும் வாழ்வுக்குக் கார் இல்லாமல் ஒன்றும் குறைந்து போய்விடவில்லை."

மீனாட்சி அம்மாளுக்கு ஒன்றுமே புரியவில்லை. அக்கம் பக்கத்து வீட்டுக்காரர்கள் ஜன்னல் வழியே வேடிக்கை பார்க்கத் தொடங்கி விட்டார்கள். பின் புறத்து வீட்டுச் சன்னல் வழியே ஆனந்தியின் தலைகூடத் தெரிந்தது.

அண்ணாமலையால் தன் கண்ணீரை அடக்க முடியவில்லை. அவன் நாக்கைப் பிடுங்கிக்கொண்டு சாவதற்குத் துடித்தான்.

சுந்தரியின் போர் முரசான வாய் முரசு, இன்னும் ஓய்ந்த பாடில்லை.

27. வீடும் குடும்பமும்

தண்டபாணியின் கார் அவர் வீட்டிற்குத் திரும்பிச் சென்றுவிட்டது. சுந்தரி இன்னும் வாய் ஓயாமல் தனக்குள்ளாகவே பேசிக் கொண்டிருந்தாள். அண்ணாமலை அவமானத்தால் உடல் குன்ற, உள்ளம் குன்ற, உயிர் குன்ற மாடிக்கு வந்து நாற்காலியின் விழுந்தான். அதுவரையில் அப்படி ஓர் அனுபவம் அவனுக்கு வாழ்க்கையில் ஏற்பட்டதில்லை. உடலெங்கும் தீப்பற்றிக் கொண்டதுபோல் அவனுக்கு எரிச்சலெடுத்தது.

விஷயம் அதோடு முடிவதாக இல்லை. சற்று நேரத்துக் கெல்லாம் சுந்தரியின் அறைக்குள்ளிலிருந்து இடி முழக்கம் கேட்டது. அலமாரிக் கதவுகள் அடித்துக் கொண்டு அலறின; பெட்டிகள் குட்டிக்கரணம் போட்டன; கூஜாவும் தம்ளரும் ஓலமிட்டு அழுதன; எழுந்து போய் எட்டிப் பார்த்தான் அண்ணாமலை. சுந்தரி தன் அலமாரியிலிருந்து சில துணிமணிகளை எடுத்து அவசரம் அவசரமாகப் பெட்டிக்குள் திணித்துக் கொண்டிருந்தாள். பிறகு, பெட்டியும் கையுமாக வெளியில் வந்தாள்.

சற்று நேரத்திற்கு முன்பாகச் சினிமாவுக்குப் புறப்படுவதற்காகத் தன்னை சீவிச் சிங்காரித்துக் கொண்ட அதே சுந்தரிதானா இவள்? விநாடிப் பொழுதுக்குள் எப்படி அவளுடைய அலங்காரமெல்லாம் அலங்கோலமாக மாறியதென்று அண்ணாமலைக்கு விளங்கவில்லை. கூந்தல் அவிழ்ந்து புரண்டு மிகவும் பயங்கரமாகக் காட்சியளித்தது.

"எங்கே போகிறாய்?" என்று ஆத்திரத்தோடு கத்தினான் அண்ணாமலை. தகப்பனார் வீட்டுக்குப் போகிறவளாக

இருந்தால் காரில் போயிருப்பாளே என்ற எண்ணம் அவனுக்கு.

"நான் எங்கே போனால் உங்களுக்கென்ன?" என்று திருப்பிக் கத்தினாள் சுந்தரி. அவளுடைய குரலில் ஒலித்த பகையுணர்ச்சியும் அவள் கண்களில் திரண்ட வெறுப்பும் அவனுக்கு என்னவோ போலிருந்தன. எந்தப் பெண்ணையுமே அவன் அந்தக் கோலத்தில் காண விரும்பவில்லை; என்றாலும் அவள் அவன் மனைவி.

"நான் சொல்வதைக் கேள் சுந்தரி" என்று கெஞ்சினான் அண்ணாமலை.

அவள் கேட்கவில்லை. வழியில் நின்ற அவனைப் பிடித்து முரட்டுத்தனமாகத் தள்ளிவிட்டு மாடிப்படிகளில் வேகமாக இறங்கினாள். முகப்பில் கிடந்த செருப்புகளைக் காலில் மாட்டிக் கொண்டு வெளி வாசலை நோக்கி நடந்தாள். மீனாட்சியம்மாளுக்கு இது பொறுக்கவில்லை, சுந்தரியின் பின்னால் ஓடிச் சென்று அவளுடைய கரத்திலிருந்த பெட்டியைப் பற்றி இழுத்து நிறுத்தினாள்.

"இது உனக்கே நல்லாயிருக்கா சுந்தரி? திரும்பி வா, வீட்டுக்கு?"

"உங்களுக்கு உங்க மகன் செய்யறதுதான் நல்லாயிருக்கும்! விடுங்க, பெட்டியை!"

"சுந்தரி, அப்படித்தான் நீ போகணும்னா அவனையே கொண்டு வந்துவிடச் சொல்கிறேன், சுந்தரி!"

"எனக்கு யாரோட துணையும் தேவையில்லை!" சுந்தரி அவள் மாமியாரையும் உதறிக் கொண்டு தெருவில் நடந்தாள். மீனாட்சியம்மாளுக்கு வீட்டை விட்டு வெளியில் செல்லும் வழக்கமில்லை. அதிலும் தன் கணவரை இழந்த கைம்பெண் கோலத்துக்கு வந்துவிட்டவள் அவள், சுந்தரியைப் பின்பற்றித் தெருவுக்குச் செல்லத் துணிவில்லாமல் தன் மகனிடம் ஓடி வந்தாள். அவனிடம் மன்றாடி எப்படியாவது அவளைத் தடுத்து நிறுத்தும்படியும், முடியாவிட்டால் ஸ்கூட்டரில்

கொண்டு போய் அவள் வீட்டில் விட்டு வரும்படியும் கேட்டுக் கொண்டாள்.

வீடு என்பது வீதிக்குப் போய்விட்ட பிறகு அண்ணாமலைக்கு அதைத் தேடிக்கொண்டு தெருவில் அலைவதற்கு மனமில்லை. தெருவில் அவர்கள் இருவரையும் சுற்றி வேடிக்கை பார்ப்பதற்கு ஒரு கூட்டம் கூடலாம். ஆகவே, அவன் தயங்கினான். ஆனால் அவனுடைய தாயாரின் தவிப்பை அவனால் தாங்க முடியவில்லை. அவளுக்காக வேண்டா வெறுப்போடு ஸ்கூட்டரில் கிளம்பினான்.

பஸ் நிறுத்துமிடத்துக்குச் சுந்தரி போய்ச்சேருவதற்கும் அண்ணாமலையின் ஸ்கூட்டர் அங்கு செல்வதற்கும் நேரம் சரியாக இருந்தது. அதற்குள் ஒரு பஸ்ஸும் வந்துவிட்டது. ஓடிச் சென்று கைப் பெட்டியோடு அதில் ஏறிக் கொண்டாள் சுந்தரி. அண்ணாமலையை அவள் திரும்பிக்கூடப் பார்க்கவில்லை, பஸ் கிளம்பிவிட்டது. அவமானத்தோடும் ஏமாற்றத்தோடும் வீட்டுக்குத் திரும்பி வந்தான் அண்ணாமலை. அவள் தன் பிறந்த வீட்டுக்குப் போகிறாள் என்பது அவனுக்குப் புரிந்துவிட்டது.

வீட்டுக்குத் திரும்பிவந்த அண்ணாமலையிடம் சண்டைக்கான காரணம் கேட்டுப் புலம்பினாள் மீனாட்சியம்மாள். அன்று காலையிலிருந்தே கலகலப்பாகச் சிரித்துப் பேசிக் கொண்டிருந்த சுந்தரிக்குத் திடீரென்று என்ன வந்துவிட்டதென்று அவளுக்கு விளங்கவில்லை.

"என்னப்பா நடந்தது? என்ன நடந்தது?" என்று கேட்டாள் மீனாட்சியம்மாள். "வழக்கம் போலே சினிமாவுக்குப் போகப் போறதா சொன்னாளே, என்ன நடந்தது?"

"அவள் கூப்பிட்டாள். நான் வரவில்லையென்றேன். இதுதான் விஷயம்" என்று சொல்லிவிட்டு, "இதற்குமேல் எதையும் கேட்டு என்னைத் தொல்லைப் படுத்தாதீங்க?" என்று அவன் தாயாரிடமே சலித்துக் கொண்டான். இந்தச்

சிறிய விஷயத்துக்காக இந்த அளவுக்குப் பெரிய போராட்டம் நடந்திருக்குமென்று அந்த அம்மாவால் நம்ப முடியவில்லை. என்றாலும் மேலும் அவனிடம் பேச்சுக் கொடுக்க விரும்பாமல் அவள் சமையலறைக்குத் திரும்பினாள்.

திட்டமிட்டிருந்தபடி அவளோடு திரைப்படத்துக்கு அவன் புறப்படவில்லையென்பதுதான் காரணம்; ஆனால், அந்தக் காரணத்துக்குப் பின்னாலிருந்த காரியங்களையும் அவன் நினைத்துப் பார்த்தான். 'மிகவும் இன்பமாக அன்றைய பொழுது விடிந்தது' என்று நினைத்து ஆனந்தப் பட்டவனுக்கு, அந்த ஆனந்தத்தை அடுத்து வந்த துன்பம் தாங்கிக்கொள்ளக் கூடியதாக இல்லை.

கீழே கிடந்த 'கலை மலர்' பத்திரிகையை எடுத்து அதன் அட்டையை நெடுநேரம் உற்றுப்பார்த்தான். சிறிது சிறிதாக அவனுக்கு அமைதி கொடுத்த அந்தப் படத்தைக் கண்டு ஆனந்தியும் சாரதாவிடம் பாராட்டியிருக்கிறாள். கதிரேசனும் பாராட்டியிருக்கிறார். சாரதாவோ தன்னுடைய மகிழ்ச்சியை அவனிடம் நேரில் பகிர்ந்து கொள்வதற்காகப் பத்திரிக்கை யோடு வீடு தேடி வந்துவிட்டாள்.

"ஆனால், மனைவியோ?" என்று நினைத்து ஏக்கப் பெருமூச்சு விட்டான் அண்ணாமலை. எவள் அதைக் கண்டு பரவசமடைய வேண்டுமென்று அவன் எதிர்பார்த்தானோ, எவள் அதனால் பூரிப்பும் பெருமையும் அடைவாள் என்று அவன் நம்பினானோ அவள் அவனைக் கைவிட்டு விட்டாள்; அந்தப் படத்தைக் கண்ணெடுத்துப் பார்க்காத அளவுக்கு அலட்சியம் அவளுக்கு.

'ஒரே ஒரு கணம் இதைப் பார்த்து, என்னிடம் ஒரே ஒரு சொல் அன்போடு பேச அவளுக்குத் தோன்றவில்லையே! சுந்தரியின் அன்புமட்டிலும் அவளுடைய ஒரே ஒரு சொல்லால் வெளிப்பட்டிருக்குமானால் அன்றைய பொழுது எங்கள் இருவருக்குமே எவ்வளவு இன்பகரமாகக் கழிந்திருக்கும்.

அன்புக்காக ஒருவனோ ஒருத்தியோ இந்த உலகத்தில் ஏங்குவது போன்ற நிலை வந்தால் அதைவிடப் பரிதாபகரமானது வேறெதுவுமே இருக்க முடியாது. அப்படியொரு நிலை தனக்கு வந்துவிட்டதாக அஞ்சிய அண்ணாமலை, 'அவளுடைய உள்ளத்தில் எனக்காக அன்பு இருந்திருந்தால் அது சொல்லிலும் செயலிலும் வெளிப்பட்டிருக்குமல்லவா?' என்றும் தனக்குள் கேட்டுக் கொண்டான்.

பசித்தவன் பழங் கணக்குப் பார்ப்பதுபோல் அவனுக்குச் சுந்தரியைப் பற்றிய கணக்குப் பார்க்கும் எண்ணம் எழுந்தது. ஒவ்வொன்றிலும் அவள் தன்னுடைய தேவை, தன்னுடைய விருப்பு வெறுப்பு இவற்றுக்கே முதலிடம் கொடுத்து வந்திருக்கிறாள் என்பது அவனுக்குப் புலப்பட்டது. 'அப்படியானால் அவள் காட்டும் பரிவெல்லாம் அவளுடைய ஆசைகளை நிறைவேற்றிக் கொள்ள நான் ஒரு கருவியாக இருக்கிறேன் என்பதற்காகத்தானா?

அவளுடைய அற்பமான ஆசையொன்று மறுக்கப் பட்டால்?...

என்னவெல்லாம் நடக்குமென்று அவனுக்கு விளங்கிவிட்டது. அவளிடம் இழிச்சொல் கேட்க வேண்டும்; அவமானப் பட வேண்டும்; அவள் செய்வதையெல்லாம் பொறுத்துக் கொள்ள வேண்டும். வீடு வாசல், கார், காசு, பணம் இவை யாவுமே அப்போது அவனுக்கு துரும்புக்குச் சமமாகப் பட்டது. இல்லறத்தில் அறமென்பது அதிர்ச்சிக் குள்ளாகும்போது, ஒன்றாகச் சேர்ந்து திரைப்படங்களுக்குப் போவதோ, ஓட்டல்களுக்கும் கடைவீதிகளுக்கும் போவதோ, காரில் போய்க் காற்று வாங்குவதோ அப்பட்டமான நாடகங்கள் என்று நம்பினான் அவன். அந்த நாடகங்களுக்காகப் பாடுபட்டுப் பணம் சேர்ப்பது அற்பத்தனம் என்றும் அவனுக்குத் தோன்றியது.

திடீரென்று ஏதோ முடிவுக்கு வந்தவன்போல்,

அண்ணாமலை தன் தாயாரைத் தேடிக்கொண்டு போனான்.

"அம்மா, இனிமேல் நான் அவள் அப்பாவின் கம்பெனிக்குப் போய் வேலை செய்யப் போவதில்லை. இந்த வீட்டை வேண்டுமானால் அவளும் அவள் அப்பாவுமே எடுத்துக் கொள்ளட்டும், எனக்கு வேண்டாம், வீடு! குடும்பம் வேண்டும்!"

மீனாட்சியம்மாள் தன் மகனுடைய முடிவைக் கேட்டு மரமென நின்றுவிட்டாள். வீடு-குடும்பம் என்ற சொற்களின் பொருள் அவளுக்கு மெள்ள மெள்ள விளங்குவது போலிருந்தது. செங்கல், சுண்ணாம்பு, சிமெண்டு முதலிய ஜடப்பொருட்களால் கட்டப்படுவது வீடு. குடும்பம்?

28. பிறந்த வீட்டுப் பெருமை

வீடும் காரும் வெளிச்சமுமாய் நான்கு பேர்களுக்கு மத்தியில் பகட்டாக உலவி வந்த தண்டபாணிக்கு, காலம் கடந்த பிறகுதான் தனது குடும்பத்தைக் கட்டிக் காத்து வளர்க்கவில்லை என்ற ஞானோதயம் ஏற்பட்டது. ஆரம்பத்தில் எல்லாமே அங்கு அவர் மனைவி வைத்ததுதான் சட்டமாக இருந்தது. சட்டமென்றால் அதில் நீதியும் நியாயமும் இருந்தால்தான் ஒழுங்காக நடக்கும்.

சுந்தரிக்குத் தனிச் செல்லம், தனிச் சலுகை என்று வந்தபோது பையன்களுக்கு ஒரே எரிச்சல். அவர்கள் யாருக்கும் கட்டுப்படுவதில்லை. வீட்டுக்குள் புகைச்சல், கிளர்ச்சி, புரட்சி என்றெல்லாம் அவர்கள் குமுறிக் கொண்டிருந்தார்கள்.

சுந்தரியின் கல்யாணத்தால் வீட்டில் அவளுடைய ஆதிக்கமும் அதிகாரமும் சில மாதங்களுக்கு மறைந்திருந்தன. அவள் தன் கணவன் வீட்டுக்குப் போயிருந்த அந்த இடைவெளிக் காலத்தில், அவர்கள் அங்கே தங்கள் ஆதிக்கத்தை வலுப்படுத்திக் கொண்டிருந்தார்கள். ஆனால், இப்போதோ சுந்தரி திடீரென்று வந்துவிட்டாள்.

"போன மச்சான் திரும்பி வந்தான் பூமணத்தோடே!" என்று ஒருவன் பாடவும் மற்றவன் தாளம் போடவும், வேறொருவன் ஆடவும் தொடங்கிவிட்டார்கள்.

வீட்டுக்குத் திரும்பி வந்த சில நாட்களுக்குள்ளாகவே அங்கு நிலைமை மாறிப் போயிருந்ததைக் கண்டு கொண்டாள் சுந்தரி. அங்கே அவளுக்கிருந்த பழைய இடம் பறி போய்விட்டது. அவளும் அவள் தாயாரும் ஆட்சி நடத்திக் கொண்டிருந்த காலம் மாறி, அது அடங்காப் பிடாரிகளான ஆண்களின் கைக்குள் அகப்பட்டிருந்தது.

பெற்றவள் ஒருத்திக்குத்தான் அங்கே தன் மகள் திரும்பி வந்ததில் ஆனந்தம். அவள் தான் சுந்தரியின் 'பரிதாப' நிலையைக் கண்டு உருகி உருகிப் போனாள்... மேலும் வீட்டில் அவளுடைய கட்சிக்கு இப்போது ஓர் ஆளும் சேர்ந்து விட்டது.

"அப்பவே சொன்னேனே, கேட்டீங்களா? தகப்பனாரும் பொண்ணும் தலை கீழே நின்னிங்களே! இப்ப என்ன நடந்திச்சு?" என்று தன் கணவன் மீதே திரும்பினாள் அந்த அம்மாள்; "சாரதான்னு எவளோ ஒரு படம் எழுதுகிற குட்டியோட அந்தப் பிள்ளை தன் வீட்டிலேயே கூத்தடிக்குதாம். பழைய தொடர்பு போலேருக்கு! இப்ப அவள் வீட்டைத்தேடிக்கிட்டே வந்திட்டாளாம். அவளைக் கண்டுட்டா உங்க மாப்பிள்ளைக்குத் தலைகால் தெரியமாட்டேங்குதாம்!"

தண்டபாணி இதைச் சிறிதுகூட நம்பவில்லை. இதற்கெல்லாம் அவனுக்கு நேரமில்லை என்பது அவருக்குத் தெரியும். ஆனாலும் அவர் பாடு மிகவும் திண்டாட்டமாகி விட்டது. விஷயம் குடும்பத்தோடு நிற்காமல் அவர் தொழிலையும் பாதித்தது. அண்ணாமலை வேலைக்கு வராததால் கம்பெனியிலும் அவருக்குச் சிக்கல்.

தொழிலைவிடக் குடும்பமே அவருக்கு இப்போது பெரியதொரு பிரச்னை. சுந்தரியும் அவள் தாயாரும் ஒரு கட்சி,

ஆண்பிள்ளைகளெல்லாம் மற்றொரு கட்சி, பத்திரிகைகளில் அவர் தினமும் படிக்கும் கட்சிச் சண்டைகளை விட, வீட்டுக் கட்சிகள் அவருக்குப் பெரிய தலைவலியைக் கொடுத்தன. பெண்களோ அவரைக் 'குலம் குலத்தோடு சேர்ந்து விட்டது' என்று தூற்றினார்கள். ஆண்களோ, 'அப்பாவுக்கு எப்போதுமே அம்மாவிடம் ஒரு சபலம்' என்று அவர் காதுக்கு எட்டும்படியாகவே குற்றம் சாட்டினார்கள். வீட்டுக்குள் நடுநிலைமைக் கொள்கையைக் கடைப்பிடிப்பது என்பது அவ்வளவு எளிதாகவும் இல்லை. 'இந்தக் குடும்பக் கட்டுப்பாடு ரகசியம் எனக்குத் தெரியாமல் போய்விட்டதே! என்று நினைத்து அவதிப் படலானார் அவர்.

சிக்கல் நீடித்தது. அண்ணாமலையை நேரில் சந்திப்பதற்கோ, அவன் வீட்டுக்குப் போவதற்கோ அவருக்கு உரிமை மறுக்கப்பட்டிருந்தது. வீட்டுத் தலைவியின் கண்டிப்பான உத்தரவு அது. அப்படி ஏதாவது நடந்தால் அவள் தன் பெண்ணைக் கூட்டிக் கொண்டு வீட்டை விட்டு அவள் வெளியேறி விடுவதாகவும் தற்கொலை செய்து கொள்வதாகவும் பலமுறை அவரைப் பயமுறுத்தியதுண்டு; ஆனால் ஒரு முறை கூட அவள் அப்படிச் செய்யவில்லை என்பது அவருக்குப் புரியவில்லை.

சமாதான உடன்படிக்கைக்கான அந்த அம்மாளின் நிபந்தனைகள் இவை.

அண்ணாமலையும் அவன் தாயாரும் ஒரு முறைக்கு ஒன்பது முறை அவர்கள் வீடு தேடி வந்து சுந்தரியை நேரில் அழைக்க வேண்டும். நடந்த குற்றங்களுக்கும் தவறுகளுக்கும் மன்னிப்புக் கேட்க வேண்டும். இனி அப்படியெல்லாம் நடக்காதென்று வாக்குறுதி தர வேண்டும். அதற்குப் பிறகு, "நாக்கைப் பிடுங்கிக் கொள்வது போல் நாலு வார்த்தைகள்!" அவர்களிடம் கேட்டுவிட்டுத்தான் அவள் தன் மகளைத் திருப்பி அனுப்புவாள்!

"இனிமேல் மைத்துனருக்கு நாக்கு இருந்தால் தானே

அதை அவர் பிடுங்கிக்கொள்ள முடியும்? சுந்தரி இங்கு வந்தவுடனேயே, அவர் ரோஷமுள்ள மனிதராக இருந்தால், அதைப் பிடுங்கிக் கொண்டிருப்பாரே!" என்று ஒருமுறை அவளுடைய பெரிய மகனே அவளிடம் கேட்டு விட்டான்.

வீட்டுக்குள்ளிருந்த ஆண்கள் கட்சியின் அனுதாபம் அண்ணாமலையிடமே இருந்தது. ஆனாலும் அவர்களும் சமாதானத்துக்கு முயலவில்லை. தலையிடாக் கொள்கையை அவர்கள் கடைப்பிடித்து வந்தார்கள். சுந்தரியிடம் அவர்கள் நடந்து கொண்டதைப் பார்த்தால், அவளிடம் பட்ட பழைய கொடுமைகளுக்கு வஞ்சம் தீர்த்துக் கொள்வது போலிருந்தது.

தண்டபாணிக்கு அடுத்தபடி அவருடைய காரின் மேலிருந்த ஆதிக்கம் அவர்கள் கைக்கு வந்து விட்டது. தங்கள் இஷ்டம்போல் அவர்கள் காரை எடுத்துக் கொண்டு சினிமாவுக்கும் ஓட்டலுக்குமாய்ச் சென்று வந்தார்கள். சுந்தரியை அவர்கள் சட்டை செய்வதே இல்லை. அவர்களைப் பொறுத்த மட்டில் அவள் அந்நியப் பெண்மணி.

சுந்தரியின் பரிதாபகரமான நிலையைக் கண்டு தண்ட பாணியால் சிறிதும் பொறுக்கமுடியவில்லை. 'பெண்ணைக் கெடுத்த தாய்' என்று அவர் மனைவியின்மீது அடிக்கடி எரிந்து விழுந்தார். அண்ணாமலை இனிவந்து சுந்தரியைக் கூப்பிடப் போவதில்லை என்றும் சொல்லி வைத்தார். கொம்பில் ஏறிக் கொண்டிருந்த வீட்டுக்கார அம்மாளுக்கு அந்தக் கிளை முறிந்து விழுந்து விடுமோ என்ற கிலி பிடித்துக்கொண்டது. அவளும் மெல்லக் கீழே இறங்கி வரத்தலைப்பட்டாள்.

இந்த நிலையில் சில முன்னேற்பாடுகளைச் செய்து கொண்டு ஒருநாள் ஆனந்தியின் வீட்டுக்குப் புறப்பட்டார் தண்டபாணி. ஆனந்தியின் அப்பா கதிரேசனைக் கொண்டு முயன்றால் ஒரு வழி பிறக்கக் கூடும் என்று அவருக்குத் தோன்றியது. கதிரேசனின் சொல்லை அண்ணாமலை உதறி விடமாட்டான்.

நல்ல வேளையாக அவர் சென்றபோது ஆனந்தியும் கதிரேசனும் அவரை வரவேற்பதில் ஆர்வம் காட்டினார்கள். கதிரேசனுக்கு எல்லாச் செய்திகளும் தெரிந்திருந்தன என்பதை அவரிடம் சில நிமிஷங்கள் பேசுவதற்குள் புரிந்து கொண்டார் தண்டபாணி.

ஆகவே, அவரிடம் மேலும் விவாதிக்காமல், "நடந்தது எதுவானாலும் நீங்கதான் சுந்தரியை அவள் வீட்டோடு வாழ வைக்க வேணும்; இது உங்கள் பொறுப்பு" என்றார் தண்டபாணி.

"சுந்தரிக்கே முதலில் அந்தப் பொறுப்பு வேண்டும்; இனி அவள் வீடு எது என்பது அவளுக்குத் தெரியவேண்டும். தெரிந்தால் சிரமமிருக்காது" என்றார் கதிரேசன்.

தாம் என்ன செய்யவேண்டும் என்பதைக் கேட்டார் தண்டபாணி.

"பெண்ணைக் காரில் அவள் வீட்டுக்கு அனுப்பி வையுங்கள். அவளை இங்கு யாரும் குறை கூறாமல் நான் பார்த்துக் கொள்கிறேன். நானும் சுந்தரியோடு பேசுகிறேன்."

தண்டபாணிக்கு இங்குதான் சோதனை குறுக்கிட்டது. மலையையே புரட்டிக்கொண்டு வந்து அங்கு போடுவதற்குக் கூட அவர் தயாராக இருந்தார். ஆனால், காரில் சுந்தரியை ஏற்றி வைத்து அவள் புகுந்த இடத்துக்கு அனுப்பமுடியும் என்று அவருக்குத் தோன்றவில்லை. அவர் மனைவியும் அந்த அளவுக்கு விட்டுக் கொடுத்துவிட மாட்டாள்.

சிறிதுநேரம் மௌனம் சாதித்தார் தண்டபாணி. பிறகு தம் கைப்பையைத் திறந்து அதிலிருந்து சில பத்திரங்களை எடுத்துக் கதிரேசனிடம் கொடுத்தார். அண்ணாமலையின் வீடு கடனிலிருந்து முழுவதும் மீட்கப்பட்டிருநதது தண்டபாணி முழுக் கடனையும் கட்டி அண்ணாமலைக்காக அவனுடைய சொத்தை மீட்டிருந்தார்.

கதிரேசன் பத்திரங்களை வாங்கிக் கொண்டார். அண்ணாமலையிடம் அவற்றைக் கொடுத்து விடுவதாகச்

சொல்லிவிட்டு, "இந்தக் காலத்தில் இப்படி ஒரு மாமனார் அண்ணாமலைக்குக் கிடைத்திருப்பது அவருக்குப் பெருமைதான். ஆனால் நீங்களும் அவரைப் பற்றி இன்னும் சில விஷயங்களைத் தெரி ந்து கொள்ள வேண்டும்" என்றார்.

"சொல்லுங்க!" என்றார் தண்டபாணி.

"பிறவிக் கலைஞர் அந்தப் பிள்ளை. பணத்துக்கு ஆசைப் பட்டுத் தங்களையே விற்றுக் கொள்ளுகிற ஆண்பிள்ளை களைச் சேர்ந்தவரில்லை அவர். அவரிடம் பேசிப் பார்த்தேன். பணத்துக்காகவும் அதனால் வரும் வசதிக்காகவும் அவருக்குப் பிடிக்காத படங்களை அவர் வரைய விரும்பவில்லை. இனி உங்கள் கம்பெனியில் அவர் வேலை பார்க்க மாட்டார்."

"பரவாயில்லை; எப்படியாவது பெண்ணும் பிள்ளையும் ஒத்து வாழ்ந்தால் சரிதான்" என்றார் தண்டபாணி.

"ஒத்து வாழ்வது!" என்று சொல்லி நீண்ட பெருமூச்சு விட்டார் கதிரேசன்; "வாழ்க்கையில் அந்தப் பாக்கியம் எனக்குக் கிடைத்தது. காரணம் எனக்கு வாய்த்தவள் என்னிடம் அன்பு செலுத்தினாள்; நானும் அதைப் புரிந்து கொண்டேன்" என்றார்.

கதிரேசனின் குரல் தழுதழுத்தது. எதையெல்லாமோ அவர் அப்போது நினைத்துக் கொண்டார்; சிரமப்பட்டு மேலே பேசினார்.

"அண்ணாமலை தங்கமான பிள்ளை; சின்னஞ்சிறு குழந்தை அவர். அவருக்குத் தேவையானது அன்பு ஒன்றுதான். அது இப்போது அவருடைய மனைவியிடமிருந்துதான் கிடைக்க வேண்டும். அதை அவர் அதிகாரம் செய்தோ, கெஞ்சிக் கேட்டோ, லஞ்சம் கொடுத்தோ மனைவி யிடமிருந்து பெற முடியாது. அண்ணாமலை ஓர் அற்புதமான கலைப் பயிர். அதை வாடிப் போகாமல் காக்க வேண்டுமானால் அதற்கு உங்களுடைய பெண்ணின் அன்பு வேண்டும்; அன்பு ஒன்றை மட்டும் சுந்தரி அவருக்குக் கொடுத்தால் போதும்."

அருகிலிருந்து இதைக் கேட்டுக் கொண்டிருந்த ஆனந்திக்கு நெஞ்சை அடைத்துக் கொண்டு வந்தது. அவளுடைய உள்ளம் பாகாய் உருகிக் கண்களின் வழியே பொங்கத் துடித்தது. உள்ளே ஓடிச் சென்று தனிமையில் தேம்பித் தேம்பி, விக்கி விக்கி அழ வேண்டுமென்ற ஓர் உணர்ச்சி அவளை உந்தித் தள்ளியது.

என்றாலும் அவள் தன்னை அடக்கிக் கொண்டு தண்டபாணியிடம் திரும்பி, "கவலைப்படாதீர்கள்; நானும் அப்பாவுமே உங்கள் வீட்டுக்கு வந்து சுந்தரியை இங்கே அழைத்துக் கொண்டு வருகிறோம்" என்றாள் ஆனந்தி.

"கோடிப் புண்ணியம் உங்களுக்கு!" என்று அவளைக் கையெடுத்துக் கும்பிட்டார் தண்டபாணி.

29. ஆனந்தமும் அவமானமும்

சுந்தரியை எப்படியோ அவளுடைய பிறந்த வீட்டிலிருந்து புகுந்த வீட்டிற்குக்கொண்டு, வந்து சேர்ப்பதற்குள் போதும் போதுமென்றாகிவிட்டது ஆனந்திக்கு. அண்ணாமலையிடம் அவன் மனைவியைக் கொண்டுவந்து விடுவதற்குள் அவள் படாதபாடு பட்டு விட்டாள். சுந்தரியின் தாயார் 'நாக்கைப் பிடுங்கிக் கொள்ளுவதுபோல் நாலு கேள்விகள்' கேட்டுவிட்டுத்தான் அவளுடைய மகளைத் திருப்பி அனுப்ப முடியும் என்று சவால் விட்டிருந்தாளல்லவா? அந்த வாய்ப்பை அவளுக்கு அண்ணாமலையோ மீனாட்சியம்மாளோ தராததால் அவளுடைய ஆத்திரமெல்லாம் ஆனந்தியின் மீதே திரும்பியது.

நாக்கைப் பிடுங்கிக் கொள்வதுபோல் அவள் நாலு கேள்விகளோடு நிறுத்தவில்லை. நானூறு கேள்விகள் கேட்டாள்; பேய் பிடித்தவள் போல் ஆனந்தியிடம் ஆடித் தீர்த்து விட்டாள். அவ்வளவுக்கும் ஆனந்தி வாய் திறக்க வில்லை. அளவுக்கு மீறிய பொறுமையோடு எல்லாவற்றையும்

வாங்கிக் கட்டிக்கொண்டு, சிரித்த முகம் கோணாமல் எப்படியோ சுந்தரியை அழைத்துக் கொண்டு வந்தாள்.

அண்ணாமலையையும் சுந்தரியையும் ஒன்றாகப் பார்த்தவுடன் அவளுக்குச் சுந்தரியின் தாயாரிடம் தான் பட்ட பாடெல்லாம் மறந்துவிட்டது. எல்லையற்ற குதூகலம் ஆனந்திக்கு. தனிமையில் நெடு நேரம் சுந்தரிக்கு உபதேசம் செய்துவிட்டு, அவள் தன் வீட்டுக்குத் திரும்பினாள்.

ஆனந்தியின் வீட்டில் அவள் வரவை எதிர்பார்த்துக் காத்து கொண்டிருந்தாள் சாரதா. வழக்கம்போல் அவளுடைய முகத்தில் மலர்ச்சியைக் காணவில்லை, ஆனந்தியைக் கண்டவுடன், "எப்படியாவது உன்னைப் பார்த்து விட்டுப் போக வேண்டுமென்றுதான் காத்துக் கொண்டிருக்கிறேன். ஒரு முக்கியமான விஷயம் உன்னிடம் பேசவேண்டும்" என்றாள் சாரதா,

கோபத்தால் சிவந்து கன்றி இருந்தது சாரதாவின் முகம்; அவளை அழைத்துக் கொண்டு ஆனந்தி மாடிக்குச் சென்றாள். அண்ணாமலையின் குடும்ப விஷயத்தில் தலையிட்டுச் சமாதானம் செய்ததற்காக எங்கே தன்னை அவள் கண்டிக்கப் போகிறாளோ என்ற சந்தேகம் அவளுக்கு.

ஆனால், சாரதாவோ எடுத்த எடுப்பில் "இப்போது உன் வீட்டுக்காரர் எப்படியிருக்கிறார்?" என்று ஆரம்பித்தாள்.

"எப்படியிருக்கிறார் என்று கேட்டால்?" என்று திருப்பிக் கேட்டுவிட்டு "அவருடைய தொழில் நன்றாக நடப்பது போல் தெரிகிறது. வெளியிலும் அவருக்கு வேலை; வீட்டிலும் வேலை. கீழே ஆபீஸ் அறையில் தினமும் அவர் நடுச்சாமம் வரையில் கணக்கெழுதுகிறார். பிறகு காலையில் எழுந்து வேலைக் களத்துக்குப் புறப்பட்டுப் போகிறார். தொழில் லாபகரமாக நடப்பதாகவே தெரிகிறது. காரும் சொந்தமாக வாங்கியிருக்கிறார்" என்றாள்.

"காருக்கு டிரைவர் கிடையாதா?"

"அவருக்கோ கார் ஓட்டத் தெரியும். டிரைவர் வைத்துக் கொள்ளவில்லை."

"நேற்று சாயங்காலம் எத்தனை மணிக்கு அவர் வீட்டுக்குத் திரும்பினார் என்று உனக்கு நினைவிருக்கிறதா?"

சாரதாவின் கேள்விகள் போலீஸின் கேள்விகள் போல் ஆனந்திக்குத் தோன்றின. என்றாலும் சாரதாவுக்கிருந்த உணர்ச்சிகளைக் கண்டபோது ஆனந்தியால் சிரிக்க முடியவில்லை.. நினைத்துப் பார்த்து, "நேற்று அவர் வீட்டுக்கு வரும்போது எட்டரை அல்லது ஒன்பது மணியிருக்கும்" என்றாள்.

"நீ அவரோடு ஒன்றாகக் காரில் இரவு எட்டு மணிக்கு கடற்கரையில் இருந்தாயா? அதாவது காரின் பின் ஸீட்டில் அவர் மேல் சாய்ந்து கொண்டிருந்தாயா என்று கேட்கிறேன்."

"சாரதா!" -அலறினாள் ஆனந்தி.

சாரதா மாணிக்கத்தின் காரைக் கடற்கரையின் இருள் சூழ்ந்த ஒரு மூலையில் கண்டாளாம். ஒரு வேளை, ஆனந்தியும் அதில் வந்திருக்கக் கூடும் என்று நினைத்துப் பின் புறத்திலிருந்து அதை நோக்கி வேகமாக வந்தாளாம். அருகில் நெருங்க நெருங்க அவளுக்குச் சந்தேகம் வந்துவிட்டதாம். இருள் கவிந்த இடத்தில் காரை நிறுத்திக் கொண்டு அதன் பின் ஸீட்டிலிருந்தபடியே இருவர் இந்த உலகத்தையே மறந்த நிலையில் காணப்பட்டார்களாம். மாணிக்கத்தின் பிடியில் அகப்பட்டிருந்த பெண் யாரென்று சாரதாவால் புரிந்து கொள்ள முடியவில்லையாம்.

"நீயாக இருக்க மாட்டாய் என்று எனக்குத் தெரியும். கட்டிய கணவனாக இருந்தாலும், அப்படி அவர் நடுத்தெருவில் காரில் உன்னைக் கட்டிப் பிடிக்க நீ இடம் கொடுத்திருக்க மாட்டாய். அதனால்தான் நான் சந்தேகப்பட்டேன்."

ஆனந்திக்கு நெஞ்சை அடைத்துக் கொண்டு வந்தது. மெள்ளத் தன் கரங்களால் சாரதாவின் கரங்களைப்

பற்றினாள். அவளுடைய பிடி இறுகிக் கொண்டே வந்தது, சாரதா கூறிய செய்திகளை ஆனந்திக்கு நம்புவதற்கு விருப்பமில்லையென்றாலும், அவள் அதை நம்பத்தான் வேண்டியிருந்தது. ஆனந்தி எப்படியே தன்னுடைய கண்ணீரை அடக்கிக் கொண்டாள். ஆனால் சாரதாவின் கண்ணீரை அவளால் துடைத்து நிறுத்த முடியவில்லை.

குமுறினாள் சாரதா; அவளால் தன்னைக் கட்டுப் படுத்திக் கொள்ள முடியவில்லை.

"ஆண்களில் பலர் அயோக்கியர்கள்; துரோகிகள்" என்று சீறினாள் சாரதா; "வீட்டுக்கு வீடு இப்படித்தான் நடக்கிறது. உனக்குத் துரோகம் செய்துவிட்டு இப்போது அண்ணாமலை சுந்தரியிடம் அகப்பட்டுக் கொண்டு அவதிப்படுகிறார். என் வீட்டில் என்னுடைய அண்ணன், தம்பி இருவரும் கல்யாணம் செய்து விட்டார்கள். ஏனென்றால் அவர்களுக்கு அதனால் பணம் கிடைக்கிறது. காசு செலவு செய்ய வேண்டுமென்பதற்காக வீட்டில் பெண்களுக்குக் கல்யாணப் பேச்சை அவர்கள் எடுக்கவில்லை. இவர்கள் எல்லாம் தங்களை ஆண்பிள்ளைகள் என்று சொல்லிக் கொண்டு தெருவில் வெட்கமில்லாமல் நடமாடுகிறார்கள். இப்போது உன் வீட்டில் துரோகம் நடந்து விட்டது. எப்படித்தான் நீ இந்த மனிதரைக் கல்யாணம் செய்து கொள்ளத் துணிந்தாயோ தெரியவில்லை. அப்போதே நீ தவறு செய்து விட்டாய். என்னால் உன் செய்கையை ஒப்புக் கொள்ளவே முடியாது. நீ இவரைக் கல்யாணம் செய்து கொண்டதே முட்டாள்தனம்!"

படபடவென்று ஆத்திரத்தில் சொற்களைக் கொட்டி விட்டு, தன்னுடைய கண்ணீரைத், துடைத்துக் கொண்டு அங்கிருந்து புறப்பட்டாள் சாரதா. அவள் புறப்பட்ட பிறகு ஆனந்திக்கு மாடியிலிருந்து இறங்கி வரத் தோன்றவில்லை.

"அப்படியும் இருக்குமோ?" என்ற கேள்வியும், 'சே, அந்த அளவுக்குக் கேவலமாக இருக்காது!' என்ற பதிலும்

அவளுக்குள் முளைத்தெழுந்தன. இருக்காதென்றால் வேறு எப்படியிருக்குமென்று அவளால் கற்பனை செய்து பார்க்க முடியவில்லை.

வேலைக்களத்தில் தோட்டக்கார வேலையாவும், அவன் மகள் முத்தம்மாளும் வேலை செய்வது ஆனந்திக்குத் தெரியும். சமயங்களில் அவர்களை மாணிக்கம் அவனுடைய காரிலேயே அழைத்துக் கொண்டு செல்வான்; கொண்டு வந்துவிடுவான். முத்தம்மாள் பெரியவளாகி விட்டா ளென்றாலும், விகற்பமறியாப் பெண்; விளைவுகள் அறியாப் பேதை. ஆனால், தளதளவென்று வளர்ந்து கல்லால் செதுக்கிய சிற்பம் போல் கட்டுக் குலையாமல் இருந்தாள்.

வேலையாவுக்குச் சில நாட்களாக உடம்புக்குச் சுகமில்லையென்பதும், அதனால் முத்தம்மாள் மட்டிலுமே வேலைக்குப் போய் வந்தாளென்பதும் பளிச்சென்று ஆனந்தியின் நினைவுக்கு வந்தன. வேலையாவுக்கு வைத்தியம் செய்வதில் மாணிக்கம் காட்டிய அளவுக்கு மீறிய ஆர்வம் வேறு ஆனந்திக்கு விசித்திரமாகத் தோன்றியது.

'அப்படியும் இருக்குமா?' என்ற அவள் கேள்விகளுக்கு "அப்படித்தான் இருக்க வேண்டும்!" என்ற பதில் அவளிடமிருந்தே கிடைத்தது. ஆனந்திக்கு அன்று முழுவதும் சாப்பிட முடியவில்லை. உள்ளே முளைத்துவிட்ட சந்தேகத்தைத் தீர்த்துக் கொள்ளும் வரையில் பசி, தாகம், உறக்கம் எதையுமே அவள் பொருட்படுத்த மறுத்தாள். அவளுக்கு எப்படியாவது நடப்பைத் தெரிந்து கொள்ள வேண்டுமென்ற பிடிவாதம் ஏற்பட்டு விட்டது. சந்தேக உலகத்தில் நெடுநாள் சஞ்சரிக்க அவள் விரும்பவில்லை.

அன்றைக்கு இரவும் சரியாக ஒன்பது மணிக்குத்தான் மாணிக்கத்தின் கார் வீட்டுக்குத் திரும்பியது. காரின் பின் புறத்திலிருந்து குதித்து ஓட்டமும் நடையுமாக முத்தம்மாள் தோட்டத்துக்குள் புகுந்து செல்வதை ஆனந்தி கவனித்தாள். முத்தம்மாளின் நடையிலிருந்த துள்ளல் அவளுக்குப்

புதுமையாகத் தோன்றினாலும் அது வயதின் காரணமான இயற்கைத் துள்ளலாகவும் இருக்கலாம் என்று அவள் தன்னைச் சமாதானப்படுத்திக் கொள்ளப் பார்த்தாள். மாணிக்கமும் முத்தம்மாள் சென்ற பக்கம்கூடத் திரும்பிப் பார்க்காமல் "இன்று கூலி போடும் நாள்; அதனால் நாழியாகி விட்டது" என்று சொல்லிக் கொண்டே வீட்டுக்குள் நுழைந்தான்.

மாணிக்கத்தின் சாப்பாடு முடிந்தது. எதையுமே அவனிடம் ஆனந்தி வாய்விட்டுக் கேட்கவில்லை. சாப்பாட்டை முடித்துக் கொண்டு வழக்கம்போல் அவன் தன்னுடைய அலுவல் அறைக்குள் புகுந்து கொண்டான். கணக்கு வழக்குகளை அவன் பார்த்து முடிப்பதற்குச் சில சமயங்களில் இரவு பன்னிரண்டு மணிகூட ஆகிவிடும். பிறகு அங்கேயே படுத்தும் உறங்கிவிடுவான்.

முன்போல் இப்போதெல்லாம் அவன் தினந்தோறும் மாடிக்கு வந்து ஆனந்திக்குத் தொல்லை கொடுப்பது இல்லை. எப்போதாவது ஒரு நாள் நினைத்துக் கொண்டால் நடுச்சாமத்துக்குப் பிறகு வந்து திரும்புவான். ஒரு வகையில் இதனால் ஆனந்திக்கு, அவள்படும் சித்திரவதை குறைந்து வருவதாகவே தோன்றியது. பெண்ணிடம் அவன் கொண்டிருந்த மோகம் திடீரென்று பொன்னுக்குத் திரும்பி விட்டது என்று அவள் நம்பிக் கொண்டிருந்தாள். கணக்கு நோட்டே அவனுடைய காதலி என்ற நினைவு ஆனந்திக்கு.

ஆனந்திக்கு அன்றிரவு உறக்கம் வரவில்லை. ஒரு வேளை அவன் நள்ளிரவுக்குப் பிறகு தன்னைத் தேடிக் கொண்டு வந்தால், அவனிடம் வெளிப்படையாகவே கேட்டுவிட வேண்டுமென்று முடிவுசெய்து கொண்டிருந்தாள். ஆனால், அவன் வரவில்லை. பன்னிரண்டு மணிக்கு மேல் அவன் கீழ்ப் புறத்தில் இருந்த தன் அறையின் விளக்கை அணைக்கும் சத்தம் ஆனந்திக்குக் கேட்டது. படுக்கையில் கிடந்த ஆனந்தி மெல்ல எழுந்து வந்து கூடத்தில் நின்றாள். எங்கும் இருண்டு கிடந்தது. காற்றில் தோட்டத்து இலைகள் கூட அசைய

வில்லை. நெடுநேரம் சன்னல் வழியாக இருளையே ஊடுருவிக்கொண்டு அவள் நின்றாள். அப்படி நிற்பது அவளுக்கே அவமானமாகவும் தோன்றியது. ஆனால், அந்த அவமானத்தைத் தவிர்க்க அவளால் முடியவில்லை.

கீழ்ப்புறம் ஏதோ சலனம் எழுந்ததுபோல் தோன்றவே அவள் மாடியிலிருந்து குனிந்து பார்த்தாள்.

30. இருளில் நடந்தது

ஆனந்தியின் விழிகள் அப்படியே நிலை குத்தி நின்று விட்டன. தலையில் முக்காடு போட்டுக்கொண்டு ஓர் உருவம் திருட்டுத்தனமாகப் பதுங்கி நடப்பதை அவள் கவனித்தாள். இப்படி ஒரு நிகழ்ச்சியை இதற்கு முதல் நாள் அவள் எதேச்சையாகப் பார்த்திருந்தால், 'திருடன், திருடன்;' என்று கூச்சலிட்டு அந்த வீட்டையே எழுப்பியிருப்பாள். ஆனால், அவன் திருடனல்ல என்பது இப்போது அவளுக்கு விளங்கிவிட்டது. என்றாலும் அவன் தன் கணவன்தான் என்று அவள் நம்ப விரும்பவில்லை.

மெல்ல மாடியிலிருந்து இறங்கி வந்து, அவனுடைய அலுவல் அறைக்குள் புகுந்தாள். அவை இருண்டு கிடந்தாலும், அவன் அங்கே இல்லை என்பது அவளுக்குத் தெரிந்து விட்டது. திரைச் சீலையை ஒதுக்கிவிட்டுக் கட்டிலின் அருகே சென்றாள். மெத்தை மட்டிலும் விரிக்கப்பட்டிருந்தது. சிறிது நேரம் அதில் அமர்ந்து யோசனை செய்ய முயன்றாள். குழம்பிப் போயிருந்த மனதைக் கொண்டு எப்படி யோசனை செய்வது?

திரும்பி மாடி அறைக்கே போய் விடலாமா? அல்லது அவன் திரும்பி வரும் வரையில் அங்கேயே காத்துக் கொண்டிருக்கலாமா? அல்லது... அல்லது... தோட்டத்துக்குள் புகுந்து அவனைப் பின் பற்றிச் செல்லலாமா?... அவளுடைய குழப்பம் தீர்ந்தபாடில்லை.

அவளை அறியாமல் அவளுடைய கரம் அவள் கழுத்தில்

தொங்கிய மாங்கல்யத்துக்குச் சென்றது. மெல்ல அதைப் பற்றித் தன் விழிகளின் அருகே கொண்டு வந்தாள். அந்த இருளிலும் அது அவளுக்கு பளிச்சென்று தெரிந்தது.

'நீ தவறு செய்து விட்டாய்; உன் செய்கையை என்னால் ஒப்புக் கொள்ளவே முடியாது. நீ இவரைக் கல்யாணம் செய்து கொண்டதே முட்டாள்தனம்!' என்று அதற்குள்ளேயிருந்து சாரதாவின் குரல் மீண்டும் அவளை இடித்துக் காட்டுவது போலிருந்தது.

கண்ணீர் பொங்கிவரவே அதில் மாங்கல்யம் மறைவது போல் தோன்றியது. சட்டென்று அதை கரத்திலிருந்து நழுவ விட்டாள். மார்பகத்தில் அது பட்ட இடம் நெருப்புத் துண்டுபட்ட இடம் போல் சுட்டுவிட்டது.

தன்னைத்தானே அவள் கேட்டுக் கொண்டாள். 'நான் உண்மையிலேயே இதய பூர்வமாக அவரைக் காதலிக்கிறேனா? அப்படிக் காதலிப்பது உண்மையாக இருந்தால் இப்படியெல்லாம் நடக்குமா? நான் அன்பு செலுத்துவது உண்மையா? அல்லது வெறும் நடிப்பா?'

'காதலித்துக் கல்யாணம் செய்து கொள்ளாத எத்தனையோ பேர்களில் நானும் ஒருத்தி. ஆனால், கல்யாணம் செய்து கொள்ளச் சம்மதித்துக் கல்யாணமும் நடந்த பிறகு, நான் அவரைக் காதலிக்க முயன்று வருகிறேன்; ஒவ்வொரு நாளும் எத்தனையோ மனப்போராட்டங்களுக்கிடையிலும், தோல்விகளுக்கிடையிலும் நான் என் முயற்சியை மட்டும் கைவிடவில்லை. என் இதயம் முழுவதும் அவர் நிரம்பியிருக்கும்படி என்னால் அவரை இன்னமும் உயிருக்குயிராகக் காதலிக்க முடியவில்லைதான். என்றாலும் நான் முயலுகிறேன். இதில் என்னுடைய முயற்சி மட்டிலும் போதுமா? போதுமா?'

அந்த முயற்சியை மேலும் தொடர வேண்டுமென்ற பிடிவாதம் அவளுக்கு ஏற்பட்டது. அதைப் பாதியில் துண்டித்துக் கொள்ள அவளுடைய மனம் இடம்

கொடுக்கவில்லை. கணவன் என்ற உறவையும் உரிமையையும் பற்றிக் கொண்டு அவள் மேலும் போராடிப் பார்க்கத் துணிந்து விட்டாள்.

அறையைவிட்டு எழுந்து இருளில் தோட்டத்துக்குள் புகுந்தாள் ஆனந்தி. அப்படிச் செய்வது அவளுக்கே அவமானமாக இருந்தது. அருவருப்பாக இருந்தது; அசிங்கமாக இருந்தது...சேற்றில் புரளும் புழுவைக் காதலிக்க முயன்ற பிறகு, சேற்றைக் கண்டு கூசினால் முடியுமா?

சந்தடி செய்யாமல் பதுங்கிப்பதுங்கி அவள் நடந்தாள். கேவலத்திலும் கேவலம் ஒரு பெண் பிள்ளை மிகவும் கீழ்த்தரமான இழி தொழிலைத் திருட்டுத்தனமாகச் செய்யப் புகுவது போல் அவள் செடிகளுக்கிடையில் புகுந்தாள். அவளுடைய காதுகள் மிகவும் கூர்மை பெற்றுவிட்டன. பேச்சுக் குரல் கேட்டால், அந்தத் திசையில் சென்று அவர்களுக்கு மத்தியில் நின்று விடுவது என்ற உறுதிகொண்டிருந்தாள் ஆனந்தி. பேச்சுக் குரல் காணோம். 'ஒரு வேளை முத்தம்மாள் இங்கு வராமலிருந்து, அதனால் அவளைத் தேடிக்கொண்டு அவள் வீட்டுப் பக்கத்தில் போய் அவளுக்காகக் காத்துக்கொண்டு நிற்கிறாரோ? அப்படியிருந்தால் நல்லதுதான். வந்து மெல்ல அவருடைய கரத்தைப்பற்றி அழைத்துக் கொண்டு வந்து விடலாம். இருவரையுமே இந்தப் பாதகத்திலிருந்து காப்பாற்றி விடலாம்.'

எத்தனை எத்தனையோ நினைவுகள் நெஞ்சில் அலைமோத, தன்னுடைய மூச்சை அடக்கிக் கொண்டு சுற்று முற்றும் பார்த்தபடி நடந்தாள் ஆனந்தி. சுரீரென்று உள்ளங்காலில் ஏதோ தைத்து இரத்தம் பெருக்கெடுத்தது. சத்தத்தை அடக்கிக் கொண்டு, காலை உயர்த்தி அதைப் பிடுங்கி எறிந்தாள். கண்ணாடித் துண்டோ, பீங்கான் துண்டோ தெரியவில்லை. கையில் பட்ட இரத்தக் கறையின் ஈரத்தைத் துடைக்க அவளுக்குத் தோன்றவில்லை.

ஒரு கணம் அங்கு நின்றாள். நந்தியாவட்டைச் செடிகள் அசைவதுபோல் தோன்றின. மெல்ல அந்தத் திசையில் ஊர்ந்து சென்றாள். செடிகள் அடர்ந்திருந்தாலும் அங்கங்கே சிறிது இடைவெளித் திட்டுக்கள் தோட்டத்தில் இருந்தன.

அப்படி ஒரு புதரிடைப் புல்வெளியில்...

இருட்டாக இருந்தாலும் வானத்துச் சிறு மீன்கள் மண்ணிடையே நடந்து கொண்டிருந்த செயலை அவளுக்குக் காட்டிக் கொடுத்து விட்டன. கண் பெற்ற பாவத்தை முதன் முதலாக அவளுடைய வாழ்க்கையில் அனுபவித்தாள் ஆனந்தி. உடனே தன் கண்களை மூடிக்கொண்டு விட்டாள் என்றாலும், அந்தக் காட்சி அப்படியே முள்ளாக அவள் நெஞ்சில் பதிந்துவிட்டது.

இரண்டு மனிதர்களை அவள் அங்கே காணவில்லை. இரண்டு விலங்குகளைக் கண்டாள். மிருகங்களைக் கண்டாள். விலங்குகள் கட்டிப் புரண்டு போராடிப் பெருமூச்செறியும் பயங்கரமான காட்சிதான் அவளுக்கு அங்கே காத்திருந்தது.

வெறிகொண்டவள் போல் மாங்கல்யச் சரடை இறுக் பற்றிக்கொண்டு வேகமாகத் திரும்பி நடந்தாள் ஆனந்தி. சந்தடிக்கோ சலசலப்புக்கோ அவள் இப்போது கவலைப் படவில்லை. பாவம்! அவர்களும் அந்த நேரத்தில் இடி இடித்தாலும் கவலைப்பட்டிருக்க மாட்டார்கள் என்பது அவளுக்குத் தெரியாமல் போய்விட்டது.

நேரே மாடிப் படிகளில் தாவி ஏறித் தன்னுடைய அறைக்கு வந்தாள். இனி அவனிடம் இது பற்றிப் பேசிப் பயன் இல்லை என்ற முடிவு அவளுக்கு அந்தக் கணத்திலேயே பிறந்துவிட்டது. அவள் தன்னையே நொந்து கொண்டாள். தன்னுடைய உடலை, உள்ளத்தை, அழகை இளமையை நொந்து கொண்டாள்.

மாணிக்கத்தால் தீண்டப்பட்ட தேகத்தைச் சுமந்து கொண்டு உயிர் வாழ்வதைப் போல் கேவலமான ஒரு செயல்

உலகத்தில் இருக்க முடியாதென்று அவளுக்குத் தோன்றியது. தன் கரத்தால் தன் தேகத்தையே தொடுவதற்கு அவள் கூசினாள். இனி கண்ணாடியின் முன்னால் நின்று தன் உருவத்தைப் பார்த்துக்கொண்டால், தனக்குப் பைத்தியம் பிடித்துவிடும் என்ற அச்சம் அவளுக்கு ஏற்பட்டது. தன் தந்தையால் வரையப்பட்டு வீட்டுக் கூடத்தில் தொங்கிய தன் வண்ணப் படத்தை உடைத்தெறிய வேண்டும் என்ற ஆத்திரம் பற்றிக்கொண்டு வந்தது அவளுக்கு.

ஏதோ ஒரு முடிவுக்கு வந்தவள்போல் தன் அறையிலிருந்து வெளியில் வந்தாள் ஆனந்தி. கிழக்கே இருந்து கடல் அலைகளின் ஒலி அவளைக் கூவி அழைத்த வண்ணமாகவே இருந்தன. அன்பு நிறைந்த அருமையான அழைப்புத்தான்.

படிகளில் இறங்கினாள், திடீரென்று அவளை யாரோ குறுக்கிட்டு வழி மறிப்பது போன்ற பிரமை ஏற்பட்டது. கவனித்தாள் ஆனந்தி. இந்த வேளையில் எப்படி அவளுடைய இறந்து போன தாயார் உயிர்த்தெழுந்து வந்தாள்? சந்தேக மேயில்லை! சரஸ்வதியம்மாள்தான்!

"ஆனந்தி; உன் அப்பா ஒரு குழந்தையம்மா; அவரை உன்னிடம் விட்டிருக்கிறேன். நீதான் அவரைக் கவனித்துக் கொள்ளவேண்டும். இதை மறந்துவிடாதே ஆனந்தி."

அப்படியே அவள் தாயைக் கட்டிக் கொள்வதற்காக இரு கரங்களையும் விரித்தபடி தாவினாள் ஆனந்தி. அவள் கரங்களின் பிடியில் மாடிப்படியின் சட்டந்தான் அகப்பட்டது!

அவள் நின்றிருந்த அந்த இடம் எந்த இடம் என்பது அவளுக்கு விளங்கவில்லை. முதல் முதலில் மாணிக்கத்தின் எச்சில் அவள் உதட்டில் பட்டு, நெருப்பாய் அவளை எரித்த இடம்தான் அது.

31. தோழிகள் இருவர்

எப்படியோ விடிந்தது மறுநாள் பொழுது ஆனந்திக்கு. மாணிக்கம் வீட்டை விட்டு வெளியே புறப்படும் வரையில் அவள் மாடியை விட்டுக் கீழே இறங்கி வரவில்லை. அவனுடைய முகத்தில் அன்று அவள் விழிக்க விரும்பவில்லை. அவனுக்கும் அவளுடைய நினைவு வரவில்லை போலும். தாயார் செல்லம்மாளின் உதவியால் காலைப் பலகாரத்தை முடித்துக்கொண்டு அவன் வெளியில் புறப்பட்டான்.

கார் கிளம்பும் சத்தம் கேட்டு மாடியிலிருந்து எட்டிப் பார்த்தாள் ஆனந்தி. மாணிக்கம் காரை ஒருபுறமாக நிறுத்திக் கொண்டு 'ஹாரன்' அடித்து முத்தம்மாளை வர வழைத்தான். அவள் ஓடி வருவது தெரிந்தவுடன் அவளுக்காகக் கதவைத் திறந்துவிட்டு, அவளை ஏற்றிக் கொண்டு காரை நகர்த்தினான். சித்தாளாகத் தலையில் மண் கூடை சுமப்பதற்காகச் சென்ற முத்தம்மாளின் தலையில் ஒரு கூடைக் கதம்பம் மலர்ந்திருந்தது. ஆனந்திக்கு என்னவோ போல் இருந்தது. ஆனந்தி முத்தம்மாளைக் கண்டு பொறாமை கொள்ளவில்லை. குழந்தை போன்ற சுபாவங் கொண்ட அவளுடைய வீழ்ச்சிக்காக அவள் மனம் புழுவாய்த் துடித்தது.

கீழே இறங்கிச் சென்று குளித்து முழுகிவிட்டுத் தன் பாட்டியையும் கதிரேசனையும் கவனித்தாள் ஆனந்தி. மாமியார் செல்லம்மாள் தன்னையும் தன் மகனையும் தவிர அந்த வீட்டில் இருந்த மற்றவர்களைப் பற்றி அவ்வளவாகப் பொருட்படுத்தவில்லை. ஆகவே, செல்லம்மாளின் அலட்சியத்தை மறைப்பதற்காக ஆனந்தியே அவர்கள் இருவரையும் கவனித்துக் கொண்டு வந்தாள்.

அவளால் சாப்பிட முடியவில்லை. இரவெல்லாம் உறக்க மின்றிக் கழித்ததால் உடலெங்கும் வலி எடுத்தது. கூடத்திற்கு வந்து சோபாவில் சாய்ந்து கிடந்தாள். சன்னல் வழியே பார்த்தபோது சாரதா அங்கு வருவது தெரிந்தது. எழுந்து

சென்று அவளை அன்போடு வரவேற்று, மாடிக்கு அழைத்துக் கொண்டு போனாள். கீழேயிருந்து பேசத் தொடங்கினால், மாமியார் செல்லம்மாளால் ஒட்டுக் கேட்காமல் இருக்க முடியாது. கூர்மையான காதுகள் அந்த அம்மாளுக்கு.

சாரதாவின் முகத்தின் எள்ளும் கொள்ளும் வெடித்தன. முதல் நாள் மாலையில் வேண்டுமென்றே அவள் மாணிக்கத்தைக் கண்காணிப்பதற்காகக் கடற்கரைக்குச் சென்று காத்திருந்தாளாம். செடிப் புதருக்குப் பின்னாலிருந்து உற்றுக் கவனித்தாளாம். அவனோடு வந்தவள் தோட்டக்கார முத்தம்மாள் என்பதைக் கண்டு பிடித்து விட்டாளாம்.

ஏற்கனவே ஆனந்தி தெரிந்து கொண்டிருந்த உண்மையைத்தான் அவள் மிகவும் சிரமப்பட்டுக் கண்டு பிடித்திருந்தாள். தன்னுடைய துயரத்தைப் பகிர்ந்து கொள்ளும் ஒருத்தி அன்றைக்கு அங்கு வந்திருந்தது ஆனந்திக்கு எவ்வளவோ ஆறுதலாக இருந்தது.

"ஆனந்தி! இதற்கு நீ என்ன செய்யப் போகிறாய்?" என்று கேட்டாள் சாரதா; "இனியும் இதை நீ சும்மா விட்டு விடக் கூடாது" என்று துடித்தாள்.

"என்னால் எதுவுமே செய்ய முடியாது; நான் இன்னும் சாகாமல் இருக்கிறேனே, அது ஒன்றுதான் என்னால் செய்ய முடிந்தது. இல்லாவிட்டால் இந்த வேளையில் எங்காவது கடற்கரையில் ஒதுக்கிக் கிடக்க வேண்டியவள் நான்."

ஆனந்தியால் அதற்கு மேலும் தன்னை அடக்கிக் கொள்ள முடியவில்லை. " தடுப்பதற்கு இனி ஒன்றுமே இல்லை, சாரதா! எல்லாமே முடிந்துவிட்டது" என்று முதல்நாள் இரவில் நடத்ந நிகழ்ச்சிகளை அவளிடம் வெளியிட்டாள்.

யாரிடமும் அதைச் சொல்லக் கூடாதென்றுதான் ஆனந்தி நினைத்துக் கொண்டிருந்தாள். பாட்டிக்குத் தெரிந்தால் அவளுக்கு அந்தச் செய்தியே எமனாக

மாறிவிடக்கூடும். கதிரேசன் அதை கேட்டால் எப்படி மாறிப் போவார் என்றே சொல்ல முடியாது. மாமியாரிடம் கூறினாலோ, 'அவனுக்கென்ன ஆண்பிள்ளை. அவன் அப்படித்தான் செய்வான்! நீ ஒழுங்காக நடந்து கொண்டிருந்தால் அவன் ஏன் இப்படிச் செய்கிறான்?' என்று தன் மீதே திருப்பினாலும் திருப்புவாள். ஆகவே, இதை நெஞ்சோடு நெஞ்சாகப் புதைத்துக் கொள்ள வேண்டுமென்றுதான் ஆனந்தி முதலில் நினைத்திருந்தாள்.

ஆனால், சாரதாவைக் கண்டவுடன் அவள் நெஞ்சு வெடித்துக் கொண்டு விட்டது. இரண்டாகப் பிளந்து கொண்டுவிட்டது. அவளுடைய உடன் பிறவாச் ச்கோதரி சாரதா. எல்லாவற்றையுமே ஆனந்தி அவளிடம் கொட்டித் தீர்த்து விட்டாள்.

சாரதா அவ்வளவையும் கேட்டவுடன் அக்கினிப் பிழம்பாக மாறினாள். நல்லவேளை அந்தச் சமயத்தில் அங்கே மாணிக்கம் இல்லாமல் தப்பித்துக்கொண்டான். இல்லாவிட்டால் அவளுக்கிருந்த ஆத்திரத்தில் அவன் தன் தோழியின் கணவன் என்பதையும் மறந்துவிட்டு அவன் முகத்தில் காறி உமிழ்ந்திருப்பாள்.

ஆத்திரம் அழுகையில் கரைந்தது சாரதாவுக்கு. சிறிது நேரம் யோசனை செய்து விட்டு அவள் பேசினாள் :-

"சரி பொறுப்பை என்னிடம் விட்டுவிடு; இன்றைக்கே இதற்கு நான் ஒரு முடிவு கட்டாவிட்டால் என் பெயர் சாரதா இல்லை!"

"சாரதா!"

"முத்தம்மாளின் வீட்டில் சொல்லி அவளை நாளையிலிருந்து வேலைக்கு அனுப்பாமல் பார்த்துக் கொள்ளுகிறேன். உடனே அவளுக்குக் கல்யாண ஏற்பாடுகளையும் கவனிக்கச் செய்கிறேன். கல்யாணத்திற்குப் பணம் தேவைப்பட்டாலும் ஏதாவது கொடுத்து விடலாம்"

கல்யாண யோசனையை ஆனந்திக்குக் காது கொடுத்துக் கேட்பதற்கே பிடிக்கவில்லை. நடந்த விஷயங்களை நேரடியாகத் தன் கண்களால் கண்டவள் அவள்.

"சாரதா! போதும். முத்தம்மாளுக்குக் கல்யாணம் என்று சொல்லி அவள் வாழ்க்கையைக் கெடுக்கவேண்டாம் விவரந் தெரியாத அப்பாவிப் பெண் அவள். கல்யாணம் என்ற சொல்லுக்கே நீ இழுக்கு தேட வேண்டாம்" என்றாள் ஆனந்தி.

விசித்திரமான பிறவியை வேடிக்கை பார்ப்பதுபோல் ஆனந்தியை உற்றுப் பார்த்தாள் சாரதா. ஆனந்தியின் குறுக்கீட்டை அவளுக்குப் புரிந்துகொள்வதே கஷ்டமாக இருந்தது.

"நீ என்ன சொல்கிறாய்? முத்தம்மாளை உன் வீட்டுக்காரருக்கே கட்டி வைத்து விடுகிறேன் என்கிறாயா?" என்று கோலியாகச் சிரித்தாள் சாரதா. "அப்படியே நீ செய்தாலும் அவர் ஒப்புக்கொள்வார் என்று நினைக்கிறாயா? இப்படி அவர் ஆசைப்படும் எத்தனை சித்தாட்களுக்குத்தான் நீ இந்த வீட்டில் அந்தப்புரம் கட்டி வைக்க முடியும்?"

"அவரைப்பற்றி நான் கவலைப்படவில்லை. அவள் என்னிடம் தங்கை போல் வளர்ந்தவள். கல்யாணம் செய்து வைப்பது அவளுக்கு நான் செய்யும் பாவம்; அவளைக் கட்டிக்கொள்ளப் போகிறவனுக்கு நான் செய்யும் துரோகம்."

"வேறு வழி?"

வேறு எந்த வழியும் ஆனந்திக்குத் தோன்றவில்லை.

"ஆனந்தி! இதோ பார், உனக்கு மூளை கலங்கிப் போயிருக்கிறது. நாம் அந்தப் பெண்ணுக்கு உதவி செய்கிறோமே தவிர, அவளைக் கெடுக்கவில்லை. அவளை ஏமாற்றிக் கெடுத்துவிட்டவர் உன் கணவ ர். அவளை அவர் வஞ்சித்திருக்கிறார். இன்னும் ஏதாவது விபரீதம் நடப்பதற்கு முன்னால் நாம் அவளுக்கு வழிகாட்ட வேண்டும்."

"கறை பட்டவளுக்குக் கல்யாணமா?" என்று தனக்குத்

தானே கேட்பவள் போல் கேட்டுக் கொண்டாள் ஆனந்தி. மாணிக்கத்தால் தீண்டப்பட்ட ஒரே காரணத்திற்காக அவனுடைய எச்சில் உதட்டில் பட்டுவிட்ட ஒரே கொடுமைக்காக, அவனிடம் கழுத்தைக் கொடுத்தவளல்லவா அவள்?- 'எனக்கென்றால் ஒரு நியாயம். முத்தம்மாளுக் கென்றால் வேறொரு நியாயமா?'

"சாரதா! முத்தம்மா தோட்டக்கார வேலையாவின் மகள் என்பதை மறந்துவிட்டு, அவள் நம்மைப் போலவே ஒரு பெண் என்பதை நினைத்துக்கொள். உன்னுடைய சொந்தத் தங்கைக்கு இப்படி நேர்ந்துவிட்டால் நீ இதைத்தான் செய்வாயா?"

சாரதாவுக்கு இது அர்த்தமில்லாத கேள்வியாகத் தோன்றியது. ஏன் இப்படி ஆனந்தி கேட்கிறாள் என்பதை அவளால் புரிந்துகொள்ள முடியவில்லை. கணவனுக்குக் கடிவாளம் போடுவதை விட்டுவிட்டு, எவளோ ஒருத்திக்காகப் பரிந்து பேசுகிறாளே என்று ஆச்சரியப்பட்டாள் சாரதா.

"என்னுடைய சொந்தத் தங்கை கிடக்கட்டும். என்னையே ஒருவன் இப்படிக் கெடுக்க நினைத்தால், அப்படியே நான் அவனுடைய வெறிக்குப் பலியாகிவிட்டால்கூட, அவனை எட்டி உதைத்துவிட்டு நான் வேறொருவனைக் கல்யாணம் செய்துகொள்ளத் தயங்கமாட்டேன். காதலிக்க, பல பேடிகள் இங்கே உண்டு; கல்யாணம் செய்து கொண்டு உழைத்துப் போடத்தான் ஆண்கள் இங்கே இல்லை. இதில் என்ன பாவம் என்று கேட்கிறேன்? குற்றவாளியிடம் குனிந்து கொடுப்பதுதான் மகாபாவம்!"

சம்மட்டிக் கொண்டு சாரதா தன்னுடைய நெஞ்சைத் தூள் தூளாகச் சிதறச் செய்துவிட்டது போலிருந்தது ஆனந்திக்கு.

சாரதா அதோடு நிறுத்தவில்லை. அவளுக்கு ஏற்பட்ட கசப்பான அனுபவம் ஒன்றைக் கூறினாள்; கலகலப்பாக அவள் பேசுவதைக் கண்டு ஊக்கமடைந்த ஒரு பேடிப்பயல்,

அவளைத் திடீரென்று பாய்ந்து அழிக்க முனைந்து விட்டானாம். அவனிடமிருந்து திமிறிக்கொண்டு வந்து தன் காலில் கிடந்ததைக் கழற்றி அவன் முகம் வீங்கும் வரையில் அவனை நொறுக்கித் தள்ளினாளாம்.

"அந்தப் பேடிப் பயல் என்னைக் கடித்து குதறப் பார்த்தான் என்பதற்காக நான் அவனிடமே சரணாகதி அடைந்துவிட வேண்டுமா? வேறொருவனைக் கல்யாணம் செய்து கொள்வதில் என்ன தப்பு?"

ஆனந்தி திடீரென்று தேம்பித் தேம்பி அழுதாள். விம்மி விம்மி அழுதாள். சாரதாவின் மடியில் சுருண்டு விழுந்து கொண்டு கண்ணீர் வடித்தாள்; கற்பென்றும் களங்கமென்றும் தனக்குத்தானே நினைத்துக்கொண்டு தனக்குத்தானே அவள் தேடிக்கொண்ட முடிவு, அவளுடைய நெஞ்சில் பாய்ந்துவிட்ட ஊசிமுனை என்பது இப்போதுதான் அவளுக்குப் புலப்பட்டது.

"நான் தவறு செய்துவிட்டேன், சாரதா!" என்று தான் மாணிக்கத்தைக் கல்யாணம் செய்து கொண்டதற்கான காரணங்களை அவளிடம் வெளியிட்டாள் ஆனந்தி. எதையும் அவளிடம் மறைக்க ஆனந்தியால் முடியவில்லை.

"நம்பவே முடியவில்லை. என்னால் நம்பவே முடியவில்லை!" என்று குமுறினாள் சாரதா; "அப்போதே நீ என்னிடம் ஒரு வார்த்தை கேட்டிருக்கக் கூடாதா? அடிப்பாவி!"

"அவருக்கு ஐந்து நிமிஷம் ஆகவில்லை; ஆனால் எனக்கு அதற்குப் பிறகு ஐந்து நாட்களுக்கு மேல் சுய நினைவே இல்லை. சேற்றுக் கடலுக்குள் நான் மூழ்கிப் போய் விட்டது போலவே உணர்ந்தேன். யாரிடமும் எனக்கு முகம்கொடுத்துப் பேசத் தோன்றவில்லை. எனக்கு அப்போது தோன்றிய ஒரே வழி அதுதான்."

சாரதா, ஆனந்தியைத் தான் பெற்றெடுத்த குழந்தையைத் தழுவிக் கொள்வதுபோல் தழுவிக் கொண்டாள். கண்ணீர்

சொரிந்து அவளுடைய உச்சியை நனைத்தாள். வயதானவளாக இருந்ததும் படித்தவளாக இருந்ததும் ஆனந்தி இந்த விஷயத்தில் . இப்படிக் குழந்தையாக இருந்திருப்பாள் என்பதை அவளால் நம்பவே முடியவில்லை. ஆனால், நம்பத்தான் வேண்டியிருந்தது.

சாரதா பொறுப்பைத் தன்னுடையதாகவே தலையில் தூக்கிப் போட்டுக்கொண்டு 'மள மள' வென்று செய்ய வேண்டிய வேலைகளைச் செய்து முடித்தாள். முத்தம்மாளின் பெற்றோரிடம் அவள் என்ன கூறினாளோ தெரியவில்லை. பலன் மட்டிலும் உடனடியாகத் தெரிந்தது. மறுநாள் முதல் முத்தம்மாள் மாணிக்கத்தோடு வேலைக்குப் புறப்படவில்லை. வீட்டிலும் அவளுக்குக் கட்டுக் காவல் இருந்தது. முத்தம்மாளின் தகப்பன் வேலையாவே, தன் மகளுக்குக் கல்யாண ஏற்பாடுகளைச் செய்ய வேண்டியிருப்பதால் தன்னால் வேலைக்கு வரமுடியாதென்று மாணிக்கத்திடம் சொல்லிவிட்டான்.

அடிப்பட்ட வேங்கையானான் மாணிக்கம். அவனால் யாரிடமும் எந்த விவரமும் கேட்டுத் தெரிந்து கொள்ள முடியவில்லை. ஆனால், விஷயம் வெளிப்பட்டு விட்டது என்பதை மட்டும் அவன் புரிந்து கொண்டான். வெளிப்பட்டது மட்டுமல்ல; தடைப்பட்டுவிட்டது. யார் இதைக் கண்டுபிடித்தது? எப்படி அவர்களுக்குத் தெரிந்தது?

வெளியில் மற்றவர்களிடம் வாய் விட்டுக் கேட்டுத் தெரிந்து கொள்ளக் கூடிய விஷயமா இது!

ஆனந்தியின் போக்கில் ஏற்பட்டிருந்த மாறுதல்களும், அவள் அவன் முகத்தில் விழிக்க விரும்பாதவள் போல் நடந்து கொண்ட விதமும் அவனுக்குச் சந்தேகத்தை எழுப்பின. அவளிடம் நேரடியாக கேட்பதற்கு அவனுக்குத் துணிவில்லை. மெதுவாகத் தன் தாயாரிடம் ஆனந்தியைப் பற்றி விசாரிக்கத் தொடங்கினான்.

சாப்பாட்டு வேளையின் போது, "ஏன் உன் மருமகள் ஒரு

மாதிரி இருக்கிறாள்? நீ ஏதாவது அவளைக் கோபித்துக் கொண்டாயா?" என்று ஆரம்பித்தான்.

"அடேயப்பா! நான் கோவிச்சுக்கிட்டா, நீ என்னைச் சும்மா விடுவாயா? உன்னோட கொடுமைக்குப் பயந்துக்கிட்டுத்தான் நான் பல்லைக் கடிச்சுட்டு இந்த வீட்டிலே காலந் தள்ளுகிறேன்" என்றாள் அவள். மருமகளை ஆட்டிப்படைக்கும் அதிகாரத்தை மட்டும் இன்னும் தன் மகன் தனக்குத் தரவில்லையே என்ற ஆதங்கம் அவளுக்கு.

"ஆனந்தி முன்னைப்போல் இல்லை; முகத்தை நீட்டிக் கொண்டிருக்கிறாள்" என்றான் மாணிக்கம்.

"அது என்ன சனியனோ யாருக்குத் தெரியும்? எல்லாம் நீயாகத் தேடிக் கொண்ட வினை!" என்று அவனுக்கே ஒரு சூடு கொடுத்து விட்டு, "அந்தக் குட்டி சாரதா இங்கே வந்து இவளோட மனசைக் கலைக்கிறான்னு தெரியுது; ரெண்டு பேரும் கூடிக் கூடி ரகசியம் பேசுறாங்க; என்ன பேசுறாங்களோ தெரியலை!" என்றாள்.

உச்சந்தலையில் ஓங்கியடித்தது போலிருந்தது மாணிக்கத்துக்கு. சந்தேகம் தீர்ந்துவிட்டது. சாரதாவின் மேல் அவனுக்கு அளவுகடந்த ஆத்திரம். தனக்குச் சம்பந்தமில்லாத விஷயங்களில் தலையிட்டு அவள் அடுத்தவர் குடும்பத்தைக் கெடுப்பவள் என்றும், அவளிடம் கவனமாக இருக்கும்படியும் தன் தாயாருக்கு எச்சரிக்கை செய்தான்.

"இதை ஏன் என்கிட்ட சொல்றே? போய் உன்னைக் கட்டிக்கிட்ட புண்ணியவதிகிட்ட சொல்!" என்று அவன் மீதே திருப்பினாள் செல்லம்மாள்.

"நீ தான் இனிமேல் உன் மருமகளைக் கண்டிக்கணும். எனக்கு எவ்வளவோ வேலை வெளியிலே இருக்கும். நான் வீட்டிலே இல்லாத நேரத்தில் நீதான் அவளை அடக்கி வைக்கணும்" என்றான்.

செல்லம்மாளுக்குத் தன் காதுகளையே நம்ப முடியவில்லை. 'பெண்டாட்டியே பெருந்தெய்வம் என்று

தலையில் தூக்கி வைத்துக் கொண்டு ஆடுகிற பயலா இப்படிப் பேசுகிறான்' என்ற சந்தேகம் அவளுக்கு. அவனுக்குப் பயந்து கொண்டுதான் இவ்வளவு காலமும் அவள் ஆனந்தியின் போக்கில் குறுக்கிடுவதில்லை. செல்லம் மாளுக்குத் தன் மகன் இப்போது தன் வாய்ப்பூட்டைத் திறந்துவிட்டது போலிருந்தது. கட்டி வைக்கப்பட்டிருந்த கோம்பையின் சங்கிலியை அவிழ்த்து விட்டால் அதற்கு எப்படியிருக்கும்?

"புத்தி வந்ததுடா மகனே! இனிமேல் நீ பிழைச்சுக்குவே!" என்று அவனுக்கு மனதார வாழ்த்துக் கூறினாள் பெற்றவள்.

மாணிக்கம் தனக்குள் சிரித்துக்கொண்டே சாப்பிட்டு விட்டு எழுந்தான். என்றாலும் அவனுக்கு ஆனந்தியின் மீதிருந்த ஆத்திரம் முற்றிலும் தீரவில்லை. அவள்மீது வஞ்சம் தீர்த்துக் கொள்வதற்குச் செல்லம்மாளை விட்டால் சிறந்த கருவி இருக்க முடியாது. மேலும் ஆனந்தி தன் மீது பாய்ந்து அவளை ஒன்றுமில்லாமல் செய்து விடுவாள்.

"நடக்கட்டும், நடக்கட்டும்! இந்த முத்தம்மாள் போனால் எத்தனையோ முத்தம்மாள் எனக்கு! அப்போது இவள் என்ன செய்வாளாம்?' என்று நினைத்துக்கொண்டே காரை எடுத்துக் கொண்டு வெளியில் கிளம்பினான் மாணிக்கம்.

அதிகாரம் கைக்குக் கிடைத்த மறுநாள் முதற்கொண்டே அந்த வீட்டில் செல்லம்மாளின் ஆட்சி தொடங்கி விட்டது. அவள் பேசிய பேச்சுக்களை யாராலும் காது கொடுத்துக் கேட்க முடியவில்லை. எதையெடுத்தாலும் தப்பு, எதைச் செய்தாலும் குற்றம் என்று ஆரம்பித்து விட்டாள்.

செல்லம்மாளின் தாக்குதலுக்கு முதலில் பலியானவள் ஆனந்தியின் பாட்டிதான். வாய் திறந்து பேசத் தெரியாத வயதான ஜீவன் அது. தள்ளாத காலத்திலும் அந்தக் குடும்பத்துக்காக ஓடி ஓடி உழைத்து வந்தவள் அந்த அம்மாள். அன்பு, பாசம், பரிவு, பெருந்தன்மை, பொறுமை

இவற்றைத் தவிர வேறு உணர்ச்சிகளை வெளிப்படுத்தி அறியாதவள் அவள்.

அந்தக் கிழவி அம்மாள் திடீரென்று நோய்ப்படுக்கையில் விழுந்து விட்டாள். வயதின் சுமையோடு செல்லம்மாளின் கொடுமைச் சுமையும் சேர்ந்து கொள்ளவே, அவளுக்கு நோய்ப்படுக்கையே புகலிடமாய் விட்டது. ஆனந்தி தன் மாடி அறையை விட்டுப் பாட்டியின் அருகிலேயே வந்து சேர்ந்தாள். இரவு பகல் எந்த நேரமும் பாட்டிக்குப் பணிவிடைகள் செய்யவே அவளுக்குப் பொழுது சரியாக இருந்தது. இந்த வேலை வந்தவுடன் ஆன்ந்திக்குத் தன்னுடைய துன்பத்தை நினைக்கக்கூட நேரமில்லை. பாட்டியின் பக்கத்தில் இருப்பதே அவளுக்கோர் ஆறுதல் தந்தது.

செல்லம்மாளின் திடீர் மாறுதல் தினமும் ஆனந்தியின் மேல் ஊசி மழை பொழியத் தொடங்கியது. அவளுக்குக் காரணம் புரியவில்லை. ஒருமுறை சாரதா அவளைத் தேடிக் கொண்டு வந்தபோது, "உனக்குத்தான் வேலையில்லேன்னா, அவளுக்குமா வீட்டிலே வேலையில்லேன்னு நினைச்சுக் கிட்டிருக்கே!" என்று ஆனந்தியின் முன்னாலேயே அவளைத் திருப்பி அனுப்பி வைத்தாள்.

ஆனந்தியால் பொறுக்க முடியவில்லை. ஆனால் அவளுக்கு வேறுவழியும் தெரியவில்லை. தன் தகப்பனாரையும் பாட்டியையும் செல்லம்மாளிடமிருந்து காப்பாற்றும் பொறுப்பு அவளுடையதாகி விட்டது. பண்பில் ஊறிப்போன குடும்பத்தில் பிறந்து வளர்ந்தவளாதலால் அவளுக்குச் செல்லம்மாளிடம் எதிர்த்துப் பேசவும் தோன்றவில்லை.

ஒருநாள் மாலையில் அவள் பாட்டி உறங்கிக் கொண்டிருந்ததால், தனிமையைத் தேடி மாடிக்கு வந்தாள் ஆனந்தி. மனச்சுமை அவள் உடற் சோர்வாக மாறியிருந்தது. கட்டிலில் விழுந்து சன்னல் வழியே தோட்டத்தைப் பார்த்தாள்.

மரஞ்செடி கொடிகளும் பறவைகளும் அணிற் பிள்ளைகளும் எவ்வளவு அமைதியாகவும் ஆனந்தமாகவும் வாழ்கின்றன! மனித வாழ்க்கை மட்டும் ஏன் இப்படி நரகமாக மாறவேண்டும்?

அவளுடைய கண்கள் தொலைவிலிருந்த அண்ணா மலையின் வீட்டு மாடியை எதேச்சையாக நோக்கின. அவன் சன்னலருகே நின்றபடி ஏதோ ஒரு காட்சியை மெய்ம்மறந்து பார்த்துக்கொண்டு நிற்பது தெரிந்தது. அவள் வீட்டுப்பக்கம் அவன் திரும்பவில்லை. அவனுடைய வலக்கரத்தில் தூரிகையிருப்பதுபோல் தோன்றியது. "பாவம், அவருடைய கவலை அவருக்கு!' என்று பெருமூச்சு விட்டாள் ஆனந்தி. 'ஆனால், அவருடைய கவலையை அவர் தம் தூரிகையைக் கொண்டு துடைத்து விட முடியும்...நான்?'

கண்ணீர் குபு குபுவென்று பொங்கி ஆனந்தியின் கன்னங்களில் வழிந்தது. தனக்குத் திருமணம் நிச்சயமான பிறகு தன்னை ஒரு முறை அவன் தேடிக் கொண்டு ஓடி வந்ததை நினைத்துக் கொண்டாள். அப்போது தான் மறுத்து விட்டதாலேயே, திருமணத்துக்குக் கூடத் தங்காமல் வெளியூருக்குக் கிளம்பி விட்டான் என்பதும் அவளுக்குத் தெரியும். 'அடி, பாவி! தானாகத் தேடிவந்த வாழ்வைத் துரத்தியடித்து விட்டாயே? அழு, அழு, இப்போது நன்றாக அழு, என்று அவள் தன்னைத்தானே நொந்து கொண்டாள்.

பிறகு, ஏனோ அப்படி நினைப்பதே தவறென்று தோன்றியதால், தன் கண்ணீரைத் துடைத்துக் கொண்டு கண்களையும் மூடிக்கொண்டாள். கண்களே நினைவுக்கு வழிகாட்டியாக இருந்ததால் அவளுக்கு அவற்றை மூடிக்கொள்வது அவசியமாகப் பட்டது. இறுக மூடிக்கொண்டு சிறிது நேரம் அப்படியே படுத்துக் கிடந்தாள்.

யாரோ படியேறி மாடிக்கு வருவதுபோல் சத்தம் கேட்டது. இருந்தாலும் அவள் தன் கண்களைத் திறக்கவில்லை. தூங்குவதாக நினைத்துக் கொள்ளட்டும்

என்று பேசாதிருந்தாள். தனிமை அவளுக்கு மிகவும் தேவையாக இருந்தது.

காலடிச் சத்தம் அவளுடைய அறையை நோக்கி வந்து கொண்டிருந்தது. பிறகு திடீரென்று ஒரு கணம் நின்றது. யாரோ அங்கு வந்து தன்னைப் பார்க்கிறார்கள் என்பதை மட்டும் அவள் உணர்ந்து கொண்டாள். அடுத்த கணமே அவள்மீது மாணிக்கம் சாய்ந்து விட்டான். கண்களில் அவனுக்கு ஆசை வெறி; உடல் தகித்தது அவனுக்கு.

சட்டென்று விழித்துக் கொண்ட ஆனந்தி தன் இரு கரங்களாலும் அவனைப்பற்றி வேகமாய்த் தள்ளினாள். துள்ளி எழுந்து படுக்கையில் உட்கார்ந்தாள். எப்படித்தான் அவள் விழிகளிரண்டும் நெருப்புத் துண்டுகளாய் மாறினவோ தெரியவில்லை.

"தொடாதீர்கள் என்னை! போய் விடுங்கள்! இங்கிருந்து போய் விடுங்கள்!" என்று கத்தினாள்.

அவன் போகவில்லை. தாக்கப்பட்ட புலிபோல் அங்கு நின்றுகொண்டு மீண்டும் அவள் கரங்களைப் பற்றப் போனான். வெறுப்போடு அவனை உதறி விட்டாள் ஆனந்தி.

பிறகு தன் குரலின் ஆவேசத்தைக் கட்டுப்படுத்திக் கொண்டு, "தயவு செய்து இனிமேல் நீங்கள் என் பக்கத்திலேயே வரவேண்டாம்; போய்விடுங்கள்!" என்று கையெடுத்து அவனைக் கும்பிட்டாள். அவளுடைய குரலில் ஆவேசம் இல்லையென்றாலும் அது இப்போது பழுக்கக் காய்ச்சிய இரும்பாக அவனைச் சுட்டுப் பொசுக்கியது.

அவன் தன் தோல்விகளை ஒப்புக்கொள்ள விரும்பவில்லை. கோபமாக அவளை உருட்டி விழித்து, "ஆனந்தி!" என்று அதட்டினான்.

"அந்த ஆனந்தி செத்துப் போய் விட்டாள்; நீங்கள் போய் முழுக்குப் போடலாம்" என்று சொல்லி விட்டு மின்னல் வேகத்தில் அங்கிருந்து கிளம்பிக் கீழே இறங்கினாள். அவனால் அவளைத் தடுக்க முடியவில்லை.

"இவ்வளவு திமிரா உனக்கு? இருக்கட்டும் சொல்கிறேன். உன்னை அடக்காவிட்டால் என் பெயர் மாணிக்கமில்லை!" என்று அவன் கத்துவது அவள் காதில் விழத்தான் செய்தது.

ஆனந்தி ஓடிச் சென்று அப்படியே குளியல் அறைக்குள் நுழைந்தாள். குழாயைத் திருகிவிட்டுக் கட்டிய உடையோடு அதன் கீழ் நின்றாள், நின்றுகொண்டே இருந்தாள். அவனுடைய ஸ்பரிசம் பட்ட இடங்களின் வேதனை குறையும் வரையில் அவளுக்குக் குளித்து முழுக வேண்டும் போலிருந்தது. தண்ணீர்தான் கொட்டிக் கொண்டிருந்ததே தவிர அதனால் வேதனை குறைந்த பாடில்லை.

32. சிறியதோர் பிரயாணம்

திருச்சிராப்பள்ளியிலிருந்து புறப்பட்ட பஸ் ஒன்று மணிக்கு இருபது மைல் வேகத்தில் ஏகப்பட்ட சத்தம் போட்டுக்கொண்டு செட்டி நாட்டுப் பக்கம் போய்க் கொண்டிருந்தது. பஸ்ஸூம் பழைய பஸ்; சாலையும் புதுப்பிக்கப்படாத பழைய சாலை, சுந்தரியும் அண்ணா மலையும் அதில் அடுத்தடுத்து உட்கார்ந்தபடியே பிரயாணம் செய்து கொண்டு வந்தனர்.

சென்னையிலிருந்து முதலில் ரெயிலில் கிளம்பியவர்கள் பொழுது புலரும் வேளைக்குத் திருச்சிக்கு வந்துவிட்டனர். அங்கு காலைச் சிற்றுண்டியை முடித்துக்கொண்டு அடுத்தாற்போல் பஸ்ஸில் புறப்பட்டார்கள். சுந்தரியும் அண்ணாமலையும் முதன் முதலாகப் புறப்பட்ட வெளியூர்ப் பிரயாணம் அது. ஆசிரியர் சரவணன் கிராமத்தை நோக்கி அவர்கள் வந்து கொண்டிருந்தார்கள்.

ரெயிலில் நெருக்கடிக்குப் பஞ்சமில்லையென்றாலும் அந்த நெருக்கடியே ஒருவகையில் அண்ணாமலைக்குக் குதூகலத்தை அளித்தது. இடித்துப் புடைத்துக் கொண்டு பிரயாணம் செய்யும் மக்களுக்கு மத்தியில் சுந்தரியோடு முட்டி மோதிக் கொண்டு ரெயிலில் வருவது புதிய

அனுபவமல்லவா? ஏனோ அண்ணாமலை அதில் உற்சாகம் காட்டிய அளவுக்கு, சுந்தரி உற்சாகம் காட்டவில்லை.

பஸ்ஸில் வந்த அண்ணாமலை சின்னஞ்சிறு குழந்தையைப்போல் வெளியில் வேடிக்கை பார்த்துக்கொண்டு வந்தான். கிராமங்களைத் தாண்டிக் காடுகளுக்குள்ளே பஸ் புகுந்து சென்றபோது இருபுறங்களிலும் தென்பட்ட காட்சி அவனுக்குக் கண் கொள்ளாக் காட்சியாக இருந்தது. காடெல்லாம் நீலம் பூத்தது போல் சில இடங்களில் விதம் விதமான காட்டுப் பூக்கள் கொடிகளில் தலையாட்டிச் சிரித்தன. திடீரென்று பஸ்ஸை நிறுத்தச் சொல்லி சுந்தரியோடு இறங்கி காட்டுக்குள் புகுந்து விடலாமா என்றுகூட அவனுக்குத் தோன்றும். அடிக்கடி சுந்தரியை நச்சரித்து, "இதோ பார்! காயாம்பூ மேனியன் என்று கண்ண பெருமானைச் சொல்கிறார்களே, இதுதான் அந்தக் காயாம்பூ!... அதோ, அந்தக் கொடிப் பூவுக்கு என்ன பெயர் என்று எனக்குத் தெரியவில்லை. எத்தனை பெரிதாக, எத்தனை வண்ணங்களோடு அது குலுங்குகிறது பார்!" என்று அவளுக்குச் சுட்டிக் காட்டுவான்.

ஆனால், சுந்தரி அவனோடு உடலால் ஒட்டிக்கொண்டு அவனருகில் ஒன்றியிருந்தாளே தவிர, அவளுடைய உள்ளம் எங்கிருந்ததோ அது கடவுளுக்குத்தான் வெளிச்சம். அவளுக்கு அவர்கள் செய்த மூன்றாம் வகுப்பு ரெயில் பிரயாணம் சிறிதும் பிடிக்கவில்லை. அதைவிட மோசமாகத் தோன்றியது அந்தப் பஸ் பிரயாணம். அவை இரண்டையும் விட மோசமாக இருந்தது அண்ணாமலையோடு ஒன்றாக வெளியூருக்குக் கிளம்பியது. 'பைத்தியம்!' என்று தனக்குள் சொல்லிக் கொண்டாள்.

"பச்சைப் பாப்பாவா நீங்கள்? இப்படிப் போட்டு என்னை நச்சரிக்கிறீர்களே, கூட வருபவர்கள் என்ன நினைத்துக் கொள்வார்கள்?" என்று கண்டித்தாள் சுந்தரி.

"நீ பட்டினத்தில் இதையெல்லாம் பார்த்திருக்கிறாயா? பார்க்க முடியுமா உன்னால்?"

“நீங்கள் பார்த்தால் போதும்; என்னைத் தொல்லைப் படுத்தாதீர்கள்!”

“தொல்லையா இது!” என்று கேட்டுவிட்டு ‘ரசிக்கத் தெரியாத முட்டாள்! உனக்குப் போய்க் கடவுள் இவ்வளவு அழகான விழிகளைக் கொடுத்திருக்கிறானே!’ என்று தனக்குள் அவன் பொருமிக் கொண்டான். வாய்விட்டுச் சொல்லிவிட்டால், எங்கே அந்த இடத்திலேயே அவள் சண்டையைத் தொடங்கி விடுவாளோ என்ற பயம்! ஆத்திரம் வந்துவிட்டால் இடம், பொருள், காலம் எல்லாவற்றையுமே மறந்து விடக் கூடியவள் சுந்தரி.

விளையாட்டுக்குத் துணை கிடைக்காத குழந்தை தனக்குத்தானே ஏக்கத்தோடு விளையாட முற்படுவதுபோல், அண்ணாமலை தனக்குள்ளாகவே வழியில் தென்படும் புதுமைகளைக் கண்டு மகிழ முயன்றான். ரசிப்பதற்கும் சுவைப்பதற்கும் கூட அருகில் மற்றொருவர் இருந்தாலே அது நிறைவாக இருக்கும் என்று அவனுக்குத் தோன்றியது. தனியாக அவன் பிரயாணம் செய்தால் அப்போது, ‘சுந்தரி பக்கத்தில் இருந்தால் எவ்வளவு ஆனந்தப்படுவாள்!’ என்று நினைத்துக் கொண்டாவது பரவசமடையலாம். இப்போதோ அவள் அருகில் இருந்து கொண்டே கப்பல் கவிழ்ந்து விட்டதைப்போல் தனக்குள் மூழ்கிக் கொண்டிருக்கிறான்.

இடையில் பஸ்ஸில் ஏறிய கிராமவாசி ஒருவர் இடுப்பில் முழத்துணியை மட்டும் சுற்றிக் கொண்டிருந்தாரென்றாலும், அவருடைய தலைக் கொண்டையும், முறுக்கு மீசையும், பரந்த மார்பும், கைத் தடியும், கால் செருப்புகளும், அவனுக்கு மதுரைவீரனை நினைவுபடுத்தின. சிவந்த பெரிய விழிகள் அவருக்கு. உருண்டு திரண்டிருந்த சதைக் கோளங்கள் துண்டு துண்டாகத் தெரிந்தன. அவருடன் வந்த பெண்பிள்ளை அவர் மனைவியாக இருக்கவேண்டும்; காதில்மூன்று இடங்களில் நகைகள் அணிந்து கொண்டிருந்தாள். சின்னஞ்சிறு செந்தாமரையொன்று, அன்று மலர்ந்த செந்தாமரை, அவளுடைய பாசி மணிமாலையில் தொடுக்கப்பட்டு

கழுத்தோடு ஒட்டினாற்போல் காட்சியளித்தது. சுருக்குப் பையைத் திறந்து கணவனுக்கு வெற்றிலைப் பாக்கை மடித்துக் கொடுத்துவிட்டு அவள் தானும் போட்டுக் கொண்டாள். ஏற்கனவே சிவந்திருந்த அவர்களுடைய உதடுகள் மேலும் சிவந்தன. அண்ணாமலை வெளியில் வேடிக்கை பார்ப்பதை மறந்துவிட்டுச் சிறிது நேரம் வண்டிக்குள் வந்த அவர்களை உற்றுப் பார்த்தான். சுந்தரியின் தோளில் இடித்து அவர்களைப் பார்க்கச் சொல்லிவிட்டு அவளுடைய காதில் இரகசியமாக ‘அபூர்வமான மாடல்கள்!” என்று சொல்லத் துடித்தான்! ஆனால் சுந்தரி முகத்தைச் சுளித்துக் கோணலாகக் காட்டக் கூடும் என்பதால், அவன் தனக்கேற்பட்ட கிளு கிளுப்பை அவளோடு பகிர்ந்து கொள்ளத் துணியவில்லை.

சாலை திரும்பும் மூலையில் நின்றதோர் கைகாட்டி மரத்தருகில் பஸ் நின்றது. பெட்டி படுக்கைகளை எடுத்துக் கொண்டு சுந்தரியும் அண்ணாமலையும் இறங்கினார்கள். யாரோ ஒரு கிராமவாசி, “வாருங்கள், வாருங்கள்!” என்று உற்சாகமாக அவர்களை வரவேற்றுக் கொண்டே அவர்களிடமிருந்த சுமைகளை வாங்கிக்கொண்டார். அருகில் மாட்டு வண்டி யொன்று நிற்பதைப் பார்த்த சுந்தரியும் அண்ணாமலையும் வந்திருந்த ஆளை வண்டியோட்டி என்றே நினைத்தனர்.

“முதல் வண்டியில் நீங்கள் வருவீர்கள் என்று தம்பி சரவணன் எழுதியிருந்தான்; நான்தான் ஆறுமுகம்” என்று தம்மை அறிமுகப்படுத்திக் கொண்டார் சரவணனின் தமையன்.

பட்டணத்துக்காரர்கள் இருவருக்குமே தூக்கிவாரிப் போட்டது. தோளில் ஒரு சிறு துண்டும் பனியனும் வேட்டியுமாகத் தோற்றமளித்தார் அந்த மனிதர். சரவணனின் சாயல் அவரிடமிருந்தாலும், சரவணனைவிட அவர் ஆரோக்கியத்துடன் காணப்பட்டார். வண்டிக்குள் அவர்கள் ஏறி உட்கார்ந்தார்கள். வண்டி அழகான சிறிய வண்டியாக

இருந்தாலும் இரட்டைக் காளைகள் பூட்டப்பட்டிருந்த வில் வண்டி. வேகமாய்க் குதித்தோடிப் பறந்தன அந்த இளம் காளைகள்.

அலட்சியமாக அவர் வண்டியோட்டிக் கொண்டு வருவதைப் பார்த்த அண்ணாமலைக்கு, தானும் அந்த வண்டியை ஓட்டிப் பார்க்க வேண்டுமென்ற ஆசை ஏற்பட்டது.

"நான் ஓட்டிப் பார்க்கட்டுமா!" என்று அவரிடம் ஆவலோடு கேட்டான். அவருக்கு ஆனந்தம் தாங்கவில்லை. "ஓ! தாராளமாக ஓட்டுங்களேன்! இது ஒன்றும் கம்பசித்திரமில்லை; பழகிப் போன காளைக் கன்றுகள்" என்று அவனை முன்னால் வரச்செய்து கயிறுகளை அவன் கையில் கொடுத்தார்.

"நான் பத்திரமாய் உயிரோடு ஊருக்குத் திரும்பிப் போக வேண்டும்" என்று கத்தினாள் வண்டிக்குள் உட்கார்ந்திருந்த சுந்தரி. விளையாட்டுக்காக அவள் இப்படிச் சொல்லவில்லை. உண்மையிலேயே உதறல் எடுத்துவிட்டது அவளுக்கு.

"நான் பக்கத்தில் இருக்கிறேன்; பயப்பட வேண்டாம்!" என்று சிரித்தார் ஆறுமுகம்.

'ஜல் ஜல்' என்று கழுத்து மணிகள் குலுங்க ஓட்டமும் நடையுமாகச் சென்றன மாடுகள். கயிறுகளைக் கையில் பற்றிக்கொண்டு முகப்புப் பெட்டியில் உட்கார்ந்திருந்த அண்ணாமலைக்கு, ஏதோ பழைய காலத்து இளவரசன் என்ற எண்ணம் வந்துவிட்டது. குதிரைகள் பூட்டிய ரதத்தில் இளவரசியையும் ஏற்றிக் கொண்டு தனிமையில் பறந்து செல்லும் ஆனந்தம் அவனுக்கு. ஓய்வு கிடைக்கும் போது சுந்தரியை அழைத்துக்கொண்டு தனியே வண்டியில் சுற்றி வரவேண்டுமென்று அப்போதே ஒரு திட்டம் போட்டுக் கொண்டான்.

இரண்டு மைல் தொலைவு வண்டியில் வந்த பிறகு எதிரில் கிராமத்தின் கோவில் கோபுரம் தெரிந்தது. நெல் வயல்களும்

புன்செய்க் காடுகளும் இருபுறங்களிலும் தென்பட்டன. இறைவைக்கிணற்றின் குறுக்கு மரத்தின் மேல் நடந்தபடி ஒருவரும் கீழே கிணற்றடியில் நின்றபடி ஒருவரும் வயலுக்கு நீர் பாய்ச்சிக் கொண்டிருந்தார்கள். இடப்புறத்தில் காளைகளைப் பூட்டி நீர் இறைக்கும் காட்சியும் தெரிந்தது, ஓரிரண்டு வயல்களில் அப்போது நடவும் நடந்து கொண்டிருந்தது. உழத்தியர்களின் நடவுப் பாட்டு காற்றில் மிதந்து வருவதைக் கேட்டவுடன் வண்டியை அப்படியே சாலையில் நிறுத்திவிட்டான் அண்ணாமலை. வரிசை வரிசையாகப் பெண்கள் குனிந்த தலை நிமிராமல் நடவு நட்டுக் கொண்டும் பாடிக்கொண்டுமிருந்த காட்சி அவனைப் புல்லரிக்கச் செய்தது.

"உழைப்பே இங்கு உல்லாசந்தான் போலிருக்கிறது!" என்றான் பூரிப்போடு. வயல் கரையோரத்து மரங்களில் சேலையைத் தூளி கட்டிச் சில பெண்கள் தங்கள் குழந்தைகளை அவற்றில் விட்டிருந்தார்கள். இளம் தாய் ஒருத்தி மரத்தடியில் மறைவிலிருந்தபடியே தன் குழந்தைக்குப் பால் கொடுப்பதையும் அவன் கவனித்தான். மக்கள் கூட்டம் இயற்கையோடு ஒன்றி வாழும் ஒரு புது உலகத்துக்கே வந்துவிட்டது போலிருந்தது அவனுக்கு.

"நினைத்துக் கொண்டால் தம்பி சரவணனும் திடீரென்று இங்கு கிளம்பி வந்து விடுவான். வருஷத்துக்கு இரண்டு மூன்று முறையாவது இங்கு வந்து ஒரு வாரமோ பத்து நாளோ தங்கிப் போவான். பட்டணத்தை உழைப்புக்கும் இதை ஓய்வுக்குமாக அவன் வைத்துக் கொண்டிருக்கிறான். எனக்கு என்னவோ இரண்டு நாளைக்கு மேல் உங்கள் ஊரில் தங்கப்பிடிப்பதில்லை" என்றார் ஆறுமுகம்.

ஊர் எல்லைக்குள் புகுந்தவுடன் ஆறுமுகமே வண்டியை ஓட்டலானார். அவர் வீட்டுக்கு விருந்தாளிகள் வரப்போகும் செய்தி அந்த ஊர் முழுவதும் முன்பே தெரிந்துவிட்டது போலும்.

"வந்து விட்டார்களா?" என்று சிலர் ஆறுமுகத்திடம் விசாரித்தார்கள்; வேறு சிலர் வண்டிக்குப் பின்னால் வந்து "வாருங்கள்!" என்று விருந்தினருக்கு வரவேற்புக் கூறினார்கள். அண்ணாமலைக்கு எல்லாமே புதுமையாகத் தோன்றின. கீழ் வீட்டில் குடியிருப்பவர்களுக்கே அதன் மாடியில் யார் குடியிருக்கிறார்கள் என்ற விஷயம் தெரியாத சென்னையிலிருந்து வந்திருப்பவன் அவன்.

விசாலமானதோர் மொட்டை மாடி வீட்டின் ஓட்டுத் தாழ்வார முகப்புக்கு முன்னால் வாசலில் போய் நின்றது வண்டி. "வாம்மா, சுந்தரி!" என்று சுந்தரியோடு நெடுநாள் பழகியவள்போல் ஒரு பெண்மணி வந்து அவளை அன்போடு தழுவியபடி வரவேற்றாள். அண்ணாமலைக்கும் அவள் இன்முகத்துடன் வரவேற்புக் கூறத் தவறவில்லை. ஆறுமுகத்தின் மனைவி அவள். அதற்குள் அந்தத் தெருவில் சரிபாதி அங்கே கூடிவிட்டது, பாசமும் பரிவும் நிறைந்த விழிகளோடு.

33. கலையும் வாழ்வும்

சரவணனின் கிராமமான அரையன் குளத்துக்கு அண்ணாமலை போய்ச் சேர்ந்த மறுநாள் அவனுக்குச் சரவணனிடமிருந்தது ஒரு கடிதம் வந்திருந்தது. அதில் அவர் எழுதியிருந்தார்.

"எங்களுடைய கிராமத்தின் திருவிழாச் சமயத்தில் நான் உங்களை அனுப்பி வைத்ததற்கு இரண்டு காரணங்கள்: ஒன்று, நீங்களும் உங்கள் மனைவியும் அங்கே உல்லாசமாகப் பொழுது போக்க முடியும்; மற்றொன்று, உங்களுக்கு அங்கே படங்கள் வரைவதற்கும் புதிய பொருள் கிடைக்கும். கிராம வாழ்க்கை இப்போது தீவிரமாக மாறிக் கொண்டு வருகிறது. நான் சிறு பிள்ளையாக இருந்தபோது கண்ட அரையன் குளம் இப்போதில்லை: இன்னும் பத்து இருபது ஆண்டுகள் போனால் இப்போது எஞ்சியிருப்பதும் அடியோடு மாறிப்

போகக்கூடும். ஆகவே, நம்முடைய கிராமத்து மக்களின் வாழ்வில் காலங்காலமாக ஒட்டி வளர்ந்து வந்து இப்போது மறைந்து வரும் கலைக்காட்சிகளை நீங்கள் ஓவியங்களாக வரைய வேண்டுமென்பது என் ஆசை. உங்களுக்கு விருப்பமான மற்ற காட்சிகளையும் வரைந்து கொண்டு வருவீர்கள் என்று நம்புகிறேன்."

கிராமத்துக்குள் நுழைந்தவுடன் எதை அண்ணாமலை நினைத்துக் கொண்டானோ அதையே அவரும் எழுதியிருந்தார். எந்தக் காட்சியையும் முதன் முதலாகக் காணும்போது அது 'பளிச்'சென்று புதுமை குலையாமல் மனத்தில் பதிந்து விடுகிறது. அந்தக் காட்சியால் ஏற்படும் உணர்ச்சிகளைச் சித்திரத்தில் கொட்டிவிட வேண்டும் என்று ஆசைப்பட்டான் அண்ணாமலை.

கிராமம் சின்னஞ்சிறு கிராமமானதால் அதைச் சுற்றிப் பார்ப்பதற்கு அதிக நேரமாகவில்லை. கோவிலை மையமாக வைத்து அதன் மூன்று புறங்களிலும் ஊர் வளர்ந்திருந்தது. கோவிலுக்குப் பின்புறம் தாமரைக் குளம். ஊரைச் சுற்றிலும் நெல் வயல்கள்; புன்செய்க் காடுகள். ஊரைத்தாண்டி அதன் கிழக்கு எல்லையில் ஒரு தோப்புக்குள் ஐயனார் கோவில் இருந்தது. அந்தக் கோவில் திருவிழாதான் அந்த ஊருக்கே பெரிய திருவிழா; அதற்கடுத்தபடி பொங்கல் திருவிழாதானாம்

விழா ஏற்பாடுகள் ஊருக்குள் அங்கே நடந்து கொண்டிருந்தாலும், தோப்புக்குள்ளிருந்த ஐயனார் கோவில் சந்தடியற்று, அமைதியாகத்தான் காணப்பட்டது. மூன்று பக்கங்களிலும் வேலிபோல் மரங்கள் சூழ்ந்திருக்க, இடையிலும் ஆங்காங்கே நிழல் தரும் மரங்கள் சூழ்ந்திருக்க, இடையிலும் ஆங்காங்கே நிழல் தரும் மரங்கள் குடை கவிழ்ந்திருந்தன. கருங்கல்லாலும் சுட்ட மண்ணாலும் உருவாக்கப்பட்ட பெரிய பெரிய யானைகள் மீதும் குதிரைகள் மீதும் வீரர்கள் அணிவகுத்திருந்த காட்சி அற்புதக்

காட்சியாகத் தோன்றியது அண்ணாமலைக்கு. ஊரைக்காக்க ஐயனார் தம் படை வீரர்களோடு எப்போதும் சித்தமாக இருந்தார் போலும்.

சுதையாலும் சுட்ட மண்ணாலும் செய்யப்பட்டிருந்த உருவங்களில் சில உடைந்து நொறுங்கியிருந்தன; வேறு சில ஊனமடைந்திருந்தன. அந்தக் கோவிலுக்கு வெளியே ஒரு மரத்தடியைச் சுற்றிலும் நூற்றுக்கணக்கான குழந்தைகளின் மண் உருவங்களும் நாகப் பாம்பின் உருவங்களும் காணப்பட்டன. குழந்தைகளை நோய்களிடமிருந்து காப்பாற்றவும், தங்களைப் பாம்புகளிடமிருந்து காப்பாற்றவும், வேண்டிக் கொண்டு அங்கே மதலைகளையும் நாகங்களையும் கொண்டு வந்து வைப்பார்களாம் கிராமத்து மக்கள்.

அண்ணாமலை ஒரு மரத்தடியில் உட்கார்ந்தபடி பென்சிலால் அந்தக் கோவிலின் படத்தை வரையத் தொடங்கி விட்டான். காலங் காலமாக அங்கு வாழ்ந்து வந்த மக்களின் நம்பிக்கையாகவும் பாதுகாப்பு அரணாகவும் அந்த இடம் முன்பு விளங்கியிருக்க வேண்டும். அவர்களுடைய கலை உணர்ச்சியை வெளிப்படுத்தும் ஒரு கலைக்கூடமாகவும் அது அவனுக்குத் தோன்றியது. களிமண், சுதை, கருங்கல் இவற்றால் அவர்கள் அங்கே வீராதி வீரர்களையும், சூராதி சூரர்களையும், விலங்குகளையும், குழந்தைகளையும், பாம்புகளையும் படைத்திருந்தார்கள். புதிய மண் உருவங்களை அவனால் அங்கு காண முடியவில்லை யாதலால், மக்களின் மனப் போக்கில் ஏற்பட்டு வரும் மாறுதலும் அவனுக்கு விளங்கிவிட்டது.

அண்ணாமலையோடு கோவிலுக்கு ஆறுமுகமும் சுந்தரியும் வந்திருந்தார்கள். ஆறுமுகம் அப்படியே வியப்போடு அண்ணாமலைக்கு அருகில் உட்கார்ந்து அவன் வரைவதை வேடிக்கை பார்க்கலானார். சுந்தரிக்கு மட்டும், ஐந்து நிமிஷங்களுக்கு மேல் அங்கு தங்கப் பிடிக்கவில்லை.

'இந்த ஊர்க்காரர்கள் காட்டுமிராண்டிகள் போலிருக்கிறது!" என்று நினைத்துக் கொண்டு அங்கிருந்த உருவங்களைப் பார்ப்பதற்கே பயந்து போய்த் தான் உடனடியாக வீட்டுக்குத் திரும்ப வேண்டும் என்று பிடிவாதம் பிடித்தாள். அண்ணாமலையோ அவள் பேச்சைக் காதில் போட்டுக் கொள்ளவில்லை. ஆறுமுகத்துக்கு அங்கே அண்ணா மலையைத் தனியே விட்டு வருவதற்கும் தயக்கமாக இருந்தது. முற்பகல் வேளையாக இருந்தாலும் பூச்சி பொட்டுகள் ஊர்ந்து செல்லக் கூடும் இடம் அது. அவனை யாராவது அங்கிருந்து கவனித்துக் கொள்ள வேண்டுமென்று அவர் சுந்தரியிடம் சொல்லிப் பார்த்தார், அவள் கேட்கவில்லை.

"என்னை ஐயனார் கவனித்துக் கொள்வார்; நீங்கள் இந்தப் பயந்தாங்கொள்ளியை வீட்டில் விட்டு விட்டு வாருங்கள்!" என்று ஆறுமுகத்தை சுந்தரியோடு அனுப்பி வைத்தான் அண்ணாமலை.

ஆறுமுகம் அங்கே திரும்பி வந்தபோது நடந்த நிகழ்ச்சியொன்று ஐயனாரே அவனைக் காப்பாற்றினார் என்றுதான் அவரை நம்பச் செய்தது. அவனுக்கு வலப்புறத்தில் சற்றுத் தொலைவில் கோதுமையின் நிறத்தில் சிறியதோர் நல்லபாம்பு படமெடுத்தபடி தலை தூக்கி நிற்பதைக் கண்டுவிட்டார் ஆறுமுகம். அது அண்ணாமலையை வேடிக்கை பார்க்க வந்திருந்ததோ, அல்லது அவனுடைய உயிருடன் விளையாட வந்திருந்ததோ தெரியவில்லை. ஆறுமுகத்துக்கு உயிரே போய்விட்டது. ஏதாவது சப்தம் செய்தால் விபரீதம் நடந்து விடும் என்று அஞ்சி, அவர் ஒரு கணம் யோசனை செய்தார். செயலற்றுப் போய்ச் சுற்று முற்றும் பார்த்தார். அதற்குள் அங்கு ஓர் அற்புதமே நிகழ்ந்துவிட்டது. மரத்தின் இடுக்கு வழியே எங்கிருந்தோ அம்பு எனப் பாய்ந்து வந்த பருந்தொன்று அதைத் தன் கால்களின் நகங்களில் பற்றிக் கொண்டு மேலே பறந்தது. ஓடிச்சென்று அண்ணாமலையைப் பற்றிக் கொண்டு "அங்கே பாருங்கள்; உங்களை ஐயனார்தான் காப்பாற்றினார்!" என்று

மரக் கிளையில் உட்காரப்போன பருந்தையும் அதன் கால்களில் தொங்கிய நல்ல பாம்பையும் சுட்டிக் காட்டினார் ஆறுமுகம். அவருடைய பரபரப்பு அடங்குவதற்கு வெகு நேரமாயிற்று.

அண்ணாமலைக்கும் அந்தக் கணத்தில் புல்லரிக்கத்தான் செய்தது. கண்களால் காண முடியாத, அறிவால் அறிய முடியாத, விஞ்ஞானத்தால் கூறு போட்டுப் பார்க்க முடியாத ஏதோ ஒரு சக்தி அங்கு சூழ்ந்திருப்பதை மட்டும் அவன் உணரலானான். உடன் இருந்து அவனைக் கவனித்துக் கொள்ள வேண்டியவள், அவனைத் தனியே விட்டுச் சென்றபோது இப்படியொரு நிகழ்ச்சி நடந்தது அவனுக்கு ஐயனாரிடம் எல்லையற்ற நன்றி உணர்ச்சியைப் பொங்கச் செய்தது.

சந்தடியற்ற அந்தக் காட்டுக் கோவிலின் சலனமற்ற அழகு, அதன் பயங்கரம், அதற்குள்ளிருந்து வெளிப்பட்டுக் கொண்டிருந்த நம்பிக்கை பயபக்தி இவ்வளவையும் தன்னுடைய ஓவியத்தில் பிரதிபலிக்கச் செய்ய வேண்டுமென்ற ஆவல் பிறந்துவிட்டது அண்ணாமலைக்கு.

நேரத்துக்கு அங்கே பஞ்சமில்லை. மெல்ல அது ஊர்ந்து செல்வது போல் தோன்றியதால், தாராளமாகவே அங்கு அவனுக்கு உழைக்கவும் உல்லாசமாகப் பொழுது போக்கவும் நேரம் கிடைத்தது. வண்டியில் சுந்தரியையும் ஏற்றிக்கொண்டு மாடுகளை விரட்டியிருக்கலாம்; அல்லது அவளோடு சேர்ந்து வயல் வரப்புகளிலும் ஏரிக்கரைகளிலும் சுற்றியிருக்கலாம். ஊருக்கடுத்தாற் போலிருந்த குன்றின் உச்சிக்குப் போய், அதன் பாறை நிழலில் கதை பேசிக் களித்திருக்கலாம். அவன் விரும்பிய பொழுது போக்குகளுக்கு அங்கு பல வசதிகள் இருந்தன. ஆனால் சுந்தரி, அவனோடு ஒத்துழைக்கவில்லை. எதுவுமே அந்த ஊரில் தனக்குப் பிடிக்கவில்லை என்று அவள் சொல்லிவிட்டாள். குற்றாலத்துக்கோ, கோடைக் கானலுக்கோ காரில் அழைத்துக் கொண்டு போகாமல்,

இப்படி ஒரு குக்கிராமத்துக்குத் தன்னைக் கூட்டி வந்துவிட்டானே என்று ஆத்திரம் அவளுக்கு.

ஐயனார் கோயில் திருவிழா ஆரம்பமாகியது. சுற்று வட்டாரத்துக் கிராமங்களுக்கெல்லாம் அதுதான் பெரிய திருவிழா. அரையன் குளத்தில் வரிசை வரிசையாகக் கடை கண்ணிகள் முளைத்தன. குழந்தைகளின் விளையாட்டுக்குக் குடைராட்டினங்கள் வந்துவிட்டன. மிட்டாய் வியாபாரிகள், பலூன் வியாபாரிகள், பயாஸ்கோப் காண்பிப்பவர்கள் இப்படிப் பலர் அங்கே கூடினார்கள்.

கொம்புகள், தப்பட்டைகள், பலவகை மேளதாளங்கள் முழங்கத் தொடங்கின. கிராமம் திடீரென்று சுறுசுறுப்பும் வேகமும் உற்சாகமும் நிறைந்ததாக மாறிவிட்டது. ஐயனார் கோவிலின் முன்னால் நடந்த தீ மிதிக்கும் காட்சியைக் கண்டபோது சுந்தரிக்கே அதை நம்பமுடியவில்லை. வேண்டிக் கொண்டவர்கள் சிலர் கனிந்து போயிருந்த நெருப்பின் மேல் மலர்ப்பரப்பின் மீது நடந்து செல்வதுபோல் சென்றார்கள். அவர்களுடைய பாதங்களில் எவ்விதப் புண்களும் ஏற்படவில்லை.

கிராமத்துப் பெண்கள் தலைகளில் சின்னஞ்சிறு மட்குடங்களைச் சுமந்த வண்ணம், குனிந்து நிமிர்ந்து கும்மி அடித்தார்கள். அந்தக் குடங்களில் அவர்கள் செருகியிருந்த மலர்ந்த தென்னம்பாளைகளிலிருந்து, அவர்கள் கும்மியடிக்கும் போது உதிரும் முத்துக்களைக் கவனித்தான் அண்ணாமலை... அவர்களுடைய அங்க அசைவுகள், கை வீச்சு, கண் வீச்சு, அவர்களுடைய பாடல்கள், இவையாவுமே அவனைக் கிறங்கச் செய்தன.

மற்றொரு பக்கம் கால்களில் சலங்கையும், இடுப்பில் வண்ணச் சல்லடமும், கையில் பற்றிய வண்ணத் துணியுமாக ஆண்கள் ஒயிலாட்டம் ஆடினார்கள். அதோடு கரகம், காவடி, பொய்க்கால் குதிரை, குச்சி விளையாட்டு இப்படி எத்தனை ஆட்டங்கள். அண்ணாமலை தன்னை அங்கு

அனுப்பி வைத்த ஆசிரியர் சரவணனுக்குத் தனக்குள் நன்றி சொல்லிக் கொண்டான். அந்த மக்களின் களியாட்டங் களையும் கலையாட்டங்களையும் ஓவியங்களாக வரைவதென்றால் அவனுக்கு ஆண்டு தோறும் அங்கு வந்தால் தான் முடியும் என்று தோன்றியது; என்றாலும், முடிந்தவரையில் பென்சில் கோடுகளால் தன்னுடைய நோட்டுகளை நிரப்பிக் கொண்டான்.

சுந்தரியோடு அவன் வேடிக்கை பார்க்கும்போது, மெல்ல அவள் காதுகளில், "இப்படி எனக்கும் உன்னோடு சேர்ந்து ஆடிபாட வேண்டுமென்று தோன்றுகிறது சுந்தரி! வாழ்க்கை என்றால் இதுவல்லவோ வாழ்க்கை! மக்கள் தாங்களாகவே ஆட்டங்களில் கலந்து கொள்கிறார்களே தவிர, முடுக்கி விடப்பட்ட இயந்திரங்களின் முன்னால் இவர்கள் கைகளைக் கட்டிக் கொண்டு நம்மைப் போல் பொம்மைகளாக உட்கார்ந்து விடுவதில்லை!" என்றான்.

கோபம் வந்துவிட்டது சுந்தரிக்கு. ஏற்கெனவே அவள் அங்கு ஒவ்வொரு நாளையும் ஒரு யுகமாகக் கழித்துக் கொண்டிருந்தவள், "நீங்கள் இவ்வளவு அநாகரிகமானவர் என்பது எனக்கு அப்போது தெரியாமல் போய்விட்டது!" என்றாள் வெடுக்கென்று.

"தெரிந்திருந்தால்?"

"நான் உங்களைக் கல்யாணமே செய்து கொண்டிருக்க மாட்டேன்!"

இதை அவள் வாயால் கேட்டபிறகு அண்ணாமலைக்கு அந்தப் பயணமே பொருளற்றதாகத் தோன்றியது. நெஞ்சுவலித்தது அவனுக்கு. விழா முடிந்த மறுநாளே அவர்கள் அங்கிருந்தது சென்னைக்குக் கிளம்பினார்கள். வழியில் பஸ்ஸிலும் ரயிலிலும் அவர்கள் ஒருவரோடொருவர் பேசிக் கொள்ளவில்லை.

சென்னைக்கு வந்தவுடன் முதல் வேலையாக அண்ணாமலை சரவணனைப் போய்ப் பார்த்தான். அவரைச்

சந்தித்து விட்டு அவன் வீட்டுக்குத் திரும்பியபோது அங்கே அவனுக்காக ஒரு பதிவுத் தபாலுடன் காத்துக் கொண்டிருந்தாள் சுந்தரி. அவனுக்காக, அவள் கையெழுத்துப்போட்டு அதை வாங்கியிருந்தாளாம். சுந்தரியின் தோற்றமே பயங்கரமாக மாறிப் போயிருந்தது.

'இந்தாருங்கள் வக்கீல் நோட்டீஸ்!' என்று அவனிடம் நீட்டி விட்டு, "சீ! நீங்களும் ஒரு மனிதரா?" என்று வெறுப்போடு கேட்டாள் சுந்தரி.

34. வக்கீல் நோட்டீஸ்

தனக்கு வந்திருந்த வக்கீல் நோட்டீஸை சுந்தரியிடமிருந்து அண்ணாமலை வாங்கிப் படித்தபோது அண்ணாமலைக்கு யாரோ அவனுடைய குடலைப் பற்றி முறுக்குவது போலிருந்தது. அந்த வேதனை போதாதென்று சுந்தரி வேறு அவன் மீது பாய்ந்து அவனைச் சொல்லம்புகளால் துளைக்கத் தொடங்கிவிட்டாள். அந்த நோட்டீஸ் அவன் கை நீட்டி வாங்காத கடனுக்காக வந்திருந்தது. அதை அவன் ஒரு வாரத்திற்குள் கட்டாவிட்டால் அவன் மீது வழக்குத் தொடர்ந்து அவனுடைய சொத்துக்களின் மேல் நடவடிக்கை எடுக்கப்படுமாம்.

"இதெல்லாம் என்ன கூத்து? நீங்கள் இந்த முப்பதாயிரம் எப்போது, எதற்காக வாங்கினீர்கள்? எப்படி இதை ஒரு வாரத்தில் கட்டப் போகிறீர்கள்?" என்று கேட்டுவிட்டுச் சுந்தரி அவனுடைய பதிலுக்குக்கூடக் காத்திராமல், "நாளைக்கே இந்த வீட்டை நீங்கள் என் பெயருக்கு எழுதி வைக்க வேண்டும்; இது என் அப்பா திருப்பிக் கொடுத்த வீடு. இதையும் கடனுக்குத் தலை முழுக உங்களுக்கு உரிமை கிடையாது!" என்று கத்தினாள்.

அண்ணாமலைக்கு அவளுடைய அருகில் நிற்கவே பிடிக்கவில்லை. நோட்டீஸ் அனுப்பிய கடன்காரனையே சுந்தரி நல்லவனாக்கி விட்டாள். அவளிடமிருந்து தப்பி

வேகமாகத் தன்னுடைய அறைக்குள் நுழையப் போனான் அண்ணாமலை.

"சொல்லிவிட்டுப் போங்கள்!"

"நான் எங்கும் கடன் வாங்கவில்லை; கடன் வாங்கியிருப்பவன் மாணிக்கம். கட்டப் போகிறவன் அவன். அவனுக்காக நான் ஒரு கூட்டுக் கையெழுத்துப் போட்டேன்; அவ்வளவுதான் விஷயம். இதை இத்தோடு விட்டுத் தொலை!"

"என்ன சொன்னீர்கள்? விட்டுத் தொலைப்பதா? யார் யாரைத் தொலைப்பது? இருக்கிற வீட்டையும் தொலைத்து முழுகிவிட்டு, நீங்கள் என்னைத் தெருவில் விடப் போகிறீர்களா?"

பொறுக்க முடியவில்லை அண்ணாமலையால். சுந்தரிக்கோ அதைவிடப் பொறுக்க முடியவில்லை. 'விட்டுத் தொலை' என்று அவன் ஆத்திரத்தில் பேசிய அந்த ஒரு சொல்லை மட்டும் விடாமல் இறுக்கிப் பற்றிக்கொண்டு, கீரல் விழுந்த இசைத் தட்டைப் போல் கீச்கீச்சென்று அவள் கத்திக் கொண்டிருந்தாள். ஏற்கனவே, கிராமத்துக்கு அவனோடு சென்று வந்த எரிச்சல் வேறு அவளுக்குள்ளே புகைந்து கொண்டிருந்தது. அங்கே மற்றவர்களின் முன்னால் அவளால் அண்ணாமலையோடு மோதிக்கொள்ள முடியவில்லை. இப்போது அந்த ஆத்திரமும் நன்றாகச் சேர்ந்து கொண்டது.

எப்படியோ அவளிடமிருந்து அப்போதைக்கு நழுவிக் கொண்டு மாடிக்கு ஓடினான் அண்ணாமலை. மாடிக் கதவை அவன் ஓங்கித் தாழிடும் சத்தம் அவனைப் பின்பற்றிச் சென்ற சுந்தரிக்குத் தலையிலடிப்பது போல் கேட்டது. அண்ணாமலை சுந்தரிக்காகப் பயந்துகொண்டு மாடிக்கு ஓடவில்லை; தனக்காவே அவன் பயந்தான்.

அவனுடைய பொறுமை, கட்டுப்பாடு, சிந்திக்கும் ஆற்றல், அடக்கம் இவ்வளவு சக்திகளையும் சுந்தரி தன்னுடைய வாய்ச்சொல் என்ற ஆயுதத்தால் தகர்த்துப் பொடிப் பொடியாக்கி ஊதி விடுவாள் போல் தோன்றியது.

அவனுக்குள்ளே இருந்த மிருக வெறிகளைத் தூண்டிவிட்டு, அதனால் அவள் அடி வாங்கிக் கொண்டு அலறுவாள் என்று அவன் பயந்தான். பேசிய அவள் வாயைக் கிழிக்க வேண்டுமென்றும் அடித்து அவளை மூர்ச்சித்து விழச் செய்யவேண்டுமென்றும், அவனுக்குள் ஆத்திரம் பொங்கியது. அந்த ஆத்திரத்திற்குப் பலியாகிவிடக்கூடா தென்றுதான் அவன் அவளிடமிருந்து தப்பி ஓடினான்.

உணர்ச்சிகளைக் கட்டுப்படுத்தி ஒரு நிலைக்குக் கொண்டு வருவதற்கு அண்ணாமலைக்கு நெடுநேரமாகியது. பயமுறுத்தல்கள் நிறைந்திருந்த வக்கீல் நோட்டீஸை மீண்டுமொரு முறை படித்தான். பணம் வாங்கியதிலிருந்து மாணிக்கம் வட்டியைக்கூட ஒழுங்காகக் கட்டவில்லை என்று தெரிந்தது. 'இந்த நிலையில் அவனால் எப்படிச் சொந்தமாகக் கார் வாங்க முடிந்தது? எப்படிப் பெரிய பணக்காரனைப் போல் ஆடம்பரமாகவும் வெளி மினுக்கோடும் வாழ முடிந்தது?

மாணிக்கத்திடம் சென்று நோட்டீஸைக் கொடுத்து உடனடியாகக் கடனைக் கட்டிவிடச் சொல்லவேண்டும். இனி இந்த மாதிரி நோட்டீஸ்களோ பயமுறுத்தல்களோ தனக்கு வராதபடி அவனைப் பார்த்துக் கொள்ளச் சொல்ல வேண்டும். வெளியில் மற்றவர்களுக்குத் தெரிந்தால் இது மாணிக்கத்திற்கே அவமானம் என்பதை அவனுக்கு நினைவுபடுத்த வேண்டும். இப்போது அவனுக்குள்ள பணவசதியில் அவன் மனம் வைத்தால் இந்தக் கடனை அவனால் எளிதில் கட்டிவிட முடியும்.

நோட்டீசை எடுத்துக் கொண்டு மாணிக்கத்தைச் சந்திப் பதற்காக அவனுடைய வீட்டுக்குக் கிளம்பினான் அண்ணாமலை. நல்ல வேளையாகச் சுந்தரி எதிர்ப்பட்டு அவனிடம் மீண்டும் தன் சண்டையைத் தொடரவில்லை. வீட்டுக்குள் அவளுடைய ஆவேசக் குரலையும் காணோம்; மீனாட்சியம்மாள் மட்டிலும், கப்பல் கவிழ்ந்து விட்டது போல் கன்னத்தில் கை வைத்துக்கொண்டு

உட்கார்ந்திருந்தவள், அவனைக் கண்டுவிட்டு ஓடோடியும் வந்தாள்.

"இப்படி ஏமாளிப் பிள்ளையா இருந்தால் எப்படி நீ இந்த உலகத்தில் பிழைக்கப் போறே? மாணிக்கத்தை நம்பாதீங்கன்னு எத்தனையோ தடவை நான் உங்கப்பாவிடம் தலையாலே அடிச்சுக்கிட்டேன். அவரும் கேட்கலே; இப்போ நீயும் கேட்கலே. இந்தக் குடும்பத்தைக் கடவுள்தான் காப்பாத்தணும்!"

அவனுடைய தாயாரோ அவனுடைய ஏமாளித் தனத்தைக் குத்திக் காட்டியது அவனுக்குச் 'சுருக்' கென்று தைத்தது. அது ஏமாளித்தனம் என்பதை அவன் மனம் ஒப்புக்கொள்ளவில்லை. அதை மாணிக்கத்துக்காகச் செய்ததாகவும் அவன் நினைக்கவில்லை. ஆனந்தி வந்து மாணிக்கத்திடம் அவனை அழைத்துக் கொண்டு சென்றாள். கையெழுத்துப் போடும் போது அவளும் உடன் இருந்தாள் அவளுக்காக அவன் போட்ட கையெழுத்து அது. இல்லாவிட்டால் படித்துப் பார்க்காமல் கூட இதை மாணிக்கத்துக்காக அவன் போட்டிருக்கமாட்டான்.

தாயாரிடம் எதுவும் பேசாமல் அவன் விரைந்து பின்புறத்துக் கதவைத் திறந்துகொண்டு ஆனந்தியின் வீட்டுத் தோட்டத்துக்குள் நுழைந்தான். அந்த வீட்டுக்குப் போய்ச் சேருமுன்பே அங்கிருந்து சுந்தரியின் குரலும் மாணிக்கத்தின் தாயாரின் குரலும் மாறி மாறிக் கேட்டன.

வீட்டு முகப்பில் சிறு கூட்டம் கூடியிருந்தது. கதிரேசன் இடிந்து போய் உட்கார்ந்திருந்தார். அண்ணாமலையை அவரால் ஏறிட்டுக் கூடப் பார்க்க முடியவில்லை. நடந்த விஷயங்களில் எதுவுமே அவருக்கு அதற்கு முன்பு தெரியாது. ஆனந்தி தேம்பித் தேம்பி அழுது கொண்டு நின்றாள். அண்ணாமலை ஆனந்தியை அது வரையில் அந்தக் கோலத்தில் கண்டதில்லை. சுந்தரியும் மாணிக்கத்தின் தாய் செல்லம்மாளும் கைகளால் அடித்துக் கொள்ளாதது ஒன்றுதான் பாக்கி.

"வாழ்க்கையை அசிங்கப்படுத்தாமலாவது இருங்கள்!" என்று கதிரேசன் எழுதிப் போட்டிருந்த பலகை உள்ளேயிருந்துகொண்டு, அங்கே நடந்த காட்சியைக் கண்டு நகைப்பது போல் அண்ணாமலைக்குத் தோன்றியது. அவன் அங்கு வந்ததைச் சுந்தரி சிறிதுகூடச் சட்டை செய்யவில்லை.

செல்லம்மாளிடம் சுந்தரி, "அம்மா தாயே! நான் உன்னிடம் பேச வரவில்லை. நீ உன் வாயைமூடிக்கொள்!" என்று சொல்லிவிட்டு, ஆனந்தியின் மீது பாய்ந்தாள். ஆனந்தி! நீ நீலிக்கண்ணீர் வடித்துப் புண்ணியமில்லை. இந்தக் கடனை உடனே உன் வீட்டுக்காரர் கட்டாமல் போனால், நான் உங்களையெல்லாம் சும்மா விடமாட்டேன். எங்கப்பாவிடம் சொல்லி நான் உங்கள் சொத்துக்கு வாரண்டு வாங்கச் சொல்வேன்!" என்று கத்தினாள்.

"அவர் இப்போது ஊரிலே இல்லை; வந்தவுடன் கட்டச் சொல்கிறேன்" என்று சுந்தரிக்கும் அண்ணாமலைக்குமாகச் சேர்த்துப் பதிலளித்தாள் ஆனந்தி. மாணிக்கம் வெளியூர் சென்றிருந்தானாம். அவனுக்கும் அப்படி ஒரு நோட்டீஸ் வந்திருந்ததாம். அவன் திரும்புவதற்கு ஒரு வாரம் பத்து நாட்களாகலாம் என்றாள் ஆனந்தி.

"சுந்தரி!" என்று தன் மனைவியை அதட்டிவிட்டு அண்ணாமலை, "இதையெல்லாம் நான் பார்த்துக் கொள்கிறேன்; முதலில் நீ வீட்டுக்குப் போ!" என்று மெல்லச் சுந்தரியின் கரத்தைப் பற்றினான்.

'வெடுக்'கென அவன் கரத்தை உதறிவிட்டு அண்ணாமலையின் பக்கம் திரும்பினாள் சுந்தரி. "நீங்கள் பார்த்துக் கொள்ளுகிற லட்சணம்தான் நன்றாய்த் தெரிந்துவிட்டதே! மாதம் ஆயிரம் உங்களுக்குக் கொட்டி அழுது கொண்டிருந்த மாமனாரை எட்டி உதைத்தவர்தானே நீங்கள்? நாளைக்கு வீடு பறிபோனால் உங்களுக்கென்ன கவலை? நீங்கள் சம்பாதித்த சொத்தா அது? இல்லை. உங்களுக்குச் சம்பாதிக்கத்தான் திறமை இருக்கிறதா! பெரிய

ஆண் பிள்ளையைப் போல் இங்கே பேச வந்துவிட்டீர்கள்! நீங்கள் காகிதத்தில் படம் எழுதிக் கிழித்து நாக்கை வழித்துக் கொள்கிற விஷயமில்லை இது! பெரிய ஆர்ட்டிஸ்டாம், ஆர்ட்டிஸ்ட்!"

இதைக் கேட்டவுடன் அண்ணாமலையின் விழிகளில் கொலைவெறி தாண்டவமாடியது. தன் உயிருக்குயிரான கலையைப் பழித்தவளை, தன் ஆண்மையைப் பழித்தவளை, தன்மானத்தைப் பழித்தவளை, அதே இடத்தில் குற்றுயிரும் குலை உயிருமாகச் செய்துவிட வேண்டுமென்ற ஆத்திரம் அவனுக்கு.

ஆனந்தியே சுந்தரியின் பேச்சைக் கேட்டு வெகுண்டு போய், "அடி, பாவி! பேசாதே!... பேசாதே!" என்று பாய்ந்து வந்து அவள் வாயைப் பொத்தினாள். சுந்தரிக்கு இந்தக் குறுக்கீடு சிறிதும் பிடிக்கவில்லை. ஆனந்தியைப் பற்றி மூர்க்கத்தனமாகத் தள்ளிவிடவே, சுவரில் வேகமாய் மோதிக் கொண்டாள் அவள், தலை பிளந்து விட்டது போல் வலி எடுத்தது ஆனந்திக்கு.

வெறிகொண்டுவிட்ட அண்ணாமலை, தன் பிடியை இரும்புப் பிடியாக்கி "வா, வீட்டுக்கு" என்று சுந்தரியைப் பற்றி முரட்டுத்தனமாக இழுத்தான்.

"என்னால் வரமுடியாது, நீ என்ன செய்து விடுவாய்?"

சுந்தரி சொல்லிய 'நீ' என்ற அந்த ஒரு சொல், துப்பாக்கிக் குண்டாகப் பாய்ந்து விட்டது அண்ணாமலையின் நெஞ்சில். பெண்ணாக இருந்த சுந்தரி அவனைப் பொறுத்த வரையில் பேயாக மாறிப் போனாள்.

கண், காது, முகம், மூக்கென்று பார்க்காமல் தன் கை ஓயும்மட்டும் அவளை அறையலானான். 'மனைவியைக் கை தொட்டு அடிப்பது அநாகரிகம்' என்பதை நம்பியவன்தான் அவன்; ஆனால், அவள் மனைவியாக அப்போது அவனுக்குத் தோன்றவில்லை; எதிரியாகி விட்டாள்.

அறையத் தொடங்கிய அவன் கை ஓய்ந்து விழுந்ததற்குக் காரணம் ஆனந்தி. அவனுடைய அறைகளில் பெரும் பாலானவற்றை அவள் குறுக்கே விழுந்து வாங்கிக் கொண்டாளே தவிர, சுந்தரிக்குக் கிடைத்தது மிகவும் குறைவுதான்.

இதனால் வெட்கமும் வேதனையுமடைந்த அண்ணா மலை, சுந்தரியை அங்கிருந்து வெறியுடன் இழுத்து வந்து தன்னுடைய வீட்டுக்குள் தள்ளினான்.

36. வாழ்க்கையோ வாழ்க்கை

சுந்தரி தன்னுடைய மாடி அறைக்குள் புகுந்துகொண்டு கதவை உட்புறம் தாழிட்டுக் கொண்டாள். தலைவிரி கோலமாக அவள் அங்கே தரையில் குப்புற விழுந்து கிடந்ததைக் கதவிடுக்கின் வழியே கவனித்தான் அண்ணா மலை. அடுத்தாற் போல் அவள் என்ன செய்யப் போகிறாளோ என்ற கவலை அவனை உடனடியாகப் பற்றிக் கொண்டது.

வக்கீல் நோட்டீஸ் என்பது சண்டைக்கு ஒரு காரணம்; அவ்வளவுதான். அது வராவிட்டால் வேறு ஏதாவது ஒரு காரணம் அவளுக்குக் கிடைத்திருக்கும். பிறந்த வீட்டிலிருந்து ஆனந்தி அவளைக் கொண்டு வந்து விட்ட பிறகு அவள் ஓரளவாவது மனம் மாறியிருக்கக் கூடுமென்று நம்பினான் அண்ணாமலை. ஆனால், இதற்குப் பிறகுதான் அவனுக்கு அவளோடு ஒவ்வொரு நாளும் ஒரு யுகமாகக் கழிந்தது; கிராமத்துக்கு அவளை அழைத்துக் கொண்டு போனால், அதனாலாவது ஒரு திருப்பம் ஏற்படலாம் என்று நினைத்தது நேருக்கு மாறாய்ப் போய்விட்டது. அவளுடைய மன எரிச்சல் அதனால் அதிகப்பட்டதே தவிரக் குறைந்த பாடில்லை. அந்த எரிச்சலை வெளிப்படுத்த அவளுக்கு அந்த நோட்டீஸ் ஒரு காரணமாகிவிட்டது. அது வராவிட்டால் வேறொரு காரணம் அவளுக்கு அகப்பட்டிருக்கும்... எப்படி இனியும் சுந்தரியோடு ஒன்றாகக் குடும்பம் நடத்துவது?

'கட்டிக் கொண்டவள் ஏறுக்கு மாறாக நடந்தால், காவித் துணி உடுத்திக்கொண்டு சன்யாசம் வாங்கிக் கொள்ளலாம்' என்ற பழமொழி அவனுடைய நினைவுக்கு வந்தது. அப்படிப்பட்ட சன்யாசிகளும் நாட்டில் அதிகமாக இல்லை; அவனுக்கும் அந்த யோசனை பிடிக்கவில்லை. அவன் தன் மன உளைச்சலைத் தாங்க முடியாமல் மாடியிலேயே குறுக்கும் நெடுக்கும் நடந்து கொண்டிருந்தான். பெண்களைப் பார்த்துப் படம் எழுதலாமே தவிர, அவர்களோடு வாழ்வதைப் போல் முட்டாள்தனம் வேறில்லை என்று அவனுக்குத் தோன்றியது.

அந்தச் சமயத்தில் அவனைத் தேடிக்கொண்டு அங்கே வந்து சேர்ந்தாள் ஆனந்தி. அவள் கையிலிருந்த ஒருசிறு அட்டைப் பெட்டியை அவன் முதலில் கவனிக்கவில்லை. அவளுடைய முகத்தைக் கண்டுவிட்டுத் திடுக்கிட்டான்.

ஆ! ஆனந்தியின் முகம் தானா இது?

சுந்தரியால் தூண்டிவிடப்பட்ட ஆத்திரத்தில் அவனுடைய கண்கள் குருடாகிவிட்டபோது, அவன் அறைந்த அறைகள் ஆனந்தியைத்தான் சித்திரவதைப் படுத்தியிருந்தன. சுந்தரியைக் காப்பாற்ற முயன்ற ஆனந்தியால் தன்னைக் காப்பாற்றிக்கொள்ள முடியவில்லை. முகம் வீங்கியிருந்தது. விழிகள் இரத்தச் சிவப்பாய்க் கலங்கியிருந்தன. கன்னங்களில் அவனுடைய விரல்கள் பதிந்து அவை கன்றிப் போயிருந்தன. அந்தக் கோலத்தைக் கண்டு பதறிப் போனான் அண்ணாமலை.

"நான் இதை எதிர்பார்க்கவே இல்லை; என்னை மன்னித்துக் கொள்ளுங்கள்" என்று தடுமாறினான் அண்ணாமலை, அவன் குரல் தழுதழுத்தது.

ஆனந்தி மெல்லச் சிரித்தாள். அறை வாங்காமல் தப்பிக் கொண்டவள் அங்கே அழுதுகொண்டு கிடக்கும்போது, எப்படி ஆனந்தியால் புண்பட்ட முகத்தோடு சிரிக்க முடிகிறது?

"நீங்கள் எவ்வளவு முரடர் என்பது இப்போதுதான் தெரிந்தது; நல்லவேளை, சுந்தரி பிழைத்துக் கொண்டாள்!" ஆனந்தி அதற்காகச் சிறிதும் கவலைப்பட்டதாகவே தெரியவில்லை.

தான் கொண்டு வந்திருந்த அட்டைப் பெட்டியைத் திறந்து அவன்முன்னே வைத்தாள் ஆனந்தி. அதில் அவளுடைய கழுத்துச் சங்கிலி, கை வளைகள், தோடுகள், மோதிரங்கள் முதலிய நகைகள் காணப்பட்டன. மாங்கல்யச் சரட்டைத் தவிர மற்ற நகைகளையெல்லாம் கழற்றிக் கொண்டு வந்திருந்தாள் அவள்.

"அப்பாவையும் வரச் சொல்கிறேன்; நீங்கள் இருவரும் போய் இந்த நகைகளை விற்றுவிட்டு, கிடைப்பதை முதலில் கடன்காரனிடம் கொடுத்துவிட்டு வாருங்கள். பாக்கியை அவர் ஊரிலிருந்து வந்தவுடன் கட்டிவிடச் சொல்கிறேன். இதற்காக உங்களுக்கும் சுந்தரிக்கும் இனி சண்டை வரக்கூடாது. குடும்பத்தில் ஒற்றுமை குலைய வேண்டாம்."

"முடியாது" என்று மறுத்தான் அண்ணாமலை. "நான் இதைத் தொடவே மாட்டேன்; இதை எடுத்துக்கொண்டு போய் முதலில் நீங்கள் போட்டுக்கொள்ளுங்கள்; மாணிக்கம் வந்த பிறகு நான் பார்த்துக் கொள்ளுகிறேன்."

ஆனந்தி அவனை வற்புறுத்திப் பார்த்தாள்; அவன் கேட்கவில்லை. அழுகை அடைத்துக் கொண்டு வந்தது அவளுக்கு.

"நான் உங்களை அடித்த பாவத்துக்கு மாணிக்கத்திடம் மன்னிப்புக் கேட்க வேண்டும். இந்தப் பாவத்தையும் செய்தால் நான் அவன் முகத்தில் விழிக்கவே முடியாது. வேண்டாம், எடுத்துக்கொண்டு போங்கள்!"

"நீங்களாக என்னை அடிக்கவில்லை; நானாக உங்களிடம் வாங்கிக் கொண்டேன்!" என்று சிரித்துக்கொண்டே அங்கிருந்து கிளம்பினாள் ஆனந்தி. அவ்வளவு துன்பத்துக்கிடையிலும் அவளுடைய அந்தச்

சிரிப்பு அவனுக்கு எவ்வளவோ ஆறுதலைத் தந்தது. மனிதர்களுடைய சின்னஞ்சிறு உணர்ச்சிகளுக்குள்ள ஆற்றல் அவனுக்கே புதுமையாக இருந்தது.

ஆனால் அந்த ஆறுதல் நீடிக்கவில்லை. சுந்தரியின் அறைக் கதவு திறக்கப்பட்ட சத்தம் கேட்டவுடனேயே அது எங்கோ பறந்துவிட்டது. வெளியில் நின்றவாறே அறைக்குள் எட்டிப் பார்த்தான். சுந்தரி கையில் அவளுடைய பெட்டியோடு வெளியில் புறப்படுவதற்குத் தயாராக நின்று கொண்டிருந்தாள். அவன் பயத்தோடு எதிர்பார்த்துக் கொண்டிருந்த அந்தப் பொல்லாத வேளை திடீரென்று வந்து குதித்து விட்டது.

அவனுடைய பார்வை அவளுடைய முகத்தில் பதிந்தது. அவனிடம் அடிபட்டதற்கான அடையாளம் சிறிதுகூட அங்கே தென்படவில்லை. ஆனால் அவளுடைய விழிகளிரண்டும் ஆத்திரத்தில் நெருப்புத் துண்டுகளாக மாறியிருந்தன. அவ்ன் வழிவிடாமல் குறுக்கே நின்றான். அவளும் அப்படியே அவனைப் பயங்கரமாக விழித்துக் கொண்டு நின்றாள்.

'இனி நீ போனால் இங்கு திரும்பி வரக்கூடாது!' என்று சொல்வதற்குத்தான் அண்ணாமலை வாயெடுத்தான். ஆனால் ஆனந்தி அங்கு வந்து போன பிறகு அவனுக்குள் ஏற்பட்டிருந்த அமைதி, அவனைக் கட்டுப்பாடுள்ளவனாக மாற்றியிருந்தது.

"நடந்ததையெல்லாம் நானும் மறந்துவிடுகிறேன்! நீயும் மறந்துவிடு" என்றான் அண்ணாமலை. "எனக்கு நீயும் உனக்கு நானும்தான் முக்கியம். வீடு, வாசல், சொத்து, சுகம், காசு பணமெல்லாம் கிடக்கட்டும்; நாம் இனிமேல் புதிதாக வாழத் தொடங்குவோம்" என்றான்.

"இனிமேல் இந்த ஜன்மத்தில் முடியாது?"

"நமக்குள் அன்பிருந்தால் அது முடியும் சுந்தரி!"

"அன்பாவது மண்ணாங்கட்டியாவது?" என்று தனக்குள்

வெறுப்போடு பேசிக்கொள்வதுபோல் கூறினாள் சுந்தரி; "நான் தெரியாத்தனமாக உங்கள் மேல் ஆசைப்பட்டேன்; அதற்கான தண்டனையும் கிடைத்துவிட்டது. என்னைப் போக விடுங்கள்!"

"வேண்டாம், சுந்தரி!"-கண்ணீரோடு கெஞ்சினான் அண்ணாமலை.

"போதும் இந்த நடிப்பெல்லாம்; என்னால் சகிக்க முடியவில்லை."

"நான் சொல்வதைக் கேள் சுந்தரி! நாம் ஒருவரையொருவர் சகித்துக் கொள்ளப் பழகிக் கொள்ள வேண்டும் சுந்தரி! இந்த ஒரு நாளாவது எனக்காக நீ இங்கே பொறுமையோடு இரு. நாளைக்கு நானே உன்னை அவசியமானால் கொண்டுபோய் விடுகிறேன். பிறகு நானே வந்து அழைத்து வருகிறேன்."

"எனக்கு ராயப்பேட்டைக்கு வழி தெரியும்; நீங்கள் பின்னால் வர வேண்டாம்."

சுந்தரி மளமளவென்று படிகளில் இறங்கி, கீழே நின்று மாமியார் தடுத்ததையும் பொருட்படுத்தாமல் தெருவில் வேகமாக நடந்தாள். மாடியில் நின்றபடியே அவளுடைய உருவத்தை அவன் உற்றுப் பார்த்தான். கண்ணீர் அதை முற்றிலும் மறைத்துவிட்டது.

சுந்தரி போய்விட்டாள்.

அண்ணாமலைக்குத் திடீரென்று பைத்தியம் பிடித்துவிட்டது போலிருந்தது. தலைமயிரைப் பிய்த்துக்கொண்டு மாடியிலிருந்து கீழே தலை குப்புற விழந்துவிட வேண்டுமென்ற ஆவேசத்தோடு குனிந்து பார்த்தான். நல்ல உயரமான மாடிதான். ஒரு நிமிஷத்தில் எல்லாத் துன்பங்களுக்குமே முடிவு கட்டிவிடலாம்.

ஆனால், எந்த இடம் அவன் விழுந்து சிதறுவதற்கு ஏற்றதாக இருந்ததோ அந்த இடத்தில் அவன் தாயார்

மீனாட்சி சிலையாக நின்று கொண்டிருந்தாள். அந்தச் சமயத்தில் அவனைத் தடுப்பதற்கென்றே தாயாரின் உருவில் விதி சதி செய்து விட்டது போலும்!

அண்ணாமலையின் மனம் கேட்கவில்லை. அன்பையோ, அடக்கத்தையோ, பொறுமையையோ, பண்பையோ, பாராட்டத் தெரியாதவளாக இருந்தாலும் சுந்தரி அவன் மனைவி. அவனோடு வாழ்ந்தவள்; அவனுக்குத் தன்னையே கொடுத்து விட்டவள். உள்ளத்தையும் ஆன்மாவையும் அவளுக்குக் கொடுக்கத் தெரியவில்லையென்றாலும், உடலையும் அதன் உணர்ச்சிகளையும் முடிந்தவரையில் கொடுத்தவள்.

ஸ்கூட்டரை எடுத்துக் கொண்டு அவன் வழக்கம்போல் கிளம்பினான். பஸ் அடியில் நின்று சிறிதுநேரம் அவளிடம் கெஞ்சிப் பார்த்தான். அவள் கேட்கவில்லை. பஸ் அவளை ஏற்றிக் கொண்டு சென்றது வழக்கம் போல்.

திரும்பி வந்த அண்ணாமலைக்கு அவனுடைய வீடே சுடுகாடாக மாறிவிட்டது போலிருந்தது. அவனால் பொறுக்க முடியவில்லை. பொறுக்கவே முடியவில்லை. அன்றைக்குப் பகல் பொழுதும், அதை அடுத்து வந்த இரவும் அவனை அணு அணுவாகச் சித்திரவதை செய்துவிட்டன.

பொழுது விடிவதற்கு முன்பாகவே வீட்டு வாசலில் கார்ச் சத்தம் கேட்டதால், பதறி அடித்துக்கொண்டு எழுந்தான் அண்ணாமலை. வந்திருந்தது அவனுடைய மாமனாரின் கார். புதிய நம்பிக்கையோடு காரைநோக்கி அவன் ஓடினான். மாமனார் காரை ஓட்டிக்கொண்டு வந்திருந்ததால், சுந்தரியுடன் அவர் வந்திருக்கக் கூடும் என்ற நப்பாசை அவனுக்கு.

காரிலிருந்து தண்டபாணி இறங்காமலே, “சுந்தரி இங்கே வந்தாளா!” என்று கேட்ட கேள்வி, அவர் அந்தக் காரை அவனுடைய நெஞ்சின்மேல் ஏற்றியது போலிருந்தது.

“வரவில்லையே!”

காருக்குள் அவர் சாய்ந்துவிட்டார். அவர் முதல் நாள் இரவு சுந்தரிக்குப் புத்திமதிகள் கூறினாராம். அடிக்கடி கோபித்துக் கொண்டு பிறந்தவீட்டுக்கு வருவது நல்லதல்ல என்று அவளைக் கண்டித்தாராம். பையன்களும் அவளை அங்கே கேலி செய்தார்களாம்.

"அவளோட அம்மாவோடதான் ராத்திரி சுந்தரி படுத்திருந்தாள்; விடிஞ்சு பார்க்கிற போது அவளைக் காணலே; சின்னவனோட சைக்கிளையும் காணோம்!" தண்டபாணி எப்படியோ இந்த விவரத்தைச் சொல்லி முடித்தார்.

அண்ணாமலையும் அவரும் ஒன்றாகக் காரில் பல இடங்களுக்கு அலைந்து அவளைத் தேடிப் பார்த்தார்கள். கடைசியில் மயிலாப்பூர் கடற்கரையில் ஒரு சிறு கூட்டம் எதையோ சூழ்ந்து கொண்டு நிற்பது தெரிந்தது. காரை நிறுத்திவிட்டு அங்கே ஓடினார்கள். வழியில் மணலில் ஒருபுறம் சைக்கிள் கிடந்தது. கூட்டத்துக்கு மத்தியில் கரையோரம் ஒதுக்கப்பட்டுச் சுந்தரியும் கிடந்தாள். செத்துப்போன பிறகும் அவளுடைய உடல் அழகு நெருப்பைப்போல்தான் ஒளி உமிழ்ந்து கொண்டிருந்தது.

அந்தச் சில்லிட்டுப் போன உடலின்மீது வேரற்ற மரமென விழுந்து கதறினான் அண்ணாமலை. கடல் அலைகளும் அவனோடு சேர்ந்து கொண்டு ஓலமிட்டன. தண்டபாணி தம் வாயில் துணியை வைத்து அடைத்துக் கொண்டு குமுறினார்.

சித்திரப் பாவை

மூன்றாம் பாகம்

1. உழைப்பெனும் தெய்வம்

கடுமையான உழைப்பில் அண்ணாமலையை ஈடுபடுத்தி அவன் அதில் தன்னையே மறந்துவிடும்படிசெய்து கொண்டிருந்தார் ஆசிரியர் சரவணன். அவருக்கும் அவசரமாகப் படங்கள் தேவைப்பட்டன. அண்ணாமலையை அவனுடைய கவலைகளிலிருந்து மீட்க வேண்டுமென்றும் அவர் விரும்பினார். அவற்றுக்காக அவர் செய்த ஏற்பாடு இது. அண்ணாமலை இரவு பகலாகத் தன் ஸ்டூடியோவில் அமர்ந்து ஓவியங்களில் மூழ்கிக் கொண்டிருந்தான்.

கிராமத்தில் அவன் வரைந்து கொண்டு வந்திருந்த பென்சில் 'ஸ்கெட்சு'கள் பல்வேறு வண்ணங்களில் உயிரோவியங்களாக மாறி வந்தன.

பொழுது புலரு முன்பே ஏரும் தோளுமாக வயலுக்கு மாடுகளை விரட்டிச் செல்லும் உழவன், ஏற்ற மரத்தின் மீதிருந்து பாட்டுப் பாடியபடியே இறவைக்கிணற்றிலிருந்து வயலுக்கு நீர் பாய்ச்சும் குடியானவன், நடவுநட்டுக் கழனியில் 'பச்சைப் படுதா' விரிக்கும் உழத்தியர், மேய்ச்சலுக்காக கன்று காலிகளை விரட்டிச் செல்லும் சிறுவன், பசுவின் மடியில் பொங்கிப் பொசியும் பாலைக் கறக்கும் கிராமத்து அழகி இப்படிப் பல படங்கள் அங்கு உருவாகிக் கொண்டிருந்தன.

உழைப்பைத் தன் படங்களில் சித்தரிக்க முயன்றவன், உல்லாசக் களிப்பையும் மறந்து விடவில்லை. கலை வாழ்வைக் கலைஞனால் புறக்கணிக்க முடியுமா? கிராமத்தின் கலைக்கூடமான ஐயனார் கோவிலும் அதன் திருவிழாக் காட்சிகளும் மற்றொருபுறம் உயிர் பெற்று வந்தன. பெண்களின் கும்மி, ஒயிலாட்டம், கும்மாளம், ஆண்களின் சிலம்பம் போன்றவைகளும் ஒருவகை ஆனந்தச் சூழ்நிலையை அங்கு ஏற்படுத்தியிருந்தன.

பெயரளவுக்கு அவன் பென்சில் கோடுகளைத் தன்முன்னே வைத்துக்கொண்டு வரைந்தான் என்றாலும், அவனுடைய உள்ளமாகிய ஓவியக் களஞ்சியத்திலிருந்து

ஒவ்வொன்றாக அவன் தன் தூரிகையின் வாயிலாக வெளியே கொண்டு வருவது போலிருந்தது. அவன் தன் விழிகளால் பார்த்த அந்தக் கணத்திலேயே அவனுள் பதிந்துவிட்ட அற்புதக் காட்சிகள் அவை.

பசுவின் மடியிலிருந்து பால் கறக்கும் கிராமத்து அழகியின் படத்தை முடித்தவுடன் அதை ஒரு முறை உற்றுப் பார்த்தான் அண்ணாமலை. அழகியின் உடையலங்காரம் அவன் கண்ட கிராமத்து அழகியினுடையதுதான். ஆனால் அவளுடைய உருண்டு திரண்ட அங்க அவயவங்கள், மூக்கு, முகம், விழிகள் எல்லாமே சுந்தரியினுடையவை! சுந்தரிதான் அந்தத் தோற்றத்தில் அவனையறியாமல் அங்கு புகுந்து கொண்டு விட்டாள்.

புல்லரித்தது அண்ணாமலைக்கு... என்ன இருந்தாலும் அவள் அவனுடைய இரத்தத்தோடு இரத்தமாகக் கலந்துவிட்டவள். அவனுள் கரைந்து விட்டவள்.

"நான்தான் அவளை கொன்றுவிட்டேன்; என்னால்தான் அவள், இந்த வாழ்வையே வெறுத்துவிட்டாள்; நான்தான் காரணம்."

நூற்று ஓராவது முறையாக இந்த நினைவு அவனுள் அலை மோதியவுடன், அவன் அப்படியே தூரிகையைத் தூக்கி எறிந்துவிட்டு, அங்கு கிடந்த சாய்வு நாற்காலியில் சுருண்டு விழுந்தான். கண்ணீரை அவனால் அடக்க முடியவில்லை. உழைப்பில் தன்னை மறக்க முயன்றவனின் முன்னால், அவனுடைய உழைப்புக்குள்ளாவே ஊடுருவிக் கொண்டு வந்து நின்றாள் சுந்தரி.

எழுந்து போய் முதன் முதலாக அவளை மாடலாக வைத்து வரைந்த படத்தை எடுத்துக் கொண்டு வந்தான். அதை அப்படியே தன் மார்பில் கிடத்திக்கொண்டு, பெருமூச்சு விட்டான். 'என்ன இருந்தாலும் அவள் பெண்; வாழ்க்கையின் இனிய இரகசியங்களை எனக்கு உணர்த்தியவள் அவள்; என்னோடு வாழ்ந்து தன் வாழ்க்கையின் அடிச்சுவடுகளை

என்னுடைய நெஞ்சில் பதித்து விட்டவள் அவள்...'

கதிரேசன் அங்கு வந்ததை அவன் கவனிக்கவில்லை. அவருடைய பிடி அவனுடைய தோளில் இறுக்கமாகப் பதிந்த பிறகே அவன் விழித்துக் கொண்டான். கதிரேசன் அவனைப் பற்றி மெல்ல உலுக்கியபடியே, "என்ன இது?" என்று கேட்டார்.

"அவளை...சுந்தரியை...நான்தான்...நான்தான்..." தொண்டையை அடைத்துக்கொண்டு வந்தது அண்ணாமலைக்கு.

"இதோ பாருங்கள், இப்படி நீங்கள் பேசுவதாக இருந்தால் நான் இனி இங்கு வரவே மாட்டேன்!" என்று செல்லத்துடன் அவனைக் கடிந்து கொண்டார் கதிரேசன். அன்போடு அவனுக்கு ஆறுதல் கூறினார். அவளுடைய முடிவுக்கு அண்ணாமலை சிறிதும் காரணமல்ல என்று அவனோடு வாதாடினார்.

"இதோ பாருங்கள், மாறிக்கொண்டு வரும் புதிய தலை முறையின் உளுத்துப் போன சின்னம் சுந்தரி. அவள் மீது குற்றமில்லை. அவளுடைய பிறப்பு, வளர்ப்பு, அவள் பெற்ற கல்வி, 'காசே கடவுள்' என்று மண்டியிடும் அவளைச் சுற்றியுள்ள சமூகம் இவ்வளவுமே அவளுடைய முடிவுக்குக் காரணங்கள். என் குடும்பத்திலேயே நான் இப்போது இந்தக் கொடுமைகளைப் பார்த்து வருகிறேன். வாழ்க்கையின் உண்மைப் பொருளைக் குடும்பத்தில் பெரியவர்களே தேட விரும்பாதபோது, பிள்ளைகளுக்கு அது எங்கிருந்து கிடைக்கும்? ஐம்புலன்களையும் அழுக்குப்படியாமல் அழகாக வைத்துக் கொள்ளத் தெரிந்துவிட்டால், எவ்வளவோ இன்பகரமாக இருக்கும் இந்த வாழ்க்கை... கண்களால் யாரை எப்படிப் பார்க்க வேண்டுமென்றோ, காதுகளால் எதை எப்படிக் கேட்கவேண்டுமென்றோ, உடம்பை எப்படிப் பழக்கப்படுத்திப் பயன்படுத்த வேண்டுமென்றோ, மனத்தை எப்படி மனிதத்தன்மை

கொண்டதாகப் பயன்படுத்திக்கொள்ள வேண்டுமென்றோ இப்போதெல்லாம் யாருமே கற்றுக் கொள்வதில்லை. இதுதான் மனிதப் பிறவிக்கு வேண்டிய அடிப்படைக் கல்வி. இது பிள்ளைகளுக்கு வீட்டிலும் கிடைப்பதில்லை; பள்ளிகளிலும் கிடைப்பதில்லை; சமூகவாழ்விலும் கிடைப்பதில்லை. வீட்டுக்கு ஒரு தலைவர், தெருவுக்கு ஒரு தலைவர், ஊருக்கு ஒரு தலைவர், என்று இருந்த காலத்தில் அவர்கள் காகிதத்தில் கையெழுத்துப் போடத் தெரியாதவர்களாக இருந்தாலும் அனுபவத்தில் இந்த அடிப்படைக் கல்வியைக் கற்று, அதன்படி நடக்க முயன்றார்கள். ஒழுக்கத்துக்கு முழுக்குப் போட்டுவிட்டு, நாம் இப்போது தீவிரமாகக் காசு பணத்தில் முன்னேறி வருகிறோம். இந்த அஸ்திவாரமில்லாத புறவளர்ச்சியின் அபாய அறிவிப்புத்தான் சுந்தரி."

ஆவேசம் வந்தவர் போல் பேசிக் கொண்டு போனார் கதிரேசன். அவருடைய வீட்டுக்குள்ளாகவே தினமும் திடீர்ப் பணத்தின் திருவிளையாடல்களைக் கண்டு வருபவர் அவர்.

"நான் அவளை அடித்திருக்காவிட்டால்..." என்று மீண்டும் குறுக்கிட்டான் அண்ணாமலை.

"நீங்கள் அவளை எங்கே அடித்தீர்கள்?" என்று கேட்டு விட்டு, "ஆனந்தியை அல்லவோ அடித்தீர்கள்!" என்று கூறிச் சிரித்தார்; "நான்தான் அவ்வளவையும் பார்த்துக் கொண்டிருந்தேனே! சுந்தரி நாக்கில் நரம்பில்லாமல் பேசியதைக் கேட்டு நீங்கள் தற்கொலை செய்து கொள்ளாமலிருந்ததுதான் எனக்கு ஆச்சரியம்!"

அண்ணாமலையும் வாய் விட்டுச் சிரித்துவிட்டான். அவனுடைய மனச்சுமை குறைந்து வருவதைக் கண்டு தமக்குள் திருப்தி அடைந்தார் கதிரேசன். அவரால் கண்டுபிடிக்கப்பட்டு கலைஞனாக வளர்ந்து கொண்டிருந்தவன் அவன். மேலும் ஆசிரியர் சரவணன் வேறு கதிரேசனிடம் சொல்லி, அடிக்கடி சென்று அவனைப்

பார்த்து வரும்படிக் கேட்டிருந்தார். கதிரேசனுக்கே அண்ணாமலையோடு பழகுவது இனிய பொழுது போக்காகவும் இருந்தது.

"சரி, நான் வருகிறேன்" என்று எழுந்தார் கதிரேசன். "உயிரோடிருக்கும்போது அந்தப் பெண் உங்களை வாட்டி வதைத்தது போதும்; இறந்த பிறகும் உங்களை வதைப்பதற்கு நீங்கள் அவளுக்கு இடம் கொடுத்து விடாதீர்கள்."

கதிரேசன் புறப்பட்டு விட்டார். மீண்டும் முழு மூச்சோடு படங்களில் மூழ்கினான் அண்ணாமலை. வேலை மிகவும் கஷ்டமானதாக இருந்தாலும், ஒரே இடத்தில் உட்கார்ந்து வரைவது அவனுடைய இடுப்பை ஒடிப்பது போல் தோன்றி னாலும், அது அவனுடைய உயிர் மூச்சோடு கலந்துவிட்ட உழைப்பு; உற்சாகம் நிறைந்த உழைப்பு; ஒரே படத்துக்குத் திரும்பத் திரும்ப வண்ணம் தீட்டும் இயந்திரப் போக்கில்லா உழைப்பு; ஒவ்வொன்றும் புத்தம் புதிய உழைப்பு, புத்தம் புதிய படைப்பு.'

மறுநாளைக்கு மறுநாள், மாலைப் பொழுதில் அண்ணா மலையைத் தேடிக்கொண்டு அவனுடைய ஸ்டூடியோவுக்கு வந்து சேர்ந்தாள் சாரதா. சுந்தரியின் பிரிவுச் செய்தி கேட்டு முதலில் துக்கம் கேட்க வந்தவள், அன்று கடைசி வரையில் இருந்துவிட்டுத்தான் போனாள். அதன் பிறகும் இரண்டு மூன்று முறை வந்துவிட்டாள்; இப்போதும் வந்தாள்.

"ஒரு நல்ல சேதியோடு வந்திருக்கிறேன்-அதாவது எனக்கு அது நல்ல செய்தி!" என்று சொல்லிக் கொண்டு சோபாவில் சாய்ந்தாள் சாரதா. அண்ணாமலைக்கும் அப்போது ஓய்வு தேவையாக இருந்ததால் ஒரு நாற்காலியை இழுத்துப் போட்டுக் கொண்டான். அவளுக்கு அருகில் உட்கார்ந்தான்.

"எனக்கொரு வேலை கிடைத்திருக்கிறது. ஓவியப் பள்ளியிலே ஆசிரியை வேலை. நேற்றுத்தான் உத்தரவு கிடைத்தது. இதனாலே ஒரு முக்கியமான கவலை தீர்ந்துவிட்டதென்று சொல்லலாம்; என் குடும்பத்தில்

உள்ளவர்களுக்கு இனி நான் சாப்பாட்டைப் பொறுத்த வரையில் சுமையில்லை!"

"வாழ்த்துக்கள், வாழ்த்துக்கள்!" என்று திரும்பத் திரும்பச் சொல்லி பூரிப்படைந்தான் அண்ணாமலை.

"என்ன இவ்வளவு சந்தோஷம் உங்களுக்கு?"

"உங்களுடைய சிரமம் எனக்கு தெரியும்; ஆனால், அதே சமயத்தில் நான் உதவ முடியாத நிலையிலும், நான் உதவி னாலும் நீங்கள் மறுத்துவிடும் நிலையிலும் இருந்தீர்கள். அந்தச் சிரமம் நான் இனிப் படவேண்டியதில்லை."

அன்பொழுகும் விழிகளால் அண்ணாமலையைப் பார்த்துப் புன்னகை பூத்தாள் சாரதா. அவனுடைய மனத்தில் இப்படி ஓர் இரக்கம் குடி கொண்டிருந்தது என்பது அவளுக்கு இப்போதுதான் புலப்பட்டது.

"நீங்கள் முன்பே இதைச் சொல்லவில்லையே!"

"இப்போதுகூட நீங்கள் இந்தச் செய்தியைச் சொல்லா விட்டால், நானும் சொல்லியிருக்க மாட்டேன்.. வாயால் பேசுவதால் பலன் என்ன?"

"சமயங்களில் எனக்கு ஆனந்தி உதவியிருக்கிறாள்" என்று பெருமையோடு கூறினாள் சாரதா. "பள்ளிக்கூடத்தில் ஆகும் செலவுகளை அவளும் அவள் அப்பாவுமே கவனித்துக் கொண்டார்கள். எனக்கு இந்த வேலை கிடைத் திருப்பதும்கூட அவள் அப்பாவால்தான்."

பெரிய பெரிய தான தருமங்களை மனிதர்கள் செய்யா விட்டாலும்கூட இப்படி ஒரு சிலருக்காவது தங்களால் முடிந்ததை மனிதர்கள் செய்வார்களானால் உலகத்தின் துன்பங்கள் எந்த அளவுக்குக் குறைந்திருக்கும் என்று எண்ணிப் பார்த்தான் அண்ணாமலை. தன்னுடைய வாழ்க்கையின் போக்கை மாற்றிவிட்டார் கதிரேசன் என்ற எண்ணமும் அவனிடம் எழாமல் இல்லை. நன்றிப் பெருக்கெடுத்தது அவன் உள்ளத்தில்.

2. கலைக்கு ஓர் இயக்கம்

வேளா வேளைக்குச் சாப்பாட்டையும் தண்ணீரையும் கூட மறந்துவிட்டு அண்ணாமலை தன் ஓவியங்களில் மூழ்கிவிடுவதாக மீனாட்சியம்மாள், சாரதாவிடம் குறைப்பட்டுக் கொண்டாள். அவளால் அண்ணாமலையைக் கடிந்து கொள்ள முடியவில்லை. சாரதா கீழே இறங்கிப் போய் மீனாட்சியம்மாள் அவனுக்காகச் செய்து வைத்திருந்த பலகாரங்களை மாடிக்கு எடுத்துக்கொண்டு வந்தாள். அவன் எழுந்து சென்று கைகால் முகம் சுத்தம் செய்துகொண்டு வருவதற்குள், சாப்பிடச் சொல்லிவிட்டுத் தானும் சாப்பிட்டாள் சாரதா.

“உங்க அம்மா சொல்வதைப் பார்த்தால், உங்களைச் சாப்பிட வைப்பதற்காகவே தினமும் நான் இங்கு வரவேண்டும் போலிருக்கிறதே.”

“நீங்களும் சாப்பிடுவதாக இருந்தால் தாராளமாக வாருங்கள்” என்றான் அண்ணாமலை.

“ஒரு டெலிபோன் வைத்துக் கொள்ளுங்கள்; பள்ளிக் கூடத்திலிருந்து சாப்பாட்டு வேளைக்கு உங்களுக்கு நினைவு படுத்துகிறேன். பிறகு வீட்டுக்குத் திரும்பும்போது இங்கு வந்துவிட்டுப் போகிறேன். உங்களைக் கவனித்துக் கொள்ளும் விஷயத்தில் நீங்கள் மிகப் பெரிய சோம்பேறி, அதனால்தான் முன்பெல்லாம் உங்களுக்காக என்னை நியமித்திருந்தாள் ஆனந்தி.”

அண்ணாமலை பதிலளிக்கவில்லை. ஆனந்தி இப்போது அருகில் இருந்தும் அடிக்கடி அங்கே வருவதில்லை. மாணிக்கம் ஊரிலிருந்து திரும்பி விட்டான். நோட்டீஸ் விவகாரங்களைத் தானே கவனித்துக் கொள்வதாகச் சொல்லி, அதை அவனிடமிருந்து வாங்கிக்கொண்டு போய்விட்டான். சுந்தரி அங்கு இருந்தபோது வந்துபோன அளவுக்குக்கூட ஆனந்தி இப்போது வருவதில்லை.

"மாமியாரின் கட்டுப்பாடும் மாணிக்கத்தின் கண்டிப்பும் அதிகமாய்ப் போய்விட்டன. நான் அங்கு போவதைக்கூட அவர்கள் விரும்புவதில்லை" என்றாள் சாரதா.

அண்ணாமலை நீண்ட பெருமூச்சு விட்டானே தவிர, அவனால் ஆனந்தியைப் பற்றி அவளிடம் ஏதும் பேசமுடியவில்லை.

சாரதா எழுந்து சென்று அவனுடைய படங்களை ஒவ்வொன்றாகப் பார்ப்பதில் ஈடுபட்டாள். எல்லையற்ற பரவசம் அவளுக்கு. அந்த வயதுக்குள்ளாகவே அவன் ஒரு மேதையாக வளர்ந்து வருகிறான் என்பதில் அவளுக்குச் சிறிதுகூட ஐயமே ஏற்படவில்லை. அவனுடைய பிறவிலேயே ஏதோ ஓர் அதிசயம் கண்டுவிட்டவள்போல் பூரித்துப் போனாள் சாரதா.

"உங்களுடைய இந்தப் படங்களைப் பார்த்த பிறகு, நான் படங்கள் வரைவதையே நிறுத்திவிடலாமென்று பார்க்கிறேன்! பயிற்சி, திறமை என்பதெல்லாம் இந்தக் கலைக்குக் கட்டி வராததுபோல் தோன்றுகிறது. தானாக உங்களுக்குள்ளேயிருந்து வண்ணங்களாகப் பொங்கி வருகிறது இது; நானோ இதோடு போராடிப் போராடித் தோற்றுப் போகிறேன்!"

"இப்படியெல்லாம் பேசினால், எனக்குப் பிடிக்கவே பிடிக்காது; என் படங்களில் சில எனக்கே திருப்தி அளிப்பதில்லை உங்களுடைய படங்களிலும், மற்றவர் களுடைய படங்களிலும் நான் வெவ்வேறு அழகைக் காண்கிறேன். முல்லை மலர்வதால், ரோஜாவோ மல்லிகையோ மலராமல் இருப்பதில்லை!"

"நன்றாகப் பேசுகிறீர்கள்; முல்லை மலர் தேன் சொட்டப் பேசுகிறது!" என்று அவனைக் கேலி செய்துவிட்டு, ஆசிரியர் சரவணன் தொடங்கப்போகும் புதிய கலை இயக்கத்தைப் பற்றி அவனிடம் கூறினாள் சாரதா.

சரவணன் பெரிய திட்டங்கள் போட்டுக் கலாச்சாரத்தின்

மறுமலர்ச்சிக்கென்றே தீவிரமான ஓர் இயக்கம் நடத்தப் போகிறாராம்; அவருடைய அலுவலகத்தில் என்னென்னவோ வேலைகள் சுறுசுறுப்பாக நடந்து கொண்டிருந்தனவாம்! ஓய்வு நேரத்தில் சாரதாவும் அங்கு போய் உழைத்து வருகிறாளாம்.

"கலைக்கு ஓர் இயக்கமா?" என்று வியப்போடு கேட்டான் அண்ணாமலை.

"ஆமாம், தைப் பொங்கலுக்குச் சரியாக ஒரு மாதத்திற்கு முன்பாக இந்த இயக்கத்தின் தொடக்க விழா சென்னையில் நடக்கப் போகிறது. ஓவியக் கலைக்கென்றே அவர் ஒரு மலர் வெளியிடப் போகிறார். கண்காட்சியும் நடக்கும்; கூட்டங்கள், பேச்சுக்கள், பத்திரிகையில் பிரசாரங்கள் எதையுமே விடமாட்டார் போலிருக்கிறது! ஆசிரியர் ஆவேசம் கொண்டுவிட்டார்!"

அண்ணாமலைக்கு உற்சாகம் வந்துவிட்டது; "இதற்கெல்லாம் பணம்?" என்று கேட்டான்.

"அவரும் கை நஷ்டப்படப் போகிறார்; அவருடைய நண்பர்களும் ஆயிரக்கணக்கில் கொடுத்திருக்கிறார்கள். நல்ல படங்களையெல்லாம் லட்சக் கணக்கில் இந்நாட்டு மன்னர் களுக்குக் கலை உணர்ச்சி ஊட்டுவதற்காக மலிவான விலையில் கொடுக்கப் போகிறாராம். உங்கள் படங்களையே அவர் விழாவுக்காகப் போஸ்டர்களாகப் போட்டாலும் போடுவார். அந்த அளவுக்கு அவர் கலைவெறி கொண்டிருக்கிறார். கலாச்சாரத்தில் முதிர்ந்த மூத்த குடிமக்களான நம்மவர்கள் அனுப்பும் பல பொங்கல் வாழ்த்துக்களைப் பார்த்தபோது அவருக்குக் கண்களில் இரத்தக் கண்ணீர் வந்துவிட்டதாம். ஆகவே, பொங்கல் வாழ்த்துக்களைக் கொண்டே புரட்சி நடத்தத் துணிந்துவிட்டார் ஆசிரியர்."

"காந்தியடிகள் கடலிலிருந்து ஒரு பிடி உப்பை அள்ளிப் புரட்சியைத் தொடங்கினாராமே, அப்படியல்லவோ

இருக்கிறது இது?" என்றான் அண்ணாமலை.

"ஆமாம். உப்புப் போட்டுச் சாப்பிட்டவர்களெல்லாம் அதில் கலந்து கொண்டதால் அது வெற்றி பெற்றது. அதைப் போல் பொங்கலுக்கு வாழ்த்துக்கள் அனுப்புகிறவர்கள் எல்லாம் பொங்கல் விழாவின் புனிதத் தன்மையை உணர்ந்தால், இதுவும் இங்கே வெற்றிபெறும். உழவுக்கும் தொழிலுக்குமாகக் கரும்போடு நமது முன்னோர்கள் கொண்டாடிய அந்தக் கலை விழாவில், அவர்கள் தங்களுக்காக உழைத்த மாட்டைக்கூட மறக்கவில்லை. மேல் நாட்டாரிடம் நாம் கற்றுக் கொண்ட பழக்கம் வாழ்த்து அனுப்பும் பழக்கம். ஆனால், அவர்கள் தங்கள் வாழ்த்துக்களில் தங்கள் விழாவுக்குப் புறம்பான படங்களை வெளியிட்டு அதை இழிவுபடுத்துவதில்லை அவர்கள் காட்டுமிராண்டிகளாம்,-நாம் நாகரிக முயற்சி பெற்ற மூத்த குடிமக்கள்!"

நெஞ்சில் அறையப்பட்டவன்போல் அண்ணாமலை விழித்துக் கொண்டான். அலங்கோலமான ஆடைகளோடு நடிகைகளைப் பல கோணங்களில் நிறுத்தி வைத்துப் புகைப்படங்கள் எடுத்து அவற்றை வாழ்த்துக்களோடும் போடும் புதுமைப் புரட்சி, உலகத்திலேயே வேறெங்கும் நடக்கவில்லை. உழவனை இப்படி அவமானப்படுத்தும் ஒரு நாட்டில் ஏன் உணவுப்பஞ்சம் வராது? மண்ணில் மலரும் கலைகளை மறக்கும் ஒரு நாட்டில் ஏன் மக்கள் கூட்டம் பெருகாது?

"சாரதா! இப்போதுதான் எனக்கு ஆசிரியரின் நோக்கம் புரிந்தது. கிராமத்துக்கு என்னை அனுப்பி இந்தப் படங்களை யெல்லாம் ஏன் அவர் வரைந்துகொண்டு வரச் செய்தார் என்பது இப்போதுதான் விளங்குகிறது. பெரும் பணம் கொடுத்து வாங்கும் ஒரு சிலரின் மாளிகைகளை இவை அலங்கரிப்பதைவிட ஏழை எளியவர்களின் குடிசைக்குள் வாழ்த்துக்களாக நுழையட்டும்!" என்றான்.

புதியவிழிகளோடு சாரதாவும் அண்ணாமலையும் அந்தப் படங்களை இப்போது பார்த்தார்கள். உழுதுண்டு வாழ்ந்து மற்றவர்களைத் தொழுதுண்டு பின்னே வரச் செய்யும் ஆற்றல் படைத்த அந்த உழவர் பெருமக்களுக்கு, தன்னால் இயன்ற நன்றிக் கடனைக் காட்டிய பெருமை அண்ணாமலைக்கு ஏற்பட்டது. பொங்கல் விழாவின் தூய்மையைப் போற்றுவதற்கென்றே வரையப்பெற்ற படங்களைப்போல் அவை விளங்கின. பொங்கலின் ஒரு பகுதியான அரிசி மக்களின் உழைப்பின் சின்னம்; அதன் மறு பகுதியான கருப்பஞ்சாறு அவர்களது கலை வாழ்வின் சின்னம். இருவகைப் படங்களுமே அவற்றில் இருந்தன.

"மஞ்சி விரட்டில் மாடுகளைப் பிடித்து அடக்கும் வீர விளையாட்டை மட்டிலும் நீங்கள் விட்டுவிட்டீர்களே" என்றாள் சாரதா.

"இந்தப் பொங்கலுக்கு நான் மறுபடியும் அங்கே போகப் போகிறேன். மஞ்சி விரட்டுப் படங்கள் இல்லாதது பெரிய குறைதான், 'ஏறு தழுவுதல்' என்ற இந்த வீரவிளையாட்டைப் பற்றி நான் 'கலித் தொகை'யில் படித்திருக்கிறேன். ஆயர்குலத்து ஆண்பிள்ளைகளுக்கான பொழுது போக்கு இது. சங்க காலத்திலிருந்து நம்மைத் தொடர்ந்து வரும் அற்புதமான அருங்கலை. அதைக் கிராமத்து மக்கள் மறப்பதற்குள் நாம் படங்களிலாவது கொண்டு வந்துவிட வேண்டும்."

" நீங்கள் சரவணனின் கிராமத்துக்குப் போவதானால் அப்போது நானும் வருகிறேன்; எனக்கும் அப்போது விடுமுறைதான்" என்றாள் சாரதா.

"ஓ! தாராளமாக வாருங்கள்!" என்றான் அண்ணாமலை. இப்படிச் சொல்லிவிட்டுச் சாரதாவின் விழிகளைச் சட்டென்று அவன் கூர்ந்து கவனித்தான். ஏனோ அவள் தன் தலையைக் குனிந்து கொண்டாள். அவளுடைய முகத்தில் நாணத்தின் மெல்லிய ரேகைகள் படர்வதுபோல் அண்ணாமலைக்குத் தோன்றியது.

3. புகழ் எனும் பகை

கலை இயக்க வார விழா சென்னை நகரத்து ரசிகர் களிடையிலும் இளைஞர்களிடையிலும் ஒரு பெரிய கலகலப்பையே ஏற்படுத்திவிட்டது. நகரத்துக்கு வெளியே நாட்டுக்குள்ளும் அதன் செய்திகள் பரவத் தொடங்கின. பொங்கல் வாழ்த்துக்கள் என்ற பெயரில் வெளியிடப் பட்டிருந்த கவர்ச்சிப் பெண்களின் அரை நிர்வாணப் புகைப்படங்கள் பலவற்றை விழாவின் போதே தீயிட்டுக் கொளுத்தி, "நம் தீமையை அழிக்கத் துணியாவிட்டால், நன்மையை இந்த நாட்டில் வளர்க்க முடியாது!" என்று முழங்கினார் ஆசிரியர் சரவணன்.

அண்ணாமலையும் வேறு சில ஓவியர்களும் வரைந்த வண்ணச் சுவரொட்டிகள் கலைவிழாச் செய்தியைப் பறைசாற்றிக்கொண்டு நகரத்தின் தெருக்களை அழகுறச் செய்தன. அவற்றில் பல உழவர் பெருமக்களின் உழைப்புக் காட்சிகள், மற்றவை அவர்கள் வாழ்விலிருந்து மலர்ந்த களியாட்டக் காட்சிகள். "பொங்கலை உண்போர் எங்களை மறவாதீர்! நாட்டின் பண்பைக் குலைக்காதீர்!" என்ற அறை கூவல் ஒவ்வொரு படத்திலும் காணப்பட்டது.

நாள்தோறும் நம் நாட்டின் கலைகள், இலக்கியங்கள். பண்பாடு, வாழ்க்கை வழி இவை பற்றிக் கூட்டங்கள் வேறு நடந்தன; ஓவியர்களின் கை வண்ணங்கள் லட்சக்கணக்கில் அச்சிடப்பட்டு மலிவான விலையில் வழங்கப்பெற்றன. காலண்டர்கள், வாழ்த்துக்கள், நாட்குறிப்புக்கள் முதலியனவும் ஓவியங்களோடு வெளியிடப் பட்டிருந்தன. 'கலை மலர்' சிறப்பிதழையும் ஓவியக் கலைமலராகவே வெளியிட்டிருந்தார் ஆசிரியர். ஓவியக் கண்காட்சியிலும் கூட்டத்துக்குக் குறைவில்லை. பத்திரிகைக்காரர்களின் ஒத்துழைப்பால் விழாவின் செய்திகளைப் பட்டி தொட்டிகளுக்கெல்லாம் பரவச் செய்திருந்தார் சரவணன்.

"தன்னலமற்ற நடுநிலைச் சிந்தனையாளர்கள்

செயலாளர்களாகவும் மாறினால் அவர்களால் இந்த நாட்டுக்கு என்ன செய்ய முடியும் என்பதை இந்த இயக்கத்தால் நமக்குச் சுட்டிக் காட்டியுள்ளார் சரவணன். ஓவியத்துக்கு மட்டிலுமல்ல; இலக்கியம், இசை, நாடகம். சிற்பம் முதலிய மற்ற கலைகளுக்கும் இப்படிப்பட்ட இயக்கங்கள் தேவை!" என்று ஒரு பத்திரிகை தலையங்கமே எழுதியிருந்தது.

பத்திரிகைகளில் பார்த்துவிட்டு விழாவுக்கும் கண்காட்சிக்கும் வந்திருந்த ஒரு மேல் நாட்டுக் கலை ரசிகர், "படங்கள் நன்றாகத்தான் இருக்கின்றன; ஆனால் இவற்றைச் சுவரொட்டிகளாகவும் வாழ்த்துக்களாகவும் போட்டு மலினப்படுத்துகிறீர்களே, இது சரியா?" என்று சரவணனிடம் கேட்டார்.

"கலையை ரசிக்கக் காசு படைத்த ஒரு சிலருக்குத்தான் உரிமையுண்டு என்று நாங்கள் நினைக்கவில்லை. பொது மக்களிடமிருந்து மெய்க் கலைஞர்கள் ஒதுங்கியதாலேயே பொது மக்கள் இங்கே காசுக்காக எதையும் செய்யும் சில போலிகளால் ஏமாற்றப்படுகிறார்கள். உழவுக்கும் தொழிலுக்குமாக எங்களால் காலங் காலமாகக் கொண்டாடப்பட்டு வரும் ஒரு புனிதமான விழா, இப்போது கறை படுத்தப்பட்டிருக்கிறது. இனி கோவில்கள் கட்டிக் கவர்ச்சி நடிகைகளுக்குச் சிலை வடிக்கத் தொடங்கினாலும் தொடங்கி விடுவார்கள் எங்கள் இளைஞர்கள்! யார் யாரை, எந்தெந்த இடத்தில் எப்படிப் பாராட்ட வேண்டுமென்பதை அவர்களுக்கு உணர்த்துவதற்காகவே இப்படிச் செய்கிறோம். பொங்கல் விழாவுக்குரிய எங்கள் தலைவன் உழவன்; தலைவி உழத்தி; துணைவர்கள் கன்று காலிகள்!" என்று அவருக்கு விளக்கினார் சரவணன்.

விழாவின் கலகலப்பு ஆனந்தி, கதிரேசன், சாரதா, அண்ணாமலை முதலிய எல்லோரையுமே பற்றிக்கொண்டு விட்டது. சரவணன் அவர்கள் அனைவருக்குமே வேலைகள் கொடுத்திருந்தார். விழா தொடங்குவதற்கு முன்பிருந்து அது

முடியும் வரையிலும் அவர்களுக்கு ஓய்வு ஒழிச்சல் இல்லை. பம்பரமாகச் சுழன்று, உற்சாகத்தால் உடல்களைப்பையும் விரட்டிவிட்டு விழாவின் வெற்றிக்காக அவர்கள் பாடுபட்டார்கள்.

மாணிக்கம் மட்டிலும் அதற்குப் பணமும் கொடுக்க வில்லை; தன் உழைப்பையும் கொடுக்கவில்லை. ஆரம்பத்திலிருந்தே அதிலிருந்து ஒதுங்கியிருந்தவன், நாளாக ஆக் அதை வெறுக்கத் தொடங்கினான். கதிரேசன் அதைத் தமது சொந்த விழாவாக மதித்ததால், ஆனந்தியின் துணை அவருக்கு எப்போதும் அவசியமாக இருந்தது. அதோடு அண்ணாமலையையும், சாரதாவையும் அடிக்கடி தம் வீட்டுக்கழைத்து, அவர்களுக்கும் வேலையைப் பகிர்ந்து கொடுத்தார். மாணிக்கத்தால் இதைப் பொறுத்துக் கொள்ளவும் முடியவில்லை. நேரடியாகத் தன்னுடைய மாமனாரோடு மோதிக் கொள்ளவும் அவன் அஞ்சினான். வீடு அவருடைய சொந்த வீடு, ஆனந்தி அவர் மகள்; விழா அவருக்குத் தொடர்புள்ள விழா.

போதாக்குறைக்கு அவன் தாயார் செல்லம்மாள் வேறு அவனுக்குத் தூபம் போட்டு அவன் எரிச்சலைக் கிளறிவிட்டுக் கொண்டிருந்தாள்.

“அப்பனுக்கும் பெண்ணுக்கும் இப்போ தலைகால் தெரிய மாட்டேங்குது. உன்னோட மாமனார் இந்தக் கூத்துக்குத் தன் கையைவிட்டு ஐநூறு ரூபாய் கொடுத்திருக்கிறார்; அண்ணாமலையை வேற இங்கே கூட்டிவச்சிக்கிட்டுக் கூத்தடிக்கிறதும், அவனோட ஒண்ணா இவங்க வெளியிலே போறதும்தான் எனக்குப் பிடிக்கலே. உன்னோட வீட்டுக்காரியும் சின்னஞ் சிறிசு; அவனும் வயசுப் பிள்ளை. பெண்டாட்டியை வச்சு வடிக்கத் தெரியாமல் அவளைப் பறிகொடுத்துட்டு நிற்கிறவன் அவன். நாளைக்கு ஏதாவது பேச்சு வந்திட்டா, உன்னோட மானந்தான் பறிபோகும்!”

சந்தேகத்தின் விதை விழுந்துவிட்ட மாணிக்கத்தின் மனத்தில் அதோடு எப்படியோ அண்ணாமலையின் மீது பொறாமையும் புகைய முற்பட்டது. விழா, கலை இயக்கத்துக்கான விழாவாக இருந்தாலும் மாணிக்கத்தின் கண்களுக்குத் திரும்பிய திசைகளிலெல்லாம் அண்ணாமலை வரைந்த படங்களே தென்பட்டன. சுவரொட்டி விளம் பரங்கள், பெட்டிக் கடைகளில் தொங்கிய பத்திரிகைகளின் அட்டைகள், செய்தித் தாட்கள் எங்குமே அண்ணாமலை நீக்கமற நிறைந்துவிட்டதுபோல் அவனுக்கொரு பிரமை. மற்ற ஓவியரின் படங்களைக் கூட அவன் அண்ணாமலையின் படங்கள் என்று எண்ணிக் கொண்டு வேதனைப் படலானான்.

கை நிறையக் காசு கிடைத்தது மாணிக்கத்துக்கு; அது கொடுக்கும் வசதிகளைத் தேடி அனுபவிப்பதற்கு அவனிடம் காரும் இருந்தது. வேலையாட்கள் அவனிடம் கைகட்டி வாய் புதைத்து நின்றார்கள். பணக்காரவர்க்கத்தினிடையே பழகும் வாய்ப்புக்களும் அவனுக்குக் கிடைத்துக் கொண்டிருந்தன. இவ்வளவிருந்தும் மாணிக்கத்தால் அண்ணாமலைக்கு ஏற்படத் தொடங்கிய சிறிதளவு புகழைத் தாங்கிக்கொள்ள முடியவில்லை. ‘பிழைக்க வழி தெரியாத பயல் அவன்; படிப்பிலே இரண்டு முறை கோட்டைவிட்ட ஏமாளி; கையாலாகாதவன். அவனுக்கு இப்போது யோகம் அடிக்கிறது!’

வேண்டுமென்றே அவனுடைய மாமனாரும் மனைவியும் சேர்ந்து கொண்டு சரவணனின் ஒத்துழைப்போடு அண்ணா மலையின் வளர்ச்சிக்காகப் பாடுபடுவது போல் தோன்றியது மாணிக்கத்துக்கு தன் வீட்டுக்குள்ளாகவே அப்படியொரு சதி நடக்கிறது என்று நம்பினான் அவன்.

அதற்கேற்றாற்போல் அவன் வீட்டிலும் ஒரு சிறு நிகழ்ச்சி நடந்துவிட்டது. வெளியிலிருந்து வீட்டுக்குத் திரும்பிய மாணிக்கம், கதிரேசனின் அறையில் தந்தையும் மகளும் பேசிக் கொண்டிருப்பதைக் கவனித்தான். பேச்சு அண்ணா

மலையைப் பற்றியதாக இருந்தது. கதவுக்கு வெளியே மறைவான நின்று உற்றுக் கேட்கலானான்.

ஆனந்தியின் கரத்தில் பத்திரிகைகளின் நறுக்குத் துணுக்குகள் சில இருந்தன. சரவணன் அவற்றைக் கதிரேசனின் வாயிலாக அண்ணாமலைக்கு அனுப்பியிருந்தார். அண்ணாமலை படங்களைப் பற்றிய பாராட்டுகளும் விமர்சனங்களும் அவற்றில் இருந்தன. ஒரு சிலர் மட்டிலும் குறை என்று தோன்றியதைச் சுட்டிக் காட்டியிருந்தார்கள். மற்றவையெல்லாம் பாராட்டுக்கள்.

உற்சாகமாக அவற்றைக் கதிரேசனுக்குப் படித்துக் காண்பித்துக் கொண்டிருந்தாள் ஆனந்தி. அவளுடைய குரலில் ஒலித்த குதூகலமும் அவளுடைய முகத்தில் மலர்ந்த உணர்ச்சி பாவங்களும் மாணிக்கத்தை என்னவோ செய்தன. அவன் அசையவில்லை.

மேலும் படித்தாள் ஆனந்தி.

"ஐயனார் கோவில் என்ற படம் நம்மை அந்தக் காட்டுக் கோயிலுக்குள்ளேயே அழைத்துக் கொண்டு போய் விடுகிறது. அதன் சலனமற்ற பயங்கரமான அழகு, பயபக்தி, தனிமை இவையெல்லாம் நம்மையும் அப்படியே ஆட்கொண்டு விடுகின்றன. பிறவிக் கலைஞர் ஒருவரின் அற்புதமான படைப்பு என்று நாம் வியப்படைகிறோம்!" படித்துக் கொண்டே, "அப்பா ஏனோ எனக்கும் அந்தப் படத்தை பார்த்தபோது இப்படித்தான் தோன்றியது!" என்றாள் ஆனந்தி.

"ஆமாம், அது நல்ல படம்தான்" என்றார் கதிரேசன். "பிறவிக் கலைஞன் என்றால் அவன், தான் பெற்ற அனுபவங்களைத் தன் படைப்பின் மூலம் பிறரையும் அனுபவிக்கச் செய்து விடுவான். சொற்களில் சூழ்நிலையையோ, உணர்ச்சியையோ, எண்ணத்தையோ, குணப் பண்பையோ வெளிப்படுத்துவதைவிடக் கடினமான

கலை இது. எப்படியோ அண்ணாமலைக்கு இது வந்து வாய்த்து விட்டது" என்றார்.

"வேறொருவர் இவரைக் கடுமையாகத் தாக்கியிருக்கிறார். 'பொங்கல் வாழ்த்துக்கும் சுவரொட்டிக்கும் படம் எழுதுபவரை எப்படிக் கலைஞர் என்று ஒப்புக் கொள்ள முடியும்?" என்று கேட்டிருக்கிறார்."

"அவர் ஒப்புக் கொள்ளா விட்டால் போகட்டுமே!" என்று சிரித்தார் கதிரேசன். "தானே வரைந்து தானே ரசித்துக் கொள்வதற்காகவோ, மூலையில் மூன்று பேர் கூடிக் கொண்டு ஒருவரையொருவர் பரஸ்பரம் முகஸ்துதி செய்து கொள் வதற்காகவோ படம் வரைந்து பயனில்லை. மக்களிடமிருந்து ஒதுங்கி உச்சிக் கோபுரத்தில் ஏற நினைப்பவர்களின் காலம் மலையேறி விட்டது. கால மாற்றத்தைக் கலைஞனும் தெரிந்து கொள்ளவேண்டும். அப்போதுதான் புதிய காலத்தை அவனால் உருவாக்க முடியும்."

"அச்சுப் போடுவது சரியா, தப்பா?" என்று கேட்டாள் ஆனந்தி.

"அச்சுப் போடுவது எதற்காக என்பதை முதலில் தெரிந்து கொள். அதிகப்படியான ரசிகர்களுக்கு-ஏழை எளியவர்களாக இருக்கும் ரசிகர்களுக்குக் கூட படம் எட்டவேண்டு மென்பதற்காகத்தான் இதை நாம் அச்சுப் போடுகிறோம். படம் முதல் தரமான கலைப் படைப்பா, மூன்றாம் தரமான விலைப் படைப்பா என்பதைத்தான் நாம் கவனிக்கவேண்டும். அச்சில் இந்தக் காலத்தில் குப்பைகளும் வெளிவருகின்றன; குணமுள்ளவைகளும் வெளி வருகின்றன. தரம் பிரித்து ரசிக்கத் தெரிந்து கொள்ள வேண்டிய பொறுப்பு ரசிகர்களுடையது. காலத்தின் வேகத்தைக் கண்டு பயந்து, என்று கலைஞன் தன் போராட்டத்தை நிறுத்துகிறானோ, அன்று உலகத்தில் மனிதன் இருக்கமாட்டான்; மனித இயந்திரமிருக்கும்! இயந்திரங்களின் உதவியால் மனிதர்களைச் சிலர் விலங்குகளாக மாற்ற முற்படும்போது

ஏன் கலைஞன் அதே இயந்திரங்களின் துணைகொண்டு மனிதர்களை மனிதர்களாக்கப் போராடக் கூடாது?"

நீண்ட சிந்தனையில் ஆழ்ந்தாள் ஆனந்தி. வெளியில் நின்று கொண்டிருந்த மாணிக்கத்துக்கு அதற்கு மேல் அங்கு நிற்கப் பிடிக்கவில்லை. அவனால் புரிந்துகொள்ள முடியாத விஷயத்துக்குப் பேச்சுத் திரும்பிவிட்டது. ஆனால், எதையும் தவறாகவும் புரிந்துகொள்ளலாமல்லவா?...அதன்படி அவன் தன் மாமனாரும் மனைவியும் சேர்ந்துகொண்டு அண்ணா மலையை எதற்காகவோ போராடத் தூண்டுகிறார்கள் என்று நினைத்துக் கொண்டான்!

4. பணமும் மனமும்

மாணிக்கம் தன் அலுவலக அறைக்குச் சென்று ஏதோ யோசனை செய்தபடியே தன் சதுரமான முகத்தை ஒரு முறை அழுத்தித் தேய்த்துக்கொண்டான். எவ்வளவுதான் அவன் உணர்ச்சி வயப்பட்டிருந்தாலும், அப்படி அவன் தேய்த்துக் கொண்ட பிறகு அவன் முகத்தைப் பார்த்தால் அது அமைதி குடி கொண்ட முகம் போல் தோன்றும். சாமுத்திரிகா லட்சணத்தில் கை தேர்ந்த விற்பன்னர் கூட அப்போது அவனைப் பார்த்து அவனுக்குள்ளே இருப்பதைக் கண்டு பிடித்துவிட முடியாது.

அவனிடம் அப்போது ரொக்கமாக ஐம்பதாயிரம் ரூபாய் வரையில் சேர்ந்திருந்தது. அதைக் கொண்டு முதன் முதலாகக் கதிரேசன் மூலம் வாங்கிய வீட்டுக் கடனைக் கட்டவேண்டு மென்பதுதான் அவன் எண்ணம். கடன் கொடுத்தவரும் அவனை நெருக்கிவந்தார். முப்பதாயிரமாக இருந்த கடன் வட்டியும் சேர்ந்துபோய்க் குட்டிபோட்டு, நாற்ப தாயிரத்துக்குப் பெருகியிருந்தது.

"மேஸ்திரியால் ஏற்பட்ட நஷ்டத்துக்கு நான் இப்போது அழுது தொலைக்க வேண்டியிருக்கிறது!" என்று பொருமிக் கொண்டான் அவன். வட்டி கொடுத்தும் மாளவில்லை. வீடும்

பறிபோய் விடும் போலிருந்தது. 'போனால் போகட்டுமே! வீடு மாமனார் வீடுதானே? கடன் அவர் பட்ட கடன் தானே?'

அவர் யாருக்காக அந்தக் கடனை வாங்கினார் என்பது அவனுக்கு அந்த வேளையில் மறந்துவிட்டது. ஆனாலும் அந்த வீட்டை அவன் இழந்து விடத் துணியவில்லை. நாளைக்கு அவனுக்குச் சொந்தமாகப் போகும் வீடு அது. லட்சரூபாய் போட்டாலும் அதைப் போலப் புதிதாகக் கட்டவோ வாங்கவோ முடியாது. 'எப்படியிருந்தாலும் நாற்பதாயிரத்தை அழுது தொலைக்கத்தான் வேண்டும் வேறு வழியில்லை.'

திடீரென்று அவனுக்குள் அதோடு ஒரு பயமும் தலை நீட்டியது. காரணத்தோடு கூடிய பயம்; அவன் அப்படித்தான் நினைத்துக் கொண்டான்.

'கடனைக் கட்ட வேண்டிய பொறுப்பு என்னிடம் இருக்கும்போதே, அதற்காக அவர்கள் என் தயவை எதிர்பார்க்கும் போதே இப்படியெல்லாம் நடக்கிறது. தகப்பனும் பெண்ணும் நான் ஒருவன் வீட்டிலிருப்பதை மறந்துவிட்டு அவர்களுக்கு வேண்டியவர்களைக் கூப்பிட்டு வைத்துக் கொண்டு கூத்தடிக்கிறார்கள். இப்போதே அண்ணாமலை அவருக்குச் செல்லப் பிள்ளையாகி விட்டான்; ஆனந்திக்கோ அவன் பெருமைதான் பெரியதாய்ப் போய் விட்டது. நாளைக்கு இந்த வீட்டையும் இவர்களுக்கு மீட்டுக் கொடுத்து விட்டால்?.... அண்ணாமலையிடம் ஒரு நாள், 'நீ இந்த வீட்டுக்குள், இனிமேல் நுழையக்கூடாது!' என்று சொல்லி என்னால் அவனைத் தடுக்க முடியுமா? தடுக்கும் நாள் வருமென்று தோன்றியது மாணிக்கத்துக்கு.

மேலும், அந்தச் சொத்தை அப்போதே அவனுடைய உடைமை ஆக்கிக் கொள்ளவும் அவனுக்கொரு வாய்ப்பு இருந்தது. கதிரேசனுக்குப் பின்னால் கூடச் சட்டப்படி அது ஆனந்திக்குத்தான் சொந்தமாகும். 'வீட்டுக்குச் சொந்தக்காரி அவளாக ஆகிவிட்டால், பிறகு அவளைக் கையால்

பிடிக்கவே முடியாது. இப்போதே கையால் பிடிக்கப் போன போது உதறித் தள்ளியவள் அவள். உச்சாணிக் கொம்பில் ஏறிக் கொண்டு எதற்கும் இடம் கொடுக்காமல் ஒதுங்கி இருக்கிறாள். படிப்புத் திமிரோடு நாளைக்குப் பணத்திமிரும் சேர்ந்து கொண்டு விட்டால்...?

உடனடியாகக் கதிரேசனைத் தேடிக்கொண்டு அவரிடம் பேசுவதற்காக வந்தான் மாணிக்கம். ஆனந்தி அங்கிருந்து கிளம்பிய பிறகுதான் வந்தான். முன்பெல்லாம் பண விஷயமென்றால் அதை ஆனந்தியின் வாயிலாகக் கதிரேசனிடம் எட்டவிடுவது அவன் வழக்கம். இப்போது அவளை அவன் நம்பவில்லை.

சிறிது நேரம் எதையோ அவரிடம் கலகலப்பாகப் பேசிவிட்டு, "நம்முடைய வீட்டுக் கடனைக் கட்டி விடலாமென்று பார்க்கிறேன்; உங்களுக்கும் ஒரு கவலை தீரும்" என்று ஆரம்பித்தான்.

கதிரேசனின் நெற்றி சுருங்கியது. ஒரு கணம் யோசனை செய்த பின், "நீங்கள் ஏதோ கைமாற்றாகக் கடன் வாங்கியிருப்பதாகவும் தெரிகிறது; உங்களுக்கும் அண்ணாமலைக்கும் வந்த வக்கீல் நோட்டீஸ்களைப் பற்றிச் சொல்கிறேன். அதை முதலில் கட்டிவிடுங்கள். அதனால் அவருடைய வாழ்க்கையில் பயங்கரமான துன்ப நிகழ்ச்சியே நடந்து விட்டது" என்றார்.

"அடுத்தபடி அதை ஊதித் தள்ளி விடுகிறேன்! அது எங்கே போகிறது? கடன் கொடுத்தவன் எனக்கு வேண்டியவன்தான்; சும்மா மிரட்டிப் பார்த்திருக்கிறான்; வேறொன்றுமில்லை" என்று சிரித்தான் மாணிக்கம். சுந்தரியின் சாவை அவன் சிறிதும் பொருட்படுத்தியதாகத் தெரியவில்லை.

"சரி. உங்கள் இஷ்டப்படி செய்யுங்கள்."

"கடனைக் கட்டுவது நம்முடைய எதிர்காலத் தொழில் வளர்ச்சிக்கும் சாதகமான முறையில் இருக்க வேண்டுமென்று

பார்க்கிறேன். அதற்குத்தான் உங்களுடைய யோசனை தேவையாக இருக்கிறது."

யோசனை அவரிடம் கேட்கும் சாக்கில், அவன்தான் அந்த யோசனையையும் வெளியிட்டான். "கடனை நீங்கள் கட்டுவது போல் இல்லாமல், நானே கட்டி அதை என் பெயரில் 'மேடோவர்' செய்துகொண்டால் நம் தொழிலுக்கு வசதியாக இருக்கும். நாளைக்குப் பெரிய அளவில் தொழில் செய்ய எனக்கு முதலீடு தேவைப்படும். என் பெயரில் வீடு இருந்தால், ஒவ்வொரு தரமும் உங்களைச் சிரமப்படுத்தாமல் நானே அதன் மேல் கடன் வாங்கிப் புரட்டிக் கொள்ளலாம்."

கதிரேசன் என்ன பதில் சொல்வதென்று தெரியாமல் சற்றுத் தயங்கினார். வீட்டை அவன் தன்னுடையதாக்கிக் கொள்ள ஆசைப்படுகிறான் என்ற சந்தேகம் அவருக்கு வரவில்லை. அதை வைத்து அவன் தொழிலுக்குப் பணம் புரட்டப் போவதாய்ச் சொன்னதுதான் . அவருக்குப் பிடிக்கவில்லை.

"வீடு நாம் அமைதியாக வாழ்வதற்கான இடமாக இருக்கவேண்டுமே தவிர, அதை ஒரு சொத்தாக மதிப்பது தான் என்னவோ போலிருக்கிறது. தொழிலில் வீட்டைப் போட்டு இனிமேலும் குழப்பவேண்டாமென்று பார்க்கிறேன். தொழில் தொல்லைகளை மறப்பதற்கே நமக்கு வீடு தேவைப்படுகிறது. நன்றாக யோசித்து பாருங்கள்" என்றார் கதிரேசன்.

"படம் வரைகிற தொழிலல்ல என்னுடைய தொழில்!" என்று கோபத்தோடு குமுறினான் மாணிக்கம்! "லட்சக் கணக்கில் கல்லிலும் மண்ணிலும் கொட்டிவிட்டு, வெயிலும் மழையும் பார்க்காமல் வேலை செய்துவிட்டு, பிறகு போட்ட பணத்தையும் லாபத்தையும் எடுக்க வேண்டும்! திடீர் திடீரென்று பணம் தேவைப்படும். அப்போது நான் எங்கே போவது?"

"ஏன் இப்படி உங்களுக்குக் கோபம் வருகிறது" என்று

நிதானமாகக் கேட்டார் கதிரேசன். சாதாரணமாகப் பேசிக் கொண்டிருக்கும் போதே அவன் ஏன் ஆத்திரப்படுகிறான் என்று அவரால் புரிந்துகொள்ள முடியவில்லை.

"பின்னே என்ன? உங்களுக்கு உங்கள் வீடுதான் பெரியது! அது என் பெயரில் இருப்பது உங்களுக்குப் பிடிக்கவில்லை. உங்களுக்கு என்மேல் நம்பிக்கையில்லை என்பதைப் பச்சையாய்ச் சொல்லி விடுங்களேன்! நமக்குள் ஏன் இதைப் பூசி மெழுக வேண்டும்? பரம்பரைப் பணக்காரர் நீங்கள்; நான் பரம ஏழையாயிருந்தவன். தாயும் பிள்ளையுமாக இருந்தாலும் வாயும் வயிறும் வேறே என்பதை மனத்தில் வைத்துக் கொண்டு நீங்கள் பேசுகிறீர்கள்."

வெலவெலத்துப் போனார் கதிரேசன். இப்படியெல்லாம் கூட மனிதர்கள் நினைப்பார்கள் என்பதே அவருக்குப் புதிராக இருந்தது. காரில் சவாரி செய்யும் காலம் வந்த பிறகும் அவன் தான் ஏழை என்ற நினைவால் அவதிப்பட்டது அவருக்கு வியப்பாக இருந்தது.

சட்டென்று கோபத்தோடு அங்கிருந்து தன் அறைக்கு எழுந்து சென்றான் மாணிக்கம். அதற்கு முன்பாக அவன் அவரிடம் அப்படி நடந்துகொண்டதில்லை. மிகவும் வேதனைப்பட்டார் கதிரேசன். இருப்பது ஒரே மகள்; அவளுடைய வாழ்க்கையை மாணிக்கத்தால் ஆக்கவும் முடியும்; அழிக்கவும் முடியும். அவள் அவனால் அழிக்கப்படுவதற்கு அந்த வீடு ஒரு காரணமாகக் குறுக்கே நிற்க வேண்டாம்.

கதிரேசன் அவனைத் தேடிக்கொண்டு அவனுடைய அறைக்குப் போனார். அதற்குள் அவன் நாற்பதாயிரம் ரூபாய்க்கு ஒரு 'செக்' எழுதி அவரிடம் நீட்டினான்.

"போய்க் கட்டிவிடுங்கள், என்னால் கடன் பட்டதாக நீங்கள் ஒன்றும் நினைத்துக் கொள்ள வேண்டாம். என் கையில் தொழில் இருக்கிறது; நானே பார்த்துக் கொள்ளுகிறேன்."

அவனைச் சமாதானப்படுத்தி அவன் கோபத்தைத் தணிப்பதற்குள் போதும் போதுமென்றாகி விட்டது கதிரேசனுக்கு. தன்னிடம் அவர் கெஞ்சும் அளவுக்கு அவரைக் கொண்டு வந்துவிட்டான் மாணிக்கம். பிறகு அவருடைய தொல்லை தாங்காமல், அவர் மேல் பெரிய மனது வைத்து, அவருடைய பிடிவாதத்துக்காக வீட்டைத் தன் பெயரில் மாற்றிக் கொள்ள இசைந்தான்!

அரை மணி நேரத்துக்கெல்லாம் அவனுடைய கார் வெளியில் கிளம்பியது. கதிரேசன் ஆனந்தியை அழைத்து வைத்து இந்த விவரங்களை அவளிடம் கூறினார். அவளுக்கு வீடு மாணிக்கத்தின் பெயரால் மாற்றப்பட்டது ஒரு பொருட்டாகத் தோன்றவில்லை. வீட்டை அவன் எங்கும் பெயர்த்துக் கொண்டு போய் விடமாட்டான் என்ற நம்பிக்கை அவளுக்கு. அது அவன் பெயரில் இருந்தாலும் அவள் அப்பா பெயரில் இருந்தாலும் ஒன்றுதான். பொருளாதாரச் சூதுவாதுகள் தெரியாதவருக்குப் பெண்ணாய்ப் பிறந்து வளர்ந்தவள் அவள்.

ஆனால், ஆனந்தி ஒரு வகையில் தன் தகப்பனாரிடம் வருத்தப்பட்டுக் கொண்டாள்.

“நீங்கள் அவரிடம் சொல்லி முதலில் அந்தக் கைமாற்றுக் கடனைக் கட்டும்படி வற்புறுத்தியிருக்கவேண்டும். எனக்குத் தெரிந்திருந்தால் நான் அதைக் கண்டித்துச் சொல்லியிருப்பேன்” என்றாள்.

“நான் சொல்லிப் பார்த்துவிட்டேன்;” அடுத்தாற்போல் கட்டி விடுகிறாராம்” என்றார்.

“இல்லை; அதைத்தான் அவர் முதலில் கட்டியிருக்க வேண்டும்” என்றாள் ஆனந்தி; “முதலில் கடன் வாங்கி அவமானப்பட்டபோதுதான் மேஸ்திரியின் உயிர் பறி போய்விட்டது; அடுத்த கடனால் வந்த வேதனையால்தான் அண்ணாமலை சுந்தரியை இழக்கும்படி நேர்ந்தது. தகப்பனாரையும் மனைவியையும் அடுத்தடுத்துப்

பறிகொடுத்தவரின் துன்பத்தை அவர் நினைத்துப் பார்க்கும் படி நீங்கள் சொல்லியிருக்க வேண்டும். மனச்சாட்சிக்குத் துரோகம் செய்யத் துணிந்தால் நாளைக்கு நம்முடைய குடும்பமே கெட்டுப் போகும். இப்போதே இது குடும்பமாக இல்லை; அவர் திரும்பி வரட்டும்; நானே அவரிடம் கேட்கிறேன்!"

"வேண்டாம், ஆனந்தி; வேண்டாம். இப்போது நீ எதையுமே அவரிடம் பேசவேண்டாம்!" என்று அவள் கரங்களைப் பற்றிக்கொண்டு கண் கலங்கக் கெஞ்சினார் கதிரேசன். கோபம் வந்துவிட்டால், மாணிக்கம் எப்படி மாறுவான் என்பதை நினைத்துப் பார்க்கவே அவருக்கு நடுக்கமாக இருந்தது. அவர் அப்படிக் கண்கலங்கித் தவிப்பதன் காரணத்தை அவளால் புரிந்துகொள்ள முடியவில்லை. அவருடைய கண்ணீரைத் துடைக்க முயன்ற ஆனந்தி தன் கண்களில் நீர் வழிவதை ஏனோ மறந்து போனாள்.

5. சாரதா வந்தாள்

கலைவிழாவின் பரபரப்பில் ஓரளவு தன்னை மறந்திருந்த அண்ணாமலைக்கு, ஏனோ அது முடிந்தவுடன் சென்னை நகரத்தை விட்டு எங்காவது வெளியூர் பக்கம் போக வேண்டுமென்று தோன்றிவிட்டது. மனத்தில் அமைதி இல்லை; அதற்கான காரணங்களும் அவனுக்குத் தெரியவில்லை; ஓரிடத்திலும் நிலைக்காமல் நாடோடி போல் சுற்றி வரத் துடித்தான் அவன்.

சுந்தரி தனக்குத்தானே தேடிக்கொண்ட முடிவு ஒருபுறம் அவனையறியாது அவன் அமைதியைக் குலைக்கப் பார்த்தது. மறுபுறம் ஆனந்தியின் வீட்டு நடவடிக்கைகள் அவன் காதுக்கு எட்டி, அவனை அளவுக்கு மீறித் துன்புறுத்தி வந்தன. ஆனந்தி எவ்வளவுதான் தன் வீட்டு இரகசியங்களை மற்றவர்களிடமிருந்து மறைக்க முயன்றாலும். எப்படியோ அவை வெளியில் வந்துவிட்டன. தோட்டக்கார

வேலையாவின் மனைவி, மீனாட்சியம்மாளிடம் ஒருநாள் நடந்த விஷயங்களையெல்லாம் சொல்லி அழுது கொண்டிருந்தாள். "ஆனந்தியம்மாளோட தலையெழுத்து இப்படி ஆகும்னு நாங்க நினைக்கவே இல்லே!" என்று நொந்து கொண்டாள் அவள். மீனாட்சியம்மாளும் அவற்றை யெல்லாம் தன் மகனிடம் சொல்லி வைத்தாள்.

அடுத்தாற்போல், மாணிக்கத்துக்கும், ஆனந்திக்கும் நடந்த சண்டையொன்று அண்ணாமலையின் காதுகளைத் தேடிக்கொண்டு வந்து அவனைத் தாக்கியது. அவன் வீட்டு மாடியிலிருந்து மாணிக்கம் போட்ட கூச்சல்களும் நடத்திய ஆர்ப்பாட்டங்களும் ஸ்டூடியோவில் இருந்த அண்ணா-மலைக்கு நன்றாகக் கேட்டன. அண்ணாமலையின் கையெழுத்தோடு வாங்கிய கடனை முதலில் கட்டி விடும்படி மாணிக்கத்திடம் மன்றாடிக்கொண்டிருந்தாள் ஆனந்தி. அதற்காக மாணிக்கம் ஆனந்தியைப் பேசிய பேச்சுக்கள் அண்ணாமலையைத் திடுக்கிட வைத்தன. ஆனந்தியின் அழுகை ஒலி அண்ணாமலையின் ஸ்டூடியோவுக்குள் நுழைந்தது. ஓடிப் போய் அவர்களைச் சமாதானப் படுத்தலாமா என்று முதலில் நினைத்தான் அண்ணாமலை. ஆனால் தன்னுடைய பெயரும் அவர்களுடைய பேச்சில் அடிப்பட்டதால் அவனால் அங்கு போக முடியவில்லை.

இப்படிப் பல்வேறு தொல்லைகள் ஒன்றுசேர்ந்து கொண்டு அவனை அலைக்கழிக்கவே அண்ணாமலை சில நாட்களுக்காவது நகரத்தை விட்டு வெளியே போக விரும்பினான். ஆசிரியர் சரவணனிடம் இயற்கைக் காட்சி களை வரவதற்காக அவன் நகரத்தை விட்டுக் கிளம்புவதாகக் கூறியபோது, அவரும் மறுக்கவில்லை. அங்கங்கே வெளியூர் களில் இருந்த தம் நண்பர்களுக்கு எழுதி அவனுக்கு வேண்டிய உதவிகள் செய்வதாக வாக்களித்தார். பொங்கலுக்குத் தம்முடைய கிராமத்துக்குப் போய் மஞ்சி விரட்டு விழாவைப் பார்த்து விட்டு, அங்கிருந்தபடியே மற்ற இடங்களுக்குக் கிளம்பும்படி அவனுக்கு ஆலோசனை கூறினார்.

வெளியூர்ப் பயணம் நிச்சயமானவுடன் முதலில் சாராதாவைப் பார்த்துப் பேசவிரும்பினான் அண்ணாமலை. அவளே ஒருநாள் அவனைத் தேடிக் கொண்டு வந்து சேர்ந்தாள். பள்ளியில் வேலை முடிந்தவுடன் வீட்டுக்குப் போகும் வழியில் அவனை வந்து எட்டிப் பார்த்தாள் சாரதா. ஆவலோடு அவளை வரவேற்று அவளிடம் தன் பயணத்தைப் பற்றி அவன் கூறினான்.

"பொங்கல் விடுமுறையில் என்னோடு சரவணனின் கிராமத்துக்கு மஞ்சி விரட்டுப் பார்க்க வருவதாய்ச் சொன்னீர்களே! இப்போது என்னோடு புறப்படுகிறீர்களா?"

வியப்போடு அவனை ஏறிட்டுப் பார்த்தாள் சாரதா. உண்மையாகவே அவன் தன்னை அழைக்கிறானா என்ற சந்தேகம் வந்துவிட்டது அவளுக்கு.

"விடுமுறை முடிந்தவுடன் நீங்கள் அங்கிருந்து சென்னைக்குத் திரும்பி விடுங்கள். நான் அப்படியே சேலம் மாவட்டத்திலுள்ள காவிரிக்கரை கிராமத்துக்குப் போகிறேன். ஒகையனக்கல்லில் தங்கிக்கொண்டு, காடு, மலை, ஆற்றங்கரை இங்கெல்லாம் சிலநாள் சுற்றிவரலாம் என்று பார்க்கிறேன். அங்கெல்லாம் வந்து உங்களால் என்னோட சிரமப்பட முடியாது. அரையன்குளத்துக்கு வந்துவிட்டுத் திரும்புங்கள்" என்று அழைத்தான்.

"உண்மையாகவே என்னைக் கூப்பிடுகிறீர்களா?" என்று சிரித்துக்கொண்டே கேட்டாள், சாரதா.

"நீங்கள் என்னோடு வருவதாக முன்பு சொல்ல வில்லையா? அதை மறந்து விட்டீர்களா?"

"அதை நீங்கள் அப்படியே உண்மையென்று நினைத்துக் கொண்டீர்கள் போலிருக்கிறது. ஏதோ ஆசையாக இருந்தது; சொல்லி வைத்தேன். வாய் தவறிச் சொல்லி விட்டேன், அவ்வளவுதான்."

"ஏன், நீங்கள் வந்தால் என்ன?"

"நான் வரவேண்டுமென்று உண்மையாகவே நீங்கள் விரும்புகிறீர்களா?" என்று கேட்டுவிட்டு அண்ணாமலையின் விழிகளை ஊடுருவினாள் சாரதா. அவளுடைய விரல்கள் அவள் கழுத்தில் தொங்கிய சங்கிலியோடு அவளையறியாமல் ஒரு கணம் விளையாடின. பிறகு அந்தச் சங்கிலியை அவள் மெல்லத் தன் உதட்டில் வைத்துச் சுவைக்கத் தொடங்கினாள். அந்தக் கோலத்தில் அவளைக் கண்ட அண்ணாமலைக்கு, அவளிடம் தன் கவலைகளை மறக்கச் செய்யும் ஏதோ ஒரு மந்திர சக்தி இருப்பதுபோல் தோன்றியது. அதற்காகவே அவன் அவளைத் தன்னோடு அழைத்துக்கொண்டு போக விரும்பினான்.

சிறிது நேரம் அவள் முகத்தில் படர்ந்த நாணத்தைக் கவனித்துவிட்டு, "ஆமாம், உண்மையாகத்தான் கூப்பிடு கிறேன்; வாருங்கள். நம்மைப் போன்றவர்கள் பார்க்க வேண்டிய கிராமம் அது" என்றான்.

சாரதா பதில் அளிக்கவில்லை. அவனையே வேடிக்கை பார்த்துக் கொண்டு இருந்தாள். அவனுடைய இந்தக் குழந்தைத்தனமான பேச்சு அவளுக்குப் பிடித்திருந்தது. அவனோடு புறப்பட முடிந்தால் அதை அழகானதொரு வாய்ப்பென்றுதான் அவள் நினைத்தாள்.

"என்ன, வருகிறீர்களா?" என்று மீண்டும் கேட்டான் அண்ணாமலை.

"குழந்தையிலும் குழந்தை நீங்கள்!" என்று பெருமூச்சு விட்டாள் சாரதா. "நீங்களும் நானும் ஒன்றாக வெளியூர் கிளம்பினால் உங்கள் அம்மா என்ன சொல்லுவார்கள்?... அங்கே நாம் ஒரு வீட்டிற்குப் போகிறோமே, அவர்கள் நம்மைப்பற்றி என்ன நினைப்பார்கள்? அதிலும் சுந்தரியோடு ஒன்றாகப் போன ஊருக்கு நீங்கள் என்னை அழைத்துக் கொண்டு போனால்..."

அண்ணாமலைக்கு அப்போதுதான் வெளி உலகம் என்ற ஒன்று இருப்பதே புலப்பட்டது. சமூகம் என்ற ஒன்று

அவனைச் சூழ்ந்திருப்பது அப்போதுதான் அவனுடைய நினைவுக்கு வந்தது. சாரதா எழுப்பிய கேள்விகளைப் பற்றி யோசனை செய்துவிட்டு, "ஆமாம். நீங்கள் சொல்வதும் உண்மைதான்...!" என்றான் ஏமாற்றத்தோடு.

"எது உண்மைதான்?" என்று திருப்பிக் கேட்டு விட்டு வருத்தத்தோடு சிரித்தாள் சாரதா "உண்மை எதுவென்று எப்போதுமே நீங்கள் தெரிந்து கொள்வதில்லை. அதனால்தான் உங்களைத் தேடிக் கொண்டு இருந்த உண்மையை நீங்கள் உதறிவிட்டு, உண்மை போல் தோன்றிய ஏதோ ஒன்றின் பின்னால்போய் அவதிப்பட்டீர்கள். இப்போதும் அதேபோல் ஒரு குழப்பம் உங்களுக்கு!" என்றாள்.

ஆனந்தியின் நினைவைச் சாரதா கிளறி விட்டவுடன் திடீரென்று நெஞ்சு வலிப்பது போலிருந்தது அண்ணாமலைக்கு. மிகவும் சிரமப்பட்டுத் தன் வேதனையை அவன் அடக்கிக் கொள்ள முயன்றான். அவனுடைய கண்கள் கலங்கின; குரல் தழதழத்தது.

"நடந்து போனதை இனிமேல் நீங்கள் தயவுசெய்து என்னிடம் குத்திக் காட்ட வேண்டாம். இப்போதெல்லாம் என்னால் அந்த நினைவைத் தாங்கிக் கொள்ள முடியவில்லை. அதனால்தான் எங்காவது போய், எதையாவது வரைந்து கொண்டு, என்னையே என் வேலையில் மறந்துவிடப் பார்க்கிறேன்."

சாரதாவுக்கு ஏனோ அவனிடம் இரக்கம் ஏற்படவில்லை.

"எப்படியெல்லாம் ஆனந்தி இப்போது சித்திரவதைப் படுகிறாள் என்பது உங்களுக்குத் தெரியுமா? அவள் அங்கே வாழவில்லை! அழிந்துபோய்க் கொண்டிருக்கிறாள்; அழிக்கப்படுகிறாள்!" என்றாள் ஆத்திரத்துடன்.

"தயவு செய்து... தயவு செய்து... இனி என்னிடம் அந்தப் பேச்சை எடுக்காதீர்கள்; எனக்கு எல்லாமே தெரியும்; நீங்கள் வேறு ஒன்றும் சொல்ல வேண்டாம்."

"இவ்வளவு வேதனையை உள்ளே வைத்துக்கொண்டு எதற்காக என்னை வேறு ஊருக்குக் கூப்பிடுகிறீர்கள்?"

"அதை மறப்பதற்காகத்தான்" என்றான் அண்ணாமலை.

"ஒரு பயங்கரமான கனவிலிருந்து விழித்துக் கொண்டவுடன், அதைவிடப் பயங்கரமான மற்றொரு கனவு என்னைச் சூழ்ந்துகொண்டு விட்டது; சுந்தரி இருந்தவரையில் அவளோடு வாழ்வதே எனக்கு ஒரு பெரிய போராட்டமாய்ப் போய்விட்டது; அப்போதெல்லாம் ஆனந்தியின் வாழ்க்கை இன்பகரமாக நடந்ததாகவே நம்பிக் கொண்டிருந்தேன். இப்போது அந்தத் துன்பத்தை என்னால் பொறுத்துக் கொள்ள முடியவில்லை; அவர்களுக்காக நான் கவலைப்படுவது தவறுதான். அது அவர்களுடைய சொந்த விஷயம்; ஆனால், ஏனோ அப்படி என்னால் இருக்க முடியவில்லை; வீடு வேறு அடுத்த வீடாகப் போய்விட்டது..."

பேசிக்கொண்டே அண்ணாமலை சட்டென்று அவளருகில் எழுந்து வந்தான்; சாரதாவின் கரங்களிரண்டையும் இறுகப் பற்றிக் கொண்டான். அவனுடைய தேகமே நடுங்கியது. சாரதா திகைத்துப் போனாளென்றாலும், அவனுடைய பிடியிலிருந்து அவள் தன் கரங்களை விடுவித்துக் கொள்ளவில்லை.

"சாரதா! இனிமேல் என்னால் என்னோடு தனியாக வாழ முடியாது; எனக்கு ஒரு துணை வேண்டும். நீங்கள்... நீங்கள் என்னைக் கல்யாணம் செய்து கொள்வதாக இருந்தால், எனக்கு அது மிகவும் உதவியாக இருக்கும். மெதுவாகச் செய்து கொள்ளலாம்; நீங்கள் ஒப்புக் கொண்டால் போதும்."

சாரதாவின் நெஞ்சு இப்போது அவனுக்காக உண்மையிலேயே உருகியது. மெல்லத் தன் கரங்களை விடுவித்துக் கொண்டு அவனுடைய கண்ணீர் முகத்தைக் கவனித்தாள்.

"இதோ பாருங்கள். கோழைபோல் இனிப் பேச வேண்டாம். திரும்பவும் நீங்கள் பழைய பாதையிலேயே

போகப் பார்க்கிறீர்கள். உங்கள் வேதனையிலிருந்து தப்புவதற்காக நீங்கள் என்னிடம் இப்படிக் கேட்கிறீர்கள். இதுகூட உண்மையென்று எனக்குப் படவில்லை. முதலில் நீங்கள் ஊருக்குப் போய்விட்டு வாருங்கள்; பிறகு நாம் பேசுவோம்..."

"சாரதா!"

"வேண்டாம்! நான் உங்களோடு தாராளமாக எப்போதும் போல் பழக வேண்டுமானால் நீங்கள் இந்தப் பேச்சை இனி எடுக்கக்கூடாது. இதற்காக நான் வருத்தப்படவுமில்லை; கோபப்படவுமில்லை; நீங்கள் போய் விட்டுப் பத்திரமாகத் திரும்பி வாருங்கள்!"

"அப்படியானால் நீங்கள் என்னோடு வரமாட்டீர்களா?"

"இப்படி இன்னொரு முறை கேட்டால் நான் இங்கேயே அழுதுவிடுவேன்!" என்றாள் சாரதா. ஆனால், அவள் தன் அழுத கண்களைத் துடைத்துக் கொண்டுதான் அங்கிருந்து கிளம்பினாள்.

6. நீதியின் அழைப்பு

என்றைக்கு இரவில் அண்ணாமலை ரெயிலில் கிளம்புவதாக இருந்தானோ அன்றைக்கு முற்பகலில் அவனைத் தேடிக்கொண்டு நீதி மன்றத்திலிருந்து ஒரு வழக்கின் அழைப்பு வந்தது. நீதி மன்றத்துக் சேவகனை அனுப்பிவிட்டு அவன் கொடுத்திருந்த காகிதங்களைப் படித்துப் பார்த்தான் அண்ணாமலை. மாணிக்கத்தையும் அவனையும் பிரதிவாதிகளாகப் போட்டு, அவர்கள் மீது வழக்குத் தொடுத்திருந்தார் கடன் கொடுத்தவர், குறிப்பிட்ட தேதியில் அவனை நீதிமன்றத்துக்கு வரச்சொல்லியும் அதில் கட்டளை இருந்தது.

அண்ணாமலைக்கு என்ன செய்வது என்றே புரியவில்லை. மாணிக்கம் அவனிடம் நேரில் கூறியிருந்த விஷயத்துக்கு அது முற்றிலும் மாறாக இருந்தது மேலும், அதில் குறிப்பிட்டிருந்த

நாளில் அண்ணாமலை வெளியூரில் இருக்க வேண்டியவன். கோர்ட்டு விவகாரங்களைப்பற்றி அவனுக்கு எதுவுமே தெரியாதாகையால், அதைப் படித்து முடித்தவுடன் அவனுக்குத் தலைசுற்றுவது போலிருந்தது. மாணிக் கத்துக்காக ஒரு கையெழுத்துப் போட்ட பாவத்திற்காக, அண்ணாமலை நாற்பதாயிரம் ரூபாய்க்குமேல் உடனே கட்டவேண்டுமென்று அது அவனைப் பயமுறுத்தியது.

"கையில் பணம் இருந்தாலும் கட்டித்தொலைக்கலாம். நானூறு ரூபாய் கூட இப்போது இல்லையே!" என்று கவலைப்பட்டான் அண்ணாமலை. பிறகு அதை எடுத்துக் கொண்டு அடுத்த வீட்டிற்குக் கிளம்பினான். மாணிக்கம் இன்னும் வேலைக் களத்திலிருந்து சாப்பாட்டுக்கு வீடு திரும்பவில்லை. அண்ணாமலையிடமிருந்த காகிதங்களைக் கதிரேசன் வாங்கிப் படித்தவுடன் அப்படியே இடிந்து போய்க் கல்லாய்ச் சமைந்து விட்டார்.

ஆனந்தியும் அதை வாங்கிப் படித்தாள். அவளுக்கு எதுவுமே, பேசத் தோன்றவில்லை. சற்றுமுன்பு அங்கு வந்து மாணிக்கத்தைத் தேடிவிட்டுப் போன ஆள், நீதிமன்றத்து ஆளாக இருக்க வேண்டுமென்று அப்போதுதான் ஆனந்திக்குப் புலப்பட்டது. மாணிக்கத்துக்கும் அதே போல் ஒன்று வந்திருக்க வேண்டும்.

அப்பாவியான ஒரு குழந்தையைப் பரிதாபத்தோடு பார்க்கும் தாய்போல் அண்ணாமலையைக் கண்ணி மைக்காது பார்த்துக் கொண்டு நின்றாள் ஆனந்தி! மளமளவென்று அவள் விழிகளிலிருந்து கண்ணீர் வழிந்து கொண்டிருந்தது. அண்ணாமலை தன் தலையைத் தூக்கி ஆனந்தியைக் கவனித்தான். அவனுடைய அப்போதைய மனோநிலைக்கு ஆனந்தியின் கண்ணீர் ஆறுதலை அளிக்க முயன்று கொண்டிருந்தது.

"நீங்கள் எதற்காக கலங்குகிறீர்கள்? எல்லாம் மாணிக்கம் கவனித்துக் கொள்வான்" என்று அவளைத் தேற்றினான் அண்ணாமலை.

"எல்லாமே என்னால் வந்த வினை, நான்தான் அழைத்துக் கொண்டு வந்து கையெழுத்துப் போட வைத்தேன். இப்படியெல்லாம் நடக்கும் என்று முன்பே தெரிந்திருந்தால்..." ஆனந்திக்குத் தொண்டை அடைத்துக் கொண்டு வந்தது; அதற்கு மேல் அவளால் பேச முடியவில்லை.

"உங்களால் ஒன்றும் வரவில்லை. மாணிக்கமே என்னிடம் வந்து கேட்டாலும் போட்டிருப்பேன். இப்போதும் ஒன்றும் குடி முழுகிப்போய்விடவில்லை. வழக்கை எடுத்துக்கொள்ளும் தேதியில் நான் ஊரில் இருக்க மாட்டேன். அதை மாணிக்கத்திடம் சொல்லிப் போனால், அவனே கவனித்துக் கொள்வான் என்று பார்க்கிறேன்."

மாணிக்கம் விரும்பியிருந்தால் அந்தக் கடனைச் சில வாரங்களுக்கு முன்பே கட்டியிருக்க முடியுமென்று கதிரேசனுக்குத் தெரியும்; ஆனந்திக்கும் தெரியும். அதை விட்டு விட்டு அவன் பணத்தை கொடுத்து, வீட்டைத் தன் பெயருக்கு மாற்றிக் கொண்டிருந்தான். அவனுடைய போக்கே அவர்களுக்கு ஒரு புதிராக இருந்தது.

"நீங்கள் அவரைப் பார்த்துவிட்டுக் கவலைப்படாமல் ஊருக்குப் போய் வாருங்கள். எப்படியும் நான் இந்தக் கடனைக் கட்டி விடும்படி அவருக்குச் சொல்கிறேன். கோர்ட்டில் தவணையாகக் கட்டுவதாய்ச் சொன்னால் ஒப்புக் கொள்வார்களாம். அதன்படியாவது கட்டிவிடச் சொல்கிறேன்" என்றாள் ஆனந்தி.

சற்று நேரத்துக்கெல்லாம் காரிலிருந்து இறங்கி வந்த மாணிக்கம் அண்ணாமலைக்கு அருகில் ஆனந்தி நின்று கொண்டிருப்பதைப் பார்த்து முகத்தைச் சுளித்தவாறு வந்தான். தான் இல்லாத நேரங்களில் அவன் அடிக்கடி அங்கு வந்து போய்க் கொண்டிருப்பதாக எப்போதுமே அவனுக்கொரு சந்தேகம். அதற்கு அவன் மாமனார் இடம் கொடுத்ததுதான் மாணிக்கத்துக்குச் சிறிதும் பிடிக்கவில்லை.

"என்ன விஷயம்? அடுத்த கலை மாநாட்டுக்குத் திட்டம் போடுகிறீர்களா?" என்று குத்தலாகக் கேட்டுக் கொண்டே, அண்ணாமலையின் அருகில் வந்து உட்கார்ந்தான் மாணிக்கம். அவனுடைய குரலில் ஒலித்த ஏளனம் கதிரேசனைக் கூட முள்ளின் முனைபோல் உறுத்தியது.

ஆனந்தி ஒன்றும் பேசாமல் தான் வைத்திருந்த காகிதக் கற்றையை அவனிடம் நீட்டினாள். மாணிக்கம் அதைக் கண்டுவிட்டு, தனக்கு ஏற்பட்ட அதிர்ச்சியை மறைத்துக் கொண்டு அலட்சியமாகச் சிரித்தான்.

"பிராதைப் போட்டுக் காட்டிப் பயமுறுத்துகிறான் போலிருக்கிறது! போட்டுக் கொள்ளட்டுமே! கொடுத்திருக்கும் பணத்தைக்கூட வரவு வைத்துக் கொள்ளாமல் அவன் பித்தலாட்டம் செய்திருக்கிறான். இவனைச் சும்மாவிடக் கூடாது; கடைசிவரை பார்த்துவிட வேண்டியதுதான்?"

"நான் இன்றைக்கு ஊருக்குப் போகலாம் என்று பார்க்கிறேன்... திரும்புவதற்கு ஒரு மாதத்துக்கு மேல் ஆகும்" என்று ஆரம்பித்தான் அண்ணாமலை.

"ஓ! தாராளமாகப் போய்விட்டு வா! நீ கோர்ட்டுக்கு வரவேண்டுமென்கிற அவசியமே இல்லை. எல்லாம் நான் பார்த்துக் கொள்கிறேன். வக்கீல் இருக்கிறார்; அவர் பார்த்துக் கொள்வார்" என்று சொல்லிவிட்டு, விஷயம் மிகவும் அற்பமானது என்றும் அதற்குப் போய் இப்படி மூன்று பேர் கூட்டம் போட்டுக் கவலைப்பட வேண்டிய அவசியம் இல்லை என்றும் கூறினான்.

அண்ணாமலை அங்கிருந்து கிளம்பினான். மிகப் பெரிய மலைபோல் தோன்றிய ஒரு விஷயம் அவ்வளவு சுலபமாக முடிந்தது அவனுக்கு திருப்தியளித்தது. மாணிக்கம் நாளுக்கு நாள் கெட்டிக்காரத் தன்மையிலும் துணிச்சலிலும் வளர்ந்து வருவதாக அண்ணாமலைக்குத் தோன்றியது.

வாசல் வரையில் வந்துவிட்ட அண்ணாமலையைத் திரும்பவும். அழைத்தான். மாணிக்கம்.

"சாயங்காலம் வக்கீலை உன்னிடம் அனுப்பி வைக்கிறேன். ஊருக்குப் போவதற்கு முன்னால், வக்காலத்திலும் 'கௌண்ட்ட'ரிலும் கையெழுத்துப் போட்டுவிட்டுப் போ. நீ ஒன்றும் வக்கீலுக்குப் பீசும் கொடுக்க வேண்டாம்; கோர்ட்டுச் செலவும் செய்ய வேண்டாம். என்னுடைய வக்கீல் அவர், எல்லாச் செலவுகளையும் நானே போட்டுக் கொள்கிறேன்."

அவனுடைய தாராளம் அண்ணாமலைக்கு விசித்திரமாக இருந்தது. ஆனந்திக்கோ அதற்கு மேலும் பொறுக்க முடியவில்லை.

"உங்களுக்கு அவர் உதவி செய்ததற்காக, அவரையே கோர்ட்டுச் செலவும் செய்யச் சொல்வீர்கள் போலிருக்கிறதே! நன்றாயிருக்கிறது. உங்கள் நியாயம்?" என்று குறுக்கிட்டாள்.

கோபம் வந்துவிட்டது மாணிக்கத்துக்கு. அவளைச் சுட்டெரித்து விடுவதைப் போல் விழித்துப் பார்த்து, "நீ உன் வாயை மூடிக்கொண்டு உள்ளே போ!" என்று கண்களாலேயே கட்டளையிட்டான். அவள் அப்படியும் போகாமல் இருக்கவே, அவனுக்கு ஆத்திரம் வந்துவிட்டது. அதை அண்ணாமலையை அவமானப்படுத்துவதன் மூலம் அவன் தீர்த்துக் கொள்ளப் பார்த்தான்.

"சட்டப்படிப் பார்த்தால் அவன் தனியாகத்தான் சொந்தச் செலவில் வக்கீல் வைத்துக் கேஸ் நடத்தவேண்டும். பாவம்! பணத்துக்கு அவன் எங்கே போவான்? படம் எழுதிப் பணம் சம்பாதித்து வயிற்றுப் பாட்டுக்கே போதாமல் அவன் சிரமப்படுவதைப் பார்த்துவிட்டுத்தான் நான் இப்படிச் செய்ய-லாமென்று பார்க்கிறேன். நான் முடியாதென்று சொல்லிவிட்டால், அவனாகத்தான் வக்கீல் வைத்து வாதாட வேண்டும், அவனாகத்தான் கோர்ட்டுக்குப் போய் அலைந்து திரியவேண்டும்!" என்றான்.

அண்ணாமலையின் தலை அவமானத்தால் குனிந்தது. பதில் ஏதும் சொல்லாமல் அவன் தன் வீட்டை நோக்கி நடந்தான். மாணிக்கம் காசுக்குக் கஷ்டப்பட்ட காலங்களில் எத்தனையோ முறை அண்ணாமலை அவனுக்குக் கொடுத்து உதவியிருக்கிறான். வேஷ்டி சட்டைகளைக்கூட மாணிக்கம் அவனிடமிருந்து வாங்கிப் போட்டுக் கொண்டவன். அப்போதெல்லாம் அண்ணாமலை சிறிதுகூட அவனைப் பற்றி இழிவாக நினைத்ததுமில்லை; இழிவுபடுத்திப் பேசியதுமில்லை. கதிரேசன், ஆனந்தி இருவரையும் எதிரில் வைத்துக்கொண்டே தன்னை இறக்கிப்பேசியது அண்ணாமலைக்கு என்னவோ போலிருந்தது. செய்த உதவிக்குச் சரியான நன்றிதான் இது!

ஆனந்தியும் அதற்கு மேல் அங்கு நிற்கவில்லை. தன் உள்ளக் குமுறலை அடக்கிக் கொள்வதற்கு உள்ளே போனாள்.

அன்றைக்கு மாலையில் மாணிக்கத்தின் வக்கீல்மட்டும் அண்ணாமலையின் வீட்டுக்கு வரவில்லை; மாணிக்கமும் அவரோடு ஒன்றாக வந்தான். வக்காலத்திலும், நீதிமன்றத் துக்கான பதிலிலும் அவர்கள் அண்ணாமலையிடம் கையெழுத்துக்கள் வாங்கிக் கொண்டார்கள். இருவருக்கு மாகச் சேர்ந்து அந்த வக்கீலே வழக்கை நடத்தப் போவதாகத் தெரிவித்தார்.

"நீ ஒரு மாதம் கழித்து வந்தாலும் சரி, ஒரு வருஷம் கழித்து வந்தாலும், சரி, நாங்கள் பார்த்துக் கொள்ளுகிறோம். இந்த விஷயத்தையே நீ அடியோடு மறந்துவிடலாம்!" என்று அண்ணாமலையிடம் சொல்லிவிட்டுக் கிளம்பினான் மாணிக்கம்.

அண்ணாமலையும் அதை அப்போதே மறந்துவிட்டான். ஆனால், அவனால் ஆனந்தியையோ, சாரதாவையோ அப்படி மறக்க முடியவில்லை. ஆனந்தி அவன் புறப்படும் சமயத்தில் வீட்டுக்கு வந்திருந்து அவனை ஊருக்கு வழியனுப்பி

வைத்தாள். பெட்டி, படுக்கைகளை அவனுக்காக முன்னேற்பாட்டோடு கட்டி வைத்திருந்தவளே சாரதாதான். எழும்பூரிலிருந்து புறப்பட்ட ரெயிலில் அண்ணாமலை உட்கார்ந்துகொண்டு, அவர்கள் இருவரின் அன்பையுமே நினைத்துப் பார்த்தான்.

7. ஆபத்தில் கண்ட அழகு

அரையன் குளத்தை அடுத்திருந்த மாலன் பாறை என்ற குன்றுகளின் மேல் கிராமத்து மக்களின் கூட்டம் இடித்துப் புடைத்துக் கொண்டு நின்றது. அரையன் குளத்து மஞ்சி விரட்டை வேடிக்கை பார்க்க அக்கம் பக்கத்துக் கிராமங்களிலிருந்தெல்லாம் மக்கள் அங்கு வந்து கூடியிருந்தார்கள். அந்தக் குன்றுகளுக் கிடையிலிருந்த பள்ளத்தாக்கில்தான் ஆண்டுதோறும் மஞ்சி விரட்டு நடைபெறுவது பழக்கம். வேடிக்கை பார்ப்பவர்களுக்கு மாடுகளால் ஆபத்து நேர்ந்து விடாமலிருப்பதற்காகவே அந்தப் பாறைகளுக் கிடையிலிருந்த பள்ளத்தாக்கை அரையன்குளத்தோர் தேர்ந்தெடுத்தார்கள் என்று தெரிந்தது.

அண்ணாமலையும் சரவணனின் தமயனார் ஆறுமுகத்தோடு ஒரு பாறையின் மேல் நின்றிருந்தான். அங்கு ஓர் இடத்தைத் தேடிப் பிடித்துக் கொண்டு படம் வரைய முற்படுவது முடியாத காரியம். மேலும், மின்னல் வேகத்தில் மனிதர்களுக்கும், மாடுகளுக்கும் நடைபெறக் கூடிய ஜீவ மரணப் போராட்டத்தை ஒரே இடத்திலிருந்து கொண்டு வரைவதும் நடக்கக் கூடியதாக அவனுக்குத் தோன்றவில்லை; ஆகவே, காணும் காட்சிகளை மனத்தில் பதிய வைத்துக் கொண்டு பின்னால் நிதானமாக வரையவேண்டியதுதான்; வேறு வழியில்லை.

பள்ளத்தாக்கின் ஒரு பக்கம், பச்சைக் கீற்றுத் தட்டிகளால் சுற்றிவளைத்துக் கட்டப்பெற்ற தொழுவத்திற்குள் முப்பது நாற்பது காளை மாடுகளுக்கு மேல்

துடிதுடித்துக் கொண்டிருந்தன. செவலைக் காளைகள், மயிலைக் காளைகள், வெள்ளைக் காளைகள், கரிய நிறக் காளைகள், பல வண்ணக் கலவைகள் கொண்ட காளைகள். இப்படிப் பல்வேறு நிறக் காளைகள் அங்கு காணப்பட்டன. ஒவ்வொன்றின் மூக்குக் கயிற்றையும் அந்தந்தக் காளைக்குரிய இரண்டுமூன்று பேர் பற்றி இழுத்துக் கொண்டு அவற்றைக் கட்டுப்படுத்த முயன்று கொண்டிருந்தனர். தும்பைத் திறந்து விடுவதற்கான நேரம் இன்னும் வரவில்லை.

காளைகளின் இயற்கையான உடல் வனப்பையும் அவற்றுக்கு அவர்கள் செய்திருந்த அலங்காரங்களையும் உற்றுக் கவனித்தான் அண்ணாமலை. கொம்புகள் கூராகக் கழுமுனைகளைப் போல் சீவப்பெற்றுப் பல நிற வண்ணப் பூச்சுகளோடு விளங்கின; கற்றாழை நாரினால் செய்யப்பெற்ற பல நிறப் பட்டுக் குஞ்சுகளை மாடுகளின் நெற்றிச்சுட்டிலும் கழுத்திலும் அணிந்திருந்தார்கள். பட்டும் சரிகையும் இழைந்தோடிய வண்ண ஆடைகள் மாடுகளின் கழுத்தில் கட்டப்பட்டு இருந்தன. மாட்டின் கொம்புகளுக்கடியில் தொங்கி சில முடிச்சுக்கள் பண முடிச்சுக்கள் என்பதைத் தெரிந்து கொண்டான் அண்ணாமலை. தங்க நாணயங் களைச் சிலர் கட்டி விடுவார்களாம்; வேறு சிலர் வெள்ளி நாணயங்களைக் கட்டி விடுவார்களாம்.

காளைகளை அடக்கி வெல்வதற்காகத் தொழுவத்திற் கெதிராகச் சற்றுத் தொலைவில் வரிசையாக நின்று கொண்டிருந்த கட்டிளம் காளையரைக் கவனித்தான் அண்ணாமலை. சல்லடம் போட்டுக் கொண்டிருந்தார்கள் சிலர்; வேஷ்டியைச் சுருட்டிச் சல்லடங்களைப்போல் வரிந்து கட்டிக் கொண்டிருந்தார்கள் வேறு சிலர். அவர்களுடைய உருண்டு திரண்ட தோள்களிலும் பரந்து விரிந்த மார்புகளிலும் வீரத்தின் செருக்குச் சுடர்விட்டுக் கொண்டிருந்தது.

"மாடுகளைப் பிடித்து அடக்கும் இளைஞர்களும் அவற்றின் கழுத்துக்களிலும் கொம்புகளிலும் கட்டியிருக்கும்

பொருள்களை எடுத்துக் கொள்வார்கள். ஆனால், அவர்கள் அந்தப் பரிசுகளுக்காக மட்டும் மாடுகளை அடக்கி, வெற்றி கொள்வதில்லை. அதோ, அங்கு எதிர்ப்பாறையில் பாருங்கள், இளம் பெண்களின் கூட்டத்தை! அவர்களின் கடைக்கண் வீச்சும் புன்னகையும் பாராட்டுமே இளைஞர்கள் எதிர்பார்த்து ஏங்கும் மிகப் பெரிய பரிசுகள்! மாடுகளை வெற்றி கொள்பவர்களுக்கு மங்கையரை வெற்றி கொள்ளவும் இங்கே வழி பிறக்கும்!" என்றார் ஆறுமுகம்.

அண்ணாமலையின் மனம் சுமார் ஆயிரம் ஆண்டுகளைத்தாண்டிப் பின்னே சென்றது. முல்லை நிலத்து ஆயர்குடித் தமிழ் மக்களின் வீர விளையாட்டல்லவா இது? 'ஏறு தழுவுதல்' என்ற களியாட்டத்தைப் பற்றி அவன் கலித்தொகையில் படித்த காட்சி அப்படியே கண்முன் உயிர்த்துடிப்போடு விளங்குவதைக் கண்டான்.

ஆறுமுகத்திடம் அதைச் சொல்லிவிட்டு, "எல்லாம் அப்படியே இருக்கின்றன; முற்காலத்தில் இந்தக் காட்சியை இளம் பெண்கள் பரண்களின் மேல் ஏறி நின்று கொண்டு வேடிக்கை பார்ப்பார்களாம். இப்போது பாறைகளில் ஏறி நின்றுகொண்டு வேடிக்கை பார்க்கிறார்கள்; இதுதான் வித்தியாசம்" என்றான்.

"இன்னொரு அடிப்படை வித்தியாசமும் இருக்கிறது" என்று கூறிச் சிரித்தார் ஆறுமுகம்: "வேடிக்கை பார்ப்பதில் இப்போது பெண்களோடு கிராமத்து ஆண்பிள்ளைகளும் போட்டிப் போடத் தொடங்கி விட்டார்கள். மாடுகளை அடக்கித் தங்கள் உரத்தைக் காட்டும் ஆண் பிள்ளைகள் வருடத்திற்கு வருடம் குறைவாகவும் வேடிக்கை பார்ப்பவர்கள் அதிகமாகவும் ஆகி வருகிறார்கள்! சீக்கிரம் விளையாட்டே இங்கு மறைந்து போனாலும் போகும்!" என்றார்.

நீண்ட பெருமூச்சு விட்டான் அண்ணாமலை. அவனுக்கே அப்போது ஓடிப்போய் அந்த வீர இளைஞர்

கூட்டத்தோடு சேர்ந்து நிற்க வேண்டும் போலிருந்தது. ஆனால், அது அவனுக்குத் தெரியாத கலை; அவன் பழக்கப்படாத கலை.

"இந்த வேடிக்கையைப் பார்த்தால்கூடத் தேவலாம். மனிதர்களும் மாடுகளும் நேரடியாக நடத்தும் வீரப் போராட்டக் களியாட்டம் இது. ஆனால், பொம்மைகளை ஆட விட்டு, இளைஞர்களும் பெண்களும் தாங்களே பொம்மைகளாக மாறிப் போய் உட்கார்ந்து வேடிக்கை பார்க்கத் தொடங்கி விட்டார்கள். வீரமும் காதலும் நமக்குத் தேவையற்றவையென்றும் அவற்றின் போலி நடிப்புகளையே நாம் ஒதுங்கி நின்று வேடிக்கை பார்த்தால் போதுமென்றும் நம்பத் தொடங்கி விட்டோம். நம்முடைய விஞ்ஞான அறிவையும் நாம் சரியானபடி வளர்த்துக் கொள்ளவில்லை. நமக்குச் சொந்தமாக இருந்த மெய்ஞ்ஞானத்தையும் இழந்து கொண்டு வருகிறோம்-நாம் எங்கு போய்க் கொண்டிருக்கிறோம் என்றே தெரியவில்லை!" என்றான் அண்ணாமலை.

" உங்களைப் போன்ற இளைஞர்கள் சிந்திக்க வேண்டிய விஷயம் இது. ஏனென்றால் எதிர்காலம் எங்களுடையதல்ல; உங்களுடையதுதான்" என்றார் ஆறுமுகம்.

அந்தப் பாறையின் உச்சியில் கூட்டத்தோடு கூட்டமாக நெருக்கியடித்துக் கொண்டு நின்ற அண்ணாமலைக்கு. அப்போதுதான் ஒரு நீண்ட நெடும் பரம்பரையைச் சேர்ந்தவன் என்ற உணர்வு ஏற்பட்டது. ஆயிரம் ஆண்டுகளுக்கு முன்பு அதே இடத்தில் அதே போன்ற காலைப்பொழுதில், அதைப் போலவே நடந்ததொரு விழாவில் தானும் கலந்து கொண்டது போல் அவனுக்குத் தோன்றியது. கடுமையான உழைப்பையே உயிர் மூச்சாகக் கொண்ட ஒரு கூட்டத்தின், வாழ்வுக்கெனச் சில உயர்ந்த நெறிமுறைகளை வகுத்துக் கொண்ட ஒரு கூட்டத்தின், போராட்டமும் காதலும் கலை வாழ்வுமாக வாழ்ந்த ஒரு

பண்பட்ட கூட்டத்தின் இரத்தம் அவனுடைய நாடி நரம்புகளில் துடிப்பதை அவன் அப்போது உணர்ந்தான்.

"மறைந்து வரும் பழைய நாகரிகத்துக்கும் இன்னும் உதயமாகாத புதிய நாகரிகத்திற்கும் இடைப்பட்ட இருண்ட வெளியின் அநாகரிகச் சூழ்நிலைதான் இப்போது நம் நாடெங்கும் தென்படுகிறது" என்றான் அண்ணாமலை.

இளைஞன் சிந்திக்கத் தொடங்கியது ஆறுமுகத்திற்கு வியப்பாக இருந்தது. உணர்ச்சி வயப்படும் வயது அவனுக்கு. அதிலும் அவன் கலைஞன், இருந்தும் அவன் சுயமாகச் சிந்திக்கத் தொடங்கிவிட்டான்!-அந்த மாலன் பாறையில் அவனை விழிப்புறத் தூண்டிய ஏதோ ஒரு சக்தி இருக்க வேண்டுமென நினைத்தார் ஆறுமுகம்.

திடீரெனக் களத்திலிருந்து பறையொலி முழங்கியது. கொட்டி முழங்கிக் கூத்தாடத் தொடங்கி விட்டனர் கிராமத்துக் கலைஞர்கள்.

குன்றுகளின் மீது நின்ற கூட்டம் தன் பேச்சை அடக்கிக் கொண்டு கீழே உற்றுப் பார்த்தது.

காளைகளை அடக்க நின்ற காளையர், வேங்கைகளெனப் பதுங்கிப் பாயத் தயாரானார்கள்.

தொழுவத்துக்குள்ளிருந்து இடி முழக்கங்கள் கேட்டன. "ம்...மா! ம்ம...மா!" என்ற பயங்கரமான அறைகூவலோடு, கொம்புகளால் தரையை முட்டிப் புழுதிப் படலங்களைக் கிளறிவிட்டுக்கொண்டு பாய்ந்தன காளைகள். அத்தனை காளைகளிலும், சித்தானைக்குட்டியைப்போல் சிவந்த கண்க ளோடு கம்பீரமாகத் துள்ளிவந்த ஒரு கரிய நிறக்காளைதான் அண்ணாமலையை மிகக் கவர்ந்தது.

தனித்து வந்து நின்றுகொண்டு, வாலை உயரத் தூக்கியபடி, தன்னை நோக்கிப் பாய்ந்து வரும் இளைஞர்களை அது ஒரே ஒரு கணம் எடை போட்டது. பிறகு மண்ணைக் கொம்புகளால் குத்தி, கொம்புகளாலும் பின் கால்களாலும் புழுதியைக் கிளறிப் பரப்பியது. தன்

பயங்கரமான குரலால் அது இளைஞர்களைக் கூவி அழைத்தது.

"போன வருஷம் அதை யாராலுமே பிடிக்க முடியவில்லை; மூன்று பேர்களைக் குத்திக் கிழித்த மூர்க்கத்தனமான காளை அது!" என்றார் ஆறுமுகம்.

அண்ணாமலை தனக்கு இரண்டே இரண்டு கண்களைக் கொடுத்த கடவுளை அப்போது நொந்து கொண்டான். அந்த இரண்டு கண்களாலும் ஒரே சமயத்தில் ஒரு காட்சியை மட்டுமே காணமுடிந்தது. அங்கேயோ ஒரே சமயத்தில் முப்பது நாற்பது வகையான மயிர்க்கூச்செரியும் அற்புதக் காட்சிகள் நடந்து கொண்டிருந்தன. ஒரு காளையின் திமிலைப் பற்றிய வண்ணம் போராடிக் கொண்டிருந்தான் ஓர் இளைஞன்; அது அவனை எங்கேயெல்லாமோ இழுத்தடித்துக் கொண்டிருந்தது. ஒரு மாட்டின் வாலைப் பற்றிக் கொண்டு முதுகில் தாவப்போன மற்றொருவனை, அது தன் பின் கால்களால் உதைத்துவிட்டு, அவன் மீதே திரும்பிப் பாய்ந்தது; வேறொரு மாட்டின் வயிற்றில் தலை கீழாய்த் தொங்கியபடி அதன் கழுத்தைக் கைகளாலும் இடுப்பைக் கால்களாலும் வளைத்துக் கொண்டிருந்தான் ஒருவன். நேருக்கு நேர் நின்று காளையொன்றின் கொம்புகளை வளைத்துப் பிடித்து முறுக்கிக் கொண்டிருந்தான். மற்றொரு மூலையில் ஒரு மாடு ஒருவனைத் தரையில் முட்டித் தள்ளி, அவன் விலாவில் கொம்பைக் குத்திக் கிழித்துக் கொண்டிருந்தது. செவ்விரத்தம் அங்கங்கே பாயத் தொடங்கியது.

ஆறுமுகம் அண்ணாமலையைத் திரும்பிப் பார்த்தவர். அவன் அருகில் இல்லாததைக் கண்டு திடுக்கிட்டார். எதிரில் பள்ளத்தாக்கை கவனித்தபோது அவருக்கு உயிரே போய்விடும் போலிருந்தது. அவன் அந்த ஆட்கொல்லிக் கரிய நிறக் காளையை நோக்கி வேகமாக நெருங்கிக் கொண்டிருந்தான். அது அண்ணாமலையைக் கவனிக்கவில்லை. தன்னை எதிர்த்து வந்த இரண்டு இளைஞர்களுக்கும் ஒரே

சமயத்தில் பயங்கரமான சாகசங் காட்டிக்கொண்டு நின்றது அது. அண்ணாமலையோ அதை வெகு அருகில் நின்று கவனிக்க ஆசை கொண்டு அதை நெருங்கிக் கொண்டிருந்தான்.

அவன் அதை அடக்கச் செல்லவில்லை; அதன் தோற்றத்தை அப்படியே அதன் உணர்ச்சிப் பிரதிபலிப்புக்களோடு நெஞ்சில் ஓவியம் வரைந்துகொள்ளச் சென்றுவிட்டான். களியாட்ட வெறியல்ல; கலை வெறி!

"ஐயோ அண்ணாமலை!" என்று கூவிக்கொண்டே ஆறுமுகம் களத்துக்குள் பாய்ந்தார். நிலைமையை உணர்ந்து கொண்டு மற்றும் சிலரும் அவரைப் பின்பற்றி ஓடினார்கள்.

ஆட்கொல்லி தன்னை எதிர்த்தவர்களை விட்டுவிட்டு கூட்டத்தைக் கண்டு மிரண்டு அண்ணாமலையின் மீது திரும்பி மோதியது; அப்படியே தரையில் மல்லாந்து விழுந்தான் அண்ணாமலை. உலகமே சுழன்று வருவதுபோல் தோன்றியது அவனுக்கு. நல்ல வேளையாக, அதைப்பிடிக்கவந்த இளைஞர்கள் இருவரும் அதன்வாலை இறுகப்பற்றிக் கொண்டதால் அவன் உயிர் தப்பினான். மாடு அடுத்த கணமே அண்ணாமலையை மறந்துவிட்டது.

மற்றவர்கள் அவனைப் பாறைக்கு இழுத்துக் கொண்டு வந்த பிறகு, அவன் களத்துப் பக்கம் திரும்பி அந்தக் கரியநிறக் காளையைப் பார்த்தான். அதன் கொம்புகளில் அப்போது தேன் கசியும் செவ்வரளி மாலையைப்போல் யாரோ ஓர் இளைஞனுடைய குடல் செந்நீர் சொட்டச் சுற்றிக் கொண்டிருந்தது. அந்தக் குடலுக்குரியவன் அங்கே விழுப்புண் பெற்று விண்ணுலகடைந்த வீரனைப் போல் தரையில் கட்டையாய்க் கிடந்தான்.

"இதே காட்சிதான் 'முல்லைக் களி'யிலும் வருகிறது. மாடுகளின் கொம்புகளில் மனிதர்களின் குடல் சுற்றிக் கொள்ளும் காட்சி" என்றான் அண்ணாமலை பரவசத்தோடு.

"இப்போது நாங்கள் உங்களை அங்கிருந்து இழுத்து

வரத் தவறியிருந்தால் அது உங்கள் குடலாக இருந்திருக்கும். நீங்கள் இந்தக் காட்சியைக் காண்பதற்கு உயிரோடும் இருந்திருக்க மாட்டீர்கள்!" என்றார் ஆறுமுகம்.

அவருக்கு இன்னும் அந்தப் பதற்றம் தீரவில்லை. முன்பே ஒருமுறை ஐயனார் கோவிலின் அருகில் நாகப்பாம்பு படமெடுத்து ஆடிக்கொண்டிருந்தபோதே, அதைக் கவனிக்காமல் தன்னுடைய கர்மமே கண்ணாயிருந்தவன் அவன். அதே உணர்ச்சியில் அவன் தன்னை அடிக்கடி மறந்துவிடக் கூடியவன் என்பது அவருக்கு அப்போதுதான் புரிந்தது.

"இந்த ஒரு காட்சியை ஓவியத்தில் கொண்டுவர முடிந்தால் அதற்காக நான் என் உயிரையும் கொடுக்கலாம்" என்று உற்சாகமாகக் கூறினான் அண்ணாமலை.

8. தன்னை மறந்தவன்

அடுத்த இரண்டே வாரங்களில் அண்ணாமலை வரைந்து அனுப்பிய மஞ்சி விரட்டுப் படம் சென்னையில் கதிரேசனின் கையில் இருந்தது. அரையன் குளத்தில் தங்கியிருந்து இதை முடித்து அனுப்பிவிட்டுத்தான் அவன் அங்கிருந்து காவேரிக் கரை கிராமத்துக்குச் சென்றான்.

கன்னட மாநிலத்திலிருந்து காவேரி தமிழகத்துக்குள் நுழையும் எல்லையிலிருந்த அந்தச் சிற்றூரைத் தமிழர்கள் காவேரி என்று அழைத்தார்கள். கன்னடத்துக்காரர்கள் அதற்கு ஒகையனக்கல் என்று பெயரிட்டிருந்தார்கள். உயர்ந்த மலையுச்சியிலிருந்து காவேரி பொங்கிப் பள்ளத்திலிருந்த பாறைகளின்மீது விழும்போது எழும் நீர்த்துளிகளின் புகைப் படலத்தைப் பார்த்துவிட்டு புகையும் கல் என்று கன்னடத்தில் அதற்குப் பெயர் சூட்டியிருந்தார்களாம்.

முப்பது நாற்பது கூரைக் குடிசைகள் கூட இல்லாத அந்தச் சிற்றூருக்குப் போய்ச் சேர்ந்த அண்ணாமலைக்கு, மனிதர்களின் சந்தடியிலிருந்து வெகு தொலைவுக்கு ஒதுங்கி

வந்து விட்டது போலிருந்தது. நாகரிகத்தின் செயற்கைத் தன்மைகளுக்கு அகப்படாத சிற்றூராகத் தோன்றியது அது. மீனவர்களின் குடிசைகள், சிற்றுண்டி விடுதிகளான குடிசைகள், மீன் இலாகா-காட்டிலாக்காவினரின் கூரை வீடுகள்-இவையே அங்கு தென்பட்டன. ஆசிரியர் சரவணனிடம் அன்பு கொண்ட ஒரு மீன் இலாகா ஊழியரின் கூரை வீட்டில் தங்கினான் அண்ணாமலை. அவர் திருமணமாகாத இளைஞர்; தன் தாயாரோடு அங்கு வசித்து வந்தவர். அவர்கள் அண்ணாமலையிடம் காட்டிய பரிவு, அவனையும் வீட்டில் ஒருவனாகவே செய்து விட்டது. நாகரிகத்தின் வசதிகள் சிறிதும் இல்லாத அந்தக் கிராமத்தில், அண்ணாமலைக்கு எவ்விதக் குறைவுமில்லாமல் செய்திருந்தார் அந்த இளைஞர்.

ஊருக்கு ஒருபுறம் மலைகளும் காடுகளும் சூழ்ந்திருந்தன; மறுபுறம் காவேரி மலைக் காடுகளும் சூழ்ந்திருந்தன. ஊருக்குள் நுழையும் எல்லையிலேயே மற்றொரு சிற்றாறு சலசலத்து ஓடி, அதை வளைத்துக்கொண்டு காவேரியில் கலந்தது.

வந்து சேர்ந்த சில நாட்களுக்குள் கிராமவாசிகளோடு கிராமவாசியாக மாறிப் போனான் அண்ணாமலை. தேதி, கிழமை, நேரம் யாவுமே அவனுக்கு மறந்துகொண்டு வந்தது. நினைத்த போதெல்லாம் அருவியில் குளித்தான்; நினைத்த போதெல்லாம் ஆற்றங்கரைப் பாறையில் உட்கார்ந்து கொண்டோ காட்டுக்குள் புகுந்து கொண்டோ படங்களை வரைந்தான்.

காட்டுக்குள் அவன் புகும் வேளைகளில் மட்டிலும் அவனுக்குத் துணைக்கு ஆட்கள் வந்தார்கள். இயற்கைத்தேவி, மனிதர்களின் காலடிபட முடியாத இடங்களில் பயங்கரமான பாதுகாப்புக்களோடு தன் எழில் இரகசியங்களை மறைத்து வைத்துக் கொண்டிருந்தாள். அங்கெல்லாம் ஊடுருவிச் சென்று அவன் அவளுடைய

பேரழகைத் தன் ஓவியங்களில் சிறைப்பிடிக்க முயன்று கொண்டிருந்தான்.

அண்ணாமலையைப் பாதுகாத்துப் பத்திரமாக அவ்வப்போது அழைத்துக்கொண்டு வருவதுதான் அந்த இளைஞனுக்கும் அவருடைய ஆட்களுக்கும் பெரும் பாடாக இருந்தது. சமயங்களில் யானைக் கூட்டம் அந்தக் காடுகளில் சுற்றி அலைவதுண்டாம், சிறுத்தைகளும் புலிகளும் கூட அவ்வப்போது வெளிப்பட்டு, காடுகளின் ஓரங்களில் மேய்ச்சலுக்கு வரும் கன்று காலிகளை அடித்துச் செல்வது வழக்கமாம். அண்ணாமலை அவற்றையும் நேரில் காணத் துடித்தான். ஆனால், மற்றவர்கள் அதற்கெல்லாம் விடுவதாக இல்லை.

"சிறுத்தையும் புலியும் வந்து உங்களுக்கெதிரே மாடல்களாக நிற்க வேண்டுமென்று எதிர்பார்க்கிறீர்களா?" என்று கேட்டுச் சிரித்தார் அவனுடைய நண்பர்.

ஒருநாள் காலையில் வீட்டில் உட்கார்ந்தபடி தன் பெட்டியைத் திறந்து படம் வரைவதற்கான பொருள்களைத் தேடிக் கொண்டிருந்தான் அண்ணாமலை. அவற்றில் சில அவனுக்காகச் சாரதா வாங்கிக் கொடுத்தவை. என்றாலும் ஏனோ அவனுக்கு அவளுடைய நினைவு அடிக்கடி வரவில்லை. சென்னையை விட்டு ரெயில் நகர்ந்த சில விநாடிகளுக்கெல்லாம் அவன் அவளை மறந்து போனான். நேரில் அவளைக் காணும்போது ஏற்படும் உற்சாகம், அவள் அருகிலில்லாத வேளைகளில் ஏனோ அவனுக்கு ஏற்படுவதில்லை.

ஆனால் எவ்வளவோ தடுத்துப் பார்த்தும் ஆனந்தியே அவனை இயக்கி வருவதுபோல் அவனுக்குத் தோன்றியது. மஞ்சி விரட்டுப் படத்தைப் பார்த்தவுடன் அவள் விழிகளில் பொங்கிவரக் கூடிய புத்தொளியைக்கூட அவனால் காண முடிந்தது. அந்தப் படம் பற்றி அவனுக்குக் கதிரேசன், சாரதா, சரவணன் மூவருமே எழுதியிருந்தார்கள். ஆனால்

அண்ணாமலைக்கோ தனக்குக் கடிதம் எழுதாதவளின் பாராட்டே பெரியதாக இருந்தது.

பெட்டியைத் தலை கீழாகப் புரட்டிப் பார்த்தபோது அவன் சிறிதும் எதிர்பாராத ஒன்று அதற்குள்ளிருந்து அவனுக்குக் கிடைத்தது. அட்டைகளுக்கிடையில் வைக்கப்பட்டிருந்த பழைய சித்திரம் அது; கிழித்து ஒட்டப்பட்டிருந்த ஒரு பழுப்பேறிய காகிதம்; முதல் முதலாக அவன் வரைய முயன்ற ஆனந்தியின் படம்!

அண்ணாமலையின் கண்கள் அதில் நிலை குத்திவிட்டன; படத்தைப் பற்றியிருந்த கரம் நடுங்கியது. அந்தப் படத்திலிருந்து அவனை ஆனந்தி நோக்கிய நோக்கை அவனால் தாங்கிக்கொள்ள முடியவில்லை; அவளுக்குக் கல்யாணம் நடப்பதற்கு முன்பு, அவன் அவள் அப்பாவிடம் மாணவனாக இருந்த காலத்தில் ஆனந்தி அவனை அப்படித்தான் நோக்குவாள். அந்த நோக்கரிய நோக்கின், அது அப்போது வெளிப்படுத்திய நுணுக்கரிய நுண்ணுணர்வின் பொருளென்ன?-அப்போது அந்த நுண்ணுணர்வு அவனுக்குப் புலப்படவில்லை.

இப்போது?

தேம்பித் தேம்பி அழுதாலும் அண்ணாமலைக்கு அவளுடைய விழிகள் கொடுத்த அந்த வேதனையைத் தாங்கிக் கொள்ள முடியாது போலிருந்தது. 'ஆம், அப்போதே இதன் பொருளை மாணிக்கம் கூடத் தெரிந்து கொண்டான்; சாரதாவும் தெரிந்து கொண்டுவிட்டாள்; நான்தான் குருடனாகி விட்டேன்-குருடனாகி விட்டவன் சித்திரத்துக்கு இனி ஏங்கி என்ன பயன்?'

மாணிக்கத்துக்கும் ஆனந்திக்கும் அப்போது நடந்த போராட்டங்கள் அவ்வளவும் அப்படியே அவனுடைய நினைவுக்கு வந்தன. "நீ இவளைக் காதலிக்கிறாயா?" என்று அவன் கேட்ட கேள்வியின் பொருளும், அவனுடைய எச்சரிக்கைகளும், படத்தை அவன் தன்னிடமிருந்து பற்றி

அவன் கிழித்தெறியச் சொல்லித் தன்னிடம் வற்புறுத்தியதும் எவ்லாமே அண்ணாமலையின் நெஞ்சில் சூழ்ந்து கொண்டன. ஒவ்வொன்றுக்காக விடை தேடிப் பார்த்தான் அவன்.

'வேண்டுமென்றே மாணிக்கம் என்னை ஏமாற்றி விட்டானா? எனக்குரிய ஒன்றை என்னிடமிருந்து தட்டிப் பறித்து விட்டானா? முன்பு இப்படி என்னை அடிக்கடி முகத்தில் நாணம் படர ஏறிட்டு நோக்கியு ஆனந்தி, எப்படி அவனை மணந்து கொள்ள இசைந்தாள்?"

மாணிக்கத்தின் வற்புறுத்தலுக்காக அப்போதே அந்தப் படத்தை கிழித்தெறியாமலிருந்தது அண்ணாமலைக்கு இப்போது ஓரளவு ஆறுதலாக இருந்தது. அவள் வெளிப்படுத்திய அந்த நுண்ணுணர்வைத் தன்னையறி யாமலே அவன் அதில் பிரதிபலித்திருந்ததால், அண்ணா மலைக்கு அது கிடைத்தற்கரிய ஒரு பெருஞ் செல்வமாகத் தோன்றியது. 'இது கிழித்து ஒட்டிய படமாகவே இருக்கட்டும்; வெறும் பென்சிலால் வரைந்த அரைகுறைச் சித்திரமாகவே இருக்கட்டும்; பழுப்புக் காகிதத்தில் இருந்தே இதுகாலத்தின் கருணையற்ற போக்கைச் சுட்டிக் காட்டிக் கொண்டிருக்கட்டும்-பத்திரப்படுத்தி வைக்க வேண்டிய என்னுடைய சொந்த உயிரோவியம் இது!' என்று நினைத்தான் அண்ணாமலை.

அந்தப் படத்தைக் கண்ட பிறகு அவனுக்கு ஆனந்தி தன்னோடு ஒன்றாகவே அந்தச் சிற்றூருக்கு வந்துவிட்ட பூரிப்பு ஏற்பட்டது. காவேரிக் கரையின் நெடிதுயர்ந்த மரங்களின் அடியில் அவள் அவனோடு ஒன்றாக நின்று பொங்கி வரும் வெள்ளத்தை வேடிக்கை பார்ப்பது போலவும், காடுகளில் அவனைப் பின்பற்றிச் சுற்றியலைவது போலவும், படகில் அவனோடு ஒன்றாக அமர்ந்து காவேரிக்குள் துடுப்பு வலித்து வருவது போலவும் அவனுக்குத் தோன்றியது-இம்மாதிரி இடங்களுக்கு உண்மையாகவே

வந்திருந்தால் எவ்வளவு ஆனந்தம் ஏற்பட்டிருக்கும் ஆனந்திக்கு!

ஒரு நாள் அண்ணாமலையும் அவனுடைய நண்பரும் படகில் ஏறிக்கொண்டு வெள்ளத்தை எதிர்த்துச் சென்று மலை உச்சியிலிருந்து விழும் பேரருவிகளைக் காணச் சென்றார்கள். பழக்கப்பட்ட படகோட்டி மிகவும் கவனமாகத் துடுப்பு வலித்துக்கொண்டு வந்தான். ஆற்றிலிருந்து தாவிய கெண்டை மீன்கள் துள்ளித் துள்ளி அவர்கள் மேலெல்லாம் விழுந்து துடித்தது புதிய அனுபவமாக இருந்தது அண்ணாமலைக்கு.

படகு ஒரு திருப்பத்தில் திரும்பியவுடன், திடீரென்று மெய் சிலிர்க்க வைக்கும் அற்புதக் காட்சியொன்று அண்ணாமலையின் கண் முன்னே விரிந்தது. இருபுறங்களிலும் கம்பீரமான பாறைகள் உயர்ந்திருக்க, இடையே காவேரி பாய்ந்து கொண்டு வந்தது. கண்ணுக்கெட்டிய தொலைவெங்கும் நெடிதுயர்ந்த மதில்களைப் போன்ற பாறைகள், மலைகளின் இடுக்கில் நீரை எதிர்த்துப் படகில் சென்று கொண்டிருந்தார்கள் அவர்கள். மேலே செல்லச் செல்லப் படகையே குப்புற வீழ்த்திவிடும் போலிருந்தது ஆற்றுநீரின் வேகம். படகோட்டி பயங்கரமான சாகசங்களைச் செய்தபடியே முன்னேறிக் கொண்டிருந்தான். அண்ணாமலையின் மனத் திரையில் காட்சிகள் பதிந்து கொண்டே வந்தன.

இரு புறங்களிலும் தென்பட்ட பாறைகளில் எத்தனையோ ஆயிரம் சிற்பியர் ஒன்று கூடிப் பல்வேறு குடைவரைக் கோயில்களையும் மண்டபங்களையும் உருவாக்கியிருப்பது தோன்றியது. மாமல்லபுரத்திலோ பாறைகளையும் குன்றுகளையும் கோவில்களாக மாற்றியிருந்தார்கள். இங்கேயோ பாறைகளுக்குள்ளே குடைந்து குடைந்து பல்வேறு அற்புதங்களைச் செய்திருந்தார்கள். அண்ணாமலையால் அந்த அதிசயக் காட்சியைக் கண்டபோது தன் கண்களையே நம்ப

முடியவில்லை. நூற்றுக்கணக்கான குடை வரைக் கூட்டங்கள்! எண்ண முடியாத அளவுக்குச் சுரங்க வாயில்கள்! எத்தனையோ வகை உருவங்களில் அவற்றுக்கிடையே சிற்ப விசித்திரங்கள்!

காவேரி என்ற அந்த மெல்லியலாள், அந்தப் பெண்ணரசி தன்னுடைய ஆயிரமாயிரம் அலைக்கரங்களையே சிற்றுளிகளாகக் கொண்டு அந்தப் பாறைகளில் அப்படியெல்லாம் குடைந்து விளையாடியிருக்கிறாள்! கல்லைக் கரைத்து கல்லையே உருக்கி வார்த்து, கல்லின் பல்லைப் பிடுங்கி விட்டு அங்கே அதன் களி நடனம் கண்டிருக்கிறாள்.

"இதுவல்லவோ இயற்கையால் உருவாக்கப் பெற்ற சிற்பக் கூடம்! இதையல்லவோ நாம் வரைந்துகொண்டு போய் இங்கே வந்து காணமுடியாதவர்களுக்குக் காண்பிக்க வேண்டும்!" என்று நினைத்தான் அண்ணாமலை.

படகை ஓர் ஓரமாக ஒதுக்கச் சொல்லி, ஒரு பாறையைப் பற்றிக் கொண்டு தாவினான் அவன். பிறகு அங்கு தென்பட்ட சுரங்க வாயிலுக்குள் புகுந்து மேலே ஏறினான். படிகளைப்போல் தென்பட்டன, சில பாறைகள். மேலே மேலே ஏறிப்போய்த் தொலைவில் உற்றுப் பார்த்தான். மலையுச்சியிலிருந்து பேரருவிகளாகப் பொங்கி வழிந்து கொண்டிருந்தாள் காவேரி. இன்னும் ஒரு பாறையைப் பற்றிக் கொண்டு இன்னும் மேலே ஏற முயன்று கொண்டிருந்தான் அவன்.

அவனைப் பின்பற்றி வந்த நண்பன் குரலோ படகோட்டியின் குரலோ அவன் செவியில் விழவில்லை. அருவியின் ஓசை மட்டுமே அவனைத் தன்னருகே அழைத்துக் கொண்டிருந்தது. உச்சியில் உட்கார்ந்து படம் வரைவதற்கு ஏற்ற ஓரிடத்தைத் தேடிப்போய்க் கொண்டிருந்தான் அவன்.

"நில்லுங்கள், நில்லுங்கள்! பாறை வழுக்கிவிடப் போகிறது!"

பாறை வழுக்கத்தான் செய்தது.

கைப்பிடி நழுவித் தலைகுப்புற விழுந்தவனை, முதலில் பாறையின் இடுக்கிலிருந்து வளர்ந்திருந்த ஒரு மரம் தடுத்து நிறுத்தப் பார்த்தது . மரத்தில் மோதிய பின் அங்கிருந்து பாறையின் சரிவில் விழுந்து கீழே கரைக்கு உருண்டு வந்தான். காவேரித் தண்ணீரோடு அவனுடைய வலது தோள் பட்டையிலிருந்து பெருகிய செவ்விரத்தமும் ஒன்று கலந்தது.

அப்படியே அவனைத் தூக்கிப் படகில் போட்டுக் கொண்டு வந்த வழியே திரும்பினார்கள் இருவரும். அந்த ஊரில் மருத்துவ மனையுமில்லை. வைத்தியரும் இல்லை. மயங்கிக் கிடந்த நிலையிலும் அண்ணாமலையால் அவன் கண்ட அருவியின் அழகை மட்டும் மறக்க முடியவில்லை.

9. துன்ப நாடகம்

சென்னை பெரிய ஆஸ்பத்திரியின் அறையொன்றில் கட்டிலில் படுத்துக்கிடந்தான் அண்ணாமலை. வலது தோள் பட்டையிலும், கரத்திலும் கட்டுக்கள் போடப்பட்டிருந்தன. தாங்க முடியாத வலியாலும் வேதனையாலும் துடித்துக் கொண்டிருந்தான் அவன்.

கனவில் நடப்பவை போல் பல காரியங்கள் அதற்குள் நடந்துவிட்டன. குன்றின் உச்சியில் அவன் தாவி ஏறப்போனதுதான் அவனுக்குத் தெரியும். காவேரியின் வெள்ளம் தன் பயங்கரமான பேரழகோடு தாவிக் குதித்துக் கொண்டிருந்த காட்சி மட்டும் அப்படியே அவன் மனத்தில் பதிந்திருந்தது.

காவேரிக்கரை கிராமத்தில் அவனுடைய நண்பர் தவித்த தவிப்புக்களோ; அவர் அடுத்த ஊரிலிருந்து டாக்டரை வரவழைத்துச் செய்த முதல் உதவிகளோ, பிறகு ஆசிரியர் சரவணன் சென்னையிலிருந்து புறப்பட்டு வந்து அண்ணாமலையைக் காரில் தூக்கிப் போட்டுக் கொண்டு

திரும்பியதோ எல்லாமே கனவில் நடந்தவை போல் அவனுக்குத் தோன்றின!

அண்ணாமலையின் உயிருக்கு ஆபத்து ஏற்படவில்லை என்பதைத் தவிர, அந்த விபத்து அவனை அளவுக்கு மீறிப் பாதித்து விட்டது. வலது தோள் பட்டை எலும்புகள் முறிந்திருந்தன. கரத்தை மடக்கி வைத்துக் கட்டியிருந்தார்கள்; உடம்பில் ஆங்காங்கே ஊமைக் காயங்கள் ஏற்பட்டிருந்தன.

மீனாட்சியம்மாளுக்குக் கைகால் ஓடவில்லை. வீட்டுக்கும் ஆஸ்பத்திரிக்குமாக அவள் அலைந்து கொண்டிருந்தாள். ஆசிரியர் சரவணனும் கதிரேசனும் தங்கள் கலக்கத்தை வெளியில் காட்டிக் கொள்ளாமல், பொறுமையோடு அவனுடைய சிகிச்சைக்கு வேண்டிய வசதிகளைக் கவனித்து வந்தார்கள். சாரதா தன்னுடைய பள்ளிக்கூட வேலையோடு ஒன்றாக ஆஸ்பத்திரிக்கு வந்து செல்வதையும் ஒரு வேலையாக வைத்துக் கொண்டாள். மீனாட்சியம்மாளுக்கும் அவள் உதவி செய்யத் தவறவில்லை.

ஆனால், ஆனந்தியைத்தான் அண்ணாமலையால் அங்கு அடிக்கடி காணமுடியவில்லை. அவளுடைய புறக்கணிப்பு அவனுக்கு என்னவோ போலிருந்தது. எப்படி அவளால் இவ்வளவு அலட்சியமாக இருக்க முடிகிறது? என்று நினைத்துத் தனக்குள் மனம் புழுங்கினான் அண்ணாமலை.

முதல் முறையாக மாணிக்கமும் ஆனந்தியும் அங்கு ஒன்றாக வந்த போது அண்ணாமலை நினைவிழந்து கட்டிலில் மயங்கிக் கிடந்தான். அப்போது அங்கு என்ன நடந்தது என்பது அவனுக்குத் தெரியாது. பிறகு சாரதாவிடமிருந்து கேள்விப்பட்டான். அவனை அந்த நிலையில் கண்டவுடன் ஆனந்திக்குத் தலை சுற்றி மயக்கம் வந்துவிட்டதாம். அங்கேயே அவளுக்கும் சிகிச்சை செய்து அவளை அழைத்துக் கொண்டு சென்றார்களாம்.

இரண்டாவது முறையாக மாணிக்கமும் ஆனந்தியும் ஒரு நாள் வந்து போனார்கள். அதன் பிறகு அவர்கள் எட்டிப் பார்க்கவே இல்லை.

அண்ணாமலை, அவர்கள் அந்த இரண்டாவது முறை வந்து தன்னைப் பார்த்த காட்சியை நினைவுபடுத்திக் கொண்டான். நினைவு படுத்திக் கொள்ள வேண்டிய அவசியமே இல்லாதபடி அது அவன் மனத்தில் பதிந்து போயிருந்தது. பயங்கரமான துன்பியல் நாடகமே அங்கு நடந்து விட்டதென்று கூறலாம்.

ஆனந்தி, அவனைத் தான் பெற்றெடுத்த குழந்தையைப் பார்ப்பது போல் சற்று நேரம் பார்த்துக் கொண்டு நின்றாள். தாங்கிக் கொள்ள முடியாத வேதனையால் அவளுடைய உதடுகள் துடித்தன. கண்கள் கலங்கின. பேச முடியாமல் திணறிவிட்டுப் பிறகு பேசினாள்.

"உங்களுடைய படங்களைப் பார்க்கும் போதெல்லாம் அப்பா, 'கண்பட்டு விடாமலிருக்க வேண்டுமே...!' என்று சொல்வார்கள். கண்பட்டு விட்டதால்தான் இப்போது உங்களுக்கு இந்த விபத்து நேர்ந்திருக்கிறது" என்று சொல்லிவிட்டு, "படம் வரையும் கரத்தை ஒடித்துக் கொண்டு இப்படிக் கிடக்கிறீர்களே!" என்று மளமளவென்று கண்ணீர் சொரிந்தாள் ஆனந்தி.

மாணிக்கத்தின் கண்கள் அங்கு வந்ததிலிருந்து அண்ணா மலையின் பக்கம் திரும்பாமல் ஆனந்தியின் முகத்திலேயே பதிந்துவிட்டன. ஆனந்தியின் அனுதாபம் கட்டுக்கு மீறிப் போவது அவனுக்குக் கடுமையான எரிச்சலைக் கொடுத்தது, அவனால் பொறுக்க முடியவில்லை.

"கண் பட்டிருக்குமென்றால், உன்னுடைய கண்தான் பட்டிருக்க வேண்டும்!" என்று விஷமத்தனமாகக் கூறிவிட்டு, அவளை வெகுண்டு நோக்கினான் மாணிக்கம். ஆனந்திக்கு அது 'சுருக்'கெனத் தைத்துவிட்டது. பிறகு அவன் அண்ணாமலையிடம் நெருங்கிப் போய், "நீ படம் எழுதுகிற வேலையை ஒழுங்காகச் செய்ய வேண்டுமானால் வெள்ளைத்தாளில் வீட்டுக்குள்ளிருந்து கொண்டு சாயம் பூசுவதோடு நிறுத்திக் கொள்ள வேண்டும்!" என்று உபதேசம் செய்தான்.

அண்ணாமலையின் முகம் சுருங்கியது. அதைக் கண்டு ஆனந்தப்பட்டவன் போல மாணிக்கம் தொடர்ந்து பேசினான்:

"காடும் மலையும் போய்ச் சுற்றி வருவதாலோ, மஞ்சி விரட்டு மாட்டோடு போய முட்டிக் கொள்வதாலோ நீ படம் போடுவதில் பெரிய புலியாகிவிடலாம் என்று நினைக்கிறாய் போலிருக்கிறது. அவ்வளவும் முட்டாள்தனம்! நீ கையையும் காலையும் ஒடித்துக் கொண்டு கிடப்பதால் எவ்வளவு பேருக்குக் கஷ்டம் தெரியுமா? பாவம், உன் அம்மாவுக்கு உதவிக்கு ஆளும் இல்லை; செலவு செய்யக் காசும் இல்லை. இதெல்லாம் உனக்குத் தெரிந்திருக்கவேண்டும்."

அண்ணாமலையின் கண்களில் குபீரென்று கண்ணீர் பொங்கியது. தான் ஒரு நாதியற்றவன் என்பதையும் வைத்தியச் செலவுக்குக் கூடக் கையில் காசில்லாதவன் என்பதையும் மாணிக்கம் குத்திக் காட்டியதை அவனால் தாங்கிக் கொள்ள முடியவில்லை. ஆனந்தி பதறிப் போய், "வருகிறீர்களா, நாம் வீட்டுக்குப் போகலாம்!" என்று மாணிக்கத்தை அழைத்தாள். அங்கிருந்து கொண்டு அண்ணாமலையை இழிவு படுத்துவதற்குத் தானும் ஒரு சாட்சியாக நிற்பதை அவள் விரும்பவில்லை.

மாணிக்கம் அவள் பேச்சைச் சட்டை செய்யாமல் அண்ணாமலையிடம், "பணம் தேவைப்பட்டால் சொல்; ஆபத்துக் காலத்தில் நான் உதவி செய்யக் கடமைப்பட்டவன். மாமாவிடமோ, உன் அம்மாவிடமோ கொடுத்தனுப்பு கிறேன்" என்றான்.

"நீ சிரமப்பட வேண்டாம்; அதை ஆசிரியர் பார்த்துக் கொள்ளுகிறார்" என்றான் அண்ணாமலை.

"அவரும் தம் கையிலிருந்து கொடுக்க வேண்டிய அவசியமிருக்காது. படங்களை நல்ல விலைக்கு விற்க முடியுமென்று சொல்லியிருக்கிறார் அவர்" என்று குறுக்கிட்டாள் ஆனந்தி. "படம் ஒன்று ஆயிரத்துக்குமேல்

விலையாகுமென்று கூறினார்!"

அண்ணாமலையின் உள்ளம் அப்போது நன்றிப் பெருக்கோடு ஆனந்திக்காகப் பொங்கியது. தக்க சமயத்தில் வந்து தன் மானத்தைக் காப்பாற்றியதற்காக அவளைக் கனிவோடு நோக்கி, அவன் புன்னகை பூத்தான். மாணிக்கத்தின் எரிச்சலை இது மேலும் தூண்டி விட்டது.

"இதோ பார், அண்ணாமலை! சிரமமில்லாமல் நீ பிழைப்பதற்கு நான் உனக்கொரு யோசனை சொல்கிறேன்" என்று ஆரம்பித்தான் மாணிக்கம்; "அந்தக் குட்டி சாரதா உன்னோடும் உன் அம்மாவோடும் ஒட்டிக்கொண்டு திரிவதைப் பார்த்தால், அவளுக்கு உன்மேல் ஒரு கண் இருக்குமென்று தெரிகிறது. பேசாமல் அவளைக் கல்யாணம் செய்து கொண்டு விடு. அவளுடைய சம்பாத்தியம் உங்கள் குடும்பத்துக்குப் போதும். படத்தை மட்டும் நம்பிக் கொண்டிருந்தால், நீ பட்டினி கிடக்க வேண்டியதுதான்!"

அண்ணாமலைக்கு அப்போதே கட்டிலைவிட்டு எழுந்து மாணிக்கத்தின் முகத்தில் காறி உமிழ வேண்டுமென்ற ஆத்திரம் பொங்கியது. சாரதாவைக் கல்யாணம் செய்து கொள்ளச் சொன்னதற்காக அவன் கவலைப்படவில்லை. அவளுடைய வருமானத்தைக் கொண்டு வாழ்வதற்காக அவளை மணந்து கொள்ளும்படி யோசனை கூறியதுதான் அவனுக்குப் பற்றிக்கொண்டு வந்தது. கையில் நாலு காசு புரளத் தொடங்கியவுடன் எவ்வளவு திமிர் வந்து விட்டது மாணிக்கத்துக்கு! அண்ணாமலை பதறினான். திடீரென்று ஆனந்தி குறுக்கிட்டாள் :

"அப்படியானால் நீங்கள் என்னைக் காசுக்காகத்தான் கல்யாணம் செய்து கொண்டீர்கள் போலிருக்கிறது!"

மாணிக்கம் அவளுக்குத் தன் வாயால் பதில் அளிக்கவில்லை; பளீ'ரென்று அவளுடைய கன்னத்தில் ஓங்கி ஓர் அறை விட்டான் அதோடு நிறுத்தவில்லை. அவர்கள் ஒன்றும் பணக்காரர்கள் அல்லவென்றும்,

அவனுடைய வருமானத்தையே நம்பி அவனோடு வாழ்பவர்களென்றும், அவன் விரும்பினால் அவளையும் அவள் அப்பாவையும் போல் பலருக்குச் சோறு போட்டுக் காப்பாற்ற முடியும் என்றும் வம்பு பேசினான்.

அது ஆஸ்பத்திரி என்பது மாணிக்கத்துக்கு அடியோடு மறந்து போய் விட்டது. நல்லவேளையாக, அது தனி அறையாக இருந்ததால் மாணிக்கம் ஆனந்தியை அறைந்தது வெளியில் யாருக்கும் தெரியவில்லை. மீனாட்சியம்மாள் கூட வீட்டிற்குச் சென்றிருந்தாள். கன்னத்தைப் பற்றிக் கொண்டு தலையைக் குனிந்து கொண்டாள் ஆனந்தி.

அண்ணாமலை அந்த நிகழ்ச்சியைப் பார்த்தவுடன் சிறிது நேரம் கண்களை மூடிக் கொண்டு சவம் போல் கிடந்தான். அவர்களுக்கிடையில் குறுக்கிடத் தனக்கு எந்த உரிமையும் இல்லை என்பது அவனுக்கு அப்போதுதான் புலப்பட்டது. தன்னால்தான் ஆனந்தி அப்படி அவமானப்படுத்தப்பட்டாள் என்பதும் அவனுக்குத் தெரியும். ஆனாலும் ஆனந்திக்காக அவன் பரிந்து பேசத் துணியவில்லை.

ஆனந்தியும் மௌனமாக அடங்கிப் போனாள். கன்னத்தில் அவள் பெற்ற அறையாக அது அவளுக்குத் தோன்றவில்லை. நெஞ்சில் அவள் வாங்கிக்கொண்ட சூடு அது. மாணிக்கத்தின் வசைமாரியையும் அவள் அங்கே பொறுத்துக் கொள்ள வேண்டியிருந்தது. விபத்தில் அடிபட்டுக் குற்றுயிரும் குலை உயிருமாகக் கிடந்த அண்ணாமலைக்கு மேலும் மேலும் அதிர்ச்சிகளைக் கொடுக்கக்கூடாதல்லவா?

"சரி, நாங்கள் போய் வருகிறோம்" என்று அண்ணாமலையிடம் விடை பெற்றுக் கொண்டு சிரிக்க முயன்றாள் ஆனந்தி. "வீட்டுக்கு வீடு நடைபெறும் நாடகம் இது; இதை நாங்கள் வெளியில் வைத்துக் கொண்டதற்காக நீங்கள் வருத்தப்பட வேண்டாம்!" என்று அண்ணாமலையிடம் அவள் மழுப்பலானாள். என்றாலும், அவளுடைய

குர்லும் முகபாவமும் அண்ணாமலைக்கு அவளுடைய வேதனையை அப்பட்டமாகக் காட்டிக் கொடுத்துவிட்டன.

அண்ணாமலை மௌனமாகத் தலை அசைத்து அவர்களுக்கு விடை கொடுத்தான். அவர்கள் இருவரும் வெளியில் போன பிறகு நீண்டநேரம் அழுதான். கண்களைத் துடைத்துக் கொள்ளக்கூட அவனால் முடியவில்லை.

அப்போது போனவர்கள் அதற்குப் பிறகு மீண்டும் அங்கு வரவேயில்லை... ஆனந்தி மட்டிலுமாவது அவள் அப்பாவுடனோ தன் அம்மாவுடனோ வருவாள் என எதிர்பார்த்தான். அதுவும் நடக்கவில்லை.

சிலநாட்கள் கழித்து, ஆனந்தியின் பாட்டி இறந்துவிட்டார் என்ற செய்திதான் அவனுக்குக் கிடைத்தது. ஆஸ்பத்திரிக்கு வந்த கதிரேசனிடம் அதற்காக துக்கம் விசாரிக்க முடிந்ததே தவிர, உள்ளூரிலிருந்தும் கூட இவனால் அவர்கள் வீட்டுக்குப் போக முடியவில்லை. பெற்ற தாய் இல்லாத குறையை ஆனந்திக்குப் போக்கி வந்த அந்த உயிரும் பறந்துவிட்டது. கதிரேசனின் வாயிலாக ஆனந்திக்கு ஆறுதல் கூறி அனுப்பினான் அண்ணாமலை.

10. கேள்வியும் பதிலும்

சாரதாவிடம் அண்ணாமலை பட்டுக் கொண்டிருந்த நன்றிக் கடன் நாளுக்கு நாள் பெருகிக் கொண்டேவந்தது. காலையில் அண்ணாமலையின் வீட்டுக்குச் சென்று, அவனுக்கு வேண்டிய முற்பகல் உணவை எடுத்துக்கொண்டு ஆஸ்பத்திரிக்கு வருவாள். அவனுக்குத் தாதியாக இருந்து செய்ய வேண்டிய பணிவிடைகளையெல்லாம் குறைவின்றிச் செய்துவிட்டுப் பள்ளிக்குக் கிளம்புவாள். மீண்டும் மாலையில் வந்து இருட்டுகின்ற வரையில் அவனோடு தங்கிவிட்டுத் தன் வீட்டுக்குத் திரும்புவாள். அவள் ஒருத்தியிராவிட்டால், மீனாட்சியம்மாளால் தனியாக அண்ணாமலையை அந்த அளவுக்குக் கவனித்துக் கொள்ளமுடியாது.

பெண் குலத்தின் இரக்க உணர்ச்சி, அன்பு, கடுமையான உழைப்பு, தியாகம் இவ்வளவையும் சாரதாவிடம் கண்டு வியப்படைந்தான் அண்ணாமலை. அவளுடைய வீட்டாரிடம் அவள் என்ன சொல்லியிருந்தாளோ தெரியாது. பள்ளி வேலையை அவள் ஒழுங்காகக் கவனித்துக்கொண்டே அண்ணாமலைக்கும் மருத்துவத் தாதியாக மாறியிருந்தாள். அக்கம் பக்கத்து அறையிலிருந்தவர்களுக்கு அவள் அண்ணாமலையின் மனைவி என்ற நினைப்புத்தான்.

அவனைக் கட்டிலிலிருந்து தூக்கி உட்கார வைப்பது, அவனைப் பல் விளக்கச் செய்வது, எந்த வேலையிலும் நாசூக்குப் பார்க்காமல் அவனுக்கு உதவி செய்வது இவற்றில் அவள் காட்டிய அன்பில் மனைவியையும் மிஞ்சிவிட்டாள்.

'அவள் யாரோ, நான் யாரோ; இருந்தும் இந்தச் சமயத்தில் கடவுளே அவளை எனக்காக அனுப்பி வைத்திருப்பது போல் அல்லவா நடந்து கொள்ளுகிறாள்!' என்று தனக்குள் நினைத்துப் பூரிப்படைந்தான் அண்ணாமலை. ஒவ்வொரு நாளும் அவனுக்கு ஒரு மனநிறைவு ஏற்பட்டது.

ஒருநாள் மாலையில் அவள் பள்ளியிலிருந்து திரும்பியபோது அண்ணாமலை கட்டிலில் சாய்ந்து உட்கார்ந்திருந்தான். மீனாட்சியம்மாள் இரவுச் சாப்பாட்டை எடுத்துக் கொண்டு அங்கு வந்த பிறகே, சாரதா தன் வீட்டுக்குப் புறப்படுவது வழக்கம். அன்றைக்கு மாலையில் வேறு யாரும் அவனைப் பார்ப்பதற்காக அங்கு வரவில்லை.

அருகிலிருந்த நாற்காலியைச் சுட்டிக் காட்டிச் சாரதாவை உட்காரச் சொன்னான் அண்ணாமலை. பிறகு, சிறிது நேரம் அன்பு பொங்க அவள் முகத்தை உற்றுப் பார்த்தான். அதை விரும்பாதவள் போல் சாரதா தன் தலையைக் குனிந்து கொண்டாள்.

"சாரதா, எப்படி உங்களால் எனக்காக இப்படிக் கஷ்டப்பட முடிகிறது?" என்று கேட்டான்.

"நீங்கள் ஆஸ்பத்திரிகளில் வேலை செய்யும் நர்ஸுகளைக் கவனித்ததில்லை போலிருக்கிறது. யாரோ ஒரு சிலர் கடனுக்காகச் செய்தாலும், மற்றவர்கள் என்னைவிட அதிகமாகத்தான் உழைக்கிறார்கள். இப்படி மற்றவர் களுக்காக முழுமனத்தோடு உழைத்தால் அதில் ஒருவித ஆனந்தம் ஏற்படுகிறது, அதுதான் காரணம். சுந்தரி உயிரோடிருந்தால் நான் இங்கு வந்திருக்க மாட்டேன்!" என்றாள்.

சாரதாவின் பதில் அவனுக்குத் திருப்தியளிக்கவில்லை. உள்ளே இருப்பதை வெளியில் ஒப்புக்கொள்ள மனமில்லாமல் அவள் மழுப்புகிறாள் என்று அவன் நினைத்தான்.

"சுந்தரியோடு நான் வாழ்ந்து பழகியவன்; அவள் இருந்திருந்தால் இந்தச் சமயத்தில் எப்படி நடந்து கொண்டி ருப்பாள் என்பதும் எனக்குத் தெரியும். அவளுக்கு முற்றிலும் மாறுபட்ட பெண்ணாக நீங்கள் இருக்கிறீர்கள்."

தன் தலையைத் தூக்கி மெல்ல அவனைப் பார்த்துப் புன்னகை பூத்தாள் சாரதா. அவனுடைய இந்த மதிப்பீடு அவளுக்குள் ஒரு பரவச உணர்ச்சியைப் பரவச் செய்தது.

"சாரதா, மனிதன் துணையில்லாமல் வாழமுடியாது போலிருக்கிறது. வாழவே முடியாது போலிருக்கிறது. அவனிடம் அன்பு செலுத்தக் கூடியவர்கள் யாராவது அவனுக்கு வேண்டும். என் தாயாரின் அன்பை நான் மறக்கவில்லை. ஆனால், அதுமட்டும் எனக்கு இப்போது போதாது. அன்பில்லாத ஒருத்தியோடு வாழ்ந்து விட்ட பிறகுதான் அன்பின் பெருமை எனக்கு அதிகமாய்த் தெரிகிறது."

சாரதா பதில் சொல்லவில்லை. அவளுக்கு அப்போதே அங்கிருந்து விடை பெற்றுக்கொண்டு கிளம்ப வேண்டு மென்று தோன்றியது. ஆனாலும் அவனுக்கு மனவேதனை யைக் கொடுக்க அவள் விரும்பவில்லை.

“சாரதா, மாணிக்கம் கூட அன்று ஆனந்தியை வைத்துக் கொண்டே இதைச் சொன்னான், உங்களைக் கல்யாணம் செய்து கொள்ளும்படிக் கூறினான்.’

“எனக்குத் தெரியும்; ஆனந்தி என்னிடம் கூறினாள்” என்றாள் சாரதா; “அது மட்டுமல்ல. ஆனந்தியே என்னிடம் இந்த யோசனையை வெளியிட்டாள்."

“ஆனந்தி கூடவா?” என்று திடுக்கிட்டவன் போல் கேட்டான் அண்ணாமலை.

“ஆமாம்; ஏன் இந்த அதிர்ச்சி உங்களுக்கு?”

“இல்லை... ஒன்றுமில்லை...ஒன்றுமில்லை” என்று தடுமாறினான் அண்ணாமலை. இருந்தாற் போலிருந்து அவனுக்குச் சாரதாவிடம் பேசுவதிலிருந்த உற்சாகம் குறைந்து விட்டது போல் தோன்றியது. ஆனந்தி இதில் குறுக்கிட்டது ஏனோ அவனுக்குச் சிறிதும் பிடிக்கவில்லை.

“சொல்லுங்கள்! என்ன விஷயம்?”

“ஒன்றுமில்லை... இந்தப் பக்கம் எட்டிப் பார்க்கவே நேரமில்லாதவர்களுக்கு, இப்படியாவது ஒரு ஆவல் பிறந்திருக்கிறதே என்று நினைத்தேன்.”

“இங்கே வந்து உங்களைப் பார்க்கக் கூடாதென்பது மாணிக்கத்தின் உத்தரவு. அவரே அவளை அழைத்துக் கொண்டு வருகிறேன் என்றாராம். அவருக்கும் நேரமோ விருப்பமோ இல்லாததால், அவளாலும் வர முடியவில்லை; அதனால்தான் அவளுக்குப் பதிலாக நான் வந்து கொண்டிருக்கிறேன்.”

அண்ணாமலை சிறிது நேரம் பேச்சு மூச்சற்று இருந்துவிட்டு, “அப்படியானால் நீங்கள் உங்கள் விருப்பத்துக்கு இங்கு வருவதில்லையா?” என்று கேட்டான்.

“இந்த ஆராய்ச்சியெல்லாம் எதற்கு உங்களுக்கு?” என்று கேட்டுவிட்டு, “தயவு செய்து இனிமேல் நீங்கள் என்னைப் பற்றிப் பேசாதீர்கள். உடல் நலம் அடைந்து சீக்கிரம் வீடு

திரும்புவதைப் பாருங்கள்" என்றாள்.

"பாவம், ஆனந்தியின் பாட்டியும் போய்விட்டார்கள்!" என்று பெருமூச்சு விட்டான் அண்ணாமலை.

சாரதாவின் கண்கள் கலங்கின, பேச முடியாமல் ஒரு நிமிடம் விக்கித் திணறிவிட்டு, "ஆனந்தியையும் சீக்கிரம் அவளுடைய பாட்டி அழைத்துக் கொள்வார்கள்; அதுதான் அவளுக்கு விடுதலை தரும்; அதுவும் நடக்கத்தான் போகிறது; சீக்கிரமே நடந்துவிடும்!" என்று குமுறினாள் சாரதா.

"சாரதா!" என்று கத்தினான் அண்ணாமலை.

"ஆமாம். நீங்கள் ஒரு பக்கமும், மாணிக்கம் ஒரு பக்கமும் இருந்து அவளை நன்றாகப் பழி தீர்த்துக் கொண்டீர்கள். உங்களை நெஞ்சில் நினைத்துக் கொண்டு அந்தக் கிராதகனோடு உடலால் வாழும் கேவலமான நிலையை இனிமேலும் அவளால் தாங்க முடியாது. அவளுடைய உடலில் உயிர் இருக்கும்போதே அவள் உங்களுக்கு என்னைக் கல்யாணம் செய்துவிட வேண்டும் என்று பார்க்கிறாள். நீங்கள் ஒருமுறை அவளுக்குச் செய்த துரோகம் போதாதென்று, மறுபடியும் நான் வேறு உங்களோடு சேர்ந்து கொண்டு, அவளுக்குத் துரோகம் செய்ய வேண்டுமாம்!"

சாரதாவின் பேச்சு அண்ணாமலையை வெலவெலக்கச் செய்துவிட்டது. அவனால் அவளைப் புரிந்துகொள்ளவும் முடியவில்லை; புரிந்து கொள்ளாமலும் இருக்க முடியவில்லை. இந்த அளவுக்கு அவள் ஆனந்தியிடம் அன்பு வெறி கொண்டிருந்தாள் என்பதே அவனுக்கு அப்போதுதான் புலப்பட்டது.

"சொல்லுங்கள்; நீங்கள் என்னை உண்மையாகவே காதலிக்கிறீர்களா? அல்லது சுந்தரியைக் காதலித்தது போல் காதலிக்கிறீர்களா?-உங்கள் நெஞ்சில் கையை வைத்துக்கொண்டு உண்மையைச் சொல்லுங்கள்!"

"வேண்டாம் சாரதா! நீங்கள் என்னை ஒன்றுமே கேட்க

வேண்டாம், எனக்கு உண்மையிலேயே பதில் சொல்லத் தெரியவில்லை."

"பொய்!" என்று கத்தினாள் சாரதா; "நீங்கள் உண்மையை மறைக்கிறீர்கள்; மழுப்புகிறீர்கள்; அதைச் சொல்ல நீங்கள் நடுங்குகிறீர்கள்!"

"சாரதா!" என்று கெஞ்சினான், அண்ணாமலை.

"நீங்கள் ஆனந்தியைக் காதலித்தீர்களா, இல்லையா? இப்போதும் காதலிக்கிறீர்களா, இல்லையா?"

சாரதாவை அறைந்து அறைக்கு வெளியில் தள்ள வேண்டுமென்ற ஆத்திரம் அவனுக்கு வந்தது. பண்பாடு தெரியாத முரட்டுப் பெண் என்ற கோபமும் அவனுக்குள் கூர்வாளாகப் பாய்ந்து அவனுடைய இதயத்தை இரண்டாகப் பிளந்து அங்கே மறைந்து கிடப்பதை வெளிக்கொணர முனைந்து விட்டது.

"ஆனந்தி மாணிக்கத்தின் மனைவி; இதை மறந்துவிட்டு நீங்கள் வாயில் வந்ததைப் பேசாதீர்கள்" என்றான் அண்ணாமலை.

"நீங்கள் பெரிய கோழை; அன்றைக்கும் கோழை; இன்றைக்கும் கோழை!" என்று அவனை ஏசிவிட்டுச் சட்டென்று நாற்காலியிலிருந்து எழுந்தாள் சாரதா; "ஆனந்தியை அவனுடைய மனைவி என்று ஊர் உலகம் நம்பலாம்; நீங்களும் நம்பலாம்; அவளும் நம்பலாம், ஆனால் என்னால் நம்ப முடியாது... நான் பொய்யை நம்பப் போவதில்லை!" என்றாள்.

"அது உங்கள் இஷ்டம்!" என்றான் அண்ணாமலை.

"நீங்கள் இன்னும் எனக்கு நேரடியாகப் பதில் சொல்லவில்லை. சொன்னால் ஒன்றும் உங்களுடைய வாய் சுட்டுப் பொசுங்கி விடாது."

"எனக்குப் பதில் சொல்ல விருப்பமில்லை!" என்றான் அண்ணாமலை முரட்டுத்தனமாக.

சாரதா சிரித்தாள். அழுதுகொண்டே சிரித்தாள்.

“சரி, நான் வருகிறேன்; உங்கள் அம்மா வரும் நேரம் ஆகிவிட்டது” என்று சொல்லிவிட்டு, “இனிமேல் நீங்கள் என்னிடம் கல்யாணப் பேச்சை எடுப்பதென்றால் நான் இந்தப் பக்கம்கூட இனித் திரும்பிப் பார்க்க மாட்டேன்!” என்று சொல்லிவிட்டு அந்த அறையை விட்டு வேகமாக வெளியேறினாள்.

அவளுடைய உருவம் விசுவரூபம் எடுத்துவிட்டது போல் மிகப்பெரியதாகத் தோன்றியது அண்ணாமலையின் கண்களுக்கு. அவளிடம் சொல்லாத பதிலை அவன் தனக்குள் வேதனையோடு தேடிப் பார்க்கலானான்.

11. சிலந்தி வலைச் சிற்றெறும்பு

மருத்துவமனையில் தங்கி அண்ணாமலை சிகிச்சை பெற்றுக் கொள்ள வேண்டிய காலம் முடிந்துவிட்டது. கட்டப் பெற்ற கரத்தோடு அவன் வீட்டிற்குத் திரும்பினான். வாரத்திற்கு ஒருமுறை ஆஸ்பத்திரிக்குச் சென்று கட்டுக்களைப் புதுப்பித்துக் கொண்டு வரவேண்டும். ஒரு மாதத்தில் முற்றிலும் குணமாகி விடுமென்றும், மேலும் சிறிது காலத்துக்கு அவன் எச்சரிக்கையோடிருப்பது அவசிய மென்றும் டாக்டர்கள் கூறியிருந்தார்கள்.

ஒரு சிறையிலிருந்து மற்றொரு சிறைக்கு மாற்றப்பட்ட கைதியைப் போலத் தவித்தான் அண்ணாமலை. அடையாற்றுக்கு வந்தவுடன் முதல் வேலையாக ஆனந்தியின் வீட்டுக்குச் சென்று அவளிடம் துக்கம் விசாரிக்க வேண்டுமென்று தோன்றியது அவனுக்கு. ஆனந்தியின் பாட்டி அவனிடம் அன்பும் பாசமும் வைத்திருந்தவர். அவனோடு அதிகமாகப் பேசிப் பழகாவிட்டாலும் அவனையும் அந்த வீட்டில் ஒருவனாகவே மதித்தவர். ஆனால், அண்ணா மலைக்கு அடுத்த வீட்டுக்குச் செல்ல அனுமதி கிடைக்கவில்லை. தாயார் மீனாட்சியம்மாளும் ஆசிரியர்

சரவணனும் அவனுடைய உடல் நிலையைக் காரணம் காட்டித் தடுத்துவிட்டனர். "இன்னும் ஒரு வாரத்துக்காவது இந்த அறையை விட்டு வெளியே போகக் கூடாது" என்று சொல்லிவிட்டுச் சென்றார் சரவணன்.

அந்த அறைக் கட்டிலில் கிடந்தவாறே அடிக்கடி அடுத்த வீட்டை வெறித்துப் பார்த்துக் கொண்டிருந்தான் அண்ணாமலை. வெளித் தோற்றத்துக்கு எல்லாமே முன்போல்தான் தோன்றின. தோட்டத்துச் செடி கொடிகள், மலர்கள், பறவைகள். அணில்கள் எல்லாமே பழையபடிதான் காட்சியளித்தன. இருந்தும் ஏனோ ஒருவகை உயிரற்ற தன்மை அங்கு படிந்துவிட்டது போலிருந்தது.

தோட்டம் காகிதச் செடிகளாலும் காகிதப் பூக்களாலும் மண்டிக் கிடந்தது. அதன் மத்தியில் முளைத்திருந்த அந்தப் பங்களா, சினிமாக்காரர்கள் காகித அட்டையாலும் துணியாலும் கட்டி எழுப்பும் 'சினிமா செட்'டாக மாறியிருந்தது. உயிர்த் துடிப்பையும் உயிரோட்டத்தையும் அண்ணாமலையால் அங்கு காணமுடியவில்லை. அவனுக்கு மிகவும் பிடித்தமான நாகலிங்க மரங்கூட அப்படியே ஆடாமல் அசையாமல் நின்று கொண்டிருந்தது. ஒரு பூவைக்கூட அதில் காணோம்.

அந்த வீட்டின் பின்புறக் கதவைத் திறந்து கொண்டு ஓர் எலும்புக்கூடு புறப்பட்டுத் தன் வீட்டுப் பக்கம் வருவதைக் கவனித்தான், அண்ணாமலை. ஆஸ்பத்திரியில் அவன் கண்ட எலும்புருக்கி நோயாளிகளின் நினைவு வந்தது. உற்று நோக்கினான். வந்து கொண்டிருந்த உருவம் பெண்ணின் உருவம்; சவம் ஒன்று நடந்து வருவது போன்ற பிரமை தட்டியது அவனுக்கு.

சில விநாடிகளுக்கெல்லாம் கதவைத் திறந்துகொண்டு அவனுடைய அறைக்குள் நுழைந்தாள் ஆனந்தி. அவனருகில் வந்து அப்படியே நின்றுவிட்டாள். முன்பின் அறிமுகமில்லாத அந்நியர் இருவர் ஒருவரையொருவர் திடுக்கிட்டுப் பார்த்துக்

கொள்வதுபோல் அவர்கள் பார்த்து கொண்டனர். அண்ணாமலையால் அவளைக் கண்ணிமைத்து நோக்க முடியவில்லை. வெளுத்துப் போய், வெயிலில் காய்ந்த பூங்கொடி என அங்கு அவள் நின்றிருந்தாள்.

துக்கம் விசாரிக்க வேண்டுமென்று நினைத்திருந்ததையும் மறந்துவிட்டு, "ஆஸ்பத்திரியிலிருந்து வந்திருப்பது நானா நீங்களா?" என்று கேட்டான் அண்ணாமலை.

"நீங்கள் அங்கிருந்து வந்திருக்கிறீர்கள்; நான் அங்கே போகவேண்டியவள்" என்று கூறிவிட்டு, "ஆனால் நான் போனால், உங்களைப்போல் திரும்பி வரப் போவதில்லை!" என்று மெல்லச் சிரித்தாள்.

மின்சாரத்தின் அதிர்ச்சி தாக்கியது போலிருந்தது அண்ணாமலைக்கு. சற்று முன்பாக அவனுள் சூழ்ந்திருந்த உணர்வுக்கும் அவள் பேசிய பேச்சுக்கும் உண்மையாகவே தொடர்பிருப்பதாகவே நினைத்து நடுங்கினான் அண்ணாமலை.

"நீங்கள் இப்படிப் பேசினால் என்னால் தாங்கிக் கொள்ள முடியாது, நானும்.. நானும்.. அதையே திருப்பிச் சொல்லி விடுவேன்!" என்று சிறிது நேரம் தழுதழுத்து விட்டு, "உங்களுக்கென்ன உடம்புக்கு?" என்று கேட்டான்.

"என் உடம்புக்கு எதுவுமே இல்லை; நீங்கள் உங்கள் உடம்பைப் பற்றிச் சொல்லுங்கள்." ஆனந்தி அவனுக்கருகில் ஒரு நாற்காலியை இழுத்துப் போட்டுக் கொண்டு உட்கார்ந்தாள். "இங்கே உள்ள கோடிக்கணக்கான பெண்களில் நானும் ஒருத்திதான். ஆனால் நீங்கள் அப்படியில்லை; இந்த உலகத்திற்கு நீங்கள் விட்டுச் செல்ல வேண்டியது இன்னும் எவ்வளவோ இருக்கிறது. உங்களுடைய கலைக்காகவே நீங்கள் நெடுநாள் ஆரோக்கியத்தோடு வாழவேண்டும். சாகாக் கலை என்று சொல்கிறார்களே, இது உங்களிடம் இருக்கிறது..."

கலையைப்பற்றி அவள் பேசவே உற்சாகத்தோடு எழுந்து

கட்டிலில் சாய்ந்து கொண்டான் அண்ணாமலை. காவிரிக்கரை கிராமத்திலிருந்து அவன் வரைந்து அனுப்பிய படங்களை அவள் கண்டிருப்பாள். அவை பற்றி அவள் கருத்துக்களைக் கேட்க வேண்டுமென்று அவனுக்கு ஆசை.

"அந்தப் படங்களைப் பார்த்துவிட்டுத்தான் நீங்கள் நூறாண்டு வாழ வேண்டுமென்று நான் ஆசைப்படுகிறேன். உங்களுக்கு உடம்பு குணமடைந்தவுடன் அந்தப் படங்களைக் கொண்டே ஒரு கண்காட்சி நடத்தப் போகிறார்கள் அப்பாவும் ஆசிரியரும். குடத்துக்குள் எரியும் குத்து விளக்காக இனியும் நீங்கள் இருக்க அவர்கள் விடப்போவதில்லை."

ஆனந்தி மெய்மறந்து அவனுடைய ஒவ்வொரு படத்தைப் பற்றியும் தன் கருத்துக்களைச் சொல்லிக்கொண்டு வந்தாள். அப்படி அவள் சொல்லிக்கொண்டு வந்தபோது, அவள் முகத்தையே உற்றுப் பார்த்துக் கொண்டிருந்தான் அண்ணாமலை. மேடிட்ட நெற்றியும், குழி விழுந்த கண்களும் ஒட்டியுலர்ந்த கன்னங்களுமாக இருந்தும் அவளுக் குள்ளிருந்து பேரழகொன்று கொப்பளித்துக் கிளம்பி அவளுக்குப் புது மெருகிட்டு வருவதுபோல் தோன்றியது. முதல் முறையாக அவன் சந்தித்த அதே ஆனந்தி இப்போது தன் இளமை எழில் குலையாமல் அவன் முன் உருவாகிக் கொண்டு வந்தாள்.

"ஆனந்தி! தினமும் இப்படி ஐந்து நிமிஷம் வந்து, நான் எதையெல்லாம் இனி வரைய வேண்டுமென்று சொல் லுங்கள்; கலையைப் பற்றி ஏதாவது பேசுங்கள்; இன்னும் ஒரே வாரத்தில் நான் பழையபடி கையில் தூரிகையைப் பிடித்து விடுவேன். முழுவதும் எனக்குக் குணமாகிவிடும்."

இரக்கத்தோடு அண்ணாமலையை ஏறிட்டுப் பார்த்தாள் ஆனந்தி. தான் ஆஸ்பத்திரிக்கு அடிக்கடி சென்று அவனைப் பார்க்கவில்லை என்ற ஏக்கம் அவனுக்கு இன்னும் தீரவில்லை என்பதை அவள் கண்டுகொண்டாள்.

“உங்களோடு பேசுவதற்கு வந்தால் எங்கே என் உடம்பு தேறி விடுமோ என்ற பயம் எனக்கு!” என்று கூறிச் சிரித்தாள் அவள்; “நான் அதை விரும்பவில்லை; சாரதாவிடம் சொல்லித் தினமும் உங்களை வந்து பார்க்கச் சொல்கிறேன்.”

சட்டென்று தன் தலையை உயர்த்தி ஆனந்தியின் விழிகளை ஊடுருவினான் அண்ணாமலை. சாரதா அவனிடம் கூறிய செய்திகள் அவனுடைய நினைவுக்கு வந்தன. ‘நான் சாரதாவை மணந்து கொள்ள வேண்டுமென்பது உங்கள் விருப்பமா?’ என்று கேட்பது போல் பார்த்தான்.

“என்ன அப்படிப் பார்க்கிறீர்கள்?” என்றாள் ஆனந்தி.

“ஒன்றுமில்லை; உங்கள் உடம்பு தேறிவிடுமோ என்று நீங்கள் பயப்படுவதாகச் சொல்கிறீர்களே, அதற்குப் பொருளென்ன?”

“ஒரு பொருளுமில்லை; என்னைப் பொறுத்த வரையில் வாழ்க்கைக்கே ஒரு பொருளில்லை. அதனிடம் அளவுக் கதிமாய்ப் போராடிப் போராடி நான் களைத்துப் போய்விட்டேன். போராடிக் கொண் டிருந்த வரையில் என் உடலில் அதற்கான தெம்பிருந்தது. இனிப் பயனில்லை என்று தோல்வியை நான் ஒப்புக் கொண்டவுடன் திடீரென்று உடலும் கலகலத்துவிட்டது. தானாக முடிவு வருவதற்காக இப்போது நான் காத்திருக்கிறேன். அதற்குள் நான் ஆசைப்படும் ஒரு கடமையையும் செய்து முடித்துவிட வேண்டும்.”

“ஆனந்தி!” அண்ணாமலையின் கண்கள் குளங்களாயின. அப்படியே அவளை நெஞ்சாரத் தழுவிக்கொண்டு அவளைத் தன் கண்ணீரால் குளிப்பாட்டத் துடித்தான் அவன். ஊரும் உலகமும், யாரும், யாவரும் அவளை மாணிக்கத்தின் மனைவி என்று கூறினாலும் அவன் அப்போது அதை ஏற்றுக் கொள்ளத் தயாராக இல்லை. அவன் அந்தக் கூற்றை அடியோடு நம்ப மறுத்தான். காலம் காலமாக ஏற்பட்டதொரு சமூகச் சடங்கால் தூண்டி விடப்பட்ட மனச்சாட்சியே,

அவளை அவன் மனைவி என்று பொய்யாகப் பாவிக்கிறது என்ற எண்ணம் அவனுக்கு ஏற்பட்டது. மனச்சாட்சியற்ற ஒருவனால் என்னிடமிருந்து தட்டிப் பறிக்கப் பெற்றவள் இவள்.

என்றாலும் அவள் இன்னும் அவனால் தொடுவதற்கஞ்சும் தொலைவிலேயே இருந்தாள். அண்ணாமலை தன் உணர்ச்சிகளைக் குழி தோண்டிப் புதைப்பதற்கு அரும்பாடுபட்டுக் கொண்டிருந்தான். அவனும் அவளுடைய வேதனைகளை உணராமல் இல்லை.

"என்னுடைய கடைசிக் கடமை என்னவென்று நீங்கள் கேட்கவில்லையே?" என்றாள் ஆனந்தி.

"முதலில் உங்கள் உடம்புக்கு என்ன நோய் என்பதைச் சொல்லுங்கள்."

"திடீர் திடீரென்று மயக்கம் வருகிறது; நடமாட முடியவில்லை; சாப்பிட முடியவில்லை; உறங்க முடியவில்லை. இரத்த அழுத்தம் குறைந்து விட்டதாம். பாட்டி பறிபோய் விட்டதும் ஒரு காரணம். ஆனால், அதுவே காரணமில்லை, இன்னும் அவர்கள் உயிரோடிருந்தால் சாப்பாட்டுக்கோ மருந்துக்கோ கூட இங்கே கஷ்டப்பட்டிருப்பார்கள். என் மாமியாரிடமிருந்து பாட்டிக்குக் கடவுளே விடுதலை கொடுத்து விட்டார் என்று சொல்ல வேண்டும். நீங்கள் இப்படி அநாதையாய் ஆஸ்பத்திரியில் கிடந்ததையும் என்னால் தாங்கிக்கொள்ள முடியவில்லை. நான் அங்கு வந்து உங்களைப் பார்க்கக் கூடாதென்று தடுத்து விட்டார் அவர்."

ஆனந்தி இந்த அளவுக்கு அவனிடம் மனம் விட்டு பேசியதிலிருந்தே அவளுடைய மனம் அளவுக்கு மீறிக் குழம்பியிருக்கிறது என்பதைத் தெரிந்து கொண்டான் அண்ணாமலை. அதிர்ச்சி மேல் அதிர்ச்சி தந்தன அவள் கூறிய செய்திகள். சிலந்தியின் வலைக்குள் அகப்பட்ட சிற்றெறும்பாக மாறியிருந்தாள் ஆனந்தி. சிலந்தியின் வலை

மேலும் மேலும் சுற்றி அவள் மூச்சைத் திணற வைக்கும் நிலையில் அவள் அங்கு வந்திருந்தாள்.

"இப்போது நீங்கள் இங்கு வந்திருப்பதுதெரிந்தால்?" என்று பயந்துகொண்டே கேட்டான் அண்ணாமலை.

"தெரியட்டும் என்றே வந்திருக்கிறேன்; இனிமேல் ஒரு வேளை நான் இங்கு வர முடியாமல் போகலாம். அதற்குள் நான் சொல்ல வந்ததை உங்களிடம் சொல்ல வேண்டுமென்பதற்காக வந்திருக்கிறேன்."

'இனிமேல் வர முடியாமல் போகலாம்' என்பதை அவனால் நினைத்துப் பார்க்கவே முடியவில்லை. அவனுடைய நெஞ்சு நடுங்கியது. வாயடைத்துப் போனான் அண்ணாமலை. இனிமேல் அவளைச் சந்திக்கவோ அவளைப் பார்க்கவோ அவளோடு பேசவோ முடியாதா?

"இதோ பாருங்கள்!" என்று அவனை அவனுடைய நினைவுக்குக் கொண்டு வந்தாள் ஆனந்தி: "எனக்குப் பின் என் அப்பா அந்த வீட்டில் ஒருநாள் கூடத் தங்க முடியாது. அவரை நீங்கள் உங்களிடம் அழைத்துக்கொள்ள வேண்டும். சாரதாவுக்கும் அவரிடம் அன்பு உண்டு. நீங்கள் இருவருமே அவரைக் கவனித்துக் கொள்ள வேண்டும்."

"நீங்கள் என்ன சொல்லுகிறீர்கள்?"

"சாரதாவைக் கல்யாணம் செய்துகொள்ளச் சொல்கிறேன்.. அவள் தனக்குச் சம்மதமில்லை என்று சொல்வதை நான் நம்பவில்லை. நீங்களும் தனியாக இனித் துணையில்லாமல் சிரமப்படக் கூடாது. எப்படியும் நான் அவளிடம் சொல்லிச் சம்மதிக்க வைக்கிறேன்."

"ஆனந்தி, உங்களுக்குப் பைத்தியம் பிடித்திருக்கிறது" என்றான் அண்ணாமலை.

"பைத்தியம் பிடித்து விடக் கூடாதென்பதற்காகத்தான் நான் இப்படிப் பதறுகிறேன். சாவை விட அது மோசமானது; பிறகு உங்கள் எல்லோருக்கும் ஒரு சுமையாகவும்

மற்றவர்களுடைய சிரிப்புக்கு இடமாகவும் நான் வாழ விரும்பவில்லை."

"ஆனந்தி!" என்று குரல் தழுதழுக்க அவளை அழைத்து விட்டுத் தன் கட்டிலிலிருந்து சிரமத்தோடு எழுந்தான் அண்ணாமலை. "நான் வருகிறேன்" என்று சொல்லிவிட்டு அவசர அவசரமாகப் புறப்பட்டாள், ஆனந்தி. அடுத்த விநாடி அங்கிருந்தால், அவள் எப்படி நடந்து கொள்வாளோ என்ற சந்தேகம் அவளுக்கே வந்து விட்டது.

12. கடைசி ஆயுதம்

வீட்டு முகப்பில் நிலை கொள்ளாமல் குறுக்கும் நெடுக்கும் அலைந்து கொண்டிருந்த மாணிக்கம், முகப்பு வழியாகவே ஆனந்தி உள்ளே நுழைவதைப் பார்த்துவிட்டு "நில்" என்று ஆத்திரத்தோடு கத்தினான். அவன் கத்தியது அடுத்த அறையில் உட்கார்ந்து கொண்டிருந்த கதிரேசனுக்குத் தலையிலடிப்பதுபோல் கேட்டது. எழுந்து வெளியில் வரத் துடித்தவர் பிறகு தம்மைக் கட்டுப்படுத்திக் கொண்டு அங்கேயே அமர்ந்து விட்டார்.

ஆனந்தி குனிந்த தலை நிமிராது அவனெதிரில் நின்றாள். அவனை ஏறிட்டுப் பார்ப்பதற்கே அவளுக்கு அருவருப்பாக இருந்தது. தன்னை அவன் தீண்டக்கூடாது என்று அவள் வைத்திருந்த பிடிவாதத்தையெல்லாம் அவன் உடைத்து நொறுக்கிப் பொடி சூரணமாக்கியதிலிருந்தே அவன் மீது வைத்திருந்த சிறிதளவு மதிப்பையும் அவள் துறந்து விட்டாள். அவளைஅவன் அறைவதோ அடிப்பதோ கூட அவளுக்கு ஒரு பொருட்டாகத் தோன்றவில்லை. அவனுடைய மிருக வெறிக்கு அவளை மீண்டும் ஆளாக்கி வந்ததுதான் அவளுக்கு அவனிடம் அளவற்ற வெறுப்பைத் தந்தது. விலைப் பெண்ணைவிடத் தன்னை அவன் மிகவும் கேவலமாக நடத்துகிறான் என்பதை உணர்ந்தவுடன் அவள் அவனைத் துரும்பிலும் துரும்பாக மதிக்கலானாள்.

ஆனந்தி அவனை ஏறிட்டுக் கூட பார்க்கவில்லை. அந்த அலட்சியந்தான் மாணிக்கத்தின் நெஞ்சில் நெருப்பைக் கொட்டியது.

"நீ எங்கே போய்விட்டு வருகிறாய்?"

"உங்களுக்குத் தெரியும்" என்றாள் ஆனந்தி.

மாணிக்கத்தின் கை பரபரத்தது. ஆனால், அடுத்த அறையில் கதிரேசன் இருக்கிறார் என்பதால் அவன் அவளை உடலால் துன்புறுத்தத் துணியவில்லை. வழியை மறிப்பது போல் அவளுக்குக் குறுக்கே வந்து நின்று கொண்டு, "இதோ பார்!" என்று அவள் முகத்தைத் தன் கரத்தால் பிடிவாதமாக உயர்த்தினான். ஆனாலும் ஆனந்தி அவளுடைய விழிகளைத் தாழ்த்திக் கொண்டாள். அவன் அந்த இடத்தில் தன்னைக் கொலையே செய்தாலும் அவனுடைய முகத்தை மட்டிலும் பார்க்கக்கூடாது என்ற பிடிவாதம் அவளுக்கு.

"நீ இனிமேல் அண்ணாமலையின் வீட்டுக்குப் போவதாக இருந்தால், போய்விட்டு வந்து என் வீட்டிற்குள் நுழையக் கூடாது!" என்றான் மாணிக்கம்.

அவள் மேலும் ஒரு கணம் அங்கேயே தங்கி நின்று யோசனை செய்தாள். அந்தக் கணத்திலேயே அவளுக்கு அந்த வீட்டுக்குள் நுழையப் பிடிக்கவில்லை. எங்கேயாவது போய் விடவேண்டுமென்று அவள் துடித்தாள். அப்போது அறைக் கதவைத் திறந்துகொண்டு வெளியில் வந்த கதிரேசன், "ஏன் இங்கே நிற்கிறாய்?" என்று கேட்டுவிட்டு "உள்ளே போ!" என்று அவளிடம் கட்டளை இடுவது போலக் கூறினார். அவருடைய அன்புக் கட்டளைக்குப் பின்னால் ஒலித்த குமுறலைத் தெரிந்து கொண்டவள் போல் ஆனந்தி உள்ளே நுழைந்தாள். அவளிடம் மடிந்து போய்க் கொண்டிருந்த போராட்ட உணர்ச்சி அண்ணாமலையைக் கண்டுவிட்டு வந்தவுடன் மீண்டும் தலைதூக்கத் தொடங்கியது. தோற்றுப் போய்ச் செத்துத் தொலைப்பதை விடப் போராடிச் சாவதே மேல் என்ற தெம்பு வந்துவிட்டது அவளுக்கு.

மாணிக்கம் உடனே அண்ணாமலையின் வீட்டை நோக்கி நடந்தான். நோய்ப் படுக்கையில் விழுந்துகிடக்கும், அவனிடம் போய் மாணிக்கம் என்ன செய்யப்போகிறானோ என்ற கவலை ஆனந்திக்கு. அவளால் அவனைத் தடுக்க முடியாது; தடுக்கவும் அவள் விரும்பவில்லை. கதிரேசனும் நடப்பதையெல்லாம் வேடிக்கை பார்க்க விரும்புகிறவர் போல் வேடிக்கை பார்த்துக்கொண்டு நின்றார்.

மாணிக்கம் ஆத்திரத்தோடு புறப்பட்டானே தவிர அண்ணாமலையின் வீட்டை அடைவதற்குள் அந்த ஆத்திரத்தை விழுங்கவேண்டிய அவசியம் அவனுக்கு ஏற்பட்டது. வழியில் ஓர் இடத்தில் நின்று முகத்தை நன்றாக அழுத்தித் தேய்த்துக் கொண்டான். தனக்குள் மெல்லச் சிரித்துப் பார்த்துக் கொண்டே மெல்ல நடந்தான். அவன் முகத்தில் தாண்டவமாடிக் கொண்டிருந்த ஆத்திரம் எப்படியோ அதிசயமாக மறைந்து விட்டது.

அண்ணாமலையின் கட்டிலுக்கருகில் உட்கார்ந்து கொண்டு மிகவும் அக்கறையோடு அவனுடைய உடல் நலத்தை விசாரித்தான். தொழில் தொல்லையாலும் கோர்ட்டு விவகாரத்தாலும் தன்னால் அவனை வந்து அடிக்கடி பார்க்க முடியவில்லை என்று வருத்தப்பட்டுக் கொண்டான். ஆனந்தி அங்கு வந்து போனது பற்றி அவன் எந்தப் பேச்சுமே எடுக்கவில்லை.

கோர்ட்டு விவகாரத்தைப் பற்றி மாணிக்கம் குறிப்பிட்டவுடன் அண்ணாமலைக்குத் தங்களுடைய வழக்கைப் பற்றிய நினைவு வந்தது.

“ஆமாம், அந்த வழக்கு விஷயம் என்ன ஆயிற்று? இன்னும் நடந்து கொண்டிருக்கிறதா? நீ போய் வந்து கொண்டிருக்கிறாயா?” என்று ஆவலோடு விசாரித்தான் அண்ணாமலை.

நேரடியாக அவனுக்குப்பதில் சொல்லாமல் மாணிக்கம் எதிர்க்கட்சிக்காரரையும் தன்னுடைய வக்கீலையும் வாயில்

வந்தபடி பேசினான். வருஷக் கணக்காக அந்த வழக்கை இழுத்து அடித்து ஒன்றுமில்லாமல் செய்திருக்க முடியுமென்றும் அப்படிச் செய்யாமல் தீர்ப்புக்குத் தன் வக்கீல் இடம் கொடுத்து விட்டதாகவும் வருத்தப்பட்டுக் கொண்டான். தான் கட்டியிருக்கும் பணத்தைக் கணக்கில் எடுத்துக் கொள்ளாமல், எதிர்க்கட்சிக்காரரின் மோசடிக் கணக்கை நம்பியே கோர்ட்டார் முடிவு செய்து விட்டதாகவும் குறைப்படலானான்.

"அப்படியானால் கேஸ் முடிந்து விட்டதா?"

"கேஸ் முடிந்து, அவன் பக்கம் தீர்ப்பு ஆகிவிட்டது. அதன்படி நீதான் உடனடியாக அவனுக்கு நாற்பதாயிரத்துச் சில்லரை தரவேண்டும்."

'நான்' என்பதற்குப் பதிலாக வாய்தவறி 'நீதான்' என்று சொல்லுகிறானோ என்று சந்தேகப்பட்ட அண்ணாமலை. "அவ்வளவு பணத்தையும் நீ மறுபடியும் கட்ட வேண்டுமா?" என்று கேட்டான்.

"சட்டப்படி பார்த்தால் நாம் இருவருந்தான் அதைக் கட்டவேண்டும். அல்லது நம்மில் ஒருவர் மட்டிலும் கட்டினாலும் சட்டம் அதற்கு இடம் கொடுக்கும். சட்டம் கிடக்கட்டும்; நியாயப்படி பார்த்தால் நீ கட்ட வேண்டிய பணம் அது. நீதான் அதைக் கட்டப்போகிறாய்; வேறு வழியில்லை."

அண்ணாமலை தன் கைக்கட்டையும் மறந்துவிட்டுப் படுக்கையிலிருந்து வேகமாய்க் குதித்தான். இடக் கரத்தால் மாணிக்கத்தின் தோளைப் பற்றி உலுக்கிக்கொண்டு "இதென்ன அக்கிரமம்? நீ என்ன சொல்லுகிறாய்? எனக்கு ஒன்றுமே புரியவில்லை!" என்று கத்தினான்.

"இதெல்லாம் பண விஷயம்; ஒன்றும் புரியாதென்று சொன்னாலும் நீ தப்பித்துக்கொள்ள முடியாது. நீ விபத்தில் அகப்பட்டுக் கஷ்டப்பட்டுக் கொண்டிருப்பதால் அவனைக் கொஞ்சம் பொறுத்துக்கொள்ளச் சொன்னேன்.

இல்லாவிட்டால் இதற்குள் அவன் ஜப்தி வாரண்டுடன் இங்கே வந்து நின்றிருப்பான். நான்தான் உனக்காக அவனிடம் கெஞ்சிக் கேட்டுக் கொண்டேன்.”

அந்த மாடி இடிந்து அப்படியே அவன் தலையில் விழுந்தது போலிருந்தது அண்ணாமலைக்கு. ‘நியாயப்படிப் பார்த்தால் நீதான் கட்டவேண்டும்’ என்கிறானே ‘நியாயம் எங்கே இருக்கிறது? கடன் வாங்கியவன் அவன்; அந்தப் பணத்தைப் போட்டுத் தொழில் நடத்தியவன் அவன்! அப்படியிருக்கும் போது கையெழுத்துப் போட்டு அவனுக்கு உதவி செய்ததற்குத் தண்டனையா இது?’

“மாணிக்கம்! நீ திருடன்; வஞ்சகன்; ஏமாற்றுக்காரன்” என்று கொதிப்போடு குமுறினான் அண்ணாமலை. ஆனால், மாணிக்கம் அதைக் கேட்டுப் புன்சிரிப்புச் சிரித்துக் கொண்டானே தவிர, அதனால் அவன் கோபமடைந்ததாகக் காட்டிக்கொள்ளவில்லை. மௌனம் சாதித்தான் மாணிக்கம்.

“என்னிடம் கொடுப்பதற்குப் பணமுமில்லை; இருந்தாலும் நான் கொடுக்க மாட்டேன்?” என்றான் அண்ணாமலை.

“இதோ பார், எனக்காக உன்னை நான் கையை அறுத்துக் கொண்டு கொடுக்கச் சொல்லவில்லை. சட்டப்படியும் நியாயப்படியும் நீ எனக்குக் கொடுக்க வேண்டிய பணம் அது. நீ என்றால் உன் அப்பா கொடுக்க வேண்டுமென்று வைத்துக் கொள். அவரால் எனக்கு ஏற்பட்ட நஷ்டம் அந்த முப்பதாயிரத்தை நினைத்துப் பார். ஆந்திர ஜமீன்தாரிடம் அவர் விட்டுக் கொடுத்திருக்காவிட்டால், அதில் லாபம் மட்டுமே எனக்கு ஐம்பதாயிரம் கிடைத்திருக்கும். என் பங்குக்கு அவரால் ஏற்பட்ட நஷ்டம் அது. அதற்கு நான் கட்டிய வட்டியெல்லாம் கணக்குச் சேர்த்துப் பார். அப்பா கட்டிய வீட்டுக்குச் சொந்தம் கொண்டாடுகிற நீ, அவருடைய கடனுக்கும் பாத்தியப்படத்தான் வேண்டும்."

"இது அக்கிரமம்! நீ இவ்வளவு கேவலமானவன் என்று நான் நினைக்கவே இல்லை! மாணிக்கம். நீ செய்வது பாவம்; துரோகம்!"-வாயில் வந்தபடி அண்ணாமலை அவனைத் திட்டினான். பணத்தையோ வீட்டையோகூட அண்ணா மலை ஒரு பொருட்டாக நினைக்கவில்லை. மனிதன் இந்த அளவுக்குக் கொடுமை செய்யக்கூடியவன் என்பதை நினைப்பதற்கே அவனுடைய நெஞ்சு கொதித்தது. அதிலும் மாணிக்கம் மேஸ்திரியாரின் உப்பால் வளர்ந்தவன். அவர் போட்ட சோற்றாலும், அவர் கொடுத்த துணியாலும், அவர் அளித்த கல்வியாலும் அந்த நிலைக்கு வந்தவன். நன்றியை சுட்டுத்தின்ற அந்தத் துரோகியின் மூச்சுக் காற்று தன் மேலே படுவதைக்கூட அண்ணாமலை விரும்பவில்லை.

"வருவது வரட்டும்; நான் எதற்கும் கவலைப்படப் போவ தில்லை" என்று கூறிய அண்ணாமலை, "சரி, நீ போய் விட்டு வா!" என்று அவனை வெளியே அனுப்பப் பார்த்தான்.

"நீ கோபப்பட்டுப் புண்ணியமில்லை. கடன்காரன் உன்னைத்தான் பிடிக்கப் போகிறான். என்னிடம் அவன் வரமாட்டான். நீ விரும்பினால் அந்தக் கடனைக் கட்டுவதற்கும் நான் உனக்கு உதவி செய்கிறேன்."

"ஒரு உதவியும் எனக்குத் தேவையில்லை."

"ஜப்தியும் வாரண்டுமாய் அவன் இங்கே வரவேண்டாமென்று பார்க்கிறேன். தேவையானால் சொல். இந்த வீட்டின் மேல் நீ கடன் வாங்கி அவனுக்குக் கட்டிவிடலாம். அதற்கு என்னால் ஏற்பாடு செய்ய முடியும்."

"இந்த வீட்டையும் நீயே வாங்கிக் கொள்ளலாமென்று பார்க்கிறாய் போலிருக்கிறது!" என்றான் அண்ணாமலை. "அல்லது என்னை இங்கிருந்து துரத்திவிட வேண்டுமென்று பார்க்கிறாயா?"

ஒரே கல்லில் இரண்டு மாங்காய்களை அடிக்க நினைத்த மாணிக்கம், அண்ணாமலை முன்போல் குழந்தையாக இல்லையென்பதையும் கண்டு கொண்டான். விழிப்படைந்து

விட்ட அவனை முறியடிப்பதற்கு அவன் 'மளமள'வென்று காரியங்களைச் செய்யலானான். அண்ணாமலையின் பேச்சுக்கள் கொடுத்த வேதனைக்குப் பதிலாகச் செயலில் அவன் தன் வலிமையைக் காட்ட முனைந்துவிட்டான்.

13. தூண்டிலில் சிக்கிய சிறு மீன்

தூண்டிலில் அகப்பட்டு, தொண்டைகிழியக் கரையில், அலட்சியமாய்ப் பிடுங்கி எறியப் பெற்ற சின்னஞ்சிறு மீனைப் போல் துடியாய்த் துடித்தான் அண்ணாமலை. மூச்சுவிட முடியாமல் அவன் திணறினான். கண்கள் இருண்டு கொண்டு வந்தன.

தூண்டிற் புழுவாக ஆனந்தியைப் பயன்படுத்தி, அன்றொரு நாள் மாணிக்கம் தன்னிடம் கடன் பத்திரத்தில் கையெழுத்து வாங்கியதை அண்ணாமலை நினைத்துக் கொண்டான். கையெழுத்து வாங்கியபோதே இப்படி ஒரு திட்டமா அவனுக்கு? மனிதன் அந்த அளவுக்கு கொடுமையாக நடந்து கொள்ளக் கூடும் என்பதை அவனால் நம்பவே முடியவில்லை.

தூண்டிற் புழுவாக ஆனந்தியும் சற்று முன்புதான் அவளுடைய கடைசி மூச்சுப் போராட்டத்தைப் புலப்படுத்தி விட்டுப் போயிருந்தாள். முதலில் புழுவும், அடுத்தாற் போல் மீனும் சித்திரவதை பட்டுத்தான் மடிய வேண்டுமா?

அண்ணாமலையால் தாங்க முடியவில்லை. மீண்டும் மீண்டும் அவன் கடனாளியாகிக் கொண்டு வந்ததை அவனால் சிறிதுகூடப் பொறுத்துக் கொள்ள முடியவில்லை. எனக்கு வீடு வாசல் வேண்டாம்; சொத்து சுகம் வேண்டாம்; இந்த உலகத்தில் பொருளென்று எனக்கு எதுவுமே வேண்டாம்; ஆனால், கடனாளி என்ற பழிச் சொல்லுடன் அவை என்னிடமிருந்து பறிக்கப்படுவதைப் பார்த்துக் கொண்டு நான் உயிரோடு இருக்க வேண்டுமா?

மாடியிலிருந்த அண்ணாமலை சன்னலருகே சென்று

அடுத்த வீட்டையும் தோட்டத்தையும் வெறித்துப் பார்த்தான். முதன் முதலாக நான் இங்கே நுழைந்த போது எனக்குச் சொர்க்க லோகத்தின் சுந்தர மாளிகையாகத் தோற்றமளித்த அதே வீடுதானா இது?-அந்தப் பழைய வீடு மாணிக்கத்தின் கைத் திறமையால் புதியதொரு பங்களாவாக மாறியிருந்ததென்னவோ உண்மைதான். சிமெண்டின் உறுதிப்பாட்டிலும் வெளிப்பூச்சு மினுக்கிலும் மின்விளக்கின் ஆடம்பரத்திலும் அது எவ்வளவோ மாறித்தான் போயிருந்தது. ஆனால், அந்தப் பழைய வீடு அதற்குள் வாழ்ந்து வந்த மனிதர்களுக்குக் கொடுத்திருந்த உள்ளத்தின் உறுதிப்பாடு இப்போது எங்கே போய்விட்டது?... அதன் அகத்தழகும் அமைதியும் குதூகலமும் எங்கே பறந்துவிட்டன? அதற்குள்ளிருந்து பொங்கிக் கொண்டிருந்த அன்பின் ஒளி எங்கே மறைந்தது? எங்கே மறைந்தது?

ஆனந்தியின் தலையும், கதிரேசனின் தலையும் தட்டுப்பட்டன அண்ணாமலையின் கண்களுக்கு. 'ஒளி இன்னும் மறையவில்லை. இரண்டு சின்னஞ்சிறு அகல் விளக்குகள் இன்னும் அங்கே துடித்துக் கொண்டுதான் இருக்கின்றன. அணையப்போகும் விளக்குகளைப் போல் அவை துடிக்கின்றன' என்று நினைத்துப் பெருமூச்சு விட்டான் அவன்.

'தொலைவிலிருந்தாவது எப்போதேனும் ஆனந்தியைப் பார்க்கவேண்டுமென்றால், அது நான் இந்த வீட்டிலிருந்தால் தானே முடியும்? இல்லாவிட்டால் அவள் இறந்து போனால் கூட அவள் முகத்தில் நான் விழிக்க முடியாமல் செய்துவிடுவானே மாணிக்கம்?'-விழிகளிலிருந்து நீர் வழிந்தது அண்ணாமலைக்கு.

அவன் அந்த வீட்டைக் கடன்காரரிடம் விட்டுவிடவும் துணியவில்லை. 'அதற்காக என்ன செய்வது? மீண்டும் மாணிக்கத்தின் வாயிலாகக் கடன் வாங்க முயலலாமா? அல்லது திரும்பவும் மாமனார் தண்டபாணியின் உதவியை

நாடலாமா? அல்லது ஆசிரியர் சரவணனிடம் சென்று முறையிடலாமா?-என்ன செய்வது? எதைச் செய்வது?'

மாணிக்கத்திடம் சென்று மண்டியிடுவதற்கு அண்ணா மலையின் மனம் இடம் கொடுக்கவில்லை. மாமனார் தண்ட பாணியும் சுந்தரி இறந்தவுடனேயே அவனிடம் அந்நியர்போல் நடந்துகொண்டு விட்டார். ஆஸ்பத்திரிக்கு ஒரே ஒரு முறை அவனை வந்து பார்த்ததோடு சரி; மேலும் அவருக்கே பணக்கஷ்டம் என்று அவன் கேள்விப் பட்டிருந்தான். ஆசிரியர் சரவணனோ முன்பே அவனுக்கு மற்றொரு வாடகைவீடு பார்த்துத் தருவதாய்க் கூறியவர். அவரிடம் போய், 'நான் என் வீட்டை ஒரு சொத்தாக மதிக்கவில்லை; ஆனால் ஆனந்தியைத் தொலைவிலிருந்து பார்ப்பதற்காகவாவது நான் அதில் குடியிருக்க வேண்டும் என்று எப்படிச் சொல்வது?

அவனுக்கு நான்கு புறங்களிலுமே வழிகள் அடைக்கப்பட்டுவிட்டன. விடுதலை பெறுவதற்கு எந்த சிறுபாதையும் தென்படவில்லை. மரண தண்டனையை எதிர்பார்த்துக் காத்திருக்கும் சிறைக் கைதியாகவே தான் மாற்றப்பட்டிருப்பதை உணர்ந்தான் அண்ணாமலை. விதி என்று ஒன்று எங்கேயோ அல்லது எங்குமோ, கண்களுக்குப் புலப்படாமலிருந்து கொண்டு அவன் கழுத்தில் தூக்குக் கயிற்றை மாட்டி சுண்டி இழுக்கக் தொடங்கிவிட்டது? அப்படி விதிஎன்று ஒன்று இருக்கத்தான் செய்கிறதா? அது தன்னை மனிதன் நம்ப வேண்டும் என்பதற்காக இவ்வளவு சூழ்ச்சிகளும் தந்திரங்களும் செய்து அவனிடம் தன் வலிமையைக் காட்ட முற்படுகிறதா?

கூண்டுப்புலிபோல் அலைந்தான் அந்தக் கூடத்துக்குள் அண்ணாமலை. அவனை ஓவியக் குழந்தையாக உருப்படுத்திய கபாலி கோவில் கோபுரம் எப்படியோ அவனுக்குள்ளே யிருந்து, சிறிது சிறிதாக முட்டிக்கொண்டு வெளிப்படுவது போல் தோன்றியது. பிரசவ வேதனை போன்ற விவரிக்க

முடியாததொரு வேதனை... அதே சமயம் தோட்டத்துச் சிட்டுக் குருவியொன்று குபீரென்று அவனுடைய அறைக்குள் பறந்து வந்து, திரும்பவும் சன்னல் கதவின் மேல் போய் உட்கார்ந்தது. அதை ஒருகணம் உற்றுப் பார்த்தான். எத்தகைய விடுதலை உணர்ச்சி அதன் விழிகளில்!

"விட்டு விடுதலை பெற்று நிற்பாய்-அந்தச்
சிட்டுக் குருவியைப் போல!"

கோபுரம் அவனுக்குள்ளே இருந்து கொண்டு அவனுடைய செவிகளுக்குள் கூவுவது போன்ற பிரமை தட்டியது அவனுக்கு. சட்டென்று தன் வலக்கரத்தைத் திருப்பிப் பார்த்தான். துணிக்கட்டுக்களில் அகப்பட்டுச் சிறைப்பட்டிருந்த அதை வெறி கொண்டவன் போல் அவன் உதறவே, கட்டுக்கள் அவிழ்ந்து கொண்டன. இடக் கரத்தாலும், பற்களாலும் துணியைப் பற்றி இழுத்து உதறிவிட்டு, வலக்கரத்தை ஒரு முறை மடக்கி உயர்த்தினான். வலி இன்னும் இருக்கத்தான் செய்தது. சிறிதும் அதை அவன் பொருட்படுத்தவில்லை.

அருகிலிருந்த பெட்டியைக் கீழே கொட்டிக் கவிழ்த்து அதற்குள்ளிருந்த ஆனந்தியின் பென்சில் சித்திரத்தைத் தேடி எடுத்தான். மாடிக்கதவைத் தாழிட்டுக் கொண்டு அதைப் பார்த்துப் பெரிய படமாக வரையத் தொடங்கிவிட்டான். சிறிது சிறிதாக அவனுக்குள்ளேயிருந்த சிறைக் கட்டுகள் தளர்ந்து வருவது போலவும், அவன் அவற்றை விட்டு விடுதலை அடைந்தது போலவும் ஓர் உணர்ச்சி பரவியது. ஒரு மணி நேரத்துக்குள் அவன் மனம் காற்றில் சிறகடித்துப் பறக்கும் சிட்டுக் குருவியாக மாறிவிட்டது.

ஆனந்தப் பரவசம் நிறைந்ததோர் அற்புதமான கற்பனை உலகத்தில் அவன் சஞ்சரித்துக் கொண்டிருந்தான். வான வில்லின் வண்ணங்களையே குழைத்து, அவற்றால் ஆனந்தியை உருவாக்கும் மனோநிலை அவனுக்கு. அவன் வரைந்து கொண்டிருந்த ஆனந்தி கன்னிப் பெண்ணாக

இருந்து அவனோடு அந்தக் காலத்தில் பழகிய ஆனந்தி, புத்தம் புதுப்பனிமலர் போன்ற தோற்றத்தில் கற்பனைக் கனவுகளில் மூழ்கியிருந்தவள் அவள். இளமையும் அழகுமாக, குதூகலமும் குமிண் சிரிப்புமாக, ஒளி பொங்கும் விழிகளும் துள்ளல் நடையுமாக ஒவ்வொரு நாளும் அவனைத் தன் வீட்டில் வரவேற்று உபசரித்தவள் அவள். நளினம் என்ற சொல்லுக்கு ஒரு நடமாடும் இலக்கியமாய்த் திகழ்ந்த அந்தச் சித்திரப்பாவையை அவன் வரைந்து கொண்டிருந்தான்.

'காலத்தின் கோலத்தால் உருக்குலைந்து போய் நடைப்பிணமாகிக்கொண்டிருக்கும் இன்றைய ஆனந்தியை என்னால் இனிக் காண முடியாது போலிருக்கிறது. அதற்குப் பதிலாக இந்தச் சித்திரப்பாவையாவது, எனக்குத் துணையாக இருப்பாளல்லவா? இவளுடைய இந்தப் படத்தை எந்தக் கடன்காரனும் என்னிடமிருந்து பறித்துக் கொள்ள மாட்டா னல்லவா? நான் எங்கு வாழ்ந்தாலும், எப்படிப்பட்ட கூரைக் குடிசையில் குடியிருந்தாலும், இந்தப் படத்திலுள்ளவள் என்னோடு ஒன்றாக வாழ்வாளல்லவா?'

வண்ணம் பூசிக் கொண்டிருந்தவனின் கண்கள் நீரால் மறைந்தன. தூரிகையைப் பற்றியிருந்த கரம் நடுங்கியது. மடித்திருந்த முழங் கைக்குள் யாரோ உளி கொண்டு செதுக்குவதுபோல் வலி ஏற்பட்டது. 'நான் வரையும் கடைசிப் படமாகவே இது இருந்துவிட்டுப் போகட்டும். இதற்குப் பிறகு என் கரம் இற்று விழுந்தாலும் விழட்டும். இதை மட்டும் முடிக்காமல் விடுவதில்லை!' வெறியோடும் ஆவேசத்தோடும் அவன் தொடர்ந்து வரையலானான்.

அவனது ஊனும், உதிரமும், உயிரும், உயிரின் உயிரும், ஆன்மாவும், ஆன்மாவின் ஆன்மாவும் உருகித் தூரிகையின் வண்ணங்களின் வழியே காகிதத்தில் வழிந்தன. அவனுடைய உடல்தான் இந்த உலகத்தில் இருந்ததே தவிர, உயிர் கூடு விட்டுக் கூடு பாய்ந்து அவன் படைத்துக் கொண்டிருந்த பாவையின் உயிரோடு ஒன்று கலந்து விட்டது. அங்கே

அவனாகவும் அவள் இருந்தாள்; படத்தில் அவளாகவும் அவள் இருந்தாள்-ஆ! எத்தகைய ஆனந்தப் பரவச மனோ நிலை! எத்தகைய விடுதலை உணர்ச்சி ஆன்மாவுக்கு! தானாகவே அவள் வந்து சித்திரத்துப் பாவையாகப் பதிந்து விடுவாள் போலிருக்கிறதே!

கிறங்கிப்போய்ப் பித்தனாக மாறிவிட்ட அண்ணா மலையின் தலையில் அடிப்பதுபோல், யாரோ மாடிக் கதவை ஓங்கி ஓங்கித் தட்டும் சத்தம் கேட்டது. கதவை உடைத்து நொறுக்குவது போன்ற சத்தம். கோபம் கொழுந்து விட்டு எரிந்தது அண்ணாமலைக்கு. படைப்புத் தொழிலின் அன்புக் கனல் ஆவேசப் பரபரப்போடு கொழுந்து விட்டு எரிந்தது அண்ணாமலைக்கு. படைப்புத் தொழிலின் அன்புக் கனல் ஆவேசப் பரபரப்போடு கொழுந்து விட்டெரியும் இந்தப் புனிதமான வேளையில் குறுக்கிடத் துணிந்தவர் யார்? ஆனந்தியும் நானும் ஊன் கலந்து, உயிர் கலந்து, உயிரில் உயிர் கலந்து, ஒன்றி உருகும் இந்த வேளையில் யார் வந்து குறுக்கிடுவது?

கதவைத் தட்டும் சத்தம் நின்றபாடில்லை. வேகமாய்ச் சென்று கதவைத் திறந்துவிட்டு, குறுக்கிட்டவளைக் கொன்று விடுவதுபோல் அண்ணாமலை விழித்துப் பார்த்தான். அவன் பார்வையைக் கண்டு முதலில் நடுநடுங்கிப் போனாள் சாரதா. பிறகு, அவனுடைய வலக் கரத்தைப் பார்த்து விட்டு, வீறிட்டலறினாள். முன்பு மடக்கியபடி கட்டப்பட்டிருந்த கரத்தில் இப்போது தூரிகை தெரிந்தது. முழங்கைப் பக்கம் பெரிதாக வீங்கிப் போயிருந்தது.

ஓடி வந்து அவனது தோளைப் பற்றிக்கொண்டு "இதென்ன அக்கிரமம்? இவ்வளவு நாள் நீங்கள் பட்டபாட்டையெல்லாம் மறந்து விட்டீர்களா? என்ன இப்படி உங்களுக்குத் திடீரென்று வெறி வந்துவிட்டது?" என்று கத்தினாள் சாரதா. அவன் வரைந்து கொண்டிருந்த படத்தைத் திரும்பிப் பார்த்தவுடன் அவனுடைய வெறிக்கான காரணமும் அவளுக்குப் புரிந்துவிட்டது. சாரதாவையே மெய

சிலிர்க்கச் செய்தது அவன் வரைந்திருந்த ஆனந்தியின் சித்திரம்.

"நான் இந்த வீட்டை விட்டே போகப் போகிறேன்; மாணிக்கமாக என்னைத் துரத்துவதற்கு முன்னால், நானாகப் போகப் போகிறேன்" என்று ஆரம்பித்தான் அண்ணாமலை. "ஆனால், இந்தப் படத்தை அவனால் என்னிடமிருந்து தட்டிப் பறிக்க முடியாது; நான் இதை என் உயிர் போனாலும் யாருக்கும் கொடுக்கமாட்டேன்...!" என்றான்.

சாரதாவுக்கு ஒன்றுமே புரியவில்லை. அளவுக்கதிகமாக அவன் உணர்ச்சி வயப்பட்டு நிதானத்தை இழந்து கொண்டிருந்தான் என்ற வரையில் அவள் தெரிந்து கொண்டாள். பிறகு, அண்ணாமலை சாரதாவின் கட்டாயத்துக்காகத் தன் கட்டிலுக்குச் சென்று அதில் விழுந்தான். மாணிக்கம் தன்னை வஞ்சித்துவிட்ட செய்தியை அவளிடம் கூறிவிட்டு, "ஆனந்தி செத்துப்போனால்கூட இனி என்னால் அவள் முகத்தில் விழிக்க முடியாது!" என்று கண் கலங்கக் கூறினான்.

14. வீட்டுக்குரியவன்

விளக்கு வைக்கும் நேரமாயிற்று. அண்ணாமலையின் வீட்டிலிருந்து புறப்பட்ட சாரதா அடுத்தாற்போல் கதிரேசனைத் தேடிக் கொண்டு வந்தாள். வீட்டுக்கு வெளிப்புறம் தோட்டத்தில் கதிரேசனைக் கண்டவுடன், "உங்களிடம் ஒரு முக்கியமான விஷயமாய்ப் பேச வந்திருக்கிறேன்" என்றாள். இருவரும் கலைமகளின் சிலைக்கருகே கிடந்த நீண்ட பளிங்குக் கல்லில் உட்கார்ந்தார்கள். சாரதா தான் அவரிடம் சொல்ல வந்த தகவல்களை 'மளமள'வென்று சொல்லிக் கொண்டு போனாள். கதிரேசன் அவருக்குப் பின்னால் இருந்த கலைமகளின் சிலையைப் போலவே தாமும் ஒரு சிலையாக மாறிப் போனார்.

சாரதா தனக்குத் தெரிந்த எந்தச் செய்தியையும் அவரிடம் மறைக்கவில்லை. கடைசியாக அண்ணாமலை அவனை அறியாமலே கடனாளியாக்கப் பட்டதையும் கூறிவிட்டு, "அவருக்கு இனியும் ஏதாவது துன்பம் வந்தால், அது கடவுளுக்கே அடுக்காது!" என்று முடித்தாள். கதிரேசன் அவ்வளவையும் அவளிடமிருந்து கேட்டுக் கொண்டாரே தவிர, அவளிடம் எதுவுமே பதில் கூறவில்லை. சாரதா அந்த வீட்டுக்குள் நுழைந்து ஆனந்தியைக்கூட எட்டிப் பார்க்காமல் அங்கிருந்து கிளம்பினாள். மாமியாரின் போலீஸ் காவலுக்கு உட்பட்டிருந்த ஆனந்திக்கு அவள் சிரமம் தர விரும்பவில்லை.

சாரதா புறப்பட்டுச் சென்ற பிறகு கதிரேசன் மின்விளக் கொளியில் மீண்டும் சிறிது நேரம் தோட்டத்துக்குள் உலவினார். அடுத்து, அந்தக் கலைமகளின் சிலைக்கு முன்னால் நின்று அதையே கண்ணிமைக்காது உற்று நோக்கினார். எத்தனையோ நினைவுகளை அவருக்குள்ளே அலை மோதச் செய்தது அந்தச் சிலை. அந்தச் சிலைக்குள்ளே கலைமகளோடு அவருடைய மனைவி சரசுவதி இருந்தாள்; ஆனந்தி இருந்தாள்; அவரும் இருந்தார். அழகாக வாழத் துடித்த அவருடைய சின்னஞ்சிறு குடும்பத்தின் சின்னமாக அங்கே வீற்றிருந்தாள் கலைமகள். ஆனால்?...

'வாழ்க்கையை அழகுபடுத்து; அசிங்கப் படுத்தாதே!' என்று அடிக்கடி மற்றவர்களிடம் கூறும் சொற்கள் இப்போது அவரையே திருப்பிக்கொண்டு பரிகாசம் செய்தன. அவருக்கே தெரியாமல் அந்தக் குடும்பத்துக்குள் என்னவெல்லாமோ நடந்திருக்கின்றன. 'முட்டாள்தனம் செய்துவிட்டாள் ஆனந்தி; ஒருவன் செய்த குற்றத்துக்குப் பரிசாக அவள் தன்னையே அவனுக்குத் தந்திருக்கிறாள்!' அவரால் சாரதா கூறிய விவரங்களை நம்பாமல் இருக்கமுடியவில்லை.

வெளிப்புறம் காரின் வெளிச்சம் தெரிந்தது. சத்தமும் கேட்டது. மாணிக்கம் வீட்டுக்குத் திரும்பிக்கொண்டி

ருந்தான். அவனை வரவேற்க விரும்பியவர்போல் அவசரமாகப் போய்த் தாழ்வாரத்தில் நின்றுகொண்டார் கதிரேசன். காரைவிட்டு இறங்கிய மாணிக்கத்திடம், "இப்படி என் அறைக்குக் கொஞ்சம் வாருங்கள்!" என்று சொல்லி அழைத்துக் கொண்டு போனார்.

"என்ன விஷயம்?" நின்று கொண்டே கேட்டான் மாணிக்கம். முதலில் அவனை உட்காரும்படி சொல்லிவிட்டு பிறகு பேசத் தொடங்கினார்.

"நீங்களும் அண்ணாமலையும் கையெழுத்துப் போட்டு வாங்கிய கடனை நீங்கள் வெகு சீக்கிரம் கட்டிவிடவேண்டும். அதை நீங்கள்தாம் கட்டவேண்டும்!"

கதிரேசனின் குரலில் ஒலித்த உறுதி மாணிக்கத்தை ஒரு கணம் கலகலக்க வைத்தது. ஆனால், மறுகணமே அந்த அதிர்ச்சியிலிருந்து அவன் மீண்டுவிட்டான். அண்ணாமலை அங்கு வந்து அவரிடம் சொல்லியிருப்பான் என்ற சந்தேகம் மாணிக்கத்துக்கு.

"அவன் அப்பாவால் நான் பட்ட நஷ்டத்திற்கு அவன்தான் ஈடு செய்யவேண்டும். சொத்துக்கு உரிமை கொண்டாடுகிறவன் கடனையும் கட்டத்தான் வேண்டும்!"

"அவன் அப்பாவால் நீங்கள் நஷ்டப்பட்டீர்களா? அல்லது உங்களால் அந்த நல்ல மனிதர் உயிரை விட்டாரா?" என்று கேட்டுவிட்டு, "நீங்கள் இப்படி அநியாயமாகப் பேசக்கூடாது; படித்தவர்கள் பண்போடு நடந்து கொள்ளவேண்டும். படிப்புக்கு அழகு பண்புதான்..." என்றார் கதிரேசன்.

என்றும் இல்லாதபடி அன்று மாமனார் தனக்கு உபதேசம் செய்ய முற்பட்டது அவனுக்கு எரிச்சலைத் தந்தது. அவரிடம் அந்த அளவுக்கு வலிமை இருந்தது அன்றுதான் அவனுக்கே புலப்பட்டது. பதிலளிக்காமல் அவரைப் பார்த்துக்கொண்டு நின்றான் மாணிக்கம்.

"கையில் பணம் இல்லாவிட்டால், என்னுடைய இந்த வீட்டை விற்று அந்தக் கடனைக் கட்டுங்கள். மனையை இன்றைக்கு விற்றுவிட்டால் நாளைக்கு வேறு மனை வாங்கிக் கொள்ளலாம். மனச்சாட்சியை விற்று விட்டால் நாம் மனிதராக வாழ முடியாது. நாளைக்கே இந்த ஏற்பாட்டை செய்துவிட்டு மறு வேலை பாருங்கள்."

"அது முடியாது, நடக்காது!" என்றான் மாணிக்கம் முரட்டுத்தனமாக.

"ஏன்?"

"இந்த வீட்டின் மதிப்புக்குமேல் அதிகமான தொகையைக் கடன் வாங்கி நான் தொழிலில் போட்டிருக்கிறேன். என்னிடம் வசூல் செய்ய எதுவுமில்லை யென்பதால்தான் கடன்காரன் அவனை நெருக்குகிறான்.

திடுக்கிட்டார் கதிரேசன். 'இந்த வீடு இனி உங்களுடையது அல்ல; என்னுடையது, என்று சொல்லாமல் சொல்லிவிட்டான் மாணிக்கம். அவனுடைய பயங்கரமான நெஞ்சழுத்தம் கதிரேசனையே திகைக்க வைத்தது. அவர் கடைசியாக வைத்திருந்த ஒரு நம்பிக்கையும் வீணாகிப் போகவே, அவனிடம் தர்மத்துக்காகவும், நியாயத்துக்காகவும் அவர் வாதாடிப் பார்த்தார். சிறிதுகூட அவன் அசைந்து கொடுக்கவில்லை; தர்மமும் நியாயமும் தன் கட்சியிலிருப்பதாகவே அவன் அவரிடம் எதிர்வாதம் செய்தான். நீதிமன்றமே அண்ணாமலையைக் கடனாளி என்று கூறிய பிறகு அவனுக்காக அவர் பரிந்து பேசுவது அநியாயமென்று விதண்டாவாதம் செய்தான்.

'கோணல் வழக்கு' 'விதண்டா வாதம்' போன்ற சொற்களைக் கதிரேசன் பிறர் சொல்லக் கேட்டிருந்தாரே தவிர, அவற்றின் பொருளை அவர் அன்றுவரை சரியாக உணரவில்லை. மாணிக்கமோ அவற்றின் முழு உருவமாக, கூட்டுப் படைப்பாக அவர் முன் உட்கார்ந்து வாதம் செய்து கொண்டிருந்தான். வல்லடி வழக்குகளுக்கு வக்காலத்து

வாங்கும் வக்கீலுக்கு அவனே பாடம் கற்றுத் தரக்கூடியவன் என்று கதிரேசனுக்குத் தோன்றியது.

"மாணிக்கம்!" என்று அவனை அதட்டி விட்டு, "நீங்கள் வயசில் சிறுபிள்ளையாக இருந்தாலும், அளவுக்கு அதிகமான திறமைசாலியாக இருக்கிறீர்கள். ஆனால் இவ்வளவு திறமையும் விழலுக்கு இரைக்கும் நீராய்ப்போகிறதே என்றுதான் நான் வருந்துகிறேன்" என்றார். "பிறரை வஞ்சிப்பது, பிறருக்குத் துரோகம் செய்வது, பிறரை ஏமாற்றுவது, பிறர் பொருளைக் கவரப் பேராசைப்படுவது இவையெல்லாம் வாழ்க்கையை அசிங்கப்படுத்தும் சிறு செயல்கள்; இனியாவது நீங்கள் அழகாக வாழ முயலுவீர்கள் என்று நம்புகிறேன்..."

மாணிக்கத்துக்குத் தன் மாமனாரின் கழுத்தைப் பிடித்து நெறிக்கவேண்டுமென்ற அளவுக்கு ஆத்திரம் பற்றிக்கொண்டு வந்தது. சட்டென்று எழுந்து அறையைவிட்டு வெளியேற நினைத்தான். அப்போதுதான் அவனுக்கு, ஆனந்தியும் அங்கு வந்து கதவருகில் நிற்பது தெரிந்தது.

"ஆனந்தி! உனக்கு இங்கே என்ன வேலை?" என்று கதிரேசனின் மீது இருந்த ஆத்திரத்தை அவள் மீது திருப்பினான் மாணிக்கம்.

"வேலை இருக்கிறது" என்று கூறி ஆனந்தியைத் தம்மிடம் அழைத்தார் கதிரேசன். அவள் முகத்தை நன்றாகப் பார்க்க முடியாத அளவுக்குக் கண்ணீர் அவருடைய விழிகளுக்குத் திரையிட்டது. மூக்குக் கண்ணாடியைக் கழற்றி தம் கண்களைத் துடைத்துவிட்டுக் கொண்டார். அறையிலிருந்து வெளியில் கிளம்பிக்கொண்டு இருந்த மாணிக்கம் ஆனந்தி அங்கு வந்தவுடன் அப்படியே நின்று விட்டான்.

"ஆனந்தி! நான் உனக்காகச் செய்து போட்டிருக்கும் நகைகள், உன் அம்மாவின் நகை நட்டுகள், நானும் உன் அம்மாவும் வாங்கி வைத்திருக்கும் பாத்திரம் பண்டங்கள், மரச்சாமான்கள் இவ்வளவுக்கும் ஒரு பட்டியல் எழுதிக்

கொண்டுவா. இவ்வளவையும் நான் நாளைக்கு விற்பதற்கு ஏற்பாடு செய்யப் போகிறேன். கிடைக்கும் பணத்தை முதலில் கட்டிவிட்டால் பிறகு மற்றதைப் பார்த்துக் கொள்ளலாம். இந்தக் கடனுக்காக ஒரு காசுகூட நான் அண்ணாமலையைக் கட்டவிடமாட்டேன். அப்படிக் கட்டும்படி விட்டுவிட்டால் நான் உயிரோடு இருந்துபயனில்லை." கதிரேசனின் மெலிந்த உடல் அவருடைய உள்ளுணர்ச்சிகளைத் தாங்க முடியாமல் நடுங்கியது.

"மிஸ்டர் கதிரேசன்!" என்று நாடகபாணியில் தொடங்கி விட்டான் மாணிக்கம்: "ஒரு துரும்பைக் கூட இந்த, வீட்டிலிருந்து எடுக்க விடமாட்டேன். ஆனந்திக்கு நான் தாலி கட்டியவன்; இவள் என் மனைவி; இந்த வீட்டுக்கும் இதில் உள்ள எல்லாப் பொருளுக்கும் நானே சொந்தக்காரன்; வீட்டு வாசலை அடைத்துக் கொண்டிருக்கும் சிலையை வேண்டுமானால் நீங்கள் தகர்த்துக் கொண்டு போகலாம்!"

"நீங்கள் தாலி கட்டியவர்; அதனாலேயே இவள் உங்கள் மனைவி! அதனாலேயே இந்தச் சொத்தெல்லாம் உங்களுடையது!"-சிரித்தார் கதிரேசன்; பயங்கரமாகச் சிரித்தார்.

அவர் சிரித்த சிரிப்புக்குள் என்ன தெரிந்ததோ தெரியாது. அது அவனுடைய ஊனைச் சுட்டது; ஊனுக்குள் இருந்த உதிரத்தைச் சுட்டது; உதிரம் சுமந்த உயிரையே சுட்டுப் பொசுக்கியது. கலவரம் அடைந்து ஆனந்தியின் பக்கம் திரும்பினான்: "வா, வந்து எனக்குச் சாப்பாடு போடு, உன் அப்பாவுக்கு என்னமோ வந்துவிட்டது; அவரோடு இனி என்னால் பேச முடியாது" என்று, அவன், அவள் கையைப் பற்றி 'பரபர'வென்று இழுத்துக்கொண்டு உள்ளே போனான்.

"வாருங்கள் அப்பா நீங்களும் வந்து சாப்பிடுங்கள்!" என்று கதிரேசனை அழைத்தாள் ஆனந்தி.

கதிரேசன் மீண்டும் சிரித்தார்: "போ மகளே, போ! சாப்பிட்டுச் சாப்பிட்டு இந்த ஊனுடலை ஒதிய மரம்போல்

பெருக்க வைத்ததெல்லாம் போதும். தர்மம் இந்த வீட்டில் கொலை செய்யப்பட்டுத் துடியாய் துடிக்கும் இந்த வேளையில் என்னைச் சாப்பிடக் கூப்பிடாதே! போ! தர்மம் என் தொண்டையைப் பிடித்து என்னை மூச்சுத் திணற் அடித்துவிடும்!"

மாணிக்கம் சாப்பிட்டபோது பலமுறை அவனுக்குத் தொண்டையை அடைத்துக்கொண்டு வந்தது. புரை ஏறியது. பாவிகள் யாரோ தன் மகனைக் கரித்துக் கொட்டுவதாய்ச் சொல்லிச் சாபம் கொடுத்தாள் அவன் தாயார். அந்தப் பாவிகள் யாரென அவள் வெளிப்படையாகச் சொல்ல வில்லையே தவிர, ஆனந்தியும் அவள் அப்பாவும் என்பது செல்லம்மாளின் சாடைப் பேச்சில் தெளிவாகத் தெரிந்தது.

அந்த வீட்டில் அன்றிரவு இருவர் சாப்பிடவில்லை; இருவர் உறங்கவில்லை; இருவரும் தனித்தனியே அவரவர் ஆத்மாவைத் தேடி அலைந்து கொண்டிருந்தனர். இருள் நிறைந்த நேரத்தில் தங்கள் இதயத்துக்குள்ளே புகுந்து ஒளியை நாடிப் புறப்பட்டனர். திக்கு திசை தெரியாத மலைக் காட்டுக்குள் அகப்பட்டுக்கொண்டு, தொலைவில் தெரிந்த மலைச்சிகரத்தின் ஒளியை எட்டிப் பிடிக்க விரும்பியவர்கள் போல் அவர்கள் அலைந்தார்கள். ஒளி தொலைவில் தெரிந்தது; வழி தெரியவில்லை. அவர்கள் அதை நாடி அருகில் செல்லச் செல்ல, அது அவர்களை விட்டு விலகி விலகித் தொலைவில் செல்வது போன்ற ஒரு மயக்கத்தைக் கொடுத்தது.

மறுநாள் பொழுது விடிந்தவுடன், கதிரேசன் வீட்டை விட்டு வெளியே புறப்பட்டுவிட்டார். எங்கே என்று ஆனந்தியிடம் கூட அவர் சொல்லிக்கொள்ளவில்லை. சற்று நேரத்திற்கெல்லாம் அண்ணாமலையின் வீட்டுக்குள் யார் யாரோ வந்து நுழைவதைக் கண்டாள் ஆனந்தி. நீதி மன்றத்து அதிகாரிகளும் அமீனா போன்றவர்களும், கடன் கொடுத்த வரும் அண்ணாமலையின் வீட்டை முற்றுகையிடுவது அவளுக்குத் தெரிந்தது. வெறி பிடித்தவள்போல்

மாணிக்கத்திடம் ஓடினாள். அவனும் அதே காட்சியை எதிர்பார்த்துக் காத்திருந்தவன் போல் புன்முறுவலோடு மாடியில் நின்று கவனித்துக் கொண்டிருந்தான்.

15. ஓவியம் பேசியது

யாரோ முன்பின் தெரியாத நாலைந்துபேர் கூடிக்கொண்டு அண்ணாமலையைத் தேடி வந்திருப்பதாக மீனாட்சியம்மாளிடம் கூறினார்கள். கூறிவிட்டு அந்த வீட்டின் கதவில் ஒரு காகிதத்தை ஒட்டினார்கள். யாரையும் கேட்காமல் வீட்டுக்குள் நுழைந்து அதைச் சுற்றிப் பார்க்கலானார்கள். வீட்டையும் அதற்குள்ளிருக்கும் சாமான்களையும் ஜப்தி செய்திருப்பதாக மீனாட்சியம் மாளிடம் தெரிவித்தார், உள்ளே புகுந்தவர்களில் ஒருவர்.

மீனாட்சியம்மாளுக்குக் கைகால் ஓடவில்லை. பயத்தோடும் பரபரப்போடும் மாடியிலிருந்த அண்ணா மலையைத் தேடிக்கொண்டு ஓடினாள். அண்ணாமலை அங்கே ஆனந்தியின் படத்துக்கு முன்னால் அமர்ந்து, அதை முழுமையாக உருவாக்குவதில் தன்னை மறந்திருந்தான். படம் பெரும்பாலும் முடிந்துவிட்ட நிலையில்தான் இருந்தது. இன்னும் இரண்டு மணிப்பொழுதும் தனிமையுமே அவனுக்குத் தேவைப்பட்டன. அண்ணாமலையின் வலக்கரம் கணுக் கணுவாக வலித்தது. தூரிகையைப் பற்றியிருந்த விரல்களும் மணிக்கட்டும் இற்று விழுபவைபோல் தெறித்தன. என்றாலும் முடித்துவிட்டே எழுந்திருப்பதென்ற பிடிவாதத்தில் இருந்தான் அவன்.

வேலைக்கிடையே குறுக்கிட்ட தன் தாயாரைத் திரும்பிப் பார்த்தான் அண்ணாமலை. செய்தியைக் கூறிவிட்டு மீனாட்சியம்மாள் அங்கேயே அழுதுவிட்டாள். அவளால் அந்த அதிர்ச்சி தந்த அவமானத்தைத் தாங்க முடியவில்லை.

"இப்போது என்னால் வந்து யாரையும் பார்க்க முடியாது; போய்விட்டுப் பிறகு வரச் சொல். மீறி அவர்கள்

ஏதாவது செய்வதாக இருந்தால் தாராளமாகச் செய்து கொள்ளட்டும். என்னால் இந்த வேலையை விட்டுவிட்டு எழுந்து வர முடியாது!" என்றான் கோபத்தோடு அண்ணாமலை.

தன் பிள்ளையின் போக்கைக் கண்டு அழுவதா, சிரிப்பதா என்று மீனாட்சியம்மாளுக்குத் தெரியவில்லை. வீடு பற்றி எரியும் வேளையில் அதற்குள் உட்கார்ந்து கொண்டு இப்படி அடம் பிடிக்கிறானே என்ற ஆத்திரம் அவளுக்கு. அவனிடம் கோபமாகப் பேசிப் பார்த்தாள்; அவன் அசைந்து கொடுப்பதாக இல்லை.

அதற்குள் அந்த அந்நியர்கள் மாடிக்கே படையெடுத்து வந்து விட்டார்கள். ஆத்திரத்தோடு அவர்களை அண்ணாமலை உருட்டி விழிப்பதைப் பார்த்தால், "கலைப் படைப்பு நடந்து கொண்டிருக்கும் இந்தப் புனிதமான வேளையில், இந்தக் கூடத்துக்குள் காலடி எடுத்து வைக்க உங்களுக்கு என்ன தகுதியிருக்கிறது?" என்று அவன் கேட்பது போலிருந்தது.

வந்தவர்களில் ஒருவர் அவனிடம் நீதிமன்றத்து முத்திரையுள்ள காகிதம் ஒன்றை நீட்டிக் கையெழுத்து வாங்கிக் கொண்டார். அதைப் படித்துப் பார்க்கச் சொன்னார். எரிச்சலோடு படித்தான் அண்ணாமலை. கடனுக்காக அந்த வீடும், வீட்டிலிருக்கும் பொருள்களும் நீதி மன்றத்தாரால் கைப்பற்றப்பட்டிருப்பதாக அதில் எழுதியிருந்தது. அப்படியும் அவன் அந்தக் கடனைக் கட்டாவிட்டால், வீட்டையும் பொருள்களையும் ஏலம் போட்டுக் கடன்காரர்களுக்குக் கடன் கட்டப்படும் என்று கண்டிருந்தது.

'நகர்த்த முடியாத சொத்துக்களும், நகர்த்தக் கூடிய சொத்துக்களும்' என்று அதில் போட்டிருந்ததால், திடீரென்று அண்ணாமலைக்கு ஒரு சந்தேகம் வந்துவிட்டது. சட்டென்று தான் வரைந்து கொண்டிருந்த ஆனந்தியின்

படத்தைத் திரும்பிப் பார்த்தான். 'அப்படியானால் இதையும் இவர்கள் நகர்த்தக் கூடிய சொத்தாக்கி விடுவார்களோ?'

"சரி, இப்போது என்ன செய்யப் போகிறீர்கள்?"

"முதலில் இந்த வீட்டிலிருக்கும் சாமான்களை நாங்கள் லாரியில் ஏற்றிக்கொண்டு போக வேண்டும். லாரியோடு ஆட்கள் பின்னால் வந்து கொண்டிருக்கிறார்கள். அடுத்தபடி நீங்கள் இந்த வீட்டை உடனே எங்களுக்குக் காலி செய்து கொடுக்க வேண்டும். காலிசெய்து கொடுத்தால்தான் நாங்கள் இதைப் பூட்டி, 'சீல்' வைக்க வசதியாக இருக்கும்" என்றார் வந்தவர்களில் ஒருவர்.

"ஓஹோ!" என்று எங்கோ யோசனையாகத் தலையாட்டிவிட்டு, "உங்களில் கடன் கொடுத்தவர் யார்? கோர்ட்டிலிருந்து வந்திருப்பவர் யார்?" என்று புரியாமல் கேட்டான். கடன் கொடுத்திருப்பதாகச் சொல்லிக் கொண்டவரை அதற்கு முன்னால் அவன் ஒரு முறைகூட கண்ணால் கண்டதில்லை.

"நான்தான்" என்று முன்னால் வந்தார் ஒருவர். அவருடைய உடம்பும் மாணிக்கத்தைப் போலவே ஒரே சதைக் கோளங்களாக இருந்தது. படிப்பையோ பண்பையோ காட்டாத முகம்.

"சட்டப்படி நீங்கள் செய்தது சரியாக இருக்கலாம்; ஆனால், உங்களுக்கு மனசாட்சி என்று ஒன்று இருந்தால் அதன்படி இது துரோகம்" என்று குமுறினான் அண்ணாமலை.

"இவ்வளவு அக்கிரமங்களையும் நீங்கள் மாணிக்கத்தின் தூண்டுதலால், மாணிக்கத்துக்காகச் செய்கிறீர்கள். ஒரு காசுகூட நான் கைநீட்டிக் கடன் வாங்கவில்லை என்பது உங்களுக்கே தெரியும். அவனிடம் பணத்தை வசூல் பண்ண முடியும் என்பதும் உங்களுக்குத் தெரியும். இந்த வீட்டை அவன் ஏலத்தில் எடுக்க வேண்டுமென்பதற்காக நீங்கள் இப்படிச் செய்திருக்கிறீர்கள். தாராளமாய்ச் செய்து

கொள்ளுங்கள். பிணம் தின்னும் கழுகுகள் மனிதன் பிணமான பிறகே அவனைக் கொத்திக் குதறுகின்றன. பணம் தின்னும் கழுகுகளான நீங்களோ மனிதன் உயிரோடிருக்கும்போதே அவனைக் கொத்தி விழுங்கப் பார்க்கிறீர்கள். நீங்கள் இவ்வளவு பேராசைப்படும் இந்தச் சொத்து இருக்கிறதே, இது என் கால் தூசுக்குச் சமம்; தட்டிக்கொண்டு போய்ச் சேருங்கள்!"

அந்தப் பணக்காரப் பேர்வழி கார்களும் பங்களாக்களும் நிலபுலன்களுமாகச் செல்வத்தில் புரள்பவர். எத்தனையோ பேர்களைத் தன் பணச் செருக்கால் உருட்டி மிரட்டி ஆட்டிப் படைத்தவர். காசில்லாதவர்களைத் தம் கால் தூசுகளாகக் கருதியவர். அப்படிப்பட்டவருக்கு இப்படி யொரு மனிதனைச் சந்தித்தது வியப்பாகவும் திகைப்பாகவும் இருந்தது. ஒன்றுமில்லாத ஆண்டிப் புயலாகிவிட்ட அண்ணாமலையின் முன்னால் ஏதும் பதில் பேச முடியாமல் அவர் கூனிக்குறுகிப் போய் நின்றார். அவனிடம் 'ஒன்று' மில்லா விட்டாலும், வேறு 'ஏதோ ஒன்று' அவனுக் குள்ளிருப்பது போல் தோன்றியது.

"இதோ இந்தப் படத்தை நீங்கள் 'நகர்த்தக் கூடிய சொத்'தென்று நினைக்காவிட்டால், இதை மட்டும் எனக்கு விட்டுவிட்டு மற்றவற்றை யெல்லாம் நீங்கள் எடுத்துக் கொள்ளுங்கள். இதை நான் யாருக்கும் கொடுப்பதாக இல்லை. யாரும் இதன் மீது கை வைத்தால் பிறகு நான் எப்படி நடந்து கொள்வேன் என்று எனக்கே தெரியாது!"

பயித்தியக்காரனைப் பார்ப்பதுபோல் பார்த்துவிட்டு, "இந்தக் காகிதக் குப்பையெல்லாம் எங்களுக்குத் தேவை இல்லை!" என்றார் கடன்காரன் எரிச்சலோடு.

"அச்சடித்த நோட்டுக் கற்றைகளைக் கும்பிடுகிறவர்கள் நீங்கள்" என்று சொல்லிவிட்டு, ஓர் ஓரத்தில் நின்று கொண்டிருந்த தன் தாயாரிடம் திரும்பினான் அண்ணாமலை. "அம்மா! வீட்டுச் சாவியையும் பெட்டி

அலமாரிச் சாவிகளையும் இவர்களிடம் கொடுத்து விடுங்கள். முதலில் இவர்கள் கீழ் வீட்டுச் சாமான்களை அப்புறப் படுத்தட்டும். அதற்குள் நான் இந்தப் படத்தை முடித்துவிட்டு வருகிறேன். பிறகு நாம் எங்காவது வெளியில் கிளம்புவோம்!" என்றான்.

பதில் பேசும் நிலையில் இல்லை மீனாட்சியம்மாள். வெள்ளம் தலைக்கு மேல் போய்விட்டது. மௌனமாகக் கீழே இறங்கிச் சென்றாள்.

"அதிகமாகச் சத்தம்போட்டு என் வேலையைக் கெடுக்காமல், போய் உங்கள் வேலையைக் கவனியுங்கள்!" என்றான் அண்ணாமலை.

படையெடுத்து வந்த சிறு கூட்டம் மெல்லத் திரும்பிச் சென்றது. கூட்டத்திலிருந்து ஒரே ஒரு மனிதர் மட்டிலும் தயங்கியபடி அண்ணாமலையிடம் வந்தார். நீதிமன்றத்தைச் சேர்ந்தவர் அவர்.

"சட்டத்தில் உங்களுக்கு வழி இல்லாமல் இல்லை. இவருடைய கடனை நீங்கள் முதலில் தீர்த்துவிட்டால், பிறகு, மாணிக்கத்தின் மேல் வழக்குத் தொடர்ந்து அவரிடமிருந்து வசூலித்துக் கொள்ளலாம்" என்றார் அவர்.

வேதனையோடு சிரித்தான் அண்ணாமலை. "நீதிமன்றத் துக்குப் போவதே இழுக்கு என்று நினைத்தவருக்குப் பிள்ளையாய்ப் பிறந்தவன் நான். அவர் என்னிடம் மாணிக்கத்தை நம்பவேண்டாம் என்று சொல்லிவிட்டுத்தான் தம்முடைய கடைசி மூச்சை விட்டார். என் அப்பாவின் பேச்சைக் கேட்காததால் எனக்குக் கிடைத்த தண்டனை இது. இது போதும் எனக்கு. நான் இதோடு மாணிக்கத்தை மறக்க விரும்புகிறேன். நண்பனாகவோ, பகைவனாகவோ என் மனத்தில் இருக்கத் தகுதியில்லாதவன் அவன். என் மனம் என்ற சொத்தை நான் இனிக் காப்பாற்றிக் கொண்டால் போதும்" என்றான்.

வருத்தத்தோடு அவரும் திரும்பிச் சென்றார். மீண்டும்

அவனுடைய அந்த மாடி அறையில் அமைதி நிலவியது. மெல்ல நடந்து போய்ச் சன்னலோரமாக நின்று அடுத்த வீட்டைச் சற்று நேரம் உற்றுப் பார்த்தான். இனிமேல் மீண்டும் அதைப் பார்க்க முடியாது என்பதால் கண்கொண்ட மட்டும், மனம் கொண்ட மட்டும் அப்போதே அதை நன்றாகப் பார்த்துக்கொண்டான்.

தோட்டத்திலோ, வீட்டு முகப்பிலோ, கொல்லைப் புறத்திலோ, சன்னலோரத்திலோ ஆனந்தி தென்படவில்லை. ஒரே ஒரு முறை. அவளைத் தொலைவிலிருந்தாவது கண்டு விட வேண்டுமென்ற துடிப்பு அவனுக்கு. அந்தத் துடிப்பு வேதனையாக வளர்ந்ததே தவிர, வேதனையைக் குறைக்கக் கூடியவளை அங்கு காணோம்.

திடீரென்று அவனைப் பயம் சூழ்ந்து கொண்டது. படத்தை முடிப்பதற்குள் ஜப்தி செய்ய வந்தவர்கள் குறுக்கிட்டுவிட்டால், பிறகு எங்கே போய் அதை முடிப்பது? சென்னையில் உடனடியாக வாடகைக்கு வீடும் கிடைக்காது. சரவணனின் வீட்டிலாவது வேறு யாருடைய வீட்டிலாவது போய்த் தங்கத்தான் முடியும். தனிமையிலிருந்து வரைவதற்கேற்ற இடம் கிடைக்குமோ என்னவோ?

போகும் சமயத்தில் எப்படியாவது ஆனந்தியை நேரில் பார்த்து, கடைசி முறையாகப் பார்த்து, அவளிடம் விடைபெற்றுக் கொள்ள வேண்டும் என்று அவன் முடிவு செய்து கொண்டான். ஆனந்தி அவனைக் காண அங்கு வரக்கூடும் என்ற நம்பிக்கையே அவனுக்கு அணுவளவும் இல்லை. இனித் தன்னால் அங்கு வர முடியாதென்பதையும் அவள் முன்பே கூறி விட்டாள். ஆனாலும் அவளைப் பார்க்காமலோ அவளிடம் சொல்லிக் கொள்ளாமலோ அவன் போக விரும்பவில்லை. ஆசை கிடந்து அடித்துக் கொண்டது. 'பார்க்காமல் மட்டும் போகக்கூடாது. தூக்கு மேடைக்குச்செல்பவனின் கடைசி ஆசை நிறைவேறுவது போல், இந்த ஓர் ஆசையாவது எனக்கு நிறைவேறட்டும்!'

படத்தை முடிப்பதற்காக அவன் தன்னுடைய நாற்காலிக்குத் திரும்பி வந்தான். படத்திலிருந்த ஆனந்தியை அன்பு பொங்கப் பார்த்தான். சில விநாடிகளுக்கெல்லாம் இனம் புரியாத பேரமைதி ஒன்று அவனைச் சூழ்ந்து கொண்டது. அவன் வாழ்வில் அதற்கு முன்பு அவன் அனுபவித்தறியாத அமைதி அது. அவனும் ஆனந்தியுமாக இருவர் மட்டிலுமே இந்தப் பரந்த உலகத்தில் தனித்து விடப்பட்டது போலவும், மற்ற உயிர்க்குலமனைத்துமே அழிந்து விட்டது போலவும் ஓர் உணர்வு அவனுக்குள் பரவிக் கொண்டிருந்தது. திரும்பிய பக்கமெல்லாம் மனிதர்களோ புல் பூண்டுகளோ இல்லாத சூனிய வெளியே தென்பட்டது. நிலமில்லை, நீரில்லை, நெருப்பில்லை, காற்றில்லை, விசும்பலில்லை; எங்கும் ஒரே சூனியம்தான்.

ஆனால், அங்கு ஆனந்தி மட்டிலும் அந்தச் சூனியத்தினி-டையே தன் ஒளி பொங்கும் விழிகளால் உற்று நோக்கிப் புன்முறுவல் பூத்துக்கொண்டிருந்தாள். ஓவியத்துச் சித்திரமாக அவள் அங்கு இல்லை. அவளுடைய உயிர் மூச்சை அவனால் உணர முடிந்தது. அவளுடைய இதழ்களின் துடிப்பை அவனால் காண முடிந்தது. அவள் ஏதோ ஒன்றை இரகசியமாக அவனுடைய செவிகளில் கூறத்துடித்தாள். அந்தச் செய்தியை அவள் வாயாலே கேட்பதற்காக ஏங்கித் தவிக்கலானான் அண்ணாமலை. "சொல்லுங்கள் ஆனந்தி! நீங்கள் சொல்ல விரும்புவதை என்னிடம் ஒளிக்கவோ மறைக்கவோ வேண்டாம்!" என்று அந்த உயிர்ச் சித்திரத்திடம் மன்றாடினான் அவன்.

26. புதுவழிப் பயணம்

கொம்பேறி மூக்கன் என்ற பச்சைப் பாம்பு பற்றிக் கிராமங்களில் ஒரு கதை சொல்லுவார்கள். யாரையாவது அது தீண்டிவிட்டால் அத்தோடு அதற்கு வேகம் தணிந்து விடுவதில்லையாம். மயானக் கரைக்குப் போய், அங்கிருக்கும்

மரத்தின் உச்சிக் கிளையில் ஏறிக் கொண்டு ஆவலோடு காத்திருக்குமாம். தீண்டப்பட்டவரின் கட்டை காட்டுக்கு வந்து சேருவதைக் கண்ட பிறகுதான் அதன் ஆத்திரம் அடங்குமாம்!

மாணிக்கம் என்ற கொம்பேறி மூக்கனும் அப்படித்தான் தன் வீட்டு மாடியில் நின்று, காடாகிக் கொண்டிருந்த அடுத்த வீட்டைக் களிப்போடு வேடிக்கை பார்த்துக் கொண்டிருந்தது. மேசை, நாற்காலி, சோபா, அலமாரி முதலிய சாமான்கள் அங்கே ஒவ்வொன்றாக வெளியே வந்து கொண்டிருந்தன. அதோடு அண்ணாமலை வெளியேறுவதையும் பார்த்துவிட வேண்டும் என்ற ஆசை அதற்கு.

வீட்டை ஏலத்தில் எடுப்பதற்கான திட்டங்களெல்லாம் முன்பே அவனிடம் தயாராக இருந்தன. 'அந்தத் தரித்திரம் பிடித்த பயலை இந்தப் பக்கமே எட்டிப் பார்க்காதபடி செய்தால்தான் வீட்டில் இவளும் அடங்குவாள்' என்று தனக்குள் அவன் சொல்லிக் கொண்டான்.

ஆனால், ஆனந்தி அவனுக்கு அடங்கி விடவில்லை என்பது அவள் அங்கு வந்து நின்ற கோலத்திலேயே தெரிந்தது. வெறித்துப் பார்த்த அவளை அவனும் வெறித்துப பார்த்துவிட்டு, "என்ன?" என்று கேட்டு வைத்தான்.

"மேற்பார்வை நடக்கிறது போலிருக்கிறது?" என்று கூறிவிட்டுச் சிரித்தாள் ஆனந்தி. "ஏன், பயந்து ஒளிந்து கொண்டு இங்கே நிற்காமல், அங்கே போய் உங்கள் கையாலேயே அவர் கழுத்தைப் பிடித்து வெளியில் தள்ளிவிட்டு வரலாமே!"

"இதோ பார், இனிமேல் நீ அவனுக்குப் பரிந்து கொண்டு பேசினால் உன்னைத்தான் நான் கழுத்தைப்பிடித்து வெளியில் தள்ளுவேன்!"

மீண்டும் அவள் சிரித்தாள். அந்தச் சிரிப்பு அவனைப் பயமுறுத்தினாலும் அதில் ஓர் அழகு இருந்தது. அவனை அவள் எதிர்க்கத் துணிந்த போதெல்லாம் அவளிடம்

மறைந்து கிடந்த அழகு வெளிப்பட்டது. நோயுற்றுச் சாகக் கிடந்தவள்போல் தென்பட்ட ஆனந்தி இப்போது தன்னுடைய நோயை விரட்டிவிட்டு இளமையின் எழிலை மீண்டும் சிறிது சிறிதாகப் பெற்றுக் கொண்டிருந்தாள். அந்த வேளையில் அந்தக் கோலத்தில் காட்சி அளித்த ஆனந்தியிடம் அவனுக்கொரு சபலம் தட்டியது.

"ஆனந்தி, நான் சொல்வதைக் கேள்" என்று மெல்லச் சிரித்துக் கொண்டே கொஞ்சுவதுபோல் அவளைச் சமாதானப்படுத்த முயன்றான். அவள் கரத்தைப் பற்றித் தன்னிடம் இழுத்து, அதோடு அவளுடைய தோளையும் பற்ற முயன்றான் அவனுடைய கண்களில் அவனது பசி எட்டிப் பார்த்தது.

கரத்தை உதறிவிட்டு, விலகிக் கொண்டாள் ஆனந்தி.

"ஓர் ஆண்பிள்ளை என்று சொல்லிக் கொள்பவர் செய்யக் கூடிய வேலையா இது?" என்று அடுத்த வீட்டைச் சுட்டிக் காட்டினாள் அவள். நான்கைந்து வேலையாட்கள் கூடிச்கூச்சலிட்டுக்கொண்டே அங்கு அலமாரியை நகர்த்தி வெளிப்பக்கம் இழுத்துத் தள்ளிக் கொண்டிருந்தார்கள்.

ஆனந்தியோடு அப்போது அவன் சச்சரவு செய்து கொள்ளத் துணியவில்லை. அவள் அவனுடைய தேவைப் பொருளாகக் காட்சியளித்தாள். ஆகவே, அவளிடம் காரணங்களைச் சொல்லி ஓர் உடன்பாட்டுக்கு வர நினைத்தான் அவன்.

"இதோ பார், நான் இப்படிச் செய்திருக்காவிட்டால், கடன்காரன் அவனை விட்டுவிட்டு என்மேல் திரும்பியிருப்பான். நீயும் நானும் இப்போது தெருவுக்குப் போக வேண்டிய நிலை வந்திருக்கும்."

"அதற்காக?" என்று கேட்டுவிட்டு, "கடன் வாங்க உங்களுக்கு உதவி செய்தவரின் முதுகில் இப்போது கத்தியால் குத்துகிறீர்கள் போலிருக்கிறது!" என்றாள்.

கோபம் வரத்தான் செய்தது மாணிக்கத்துக்கு. ஆனால் அதே சமயம் அவளுடைய உடலழகும் அதிகமாய்ச் சுடர் விடுவது போல் அவனுக்குத் தோன்றியது. தன் கோபத்தை அவளை அழிப்பதன் மூலம் தீர்த்துக்கொள்ள விரும்பிய அவன், "கடன்காரன் நானல்ல; அண்ணாமலை!" என்றான் பொறுமையோடு.

"என்ன சொன்னீர்கள்?"

"அவன்தான் கடன்காரன்! அவன் அப்பா என்னிடம்பட்ட கடனை அவன்தான் அடைக்க வேண்டும். அதை வேறு வழியில் என்னால் அவனிடமிருந்து வசூலித்திருக்க முடியாது. என் பொருளை இழந்து விடுகிற ஏமாளியல்ல நான்!"

"இன்னொரு முறை அவரைக் கடன்காரர் என்று சொன்னீர்களோ, உங்கள் நாக்கு அழுகிப் போகும்!" என்று கத்தினாள் ஆனந்தி.

"ஆனந்தி!"

"உங்களுடைய வாயால் இனி என் பெயரைச் சொல்ல வேண்டாம்! அதற்குத் தகுதியில்லை உங்களுக்கு!" என்று குமுறினாள் ஆனந்தி. "அதற்காகத்தான் அப்போதே உங்களுக்குத் தாலி கட்டிக் கொண்டவளை அவரிடம் அனுப்பி வைத்து. உங்களிடம் வரவழைத்தீர்களோ? அவளைச் சிரித்துப் பேச விட்டு, அவ்ளைக் கொண்டு அவரை மயக்கி, நீட்டிய இடத்தில் கையெழுத்துப் போட வைத்தீர்களோ? காசுக்காகத் தன் உடலை விற்பவளை வேசி யென்கிறீர்களே, உங்களுக்கெல்லாம் என்ன பெயர் வைப்பது? காசு பணத்துக்காக, சொத்து சுகத்துக்காக நாலு பேருக்கு முன்னால் பெரிய மனிதர் என்று வேஷம் போட்டுத் திரிவதற்காக, சிறு சபலங்களை நிறைவேற்றிக் கொள் வதற்காக, எந்த இழிதொழிலையும் செய்யத் துணிந்த உங்களைப் போன்றவர்களை மனிதரென்றா சொல்வது?"

மாணிக்கம் வெறியனாகி விட்டான். கை ஓயுமட்டும்

அவளை ஓங்கி அறைந்து அதே இடத்தில் கொன்றுவிட வேண்டுமென்ற ஆத்திரந்தான் அவனுக்கு. ஆனால், அதைவிட மற்றோர் ஆத்திரமும் அவனைப் பேயாய்ப் பிடித்து ஆட்டிக் கொண்டிருந்ததால், அவளைத் தன் மிருகவெறிக்குப் பலியாக்கி விட்டுச் சக்கையாகத் தூக்கி எறியத் துடித்தான். அளவுக்கதிகமாக அவள் எந்தச் செயலைக் கண்டு அஞ்சினாளோ, அருவருத்தாளோ, அதைக் கொண்டே அவளை அழித்துத் தன் காலடியில் போட்டு மிதிக்கத் துணிந்து விட்டான் அவன்.

மாணிக்கத்தின் இரும்புப் பிடியில் அகப்பட்டுக்-கொண்டு அவள் கோப வெறியோடு திணறினாள். அடிகளையோ அறைகளையோ கூட அவளால் பொறுத்துக் கொண்டிருக்க முடியும். இனி, இந்தக் கேவலமான செயலுக்கு அவளால் ஒரு கணமும் உடன்பட முடியாது. அவள் அவனோடு மூர்க்கத்தனமாகப் போராடினாள். எங்கிருந்துதான் அவளுக்கு அவ்வளவு வலிமை வந்ததோ தெரியவில்லை.

முழு மூச்சோடு அவன் அவளைப் பிடித்துத் தள்ளியபோது, அவனுடைய கரத்தில் அவள் கழுத்தில் தொங்கிய தாலிச் சரடு இருந்தது. அவன் அதை வேண்டுமென்றே பற்றி இழுத்தானோ அல்லது போராட்டத்தின் போது அது அவன் கையோடு வந்து விட்டதோ என்று தெரியவில்லை. அதை அவன் கரத்தில் கண்டவுடனேயே அவளுடைய கண்களுக்குள் ஆயிரம் மின்னல்கள் மின்னின; நெஞ்சுக்குள் ஆயிரம் இடிகள் இடித்தன. இவ்வளவு நாட்களாக அவள் அதனிடம் வைத்திருந்த நம்பிக்கையையும், கொண்டிருந்த பய பக்தியையும் அந்த மின்னல்களும் இடிகளும் சேர்ந்து ஒரே கணத்தில் பொடி சூரணமாக்கி விட்டன.

மாணிக்கம் செயலிழந்து வெலவெலத்துப் போனான். ஆனந்தியின் உள்ளத்துக்குள்ளிருந்து ஆயிரமாயிரம் குளிர் நீரூற்றுக்கள் வெடித்துக் கொண்டு கிளம்பின. 'எத்தனை

அற்புதமான விடுதலை உணர்ச்சி இது! இவ்வளவு காலமும் இது எங்கே போயிருந்தது? தூக்குமேடைக் கயிற்றின் இறுக்கத்தால் மூச்சுத் திணறிக் கொண்டிருந்ததா?"

"ஆனந்தி! இதைக் கட்டிக் கொள்!" என்று அவள் கழுத்தருகே அதை மீண்டும் அவன் கொண்டு வர முயன்றான்.

அதை அவள் தடுத்துவிட்டு, "ஐயா லட்சாதிபதி அவர்களே! தயவு செய்து இதைக் கொண்டு போய் நீங்கள் ஆசைப்படும் காசுக்குக் கட்டுங்கள்! காசைக் கொண்டு நீங்கள் யாரையாவது விலைக்கு வாங்கிக் கொள்ளுங்கள். இனி நான் உங்களுக்கு மனைவியுமல்ல; நீங்கள் எனக்குக் கணவருமல்ல!" என்று அமைதியோடு கூறினாள்.

மாணிக்கத்தின் கரத்திலிருந்த மாங்கல்யச் சரட்டுக்கு என்னதான் சக்தி இருந்ததோ தெரியவில்லை, அது அவனுடைய சக்தி அனைத்தையுமே உறிஞ்சத் தொடங்கி விட்டது. தள்ளாடித் தடுமாறிச் சுவரில் போய்ச் சாய்ந்தான் அவன்.

ஆனந்தி நிதானமாகத் தன் ஆடை அணிகளை ஒழுங்கு செய்து கொண்டு அங்கிருந்து கிளம்பினாள். மாடிப் படிகளின் திருப்பத்தில் அவள் காலடி பட்ட போது அவளுக்குத் தீ மிதிப்பது போலிருந்தது. அந்த இடம்தான் அவளுடைய கழுத்தில் அவள் சுருக்குக் கயிற்றை மாட்டிக் கொள்வதற்குக் காரணமாக இருந்த இடம். கீழே இறங்கி வந்தாள்.

அவளுடைய அப்பா இன்னும் வீட்டுக்குத் திரும்பவில்லை. ஆசிரியர் சரவணனைத் தேடிக் கொண்டு போயிருப்பார் என்பது அவளுக்குத் தெரியும். உள்ளே நுழைந்து, மாணிக்கத்தின் தாயாரின் முகத்தில் அவள் விழிக்க விரும்பவில்லை. முன்புறத் தோட்டத்துக்கு வந்து சற்றுநேரம் அங்கிருந்த கலைமகளின் சிலையைப் பார்த்துக் கொண்டு நின்றாள். தோட்டத்தில் நல்ல காற்று வீசியது. வெயிலும் இளவெயிலாக இருந்தது. நாகலிங்க மரத்தைச் சட்டென்று

திரும்பிப் பார்த்தாள். பூத்துச் சொரியும் காலமல்ல அது; ஆனாலும், அந்தக் காலம் கடந்த காலத்திலும், அவளுடைய க்ண்களுக்கு ஒரே ஒரு மலர் தென்பட்டது. மெல்லச் சென்று அதைத் தன் தளிர் விரல்களால் கொய்து கொண்டாள்.

கரத்திலே நாகலிங்க மலர்; கால்கள் அவளை அடுத்த வீட்டுக்கு அழைத்துச் சென்றன. அந்த மலரே அவளை வழி நடத்திச் செல்வதுபோல் அவளுக்குத் தோன்றியது.

வீட்டின் கீழ்ப்பகுதி ஒரே குப்பையும் கூளமுமாக மாறி யிருந்தது. மீனாட்சியம்மாளோ அண்ணாமலையோ அங்கு அவள் கண்களுக்குத் தட்டுப்படவில்லை. சாமான்கள் ஏதுமற்ற வெற்று வீடாக மாறிக் கொண்டிருந்தது, அது.

மாடிக்குச் சென்றாள். அங்கே கண்ட காட்சி அவளை மெய்சிலிர்க்கச் செய்தது. முழுமை பெற்றுவிட்ட அந்தச் சித்திரப் பாவையின் முன் அவன் சிலையாக மாறிப் போய் உட்கார்ந்திருந்தான். ஊனும் உயிருமாக ஆனந்தி அங்கு வந்ததையோ, மெல்ல அவனருகில் சென்று நின்றதையோ அவன் கவனிக்கவில்லை. கோயிலின் கருவறைக்குள் கொலு வீற்றிருக்கும் தேவியின் திருவடிகளில் நெஞ்சைப் பறி கொடுத்து விட்ட பக்தனாக அவன் மாறிப் போயிருந்தவன் மூடிய விழிகளுக்குள்ளிருந்து நீர் கசிந்துகொண்டேயிருந்தது.

ஏனோ, ஆனந்திக்கு அவன் இன்னும் சின்னஞ்சிறு குழந்தையாகவே தோற்றமளித்தான். முன்பொரு நாள், கல்யாணத்துக்கு முன், அவன் தன்னிடம் ஓடிவந்து, "உங்களைக் கல்யாணம் செய்து கொள்ளும் பாக்கியசாலியாக நான் இருந்தால், அதற்காக எதையும் செய்கிறேன்" என்று கூறியதை அவள் இப்போது நினைத்துக் கொண்டாள். குழந்தையிலும் குழந்தையான அவன் இப்படிக் கேட்டதற்காக அப்போதே அவனைத் தன் மடியில் கிடத்திக்கொண்டு கண்ணீர் சொரியத் துடித்தவள் அவள். அதே துடிப்பு மீண்டும் ஆனந்தியின் உள்ளத்தில் எழுந்தது.

அதற்குள் அண்ணாமலையும் அவளைத் தன்

கண்விழித்துக் கண்டு விட்டான். ஒருவரையொருவர் எவ்வளவு நேரம் பார்த்துக் கொண்டிருந்தார்களோ தெரியாது; நான்கு விழிகளும் இமைப்பை மறந்து விட்டன.

தான் கொண்டு வந்திருந்த நாகலிங்கப் பூவை அவனிடம் கொடுத்துவிட்டு, ஆனந்தி மெல்ல அவன் தலையை வருடினாள். அந்த அன்பின் சுமையைத் தாங்காமல் அவன் தலை அவளுடைய மடியில் சரிந்தது; கண்ணீர்ப் பெருக்கு ஒன்று கலந்து அண்ணாமலையின் கன்னங்களில் வழிந்தோடியது. அவள் ஏதும் வாய்விட்டுக் கூறாமலே, அவன் எல்லாவற்றையும் அவளிடமிருந்து தெரிந்து கொண்டான்.

'நமக்கு இந்த வீடும் மாடியும் வேண்டாம்; நாம் எங்காவது கூரைக் குடிசையிலிருந்து குடும்பம் நடத்துவோம்' என்று கூட அவள் வாய்விட்டுக் கூறவில்லை. அவள் நெஞ்சில் நினைத்தவையெல்லாம் எப்படியோ அவனுடைய நெஞ்சிலும் பதிந்து கொண்டிருந்தன. அங்கு எந்தப் பேச்சுக்குமே இடமில்லை; எந்தச் சலனத்துக்குமே இடமில்லை.

ஒரே அமைதி; ஆனந்தமயமான அமைதி...

சற்று நேரம் கழித்து அங்கு வந்த சாரதா, தொலைவிலிருந்தபடியே அந்த உயிர்ச் சிற்பங்களைக் கண்டாள். ஆனந்தம் பொங்கியது அவள் விழிகளில். தானே அந்தக் கணத்தில் ஆனந்தியாக மாறிவிட்டது போன்ற ஆனந்தம் அவளுக்கு.

ஆசிரியர் சரவணன் அந்த வீட்டிலிருந்து அண்ணாமலையையும், அவன் தாயாரையும் அழைத்துச் செல்ல வந்திருந்தார். கூடவே ஆனந்தியையும் கதிரேசனையும் ஒன்றாக அழைத்துச் செல்ல வேண்டிய அவசியம் அவருக்கு வந்துவிட்டது.

இளம் பிள்ளையாகச் செய்துவிட்ட இந்த முடிவு பெரியவர்களுக்கு எந்தவித அதிர்ச்சியையும் அளித்ததாகத் தெரியவில்லை. மாறாகக் கதிரேசன், அவர்களைத்

தமக்குள்ளே மீண்டும் மீண்டும் வாழ்த்திக் கொண்டிருந்தார்.

சரவணன் கொண்டு வந்திருந்த காரில் அவரைத் தவிர, அண்ணாமலையின் குடும்பத்தார் நால்வரும் இருந்தனர். ஆனந்தியின் படத்தை மட்டிலும் அண்ணாமலை சுருட்டித் தன் கையில் வைத்துக்கொண்டிருந்தான். 'சொத்து' என்று சொல்லக்கூடிய வேறு எதுவும் அந்தக் காரில் இல்லை. இந்த உலகத்தில் பிறக்கும் போது ஒவ்வொருவரும் எந்தச் சொத்தை இங்கு கொண்டு வந்தார்களோ, இதைவிட்டுப் போகும்போது எதை எடுத்துக்கொண்டு போவார்களோ அவற்றோடு மட்டுமே அவர்களது பயணம் தொடங்கியது.

"அந்தப்படத்தை இனி நீங்கள் என்னிடம் கொடுத்து விடலாம்" என்று, அதையும் அண்ணாமலையிடமிருந்து கேட்டு வாங்கிக் கொண்டாள் சாரதா.

கார் நகர்ந்தது; கண்ணுக்கு மறையுமட்டும் சாரதா அவ்விடத்தை விட்டு நகரவில்லை. வாழ்க்கை ஆனந்திக் கென்றாலும், அதன் ஆனந்தம் தனக்கென்று நம்பியவள் அவள்.

– முற்றும் –

மொரார்ஜி, பட்வாரி, அகிலன்

இந்திரா - அகிலன்

(சென்னை ராஜ்பவனில் நடந்த எழுத்தாளர் மாநாட்டில் அன்றைய பிரதமர் இந்திராவுடன் அகிலன்)

அகிலனின் பேத்தி அபிராமி (உமா)வின்
கைவண்ணத்தில் இளவயது அகிலன்

ஞானபீடப்பரிசளிப்பு நாளில் தில்லியில் சித்திரப்பாவை நாவலின் முக்கியக் காட்சிகள் சில ஹிந்தியில் நடிக்கப் பெற்ற நிகழ்வில் நடித்த அனுபம் கவுர், ராஜ்பாபர் மற்றும் கலைஞர்களுடன் அகிலன்

தமிழ்ப் புத்தகாலயம் – தாகம்

பு.எண்.34, ப.எண்.35, சாராங்கபாணித் தெரு,
திருமலை சாலை குறுக்கே (காமராஜர் நினைவில்லம் அருகே)
தி.நகர், சென்னை - 600 017.

044 - 28340495

Web : tamilputhakalayam.in

Tamilputhakalayam@gmail.com